ಗಾಳಿ ಪಳಗಿಸಿದ ಬಾಲಕ

ವಿಲಿಯಂ ಕಾಂಕ್ವಾಂಬಾ/ ಬ್ರಿಯಾನ್ ಮೀಲರ್

ಕನ್ನಡಕ್ಕೆ: ಕರುಣಾ ಬಿ ಎಸ್

ಕರ್ನಾಟಕ ಸಾಹಿತ್ಯ ಅಕಾಡೆಮಿ ಪುಸ್ತಕ ಬಹುಮಾನ

ಛಂದ ಪುಸ್ತಕ

gaaLi paLagisida Baalaka
by William Kamkwamba and Bryan Mealer, Translated by Karuna B S

THE BOY WHO HARNESSED THE WIND:
Creating Currents of Electricity and Hope
by William Kamkwamba and Bryan Mealer.
ISBN 978-81-963238-9-9

Map and illustrations in text by William Kamkwamba.
Photographs courtesy of:
Kamkwamba family;
Bryan Mealer
Tom Rielly,
Sangwani Mwafulirwa,
Malawi Daily Times

ಮುಖಪುಟ ವಿನ್ಯಾಸ: ಅಪಾರ
ಕರಡು ತಿದ್ದುವಿಕೆ: ಸುಪ್ತದೀಪ್ತಿ
ಪುಟಗಳು: 260 ಬೆಲೆ: ₹ 320
ಕಾಗದ: ಎನ್ಎಸ್ ಮ್ಯಾಪ್ಲಿತೊ 70 ಜಿಎಸ್ಎಂ, 1/8 ಡೆಮಿ

ಪ್ರತಿಗಳಿಗಾಗಿ ಸಂಪರ್ಕಿಸಿ:

ಛಂದ ಪುಸ್ತಕ
ಐ–004, ಮಂತ್ರಿ ಪ್ಯಾರಡೈಸ್
ಬನ್ನೇರುಘಟ್ಟ ರಸ್ತೆ
ಬೆಂಗಳೂರು–76
ಸೆಲ್: 98444 22782
me@vasudhendra.com

ಮುದ್ರಣ:

ಟ್ರಿನಿಟಿ ಅಕಾಡೆಮಿ, ಕುಡ್ಲು ಗೇಟ್, ಹೊಸೂರು ರಸ್ತೆ, ಬೆಂಗಳೂರು

ವಿಲಿಯಂ ಕಾಂಕ್ವಾಂಬಾ

ಆಫ್ರಿಕಾ ಖಂಡದ ಮಾಲಾವಿ ದೇಶದಲ್ಲಿ 1987ರ ಅಗಸ್ಟ್ 5 ರಂದು ಜನನ. 2002ರಲ್ಲಿ ಉಂಟಾದ ಭೀಕರ ಕ್ಷಾಮದಿಂದ ವಿಲಿಯಂ ಶಾಲೆಯನ್ನು ಬಿಡಬೇಕಾಯಿತು. ಬಡತನ, ಹಸಿವು, ಕ್ಷಾಮ, ಹೀಗೆ ಅನೇಕ ಕಷ್ಟ ಕಾರ್ಪಣ್ಯದ ನಡುವೆಯೂ ಎದೆಗುಂದದೆ ಗ್ರಂಥಾಲಯದಲ್ಲಿದ್ದ ಪುಸ್ತಕಗಳನ್ನು ಓದಿ, ಸ್ಫೂರ್ತಿ ಪಡೆದರು. ಹದಿನಾಲ್ಕನೇ ವಯಸ್ಸಿನಲ್ಲೇ ಜನರು ಬಿಸಾಡಿದ ಹಳೆಯ ವಸ್ತುಗಳಿಂದಲೇ ಗಾಳಿಯಂತ್ರವನ್ನು ತಯಾರಿಸಿ ತಮ್ಮ ಮನೆಗೆ ವಿದ್ಯುತ್ ಸೌಲಭ್ಯವನ್ನು ಕಲ್ಪಿಸಿದರು. ಆ ಬಳಿಕ ಅಂತರರಾಷ್ಟ್ರೀಯ ಮಟ್ಟದ ಖ್ಯಾತಿಯನ್ನೂ ಪಡೆದು, ಪ್ರಸ್ತುತ ಅಮೇರಿಕದ ನ್ಯೂ ಹ್ಯಾಂಪ್‌ಶೈರ್‌ನಲ್ಲಿರುವ 'ಡಾರ್ಟ್‌ಮೌತ್ ಕಾಲೇಜ್'ನಲ್ಲಿ ಇಂಜಿನಿಯರಿಂಗ್ ಪದವಿ ಶಿಕ್ಷಣವನ್ನು ಪಡೆಯುತ್ತಿದ್ದಾರೆ. ವಿಲಿಯಂ ಕುರಿತು ತಯಾರಿಸಲಾದ 'ವಿಲಿಯಂ ಅಂಡ್ ದ ವಿಂಡ್‌ಮಿಲ್'ಗೆ ಅತ್ಯುತ್ತಮ ಸಾಕ್ಷ್ಯಚಿತ್ರವೆಂದು ಪ್ರಶಸ್ತಿ ಲಭಿಸಿದೆ. 2013ರಲ್ಲಿ 'ಟೈಮ್' ಪತ್ರಿಕೆಯ '30 People Under 30 Changing The World' ಎನ್ನುವ ಪಟ್ಟಿಯಲ್ಲಿ ಅವರ ಹೆಸರು ಸೇರ್ಪಡೆಯಾಗಿತ್ತು.

ಬ್ರಿಯಾನ್ ಮೀಲರ್

ಈ ಪುಸ್ತಕದ ಸಹಲೇಖಕರಾದ ಬ್ರಿಯಾನ್ ಮೀಲರ್, ಇಂಗ್ಲೀಷ್ ಬಾರದ ಹುಡುಗ ವಿಲಿಯಂ ಕಾಂಕ್ವಾಂಬಾನ ಅದ್ಭುತ ಸಾಧನೆಗೆ ಆತ್ಮಕಥೆಯ ರೂಪ ಕೊಟ್ಟು, ಹೊರಜಗತ್ತಿಗೆ ತಿಳಿಸಿ ಕೊಟ್ಟಿದ್ದಾರೆ. ಅದಕ್ಕಾಗಿ ಸುಮಾರು ಒಂದು ವರ್ಷ ವಿಲಿಯಂನ ಕುಟುಂಬದವರೊಡನೆ ವಾಸಿಸುತ್ತಾ, ವಿಲಿಯಂನ ಸ್ನೇಹಿತರು, ಬಂಧುಗಳನ್ನು ಸಂದರ್ಶಿಸಿದ್ದಾರೆ. ವಿಲಿಯಂ ಚಿಚೆವಾ ಭಾಷೆಯಲ್ಲಿ ತನ್ನ ಕಥೆಯನ್ನು ಹೇಳುತ್ತಿದ್ದರೆ, ಅದನ್ನು ಬ್ಲೆಸ್ಸಿಂಗ್ಸ್ ಎನ್ನುವ ಅನುವಾದಕರ ಸಹಾಯದಿಂದ ಆಂಗ್ಲ ಭಾಷೆಯಲ್ಲಿ ಕಥೆಯ ರೂಪವನ್ನು ಕೊಡುತ್ತಾ ಹೊರಟರು. ವಿನೋದದ ವಿಷಯವೆಂದರೆ ಬ್ರಿಯಾನ್ ರಾತ್ರಿಯ ಹೊತ್ತು ವಿಲಿಯಂನ ಗಾಳಿಯಂತ್ರವನ್ನು ಬಳಸಿ ತಮ್ಮ ಲ್ಯಾಪ್‌ಟಾಪ್ ಚಾರ್ಜ್ ಮಾಡಿಕೊಳ್ಳುತ್ತಿದ್ದುದು ಹಾಗೂ ದೀಪದ ಬೆಳಕಿನಲ್ಲಿ ಕಥೆಯನ್ನು ಬರೆಯುತ್ತಿದ್ದುದು! ಬ್ರಿಯಾನ್ ಟೆಕ್ಸಾಸ್ ವಿಶ್ವವಿದ್ಯಾಲಯದಲ್ಲಿ ಪತ್ರಿಕೋದ್ಯಮದ ಪದವಿಯನ್ನು ಪಡೆದಿದ್ದಾರೆ, ಕೀನ್ಯಾ, ನೈರೋಬಿ, ಕಾಂಗೋ ದೇಶಗಳಲ್ಲಿ ಪತ್ರಿಕಾ ವರದಿಗಾರನಾಗಿಯೂ ಕೆಲಸವನ್ನು ನಿರ್ವಹಿಸಿದ್ದಾರೆ. "Muck City: Winning and Losing in Football's Forgotten Town", "All Things Must Fight to Live" ಇವರ ಇನ್ನಿತರ ಕೃತಿಗಳು. ಪ್ರಸ್ತುತ ಆಸ್ಟಿನ್(ಟೆಕ್ಸಾಸ್)ನಲ್ಲಿ ವಾಸವಿದ್ದಾರೆ.

ಕರುಣಾ ಬಿ ಎಸ್

ಧಾರವಾಡದಲ್ಲಿ ಕರುಣಾ ಅವರ ಜನನ ಮತ್ತು ಪ್ರಾಥಮಿಕ ಶಿಕ್ಷಣ. ನಂತರ ಬೆಂಗಳೂರಿನಲ್ಲಿ ಮುಂದುವರೆದ ಶಿಕ್ಷಣ ಮತ್ತು ವಾಸ. ಹ್ಯೂಲೆಟ್ ಪ್ಯಾಕರ್ಡ್(HP) ಮತ್ತಿತರ ಐ.ಟಿ ಸಂಸ್ಥೆಗಳಲ್ಲಿ ಹದಿಮೂರು ವರ್ಷಗಳ ಕಾಲ ಕೆಲಸ ನಿರ್ವಹಿಸಿದ್ದಾರೆ. ಪ್ರಸ್ತುತ ವೃತ್ತಿಯಿಂದ ಕೆಲಕಾಲ ಬಿಡುವನ್ನು ಪಡೆದು, ಪತಿ ಗುರುಶಂಕರ ಅವರೊಡನೆ ಅಮೇರಿಕಾದಲ್ಲಿ ವಾಸವಿದ್ದಾರೆ. ಕನ್ನಡ ಸಾಹಿತ್ಯ, ಓದು, ಬರವಣಿಗೆ, ಕಲೆ ಮತ್ತು ಸಂಸ್ಕೃತಿ, ಕರ್ನಾಟಕ ಶಾಸ್ತ್ರೀಯ ಸಂಗೀತ, ಸಾವಯವ ಕೃಷಿ ಇವರ ಆಸಕ್ತಿಯ ವಿಷಯಗಳು.

karuna.chin@gmail.com

ಪ್ರೀತಿಯ ಅಬ್ಬಮ್ಮನಿಗೆ

ಅದೃಶ್ಯನಾಗಿಯೇ ಎಲ್ಲೆಲ್ಲೂ ತನ್ನ ಮಾಯೆ, ವಿಸ್ಮಯಗಳನ್ನು
ತೋರುತ್ತಿರುವ ಕಾಣದ ಭಗವಂತನಿಗೆ

ನನ್ನ ಸಮಸ್ತ ಕುಟುಂಬ ವರ್ಗದವರಿಗೆ

ನನ್ನ ಮಾತು

ಪ್ರಾಯಶಃ ನಾನು ಜೀವನದಲ್ಲಿ ಬಹಳ ಆಸಕ್ತಿಯಿಂದ, ಇಷ್ಟಪಟ್ಟು ಮಾಡಿರುವ ಕೆಲಸವಿದು. ಕನ್ನಡ ಸಾಹಿತ್ಯದಲ್ಲಿ ಬಹಳ ಆಸಕ್ತಿಯಿದ್ದರೂ, ನಾನು ಎಂದೂ ಪುಸ್ತಕದಂತಹ ದೊಡ್ಡ ಸಾಹಸಕ್ಕಿಳಿದಿರಲಿಲ್ಲ. ಇದು ನನ್ನ ಪ್ರಥಮ ಪ್ರಯತ್ನ. ಹಿಂದಿರುಗಿ ನೋಡಿದಾಗ ಅನೇಕ ಘಟನೆಗಳು ಒಂದಕ್ಕೊಂದು ಕೊಂಡಿಯಂತೆ ತೋರಿ ಬರುತ್ತದೆ. ಬಾಲ್ಯದಿಂದಲೂ ನನ್ನ ತಂದೆಯವರು ಸಾಹಿತ್ಯ ಕ್ಷೇತ್ರದಲ್ಲಿ ತೊಡಗಿಸಿಕೊಂಡಿದ್ದು, ಪತ್ರಿಕೆಗಳಲ್ಲಿ ಅವರ ಕಥೆ, ಹಾಸ್ಯ, ಲೇಖನಗಳು ಪ್ರಕಟವಾಗುತ್ತಿದ್ದುದು, ಒಂದಲ್ಲ ಒಂದು ರೀತಿ ನನ್ನ ಮೇಲೆ ಪರಿಣಾಮ ಬೀರಿರುವುದಂತೂ ಖಂಡಿತ. ಜೊತೆಗೆ ಬುದ್ಧಿಯು ಬೆಳೆಯುವ ಹೊತ್ತಿಗೆ ಧಾರವಾಡದ ಕನ್ನಡ ಮಾಧ್ಯಮದ ಶಾಲೆಯಲ್ಲಿ ನಾನು ಓದುತ್ತಿದ್ದೆ. ಅಂದು ನನ್ನ ಮಾತಾ-ಪಿತೃಗಳ ಈ ನಿರ್ಧಾರವು ಒಂದು ರೀತಿಯಲ್ಲಿ ವರದಾನವೇ ಆಯಿತು. ನನ್ನ ಪ್ರೀತಿಯ ಶಿಕ್ಷಕರಿಂದ ದೊರೆತ ಮಾರ್ಗದರ್ಶನವು ಕನ್ನಡ ಭಾಷೆಯನ್ನು ಓದಿ-ಬರೆಯುವುದನ್ನು ಸರಾಗವನ್ನಾಗಿಸಿತು. ಕಾಲಕ್ರಮೇಣ ಸಹಜವಾಗಿ ನಮ್ಮ ಭಾಷೆ, ಕನ್ನಡ ಸಾಹಿತ್ಯದ ಬಗ್ಗೆ ಅಪಾರವಾದ ಪ್ರೀತಿ, ಅಭಿಮಾನವು ಮೂಡತೊಡಗಿತು.

ಆಗೊಮ್ಮೆ ಈಗೊಮ್ಮೆ ಬರವಣಿಗೆಯ ಕೆಲಸಕ್ಕೆ ಕೈಹಾಕಿದ್ದರೂ, ಅದರಲ್ಲಿ ಗಂಭೀರವಾಗಿ ತೊಡಗಿಸಿಕೊಳ್ಳುವ ಯೋಚನೆ ಬಂದಿದ್ದು 2010ರಲ್ಲಿ. ಅದೇ ವರ್ಷ ಖ್ಯಾತ ಲೇಖಕಿ ಶ್ರೀಮತಿ ದಿ. ತ್ರಿವೇಣಿಯವರ ಪತಿ ಶ್ರೀ S.N ಶಂಕರ್ ಅವರ ಪರಿಚಯವಾಯಿತು. ಅವರನ್ನು ಪ್ರತಿ ಬಾರಿ ಭೇಟಿ ಮಾಡಿದಾಗಲೂ ಅವರು – "ಮಗು ನಿನಗೆ ಒಳ್ಳೆಯ ಶೈಲಿ ಯಿದೆ. ನಿನ್ನ ಭಾಷೆ ಸೊಗಸಾಗಿದೆ. ನೀನು ಬರೆಯಬೇಕು. ನಿನ್ನ ಬರವಣಿಗೆಗೆ ನಾನು ಕೈಲಾದ ಮಟ್ಟಿಗೆ ಸಹಕರಿಸುತ್ತೇನೆ" ಎನ್ನುತ್ತಿದ್ದರು. ಅವರನ್ನು ಕುರಿತು ಬರೆದ ಲೇಖನವೇ ನನ್ನ ಮೊದಲ ಪ್ರಯತ್ನ. ಶಂಕರ್ ಅಂಕಲ್ ಈಗ ನಮ್ಮ ನಡುವೆ ಇಲ್ಲ. ಆದರೆ ಇಂದು ಅವರು ಬದುಕಿದ್ದಿದ್ದರೆ, ಈ ಪುಸ್ತಕದ ಹಸ್ತಪ್ರತಿಯನ್ನು ತಿದ್ದುವ ಕೆಲಸವನ್ನು ಅವರಿಗೇ ವಹಿಸಿಬಿಡುತ್ತಿದ್ದೆನೇನೋ! ಅವರ ಪ್ರೋತ್ಸಾಹ, ಮಾರ್ಗದರ್ಶನವು ಎಂದಿಗೂ ನನ್ನ ನೆನಪಿನಲ್ಲಿರುತ್ತದೆ. ನಾನು ಎಂದಿಗೂ ಅವರಿಗೆ ಚಿರಋಣಿ.

ಈ ಪುಸ್ತಕವನ್ನು ನಾನು ಅನುವಾದಿಸಲೇಬೇಕೆಂಬ ಹಣೆಬರಹವಿತ್ತೇನೋ ಕಾಣೆ. ಏಕೆಂದರೆ ಶ್ರೀಯುತ ವಸುಧೇಂದ್ರ ಪುಸ್ತಕವನ್ನು ಅನುವಾದಿಸಲು ಅನುಮತಿ ಕೊಟ್ಟ ಬಳಿಕ, ಒಂದು ವರ್ಷ ಸೂಕ್ತವಾದ ಪುಸ್ತಕದ ಹುಡುಕಾಟದಲ್ಲಿಯೇ ತೊಡಗಿದ್ದೆ. ಅನೇಕ ಸ್ನೇಹಿತರ ಸಲಹೆಯನ್ನು ಪಡೆದು ಅನೇಕ ಹೊತ್ತಿಗೆಗಳನ್ನು ಜಾಲಾಡಿದರೂ, ಒಂದು ಪುಸ್ತಕವೂ ಮನಸ್ಸಿನ ಆಳಕ್ಕೆ ಇಳಿಯಲಿಲ್ಲ. ನಂತರ ಹಠಾತ್ತನೇ ಅಮೇರಿಕದತ್ತ ಪ್ರಯಾಣವಾಯಿತು. ಅಲ್ಲಿ ನಮ್ಮ ಬಡಾವಣೆಯ ಗ್ರಂಥಾಲಯದಲ್ಲಿ ನನ್ನ ಪತಿ ಸದಸ್ಯತ್ವ ಕೊಡಿಸಿದರು. ಒಂದು ದಿನ ಈ ಅನುವಾದಾದ ಮೂಲ "The Boy Who Harnessed The Wind" ಕೃತಿಯನ್ನು

ಗ್ರಂಥಾಲಯದಲ್ಲಿ ಉಚಿತವಾಗಿ ಹಂಚುತ್ತಿದ್ದರು. ಮುಖಪುಟದಲ್ಲಿ, ಗಾಳಿಯಂತ್ರವನ್ನೇ ನೋಡುತ್ತಾ ನಿಂತಿದ್ದ ಬಾಲಕನ ಚಿತ್ರ ಹಾಗೂ ಪುಸ್ತಕದ ಶೀರ್ಷಿಕೆಯು ನನ್ನ ಗಮನವನ್ನು ಸೆಳೆಯಿತು. ಮನೆಗೆ ಕೊಂಡೊಯ್ದು ಸ್ವಲ್ಪ ದಿನಗಳಲ್ಲಿ ಅದನ್ನು ಓದಿ ಮುಗಿಸಿದ ಬಳಿಕ, ನನ್ನ ಮನಸ್ಸಿನಲ್ಲಿ ಅಚ್ಚಳಿಯದೇ ಉಳಿದ ಅಂಶವೆಂದರೆ – "ಹದಿನಾಲ್ಕು ವಯಸ್ಸಿನ ವಿಲಿಯಂನ ಛಲ, ತನಗೊದಗಿದ ಪರಿಸ್ಥಿತಿಯನ್ನು ಒಪ್ಪಿಕೊಳ್ಳದೇ, ದೊಡ್ಡ ಬದಲಾವಣೆಗೆ ತಾನೇ ಮುಂದಾಗುವುದು."

ಅನುವಾದದ ಪ್ರಕ್ರಿಯೆ ಶುರುವಾದ ಬಳಿಕ ನಾನು ಅದರಲ್ಲಿ ಎಷ್ಟರ ಮಟ್ಟಿಗೆ ಕಳೆದುಹೋದೆನೆಂದರೆ – ವಿಲಿಯಂ ಕಾಂಕ್ವಾಂಬಾನ ಬಾಲ್ಯ, ಕೆಲವು ಶಾಲೆಯ ಘಟನೆಗಳು, ಆಫ್ರಿಕಾದ ಜೀವನ ನನಗೆ ಮತ್ತೆ ಮತ್ತೆ ನನ್ನ ಧಾರವಾಡದ ಬಾಲ್ಯದ ಘಟನೆಗಳನ್ನೇ ನೆನಪಿಸುತ್ತಿದ್ದವು. ನಾನು ಮರಳಿ ವಿಜ್ಞಾನದ ಝಾಡನ್ನು ಹಿಡಿಯುವಂತೆ ನನ್ನನ್ನು ಪ್ರೇರೇಪಿಸುತ್ತಿದ್ದವು. ನೈಸರ್ಗಿಕ ಸಂಪನ್ಮೂಲಗಳು ಹೇರಳವಾಗಿ ಸಿಗುವ ಗ್ರಾಮಾಂತರ ಪ್ರದೇಶದಲ್ಲಿ, ಅದನ್ನು ಬಳಸಿಕೊಂಡು ಮಕ್ಕಳಿಗೆ ವಿಜ್ಞಾನದ ರುಚಿಯನ್ನು ಹತ್ತಿಸಬೇಕೆಂಬ ಅದಮ್ಯ ಬಯಕೆಯಾಯಿತು. ಪ್ರತಿಯೊಂದು ಹಂತದಲ್ಲಿಯೂ ಈ ಅನುವಾದವನ್ನು ನಮ್ಮ ಸ್ಥಳೀಯ ಪರಿಸರಕ್ಕೆ ಹೊಂದುವಂತೆ ಮಾಡುವುದು ನನಗೆ ಅತ್ಯಂತ ಆಸಕ್ತಿದಾಯಕವೆನ್ನಿಸಿತು. ಸಾಧ್ಯವಾದ ಮಟ್ಟಿಗೆ ಈ ಪುಸ್ತಕವು ಅನುವಾದವೆನ್ನಿಸದೆಯೇ ಸಹಜವಾಗಿರಲಿ ಎಂದು ಯತ್ನಿಸುತ್ತಿದ್ದೆ. ಆಗೆಲ್ಲಾ ನಿಜಕ್ಕೂ ಅನುವಾದದಲ್ಲಿ ಇಷ್ಟು ಕ್ರಿಯಾಶೀಲತೆ ಇದೆಯೇ? ಎಂದು ಅನ್ನಿಸದಿರಲಿಲ್ಲ. ವಿಜ್ಞಾನದ ಆಂಗ್ಲ ಪದಗಳಿಗೆ, ಸಮಾನಾರ್ಥ ಕನ್ನಡ ಪದಗಳನ್ನು ಹುಡುಕುವುದೇ ದೊಡ್ಡ ಸವಾಲೆನಿಸಿತು. ಕೊನೆಗೆ ಬಳಕೆಯಲ್ಲಿರುವ ಆಂಗ್ಲ ಪದಗಳನ್ನು ಹಾಗೆಯೇ ಬಳಸುವುದು ಎಂದು ನಿರ್ಧರಿಸಿದೆವು.

ನನ್ನ ಸಾಹಿತ್ಯದ ಚಟುವಟಿಕೆಗಳಿಗೆ ಸದಾ ಬೆನ್ನುತಟ್ಟಿ ಪ್ರೋತ್ಸಾಹಿಸುತ್ತಿರುವ ಛಂದ ಪುಸ್ತಕದ ರೂವಾರಿ ಶ್ರೀ ವಸುಧೇಂದ್ರ ಅವರಿಗೆ ನಾನು ಆಭಾರಿಯಾಗಿದ್ದೇನೆ. ನಾನು ಅನುವಾದ ಮಾಡುತ್ತೇನೆ ಎಂದಾಗ ತಕ್ಷಣವೇ ಒಪ್ಪಿಗೆಯನ್ನು ಸೂಚಿಸಿ, ಸರ್ವ ಸ್ವಾತಂತ್ರ್ಯವನ್ನೂ ನೀಡಿದರು. ಅವರ ಮತ್ತು ನನ್ನ ಆಶಯವು ಒಂದೇ – ಇದು ನಮ್ಮ ಕನ್ನಡದ ಮಕ್ಕಳನ್ನು ತಲುಪಬೇಕು. ನಮ್ಮ ನಾಡಿನ ಮಕ್ಕಳಿಗೆ ಇಂತಹ ಪುಸ್ತಕಗಳು ಹೆಚ್ಚು ಹೆಚ್ಚು ಬೇಕು. ವಿಜ್ಞಾನ ಕ್ಷೇತ್ರದಲ್ಲಿ ಮಕ್ಕಳು ಸಾಧನೆಯನ್ನು ಮಾಡಲು ಈ ಪುಸ್ತಕವು ಸ್ಫೂರ್ತಿಯಾಗಬಲ್ಲದು.

ಶಿಕಾಗೋ ನಿವಾಸಿಯಾಗಿರುವ ಬರಹಗಾರ್ತಿ ಶ್ರೀಮತಿ ತ್ರಿವೇಣಿಯವರು ನನಗೆ ಈ ಅನುವಾದದ ಪ್ರಕ್ರಿಯೆಯಲ್ಲಿ ಬಹಳ ಸಹಾಯ ಮಾಡಿದ್ದಾರೆ. ಅನುವಾದದ ಪ್ರತಿಯೊಂದು ಅಧ್ಯಾಯಗಳನ್ನು ವಿಮರ್ಶಿಸಿ, ತಪ್ಪು–ನೆಪ್ಪುಗಳಿಗೆ ಸೂಕ್ತವಾದ ಬದಲಾವಣೆಯನ್ನು ಸೂಚಿಸಿದ್ದಾರೆ. ಹಸ್ತಪ್ರತಿಯ ತಿದ್ದುಪಡಿಯಲ್ಲಿ ಸಹಾಯ ಮಾಡಲು ಪರಿಚಯವಾದ ತ್ರಿವೇಣಿ, ಈಗ ದೂರದ ನಾಡಿನಲ್ಲಿ ಆತ್ಮೀಯ ಗೆಳತಿಯೂ ಆಗಿದ್ದಾರೆ. ಇದು ನಮ್ಮ ಜಂಟಿ ಪ್ರಯತ್ನವೆನ್ನುವುದೇ ಸೂಕ್ತವೆನ್ನಿಸುತ್ತದೆ. ತ್ರಿವೇಣಿಯವರಿಗೆ ನಾನು ಆಭಾರಿಯಾಗಿದ್ದೇನೆ.

ಇನ್ನು ನನ್ನ ಪತಿ ಶ್ರೀ ಗುರುಶಂಕರ ಅವರ ಸಹಕಾರವನ್ನು ನಾನು ಮರೆಯುವಂತಿಲ್ಲ. ಈ ಪುಸ್ತಕವು ದೊರೆಯಲು ಒಂದು ರೀತಿ ಪರೋಕ್ಷವಾಗಿ ಕಾರಣವಾಗಿದ್ದಲ್ಲದೇ, ಕೊನೆಯ ಹಂತದಲ್ಲಿ ಹಸ್ತಪ್ರತಿಯನ್ನು ಓದಿ, ಅನೇಕ ಸೂಕ್ತ ಬದಲಾವಣೆಗಳನ್ನು ಸೂಚಿಸಿದರು. ಅವರ ಸಹಕಾರಕ್ಕೆ ನನ್ನ ಧನ್ಯವಾದಗಳು. ಹಾಗೆಯೇ ಹಸ್ತಪ್ರತಿಯ ತಿದ್ದುಪಡಿಯಲ್ಲಿ ಸಹಕರಿಸಿರುವ ನನ್ನ ಅಕ್ಕ ಶ್ರೀಮತಿ ಅರುಣಾಳಿಗೂ ನಾನು ಆಭಾರಿಯಾಗಿದ್ದೇನೆ.

ಇಷ್ಟು ದಿವಸ ನಾನು ಪ್ರಸಿದ್ಧ ವಿಜ್ಞಾನ ಅಂಕಣಕಾರ ಶ್ರೀ ನಾಗೇಶ್ ಹೆಗಡೆಯವರ "ವಿಜ್ಞಾನ ವಿಶೇಷ"ವನ್ನು ಓದಿ ಮೆಚ್ಚಿಕೊಳ್ಳುತ್ತಿದ್ದೆ. ನನಗೆ ಅವರು ವ್ಯಕ್ತಿಗತವಾಗಿ ಪರಿಚಯ ವಿಲ್ಲ. ಆದರೂ ಸಹ ಈ ಅಸಾಧಾರಣ ಆತ್ಮಕಥನದ ಸಾರಾಂಶವನ್ನು ಮನಮುಟ್ಟುವಂತೆ ಬೆನ್ನುಡಿಯಲ್ಲಿ ಬರೆದು ಕೊಟ್ಟಿದ್ದಾರೆ. ಇದು ನನಗೆ ನಿಜಕ್ಕೂ ಹೆಮ್ಮೆಯ ವಿಷಯವಾಗಿದೆ. ಶ್ರೀ ನಾಗೇಶ್ ಹೆಗಡೆಯವರಿಗೆ ನನ್ನ ಧನ್ಯವಾದಗಳು.

ತಪ್ಪಿಲ್ಲದಂತೆ ಕಾಗುಣಿತ ದೋಷಗಳನ್ನು ತಿದ್ದಿಕೊಟ್ಟು, ಕರಡುಪ್ರತಿಯನ್ನು ಸಿದ್ಧಪಡಿಸಿದ ಶ್ರೀಮತಿ ಜ್ಯೋತಿ ಮಹಾದೇವ್ ಅವರಿಗೂ, ಕಥೆಗೆ ಪೂರಕವಾಗಿ ಸುಂದರವಾದ ಮುಖಚಿತ್ರವನ್ನು ರಚಿಸಿರುವ ಶ್ರೀ ಅಪಾರ ಅವರಿಗೂ ನಾನು ಆಭಾರಿಯಾಗಿದ್ದೇನೆ.

ಕೊನೆಯದಾಗಿ ನನಗೆ ಬೆನ್ನೆಲುಬಾಗಿ ನಿಂತು ಸದಾ ನನ್ನ ಏಳಿಗೆ, ಶ್ರೇಯಸ್ಸನ್ನೇ ಕೋರುತ್ತಿರುವ ನನ್ನ ಸಮಸ್ತ ಕುಟುಂಬ ವರ್ಗದವರಿಗೂ, ಆತ್ಮೀಯ ಸ್ನೇಹಿತರಿಗೂ ನಾನು ಚಿರಋಣಿಯಾಗಿದ್ದೇನೆ.

ನಮ್ಮ ಕನ್ನಡ ನಾಡಿನ ಮಕ್ಕಳು ಈ ಪುಸ್ತಕದಿಂದ ಸ್ಫೂರ್ತಿಯನ್ನು ಪಡೆದು ಸಾಧನೆ ಮಾಡುವಂತಾದರೆ, ವಿಲಿಯಂ ಕಾಂಕ್ವಾಂಬಾನಂತೆ ಅಂತರಾಷ್ಟ್ರೀಯ ಮಟ್ಟದ ಖ್ಯಾತಿಯನ್ನು ಪಡೆಯುವಂತಾದರೆ, ಅದಕ್ಕಿಂತಲೂ ಹೆಚ್ಚಿನ ಯಶಸ್ಸು ಮತ್ತೊಂದಿಲ್ಲ. ಆಗ ನಮ್ಮ ಈ ಚಿಕ್ಕ ಪ್ರಯತ್ನವು ಸಾರ್ಥಕವೆಂದು ಭಾವಿಸುತ್ತೇನೆ.

ನಿಮ್ಮ ಪ್ರೀತಿ ಮತ್ತು ವಿಶ್ವಾಸಗಳನ್ನು ಕೋರುತ್ತಾ

ಕರುಣಾ

ವಿಂಬೆ ಮಾರುಕಟ್ಟೆ
ವಿಂಬೆ ಪ್ರಾಥಮಿಕ ಶಾಲೆ
ಗಿಲ್ಬರ್ಟ್‌ನ ಮನೆ
ಊರಿನ ಬಾವಿ
ಹೊಳೆ
ಜೆಫ್ರಿಯ ಮನೆ
ವಿಲಿಯಂ ಮನೆ

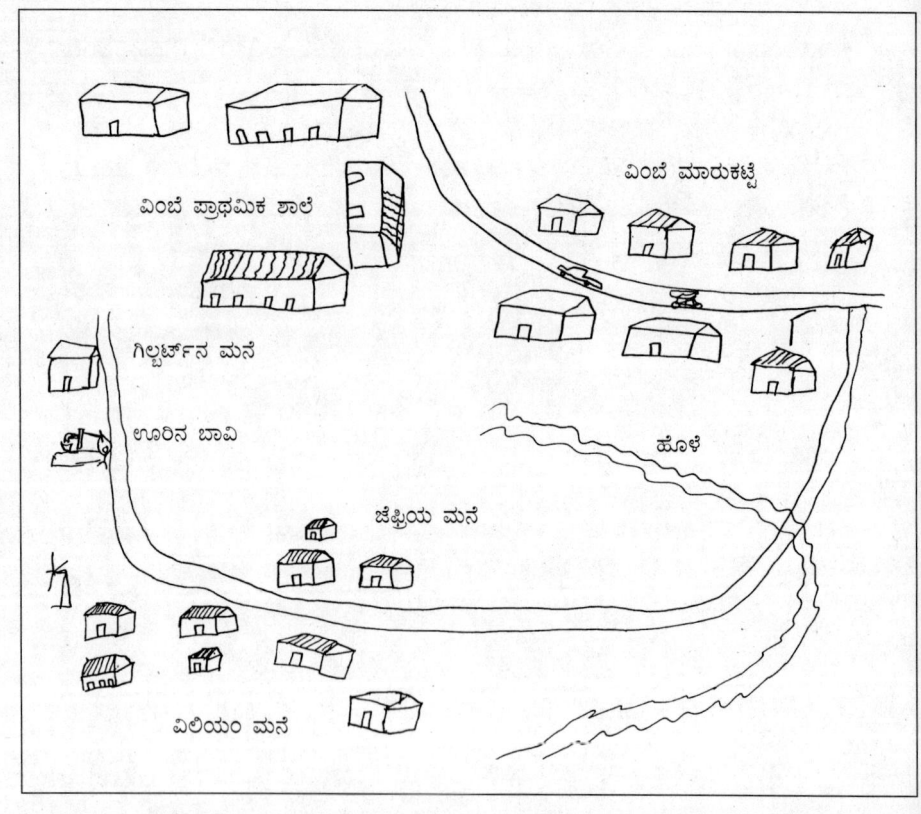

ಮೊದಲ ಪುಟ ತಿರುಗಿಸುವ ಮುನ್ನ

ಎಲ್ಲ ಸಿದ್ಧತೆಗಳೂ ಮುಗಿದಿರಲು ನಾನು ಕಾಯುತ್ತಾ ಕುಳಿತಿದ್ದೆ. ಒಂದೇ ಸಮನೆ ಕಷ್ಟಪಟ್ಟು ಕೆಲಸ ಮಾಡಿದ್ದರಿಂದ ನನ್ನ ತೋಳುಗಳಲ್ಲಿ ಸ್ನಾಯುಸೆಳೆತ ಉಂಟಾಗಿತ್ತು. ನನ್ನ ಗೋಪುರವು ನಟ್ಟು ಬೋಲ್ಟುಗಳ ಜೋಡಣೆಯೊಂದಿಗೆ ಭದ್ರವಾಗಿ ಕಾಣುತ್ತಿತ್ತು. ನಿಜ ಹೇಳಬೇಕೆಂದರೆ, ನನ್ನ ಕಲ್ಪನೆಯ ಪ್ರತಿರೂಪವೇನೋ ಎನ್ನುವಂತಿತ್ತು.

ನನ್ನ ಗಾಳಿಯಂತ್ರದ ಸುದ್ದಿಯು ಸುತ್ತಮುತ್ತಲಿನ ಹಳ್ಳಿಯನ್ನು ತಲುಪಿ, ಅಲ್ಲಿಂದ ಜನರು ನೋಡಲು ಬರತೊಡಗಿದರು. ವ್ಯಾಪಾರಿಗಳು ದೂರದಿಂದಲೇ ಇದನ್ನು ನೋಡಿ, ಅಂಗಡಿಯ ಬಾಗಿಲುಗಳನ್ನು ಮುಚ್ಚಿ ನಮ್ಮ ಮನೆಯತ್ತ ಧಾವಿಸಿದರು. ಅಲ್ಲಿ ನೆರೆದಿದ್ದ ಗುಂಪಿನಲ್ಲಿ ನನಗೆ ಅನೇಕ ಪರಿಚಿತ ಮುಖಗಳು ಕಂಡವು. ಕೆಲವರು ಬಹಳ ದಿನಗಳಿಂದ ನನ್ನನ್ನು ಅಪಹಾಸ್ಯ ಮಾಡುತ್ತಲೇ ಇದ್ದರು. ಅವರವರೇ ಪಿಸುಮಾತನಾಡುತ್ತಾ ನಗುತ್ತಿರುವುದು ಕೇಳಿಸುತ್ತಿತ್ತು. ಇನ್ನೂ ಜನರು ಬರುತ್ತಲೇ ಇದ್ದರು. ಹೌದು ಸಮಯವಾಗಿತ್ತು...

ನನ್ನ ಕೈಗಳಲ್ಲಿ ವೈರುಗಳನ್ನು ಹಿಡಿದು, ಗೋಪುರದ ಮೊದಲ ಮೆಟ್ಟಿಲಿನ ಮೇಲೆ ಕಾಲಿಟ್ಟೆ. ಹಾಗೆಯೇ ಹತ್ತುತ್ತಾ ಮೇಲೆ ಹೋದಂತೆ ನನ್ನ ಯಂತ್ರದ ಮುಖ್ಯ ಭಾಗವನ್ನು ತಲುಪಿದ್ದೆ. ಯಂತ್ರದ ತುಕ್ಕು ಹಿಡಿದ ಭಾಗಗಳನ್ನು ಸ್ವಲ್ಪ ಹೊತ್ತು ನೋಡುತ್ತಾ ನಿಂತಿದ್ದೆ. ನನ್ನ ಹಿಂದೆ ಹೊಲ ಮತ್ತು ಬೆಟ್ಟದ ಸಾಲು ಕಾಣುತ್ತಿದ್ದವು. ಯಂತ್ರದ ಪ್ರತಿಯೊಂದು ಭಾಗವೂ ತನ್ನದೇ ಆದ ಕತೆಯನ್ನು ಹೇಳುತ್ತಿತ್ತು.

ಯಂತ್ರದ ಹೃದಯಭಾಗದಿಂದ ಇಳಿಬಿಟ್ಟಿದ್ದ ಎರಡು ವೈರುಗಳು, ಗಾಳಿಯಲ್ಲಿ ನರ್ತಿಸುತ್ತಿರುವಂತೆ ತೋರಿತು. ಆ ವೈರಿನ ತುದಿಗಳನ್ನು, ನನ್ನ ಕೈಯಲ್ಲಿದ್ದ ವೈರಿನ ತುದಿಗೆ ಸೇರಿಸಿ ಗಂಟು ಹಾಕಿದೆ. ಕೆಳಗೆ ಜನರ ಗುಂಪು ಹಕ್ಕಿಗಳಂತೆ ಕೀರಲು ದನಿಯಲ್ಲಿ ಕೇಕೆ ಹಾಕುತ್ತಿದ್ದರು.

"ಏ ಸ್ವಲ್ಪ ಸುಮ್ಮನಿರು. ಈ ಹುಡುಗನು ನಾವಂದುಕೊಂಡಂತೆ ನಿಜಕ್ಕೂ ಹುಚ್ಚನೋ, ಅಲ್ಲವೋ ನೋಡೋಣ!" ಯಾರೋ ಹೇಳುತ್ತಿದ್ದರು.

ಒಮ್ಮೆಲೇ ಗಾಳಿಯು ಬೀಸತೊಡಗಿತು. ನಿಧಾನವಾಗಿ ತನ್ನ ವೇಗವನ್ನು ಹೆಚ್ಚಿಸುತ್ತಾ ಹೋಯಿತು. ನಾನು ತುತ್ತ ತುದಿಗೆ ಹೋಗಿ, ಯಂತ್ರದ ಚಕ್ರವು ತಿರುಗಲು ಅಡ್ಡವಾಗಿರಿಸಿದ್ದ ಕಡ್ಡಿಯನ್ನು ತೆಗೆದೆ. ಬ್ಲೇಡುಗಳು ಮೊದಲು ನಿಧಾನವಾಗಿ, ನಂತರ ವೇಗವಾಗಿ ತಿರುಗ ಲಾರಂಭಿಸಿದವು. ನನ್ನ ಮಂಡಿಗಳಲ್ಲಿ ಸೆಳೆತವುಂಟಾಗಿ ಕುಸಿಯುವೆನೇನೋ ಎಂದು ಭಯವಾಯಿತು. ದಯವಿಟ್ಟು ನನ್ನನ್ನು ನಿರಾಶೆಗೊಳಿಸಬೇಡ.

ಕೈಯಲ್ಲಿ ಬಲ್ಬ್ ಮತ್ತು ವೈರುಗಳನ್ನು ಬಲವಾಗಿ ಹಿಡಿದು, ಆ ಒಂದು ಅದ್ಭುತ ಕ್ಷಣಕ್ಕಾಗಿ ಕಾಯುತ್ತಲಿದ್ದೆ. ಕೊನೆಗೂ ನನ್ನ ನಿರೀಕ್ಷೆಯು ಸುಳ್ಳಾಗಲಿಲ್ಲ... ಆ ಅದ್ಭುತ ಕ್ಷಣವೂ ಬಂದೇಬಿಟ್ಟಿತು. ಮೊದಲು ಬಲ್ಬಿನಲ್ಲಿ ದೀಪವು ಒಮ್ಮೆ ಮಿಣುಕಿ, ನಂತರ ಪ್ರಕಾಶ ಮಾನವಾಗಿ ಉರಿಯಲಾರಂಭಿಸಿತು. ಕೆಳಗಿದ್ದ ಜನರ ಗುಂಪು ಉಸಿರುಗಟ್ಟಿ ನೋಡುತ್ತಾ ನಿಂತಿತ್ತು. ಮಕ್ಕಳು ಸರಿಯಾಗಿ ಕಾಣಲೆಂದು ಅಕ್ಕ–ಪಕ್ಕದವರನ್ನು ತಳ್ಳಿಕೊಂಡು ಮುಂದೆ ಬರುತ್ತಿದ್ದರು.

"ಹೌದು... ಇದು ನಿಜ" ಗುಂಪಿನಲ್ಲಿದ್ದ ಒಬ್ಬರು ಉಸುರಿದರು.

"ಹೌದು... ಈ ಹುಡುಗ ಸಾಧಿಸಿ ತೋರಿಸಿದ" ಮತ್ತೊಬ್ಬರು ಉತ್ತರಿಸಿದರು.

2

ಮಾಯಾಲೋಕದ ಜಗತ್ತಿನಲ್ಲಿ

ನಾನು ವಿಜ್ಞಾನದ ವಿಸ್ಮಯಗಳನ್ನು ಅರಿಯುವ ಮೊದಲು ನನ್ನ ಜಗತ್ತನ್ನು ಯಕ್ಷವಿದ್ಯೆಗಳು ಆಳುತ್ತಿದ್ದವು. ಮಂತ್ರ–ತಂತ್ರಗಳ ಕೌತುಕಗಳು ನನ್ನ ಸುತ್ತಲೂ ಸದಾ ಗಿರಕಿ ಹೊಡೆಯುತ್ತಿದ್ದವು. ಈ ವಿಷಯಕ್ಕೆ ನೆನಪಾಗುವುದು, ನನ್ನ ತಂದೆ ನನ್ನನ್ನು ಅದ್ಯಾವುದೋ ಸಾವೆಂಬ ಕಂಟಕದಿಂದ ಪಾರು ಮಾಡಿ ನನ್ನ ದೃಷ್ಟಿಯಲ್ಲಿ 'ಹೀರೋ' ಆಗಿದ್ದು!

ನಾನಿನ್ನೂ ಆಗ ಆರು ವರ್ಷದ ಚಿಕ್ಕ ಬಾಲಕ. ನಮ್ಮ ಹೊಲ ಗದ್ದೆಗಳು ಇರುವುದು 'ಕಸುಂಗು' ಪಟ್ಟಣದ 'ಮಸಿಟಲ' ಎಂಬ ಹಳ್ಳಿಯಲ್ಲಿ. ನಮ್ಮ ಹೊಲದ ಸಮೀಪದಲ್ಲಿದ್ದ ರೈತನೊಬ್ಬನು ದನಕರುಗಳನ್ನು ಸಾಕಿಕೊಂಡಿದ್ದನು.

ಒಂದು ದಿನ ಅವುಗಳನ್ನು ಕಾಯುತ್ತಿದ್ದ ಹುಡುಗರು ರಸ್ತೆಯಲ್ಲಿ ಆಟವಾಡಿಕೊಂಡಿದ್ದ ನನ್ನನ್ನು ಕರೆದರು. ಅಂದು ಮುಂಜಾನೆ ಅವರು ದನಗಳನ್ನು ಕಾಯುತ್ತಿದ್ದಾಗ ರಸ್ತೆಯಲ್ಲಿ ಒಂದು ದೊಡ್ಡ ಮೂಟೆಯನ್ನು ಕಂಡಿದ್ದರಂತೆ. ಅದನ್ನು ಬಿಚ್ಚಿ ನೋಡಿದಾಗ ಅದರ ತುಂಬಾ 'ಬಬಲ್ ಗಮ್' ಇತ್ತೆಂದು ಹೇಳಿದರು. ಅದೆಂತಹ ಅಮೂಲ್ಯವಾದ ಆಸ್ತಿ ಎಂದು ನೀವು ಊಹಿಸಲಾರಿರಿ. ನನ್ನ ಪಾಲಿಗೆ ಅಂದು ಬಬಲ್ ಗಮ್ ಎಂದರೆ ಪಂಚಪ್ರಾಣವಾಗಿತ್ತು.

"ನಾವು ಕೆಲವು ಬಬಲ್‌ಗಮ್‌ಗಳನ್ನು ಕೊಡೋಣವೇ?" ಒಬ್ಬ ಹುಡುಗನು ಕೇಳಿದನು.

ನಾನಂತೂ ಉಸಿರಾಡದೆಯೇ ನಿಂತಿದ್ದೆ. "ಏ ಯಾಕಾಗಬಾರದು?"

"ಒಮ್ಮೆ ಅವನತ್ತ ನೋಡು..." ಮತ್ತೊಬ್ಬನು ಹೇಳಿದನು.

ಅವರಲ್ಲಿ ಒಬ್ಬನು ಚೀಲದಿಂದ ಬಣ್ಣ ಬಣ್ಣದ ಗಮ್‌ಗಳನ್ನು ತೆಗೆಯುತ್ತಾ ನನ್ನ ಮುಷ್ಟಿಯಲ್ಲಿ ತುಂಬಿಸಿದನು. ಅಷ್ಟನ್ನೂ ನನ್ನ ಬಾಯೊಳಗೆ ಒಮ್ಮೆಗೇ ತುರುಕಿಕೊಂಡೆ. ಆ

ಬಾಲಕರು ಹೊರಡುತ್ತಿದ್ದಂತೆಯೇ ಬಾಯೊಳಗಿದ್ದ ಸಿಹಿಯ ರಸವು ನನ್ನ ಕೆನ್ನೆ ಮತ್ತು ಶರ್ಟನ್ನು ಒದ್ದೆಯನ್ನಾಗಿಸಿತ್ತು.

ಇದಾದ ಮಾರನೆಯ ದಿನದಂದು ನನ್ನಷ್ಟಕ್ಕೆ ಮಾವಿನ ಮರದ ಕೆಳಗೆ ಕುಳಿತು ಆಟವಾಡಿಕೊಳ್ಳುತ್ತಿದ್ದೆ. ಆಗ ಸೈಕಲ್ ಮೇಲೆ ಬಂದ ವ್ಯಾಪಾರಿಯೊಬ್ಬರು ನನ್ನ ತಂದೆಯ ಜೊತೆ ಪೇಚಾಡಿಕೊಂಡರು. ಹಿಂದಿನ ದಿವಸ ಮಾರುಕಟ್ಟೆಗೆ ಹೋಗುವಾಗ ಬಬಲ್ ಗಮ್ ತುಂಬಿದ್ದ ದೊಡ್ಡ ಚೀಲಗಳನ್ನು ಬೀಳಿಸಿಕೊಂಡಿದ್ದರಂತೆ. ಅದನ್ನು ಗಮನಿಸಿ, ಮರಳಿ ಹೋಗಿ ನೋಡುವ ಹೊತ್ತಿಗೆ ಅದನ್ನು ಯಾರೋ ಕದ್ದೊಯ್ದಿದ್ದರು. ಅಲ್ಲಿದ್ದ ವರ್ತಕರನ್ನು ವಿಚಾರಿಸಲು ಕೆಲವು ಹುಡುಗರು ಚೀಲಗಳನ್ನು ಒಯ್ದರೆಂದು ತಿಳಿಸಿದರು. ಒಟ್ಟಿನಲ್ಲಿ ಇದು ಆತನಿಗೆ ಬಹಳ ಕೋಪ ತರಿಸುವಂತಹ ವಿಷಯವಾಗಿತ್ತು.

ಮುಂದಿನ ಎರಡು ದಿನಗಳ ಕಾಲ ತನ್ನ ಸೈಕಲ್ ಏರಿ ನಮ್ಮ ಜಿಲ್ಲೆಯುದ್ದಕ್ಕೂ ಆ ಹುಡುಗರಿಗಾಗಿ ಶೋಧಿಸಿದರು. ಕೊನೆಗೆ ಆತನು ಬೆದರಿಕೆಯನ್ನು ಒಡ್ಡಬೇಕಾಯಿತು "ನಾನು ಮಂತ್ರವಾದಿಯಾದ 'ಸಿಂಗಾಂಗ'ನನ್ನು ಭೇಟಿಯಾಗಿರುವೆ... ಯಾರೇ ಆ ಬಬಲ್ ಗಮ್ ತಿಂದಿದ್ದರೂ ಅದರ ಪರಿಣಾಮವನ್ನು ಎದುರಿಸುವಿರಿ, ಜೋಕೆ!"

ನನಗೋ ಇದನ್ನು ಕೇಳಿ ದಿಗಿಲಾಯಿತು. ನಾನು ಆ ಬಬಲ್ ಗಮ್‌ಗಳನ್ನು ತಿಂದು ಆಗಲೇ ಕೆಲ ಸಮಯವಾಗಿತ್ತು. ಅಂದಿನ ಸಿಹಿಯೆಲ್ಲಾ ಇಂದು ಕಹಿ ಪಾಷಾಣವಾಗಿತ್ತು. ನನ್ನ ಹೃದಯದ ಬಡಿತವು ಏರತೊಡಗಿ ಬೆವರಲಾರಂಭಿಸಿದೆ. ಯಾರೂ ನೋಡದಿದ್ದ ಸಮಯದಲ್ಲಿ, ಮನೆಯ ಹಿಂಭಾಗದಲ್ಲಿದ್ದ ಬ್ಲೂಗಮ್ ಮರಗಳ ತೋಪಿಗೆ ಹೋದೆ. ನನ್ನ ಗಂಟಲಿನಲ್ಲಿ ಬೆರಳು ಹಾಕಿ ಬಬಲ್ ಗಮ್ ಅವಶೇಷಗಳನ್ನು ಹೊರಗೆ ಹಾಕಿದೆ. ಆ ಕ್ಷಣವು, ನಾನು ಶಾಪದಿಂದ ಮುಕ್ತನಾದೆನೇನೋ ಎಂದು, ನಿರಾಳವಾಯಿತು. ಬಣ್ಣದ ಉಗುಳು ಕೆಳಗೆ ಬಿದ್ದಿದ್ದ ಎಲೆಗಳ ಬಣ್ಣವನ್ನು ಬದಲಾಯಿಸಬಹುದು ಎಂದು ಅಂಜಿಕೆಯಾಯಿತು. ಕೂಡಲೇ ಅದರ ಮೇಲೆ ಮಣ್ಣನ್ನು ಹಾಕಿ ಮುಚ್ಚಿದೆ!

ಆದರೂ ನನ್ನನ್ನು ಆ ಮಂತ್ರವಾದಿಯು ಮರಗಳ ಸಂದಿಯಿಂದ ಗಮನಿಸುತ್ತಿದ್ದಾನೆ ಎನ್ನುವ ಭಯವು ಕಾಡುತ್ತಿತ್ತು. ಅಂದು ರಾತ್ರಿ ಮಾಂತ್ರಿಕರು ಬಂದು ನನ್ನನ್ನು ಹೊಡೆದುಹಾಕಿದಂತೆ; ಯಕ್ಷರ ಯುದ್ಧಭೂಮಿಯಲ್ಲಿ ಶವದಂತೆ ಬಿಟ್ಟುಹೋದಂತೆ; ನನ್ನ ಆತ್ಮವು ತರಗೆಲೆಯಂತೆ ಮೋಡದ ಮೇಲೆ ಹಾರುತ್ತಿರುವಂತೆ; ಕೆಟ್ಟ ಕನಸುಗಳು ನನ್ನನ್ನು ಕಾಡಿದವು. ನಸುಕಿನಲ್ಲಿ ನನ್ನ ದೇಹವೆಲ್ಲ ತಣ್ಣಗಾದಂತೆ ಭಾಸವಾಯಿತು. ಒಟ್ಟಿನಲ್ಲಿ ಸಾವಿನ ಭಯವು ನನ್ನನ್ನು ಜ್ವರದಂತೆ ಆವರಿಸಿತ್ತು.

ನನ್ನ ರೋದನವು ನನ್ನ ಕೈಕಾಲುಗಳನ್ನು ಕಟ್ಟಿಹಾಕಿತ್ತು. ಬಿಸಿಯಾದ ಕಣ್ಣೀರು ಮುಖವನ್ನು ಒದ್ದೆ ಮಾಡಿತ್ತು. ಯಾವುದೋ ವಿಷದ ವಾಸನೆಯು ನನ್ನ ಮೂಗಿನಲ್ಲಿ ತುಂಬಿತ್ತು. ಆ ಮಾಂತ್ರಿಕನ ಕಣ್ಣು ತಪ್ಪಿಸಿಕೊಳ್ಳಲು ಕಾಡಿನಿಂದ ಬೇಗನೇ ಕಾಲುಕಿತ್ತೆ. ಮನೆಗೆ ಬಂದಾಗ ನನ್ನ ತಂದೆಯವರು ಮೆಕ್ಕೆ ಜೋಳವನ್ನು ಗುಡ್ಡೆ ಮಾಡುತ್ತಿದ್ದರು. ನನಗೆ ಆ ಗುಮ್ಮನಿಂದ ರಕ್ಷಿಸಿಕೊಳ್ಳಲು ಅಪ್ಪನ ತೆಕ್ಕೆಯಲ್ಲಿ ಹೋಗಿ ಸೇರಬೇಕಿತ್ತಷ್ಟೇ!

ಕಣ್ಣೀರು ಸುರಿಸುತ್ತಾ, "ಅಪ್ಪ, ಆ ಕಳುವಾದ ಬಬಲ್ ಗಮ್ ನಾನೂ ಸಹ ತಿಂದಿದ್ದೆ. ನಂಗೆ ಸಾಯಲು ಇಷ್ಟವಿಲ್ಲಪ್ಪ. ದಯವಿಟ್ಟು ಅವರಿಗೆ ನನ್ನನ್ನು ಕರೆದುಕೊಂಡು ಹೋಗಲು ಬಿಡಬೇಡ." ಎಂದೆ.

ಅಪ್ಪ ನಗುತ್ತಾ, "ಓಹ್ ಅದು ನೀನೇನಾ?" ಎಂದರು. ಅಪ್ಪನಿಗೆ ನಾನು ಹೇಳಿದ್ದು ಅರ್ಥವಾಯಿತೋ ಇಲ್ಲವೋ ನನಗೆ ತಿಳಿಯಲಿಲ್ಲ.

"ಆಯಿತು" ಎಂದ ಅಪ್ಪ ತಾನು ಕುಳಿತಿದ್ದ ಕುರ್ಚಿಯಿಂದ ಎದ್ದರು. ನನ್ನ ತಂದೆ ದೊಡ್ಡ ಆಜಾನಬಾಹು. ಆತ ನಿಂತಾಗಲೆಲ್ಲಾ ಅವರ ಕಾಲಿನ ಮಂಡಿಯು ಎದ್ದು ಕಾಣುತಿತ್ತು.

"ಯೋಚನೆ ಮಾಡಬೇಡ. ನಾನು ಆ ವರ್ತಕನನ್ನು ಕಂಡು ಆತನಿಗೆ ವಿವರಿಸುತ್ತೇನೆ. ನನಗೆ ಖಾತ್ರಿಯಿದೆ ಇದಕ್ಕೆ ಏನಾದರೂ ಪರಿಹಾರವಿದೆ" ಎಂದು ನನ್ನನ್ನು ಸಮಾಧಾನಪಡಿಸಿದರು.

ಅಂದು ಮಧ್ಯಾಹ್ನ ನನ್ನ ತಂದೆ ಸುಮಾರು ಎಂಟು ಕಿ.ಮೀ. ನಡೆದು ಆ ವರ್ತಕನಿದ್ದ 'ಮಸಾಕ' ಎಂಬ ಸ್ಥಳವನ್ನು ತಲುಪಿದರು. ಆತನಿಗೆ ನಡೆದ ವಿಷಯವನ್ನು ವಿವರಿಸಿ, ಕೆಲವು ದನ ಕಾಯುವ ಹುಡುಗರು ತಾವು ಕದ್ದ ಬಬಲ್ ಗಮ್‌ಗಳನ್ನು ನನಗೆ ಕೊಟ್ಟಿದ್ದನ್ನು ತಿಳಿಸಿದರು. ಮರು ಮಾತಾಡದೇ ಆತನಿಗಾದ ನಷ್ಟವನ್ನು ಪಾವತಿಸಿದರು. ಅದು ಭರ್ತಿ ಒಂದು ವಾರದ ದುಡಿಮೆಯಾಗಿತ್ತು.

ನನ್ನ ಜೀವವಂತೂ ಬಚಾವಾಗಿತ್ತು. ಅಂದು ಸಂಜೆ ಊಟವಾದ ಬಳಿಕ ನಾನು ನನ್ನ ತಂದೆಗೆ ಆ ಶಾಪವೆಲ್ಲಾ ನಿಜವೇ? ಅವರು ಅದನ್ನು ನಂಬುತ್ತಾರೆಯೇ? ಎಂದು ಕೇಳಿದೆ. ಅವರ ಮುಖ ಗಂಭೀರವಾಯಿತು. "ಓಹ್ ಹೌದು... ನಾವು ಸರಿಯಾದ ಸಮಯಕ್ಕೆ ಪರಿಹಾರವನ್ನು ಕಂಡುಕೊಂಡೆವು." ಅಷ್ಟು ಹೇಳಿ ಜೋರಾಗಿ ನಗಲು ತೊಡಗಿದರು. ಅಬ್ಬಾ! ನನ್ನ ಸಂತೋಷಕ್ಕೆ ಪಾರವೇ ಇರಲಿಲ್ಲ. ವಿಲಿಯಂ ನಿನಗೆ ಏನು ಕಾದಿತ್ತೋ ಗೊತ್ತಿಲ್ಲ...

ಹಾಗೆ ನೋಡಿದರೆ ನನ್ನ ತಂದೆ ಬಹಳ ಶಕ್ತಿಶಾಲಿ ಮತ್ತು ಧೈರ್ಯಸ್ಥ. ಈ ಮಂತ್ರ–ತಂತ್ರಗಳ ಬಗ್ಗೆ ಅವರಿಗೆ ಭಯವಿದ್ದಂತಿರಲಿಲ್ಲ. ಅಮಾವಾಸ್ಯೆಯ ದಿನಗಳಂದು ನಾನು ಮತ್ತು ನನ್ನ ಸಹೋದರಿಯರು ದೀಪವನ್ನು ಹಚ್ಚಿ ಮನೆಯ ಹಜಾರದಲ್ಲಿ ಸೇರುತ್ತಿದ್ದೆವು. ನಮ್ಮ ತಂದೆಯ ಕಾಲಿನ ಬಳಿಯಲ್ಲಿ ಕುಳಿತು ಅವರ ಮಾತುಗಳನ್ನು ಕೇಳುತ್ತಿದ್ದೆವು. ಅವರು ಹಿಂದಿನಿಂದಲೂ ಹೇಗೆ ಮಂತ್ರವಿದ್ಯೆಗಳು ನಮ್ಮ ಪುಟ್ಟ ಜಗತ್ತನ್ನು ಆಳುತ್ತಿವೆ ಎಂದು ವಿವರಿಸುತ್ತಿದ್ದರು–

ಬಡ ರೈತಾಪಿಗಳ ದೇಶವಾದ ನಮ್ಮಲ್ಲಿ ಕೇವಲ ಮಾನವ ಹಾಗೂ ಭಗವಂತನಿಗೆ ಸಮಸ್ಯೆಗಳನ್ನು ನಿಭಾಯಿಸಲು ಶಕ್ಯವಿರಲಿಲ್ಲ. ಹೀಗಾಗಿ ಮಂತ್ರ–ತಂತ್ರಗಳು ಮೂರನೆಯ

ಬಲಾಢ್ಯ ವಿದ್ಯೆಯಾಗಿ ಆಚರಣೆಯಲ್ಲಿದ್ದವು. ಇದನ್ನು ಒಂದು ವಸ್ತುವಿನಂತೆ (ಮರ, ನೀರು, ಮನುಷ್ಯ) ನೋಡಲು ಸಾಧ್ಯವಿರಲಿಲ್ಲ. ಬದಲಿಗೆ ಕಾಣದ ಬಲಿಷ್ಠವಾದ ಗಾಳಿಯಂತೆ, ಅಥವಾ ಕಾಲುದಾರಿಯುದ್ದಕ್ಕೂ ಕಾಣುವ ಜೇಡರಬಲೆಯಂತೆ, ನಮ್ಮ ಜೀವನದಲ್ಲಿ ಮತ್ತು ಜಾನಪದ ಕತೆಗಳಲ್ಲಿ ಅನುಭವಿಸಬೇಕಿತ್ತು. ನಮ್ಮ ಮೆಚ್ಚಿನ ಕತೆಯಂತೂ 'ಚೀಫ್‌ಮ್ವಾಸೆ' ಮತ್ತು 'ಬ್ಯಾಟಲ್ ಆಫ್‌ಕಸುಂಗು'...

19ನೇ ಶತಮಾನದ ಆದಿಭಾಗದಿಂದ (ಇಂದಿಗೂ) 'ಚೆವಾ' ಜನಾಂಗದವರು ಮಧ್ಯಬಯಲು ಪ್ರದೇಶವನ್ನು ಆಳುತ್ತಿದ್ದಾರೆ. ನಮ್ಮ ಪೂರ್ವಿಕರು ಹಿಂದೆ ಭೀಕರ ಯುದ್ಧ ಹಾಗೂ ಬರದ ಸಮಯದಲ್ಲಿ ದಕ್ಷಿಣ ಕಾಂಗೋವನ್ನು ತೊರೆದು ಫಲವತ್ತಾದ ಕೆಮ್ಮಣ್ಣಿರುವಲ್ಲಿ ಬಂದು ನೆಲೆಸಿದ್ದರು. ಅದೇ ಸಮಯದಲ್ಲಿ ನಮ್ಮ ಊರಿನಲ್ಲಿ ಒಂದು ದುಷ್ಟ ಖಡ್ಗಮೃಗವು ಕಾಣಿಸಿಕೊಂಡಿತು. ಅದು ನಮ್ಮ ಹಳ್ಳಿಯ ಪಾಲಿಗೆ ದುಃಸ್ವಪ್ನವಾಗಿ ಪರಿಣಮಿಸಿತು. ಮೂರು ಟನ್ ತೂಕ ಹಾಗೂ ಲಾರಿಗಿಂತಲೂ ಗಾತ್ರದಲ್ಲಿ ದೊಡ್ಡದಾಗಿ, ಉದ್ದನೆಯ ಕೊಂಬು, ಚೂಪಾದ ಕೊಂಬಿನ ತುದಿ ಇತ್ತೆಂದು ವರ್ಣಿಸುತ್ತಿದ್ದರು.

ಆಗಿನ್ನೂ ಹಳ್ಳಿಯ ಜನರು ಮತ್ತು ಉಳಿದ ಪ್ರಾಣಿಗಳು ಊರಾಚೆಯಲ್ಲಿದ್ದ ನೀರಿನ ಸೆಲೆಯನ್ನು ಆಶ್ರಯಿಸಿದ್ದವು. ಈ ಖಡ್ಗಮೃಗವು ನೀರಿನ ಸೆಲೆಯಲ್ಲಿ ಮುಳುಗಿಕೊಂಡು ತನ್ನ ಬೇಟೆಗಾಗಿ ಕಾಯುತ್ತಾ ಕುಳಿತಿರುತ್ತಿತ್ತು. ಸಾಮಾನ್ಯವಾಗಿ ಕೆರೆಯಿಂದ ನೀರನ್ನು ತರಲು, ನನ್ನ ತಾಯಿ ಹಾಗೂ ಸಹೋದರಿಯರು ಮತ್ತು ಹಳ್ಳಿಯ ಮಹಿಳೆಯರು ಹೋಗುತ್ತಿದ್ದರು. ಅವರು ನೀರಿನಲ್ಲಿ ತಮ್ಮ ಕೊಡವನ್ನು ಹಾಕಿದ ಕೂಡಲೇ ಈ ದುಷ್ಟ ಪ್ರಾಣಿಯು ತನ್ನ ಚೂಪಾದ ಕೊಂಬುಗಳಿಂದ ಇರಿದು, ಬಲಾಢ್ಯವಾದ ಕಾಲುಗಳಿಂದ ತುಳಿದು, ಹಲ್ಲೆ ಮಾಡುತ್ತಿತ್ತು. ಒಂದು ತಿಂಗಳ ಅಂತರದಲ್ಲಿ ಈ ಕಪ್ಪು ಖಡ್ಗಮೃಗವು ನೂರಾರು ಜನರನ್ನು ಕೊಂದುಹಾಕಿತ್ತು.

ಒಂದು ಮಧ್ಯಾಹ್ನ ಚೆವಾ ರಾಜವಂಶಕ್ಕೆ ಸೇರಿದ ತರುಣಿಯು ಈ ಕೆರೆಯ ಬಳಿಯಲ್ಲಿ ಖಡ್ಗಮೃಗದ ಕಾಲ್ತುಳಿತಕ್ಕೆ ಸಿಕ್ಕಿ ಸಾವನ್ನಪ್ಪಿದಳು. ಈ ವಿಷಯವನ್ನು ತಿಳಿದ ಮುಖ್ಯಸ್ಥನು ಉಗ್ರಾವತಾರವನ್ನು ತಾಳಿದನು. ಹೇಗಾದರೂ ಈ ಖಡ್ಗಮೃಗವನ್ನು ಬಗ್ಗುಬಡಿಯಬೇಕೆಂದು ಊರಿನ ಹಿರಿಯರು ಮತ್ತು ಯೋಧರನ್ನು ಕರೆಸಿದನು.

"ಇದ್ಯಾಕೋ ಉಪದ್ರವಕಾರಿಯಾಗಿದೆ! ಇದಕ್ಕೆ ಒಂದು ಗತಿಗಾಣಿಸುವುದು ಹೇಗೆ?" ಎಂದು ಮಾತಿಗೆ ಶುರುಮಾಡಿದನು. ಅನೇಕರಿಂದ ಸಲಹೆ-ಸೂಚನೆಗಳು ಬಂದರೂ, ಅದ್ಯಾವುದೂ ನಮ್ಮ ಮುಖ್ಯಸ್ಥನಿಗೆ ಸರಿಬೀಳಲಿಲ್ಲ. ಕೊನೆಗೆ ಅವರ ಒಬ್ಬ ಸಹಾಯಕನು ನಿಂತು–

"ನನಗೆ ಲಿಲೋಂಗ್ವೆಯಲ್ಲಿ ಒಬ್ಬ ವ್ಯಕ್ತಿಯ ಪರಿಚಯ ಇದೆ. ಆತನ ಬಳಿ 'ಅಝುಂಗು' ಬಂದೂಕುಗಳು ಇವೆ. ಆತನಿಗೆ ಮಂತ್ರವಿದ್ಯೆಗಳು ಬಹಳ ಚೆನ್ನಾಗಿ ಗೊತ್ತಿವೆ. ನನಗೆ ಅವನ ಮಂತ್ರವಿದ್ಯೆಗಳು ಈ ಖಡ್ಗಮೃಗವನ್ನು ಬಗ್ಗುಬಡಿಯುತ್ತವೆ ಎಂದು ಖಾತ್ರಿಯಿದೆ" ಎಂದನು.

ಈ ಮಾಂತ್ರಿಕನ ಹೆಸರು 'ಮ್ವಾಸೆ ಶಿಪಾಂಡ್ಜು'. ಅವನ ಯಕ್ಷವಿದ್ಯೆಗಳು ನಮ್ಮ ಪ್ರಾಂತ್ಯದಲ್ಲಿಯೇ ಶ್ರೇಷ್ಠವೆಂದು ಜನರು ಹೇಳುತ್ತಿದ್ದರು. ಈತನು ಮಾಂತ್ರಿಕ ಬೇಟೆಗಾರನೆಂದೇ ಪ್ರಸಿದ್ಧಿಯನ್ನು ಪಡೆದಿದ್ದನು. ಏಕೆಂದರೆ 'ಮ್ವಾಸೆ ಶಿಪಾಂಡ್ಜು' ಎಂದರೆ 'ಕೊಲೆಗಡುಕ ಹುಲ್ಲು' ಎಂದರ್ಥ. ಹೊಲಗಳಲ್ಲಿ ಅವನು ಜೊಂಡಿನ ಗೊಂಚಲಿನಂತೆ ಛದ್ಮವೇಷವನ್ನು ಧರಿಸಿ ಶತ್ರುಪ್ರಾಣಿಗಳನ್ನು ನಿಗ್ರಹಿಸುತ್ತಿದ್ದನು. ನಮ್ಮ ಮುಖ್ಯಸ್ಥರ ಕಡೆಯ ಜನರು ನೂರಾರು ಕಿ.ಮೀ. ಪ್ರಯಾಣಿಸಿ ಲಿಲೋಂಗ್ವೆಯನ್ನು ತಲುಪಿದರು. ಅಲ್ಲಿ ಮ್ವಾಸೆಯ ಬಳಿ ತಮ್ಮ ಕಷ್ಟಗಳನ್ನು ತೋಡಿಕೊಂಡು, ಅವನನ್ನು ಕಸುಂಗುವಿನ ಜನರಿಗೆ ಸಹಾಯವನ್ನು ಮಾಡಲು ಒಪ್ಪಿಸಿದರು.

ಮ್ವಾಸೆ ಒಂದು ದಿನ ನಸುಕಿನಲ್ಲಿ, ಕೆರೆಯ ದಂಡೆಯ ಸುತ್ತಲೂ ಎತ್ತರವಾಗಿ ಬೆಳೆದಿದ್ದ ಹುಲ್ಲಿನ ನಡುವೆ ಬಂದು ನಿಂತನು. ಮಂತ್ರದ ನೀರನ್ನು ತನ್ನ ಮೈಮೇಲೆ ಹಾಗೂ ಬಂದೂಕಿನ ಮೇಲೆ ಪ್ರೋಕ್ಷಿಸಿಕೊಂಡು ತನ್ನ ಬಂದೂಕಿನ ಜೊತೆ ಅದೃಶ್ಯವಾದನು. ಕೆಲ ನಿಮಿಷಗಳ ನಂತರ ಕರಿ ಬಣ್ಣದ ಖಡ್ಗಮೃಗವು ಅಬ್ಬರಿಸುತ್ತಾ ಬೆಟ್ಟದ ಮೇಲಿಂದ ಕೆರೆಯ ಕಡೆಗೆ ಬಂದಿತು. ತನ್ನ ಭಾರೀ ಶರೀರವನ್ನು ನೀರಿನಲ್ಲಿ ಮುಳುಗಿಸಿತು. ಮ್ವಾಸೆ ಅದರ ಹಿಂದೆಯೇ ಸಾಗುತ್ತಾ ಖಡ್ಗಮೃಗದ ಬುರುಡೆಗೆ ಗುಂಡಿಕ್ಕಿ ಕೊಂದನು.

ಈ ಸುದ್ದಿಯು ತಿಳಿಯುತ್ತಿದ್ದಂತೆಯೇ, ನಾಡಿನಾದ್ಯಂತ ವಿಜಯೋತ್ಸಾಹದ ಆಚರಣೆಗಳು ಶುರುವಾದವು. ಮೊದಲ ಮೂರು ದಿನಗಳು ನಮ್ಮ ಜಿಲ್ಲೆಯ ಜನರಿಗೆ ಆ ಪ್ರಾಣಿಯ ಮಾಂಸದ ಅಡುಗೆಯ ಔತಣದ ಸಂಭ್ರಮ! ಈ ಉತ್ಸವದ ಮೇರುಸ್ಥಿತಿಯಲ್ಲಿ, ನಮ್ಮ ನಾಯಕನು ಮ್ವಾಸೆಯನ್ನು ಬೆಟ್ಟದ ತುಟ್ಟತುದಿಗೆ ಕೊಂಡೊಯ್ದನು. (ಬೆಟ್ಟದ ಹೆಸರು – 'ಮ್ವಾಲ ವ ನೆಂಜೆ') ಬೆಟ್ಟದಿಂದ ಕೆಳಗೆ ನೋಡುತ್ತಾ –

"ಮ್ವಾಸೆ, ನಮ್ಮೆಲ್ಲರಿಗೂ ದುಸ್ವಪ್ನವಾಗಿದ್ದ ಖಡ್ಗಮೃಗವನ್ನು ಬೇಟೆಯಾಡಿರುವ ನಿನ್ನನ್ನು ಸತ್ಕರಿಸುತ್ತೇವೆ. ಇನ್ನು ಮುಂದೆ ಈ ಬೆಟ್ಟದ ತುದಿಯಿಂದ ಕೆಳಗೆ ಕಾಣುತ್ತಿರುವ ಪ್ರಾಂತ್ಯಕ್ಕೆ ನೀನೇ ನಾಯಕ. ಹೋಗು, ನಿನ್ನ ಜನರನ್ನು ಕರೆದುಕೊಂಡು ಬಾ. ಇನ್ನು ಮುಂದೆ ಇದೇ ನಿನ್ನ ವಾಸಸ್ಥಾನ ಹಾಗೂ ಆಳ್ವಿಕೆಗೆ ಸೇರಿದ್ದು" ಎಂದು ಘೋಷಿಸಿದನು.

ಇದಾದ ನಂತರ ಮ್ವಾಸೆ ತನ್ನ ಕುಟುಂಬದೊಂದಿಗೆ ಲಿಲೋಂಗ್ವೆಗೆ ಬಂದು ನೆಲೆಸಿ ಶಕ್ತಿಶಾಲಿ ಸಾಮ್ರಾಜ್ಯವನ್ನು ಕಟ್ಟಿದನು. ಆತನ ತೋಟಗಳಲ್ಲಿ ಉತ್ಕೃಷ್ಟವಾದ ಮೆಕ್ಕೆಜೋಳ ಹಾಗೂ ತರಕಾರಿಗಳು ಸಮೃದ್ಧಿಯಾಗಿ ಬೆಳೆದು, ಅಲ್ಲಿನ ಜನರ ಹಸಿವನ್ನು ನೀಗಿಸಿತ್ತು. ಒಂದು ಕಡೆ ಆತನ ಜನರು ಶಕ್ತಿಶಾಲಿಗಳು. ಇನ್ನೊಂದು ಕಡೆ ಸೈನಿಕರು ಬಲಾಢ್ಯರಾಗಿದ್ದರು.

ಆದರೆ ಈ ಸಮಯದಲ್ಲಿಯೇ ದಕ್ಷಿಣ ಆಫ್ರಿಕಾದ ಝುಲು ರಾಜ್ಯದಲ್ಲಿ ಅರಾಜಕತೆ ಮತ್ತು ಗೊಂದಲಗಳು ಉಲ್ಬಣಿಸಿದವು. ಝುಲುವಿನ ರಾಜನಾದ 'ಶಾಕಾ'ನ ಸೈನ್ಯವು ಸುತ್ತಮುತ್ತಲಿನ ಪ್ರದೇಶದಲ್ಲಿ ಉಗ್ರ ಕಾರ್ಯಾಚರಣೆಯನ್ನು ನಡೆಸಿತು. ಇದರಿಂದ ರಕ್ತಪಾತವಾಗಿ ಅಪಾರ ಹಾನಿಯುಂಟಾಯಿತು. ಭಯಭೀತರಾದ ಲಕ್ಷಾಂತರ ಜನರು ಮನೆಮಠಗಳನ್ನು ತೊರೆದರು. ಇಂತಹ ಒಂದು ಗುಂಪು 'ನಗೋನಿ' (Ngoni)

ಎನ್ನುವುದಾಗಿತ್ತು. ನಗೋನಿ ಜನರು ಉತ್ತರದೆಡೆಗೆ ತಿಂಗಳುಗಟ್ಟಲೆ ಪ್ರಯಾಣಿಸಿ ಕೊನೆಗೆ 'ಛೇವಾ' (Chewa) ರಾಜ್ಯವನ್ನು ಬಂದು ತಲುಪಿದರು.

ಸದಾ ಅಲೆಮಾರಿಗಳಾಗಿದ್ದರಿಂದ ಈ ಗುಂಪಿನ ಜನರಿಗೆ ಹಸಿವಿನಿಂದ ತತ್ತರಿಸುವಂತಾಗಿತ್ತು. ಹಸಿವಿನ ಭೂತ ಕಾಡಿದಾಗಲೆಲ್ಲಾ ಮತ್ತಷ್ಟು ಉತ್ತರದೆಡೆಗೆ ಪ್ರಯಾಣಿಸುತ್ತಾ ನಾಯಕನಾದ ಮ್ವಾಸೆಯ ಬಳಿ ಸಹಾಯವನ್ನು ಕೋರುತ್ತಿದ್ದರು. ಯಥಾಪ್ರಕಾರ ನಾಯಕನು ಅವರಿಗೆ ಜೋಳ ಮತ್ತು ಮೇಕೆಗಳನ್ನು ಕೊಟ್ಟು ಕಳುಹಿಸುತ್ತಿದ್ದನು. ಈ ರೀತಿ ಒಮ್ಮೆ ಮ್ವಾಸೆಯಿಂದ ಉಪದಾನವನ್ನು ಪಡೆದ ನಗೋನಿ ನಾಯಕನು, ತನ್ನ ಗುಂಪಿನವರಿಗೆ –

"ಇಂತಹ ಆಹಾರವನ್ನು ಸದಾ ಪಡೆಯಲು ಮಾರ್ಗವೇನಾದರೂ ಇದೆಯೇ?" ಎಂದು ಪ್ರಶ್ನಿಸಿದನು.

ಯಾರಿಂದಲೋ ಉತ್ತರ ಬಂದಿತು, "ಛೇವಾ ಗುಂಪನ್ನು ಮುಗಿಸೋಣ."

ನಗೋನಿ ಗುಂಪಿನ ನಾಯಕ 'ನವಾಂಬೆ' ಎನ್ನುವವನು. ಆತನ ಮುಖ್ಯ ಉದ್ದೇಶವೆಂದರೆ 'ರಾಕ್ ಆಫ್ ಎಡಿಬಲ್ ಫ್ಲೈಸ್' ಮತ್ತು ಆ ಬೆಟ್ಟದ ತುದಿಯಿಂದ ಕಾಣುವ ಎಲ್ಲ ಭೂಪ್ರದೇಶವನ್ನು ವಶಪಡಿಸಿಕೊಳ್ಳುವುದಾಗಿತ್ತು. ಆದರೆ ನಗೋನಿ ಜನರಿಗೆ ಮ್ವಾಸೆಯ ಮಾಂತ್ರಿಕ ಶಕ್ತಿಗಳ ಬಗ್ಗೆ ಅರಿವಿದ್ದಂತಿರಲಿಲ್ಲ.

ಒಂದು ಮುಂಜಾನೆ ಪ್ರಾಣಿಗಳ ಚರ್ಮವನ್ನು ಧರಿಸಿ ಒಂದು ಕೈಯಲ್ಲಿ ದೊಡ್ಡ ರಕ್ಷಾಕವಚವನ್ನೂ ಮತ್ತೊಂದು ಕೈಯಲ್ಲಿ ಈಟಿಯನ್ನೂ ಹಿಡಿದ ನಗೋನಿ ಜನರು, ಬೆಟ್ಟದ ಕಡೆಗೆ ಬಂದು ಸೇರಿದರು. ಆ ಹೊತ್ತಿಗೆ ಮ್ವಾಸೆಯ ಸೈನಿಕರು ಇವರನ್ನು ಮೈಲಿಗಳಷ್ಟು ದೂರದಿಂದ ಕಂಡಿದ್ದರು. ನಗೋನಿ ಗುಂಪಿನ ಜನರು ಬೆಟ್ಟವನ್ನು ತಲುಪುವ ಹೊತ್ತಿಗೆ ಛೇವಾ ಸೈನಿಕರು ಹಸಿರು ಹುಲ್ಲಿನಂತೆ ರೂಪವನ್ನು ಬದಲಾಯಿಸಿಕೊಂಡರು. ತಮ್ಮ ಮೇಲೆ ಆಕ್ರಮಣ ಮಾಡಲು ಬಂದ ನಗೋನಿ ಗುಂಪನ್ನು ಚೂರಿ ಮತ್ತು ಈಟಿಗಳಿಂದ ಸಂಹರಿಸಿದರು. ನಾಯಕ 'ನವಾಂಬೆ' ಹತರಾದವರಲ್ಲಿ ಕೊನೆಯವನು. ಹೀಗಾಗಿ 'ರಾಕ್ ಆಫ್ ಎಡಿಬಲ್ ಫ್ಲೈಸ್' ಬೆಟ್ಟವನ್ನು 'ನಗುರು ಯ ನವಾಂಬೆ' ಅಂದರೆ 'ನವಾಂಬೆಯ ವಿನಾಶಕ ಸೋಲು' ಎಂದು ಮರುನಾಮಕರಣ ಮಾಡಿದರು. ಈ ಬೆಟ್ಟದ ನೆರಳು ನನ್ನ ಹಳ್ಳಿಯ ಸಮೀಪದಲ್ಲಿ ಇರುವ ಕಸುಂಗು ಪಟ್ಟಣವನ್ನು ಆವರಿಸುತ್ತದೆ.

ಈ ಕತೆಗಳು ಒಂದು ತಲೆಮಾರಿನಿಂದ ಮತ್ತೊಂದು ತಲೆಮಾರಿಗೆ ಬಳುವಳಿಯಾಗಿ ಬಂದಿದ್ದವು. ನನ್ನ ತಂದೆ ಇದನ್ನು ನನ್ನ ತಾತನಿಂದ ಕಲಿತಿದ್ದರು. ನನ್ನ ತಾತನ ವಿಷಯವನ್ನು ನಿಮಗೆ ಸ್ವಲ್ಪ ಹೇಳಬೇಕು. ನನ್ನ ತಾತನಿಗೆ ಎಷ್ಟು ವಯಸ್ಸಾಗಿತ್ತೆಂದರೆ, ಅವರಿಗೆ ತಾವು ಹುಟ್ಟಿದ ದಿನಾಂಕವೂ ನೆನಪಿರಲಿಲ್ಲ. ಆತನ ಚರ್ಮವೆಲ್ಲ ಸುಕ್ಕಾಗಿತ್ತು. ಪಾದಗಳು ಕಲ್ಲಿನಿಂದ ಕೆತ್ತಿದಂತೆ ಒರಟಾಗಿದ್ದವು. ಇನ್ನು ಅವರು ಧರಿಸುತ್ತಿದ್ದ ಉಡುಪುಗಳು

ಅವರಿಗಿಂತಲೂ ವಯಸ್ಸಾದಂತೆ ಕಾಣುತ್ತಿದ್ದವು. ಯಾವುದೋ ಪುರಾತನ ಮರಕ್ಕೆ ತೇಪೆ ಹಾಕಿದ ಹೊದಿಕೆಯಂತೆ ಅವರ ಮೈಮೇಲೆ ಉಡುಪುಗಳು ಜೋತುಬಿದ್ದಿರುತ್ತಿದ್ದವು. ಇನ್ನು ಅವರ ಕಣ್ಣುಗಳು ಮೆಕ್ಕೆಜೋಳದಿಂದ ತಯಾರು ಮಾಡಿದ 'ಕಚಾಸೋ' ಎನ್ನುವ ಮದ್ಯದಂತೆ ಕೆಂಪಗಿರುತ್ತಿತ್ತು.

ನನ್ನ ತಾತ ನಮ್ಮನ್ನು ತಿಂಗಳಿಗೆ ಒಂದು ಅಥವಾ ಎರಡು ಬಾರಿ ಭೇಟಿ ಮಾಡಲು ಬರುತ್ತಿದ್ದರು. ಅವರು ಮರಗಳ ತೋಪಿನ ನಡುವಿನಿಂದ ನಡೆದುಕೊಂಡು ಬರುತ್ತಿದ್ದರೆ: ಅವರ ಉದ್ದನೆಯ ನಿಲುವಂಗಿ, ಟೋಪಿ, ತುಟಿಯಿಂದ ಹೊರಹೊಮ್ಮುತ್ತಿದ್ದ ಹೊಗೆಯ ಸುರುಳಿ... ಎಲ್ಲವೂ ಇಡೀ ಅರಣ್ಯ ಪ್ರದೇಶವೇ ದಾಪುಗಾಲು ಹಾಕುತ್ತಾ ನಡೆದುಕೊಂಡು ಬರುತ್ತಿದೆಯೇನೋ ಎನ್ನುವಂತೆ ಕಾಣುತ್ತಿತ್ತು.

ನಮ್ಮ ತಾತ ಹೇಳುತ್ತಿದ್ದ ಕತೆಗಳು ಯಾವುದೋ ಪುರಾತನ ಸಮಯ ಮತ್ತು ನಾಗರಿಕತೆಯನ್ನು ಹೋಲುತ್ತಿದ್ದವು. ಆತನ ಬಾಲ್ಯದ ಸಮಯ, ಸರಕಾರ ಮೆಕ್ಕೆಜೋಳ ಮತ್ತು ತಂಬಾಕಿನ ಮೇಲೆ ನಿಯಂತ್ರಣ ಪಡೆಯುವ ಮುಂಚಿನ ವರ್ಷಗಳು, ಹಸಿರು ನಾಶವಾಗುವ ಮುಂಚಿನ ದಿನಗಳು, ದಟ್ಟವಾದ ಹಸಿರು ಕಾಡುಗಳು ಪ್ರಯಾಣಿಕರ ದಿಕ್ಕು ತಪ್ಪಿಸಿ ದಿನದ ವೇಳೆಯನ್ನು ಮರೆಯುವಂತೆ ಮಾಡುವ ದಿನಗಳು... ಈ ಕಾಡುಗಳ ಕಗ್ಗತ್ತಲೆಯ ವರ್ಣನೆ, ಆಗಿನ್ನೂ ಅರಣ್ಯಪ್ರದೇಶವು ಜಿಂಕೆ, ಹರಿಣ, ಆನೆಯಂತಹ ಮೃದು ಪ್ರಾಣಿಗಳಿಗೆ ವಾಸಸ್ಥಾನವಾದಾಗ, ಹೈನಾ, ಸಿಂಹ, ಚಿರತೆಯಂತಹ ಅಪಾಯಕಾರಿ ವನ್ಯಮೃಗಗಳಿಗೂ ವಾಸಸ್ಥಾನವಾದಾಗ... ಇವೆಲ್ಲವನ್ನೂ ಕಣ್ಣಿಗೆ ಕಟ್ಟುವಂತೆ ಹೇಳುತ್ತಿದ್ದರು.

ನನ್ನ ತಾತ ಚಿಕ್ಕವರಿದ್ದಾಗ ಒಮ್ಮೆ ಅವರ ಅಜ್ಜಿಯು ಕಾಡಿನ ಅಂಚಿನಲ್ಲಿದ್ದ ತಮ್ಮ ಹೊಲದಲ್ಲಿ ಕೆಲಸ ಮಾಡಿಕೊಳ್ಳುತ್ತಿದ್ದರು. ವಿಷಗಳಿಗೆಯಲ್ಲಿ ಆಕೆಯ ಮೇಲೆ ಒಂದು ಸಿಂಹವು ಹಲ್ಲೆ ಮಾಡಿತು. ಆಕೆಯ ಆಕ್ರಂದನವನ್ನು ಕೇಳಿದ ಹಳ್ಳಿಯ ಜನರು ಕೂಡಲೇ ತಮಟೆಯನ್ನು ಕ್ರಮಬದ್ಧವಾಗಿ ಬಾರಿಸತೊಡಗಿದರು. ಹೀಗೆ ಕ್ರಮಬದ್ಧವಾಗಿ ತಮಟೆ ಬಾರಿಸುವುದು ಆಪತ್ಕಾಲದ ಸೂಚನೆಯಾಗಿತ್ತು. ಇದನ್ನು 'ಮುಸದಾಬ್ವೆ' (Musadabwe) ಅಂದರೆ, 'ಪ್ರಶ್ನೆಯನ್ನು ಕೇಳದೇ ಹೊರಟು ಬಾ' ಎನ್ನುತ್ತಿದ್ದರು (ಅಮೇರಿಕೆಯಲ್ಲಿ 911ಗೆ ಕರೆಮಾಡಿ ಪೊಲೀಸ್‌ರನ್ನು ಕರೆದಂತೆ). ನನ್ನ ತಾತ ಇತರ ಹಳ್ಳಿಗರೊಡನೆ ಈಟಿ, ಬಿಲ್ಲು-ಬಾಣಗಳನ್ನು ಹೊತ್ತು ಬರುವ ಹೊತ್ತಿಗೆ ಪರಿಸ್ಥಿತಿಯು ಮೀರಿಹೋಗಿತ್ತು. ಜನರಿಗೆ ನನ್ನ ತಾತನ ಅಜ್ಜಿಯನ್ನು ಸಿಂಹವು ಕಾಡಿನ ಪೊದೆಗಳಲ್ಲಿ ಎಳೆದುಕೊಂಡು ಹೋಗಿ, ಆಕೆಯನ್ನು ಒಂದು ಇಲಿಯಂತೆ ಎಸೆದಿದ್ದು ಕಾಣಿಸಿತು. ಸಿಂಹವು ಅಲ್ಲಿ ನೆರೆದಿದ್ದ ಜನರನ್ನು ಒಮ್ಮೆ ನೋಡಿ ಗರ್ಜಿಸುತ್ತಾ ತನ್ನ ಬೇಟೆಯೊಂದಿಗೆ ಕಣ್ಮರೆಯಾಯಿತು. ಕೊನೆಗೂ ತಾತನ ಅಜ್ಜಿಯ ದೇಹವು ಸಿಗಲೇ ಇಲ್ಲ!

ಒಂದು ಬಾರಿ ಸಿಂಹಕ್ಕೆ ಮನುಷ್ಯನ ರಕ್ತದ ರುಚಿಯು ಸಿಗಲು, ಅದು ಹಳ್ಳಿಯ ಜನರೆಲ್ಲರನ್ನೂ ಕೊಂದು ತಿನ್ನುವವರೆಗೆ ಬಿಡುವದಿಲ್ಲ ಎಂದು ಅಜ್ಜ ಆಗಾಗ ಹೇಳುತ್ತಿದ್ದರು. ಅದಕ್ಕಾಗಿಯೇ ಪುಣ್ಯಾತ್ಮರೊಬ್ಬರು ನಮ್ಮನ್ನು ಆಳುತ್ತಿದ್ದ ಬ್ರಿಟೀಷರಿಗೆ ಈ ಅಹವಾಲನ್ನು

ತಿಳಿಸಿದರು. ಬ್ರಿಟೀಷರು ತಮ್ಮ ಸೈನಿಕರನ್ನು ಕಾಡಿಗೆ ಕಳುಹಿಸಿ ಸಿಂಹವನ್ನು ಗುಂಡಿಕ್ಕಿ ಕೊಲ್ಲಿಸಿದರು. ನಂತರ ಅದರ ದೇಹವನ್ನು ಹಳ್ಳಿಯ ಹೆಬ್ಬಾಗಿಲಿನಲ್ಲಿ ಎಲ್ಲರಿಗೂ ಕಾಣುವಂತೆ ನೇತುಹಾಕಲಾಗಿತ್ತಂತೆ.

ಇದಾದ ಕೆಲಸಮಯದಲ್ಲಿ ಒಂದು ದಿನ ಅಜ್ಜ ಒಬ್ಬರೇ ಕಾಡಿನಲ್ಲಿ ಬೇಟೆಯಾಡುತ್ತಿದ್ದರಂತೆ. ಆಗ ದಾರಿಹೋಕನೊಬ್ಬನನ್ನು ನಾಗರಹಾವೊಂದು ಕಚ್ಚಲಾಗಿ, ಆತನು ನಿಮಿಷಗಳಲ್ಲಿಯೇ ಮೃತಪಟ್ಟಿದ್ದನ್ನು ಕಂಡರು. ತಕ್ಷಣವೇ ತಾತ ಹತ್ತಿರದ ಹಳ್ಳಿಯ ಜನರನ್ನು ಜಾಗೃತಗೊಳಿಸಿದರು. ಕೂಡಲೇ ಹಳ್ಳಿಗರು ತಮ್ಮ ಮಂತ್ರವೈದ್ಯನೊಂದಿಗೆ ಆ ಸ್ಥಳಕ್ಕೆ ಬಂದು ಸೇರಿದರು. ಮಂತ್ರವಾದಿಯು ಆ ಸತ್ತ ಮನುಷ್ಯನ ಎದೆಯ ಮೇಲೆ ಹಾಗೂ ಸುತ್ತಮುತ್ತಲೂ ಕೆಲವು ಔಷಧಿಗಳನ್ನು ಸಿಂಪಡಿಸಿದನು. ಕೂಡಲೇ ನೂರಾರು ನಾಗರಹಾವುಗಳು ಬಿಲಗಳಿಂದ ಹೊರಬಂದು ವಶೀಕರಣಕ್ಕೆ ಒಳಗಾದಂತೆ ಶವದ ಮುಂದೆ ಸೇರಿದವು. ಮಾಂತ್ರಿಕನು ಶವದ ಎದೆಯಿಂದ ಯಾವುದೋ ಜಾದುರಸವನ್ನು ಕುಡಿದಾಗ, ಜಡದೇಹದ ಕೈಕಾಲುಗಳು ಮಿಸುಕಾಡಲು ಶುರುವಾಯಿತು. "ಇನ್ನು ಎದ್ದು ನಿಲ್ಲೋಣ..." ಎನ್ನುತ್ತಾ ಆ ಸತ್ತ ವ್ಯಕ್ತಿಯು ತನ್ನ ಎದುರಿಗಿದ್ದ ಹಾವಿನ ಸೈನ್ಯವನ್ನು ಮಂತ್ರವಾದಿಯ ಜೊತೆಗೆ ಎದುರಿಸಲು ಸಿದ್ಧನಾದನು. ಮಾಂತ್ರಿಕನು ಆ ತಪ್ಪಿತಸ್ಥ ಹಾವನ್ನು ಕೊಲ್ಲಬೇಕು ಎನ್ನುವಷ್ಟರಲ್ಲಿ ಆ ವ್ಯಕ್ತಿಯು ತೋರಿಸಿದ ಕನಿಕರದಿಂದ ಹಾವು ಬದುಕುಳಿಯಿತು. ಮಂತ್ರವಾದಿಯು ಮಾಡಿದ ಸಹಾಯಕ್ಕಾಗಿ ಆತನಿಗೆ ಬ್ರಿಟೀಷ್ ದೇಶದ 3 ಪೌಂಡ್‌ಗಳನ್ನು ಕೊಡಲಾಯಿತು. ಇದನ್ನೆಲ್ಲಾ ನನ್ನ ಅಜ್ಜ ಸ್ವತಃ ತಮ್ಮ ಕಣ್ಣಾರೆ ಕಂಡಿದ್ದರಂತೆ!

ನನ್ನ ತಂದೆ ತಮ್ಮ ತಾರುಣ್ಯದಲ್ಲಿ ಅಜ್ಜನೊಡನೆ ಆಗಾಗ ಬೇಟೆಗೆ ಹೋಗುತ್ತಿದ್ದರಂತೆ. ಆಗಲೂ ಅರಣ್ಯವು ಬಹಳ ಅಪಾಯಕಾರಿಯಾಗಿತ್ತು. ಅಪಾಯವನ್ನು ತಡೆಯಲು ಬೇಟೆಗಾರರು ಬೇಟೆಗೆ ಮುನ್ನ ಕೆಲವು ವಿಧಿವತ್ತುಗಳನ್ನು ಪಾಲಿಸುತ್ತಿದ್ದರು. ಬೇಟೆಯು 'ಮ್ವಿನಿ ಚಿಸೊಲೋಲೆ' (Mwini Chisolole) ಎನ್ನುವ ವ್ಯಕ್ತಿಯಿಂದಲೇ ಪ್ರಾರಂಭವಾಗುತ್ತಿತ್ತು. ಬೇಟೆಯ ಹಿಂದಿನ ರಾತ್ರಿ ನಾಯಕನು ತನ್ನ ಪತ್ನಿಯೊಂದಿಗೆ ಮಲಗುವಂತಿರಲಿಲ್ಲ. ಏಕೆಂದರೆ ಮಾರನೆಯ ದಿವಸ ಬೇಟೆಯಾಡುವಾಗ ಪ್ರಾಣಿಗಳತ್ತ ಗಮನವಿರುವುದಿಲ್ಲ. ಅಷ್ಟೇ ಅಲ್ಲ, ಶಿಕಾರಿಗೆ ಹೊರಡುವ ಪುರುಷರು ತಮ್ಮ ಪತ್ನಿಗೆ ತಾವು ಬೇಟೆಯನ್ನು ಮುಗಿಸಿಕೊಂಡು ಬರುವವರೆಗೂ ಹಾಸಿಗೆಯಲ್ಲಿ ಮಲಗಿರಿ (ಅಂದರೆ ಮನೆಯಿಂದ ಹೊರಹೋಗಬೇಡಿ) ಎಂದು ತಾಕೀತು ಮಾಡುತ್ತಿದ್ದರು. ತಮ್ಮ ಮನೆಯ ಮಹಿಳೆಯರು ಹೀಗೆ ಮಾಡಲು, ಅಡವಿಯಲ್ಲಿನ ಕಾಡುಪ್ರಾಣಿಗಳೂ ಸಹ ನಿದ್ದೆ ಮಾಡುತ್ತವೆ. ಇದರಿಂದ ತಮ್ಮ ಬೇಟೆಗೆ ಅನುಕೂಲ ಎಂದೇ ಆ ಜನರ ನಂಬಿಕೆಯಾಗಿತ್ತು.

ನನ್ನ ಬಾಲ್ಯದಲ್ಲಿ ಅರಣ್ಯದಲ್ಲಿ ಓಡಾಡುವಾಗ ನಾಗರಹಾವು ಮತ್ತು ಸಿಂಹಗಳಿಗೆ ಅಂಜಬೇಕಿರಲಿಲ್ಲ. ಏಕೆಂದರೆ ಆ ಹೊತ್ತಿಗೆ ಬಹುತೇಕ ಪ್ರಾಣಿಗಳು ಕಾಡಿನಿಂದ ಕಣ್ಮರೆ

ಯಾಗಿದ್ದವು. ಈಗ ಬಯಲಾಗಿರುವ ಕಾಡಿನಲ್ಲಿ ಹಿಂದೆ ಕಡಿಯಲ್ಪಟ್ಟ ಮರಗಳು ದೆವ್ವಗಳಾಗಿ ತಮ್ಮ ದುಃಖವನ್ನು ತೋಡಿಕೊಂಡಂತೆ ಭಾಸವಾಗುತ್ತಿತ್ತು. ಆಗೆಲ್ಲಾ ನಾನು ಹೆದರಿ ಕಂಪಿಸುತ್ತಿದ್ದೆ. ಇದು ಸಾಲದು ಎಂಬಂತೆ 'ಗುಲೇ ವಾಂಕುಲು' (Gule Wamkulu) ನನ್ನನ್ನು ಭಯ ಪಡಿಸುತ್ತಿದ್ದರು. ಇದೊಂದು ರಹಸ್ಯವಾದ ನರ್ತಕರ ಗುಂಪೆಂದು ಪ್ರತೀತಿ. ಅವರು ನಮ್ಮ ಮುಖ್ಯಸ್ಥರ ಬೇಡಿಕೆಯ ಮೇರೆಗೆ ಅಂತಿಮ ಸಂಸ್ಕಾರ ಹಾಗೂ ಬಾಲಕರು ತಾರುಣ್ಯಾವಸ್ಥೆಯನ್ನು ತಲುಪಿದಾಗ ನಡೆಯುತ್ತಿದ್ದ ಆಚರಣೆಗಳಲ್ಲಿ ಬಂದು ನರ್ತಿಸುತ್ತಿದ್ದರು. ಗುಲೇ ವಾಂಕುಲು ನಮ್ಮ ಪೂರ್ವಿಕರ ಆತ್ಮಗಳೆಂದೂ, ಅವರನ್ನು ನಮ್ಮ ಭೂಮಿಯಲ್ಲಿ ಓಡಾಡಿಕೊಂಡಿರಲು ಕಳುಹಿಸಲಾಗಿತ್ತು ಎಂದೂ ಪ್ರತೀತಿ.

ಅವರ ಮುಖವು ನರಕದಲ್ಲಿ ವಾಸವಾಗಿದ್ದ ಪ್ರಾಣಿಗಳ ಮುಖವನ್ನು ಹೋಲುತ್ತಿತ್ತೆಂದು ಹೇಳುತ್ತಿದ್ದರು. ಒಮ್ಮೆ ಈ ರಹಸ್ಯ ನರ್ತಕನು ನಮ್ಮ ಮನೆಯ ಅಂಗಳದಲ್ಲಿ ಹಾವಿನಂತೆ ಭುಸುಗುಡುತ್ತಾ, ಜಂಬದಿಂದ ಬೀಗುತ್ತಾ ನಡೆಯುತ್ತಿರುವ ಹುಂಜದಂತೆ ಕಂಡನು. ಆತನಿಗೆ ಆನೆಯ ಸೊಂಡಿಲಿನಂತೆ ಉದ್ದವಾದ ಮೂಗಿತ್ತು. ನನ್ನ ಹೆತ್ತವರು ಆಗ ಹೊಲಕ್ಕೆ ಹೋಗಿದ್ದರು. ಮನೆಯಲ್ಲಿ ನಾನು ಮತ್ತು ನನ್ನ ಸಹೋದರಿಯರು ಇದ್ದುದರಿಂದ, ನಾವೆಲ್ಲರೂ ಹೆದರಿಕೊಂಡು ಮರಗಳತ್ತ ಓಡಿ ಹೋದೆವು. ಈ ಭೂತವು ನಮ್ಮ ಒಂದು ಕೋಳಿಯನ್ನು ಕದ್ದುಕೊಂಡು ಹೋಗುವುದನ್ನು ಮರಗಳ ಸಂದಿಯಿಂದ ನೋಡಿದೆವು.

ನಾನು ಅರಣ್ಯದಲ್ಲಿ ಅಡ್ಡಾಡುವಾಗ ಧೈರ್ಯವಾಗಿರಲು ಯತ್ನಿಸುತ್ತಿದ್ದೆ. ಆದರೆ ಮಾಂತ್ರಿಕರು, ಮಾಟಗಾತಿಯರು ಎಂದಿಗೂ ತಮ್ಮ ನಿಜ ಸ್ವರೂಪವನ್ನು ತೋರಿಸುತ್ತಿರಲಿಲ್ಲ. ಹೀಗಾಗಿ ಎಲ್ಲಿ ಅಪಾಯವಿದೆಯೆಂದು ನನಗೆ ತಿಳಿಯುವುದು ಕಷ್ಟವಾಗಿತ್ತು. ಪ್ರತಿ ರಾತ್ರಿಯೂ ಹಳ್ಳಿಯ ಚಿಕ್ಕ ಮಕ್ಕಳನ್ನು ಕರೆದೊಯ್ದು ತಮ್ಮ ಮಾಟವಿದ್ಯೆಗಳಲ್ಲಿ ಬಳಸಿಕೊಳ್ಳುತ್ತಿದ್ದರು.

ಮಾಟಗಾರರೊಡನೆ ಮಕ್ಕಳು ಮಾಯಾ-ವಿಮಾನಗಳನ್ನು ಹತ್ತಿ ಝಾಂಬಿಯಾ ಅಥವಾ ಲಂಡನ್‌ಗೆ ಕೇವಲ ಒಂದು ನಿಮಿಷದಲ್ಲಿ ಪ್ರಯಾಣ ಮಾಡುತ್ತಿದ್ದರು ಎಂದು ಕೇಳಿದ್ದೆ. ಈ ಮಾಯಾ ವಿಮಾನವು ಮರದ ಬೋಗುಣಿ, ಮಣ್ಣಿನ ಮಡಕೆ ಅಥವಾ ಟೋಪಿಯೂ ಆಗಿರಬಹುದು. ಈ ಮಕ್ಕಳನ್ನು ತಮ್ಮ ಪ್ರತಿಸ್ಪರ್ಧಿ ಮಾಟಗಾರರ ವಿರುದ್ಧ ಹೋರಾಡಲು ಬಳಸಿಕೊಳ್ಳುತ್ತಿದ್ದರು. ಈ ಪ್ರಕ್ರಿಯೆಯಲ್ಲಿ ಮಕ್ಕಳು ಮರಣ ಹೊಂದುತ್ತಿದ್ದುದು ಸಾಮಾನ್ಯ ಸಂಗತಿಯಾಗಿತ್ತು.

ನಾನು ಆ ಬಬಲ್ ಗಮ್ ವರ್ತಕನ ಶಿಕ್ಷೆಯನ್ನು ತಪ್ಪಿಸಿಕೊಂಡರೂ, ಈ ಇಂದ್ರಜಾಲಕ್ಕೆ ಸೆರೆಯಾಗುವ ಭಯದಲ್ಲಿಯೇ ಇದ್ದೆ. ನನಗೆ ಮಾಟಗಾತಿಯರು ಹಾಗೂ ಮಾಂತ್ರಿಕರಿಗೆ ಹಣವೆಂದರೆ ಅಲರ್ಜಿಯೆಂದು ತಿಳಿದಿತ್ತು. ಹಣದ ಸಂಪರ್ಕದಿಂದ ತಮ್ಮ ಶಕ್ತಿಯನ್ನು ಕಳೆದುಕೊಂಡು ಪುನಃ ಸಾಮಾನ್ಯ ಮನುಷ್ಯರಾಗುತ್ತಾರೆ ಎಂದು ವಾಡಿಕೆ. ಅದಕ್ಕಾಗಿಯೇ ಜನರು ರಾತ್ರಿ ಮಲಗುವ ಮುನ್ನ ಗೋಡೆಗಳಿಗೆ ಹಾಗೂ ಹಾಸಿಗೆಯ ಹೊದಿಕೆಗೆ ನಮ್ಮ ದೇಶದ ಹಣವಾದ ಕ್ವಾಚಾ ನೋಟುಗಳನ್ನು ಅಂಟಿಸುತ್ತಿದ್ದರು. ಈ ಕ್ವಾಚಾ ನೋಟುಗಳು ತಮ್ಮನ್ನು ದುಷ್ಟ ಶಕ್ತಿಗಳಿಂದ ರಕ್ಷಿಸುತ್ತವೆ ಎಂದು ಜನರು ನಂಬುತ್ತಿದ್ದರು.

ನಾನು ನನ್ನ ತಂದೆಯವರನ್ನು ಒಂದು ಮಧ್ಯಾಹ್ನ ಗೋಗರೆಯುತ್ತಾ, "ಅಪ್ಪಾ ದಯವಿಟ್ಟು ಕೆಲವು ಕ್ವಾಚಾ ನೋಟುಗಳನ್ನು ನನ್ನ ಕೋಣೆಯ ಗೋಡೆಗಳ ಮೇಲೂ ಅಂಟಿಸುತ್ತೀಯಾ? ನನಗೆ ರಾತ್ರಿ ನಿದ್ದೆಯೇ ಬರುತ್ತಿಲ್ಲ" ಎಂದು ಕೇಳಿಕೊಂಡೆ.

ಅಪ್ಪನಿಗೆ ಈ ವಾಮಾಚಾರದ ಬಗ್ಗೆ ಬಹಳ ತಿಳಿದಿತ್ತು. ಆದರೆ ಅವರ ಜೀವನದಲ್ಲಿ ಇಂತಹ ವಿಷಯಗಳಿಗೆ ಅವಕಾಶವಿರಲಿಲ್ಲ. ಈ ಒಂದು ಕಾರಣದಿಂದ ನನ್ನ ತಂದೆ ನನಗೆ ಇನ್ನೂ ಬಲಶಾಲಿ ಎನಿಸುತ್ತಿದ್ದರು. ನಾವು ಪ್ರತಿವಾರವೂ ತಪ್ಪದೇ ಚರ್ಚ್‌ಗೆ ತೆರಳಿ ಪ್ರಾರ್ಥನೆಯನ್ನು ಸಲ್ಲಿಸುತ್ತಿದ್ದೆವು. "ಭಗವಂತನೇ ಎಲ್ಲಕ್ಕಿಂತಲೂ ಮಿಗಿಲಾದ ರಕ್ಷಕನು" ಎನ್ನುವ ನಂಬಿಕೆಯಿಂದ ನಾವು ಬೆಳೆದಿದ್ದೆವು.

ನಮ್ಮ ಹೆತ್ತವರು ನಮಗೆ, "ಒಮ್ಮೆ ನಮ್ಮ ಮನಸ್ಸನ್ನು ಮಂತ್ರ-ತಂತ್ರ ನಂಬಿಕೆಗಳಿಗೆ ತೆರೆದಿಟ್ಟಾಗ, ಅರಿವಿಲ್ಲದಂತೆಯೇ ಅವುಗಳಿಗೆ ನಾವು ದಾಸರಾಗುತ್ತೇವೆ" ಎಂದು ಹೇಳುತ್ತಿದ್ದರು. ಹೀಗಾಗಿ "ಭಗವಂತನಲ್ಲಿ ನಾವಿಟ್ಟ ನಂಬಿಕೆಯು ನಮ್ಮನ್ನು ಸದಾ ಕಾಯುತ್ತದೆ" ಎನ್ನುವ ಅಭಯವು ನಮ್ಮ ಕುಟುಂಬದಲ್ಲಿದೆ.

ನನ್ನ ತಂದೆ ಮನೆಯ ಕೈತೋಟದ ಬೇಲಿಯನ್ನು ಸರಿಪಡಿಸುತ್ತಾ ನನಗೆ ಹೇಳಿದರು "1979ರಲ್ಲಿ ನಾನು ವ್ಯಾಪಾರ ಮಾಡುತ್ತಿದ್ದೆ. ಒಂದು ದಿನ ಲಿಲೋಂಗ್ವೆಯ ಕಡೆಗೆ ತೆರಳುತ್ತಿದ್ದ ಗಾಡಿಯ ಹಿಂದೆ ಕುಳಿತಿದ್ದೆ. ನನ್ನೊಡನೆ ಅನೇಕರು ಪ್ರಯಾಣಿಸುತ್ತಿದ್ದರು. ಇದ್ದಕ್ಕಿದ್ದಂತೆಯೇ ನಮ್ಮ ಟ್ರಕ್ ತನ್ನ ನಿಯಂತ್ರಣವನ್ನು ಕಳೆದುಕೊಂಡಿತು. ನಾವೆಲ್ಲರೂ ಗಾಳಿಯಲ್ಲಿ ತೂರಲ್ಪಟ್ಟೆವು. ನಾನು ರಸ್ತೆಯ ಬದಿಯಲ್ಲಿ ಹೋಗಿ ಬಿದ್ದೆ. ನಾನು ಇನ್ನೇನು ಏಳುವಷ್ಟರಲ್ಲಿ, ಟ್ರಕ್ ನಮ್ಮೆಡೆಗೆ ಉರುಳುತ್ತಾ ಬರಲಾರಂಭಿಸಿತು. ಇನ್ನೇನು ನನ್ನ ಕತೆಯು ಮುಗಿದೇ ಹೋಯಿತು, ಸಾವಿನ ದವಡೆಯಲ್ಲಿ ಇದ್ದೇನೆ ಎಂದುಕೊಂಡೆ. ಆದರೆ ಆ ಟ್ರಕ್ ನನ್ನ ಮೇಲೆ ಉರುಳಿಕೊಂಡು ಹೋಗಿ ನನ್ನನ್ನು ಇರುವೆಯಂತೆ ನಜ್ಜುಗುಜ್ಜು ಮಾಡದೇ ಪಕ್ಕಕ್ಕೆ ಹೊರಳಿ ನಿಂತಿತು. ಅನೇಕರು ಮೃತಪಟ್ಟಿದ್ದರು. ನನ್ನ ಅದೃಷ್ಟವೇನೋ, ನನಗೆ ಒಂದು ತರಚು ಗಾಯವೂ ಆಗಿರಲಿಲ್ಲ!"

ಅಪ್ಪ ನನ್ನ ಕಡೆಗೆ ತಿರುಗಿ ಒಂದು ವಿಷಯವನ್ನು ಸ್ಪಷ್ಟಗೊಳಿಸಿದರು, "ಈ ಘಟನೆ ಯಾದ ಬಳಿಕ ಹೇಗೆ ತಾನೇ ನಾನು ಈ ಮಂತ್ರ-ತಂತ್ರಗಳನ್ನು ನಂಬಲಿ? ಅಂದು ನಾನು ಭಗವಂತನ ಅನುಗ್ರಹದಿಂದ ಬದುಕುಳಿದೆ. ನಾನು ನಿನಗೆ ಹೇಳುವದಿಷ್ಟೇ, ಈ ಮಾಂತ್ರಿಕರನ್ನು ಗೌರವಿಸು. ಆದರೆ ಒಂದು ನೆನಪಿಟ್ಟುಕೋ. ದೇವರು ನಿನ್ನ ಜೊತೆಯಲ್ಲಿದ್ದರೆ ಇತರ ಶಕ್ತಿಗಳು ನಿನಗೆ ತೊಂದರೆಯನ್ನು ಕೊಡುವುದಿಲ್ಲ."

ನಾನು ನನ್ನ ತಂದೆಯನ್ನು ನಂಬಿದೆ. ಆದರೆ ಅವರ ವಿವರಣೆಯು ರ್‍ಯಾಂಬೋ ಮತ್ತು ಚಕ್‌ನಾರಿಸ್‌ಗೆ ಹೇಗೆ ಅನ್ವಯಿಸುವುದೋ ತಿಳಿಯದಾಯಿತು. ಬೇಸಿಗೆಯಲ್ಲಿ ಇವರಿಬ್ಬರೂ ನಮ್ಮ ವ್ಯಾಪಾರ ಕೇಂದ್ರದಲ್ಲಿ ದೊಡ್ಡ ವಿವಾದವನ್ನು ಉಂಟುಮಾಡಿದ್ದರು. ಇವರು ನಮ್ಮ ಊರಿನಲ್ಲಿ ಪ್ರದರ್ಶನವಾಗುತ್ತಿದ್ದ ಕೆಲವು ಚಿತ್ರಗಳಲ್ಲಿ ನಟರಾಗಿದ್ದರು. ಅವರ ಚಿತ್ರಗಳಲ್ಲಿನ ಸನ್ನಿವೇಶಗಳು ಮತ್ತು ನನ್ನ ಸ್ನೇಹಿತರ ವರ್ಣನೆಯು ಸತ್ಯಕ್ಕೆ ದೂರವಾಗಿರುತ್ತಿದ್ದವು.

ನನ್ನ ಗೆಳೆಯ ಪೀಟರ್ ಹಿಂದಿನ ರಾತ್ರಿ ನೋಡಿದ ಚಿತ್ರದ ವಿಮರ್ಶೆಯು ಹೀಗಿರುತ್ತಿತ್ತು: "ನಿನ್ನೆ ರಾತ್ರಿ ನೋಡಿದ್ದು, ಇಲ್ಲಿಯವರೆಗೂ ನೋಡಿದ ಚಿತ್ರಗಳಲ್ಲಿಯೇ ಅತ್ಯುತ್ತಮ ಚಿತ್ರ. ರ್‍ಯಾಂಬೋ ಪರ್ವತದ ಮೇಲಿನಿಂದ ಧುಮುಕುತ್ತಾನೆ. ಜೊತೆಗೆ ಅವನು ಕೆಳಗೆ ಹಾರುತ್ತಿದ್ದಾಗಲೇ ತನ್ನ ಬಂದೂಕಿನಿಂದ ಗುಂಡು ಹಾರಿಸುತ್ತಾನೆ. ಅವನ ಶತ್ರುಗಳು ಗುಂಡೇಟಿಗೆ ಸಿಕ್ಕಿ ಸಾಯುತ್ತಾರೆ ಮತ್ತು ಪರ್ವತವೂ ಸ್ಫೋಟಗೊಳ್ಳುತ್ತದೆ!"

ನಾನು ಪ್ರತಿಕ್ರಿಯಿಸಿದೆ, "ಓಹ್ ಈ ಚಿತ್ರಗಳನ್ನು ಬೆಳಗಿನ ಹೊತ್ತು ತೋರಿಸುತ್ತಾರಾ? ನಾನು ಒಂದು ಚಿತ್ರವನ್ನೂ ನೋಡಿಲ್ಲ."

ರ್‍ಯಾಂಬೋ ಮತ್ತು ಡೆಲ್ಟಾ ಫೋರ್ಸ್ ಹೇಗೆ ದೊಡ್ಡ ಸೈನ್ಯದಿಂದ ತಪ್ಪಿಸಿಕೊಂಡು ಹೋರಾಡಿ ಗೆಲ್ಲುತ್ತಾರೋ ನನಗೆ ಊಹೆಗೂ ನಿಲುಕದ ವಿಷಯವಾಗಿತ್ತು. ಅಂದು ರಾತ್ರಿ 'ಟರ್ಮಿನೇಟರ್' ಚಿತ್ರವನ್ನು ವಿಡಿಯೋ-ಷೋದಲ್ಲಿ ತೋರಿಸಲಾಗಿತ್ತು. ಮರುದಿನ ಪೀಟರ್ ನನ್ನು ಭೇಟಿಯಾದಾಗ ಅವನಿನ್ನೂ ಅದೇ ಗುಂಗಿನಲ್ಲಿದ್ದನು.

"ವಿಲಿಯಂ ನಿನ್ನೆ ರಾತ್ರಿ ನಾನು ಒಂದು ಚಿತ್ರವನ್ನು ನೋಡಿದೆ. ಆದರೆ ನನಗೆ ಅದು ಸರಿಯಾಗಿ ಅರ್ಥವಾಗಲಿಲ್ಲ. ಒಬ್ಬನಿಗೆ ಮೈಯ ತುಂಬಾ ಗುಂಡನ್ನು ಹೊಡೆದರೂ ಆತನು ಬದುಕುಳಿದನು. ಅವನ ಶತ್ರುಗಳು ಕೈ, ಕಾಲು, ಕಣ್ಣು, ತಲೆ ಎಲ್ಲವನ್ನೂ ಛಿದ್ರಗೊಳಿಸಿದರೂ ಆತನ ಕಣ್ಣುಗಳು ಯಥಾಸ್ಥಿತಿಯಲ್ಲಿದ್ದವು. ನಾನು ನಿನಗೆ ಹೇಳುತ್ತಿದ್ದೇನೆ ವಿಲಿಯಂ, ಇವನೇ ಭೂಮಿಯ ಮೇಲೆ ಬದುಕುಳಿದಿರುವ ದೊಡ್ಡ ಮಾಂತ್ರಿಕನು!"

ನನಗೂ ಇದು ಅದ್ಭುತವೆನಿಸಿತು. "ನಿನಗೆ ನಿಜಕ್ಕೂ ಈ ಅಮೇರಿಕಾದ ಅಝುಂಗುಗಳಿಗೆ ಮಾಂತ್ರಿಕ ಶಕ್ತಿಯಿದೆ ಎನ್ನಿಸುತ್ತಾ? ನಾನಂತೂ ಇದನ್ನೆಲ್ಲಾ ನಂಬುವುದಿಲ್ಲ..."

"ನಾನು ನೋಡಿರುವುದನ್ನು ನಿನಗೆ ಹೇಳಿದೆ. ಇದೆಲ್ಲವೂ ನಿಜ."

ಎಷ್ಟೋ ವರ್ಷಗಳ ಬಳಿಕ ಕೊನೆಗೂ ಇಂತಹ ಒಂದು ಚಿತ್ರವನ್ನು ವಿಡಿಯೋ-ಷೋದಲ್ಲಿ ವೀಕ್ಷಿಸಿದೆ. ಈ ಚಲನ ಚಿತ್ರಗಳು ನಮಗೆ ಹೊಸ ಹೊಸ ಆಟಗಳನ್ನು ಕಂಡು ಹಿಡಿಯಲು ಸ್ಫೂರ್ತಿಯಾದವು. ಅದರಲ್ಲಿ 'ಅಮೆರಿಕಾ Vs ವಿಯಟ್ನಾಂ' ಎನ್ನುವುದು ನಮ್ಮ ಮೆಚ್ಚಿನ ಆಟವಾಗಿತ್ತು. ಇದನ್ನು ಆಡಲು ನಾವು ಆಟದ ಬಂದೂಕನ್ನು ಮಂಪ್ಲೋನಿ ಮರದಿಂದ ತಯಾರಿಸುತ್ತಿದ್ದೆವು. ಮಂಪ್ಲೋನಿ ಮರದ ಮಧ್ಯಭಾಗ ಮತ್ತು ಅದರ ಕಾಂಡವನ್ನು ಬೇರ್ಪಡಿಸಿ, ಅದನ್ನು ಬಂದೂಕಿನ ಕುದುರೆ ಮತ್ತು ನಳಿಕೆಯನ್ನಾಗಿ ಉಪಯೋಗಿಸುತ್ತಿದ್ದೆವು. ಬಂದೂಕಿನ ಕುದುರೆಯನ್ನು ಒತ್ತಿದಾಗ ಲೋಳೆಯಂತಹ ಅಂಟಂಟಾದ ವಸ್ತುವು ಎದುರಾಳಿಯ ಮೇಲೆ ಎರಚಲ್ಪಡುತ್ತಿತ್ತು.

ನಾನೊಂದು ತಂಡದ ನಾಯಕನಾಗಿದ್ದೆ. ನನ್ನ ಸೋದರ ಸಂಬಂಧಿಯಾದ ಜೆಫ್ರಿ ಮತ್ತೊಂದು ತಂಡದ ನಾಯಕನಾಗಿದ್ದನು. ಮತ್ತಷ್ಟು ಸಂಬಂಧಿಗಳು ಹಾಗೂ ನೆರೆಹೊರೆಯ ಹುಡುಗರು ಸೇರಿಕೊಂಡು ಒಟ್ಟು 5 ತಂಡಗಳನ್ನು ರಚಿಸಿದ್ದೆವು. ಮನೆಯ ಅಂಗಳ ಹಾಗೂ ಜೋಳದ ತೆನೆಗಳ ಸಾಲಿನಲ್ಲಿ ಒಬ್ಬರನ್ನೊಬ್ಬರು ಬೆನ್ನಟ್ಟುತ್ತಿದ್ದೆವು. "ನೀನು ಬಲಕ್ಕೆ ಹೋಗು, ನಾನು ಎಡಕ್ಕೆ ಹೋಗುತ್ತೇನೆ" ಎಂದು ನನ್ನ ತಂಡದ ಸದಸ್ಯನಿಗೆ

ಆದೇಶಿಸಿ, ಕೆಂಪು ಮಣ್ಣಿನಲ್ಲಿ ತೆವಳುತ್ತಾ ಸಾಗಿದೆ. ನನಗೆ ಮನೆಯ ಒಂದು ಸಂದಿಯಿಂದ ಜೆಫ್ರಿಯ ಪ್ಯಾಂಟ್ ಗೋಚರಿಸಿತು. ನಾನು ಸದ್ದಿಲ್ಲದೇ ನುಸುಳಿಕೊಂಡು ಅವನ ಸಮೀಪಕ್ಕೆ ಸಾಗಿದೆ.

"ತೋಂಗಾ!"

ನಾನು ನಮ್ಮ ಆಟದ ಬಂದೂಕಿನ ಕುದುರೆಯನ್ನು ಕೆಳಕ್ಕೆ ಮಾಡಿ, ಬಂದೂಕಿನ ನಳಿಕೆಯಿಂದ ಅಂಟಾದ ವಸ್ತುವನ್ನು ಜೆಫ್ರಿಯ ಮುಖದ ಮೇಲೆಲ್ಲಾ ಎರಚಿದೆ. ಆತನ್ನು ತನ್ನ ಎದೆಯನ್ನು ಗಟ್ಟಿಯಾಗಿ ಹಿಡಿದುಕೊಂಡು ನೆಲಕ್ಕೆ ಉರುಳಿಬಿದ್ದನು.

"ಏ ಮಯೋ ಇನೆ!...ನಾನು ಸತ್ತೆ!"

ಸಾಮಾನ್ಯವಾಗಿ ಯಾವ ತಂಡ ಮೊದಲು ಗೆಲ್ಲುವುದೋ, ಅದು ಮುಂದಿನ ಸುತ್ತಿನಲ್ಲಿ ಅಮೇರಿಕಾ ತಂಡವಾಗುತ್ತಿತ್ತು. ಯಾಕೆಂದರೆ ನಾವು ನೋಡುತ್ತಿದ್ದ ವಿಡಿಯೋ-ಷೋಗಳಲ್ಲಿ, ಪ್ರತಿ ಬಾರಿಯೂ ಅಮೇರಿಕಾ ವಿಯಟ್ನಾಂ ದೇಶವನ್ನು ಪರಾಜಯಗೊಳಿಸುತ್ತಿತ್ತು!

ಆಟದ ಹೊರತಾಗಿ ನಾನು, ಜೆಫ್ರಿ ಮತ್ತು ನಮ್ಮಿಬ್ಬರ ಆತ್ಮೀಯ ಸ್ನೇಹಿತನಾದ ಗಿಲ್ಬರ್ಟ್ ಒಟ್ಟಿಗೆ ಇರುತ್ತಿದ್ದೆವು. ಗಿಲ್ಬರ್ಟ್‌ನ ತಂದೆ ನಮ್ಮ ವಿಂಬೆ ಜಿಲ್ಲೆಗೆ ಮುಖ್ಯಸ್ಥರಾಗಿದ್ದರು. ಆತನ ಹೆಸರು 'ಆಲ್ಬರ್ಟ್ ಮೋಫಾಟ್' ಎಂದಾಗಿದ್ದರೂ ಜನರು 'ವಿಂಬೆಯ ಮುಖ್ಯಸ್ಥರು' ಎಂದೇ ಅವರನ್ನು ಕರೆಯುತ್ತಿದ್ದರು.

ನಮಗೆ 'ಅಮೇರಿಕ Vs ವಿಯಟ್ನಾಂ' ಆಟವು ಬೇಸರ ತರಿಸಲು, ನಾನು ಮತ್ತು ಜೆಫ್ರಿ ಗಿಲ್ಬರ್ಟ್‌ನ ಮನೆಯಲ್ಲಿ ಹೆಚ್ಚು ಸಮಯವನ್ನು ಕಳೆಯುತ್ತಿದ್ದೆವು. ಗಿಲ್ಬರ್ಟ್‌ನ ಮನೆಗೆ ಹೋದಾಗಲೆಲ್ಲಾ ನಮಗೆ ಒಂದಲ್ಲ ಒಂದು ಮನರಂಜನೆಯ ವಿಷಯಗಳು ನೋಡಲು ಸಿಗುತ್ತಿದ್ದವು. ಯಥಾ ಪ್ರಕಾರ ಸಾಲು ಸಾಲಾಗಿ ನಿಂತ ಟ್ರಕ್‌ಗಳ ಚಾಲಕರು, ಮಾರುಕಟ್ಟೆಯಲ್ಲಿನ ಮಹಿಳೆಯರು, ರೈತರು, ವರ್ತಕರ ದೊಡ್ಡ ಗುಂಪೇ ಅಲ್ಲಿ ಸೇರಿರುತ್ತಿತ್ತು. ಅವರೆಲ್ಲರೂ ಮುಖ್ಯಸ್ಥರನ್ನು ಭೇಟಿಯಾಗಿ ತಮ್ಮ ಕಷ್ಟ-ಅಹವಾಲುಗಳನ್ನು ತೋಡಿಕೊಳ್ಳಲು ಕಾಯುತ್ತಿದ್ದರು. ಜನರು ತಮ್ಮ ನಾಯಕನಿಗೆ ಬಳುವಳಿಯಾಗಿ ಕೊಡಲು ಒಂದು ಕೋಳಿ ಹಾಗೂ ಹಣವನ್ನು ತಂದಿರುತ್ತಿದ್ದರು. ಇಂತಹ ಜನತಾ ದರ್ಶನಗಳಲ್ಲಿ ಜನರು ತಮ್ಮ ನಾಯಕನನ್ನು ಚಾರೋ ಎಂದು ಸಂಬೋಧಿಸುತ್ತಿದ್ದರು.

"ಒಡಿ ಒಡಿ" ಎನ್ನುತ್ತಾ ಒಬ್ಬ ರೈತನು ಬಾಗಿಲಿನ ಹೊಸಿಲ ಬಳಿ ಕಾದು ನಿಂತನು (ಒಡಿ ಒಡಿ ಎಂದರೆ - ನಮಸ್ಕಾರ ನಾನು ಒಳಗೆ ಬರಬಹುದೇ?).

"ಬನ್ನಿ ಬನ್ನಿ."

ಗಿಲ್ಬರ್ಟ್‌ನ ತಂದೆ ಗರಿಗರಿಯಾದ ಶರ್ಟ್ ಮತ್ತು ಸೊಗಸಾದ ಪ್ಯಾಂಟ್ ಧರಿಸಿ ಸೋಫಾ ಮೇಲೆ ಕುಳಿತಿದ್ದರು. ಅವರ ತೊಡೆಯ ಮೇಲೆ ಕುಳಿತಿದ್ದ ಮುದ್ದಾದ ಬೆಕ್ಕಿನ ಕತ್ತನ್ನು ಚಾರೋ ನೇವರಿಸುತ್ತಿದ್ದರು.

"ಚಾರೊ ಚಾರೊ" ಎನ್ನುತ್ತಾ ಕೈಮುಗಿದು ಒಳಗೆ ಬಂದ ರೈತನು ಒಂದು ಮಂಡಿಯನ್ನೂರಿ ಗೌರವವನ್ನು ಸೂಚಿಸಿ ಕುಳಿತನು.

"ನಮ್ಮ ಒಂದು ಸಮಸ್ಯೆಗೆ ನಿಮ್ಮ ಮಧ್ಯಸ್ಥಿಕೆ ಬೇಕಿದೆ. ನೀವು ಹದಿನೈದು ವರ್ಷಗಳ ಹಿಂದೆ ನನಗೆ ಕೊಟ್ಟಿದ್ದ ಭೂಮಿಯನ್ನು ನನ್ನ ಸಹೋದರನ ಮಗನು ಆಕ್ರಮಿಸಿಕೊಂಡಿದ್ದಾನೆ. ಯಾವುದೇ ಜಗಳ ಮತ್ತು ರಕ್ತಪಾತವಿಲ್ಲದೇ ಇತ್ಯರ್ಥವಾಗಲು ನಿಮ್ಮ ಸಹಾಯವು ಬೇಕಾಗಿದೆ."

"ನನಗೆ ಈ ವಿಚಾರ ಕುರಿತು ವಿವರಗಳನ್ನು ಸಂಗ್ರಹಿಸಲು ಮತ್ತು ಯೋಚನೆ ಮಾಡಲು ಸ್ವಲ್ಪ ಸಮಯಾವಕಾಶ ಕೊಡಿ. ನೀವು ಭಾನುವಾರದಂದು ಬಂದರೆ ನಾನು ನಿಮಗೆ ಪರಿಹಾರವನ್ನು ಸೂಚಿಸಬಲ್ಲೆ."

"ಓಹ್... ಜಿಕೋಮೋ ಕ್ವಾಂಬಿರಿ ಚಾರೋ – ನಿಮಗೆ ಅನೇಕ ಗೌರವಯುತ ಪ್ರಣಾಮಗಳು."

ನಾವು ಆ ರೈತನು ಹೊರಡುವವರೆಗೂ ಕಾಯುತ್ತಿದ್ದೆವು. ನಂತರ ಕಾವಲುಗಾರನಾಗಿದ್ದ ನಗ್ವಾಟನನ್ನು ಕಂಡು "ನಾವು ಗಿಲ್ಬರ್ಟ್‌ನನ್ನು ನೋಡಲು ಇಚ್ಚಿಸುತ್ತೇವೆ" ಎನ್ನುತ್ತಿದ್ದೆವು.

"ಹಂ... ಸರಿ."

ಗಿಲ್ಬರ್ಟ್ ತನ್ನ ಕೋಣೆಯಲ್ಲಿ 'ಬಿಲ್ಲಿ ಕ್ವಾಂಡಾ'ನ ಸಂಗೀತವನ್ನು ಕೇಳುತ್ತಾ, ಅದರ ಜೊತೆಜೊತೆಗೇ ಹಾಡುತ್ತಿದ್ದನು. ಗಿಲ್ಬರ್ಟ್‌ನ ಕಂಠ ಮಧುರವಾಗಿತ್ತು. ನನ್ನದೋ, ಮರದ ಮೇಲೆ ಕುಳಿತು ಕೀರಲು ಧ್ವನಿಯಲ್ಲಿ ಕೂಗುತ್ತಿದ್ದ ಗೂಬೆಯಂತೆ ಕೇಳಿಸುತ್ತಿತ್ತು. ಆದರೂ ನಾನು ಹಾಡುವುದನ್ನು ಇದುವರೆಗೂ ನಿಲ್ಲಿಸಿಲ್ಲ.

"ಗಿಲ್ಬರ್ಟ್ ಬೋ?"

"ಬೋ!"

"ಶಾರ್ಪ್."

"ಶಾರ್ಪ್."

[ನಾವು ಪ್ರತಿಬಾರಿಯೂ ಪರಸ್ಪರ ಭೇಟಿಯಾದಾಗ ಆಡುತ್ತಿದ್ದ ಆಡು ಭಾಷೆಯದು. ಬೋ ಎನ್ನುವುದು ಬೊಂಜುರ್ (Bonjour) ಎನ್ನುವ ಫ್ರೆಂಚ್ ಪದದ ಸಂಕ್ಷಿಪ್ತ ರೂಪವಾಗಿತ್ತು. ನಮ್ಮಲ್ಲಿ ಕೆಲವು ಹುಡುಗರು ಪ್ರೌಢಶಾಲೆಯಲ್ಲಿ ಫ್ರೆಂಚ್ ಕಲಿತಿದ್ದರು. ಅದನ್ನು ಪ್ರದರ್ಶಿಸುವ ಹುಮ್ಮಸ್ಸಿನಿಂದ ಇದು ಆರಂಭವಾಗಿತ್ತು. ಆದರೆ ಎಲ್ಲಿಂದ ಶಾರ್ಪ್ ಎನ್ನುವುದು ಶುರುವಾಯಿತೋ ಗೊತ್ತಿಲ್ಲ. ಶಾರ್ಪ್‌ಎಂದರೆ "ನೀನು ಸೌಖ್ಯವೇ?" ಎಂದರ್ಥ.]

"ಖಂಡಿತ?"

"ಖಂಡಿತ!"

"ಸೌಖ್ಯವೇ?"

"ಸೌಖ್ಯ!"

"ನಡಿ ವ್ಯಾಪಾರ ಸ್ಥಳಕ್ಕೆ ಹೋಗುವ" ನಾನು ಗಿಲ್ಬರ್ಟ್‌ಗೆ ಹೇಳಿದೆ. "ನಿನ್ನೆ ರಾತ್ರಿ ಕೆಲವು ಕುಡುಕರು ಓಫೆಸಿ ಬಾರ್ ಹೊರಗೆ ಗಲಾಟೆ ಮಾಡಿದ್ದಾರೆ."

ಓಫೆಸಿ ಎನ್ನುವುದು ನಿಷೇಧಿತ ಹಾಗೂ ಜನರಿಗೆ ಅಷ್ಟೇ ಮೋಡಿಯುಂಟು ಮಾಡುತ್ತಿದ್ದ ಸಾರಾಯಿ ಅಂಗಡಿಯಾಗಿತ್ತು. ಮಧ್ಯಾಹ್ನದ ಸಮಯದಲ್ಲಿಯೂ ಒಳಗಿನಿಂದ ಅಬ್ಬರವಾದ ಸಂಗೀತವು ಕೇಳಿಸುತ್ತಿತ್ತು. ಅದರ ಬಾಗಿಲಿನಲ್ಲಿ ಸಿಗರೇಟ್ ಸೇದುತ್ತಾ, ಮದ್ಯದ ಅಮಲಿನಿಂದ ಕಣ್ಣುಗಳು ಕೆಂಪಾಗಿರುವ ಗಂಡಸರು ಇರುತ್ತಿದ್ದರು. ಇತರರಿಗೆ ಆ ಕುಡುಕರು ಬಿಸಾಡಿದ ರಟ್ಟಿನ ಪೆಟ್ಟಿಗೆಗಳು ಕಸವಾದರೆ, ನಮಗೆ ಶೇಖರಿಸಿಡುವ ಅಮೂಲ್ಯ ನಿಧಿಯಾಗಿತ್ತು!

ನಾನು, ಜೆಫ್ರಿ ಮತ್ತು ಗಿಲ್ಬರ್ಟ್ ಆಫ್ರಿಕಾದ ಈ ಚಿಕ್ಕ ದೇಶದಲ್ಲಿ ಹುಟ್ಟಿ ಬೆಳೆದಿದ್ದರೂ, ನಾವು ಇತರ ಅನೇಕ ರಾಷ್ಟ್ರಗಳ ಮಕ್ಕಳ ಆಟ ಮತ್ತು ಚೇಷ್ಟೆಗಳಿಗೆ ಹೊರತಾಗಿರಲಿಲ್ಲ. ಆದರೆ ನಮ್ಮ ಆಟದ ಸಾಮಾನುಗಳು ಸ್ವಲ್ಪ ವಿಭಿನ್ನವಾಗಿರುತ್ತಿದ್ದವು. ನನ್ನ ಅಮೇರಿಕಾ ಮತ್ತು ಯುರೋಪ್‌ನಲ್ಲಿನ ಗೆಳೆಯರ ಜೊತೆ ಇದನ್ನು ಕುರಿತು ಚರ್ಚಿಸಿದಾಗ, ಒಂದು ವಿಷಯವು ದಿಟವಾಯಿತು. ಮಕ್ಕಳು ಜಗತ್ತಿನ ಯಾವುದೇ ಪ್ರಾಂತ್ಯದಲ್ಲಿದ್ದರೂ, ಅವರು ಆಟವಾಡುವ ಹಾಗೂ ತಮ್ಮನ್ನು ತಾವು ಮನರಂಜಿಸಿಕೊಳ್ಳುವ ರೀತಿಯು ಒಂದೇ ಆಗಿರುತ್ತದೆ. ಈ ಒಂದು ವಿಚಾರಕ್ಕೆ ನನಗೆ ಪ್ರಪಂಚವು ನಾವಂದುಕೊಂಡಷ್ಟು ವಿಶಾಲವಾಗಿಲ್ಲ ಎಂದೆನಿಸುತ್ತದೆ.

ನಮಗೋ ಟ್ರಕ್‌ಗಳನ್ನು ಕಂಡರೆ ವಿಪರೀತ ಹುಚ್ಚು. ಧೂಳೆಬ್ಬಿಸುತ್ತಾ ಎಸ್ಟೇಟ್‌ಗಳಿಂದ ಬರುತ್ತಿದ್ದ ನಾಲ್ಕು ಟನ್ ಗಾತ್ರದ ಲಾರಿಗಳು, ಅಥವಾ ಕಸುಂಗು ನಗರಕ್ಕೆ ಕೋಳಿ ಮರಿಗಳಂತೆ ಪ್ರಯಾಣಿಕರನ್ನು ತುರುಕಿಕೊಂಡು ಹೋಗುತ್ತಿದ್ದ ಎರಡು ಟನ್ ಲಾರಿಯೂ ನಮ್ಮನ್ನು ಆಕರ್ಷಿಸುತ್ತಿದ್ದವು. ಪ್ರತಿವಾರವೂ ನಮ್ಮಲ್ಲಿ ಅತ್ಯಂತ ದೊಡ್ಡದಾದ ಮತ್ತು ಬಲಿಷ್ಠವಾಗಿರುವ ಟ್ರಕ್‌ನ್ನು ತಯಾರು ಮಾಡುವ ಸ್ಪರ್ಧೆಯು ಇರುತ್ತಿತ್ತು. ನೋಡಿ ನನ್ನ ಅಮೇರಿಕಾದ ಗೆಳೆಯರಿಗಾದರೆ ಅಲ್ಲಿನ ಮಾಲ್‌ಗಳಲ್ಲಿ ವಿವಿಧ ಟ್ರಕ್‌ಗಳ ನಮೂನೆಗಳು ಆಟಿಕೆಗಳಾಗಿ ಸಿಗುತ್ತವೆ. ಆದರೆ ನಾವು ಖಾಲಿ ಮದ್ಯದ ರಟ್ಟಿನ ಪೆಟ್ಟಿಗೆ, ತಂತಿ, ಪೆಟ್ಟಿಗೆಯ ಮುಚ್ಚಳ ಈ ಸಾಮಗ್ರಿಗಳನ್ನು ಬಳಸಿಕೊಂಡು ಆಟದ ಲಾರಿಯನ್ನು ತಯಾರು ಮಾಡಬೇಕಿತ್ತು. ಏನೇ ಹೇಳಿ ಈಗಲೂ ಈ ಆಟಿಕೆಗಳೇ ಚಂದ.

ಎಷ್ಟೋ ಬಾರಿ ನೆರೆಹೊರೆಯವರ ಮನೆಗಳಿಂದ ಮಾವಿನ ಹಣ್ಣುಗಳನ್ನು ಕದ್ದು, ವ್ಯಾಪಾರ ಕೇಂದ್ರದಲ್ಲಿ ಮಾರಿ ಒಂದಿಷ್ಟು ಚಿಲ್ಲರೆ ಹಣವನ್ನು ಗಳಿಸುತ್ತಿದ್ದೆವು. ಆ ಹಣದಿಂದ ಒಂದಿಷ್ಟು ಉದ್ದದ ವೈರ್ ಮತ್ತು ಅಚ್ಚನ್ನು (ಚಕ್ರಗಳ ನಡುವೆ ಹಾಕುತ್ತಿದ್ದ ಸಲಾಕೆ) ಕೊಳ್ಳುತ್ತಿದ್ದೆವು. ದಿನಗಳು ಕಳೆಯಲು ಅಡುಗೆ ಎಣ್ಣೆಯ ಮುಚ್ಚಳವು ಹೆಚ್ಚು ಬಾಳಿಕೆ ಬರುತ್ತದೆ ಎಂದು ತಿಳಿಯಿತು. ನಮ್ಮ ಅಪ್ಪಂದಿರ ರೇಜ಼ರ್ ಬ್ಲೇಡನ್ನು ಬಳಸಿಕೊಂಡು

ಟೈರ್‌ಗಳ ಸುತ್ತಲೂ ಕೊರೆದು ತ್ರೆಡಿಂಗ್ ಮಾಡುತ್ತಿದ್ದೆವು. ರಸ್ತೆಯ ಧೂಳಿನಲ್ಲಿ ಟೈರ್‌ನ ಗುರುತು ನೋಡಿಯೇ, 'ಕಾಂಕ್ವಾಂಬಾ ಟೊಯೋಟಾ' ಅಥವಾ 'ಗಿಲ್ಬರ್ಟ್ ಕಂಪನಿ ಲಿಮಿಟೆಡ್' ಎಂದು ಕಂಡು ಹಿಡಿಯಬಹುದಾಗಿತ್ತು.

ಒಮ್ಮೆ ದೈತ್ಯ ಗಾಡಿಯಾದ ಶಿಗಿರಿ-ಗಿರಿಯನ್ನು ತಯಾರು ಮಾಡಿದ್ದೆವು. ಇದು ಅಮೇರಿಕಾದಲ್ಲಿ ಕಾಣುವ ಗ್ಲೋ-ಕಾರ್ಟ್‌ನ್ನು ಹೋಲುತ್ತಿತ್ತು. ಎರಡು ಗಾಡಿಗಳನ್ನು ಪಕ್ಕ ಪಕ್ಕದಲ್ಲಿ ಇಟ್ಟು ಧೂಳಿನ ರಸ್ತೆಯಲ್ಲಿ ರೇಸ್ ಮಾಡುವುದಕ್ಕೆ ಸಜ್ಜಾಗುತ್ತಿದ್ದೆವು.

"ರೇಸ್ ಮಾಡೋಣ?"

"ಖಂಡಿತ."

"ಯಾರು ಕೊನೆಯಲ್ಲಿ ಇಪೋಂಗಾ ತಲುಪುವರೋ, ಅವರು ಕಣ್ಣುಗಳನ್ನು ಮುಚ್ಚಬೇಕು."

"ಹೊರಡು... GO!"

ಇಪೋಂಗಾ ಕ್ಷೌರಿಕನ ಅಂಗಡಿಯು ನಮ್ಮ ವ್ಯಾಪಾರ ಕೇಂದ್ರದಲ್ಲಿದ್ದ ಹೊಸ ಮಾದರಿಯ ಕ್ಷೌರದ ಅಂಗಡಿಯಾಗಿತ್ತು. ನನ್ನ ತಂದೆ ನನ್ನನ್ನು ಪ್ರತಿ ತಿಂಗಳು ಅಲ್ಲಿಗೆ ಕರೆದುಕೊಂಡು ಹೋದಾಗ:

"ಮರಿ ನಿಂಗೆ ಯಾವ ಕಟ್ ಬೇಕು?" ಎಂದು ಇಪೋಂಗಾ ಪ್ರಶ್ನಿಸುತ್ತಿದ್ದನು.

ಅಂದಿನ ಪ್ರಸಿದ್ಧ ಬಾಕ್ಸರ್‌ನಾಗಿದ್ದ ಟೈಸನ್ ಕಟ್, ಇಂಗ್ಲೀಷ್ ಕಟ್, ನೈಜೀರಿಯಾ ಕಟ್, ಬುದ್ಧ ಕಟ್... ಹೀಗೆ ನನ್ನ ಮುಂದೆ ಅನೇಕ ಆಯ್ಕೆಗಳಿರುತ್ತಿದ್ದವು. ನಾನಂತೂ ಯಾವಾಗಲೂ ಆಫೀಸ್ ಕಟ್ ಮಾಡಿಸಿಕೊಳ್ಳುತ್ತಿದ್ದೆ. ನನ್ನ ಪ್ರಕಾರ ಅದು 'ಚೀಪ್ ಅಂಡ್ ಬೆಸ್ಟ್'!

ಆದರೆ ಈ ಸಲೂನ್‌ನಲ್ಲಿ ಬೇಸರ ತರುತ್ತಿದ್ದ ಒಂದು ವಿಷಯವೆಂದರೆ, ನಮ್ಮ ದೇಶವನ್ನು ಬಹುವಾಗಿ ಕಾಡುತ್ತಿದ್ದ ವಿದ್ಯುತ್ ಕಡಿತ. ಇಪೋಂಗಾ ಎಲೆಕ್ಟ್ರಿಕ್ ಕ್ಲಿಪ್ಪರ್ ಹಿಡಿಯಲು ವಿದ್ಯುತ್ ಕಡಿತವು ಖಾತರಿ!

"ಓಹ್ ಕರೆಂಟ್ ಹೋಯಿತು. ಸ್ವಲ್ಪ ಹೊತ್ತಾದ ಮೇಲೆ ಬನ್ನಿ."

"ಆದರೆ."

ಏನೂ ಮಾಡುವ ಹಾಗಿರಲಿಲ್ಲ. ಮರಳಿ ದೀಪವು ಬರುವವರೆಗೂ ಕಾಯುತ್ತಾ ನಮ್ಮ ಕೆಲಸವನ್ನು ಮುಗಿಸಿಕೊಂಡು ಮನೆಗೆ ತೆರಳಬೇಕಿತ್ತು. ಇಲ್ಲವೇ ಮರುದಿನ ಬೆಳಗ್ಗೆ ಮತ್ತೆ ತಿರುಗಿ ಬರಬೇಕಿತ್ತು.

ನಮ್ಮ ಹೆತ್ತವರು ಒಮ್ಮೊಮ್ಮೆ ಕೈ ಖರ್ಚಿಗೆ ಹಣವನ್ನು ಕೊಡುತ್ತಿದ್ದರು. ಆಗ ಮಿಸ್ಟರ್ ಬಾಂಡಾನ ಅಂಗಡಿಯಲ್ಲಿ ಒಂದು ಫಾಂಟಾ ಅಥವಾ ಒಂದು ಮುಷ್ಟಿ ದಾಂಡಿಸಿಹಿ ತಿಂಡಿಯನ್ನು ಕೊಳ್ಳುತ್ತಿದ್ದೆವು. ಅದನ್ನು ಬಂಡಾ – ಡ್ರೂ ಲೀವರ್ ಉಪ್ಪು, ಕಾನ್‌ಜೆಕ್ಸ್

ಕೆಮ್ಮಿನ ಗುಳಿಗೆ, ಟಾಪ್ ಸೊಸೈಟಿ ಲಕ್ಷುರಿ ಲೋಷನ್, ಈಸಿ ಬ್ಲಾಕ್ ಹೇರ್ ಡೈ, ಲೈಫ್‌ಬಾಯ್ ಸೋಪಿನ ಬಾರು, ಕೌಬೆಲ್ ಹಾಲಿನ ಪುಡಿ... ಈ ಸಾಮಾನುಗಳ ಶೆಲ್ಫಿನ ಕೆಳಗೆ ಇಡುತ್ತಿದ್ದನು. ಈ ಅಂಗಡಿಯು ನಮ್ಮ ಖಾಯಂ ಖರೀದಿಯ ತಾಣವಾಗಿತ್ತು.

ನಮ್ಮ ಬಳಿ ಹಣವಿಲ್ಲದಿದ್ದಾಗ ಮಧ್ಯಾಹ್ನಗಳು ಹಸಿವಿನಿಂದಲೂ, ಹಗಲುಗನಸುಗಳಿಂದಲೂ ಸರಿದು ಹೋಗುತ್ತಿದ್ದವು. ಒಮ್ಮೊಮ್ಮೆ ಗೆಳೆಯರೆಲ್ಲರೂ ನಮ್ಮ ಹಣವನ್ನು ಒಟ್ಟುಗೂಡಿಸಿ ಕಾ-ಯೇನ್ಯ ಕಡೆಗೆ ಪ್ರಯಾಣ ಬೆಳೆಸುತ್ತಿದ್ದೆವು. ಅಲ್ಲಿ ಒಲೆಯ ಮೇಲೆ ದೈತ್ಯಾಕಾರದ ಬಾಣಲೆಯ ಕುದಿಯುವ ಎಣ್ಣೆಯಲ್ಲಿ ನಮ್ಮ ಮೆಚ್ಚಿನ ತಿನಿಸುಗಳು ತಯಾರಾಗುತ್ತಿದ್ದವು. ರುಚಿರುಚಿಯಾದ ಕರಿದ ಮಾಂಸಾಹಾರಿ ಖಾದ್ಯಗಳು ಮತ್ತು ಚಿಪ್ಸ್ ಕೆಲವೇ ಕ್ವಾಚಾಗಳಿಗೆ ದೊರೆತು ನಾವು ಚಪ್ಪರಿಸುವಂತಾಗುತ್ತಿತ್ತು.

"ಏನೇ ಹೇಳು ವಿಲಿಯಂ, ನಿನ್ನ ತಾಯಿ ಬಹಳ ಚೆನ್ನಾಗಿ ಅಡುಗೆಯನ್ನು ಮಾಡುತ್ತಾರೆ. ಆದರೆ ಅವರು ಇಲ್ಲಿಯಷ್ಟು ರುಚಿಯಾಗಿ ಮಾಡಲು ಸಾಧ್ಯವಿಲ್ಲ" ಗಿಲ್ಬರ್ಟ್ ತನ್ನ ಅನಿಸಿಕೆಯನ್ನು ತೋಡಿಕೊಳ್ಳುತ್ತಿದ್ದನು.

"ಹೌದು... ಖಂಡಿತ."

ಹಳ್ಳಿಯಲ್ಲಿ ಸೂರ್ಯಾಸ್ತದ ನಂತರದ ಸಮಯವು ನನಗೆ ಅಚ್ಚುಮೆಚ್ಚಾಗಿತ್ತು. ಆಗ ನನ್ನ ತಂದೆ ಮತ್ತು ದೊಡ್ಡಪ್ಪ (ತಂದೆಯ ಅಣ್ಣ ಮತ್ತು ಜೆಫ್ರಿಯ ತಂದೆ) ಜಾನ್, ಹೊಲದಿಂದ ದಿನದ ಕೆಲಸವನ್ನು ಮುಗಿಸಿಕೊಂಡು ಮನೆಗೆ ಬರುತ್ತಿದ್ದರು. ನನ್ನ ತಾಯಿ ಮತ್ತು ಅಕ್ಕ ಆನೀ ರಾತ್ರಿಯ ಅಡುಗೆಯ ಕೆಲಸದಲ್ಲಿ ನಿರತರಾಗಿರುತ್ತಿದ್ದರು. ಅಡುಗೆಯ ಪರಿಮಳವು ಮನೆಯ ತುಂಬಾ ಹರಡಿರುತ್ತಿತ್ತು. ನಾನು, ಜೆಫ್ರಿ ಇತರ ಸೋದರ ಸಂಬಂಧಿ ಮಕ್ಕಳು ಪ್ಲಾಸ್ಟಿಕ್ ಚೀಲಗಳನ್ನು ಬಾಲ್‌ನಂತೆ ಮಾಡಿಕೊಂಡು ಫುಟ್‌ಬಾಲ್ ಆಡುತ್ತಿದ್ದೆವು.

ಒಮ್ಮೊಮ್ಮೆ ಪಕ್ಕದ ಹಳ್ಳಿಯ ಕಡೆ ಹೋಗುತ್ತಿದ್ದ ರೈತರು ನಿಂತು "ಮಿಸ್ಟರ್ ಕಾಂಕ್ವಾಂಬಾ, ನಮ್ಮ ತೋಟದಲ್ಲಿ ಬೆಳೆದ ಟೊಮಾಟೊ ಸಸಿಗಳಿವೆ ಬೇಕೇ?" ಎಂದು ಪ್ರಶ್ನಿಸುತ್ತಿದ್ದರು. ನನ್ನ ತಂದೆ ಅವರ ಬಳಿ ಚೌಕಾಸಿ ಮಾಡಿ ಸಸಿಗಳನ್ನು ಕೊಂಡು ಮನೆಯ ಹಿತ್ತಲಿನಲ್ಲಿ ನೆಡುತ್ತಿದ್ದರು.

ಮಳೆಗಾಲದ ಸಮಯದಲ್ಲಿ ಮರಗಳಿಂದ ಮಾವಿನ ಹಣ್ಣುಗಳನ್ನು ಕಿತ್ತು ದೊಡ್ಡ ನೀರಿನ ಕೊಳಗದಲ್ಲಿ ಹಾಕಿರುತ್ತಿದ್ದೆವು. ಊಟವಾದ ಬಳಿಕ ಕೈಯೆಲ್ಲಾ ಮಾವಿನ ರಸವನ್ನು ಮಾಡಿಕೊಂಡು ಹಣ್ಣನ್ನು ಚೀಪುವುದೆಂದರೆ ನಮಗೆ ಖುಷಿಯೋ ಖುಷಿ! ಇನ್ನು ರಾತ್ರಿಯಾದರೆ ಅಪ್ಪ ನಮ್ಮೆಲ್ಲರನ್ನು (ಮಕ್ಕಳನ್ನು) ಒಗ್ಗೂಡಿಸಿ, ಸೀಮೆಎಣ್ಣೆಯ ದೀಪದ ಬೆಳಕಿನಲ್ಲಿ ಜಾನಪದ ಕತೆಗಳನ್ನು ಹೇಳುತ್ತಿದ್ದರು.

"ಹಶ್... ಶ್... ಶ್...ಎಲ್ಲರೂ ಸ್ವಲ್ಪ ಸುಮ್ಮನಿರಿ... ಗಲಾಟೆ ಮಾಡಬೇಡಿ... ನಿಮಗೆ ನಾನು ಚಿರತೆ ಮತ್ತು ಸಿಂಹದ ಕತೆ ಹೇಳಿದ್ದೀನಾ?"

"ಅಪ್ಪ, ಇನ್ನೊಂದು ಸರ್ತಿ ಹೇಳಪ್ಪ" ನಮ್ಮ ಗೋಗರೆತ!

"ಸರಿ, ಆಯಿತು. ಬಹಳ ದಿನಗಳ ಹಿಂದೆ ಇಬ್ಬರು ಹುಡುಗಿಯರು ಕಸುಂಗುವಿನಿಂದ

ವಿಂಬೆಗೆ ನಡೆದುಕೊಂಡು ಹೋಗುತ್ತಿದ್ದರಂತೆ. ಹಾಗೆ ಹೋಗುತ್ತಾ ಹೋಗುತ್ತಾ ಅವರಿಗೆ ದಾರಿಯಲ್ಲಿ ಸುಸ್ತಾಯಿತಂತೆ."

ನಾವೆಲ್ಲರೂ ನೆಲದ ಮೇಲೆ ಕುಳಿತು ಮೊಣಕಾಲನ್ನು ನಮ್ಮ ಎದೆಯ ಮುಂದೆ ಎರಡೂ ಕೈಗಳಿಂದ ಹಿಡಿದುಕೊಂಡು, ಅಪ್ಪ ಹೇಳುತ್ತಿದ್ದ ಪ್ರತಿಯೊಂದು ಶಬ್ದವನ್ನೂ ಆಸ್ಥೆಯಿಂದ ಕೇಳಿಸಿಕೊಳ್ಳುತ್ತಿದ್ದೆವು. ನನ್ನ ತಂದೆಗೆ ಅನೇಕ ಜಾನಪದ ಕತೆಗಳು ಗೊತ್ತಿದ್ದವು. ಅದರಲ್ಲಿ ನನಗೆ ಪ್ರಿಯವಾದದ್ದು ಈ ಚಿರತೆ ಮತ್ತು ಸಿಂಹದ ಕತೆ. ಅದರ ಸಾರಾಂಶವು ಹೀಗಿದೆ –

ಸುಸ್ತಾಗಿದ್ದ ಆ ಇಬ್ಬರು ಹುಡುಗಿಯರು ಸ್ವಲ್ಪ ಹೊತ್ತು ಮಲಗುವ ಯೋಚನೆಯನ್ನು ಮಾಡಿದರು. ಅವರಿಗೆ ಮಲಗಲು ನಿಶ್ಯಬ್ದವಾದ ಸ್ಥಳವೊಂದು ಬೇಕಿತ್ತು. ಸ್ವಲ್ಪ ಮುಂದೆ ಹೋಗಲು ಅವರಿಗೆ ಒಂದು ಮುದುಕನ ಮನೆಯು ಕಾಣಿಸಿತು. ತಾವು ಸ್ವಲ್ಪ ಹೊತ್ತು ವಿಶ್ರಾಂತಿಯನ್ನು ಪಡೆಯುವುದಾಗಿ ವಿನಂತಿಸಿಕೊಂಡರು. ಮುದುಕನು ಅಲ್ಲಿ ಅಂದು ರಾತ್ರಿ ಅವರಿಗೆ ತಂಗಲು ಅನುಮತಿಯನ್ನು ಕೊಟ್ಟನು. ಅವರಿಬ್ಬರೂ ಮಲಗಿ ನಿದ್ರಿಸಿದರು. ಮುದುಕನು ಮನೆಯ ಹೊರಬಾಗಿಲನ್ನು ಭದ್ರವಾಗಿ ಮುಚ್ಚಿ ದಟ್ಟವಾದ ಅರಣ್ಯದತ್ತ ಹೊರಟನು. ಅಲ್ಲಿ ತನ್ನ ಮೆಚ್ಚಿನ ಮಿತ್ರರಾದ ಚಿರತೆ ಮತ್ತು ಸಿಂಹವನ್ನು ಭೇಟಿ ಮಾಡಿದನು.

"ಮಿತ್ರರೇ, ಇಂದು ನಿಮಗೆ ಪುಷ್ಕಳವಾದ ಭೋಜನವು ಕಾದಿದೆ. ನನ್ನ ಹಿಂದೆಯೇ ಬನ್ನಿ."

"ಹಾಗೋ, ಈಗಲೇ ಬಂದೆವು... ನಡಿ."

ಇತ್ತ ಚಿರತೆ ಮತ್ತು ಸಿಂಹದ ಹರ್ಷಕ್ಕೆ ಪಾರವೇ ಇರಲಿಲ್ಲ. ಅತ್ತ ಇವರೆಲ್ಲ ಮನೆಯನ್ನು ಸೇರುವ ಹೊತ್ತಿಗೆ ಇಬ್ಬರು ಹುಡುಗಿಯರಿಗೆ ಎಚ್ಚರವಾಗಿ, ತಮ್ಮ ಪ್ರಯಾಣ ಮುಂದು ವರೆಸಲು ನಿರ್ಧರಿಸಿದರು. ಎಲ್ಲಿಯೂ ಮುದುಕನು ಕಾಣದಿರಲು, ಆತನ ಸಹಾಯಕ್ಕೆ ಧನ್ಯವಾದಗಳನ್ನು ಅರ್ಪಿಸಿ ಒಂದು ಚೀಟಿಯನ್ನು ಬರೆದಿಟ್ಟು ಹೊರಟರು. ಕೊನೆಗೂ ಮುದುಕ, ಸಿಂಹ, ಚಿರತೆ ಮನೆಯನ್ನು ತಲುಪಿದರು.

"ನೀವಿಬ್ಬರೂ ಇಲ್ಲಿಯೇ ಕಾಯುತ್ತಿರಿ; ನಾನು ಅವರನ್ನು ಕರೆತರುತ್ತೇನೆ" ಎಂದು ಮುದುಕನು ಮನೆಯ ಒಳಗೆ ಹೋದನು. ಅಲ್ಲಿ ನೋಡಲು ಹುಡುಗಿಯರು ಕಾಣಲಿಲ್ಲ. ಕೊನೆಗೆ ಅವರು ಬರೆದಿಟ್ಟು ಹೋಗಿದ್ದ ಚೀಟಿಯು ದೊರೆತು, ಹುಡುಗಿಯರು ಇಲ್ಲವೆಂದು ಅವನಿಗೆ ಖಾತ್ರಿಯಾಯಿತು. ಅತ್ತ ಹೊರಗೆ ಚಿರತೆ ಮತ್ತು ಸಿಂಹದ ಸಹನೆಯು ಮೀರುತ್ತಿತ್ತು.

"ಹೇ, ನಮ್ಮ ಆಹಾರವೆಲ್ಲಿ? ನಮ್ಮ ಬಾಯಲ್ಲಿ ನೀರೂರುತ್ತಿದೆ" ಎಂದು ಚಿರತೆಯು ಮುದುಕನಿಗೆ ಕೂಗಿ ಹೇಳಿತು.

"ಸ್ವಲ್ಪ ತಡಿ, ಅವರಿಬ್ಬರೂ ಇಲ್ಲಿಯೇ ಎಲ್ಲೋ ಇದ್ದಾರೆ. ಕರೆದು ತರುತ್ತೇನೆ."

ಹುಡುಗಿಯರು ಇಲ್ಲವೆಂದು ಗೊತ್ತಾದರೆ, ತನಗೆ ಉಳಿಗಾಲವಿಲ್ಲವೆಂದು ಮುದುಕನು ಅರಿತನು. ಮನೆಯ ಹಿಂದೆ ನೀರನ್ನು ತುಂಬಿಸಲು ಇಟ್ಟಿದ್ದ ದೊಡ್ಡ ಬುರುಡೆಯಲ್ಲಿ ಅವಿತು ಕುಳಿತನು. ಕಾದು ಕಾದು ಸುಸ್ತಾದ ಚಿರತೆ ಮತ್ತು ಸಿಂಹವು ಮನೆಯ ಒಳಗೆ ನುಗ್ಗಿದವು.

ಮುದುಕನು ತಮ್ಮನ್ನು ಮೋಸಗೊಳಿಸಿದ್ದಾನೆಂದು ಅವುಗಳಿಗೆ ಅರ್ಥವಾಯಿತು. ಕೊನೆಗೆ ಚಿರತೆಗೆ ಬುರುಡೆಯಲ್ಲಿ ಆತನ ಬಟ್ಟೆಯು ಗೋಚರಿಸಿತು. ಕೋಪದಿಂದ ಸಿಂಹ ಮತ್ತು ಚಿರತೆಯು ಮುದುಕನನ್ನು ಹೊರಗೆಳೆದು ಕೊಂದು ತಿಂದು ಹಾಕಿದವು. ನನ್ನ ತಂದೆ ಜೋರಾಗಿ ಚಪ್ಪಾಳೆ ತಟ್ಟುತ್ತಾ, ಕತೆ ಮುಗಿಯಿತೆಂದು ಸೂಚನೆಯನ್ನು ಕೊಟ್ಟರು. ನಂತರ ನಮ್ಮತ್ತ ತಿರುಗಿ, "ನಿಮ್ಮ ಮಿತ್ರರಿಗೆ ಹಾನಿಯನ್ನು ಬಯಸಿದರೆ ನಿಮಗೇ ಕೇಡಾಗುತ್ತದೆ. ಹಾಗಾಗಿ ಯಾವಾಗಲೂ ಎಲ್ಲರಿಗೂ ಒಳ್ಳೆಯದನ್ನೇ ಬಯಸಬೇಕು" ಎಂದು ನೀತಿಯನ್ನು ಹೇಳಿದರು.

"ಇನ್ನೊಂದು ಕತೆ... ಪ್ಲೀಸ್" ನಾವೆಲ್ಲಾ ಗೋಗರೆದೆವು.

"ಹಂ, ಸರಿ. ಹಾವು ಮತ್ತು ಕಾಡುಕೋಳಿಯ ಕತೆ?"

ಅಪ್ಪ ಕತೆಗಳನ್ನು ಸ್ವಾರಸ್ಯವಾಗಿ ಹೇಳುವುದರಲ್ಲಿ ನಿಸ್ಸೀಮರು. ಒಂದು ವೇಳೆ ಅವರು ಕತೆ ಹೇಳುವಾಗ ಮರೆತು ಹೋದರೂ ಅದಕ್ಕೊಂದು ಒಳ್ಳೆಯ ಮುಕ್ತಾಯವನ್ನು ಕೊಡುತ್ತಿದ್ದರು. ಅಪ್ಪನ ಜೀವನವೇ ಒಂದು ದೊಡ್ಡ ಕತೆ. ಅದನ್ನು ಮುಂದಿನ ಅಧ್ಯಾಯದಲ್ಲಿ ತಿಳಿಯೋಣ.

---

*ಗುಲೇವಾಂಕುಲು (Gule Wamkulu) – ರಹಸ್ಯವಾದ ನರ್ತಕರ ಗುಂಪು

*ಅಝುಂಗು (Azumgu) – ಬಿಳಿಯ ಜನರು

*ಮುಸದಾಬ್ವೆ (Musadabwe) – ಪ್ರಶ್ನೆಯನ್ನು ಕೇಳದೇ ಹೊರಟು ಬಾ

ಅಪ್ಪನ ಪೌರುಷ

ನನ್ನ ತಂದೆ 'ಟ್ರೆವೆಲ್' ತಮ್ಮ ತಾರುಣ್ಯದ ದಿನಗಳಲ್ಲಿ ತಕ್ಕ ಮಟ್ಟಿಗೆ ಹೆಸರುವಾಸಿಯಾಗಿದ್ದರು. ನಂತರ ಅವರು ನನ್ನ ತಾತ ಹಾಗೂ ಮುತ್ತಾತನಂತೆ ಕೃಷಿಯನ್ನು ಅಪ್ಪಿಕೊಂಡು ರೈತಾಪಿ ವರ್ಗಕ್ಕೆ ಸೇರಿದರು.

ಮಾಲಾವಿಯಲ್ಲಿ ಜನಿಸಿರುವ ಕಾರಣಕ್ಕೆ ಜನರು ಕೃಷಿಕರಾಗುತ್ತಾರೇನೋ, ಇಲ್ಲವೇ ನಮ್ಮ ದೇಶದ ಸಂವಿಧಾನದಲ್ಲಿ ಹಾಗೆಂದು ಬರೆದಿದೆಯೋ. ಇದ್ಯಾವುದೂ ಅಲ್ಲದೇ ಮೋಸೆಸ್‌ನಿಂದ ಬರೆದ ಶಾಸನವೇನೋ "ನಾವು ಭೂಮಿಯನ್ನು ಉಳದಿದ್ದರೆ ಮಾರುಕಟ್ಟೆಗೆ ಸಾಮಾನುಗಳನ್ನು ತಂದು ಮಾರುವ ವರ್ತಕರಷ್ಟೇ ಆಗುತ್ತೇವೆ". ನನ್ನ ತಂದೆಗೆ ಆದ ಅನುಭವವೂ ಅದೇ. ಅವರು ಕೃಷಿಯನ್ನು ನೆಚ್ಚಿಕೊಳ್ಳುವ ಮೊದಲು ವ್ಯಾಪಾರಕ್ಕಾಗಿ ಹುಚ್ಚನಂತೆ ಊರೂರು ಅಲೆಯುತ್ತಿದ್ದರು.

ಇದು ನಡೆದಿದ್ದು ನನ್ನ ತಂದೆ ದೋವಾ (ಮಸಿಟಲದ ಸಮೀಪ) ಎಂಬ ಚಿಕ್ಕ ಪಟ್ಟಣದಲ್ಲಿ ವಾಸವಿದ್ದಾಗ. ಎಪ್ಪತ್ತು–ಎಂಬತ್ತರ ದಶಕದಲ್ಲಿ ದೋವಾ ಒಂದು ರೀತಿ ರೋಮಾಂಚನಗೊಳಿಸುವ ಊರಾಗಿತ್ತು. ಯುವಕರು ಅಲ್ಲಿ ಒಂದಿಷ್ಟು ಹಣವನ್ನು ಸಂಪಾದಿಸುವ ಅವಕಾಶವಿತ್ತು. ನಮ್ಮ ದೇಶವು ಮೂವತ್ತು–ನಲವತ್ತು ವರ್ಷಗಳ ಕಾಲ, 'ಹತ್ಸಿಂಗ ಕಮುಝು ಬಂಡಾ' ಎಂಬ ಸರ್ವಾಧಿಕಾರಿಯ ವಶದಲ್ಲಿತ್ತು. ಮಾಲಾವಿಯಲ್ಲಿ ಬಂಡಾನ ಕತೆಯನ್ನು ಕೇಳಿಕೊಂಡೇ ನಾವೆಲ್ಲರೂ ಬೆಳೆದಿದ್ದೆವು. ಆತನು ತನ್ನ ತಾರುಣ್ಯದಲ್ಲಿ ಸಾವಿರಾರು ಮೈಲಿಗಳಷ್ಟು ದೂರವನ್ನು ಬರಿಗಾಲಿನಲ್ಲಿ ಕ್ರಮಿಸಿ, ದಕ್ಷಿಣ ಆಫ್ರಿಕಾದ ಚಿನ್ನದ ಗಣಿಗಳನ್ನು ತಲುಪಿದ್ದನು. ನಂತರ ಆತನಿಗೆ ಅಮೇರಿಕದ 'ಟೆನ್ನೆಸ್ಸಿ' ಮತ್ತು 'ಇಂಡಿಯಾನಾ' ವಿಶ್ವವಿದ್ಯಾಲಯಗಳ ವಿದ್ಯಾರ್ಥಿ ವೇತನವು ದೊರೆತು ವೈದ್ಯಕೀಯ ಪದವಿಯನ್ನು ಪಡೆದಿದ್ದನು. ಸ್ವಲ್ಪ ಕಾಲ ಇಂಗ್ಲೆಂಡಿನಲ್ಲಿ ವೈದ್ಯನಾಗಿ ಸೇವೆಯನ್ನು ಸಲ್ಲಿಸಿದ ಬಳಿಕ, ಆತ ಮಾಲಾವಿಗೆ ಬಂದು ನಮ್ಮನ್ನು ಬ್ರಿಟೀಷರ ಆಳ್ವಿಕೆಯಿಂದ ಮುಕ್ತಗೊಳಿಸಿದ. 1971ರಲ್ಲಿ ನಮ್ಮ ಸಂಸತ್ತು ಆತನಿಗೆ ಜೀವಿತಾವಧಿಗಾಗಿ 'ರಾಷ್ಟ್ರಪತಿ' ಪದವಿಯನ್ನು ಕೊಟ್ಟಿತು.

ಬಂಡಾ ಬಹಳ ಕಠಿಣ ವ್ಯಕ್ತಿಯಾಗಿದ್ದ. ಮಾಲಾವಿಯ ಪ್ರತಿಯೊಂದು ಅಂಗಡಿಯ ಗೋಡೆಗಳ ಮೇಲೆಯೂ ಆತನ ಭಾವಚಿತ್ರವನ್ನು ತೂಗು ಹಾಕಬೇಕಿತ್ತು. ಹೀಗೆ

ಮಾಡದಿದ್ದ ಪಕ್ಷದಲ್ಲಿ ವರ್ತಕರು ಕಠಿಣ ಶಿಕ್ಷೆಯನ್ನು ಎದುರಿಸಬೇಕಿತ್ತು. ಆತನ ಆಳ್ವಿಕೆಯ ಕಾಲವು ಭಯಾನಕ ಗೊಂದಲಗಳ ಗೂಡು. ಬಂಡಾ ಮಹಿಳೆಯರಿಗೆ ಪ್ಯಾಂಟ್ ಹಾಗೂ ಮಂಡಿಯ ಮೇಲೆ ಬಟ್ಟೆ ಧರಿಸುವುದನ್ನೂ, ಪುರುಷರಿಗೆ ಉದ್ದನೆಯ ಕೂದಲಿರುವುದನ್ನೂ ಖಂಡಿಸಿ ಜೈಲಿಗೆ ಕಳುಹಿಸುತ್ತಿದ್ದ. ಜನರು ಸಾರ್ವಜನಿಕವಾಗಿ ಚುಂಬಿಸುವುದನ್ನೂ ಹಾಗೂ ಚಲನಚಿತ್ರಗಳಲ್ಲಿ ಅಂತಹ ಸನ್ನಿವೇಶಗಳನ್ನು ಸಹ ನಿಷೇಧಿಸಲಾಗಿತ್ತು. ಬಂಡಾನ ಕಾರ್ಯ ವೈಖರಿಯನ್ನು ಪ್ರಜೆಗಳು ಖಂಡಿಸಿದರೆ, ಆತನ ಕಡೆಯ ಸಿಪಾಯಿಗಳು ಜನರನ್ನು ಜೈಲಿಗೆ ಹಾಕಿ ಹಿಂಸಿಸುತ್ತಿದ್ದರು.

ಇದೆಲ್ಲದರ ಹೊರತಾಗಿ, ವ್ಯಾಪಾರಿಗಳಿಗೆ ಉತ್ತೇಜನಕಾರಿ ಸನ್ನಿವೇಶವಿತ್ತು. ನನ್ನ ತಂದೆ ದಾರಿಯುದ್ದಕ್ಕೂ ಅವರಿವರಿಂದ ಉಚಿತವಾಗಿ ಪುಕ್ಕಟ್ಟೆ ಸವಾರಿಯನ್ನು ಪಡೆದು, ಹಳ್ಳಿಯಾಚೆಯ ಕೆರೆಯಿಂದ ಒಣಗಿದ ಮೀನುಗಳ ಕಟ್ಟನ್ನು ತರುತ್ತಿದ್ದರು. ಮಾರುಕಟ್ಟೆಯಿಂದ ಅಕ್ಕಿ ಮತ್ತು ಉಪಯೋಗಿಸಿದ ಬಟ್ಟೆ–ಬರೆಗಳನ್ನು ಹೊತ್ತು ಬರುತ್ತಿದ್ದರು. ಈ ಸಾಮಾನು ಗಳನ್ನು ದೋವಾ ಮಾರುಕಟ್ಟೆಯಲ್ಲಿ ಮಾರುತ್ತಿದ್ದರು. ಆ ಕತೆಯನ್ನು ಈಗಲೂ ನಾವು ನಮ್ಮ ತಂದೆಯಿಂದ ಕೇಳುತ್ತಿರುತ್ತೇವೆ.

ಮಾಲಾವಿ ಕೆರೆಯು ಜಗತ್ತಿನ ಅತ್ಯಂತ ದೊಡ್ಡ ಕೆರೆಗಳಲ್ಲಿ ಒಂದು. ಇದು ನಮ್ಮ ದೇಶದ ಪಶ್ಚಿಮದ ಅರ್ಧಕ್ಕೂ ಹೆಚ್ಚಿನ ಭಾಗವನ್ನು ಆಕ್ರಮಿಸುತ್ತದೆ. ಇದೆಷ್ಟು ದೊಡ್ಡದೆಂದರೆ ಇದರ ಅಲೆಗಳು ಸಾಗರದ ಅಲೆಗಳನ್ನು ನೆನಪಿಸುತ್ತವೆ! ನಾನು ಇದನ್ನು ಮೊದಲ ಬಾರಿ ಕಂಡಾಗ ನನಗೆ ಇಪ್ಪತ್ತು ವರ್ಷವಾಗಿತ್ತು. ನಮ್ಮ ಮನೆಯು ಈ ಕೆರೆಯ ದಂಡೆಯಿಂದ ಕೇವಲ ಎರಡು ಗಂಟೆಯ ಪ್ರಯಾಣವಷ್ಟೇ! ಮಾಲಾವಿ ಕೆರೆಯ ದಂಡೆಯಿಂದ ಕೊನೆ ಮೊದಲಿಲ್ಲದ ನೀರಿನ ಅಗಾಧತೆಯನ್ನು ಕಂಡಾಗ, ನನ್ನ ದೇಶದ ಬಗ್ಗೆ ಅಭಿಮಾನವು ತುಂಬಿ ಬರುತ್ತದೆ. ಒಮ್ಮೊಮ್ಮೆ ವ್ಯಾಪಾರಸ್ಥರು ನಕೋಟಕೋಟ ಮತ್ತು ಮಂಗೋಚಿ ಪಟ್ಟಣಗಳಿಗೆ, ಇಳಾಲ ಹಾಗೂ ಚಾನ್ಸಿಮೇಪಲ್ಸ್ ಹಡಗುಗಳಲ್ಲಿ ಪ್ರಯಾಣಿಸುತ್ತಿದ್ದರು. ಕೆರೆಯ ದಂಡೆಯಲ್ಲಿ ನನ್ನ ತಂದೆ ಇಸ್ಲಾಂ ಧರ್ಮಕ್ಕೆ ಸೇರಿದ ಯಾವೋ ಎಂಬ ಪಂಗಡದ ವರ್ತಕರೊಡನೆ ವ್ಯಾಪಾರದಲ್ಲಿ ತೊಡಗುತ್ತಿದ್ದರು. ಈ ಯಾವೋ ಜನಾಂಗವು ಮೊಜ಼ಾಂಬಿಕ್ ಕಡೆಯಿಂದ ಮಾಲಾವಿಗೆ ಬಂದು ನೆಲೆಸಿತ್ತು.

ಅರಬ್ಬರು ಇವರನ್ನು ಇಸ್ಲಾಂ ಧರ್ಮಕ್ಕೆ ಸೇರುವಂತೆ ಮನವೊಲಿಸಿದರು. ನಂತರ ನಮ್ಮ ಚೇವಾ ಜನರನ್ನು ಸೆರೆಹಿಡಿಯಲು ಬಳಸಿಕೊಂಡರು. ಯಾವೋ ಜನರು ನಮ್ಮ ಹಳ್ಳಿಗಳಿಗೆ ದಾಳಿಯಿಟ್ಟು ಪುರುಷರನ್ನು ಕೊಂದು, ಮಹಿಳೆಯರು ಮತ್ತು ಮಕ್ಕಳನ್ನು ದೋಣಿಯಲ್ಲಿ ಸಮುದ್ರದ ಕಡೆಗೆ ಸಾಗಿಸಿದರು. ಹೀಗೆ ಯಾವೋ ಗುಂಪಿಗೆ ಗುಲಾಮರಾದ ಜನರು ಮೂರು ತಿಂಗಳಿನಲ್ಲಿ ಸಮುದ್ರದೆಡೆ ಸಾವನ್ನಪ್ಪಿದರು.

ಸ್ಕಾಟ್‌ಲ್ಯಾಂಡ್‌ನ 'ಡೇವಿಡ್ ಲಿವಿಂಗ್' ಎಂಬ ಕ್ರೈಸ್ತ ಪಾದ್ರಿಯು ಇಲ್ಲದಿದ್ದರೆ, ನಮ್ಮ ಹಾಗೂ ಚೇವಾ ಜನರ ಬದುಕು ಮೂರಾಬಟ್ಟೆಯಾಗುತ್ತಿತ್ತೇನೋ! ಆತನು ಮಾಲಾವಿಯನ್ನು ವ್ಯಾಪಾರಕ್ಕಾಗಿ ಮುಕ್ತಗೊಳಿಸಲು ಶ್ರಮಿಸಿದನು. ಅನೇಕ ತರುಣ/

ತರುಣಿಯರ ವಿದ್ಯಾಭ್ಯಾಸಕ್ಕಾಗಿ ಶಾಲೆಗಳನ್ನು ತೆರೆಯಲು ಸಹಾಯ ಮಾಡಿದನು. ಜನರು ಹಣವನ್ನು ಸಂಪಾದಿಸಿ ಅವರ ಜೀವನದ ಮಟ್ಟದಲ್ಲಿ ಸುಧಾರಣೆ ಆಗುತ್ತಿದ್ದಂತೆ, ನಮ್ಮ ಹಾಗೂ ಯಾವೋ ಗುಂಪಿನ ನಡುವೆ ಇರುತ್ತಿದ್ದ ಕಾದಾಟವು ಕಡಿಮೆಯಾಯಿತು. ಈಗ ನಾವು ಹಾಗೂ ಯಾವೋ ಪಂಗಡದ ಜನರು ಸಹೋದರರಂತೆ ಇದ್ದೇವೆ. ನಿಜ ಹೇಳಬೇಕೆಂದರೆ ನನ್ನ ತಾಯಿ ಯಾವೋ ಜನಾಂಗಕ್ಕೆ ಸೇರಿದವರು.

ನನ್ನ ತಂದೆಯವರು, ದೊಡ್ಡ ಕೆರೆಯ ದಕ್ಷಿಣದ ತುದಿಯಲ್ಲಿದ್ದ ಮಂಗೋಚಿ ಎಂಬ ಚಿಕ್ಕ ಪಟ್ಟಣದ ಬಗ್ಗೆ ಅನೇಕ ಕತೆಗಳನ್ನು ಹೇಳುತ್ತಿದ್ದರು. ಆ ಕತೆಗಳು, ನಾನು ಪುಸ್ತಕದಲ್ಲಿ ಓದುತ್ತಿದ್ದ ಉತ್ತರ ಆಫ್ರಿಕಾದ ದೊಡ್ಡ ಬಜ್ಹಾರ್‌ಗಳನ್ನು ಹೋಲುತ್ತಿದ್ದವು.

ಮಂಗೋಚಿಯ ರಸ್ತೆಗಳು ಝಾಬಿಯಾ, ಮಾಲಾವಿ, ಟಾಂಜ಼ೇನಿಯಾ, ಮೊಝಾಂಬಿಕ್ ಈ ದೇಶಗಳಿಂದ ಬಂದ ಜನರಿಂದ ತುಂಬಿರುತ್ತಿತ್ತಂತೆ. ಅಲ್ಲಿ ವಿವಿಧ ಭಾಷೆಗಳು, ಮಾರಾಟಕ್ಕಿದ್ದ ಮಸಾಲೆ ಪದಾರ್ಥಗಳು, ಕರಿದ ಮೀನು, ಹುರಿದ ಜೋಳ, ಜನರ ಮೈಯಿಂದ ಜಿನುಗುತ್ತಿದ್ದ ಬೆವರಿನ ವಾಸನೆ... ಹೀಗೆ ಎಲ್ಲವೂ ಕಾಣಲು ಸಿಗುತ್ತಿತ್ತು. ಗಂಡಸರು ಹಣವನ್ನು ಮದ್ಯ ಸೇವನೆ, ದುಬಾರಿಯಾದ ಆಹಾರ, ವೇಶ್ಯೆಯರು ಇಂತಹ ಅನೇಕ ಮೋಜುಗಳಿಗಾಗಿ ಚೆಲ್ಲುತ್ತಿದ್ದರಂತೆ. ನನ್ನ ತಂದೆಯಿಂದ ಅನೇಕ ಬಾರಿ ಈ ಕತೆಗಳನ್ನು ಆಲಿಸಿದ್ದರೂ ನಾನು ದೊಡ್ಡವನಾಗಿ ಸ್ವತಃ ಕಣ್ಣಾರೆ ನೋಡುವವರೆಗೂ ನನಗದು ಅರ್ಥವಾಗಿರಲಿಲ್ಲ.

ಅನೇಕ ವರ್ತಕರು ಈ ರೀತಿಯ ಮೋಜುಗಳಲ್ಲಿ ಮೈಮರೆತು ತಮ್ಮ ಹಣವನ್ನೆಲ್ಲಾ ಕಳೆದುಕೊಳ್ಳುತ್ತಿದ್ದರು. ಹೀಗೆ ದಿವಾಳಿಯಾದ ಗಂಡಸರು ಕೊನೆಗೆ ತಮ್ಮ ಒಳ ಉಡುಪಿನಲ್ಲಿ ಓಡಿ ಹೋಗುತ್ತಿದ್ದರು ಎಂದು ನನ್ನ ತಂದೆ ನೆನಪಿಸಿಕೊಳ್ಳುತ್ತಾರೆ.

ಆಗಲೇ ಹೇಳಿದ್ದೆನಲ್ಲಾ, ನನ್ನ ತಂದೆ ಆಜಾನುಬಾಹು. ಅವರ ಆಕಾರ–ಗಾತ್ರಕ್ಕೆ ತಕ್ಕಂತೆ ಮದ್ಯಸೇವನೆಗೂ ಸೈರಣೆಯು ತುಸು ಹೆಚ್ಚೇ! ಒಮ್ಮೆ ಅವರು ತಮ್ಮ ಮಿತ್ರರೊಡನೆ ದೋವಾ ಸೆಂಟ್ರಲ್ ಗ್ರೋಸರಿಯಲ್ಲಿ ಸಂಜೆ ಐದು ಗಂಟೆಗೆ ಶುರು ಮಾಡಿದ ಮದ್ಯಸೇವನೆಯು, ರಾತ್ರಿ ಎರಡು ಗಂಟೆಯವರೆಗೂ ಮುಂದುವರೆದಿತ್ತು. ಆ ಹೊತ್ತಿಗೆ ನನ್ನ ತಂದೆ ಐವತ್ತಾರು ಬೀರ್ ಬಾಟಲ್ ಮುಗಿಸಿದ್ದರಂತೆ. ಹೀಗೆ ನಿರಂತರವಾದ ಕುಡಿತವು ಅವರನ್ನು ಇತರರೊಡನೆ ಮುಷ್ಟಿಕಾಳಗಕ್ಕೆ ಪ್ರೇರೇಪಿಸುತ್ತಿತ್ತು. ಕೆಲ ಸಮಯದ ನಂತರ ನನ್ನ ತಂದೆ ನಮ್ಮ ಊರಿನ ಪ್ರಸಿದ್ಧ ವರ್ತಕರಲ್ಲಿ ಒಬ್ಬರಾದರು. ತಮ್ಮ ವ್ಯಾಪಾರ ಚಾತುರ್ಯದಿಂದಲ್ಲ. ಕ್ರೇಟ್‌ಗಳಷ್ಟು ಬೀರ್ ಕುಡಿದು ಕಾದಾಟಕ್ಕಾಗಿ, ಶಕ್ತಿಶಾಲಿ ಎನಿಸಿಕೊಂಡಿದ್ದಕ್ಕಾಗಿ..

ಮಾಲಾವಿಯಲ್ಲಿ ಒಂದು ಹೇಳಿಕೆಯಿದೆ, "ಒಂದು ತಲೆಯಿಂದ ನೆತ್ತಿಯ ಮೇಲಿನ ಸೂರನ್ನು ಎತ್ತಲು ಸಾಧ್ಯವಿಲ್ಲ." ಆದರೆ ಇದ್ಯಾವುದೂ ನನ್ನ ತಂದೆಗೆ ಅನ್ವಯವಾಗಲಿಲ್ಲ ಬಿಡಿ!

ಪ್ರತಿ ವರ್ಷ ಜುಲೈ 6ರಂದು (ಬ್ರಿಟೀಷರಿಂದ ಪಡೆದ) ನಮ್ಮ ಸ್ವಾತಂತ್ರ್ಯ ದಿನವನ್ನಾಗಿ ಆಚರಿಸುತ್ತೇವೆ, ಅಮೇರಿಕೆಯ ನಮ್ಮ ಸಹೋದರರು 'ಜುಲೈ 4'ರಂದು ಸ್ವಾತಂತ್ರ್ಯ ದಿನವನ್ನಾಗಿ ಆಚರಿಸುವಂತೆ. ಅಂದು ದಿನವಿಡೀ ಸಂಗೀತ, ನೃತ್ಯ, ಮನರಂಜನೆಯು

ಕಾರ್ಯಕ್ರಮಗಳು ಇರುತ್ತವೆ. ಈ ಆಚರಣೆಯ ಮತ್ತೊಂದು ವಿಶೇಷವೆಂದರೆ ರುಚಿಯಾದ ಮಾಂಸಾಹಾರ ಖಾದ್ಯಗಳು.

ಇಂತಹ ಒಂದು ರಜೆಯ ದಿನದಂದೇ ರಾಬರ್ಟ್ ಘುಮುಲಾನಿ (ನಮ್ಮ ದೇಶದ ರೆಗ್ಗೆ ಸಂಗೀತದ ಪಿತಾಮಹ) ದೋವಾ ಜಿಲ್ಲೆಗೆ ಹಾಡಲು ಬಂದಿದ್ದರಂತೆ. ಆಗಿನ್ನೂ ನನ್ನ ತಂದೆ ಇಪ್ಪತ್ತೆರಡು ವರ್ಷದ ತರುಣ. ಆತನ ಕಾರ್ಯಕ್ರಮಕ್ಕೆ ಹೋಗಲು ನನ್ನ ತಂದೆಯೂ ನಿರ್ಧರಿಸಿದರಂತೆ. ಘುಮುಲಾನಿ ನನ್ನ ತಂದೆಯ ಮೆಚ್ಚಿನ ಗಾಯಕನಾಗಿದ್ದರು. ಆತನ ಹಾಡುಗಳಲ್ಲಿ ಬಡ ಜನರ ಕಷ್ಟಗಳ ಬಗ್ಗೆ ಕಾಳಜಿ, ನಮ್ಮ ಮಾಲಾವಿ ಕೆಂಪು ಮಣ್ಣಿನ ಸೊಗಡು ಇರುತ್ತಿತ್ತು. ಕಸುಂಗು, ಲಿಲೋಂಗ್ವೆ... ಇತರೆಡೆ ನಡೆದ ಆತನ ಕಾರ್ಯಕ್ರಮಗಳನ್ನು ನನ್ನ ತಂದೆ ನೋಡಿ ಆನಂದಿಸಿದ್ದರಂತೆ.

ಹೀಗೊಂದು ಸ್ವಾತಂತ್ರ್ಯ ದಿನಾಚರಣೆಯ ದಿನ ನಸುಕಿನಿಂದಲೇ ಘುಮುಲಾನಿಯ ಹಾಡುಗಳನ್ನು ಕೇಳಲು ಜನರು ಸಾಲುಗಟ್ಟಿ ನಿಂತಿದ್ದರಂತೆ. ನನ್ನ ತಂದೆ ಆ ಸ್ಥಳವನ್ನು ತಲುಪುವ ಹೊತ್ತಿಗೆ ಕಾರ್ಯಕ್ರಮವು ಪ್ರಾರಂಭವಾಗಿತ್ತು. ನನ್ನ ತಂದೆಗೆ ತಡೆಯಲಾಗದೇ ಒಳಗೆ ನುಗ್ಗಲು ಯತ್ನಿಸಿದರು. ಆದರೆ ಅಲ್ಲಿ ಅವರಂತೆ ಒಳಗೆ ಹೋಗಲು ಕಾಯುತ್ತಿದ್ದ ಜನರು ಉದ್ದನೆಯ ಸಾಲಿನಲ್ಲಿ ನಿಂತಿದ್ದರು. ನನ್ನ ತಂದೆ ಹಿಂದೆ ಮುಂದೆ ನೋಡದೇ ಜನರನ್ನು ತಳ್ಳುತ್ತಾ ಒಳಗೆ ಹೋಗಲು ಯತ್ನಿಸಿದಾಗ, ಅಲ್ಲಿದ್ದ ಪೊಲೀಸ್ ಅಪ್ಪನನ್ನು ತಡೆದರು. ಮೊದಲೇ ಕುಡಿದು ಅಮಲೇರಿದ್ದ ನನ್ನ ತಂದೆ ಕೆಂಡಾಮಂಡಲವಾದರಂತೆ. ಟಿಕೇಟ್ ಇದ್ದರೂ ಒಳಗೆ ಬಿಡದ ಪೊಲೀಸ್‌ನನ್ನು ಪಕ್ಕಕ್ಕೆ ತಳ್ಳಿ ಜನರ ಗುಂಪಿನಲ್ಲಿ ಸೇರಿಕೊಂಡಾಗಲೇ ಅವರ ಕೋಪ ತಣ್ಣಗಾಗಿದ್ದು.

ಅಲ್ಲಿ ಘುಮುಲಾನಿ ಹೆಗಲಿಗೆ ನೇತು ಹಾಕಿಕೊಂಡಿದ್ದ ಗಿಟಾರ್ ನುಡಿಸುತ್ತಾ ಹಾಡುತ್ತಿದ್ದರೆ, ಇನ್ನೊಂದೆಡೆ ಬೀರ್ ಮತ್ತು ಮಾಂಸಾಹಾರದ ಖಾದ್ಯಗಳ ಘಮಲು ತೇಲಿ ಬರುತ್ತಿತ್ತು. ಅಲ್ಲಿನ ವಾತಾವರಣವು ನನ್ನ ತಂದೆಯ ಉತ್ಸಾಹವನ್ನು ತಾರಕಕ್ಕೆ ಏರಿಸಿ ಅವರನ್ನು ನರ್ತಿಸುವಂತೆ ಪ್ರೇರೇಪಿಸಿತು. ಆತನ ಕೈಕಾಲುಗಳೆಲ್ಲ ಹಾರುವ ಮಿಡತೆಯಂತೆ ಆಕಾಶದಲ್ಲಿ ತೇಲುತ್ತಿದ್ದವು. ಮೈಮೇಲೆ ಎಚ್ಚರವಿಲ್ಲದೇ ನರ್ತಿಸುತ್ತಿದ್ದ ನನ್ನ ತಂದೆ ಕೊನೆಗೂ ಕಣ್ಣುಬಿಟ್ಟಾಗ ಸಂಗೀತವು ನಿಂತು ಹೋಗಿತ್ತು.

ಜನರೆಲ್ಲರೂ ನಿಶ್ಯಬ್ದವಾಗಿದ್ದರು. ಎಲ್ಲಕ್ಕಿಂತ ಮುಖ್ಯವಾಗಿ ನಮ್ಮ ದೇಶದ ಸಂಗೀತದ ಪಿತಾಮಹ ರಾಬರ್ಟ್ ಘುಮುಲಾನಿ ಅಪ್ಪಾಜಿಯನ್ನು ಕೋಪದಿಂದ ಕೆಕ್ಕರಿಸಿಕೊಂಡು ನೋಡುತ್ತಿದ್ದರು. ಅಪ್ಪನೆಡೆ ಬೆಟ್ಟು ತೋರಿಸುತ್ತಾ "ಈ ಕುಡುಕನಿಂದಾಗಿ ನನ್ನ ಕಾರ್ಯಕ್ರಮವು ಹಾಳಾಯಿತು. ಇವನನ್ನು ಇಲ್ಲಿಂದ ಕಿತ್ತೊಗೆಯಿರಿ" ಎಂದರು. ಅವರ ಜೊತೆಗೆ ಅಲ್ಲಿ ಸೇರಿದ್ದ ಜನರ ಗುಂಪೂ ದನಿಗೂಡಿಸಿತು, "ಹೌದು, ಇವನನ್ನು ಇಲ್ಲಿಂದ ಹೊರಹಾಕಿ."

ನನ್ನ ತಂದೆ ತಮ್ಮ ಪಾಡಿಗೆ ನರ್ತಿಸುತ್ತಾ ಆನಂದವಾಗಿದ್ದರು. ಆದರೆ ಅವರ ಮೆಚ್ಚಿನ ಸಂಗೀತಗಾರನಿಂದಲೇ ಎಲ್ಲರೆದುರು ಅಪಮಾನಕ್ಕೆ ಒಳಗಾಗಿದ್ದು ಅವರ ಸ್ವಾಭಿಮಾನವನ್ನು ಬಡಿದೆಬ್ಬಿಸಿತು.

"ಮಿಸ್ಟರ್ ಘುಮುಲಾನಿ, ಈ ಕಾರ್ಯಕ್ರಮಕ್ಕೆ ಬರಲು ನನಗೆ ಆಹ್ವಾನವಿದೆ. ಇತರ ಮಾಲಾವಿ ಪ್ರಜೆಗಳಂತೆ ನಾನೂ ಕೂಡ ನಮ್ಮ ಸ್ವಾತಂತ್ರ್ಯ ದಿನವನ್ನು ಆಚರಿಸುತ್ತಿದ್ದೇನೆ. ಇಲ್ಲಿ ನಾನೊಬ್ಬನೇ ಮದ್ಯವನ್ನು ಸೇವಿಸಿ ಬಂದಿಲ್ಲ. ಅಲ್ಲದೇ ಸಂಗೀತದಿಂದ ನಮ್ಮನ್ನು ಮನರಂಜಿಸುವುದಷ್ಟೇ ನಿಮ್ಮ ಕೆಲಸ" ಎಂದು ಹೇಳಿದರು. ಕೂಡಲೇ ಒಂದಿಷ್ಟು ಜನ ಪೊಲೀಸರು ನನ್ನ ತಂದೆಯನ್ನು ಸುತ್ತುವರೆದು ಅವರ ಮೇಲೆ ಹಠಾತ್ತನೇ ಆಕ್ರಮಣ ಮಾಡಿದರು. ಇದ್ದಕ್ಕಿದ್ದಂತೆಯೇ ಪೊಲೀಸರು ಒಬ್ಬೊಬ್ಬರಾಗಿ ಆಕಾಶದಲ್ಲಿ ಹಾರಾಡುತ್ತಾ, ಹಿಟ್ಟಿನ ಮೂಟೆಗಳಂತೆ ಒಂದು ಮೂಲೆಯಲ್ಲಿ ಬೀಳತೊಡಗಿದರು. ಉಳಿದಿದ್ದ ಒಬ್ಬ ಪೊಲೀಸ್‌ನನ್ನು ಅಪ್ಪ ಗೋಡೆಗೆ ಒರಗಿಸಿ ಗುದ್ದಲು, ನೆರೆದಿದ್ದ ಜನಸಮೂಹವು ಹರ್ಷೋದ್ಗಾರ ಮಾಡಿತು.

ಅಲ್ಲಿ ನಿಂತಿದ್ದ ದೈತ್ಯಾಕಾರದ ನನ್ನ ತಂದೆ ತಮ್ಮ ಮುಷ್ಟಿಗಳನ್ನು ತಿರುಗಿಸುತ್ತಾ, "ಹೂಂ ಇನ್ಯಾರು ಬರುತ್ತೀರಿ? ನಿಮ್ಮೆಲ್ಲರೊಡನೆ ನಾನು ಸೆಣಸಾಡಬಲ್ಲೆ" ಎಂದು ಕೂಗಿ ಹೇಳಿದರು. ಕೆಲವು ತರುಣರು ತಮ್ಮ ಅದೃಷ್ಟ ಪರೀಕ್ಷೆಯನ್ನು ಮಾಡಿದರೂ, ಅವರಿಗೆ ಪೊಲೀಸರಿಗೆ ಆದ ಸ್ಥಿತಿಯೇ ಒದಗಿ ಬಂದಿತು. ಸುಮಾರು ಅರ್ಧ ಗಂಟೆ ಹೀಗೆ ಕಾದಾಡಿದ ನನ್ನ ತಂದೆಯನ್ನು, ಅಲ್ಲಿನ ಪೊಲೀಸರಿಗೆ ಬಂಧಿಸಲು ಸಾಧ್ಯವಾಗಲಿಲ್ಲ. ಕೊನೆಗೂ ಸುಸ್ತಾದ ಅಪ್ಪ ತಾವೇ ಪೊಲೀಸರಿಗೆ ಒಂದು ಶರತ್ತಿನೊಂದಿಗೆ ಶರಣಾದರು, "ಅಂದು ಸ್ವಾತಂತ್ರ್ಯ ದಿನದ ವಿಶೇಷ ಭೋಜನವನ್ನು ಸವಿದ ನಂತರವೇ ಬಂಧಿಸಬೇಕೆಂದು." ತಾವು ಕಾನೂನನ್ನು ಗೌರವಿಸುತ್ತೇನೆಂಬ ಒಂದೇ ಕಾರಣದಿಂದ ಬಂಧನಕ್ಕೆ ಒಪ್ಪಿಕೊಂಡರು. ಅಂದು ರಾತ್ರಿ ಜೈಲಿನಲ್ಲಿಯೇ ಕಳೆದರಂತೆ.

ಹೀಗೆ ನನ್ನ ತಂದೆ ಹನ್ನೆರಡು ಜನರನ್ನು ಸದೆಬಡೆದ ಕತೆಯು ಬಹಳ ಜನಪ್ರಿಯ ವಾಯಿತಂತೆ. ಮಾರುಕಟ್ಟೆ ಮತ್ತು ವ್ಯಾಪಾರ ಕೇಂದ್ರದಲ್ಲಿ ಎಲ್ಲರೂ ನನ್ನ ತಂದೆಗೆ ಅಭಿನಂದನೆಗಳನ್ನು ಹೇಳುವವರೇ! ಕೆಲವು ರೌಡಿಗಳು, ಕಳ್ಳರು ಇದರ ಉಪಯೋಗವನ್ನು ಪಡೆಯಲು ಯತ್ನಿಸಿದರು.

"ನೋಡು ನೀನು ಬಹಳ ಶಕ್ತಿಶಾಲಿಯಾಗಿರುವೆ. ನಮಗೆ ಸಹಾಯವನ್ನು ಮಾಡಿದರೆ ನಾವಿಬ್ಬರೂ ಶ್ರೀಮಂತರಾಗಬಹುದು" ಹೀಗೆ ಕೆಲವು ಕೆಟ್ಟ ಜನರು ಪುಸಲಾಯಿಸಿದರು. ಆದರೆ ಹೀಗೆ ಅಡ್ಡದಾರಿಯನ್ನು ಹಿಡಿದು ಶ್ರೀಮಂತನಾಗುವುದು ನನ್ನ ತಂದೆಯ ಉದ್ದೇಶವಾಗಿರಲಿಲ್ಲ.

ದಿನಗಳು ಸರಿಯಲು ನನ್ನ ತಂದೆ ತಮ್ಮ ಗೆಳೆಯರ ಕಣ್ತಪ್ಪಿಸಿ, ಕ್ರಮೇಣ ಒಂದು ಹುಡುಗಿಯತ್ತ ಆಕರ್ಷಿತರಾದರು. ಆಕೆಯು ಪ್ರತಿದಿನವೂ ಮಾರುಕಟ್ಟೆಗೆ ಒಂದು ನಿರ್ದಿಷ್ಟ ಸಮಯದಲ್ಲಿ ಬರುತ್ತಿದ್ದಳು. ಕ್ಷಣಗಳಲ್ಲಿ ಆಕೆ ಗುಂಪಿನಲ್ಲಿ ಮರೆಯಾಗಿ, ತರಕಾರಿ ಮತ್ತು ಹಿಟ್ಟಿನ ಮೂಟೆಯೊಡನೆ ಬೆಟ್ಟದ ದಾರಿಯನ್ನು ಹಿಡಿದು ಮನೆಗೆ ಹೋಗುತ್ತಿದ್ದಳು. ಈ ಅತ್ಯಲ್ಪ ಕ್ಷಣಗಳು ನನ್ನ ತಂದೆಯ ಪಾಲಿಗೆ ಅಮೂಲ್ಯವಾಗಿದ್ದವು. ಆಕೆಗಾಗಿ ಪ್ರತಿದಿನವೂ ಎದುರು ನೋಡುವುದು ಅವರ ದಿನಚರಿಯಾಯಿತು.

ಆಕೆಯನ್ನು ಮಾತನಾಡಿಸುವುದು ಇರಲಿ, ಆಕೆಯ ಧ್ವನಿಯನ್ನೂ ನನ್ನ ತಂದೆ ಕೇಳಿರಲಿಲ್ಲವಂತೆ. ಆ ಹುಡುಗಿಯೇ... ನೀವು ಊಹಿಸಿದ್ದು ನಿಜ... ಆಕೆಯೇ ನನ್ನ ತಾಯಿ 'ಆಗ್ನೆಸ್'.

ಈ ಹೊತ್ತಿಗೆ ನನ್ನ ತಂದೆ ತಮ್ಮ ನಡತೆಯಲ್ಲೂ ಸ್ವಲ್ಪ ಬದಲಾವಣೆಯನ್ನು ತಂದುಕೊಂಡಿದ್ದರಂತೆ. ಮೊದಲಿನ ಜೋರು ಮತ್ತು ಒರಟುತನವು ಕಡಿಮೆಯಾಗಿತ್ತು. ನನ್ನ ತಾಯಿಗೂ ನನ್ನ ತಂದೆ ಆಕೆಯನ್ನು ಪ್ರತಿದಿನವೂ ದಿಟ್ಟಿಸಿ ನೋಡುವುದು ತಿಳಿದಿತ್ತು. ಆದರೆ ಬೇರೇನೂ ಮಾಡಲು ತೋಚದೇ ಆಕೆಯು ಅಕ್ಕ-ಪಕ್ಕ ಅಪ್ಪನ ಬಗ್ಗೆ ವಿಚಾರಿಸಿದರಂತೆ. ಆಶ್ಚರ್ಯವೆಂದರೆ ನನ್ನ ತಂದೆಯ ಕುಖ್ಯಾತಿಯೇ ಆಕೆಯ ಗಮನವನ್ನು ಸೆಳೆದಿತ್ತು. ನಮ್ಮ ಅಜ್ಜಿಯು ಅಮ್ಮನನ್ನು ಮಾರುಕಟ್ಟೆಗೆ ಕಳುಹಿಸುವುದನ್ನೇ ಆಕೆ ಕಾತರದಿಂದ ಕಾಯುತ್ತಿದ್ದರು. ಆದರೆ ನಮ್ಮ ತಂದೆ ಆಕೆಯನ್ನು ನೋಡಿದಾಗ ಆಕೆ ಎಲ್ಲಿಲ್ಲದ ಶ್ರೀಮದ್ಗಾಂಭೀರ್ಯವನ್ನು ಪ್ರದರ್ಶಿಸುತ್ತಿದ್ದರು. ಅಷ್ಟು ಸುಲಭವಾಗಿ ಅಪ್ಪನಿಗೆ ಅಮ್ಮ ಒಲಿಯಲಿಲ್ಲ ಬಿಡಿ!

ಒಬ್ಬರನ್ನೊಬ್ಬರು ಪ್ರತಿದಿನ ನೋಡುವುದು, ಮನೆಗೆ ತೆರಳುವುದು... ಇದು ಅನೇಕ ತಿಂಗಳುಗಳ ಕಾಲ ನಡೆಯಿತು. ನನ್ನ ತಂದೆ ಅಷ್ಟು ಬಲಶಾಲಿಯಾಗಿದ್ದರೂ, ಒಮ್ಮೆಯೂ ಮಾತನಾಡಿಸಲು ಧೈರ್ಯ ತೋರದಿರುವುದು ನನ್ನ ತಾಯಿಗೆ ಚಿಂತೆಗೀಡು ಮಾಡಿತು (ಅಪ್ಪನ ಪ್ರಕಾರ: ಅಮ್ಮನನ್ನು ಅವರು ಮಾತನಾಡಿಸಲು ಸಾಧ್ಯವಿರಲಿಲ್ಲ. ಏಕೆಂದರೆ, ಆಕೆಯು ದೂರದಲ್ಲಿ ಇರುತ್ತಿದ್ದಳಂತೆ. ಜೊತೆಗೆ ನನ್ನ ತಂದೆಯ ಪುಕ್ಕಲುತನವೂ ಸೇರಿತ್ತು!).

ಕೊನೆಗೆ ನನ್ನ ತಾಯಿಯೇ ಮೊದಲ ಹೆಜ್ಜೆ ಇಡಲು ನಿರ್ಧರಿಸಿದರು. ಒಂದು ದಿನ ತಾನು ಪ್ರತಿದಿನವೂ ಮನೆಗೆ ತೆರಳುವ ದಾರಿಯ ಬದಲು, ಅಪ್ಪ ಆಕೆಗಾಗಿ ಕಾಯುತ್ತಿದ್ದ ಅಂಗಡಿಯ ಸಮೀಪವೇ ಬಂದರು. ನನ್ನ ತಂದೆ ಇಷ್ಟು ಸನಿಹದಿಂದ ಎಂದೂ ನನ್ನ ತಾಯಿಯನ್ನು ನೋಡಿರಲಿಲ್ಲ. ಇದಕ್ಕಿಂತಲೂ ಒಳ್ಳೆಯ ಅವಕಾಶವು ಸಿಗಲಾರದು ಎನ್ನಿಸಿತೇನೋ. ಇರುವ ಧೈರ್ಯವನ್ನು ಒಟ್ಟುಗೂಡಿಸಿ ಆಕೆಗೆ, "ನೀನು ಜಗತ್ತಿನಲ್ಲಿಯೇ ನಾನು ಕಂಡ ಅತ್ಯಂತ ಸುಂದರವಾದ ಮಹಿಳೆ" ಎಂದು ಕೂಗಿ ಹೇಳಿದರಂತೆ.

ನನ್ನ ತಾಯಿ ಹಿಂದಿರುಗಿ ನೋಡಲು, ನನ್ನ ತಂದೆ ಸಮೀಪದಲ್ಲಿ ಆಕೆಯನ್ನು ತಬ್ಬಿಕೊಳ್ಳಲು ಸಿದ್ಧವಿರುವಂತೆ ತಮ್ಮ ತೋಳುಗಳನ್ನು ಚಾಚಿ ನಿಂತಿದ್ದರು. "ನಿನ್ನನ್ನು ಬಹಳ ಪ್ರೀತಿಸುತ್ತಿದ್ದೇನೆ. ನಿನ್ನನ್ನು ಮದುವೆಯಾಗಲು ಇಚ್ಛಿಸುತ್ತೇನೆ" ಎಂದು ಅಪ್ಪಾಜಿ ಹೇಳಿದಾಗ, ಅಮ್ಮನಿಗೆ ಕೈ-ಕಾಲುಗಳಲ್ಲಿ ನಡುಕವುಂಟಾಯಿತು. ಬೇರೇನೂ ಮಾಡಲು ತೋಚದೇ "ನನಗೆ ಇದರ ಬಗ್ಗೆ ಯೋಚಿಸಲು ಸಮಯ ಬೇಕು" ಎಂದಷ್ಟೇ ಹೇಳಿ ಓಡಿ ಹೋದರಂತೆ.

ಆದರೆ ನನ್ನ ತಂದೆ ಆಕೆಗೆ ಹೆಚ್ಚು ಸಮಯವನ್ನು ಕೊಡಲಿಲ್ಲ. ಅಂದು ಮಧ್ಯಾಹ್ನವೇ, ನಮ್ಮ ಅಜ್ಜಿಯ ಮನೆಗೆ ತೆರಳಿ ಪುನಃ ವಿವಾಹದ ಪ್ರಸ್ತಾಪವನ್ನು ಮಾಡಿದರು... ನಂತರ ಮರುದಿನವೂ ಸಹ...

ನನ್ನ ತಾಯಿಯ ಅಣ್ಣ, ಅಂದರೆ ನನ್ನ ಸೋದರ ಮಾವ 'ಬಕಿಲಿ'ಯೂ ವ್ಯಾಪಾರಸ್ಥರು. ಅವರಿಗೆ ಅಪ್ಪನ ಪೂರ್ವಾಪರವೆಲ್ಲಾ ತಿಳಿದಿತ್ತು. ಆತನು ನನ್ನ ತಾಯಿಗೆ – "ತಂಗಿ, ಈತನ ಚರಿತ್ರೆಯು ಚೆನ್ನಾಗಿಲ್ಲ. ಒಂದೋ ಇವನು ಜೈಲಿನ ಕಂಬಿಯನ್ನು ಎಣಿಸುತ್ತಾ ಇರುತ್ತಾನೆ. ಇಲ್ಲವೇ ಚೆನ್ನಾಗಿ ಕುಡಿದು ಎಲ್ಲರೊಡನೆ ಕಾದಾಡಲು ನಿಲ್ಲುತ್ತಾನೆ. ನಿನಗೆ ಒಳ್ಳೆಯ ಗಂಡನಾಗಲು ಇವನು ಯೋಗ್ಯನಲ್ಲ. ಯೋಚಿಸಿ ನೋಡು" ಎಂದು ಬುದ್ಧಿಮಾತನ್ನು ಹೇಳಿದರಂತೆ. ಅಮ್ಮನೋ ತನ್ನ ಅಣ್ಣನ ಮಾತನ್ನು ಕೇಳಲು ಬಡಪೆಟ್ಟಿಗೆ ಸಿದ್ಧರಿರಲಿಲ್ಲ.

"ಅಣ್ಣಯ್ಯ, ಇದರ ಬಗ್ಗೆ ನಾನು ತಲೆಕೆಡಿಸಿಕೊಳ್ಳುವುದಿಲ್ಲ. ಆತ ಬಲಶಾಲಿ ಮತ್ತು ನಾನು ಆತನನ್ನು ಪ್ರೀತಿಸುತ್ತೇನೆ" ಎಂದು ನನ್ನ ತಾಯಿ ತಮ್ಮ ನಿರ್ಧಾರವನ್ನು ತಿಳಿಸಿದರು.

ಬೇರೆ ದಾರಿಯು ಕಾಣದೇ ಬಕಿಲಿ ನನ್ನ ಅಜ್ಜಿಗೆ ಈ ವಿಷಯವನ್ನು ತಿಳಿಸಿದರಂತೆ (ನನ್ನ ಅಜ್ಜಿ 'ರೋಸ್' ಮಹಾನ್ ಗಟ್ಟಿಗಿತ್ತಿ. ಆಕೆ ತಮ್ಮ ಮನೆಯನ್ನು ಸ್ವತಃ ಕೈಯಾರೆ ಕಟ್ಟಿದ್ದರಂತೆ. ಮನೆಯ ಜೊತೆಗೆ ಇಟ್ಟಿಗೆಗಳನ್ನು ಸ್ವಂತವಾಗಿ ತಯಾರಿಸಿ, ಹೊಗೆಯ ಗೂಡನ್ನೂ ಅವರೇ ಕಟ್ಟಿದ್ದರು. ಇದು ಹೆಂಗಸರ ಪಾಲಿಗೆ ಸುಲಭದ ಮಾತಲ್ಲ ಬಿಡಿ). ಅಮ್ಮನ ಪ್ರೇಮದ ವಿಷಯವನ್ನು ತಿಳಿದ ನನ್ನ ಅಜ್ಜಿ–ತಾತ ನನ್ನ ತಾಯಿಯೊಡನೆ ವಾಗ್ವಾದಕ್ಕೆ ನಿಂತರು.

"ನಿಜ ಹೇಳು ಆಗ್ನೆಸ್ ನೀನು ಆತನನ್ನು ನಿಜವಾಗಿಯೂ ಪ್ರೀತಿಸುತ್ತೀಯಾ?"

"ಹೌದು... ನಿಜವಾಗಿಯೂ."

ನನ್ನ ಅಜ್ಜಿ ತಾತನಿಗೆ ಹೆಚ್ಚೇನೂ ಹೇಳಲು ಉಳಿದಿರಲಿಲ್ಲ. ಆರು ತಿಂಗಳ ಬಳಿಕ ನನ್ನ ತಂದೆ–ತಾಯಿ ಪತಿ–ಪತ್ನಿಯರಾದರು. ಮದುವೆಯಾದ ಒಂದು ವರ್ಷದಲ್ಲಿ ನನ್ನ ಅಕ್ಕ 'ಆನೀ' ಜನಿಸಿದಳು. ಆದರೆ ಅಪ್ಪನ ದಿನಚರಿಯಲ್ಲಿ ಏನೂ ಬದಲಾವಣೆಯಾಗಲಿಲ್ಲ. ಪ್ರತಿದಿನವೂ ಅವರು ಕುಡಿದು ಅಮ್ಮನೊಡನೆ ಜಗಳವಾಡುವುದು ಸಾಮಾನ್ಯ ಸಂಗತಿ ಯಾಯಿತು. ಇದು ನಮ್ಮ ಕುಟುಂಬದ ಪಾಲಿಗೆ ಬಹಳ ಕೆಟ್ಟ ಸಮಯ. ಇದರ ನಡುವೆ ಅಪ್ಪನ ಗೆಳೆಯರಲ್ಲಿ ಅನೇಕರು ಕುಡಿತದಿಂದ ಜೈಲಿಗೆ ಹೋಗುವುದು, ಅನಾರೋಗ್ಯದಿಂದ ಸಾವನ್ನಪ್ಪುವುದು ಅಥವಾ ಕಣ್ಮರೆಯಾಗುವುದು ಹೆಚ್ಚಾಯಿತು.

ದೋವಾದಲ್ಲಿ 'ರೆವರೆಂಡ್ JJ ಚಿಕನ್ಕೇನಿ' ಎಂಬ ಪ್ರಸಿದ್ಧ ಧರ್ಮೋಪದೇಶಕರಿದ್ದರು. ನಮ್ಮ ದೋವಾದ ಚರ್ಚ್ ಮತ್ತು ಸುತ್ತಮುತ್ತಲಿನ ಸುಮಾರು ಇಪ್ಪತ್ತೈದು ಪ್ರಾರ್ಥನಾ ಸ್ಥಳಗಳು ರೆವರೆಂಡ್ ಅವರ ಉಸ್ತುವಾರಿಯಲ್ಲಿತ್ತು. ನನ್ನ ತಂದೆಯ ಅಂಗಡಿಗೆ ಆತನು ಖಾಯಂ ಗಿರಾಕಿ. ಅಕ್ಕಿ, ಇತರ ದಿನಸಿಗಳನ್ನು ಕೊಳ್ಳಲು ಬಂದಾಗ, ನನ್ನ ತಂದೆಯೊಡನೆ ಹರಟೆ ಹೊಡೆಯುತ್ತಾ ನಿಲ್ಲುತ್ತಿದ್ದರು.

ಒಮ್ಮೆ ಹೀಗೆಯೇ ಭೇಟಿಯಾದಾಗ ಆತ ಅಪ್ಪಾಜಿಯ ಕಣ್ಣುಗಳನ್ನೇ ದಿಟ್ಟಿಸಿ ನೋಡಿದ ರೀತಿ, ನನ್ನ ತಂದೆಯ ಮನಸ್ಸನ್ನು ಕಲುಕಿತಂತೆ. "ಕಾಂಕ್ವಾಂಬಾ, ಭಗವಂತನು ನಿನ್ನನ್ನು ಪ್ರೀತಿಸುತ್ತಾನೆ. ಆದರೆ ನೀನು ಪ್ರತಿ ಬಾರಿ ಮದ್ಯಪಾನ ಮಾಡಿ ಇತರರೊಡನೆ ಕಾದಾಡಿ ತೊಂದರೆ ಮಾಡಿದರೆ, ದೇವರಿಗೆ ಎಂತಹ ನಿರಾಸೆಯಾಗುತ್ತದೆ ಗೊತ್ತಿದೆಯೋ?"

"ಧನ್ಯವಾದ ರೆವರೆಂಡ್. ಆದರೆ..."

"ಒಂದು ಒಳ್ಳೆಯ ಸುದ್ದಿ. ನೀನು ದೇವರಿಗೆ ನಿರಾಸೆ ಮಾಡಿದ್ದರೂ ಚಿಂತೆಯಿಲ್ಲ. ಆತನು ಕರುಣಾಮಯಿ, ನಿನ್ನನ್ನು ತನ್ನ ತೆಕ್ಕೆಗೆ ಕರೆದುಕೊಳ್ಳಲು ಕಾಯುತ್ತಿದ್ದಾನೆ."

ನನ್ನ ತಂದೆ ಸಾಕಷ್ಟು ವಿನಮ್ರತೆಯಿಂದ "ಧನ್ಯವಾದ ರೆವರೆಂಡ್, ನೀವು ಹೇಳಿದಂತೆ ಆಗಲಿ" ಎಂದರು.

ಇದಾದ ಕೆಲ ದಿನಗಳ ಬಳಿಕ ಅಪ್ಪ ಯಥಾ ಪ್ರಕಾರ ಪಬ್ ಒಂದರಲ್ಲಿ ಮದ್ಯವನ್ನು ಸೇವಿಸುತ್ತಿದ್ದರು. ಅಲ್ಲಿದ್ದ ಒಬ್ಬ ಗಿರಾಕಿಯು ಕಂಠಪೂರ್ತಿ ಬೀರ್ ಕುಡಿದು ನನ್ನ ತಂದೆಯ ಜೊತೆ ಜಗಳಕ್ಕೆ ನಿಂತನು. ಕೆಲ ಕ್ಷಣಗಳಲ್ಲಿಯೇ ಆತನ ಕಿವಿ, ಮೂಗು, ಬಾಯಿಯ ತುಂಬಾ ರಕ್ತದ ಓಕುಳಿ! ನನ್ನ ತಂದೆ ತಮ್ಮ ಹಳೆಯ ಚಾಳಿಯನ್ನು ಪುನಃ ಮುಂದುವರೆಸಿದ್ದರು. ತೀವ್ರ ಸ್ವರೂಪದ ಗಾಯಗಳಾಗಿದ್ದರಿಂದ ಪೊಲೀಸರು ನನ್ನ ತಂದೆಯನ್ನು ಬಂಧಿಸಿದರು.

ದೋವಾ ನಗರದ ಮುಖ್ಯ ಫಿರ್ಯಾದಿಯಾದ 'ಕಬಿಸಾ' ನಮ್ಮ ತಂದೆಯ ಅಂಗಡಿಗೆ ಖಾಯಂ ಗಿರಾಕಿ. ಈ ಸುದ್ದಿಯು ತಿಳಿದ ಕೂಡಲೇ ಆತ ನನ್ನ ತಂದೆಯನ್ನು ಜೈಲಿನಲ್ಲಿ ಭೇಟಿ ಮಾಡಿ ಬುದ್ಧಿ ಮಾತನ್ನು ಹೇಳಿದರು – "ಕಾಂಕ್ವಾಂಬಾ... ನಾನು ನಿನಗೆ ಇಂತಹ ತರಲೆ ಕೆಲಸಗಳಲ್ಲಿ ತೊಡಗಬೇಡ ಎಂದು ಹೇಳುತ್ತಲೇ ಬಂದಿರುವೆ. ಒಂದು ದಿನ ನೀನೇ ಸಾಯಬಹುದು ಅಥವಾ ಇತರರನ್ನು ನೀನು ಕೊಲ್ಲಬಹುದು. ನೀನು ನನ್ನ ಆತ್ಮೀಯ ಗೆಳೆಯ. ನನಗೆ ನಿನ್ನನ್ನು ಕಳೆದುಕೊಳ್ಳಲು ಇಷ್ಟವಿಲ್ಲ."

ಮತ್ತೆ ಮುಂದುವರೆಸುತ್ತಾ, "ನೀನು ಇಂದು ಕೋರ್ಟಿನ ವಿಚಾರಣೆಗೆ ಹೋಗಬೇಕಿತ್ತು ಅಲ್ಲವೇ? ನೀನು ಈ ಕೇಸ್ ಸೋತರೆ ಜೈಲಿಗೆ... ಅದೂ ಝಲೇಕಾ ಬಂಧೀಖಾನೆಗೆ ಹೋಗಬಹುದು. ನಿನಗೇ ತಿಳಿದಿದೆ... ಆ ಝಲೇಕಾ ಜೈಲಿನ ಸ್ಥಿತಿ. ನೀನು ತಿರುಗಿ ಜೀವಂತವಾಗಿ ಬರುವುದೂ ಕಷ್ಟವೇನೋ!"

ರೆವರೆಂಡ್ JJ ಮಾಡಿದಂತೆ 'ಕಬಿಸಾ' ನನ್ನ ತಂದೆಯ ಕಣ್ಣುಗಳನ್ನೇ ದಿಟ್ಟಿಸಿ ನೋಡುತ್ತಾ, ಅವರ ಹೃದಯವನ್ನು ಕಲುಕುವ ಪ್ರಯತ್ನವನ್ನು ಮಾಡಿದರು.

"ನನಗೆ ನಿನ್ನನ್ನು ಜೈಲಿಗೆ ಕಳುಹಿಸಲು ಇಷ್ಟವಿಲ್ಲ. ನೀನು ಎಷ್ಟೋ ಉತ್ತಮ ಕೆಲಸಗಳನ್ನು ಮಾಡಬಹುದು. ಈಗಲೇ ನಾನು ನಿನ್ನ ಕೇಸಿನ ಫೈಲುಗಳನ್ನು ಹರಿದು ಹಾಕಿ ನಿನ್ನನ್ನು ಬಿಡುಗಡೆಗೊಳಿಸಬಲ್ಲೆ. ಆದರೆ ನೀನು ನನಗೆ ಒಂದು ಮಾತನ್ನು ಕೊಡಬೇಕು."

"ಖಂಡಿತವಾಗಿಯೂ... ಏನಾದರೂ" ನನ್ನ ತಂದೆ ಉತ್ತರಿಸಿದರು.

"ನಿನ್ನ ಜೀವನವನ್ನು, ಆಲೋಚನೆಗಳನ್ನು ದೇವರ ಕಡೆ ತಿರುಗಿಸಿಕೋ."

"ಆಯಿತು, ಹಾಗೆಯೇ ಆಗಲಿ." ನನ್ನ ತಂದೆ ಜೈಲಿನ ವಾಸವನ್ನು ತಪ್ಪಿಸಿಕೊಳ್ಳಲು ಹಾಗೆ ಹೇಳಿದ್ದರೂ, ಕಬಿಸಾ ಅವರು ಹೇಳಿದ ಮಾತುಗಳು ಅಪ್ಪನ ತಲೆಯನ್ನು ಕೊರೆಯುತ್ತಲೇ ಇದ್ದವು. ಮರುದಿನ ನನ್ನ ತಂದೆಗೆ ಒಂದು ವಿಚಿತ್ರವಾದ ಕನಸು ಬಿದ್ದಿತು. ಕನಸಿನ ತುಂಬ ಕತ್ತಲೆಯೇ ತುಂಬಿತ್ತು. ಗಾಢಾಂಧಕಾರವು ಹೆಚ್ಚುತ್ತಲೇ ಹೋಯಿತಂತೆ.

ಅಪ್ಪಾಜಿಗೆ ತಾನು ಕುರುಡನಾಗಿದ್ದೇನೋ ಎಂದು ಭ್ರಮೆಯಾಯಿತು. ಎಷ್ಟೇ ಪ್ರಯತ್ನಿಸಿದರೂ ಎಚ್ಚರವಾಗಲಿಲ್ಲ. ಕೊನೆಗೆ ಸ್ವರ್ಗಲೋಕದಿಂದ ಒಂದು ಅಶರೀರವಾಣಿಯು ಕೇಳಿಸಿತು "ನೀನು ಮಾಡುತ್ತಿರುವ ಕೆಲಸವು ನಿನ್ನನ್ನು ವಿನಾಶದೆಡೆಗೆ ಒಯ್ಯುತ್ತಿದೆ. ನನಗೆ ಶರಣಾಗು." ನನ್ನ ತಂದೆಗೆ ಎಚ್ಚರವಾದಾಗ ಅವರ ಮೈಯೆಲ್ಲಾ ನಡುಗುತ್ತಿತ್ತು.

ಅವರಿಗೆ ಅಂದು ಬಿದ್ದ ಕನಸು ಮತ್ತು ವಾರದಲ್ಲಿ ಇಬ್ಬರಿಂದ ಸಿಕ್ಕ ಒಂದೇ ತೆರನಾದ ಉಪದೇಶವು ಅವರ ಕಣ್ತೆರೆಸಿತು. ಪಕ್ಕದಲ್ಲಿಯೇ ಮಲಗಿದ್ದ ನನ್ನ ತಾಯಿಯನ್ನು ಎಬ್ಬಿಸಿ "ಪ್ರೀತಿಯ ಪತ್ನಿ, ಇನ್ನು ಮುಂದೆ ನಾನು ಬದಲಾಗುತ್ತೇನೆ. ಧಾರ್ಮಿಕ ಹಾದಿಯಲ್ಲಿ ಹೆಜ್ಜೆಯಿಡುವ ಸಮಯ ಬಂದಿದೆ... ನನಗೆ ಈ ಸೂಚನೆಯು ದೊರೆತಿದೆ" ಎಂದರು.

ಮರುದಿನ ನನ್ನ ತಂದೆ ತಮ್ಮ ಅಂಗಡಿಯ ಕೆಲಸಕ್ಕೆ ತೆರಳುವ ಬದಲು, ಚರ್ಚಿಗೆ ಹೋಗಿ ರೆವರೆಂಡ್ JJಯವರನ್ನು ಭೇಟಿ ಮಾಡಿ, "ನೋಡಿ, ನಾನು ನೀವು ಹೇಳಿದಂತೆ ಬಂದಿದ್ದೇನೆ. ನಾನು ಧಾರ್ಮಿಕ ಪಥದಲ್ಲಿ ಹೆಜ್ಜೆಯಿಡಲು ಸಿದ್ಧನಿದ್ದೇನೆ" ಎಂದರು.

ನಮ್ಮ ತಾಯಿಗೋ ನನ್ನ ತಂದೆ ಒಮ್ಮೆಗೇ ಹೀಗೆ ಬದಲಾಗಿರುವುದು ನಂಬಲು ಕಷ್ಟವಾಯಿತು. ಅಪ್ಪ ಕೆಲಸದಿಂದ ರಾತ್ರಿ ಮನೆಗೆ ಬೇಗ ಬರುತ್ತಿದ್ದರು. ಜೊತೆಗೆ ಸಾಕಷ್ಟು ಹಣ, ಮಕ್ಕಳಿಗೆ ಔಷಧಿ, ಉತ್ತಮ ಆಹಾರ ಎಲ್ಲವೂ ಸಿಗಲಾರಂಭಿಸಿತು. ಆಕೆಗೋ ಅಚ್ಚರಿ ಮತ್ತು ಸಂತೋಷ. ಆದರೂ ನನ್ನ ತಂದೆ ರಾತ್ರಿ ಮನೆಗೆ ಬಂದಾಗ ಆತನ ಬಾಯಲ್ಲಿ ಮದ್ಯದ ವಾಸನೆಯಿದೆಯೇ? ಎಂದು ಪರೀಕ್ಷಿಸಲು ಮರೆಯುತ್ತಿರಲಿಲ್ಲ!

ನನ್ನ ತಂದೆ ಕೆಲಸದ ಓಡಾಟ ಮತ್ತು ವ್ಯಾಪಾರದಲ್ಲಿ ನಿರತರಾಗಿದ್ದಾಗ ನನ್ನ ದೊಡ್ಡಪ್ಪ 'ಜಾನ್' ಲಾಭದಾಯಕ ಉದ್ಯಮವನ್ನು ಕಟ್ಟಿದ್ದರು. ಅರವತ್ತು-ಎಪ್ಪತ್ತನೇ ದಶಕದಲ್ಲಿ ನಮ್ಮ ರಾಷ್ಟ್ರಪತಿ 'ಬಂಡಾ' ವಿಂಬೆ ಮತ್ತು ಕಸುಂಗುವಿನಲ್ಲಿ ದೊಡ್ಡ ದೊಡ್ಡ ಎಸ್ಟೇಟ್‌ಗಳನ್ನು ಅಭಿವೃದ್ಧಿಪಡಿಸಿದರು. ಆಗ ನಮ್ಮ ಊರಿನ ಜನರಿಗೆ ಕೆಲಸದ ಅವಕಾಶವು ಹೇರಳವಾಗಿತ್ತು. ನನ್ನ ದೊಡ್ಡಪ್ಪನಿಗೆ ಎಸ್ಟೇಟ್‌ಗಳಲ್ಲಿ ಸರಿಯಾದ ಕುಶಲತೆಯಿರುವ ಜನರ ಅವಶ್ಯಕತೆಯಿದೆ ಎಂದು ತಿಳಿಯಿತು. ಅವರು ಎಸ್ಟೇಟುಗಳಲ್ಲಿ ಅರ್ಹ ಕೆಲಸಗಾರರ ನೇಮಕಾತಿಗೆ ಮಧ್ಯವರ್ತಿಯಾದರು. ಜನರ ಆಯ್ಕೆಯಲ್ಲಿ ಅವರು ಎಂದೂ ಎಡವಲೇ ಇಲ್ಲ. ಹೀಗಾಗಿ ಅವರಿಗೆ ಎಸ್ಟೇಟುಗಳಿಂದ ಸಾಕಷ್ಟು ಹಣವು ಬರತೊಡಗಿತು.

ಸುಮಾರು ವರ್ಷ ಅವರು ಎಸ್ಟೇಟುಗಳಿಂದ ಚೆನ್ನಾಗಿ ಸಂಪಾದಿಸಿ, ಕೃಷಿ ಉತ್ಪನ್ನಗಳ ಆಮದಿನ ವ್ಯವಹಾರವನ್ನು ಪ್ರಾರಂಭಿಸಿದರು. ಮುಂದೆ ನಮ್ಮ ವಿಂಬೆಯ ನಾಯಕರಿಂದ ಐವತ್ತಾರು ಎಕರೆ ಭೂಮಿಯನ್ನು ಖರೀದಿಸಿ, ಅದರಲ್ಲಿ ಮೆಕ್ಕೆ ಜೋಳ ಮತ್ತು ತಂಬಾಕನ್ನು ಬೆಳೆಯತೊಡಗಿದರು. ದೊಡ್ಡಪ್ಪ ತಂಬಾಕು ಬೆಳೆಯಲು ಉತ್ತಮ ಗೊಬ್ಬರ ಬಳಸುತ್ತಿದ್ದುದರಿಂದ ಅವರ ಬೆಳೆಯೂ ಉತ್ಕೃಷ್ಟವಾಗಿತ್ತು. ಆತನ ಜಮೀನಿನಲ್ಲಿ ಕಳೆಯಾಗಲೀ, ಕೀಟಗಳಾಗಲೀ ಇರಲಿಲ್ಲ. ತಂಬಾಕಿನ ಎಲೆಗಳು ಬೆಳೆಯುತ್ತಿದ್ದಾಗ ಗಾಢವಾದ ಹಸಿರನ್ನು, ಒಣಗುತ್ತಿದ್ದಂತೆ

ಚಾಕೊಲೇಟಿನ ಹಾಗೆ ಕಂದು-ಕೆಂಪು ಬಣ್ಣಕ್ಕೆ ತಿರುಗುತ್ತಿದ್ದವು. ಹೀಗಾಗಿ ಅವರ ತಂಬಾಕಿನ ಬೆಳೆಗೆ ಲಿಲೋಂಗ್ವೆಯ ಹರಾಜಿನಲ್ಲಿ ದೊಡ್ಡ ಮೊತ್ತದ ಹಣವು ದೊರೆಯುತ್ತಿತ್ತು.

1989ನೇ ಇಸ್ವಿಯಲ್ಲಿ ನನಗೆ ಒಂದು ವರ್ಷ. ಆಗ ಕೆಲಸದ ನಿಮಿತ್ತ ದೋವಾ ನಗರಕ್ಕೆ ಬಂದಿದ್ದ ದೊಡ್ಡಪ್ಪ ನಮ್ಮ ಮನೆಗೂ ಬಂದಿದ್ದರು. ಅಂದು ರಾತ್ರಿ ಅಪ್ಪಾಜಿ ಮತ್ತು ದೊಡ್ಡಪ್ಪ ಹೊರಗೆ ಹೋಗಿದ್ದಾಗ ನನ್ನ ತಂದೆಗೆ ಹೇಳಿದರಂತೆ, "ನೀನು ಏಕೆ ಹಳ್ಳಿಗೆ ಬಂದು ನನ್ನ ಜೊತೆ ಕೃಷಿಯಲ್ಲಿ ತೊಡಗಬಾರದು? ಎಲ್ಲವೂ ಚೆನ್ನಾಗಿ ನಡೆಯುತ್ತಿದೆ."

"ಅಣ್ಣಾ ಯೋಚಿಸುತ್ತೇನೆ. ಆದರೆ ಈ ಕೃಷಿ... ಬೆಳೆ... ಬೆಳೆಯುವುದಕ್ಕೆಲ್ಲಾ ಬಹಳ ಸಮಯ ಬೇಕು. ನನಗೋ ಈ ನನ್ನ ವ್ಯಾಪಾರದ ಕೆಲಸ ಬಹಳ ಅಭ್ಯಾಸವಾಗಿಬಿಟ್ಟಿದೆ. ಈಗ ಹೊಸತನ್ನು ಹೇಗೆ ತಾನೇ ಶುರು ಮಾಡಲಿ?"

"ಹೆಚ್ಚು ಸಮಯ ಬೇಕು ನಿಜ. ಆದರೆ ನೀನು ಕಡಿಮೆ ಬಂಡವಾಳದಲ್ಲಿ ಚೆನ್ನಾಗಿ ಬೇಸಾಯವನ್ನು ಮಾಡಿದರೆ, ನಿನಗೆ ದೊಡ್ಡ ಲಾಭವೇ ಬರುತ್ತದೆ. ಈಗ ನನ್ನನ್ನೇ ನೋಡು, ತಂಬಾಕಿನ ಬೆಳೆಯಿಂದ ನನಗೆ ಅಪಾರ ಲಾಭವಾಗಿದೆ. ನೀನು ಅಕ್ಕಿ ಮಾರುವುದರಿಂದಾಗಲೀ ಅಥವಾ ಸೆಕೆಂಡ್ ಹ್ಯಾಂಡ್ ಬಟ್ಟೆಗಳನ್ನು ಮಾರುವುದರಿಂದಾಗಲೀ ತಿಂಗಳಿಗೆ ಐದು ಶೇಕಡಾ ಲಾಭವಿದೆಯಷ್ಟೇ?"

"ನಾಲ್ಕು ಶೇಕಡಾ " ಅಪ್ಪಾಜಿ ಉತ್ತರಿಸಿದರು. "ಹೌದು ಇದೇ ರೀತಿ ಮುಂದುವರೆದರೆ ಮಕ್ಕಳಿಗೆ ಉಣ್ಣಿಸಲೂ ನನ್ನ ಬಳಿ ಹಣವಿರುವುದಿಲ್ಲ."

"ತಮ್ಮಾ ನೀನು ನಮ್ಮ ಹಳ್ಳಿಗೆ, ಮನೆಗೆ ಮರಳಿ ಬಂದುಬಿಡು. ನಿನಗೆ ದೊಡ್ಡ ಅವಕಾಶವೇ ಕಾದಿದೆ."

ನನ್ನ ತಂದೆ ದೊಡ್ಡಪ್ಪನಿಗೆ ತಾನು ಮದ್ಯ ಸೇವಿಸುವುದನ್ನು ನಿಲ್ಲಿಸಿ ಧಾರ್ಮಿಕ ಹಾದಿ ಯಲ್ಲಿ ಸಾಗುತ್ತಿರುವುದಾಗಿ ತಿಳಿಸಿದರು.

"ಹಾಗಿದ್ದರೆ ಹೊಸದಾಗಿ ಎಲ್ಲವನ್ನೂ ಶುರು ಮಾಡಲು ಇದೇ ದೊಡ್ಡ ಸೂಚನೆ. ಇದನ್ನು ನೀನು ಪರಿಗಣಿಸು."

"ಆಯಿತು... ನೀನು ಹೇಳಿದ್ದು ನನಗೆ ಮನವರಿಕೆಯಾಯಿತು."

ಈ ಹೊತ್ತಿಗೆ ಅಪ್ಪ-ಅಮ್ಮನಿಗೆ ಅಕ್ಕ ಆನೀ, ನಾನು, ಅಯಿಶಾ ಜನಿಸಿದ್ದೆವು. ನನ್ನ ತಂದೆಗೆ ಹಳ್ಳಿಗೆ ತೆರಳಲು ಇದೇ ಉತ್ತಮ ಸಮಯವೆನಿಸಿತೇನೋ. ವಾರಗಳ ನಂತರ ಅಂಗಡಿ ಮಾರಿ ನಮ್ಮೆಲ್ಲ ಸಾಮಾನುಗಳನ್ನು ಗಂಟು-ಮೂಟೆ ಕಟ್ಟಿದರು. UTM (United Transport Malawi) ಬಸ್ ಮೇಲೆ ಸಾಮಾನುಗಳನ್ನು ಪೇರಿಸಿದೆವು. ಎಂಬೆಯಿಂದ ನಾಲ್ಕು ಗಂಟೆ ಕಾಲ ಪ್ರಯಾಣಿಸಿ ನಮ್ಮ ಹಳ್ಳಿಯನ್ನು ತಲುಪಿದೆವು. ಅಲ್ಲಿ ನಮ್ಮ ನೆಂಟರೆಲ್ಲರೂ ಸ್ವಾಗತವನ್ನು ಕೋರುತ್ತಾ, ನಮ್ಮ ಮಸಿಟಲ ಹಳ್ಳಿಯ ಮನೆಗೆ ಸಾಮಾನು ಸಾಗಿಸಲು ಸಹಕರಿಸಿದರು. ಇಲ್ಲಿಯೇ ನನ್ನ ತಂದೆ ರೈತನಾಗಿದ್ದು... ಮತ್ತು ನನ್ನ ಬಾಲ್ಯ ಶುರುವಾಗಿದ್ದು.

ನಾವು ಹಳ್ಳಿಯನ್ನು ತಲುಪಿದ ಕೆಲವೇ ದಿನಗಳಲ್ಲಿ ನಮ್ಮ ದೊಡ್ಡಪ್ಪ, ನನ್ನ ತಂದೆಗೆ ಒಂದು ಎಕರೆ ಭೂಮಿಯನ್ನು ಬಿಟ್ಟುಕೊಟ್ಟರು. ಇಲ್ಲಿ ನಾವು ಮಾರಾಟಕ್ಕಾಗಿ ಬರ್ಲಿ ತಂಬಾಕು, ಮೆಕ್ಕೆ ಜೋಳ ಹಾಗೂ ದಿನನಿತ್ಯಕ್ಕೆ ಬೇಕಾದ ತರಕಾರಿಗಳನ್ನು ಬೆಳೆಯಬಹುದಿತ್ತು. ಈಗ ನಮ್ಮ ದೊಡ್ಡಪ್ಪನಿಗೆ ಅವರ ತಂಬಾಕಿನ ಬಿತ್ತನೆಯಲ್ಲಿ ಅಪ್ಪನ ಸಹಾಯವು ಬೇಕಿತ್ತು.

ನನ್ನ ತಂದೆ ಕೋಳಿ ಕೂಗುವ ಮೊದಲೇ ಕಣಿವೆಯಲ್ಲಿದ್ದ ಹುಲ್ಲಿನ ಜೌಗು ಭೂಮಿಯ (ಇದನ್ನು ಡಾಂಬೊ ಎಂದು ಕರೆಯುತ್ತಾರೆ) ಕಡೆಗೆ ಧಾವಿಸಬೇಕಿತ್ತು. ತಂಬಾಕಿನ ಬೀಜಗಳು ಭೂಮಿಯ ಆಳಕ್ಕಿಳಿದು ಪೈರಾಗಲು ಸಾಕಷ್ಟು ನೀರು ಬೇಕು. ನೀರಿನ ಜೊತೆಗೆ, ತಂಬಾಕು ಬೀಜಗಳು ಉತ್ತಮ ದರ್ಜೆಯ ಬೆಳೆಯಾಗಲು ಫಲವತ್ತಾದ ಕಪ್ಪು ಮಣ್ಣು ಸಹ ಬೇಕು.

ತಂಬಾಕಿನ ಸಸಿಗಳ ಮಡುಗಳನ್ನು ಮಳೆಗಾಲಕ್ಕೆ ಕೊಂಚ ಮುನ್ನವೇ ಮಾಡಬೇಕು. ಇದು ಬಹಳ ಕಷ್ಟಕರವಾದ ಹಾಗೂ ಮೈಯೆಲ್ಲಾ ಕೆಸರನ್ನು ಮೆತ್ತಿಕೊಂಡು ಮಾಡುವ ಕೆಲಸ. ಸ್ವಲ್ಪ ದಿನಗಳಲ್ಲಿ ನನ್ನ ತಂದೆ ಬಸವಳಿದಿದ್ದರು. ಅವರಿಗೆ ದೋವಾದ ತಮ್ಮ ಅಂಗಡಿಯಲ್ಲಿ ಕುಳಿತು ಗೆಳೆಯರೊಡನೆ ಮತ್ತು ಗ್ರಾಹಕರೊಡನೆ ಹರಟೆ ಹೊಡೆಯುತ್ತಿದ್ದುದು, ಊಟಕ್ಕಾಗಿ ಒಂದು ಗಂಟೆಯ ಕಾಲ ಮನೆಗೆ ಬರುತ್ತಿದ್ದುದು, ಹಾಗೆಯೇ ಮಧ್ಯಾಹ್ನದ ನಿದ್ದೆ... ಎಲ್ಲವೂ ನೆನಪು ಬರಲಾರಂಭಿಸಿತು.

ಎಷ್ಟೋ ಬಾರಿ ಇವೆಲ್ಲಾ ಸಾಕು ನಾನಿನ್ನು ದೋವಾಗೆ ತೆರಳಿ ನನ್ನ ವ್ಯಾಪಾರವನ್ನು ಮುಂದುವರೆಸುತ್ತೇನೆ ಎಂದು ನಮ್ಮ ದೊಡ್ಡಪ್ಪನಿಗೆ ಹೇಳಲು ನಿರ್ಧರಿಸಿದರೂ, ಅವರಿಗೆ ಅದು ಸಾಧ್ಯವಾಗಲಿಲ್ಲ. ಏಕೆಂದರೆ ದೊಡ್ಡಪ್ಪ ಈ ವೃತ್ತಿಯಲ್ಲಿ ಚೆನ್ನಾಗಿ ದುಡಿದು ಸಂಪಾದಿಸಿ ರುವುದನ್ನು ನನ್ನ ತಂದೆ ನೋಡಿದ್ದರು. ಹಾಗಾಗಬೇಕೆಂದು ಹಗಲು-ರಾತ್ರಿಯೆನ್ನದೇ ಕಷ್ಟಪಟ್ಟು ದುಡಿಯುತ್ತಿದ್ದರು. ಒಮ್ಮೊಮ್ಮೆ ದೊಡ್ಡಪ್ಪ, ಅಪ್ಪ ಭೂಮಿಯಲ್ಲಿ ಹುದುಗಿ ಹೋದರೇನೋ ಎಂದು ಹುಡುಕಿಕೊಂಡು ಬರುತ್ತಿದ್ದರಂತೆ.

"ತಮ್ಮಾ... ಆರಾಮವಾಗಿ ಕೆಲಸ ಮಾಡು. ನಾಳೆಯೂ ನಿಧಾನವಾಗಿ ಮಾಡಬಹುದು, ಅವಸರವಿಲ್ಲ."

"ಇನ್ನು ಸ್ವಲ್ಪ ಹೊತ್ತು ಅಷ್ಟೇ."

ಅಪ್ಪನ ಮೈಯೆಲ್ಲಾ ಕೆಸರು ಮೆತ್ತಿಕೊಂಡು ಇರುತ್ತಿತ್ತು.

ದೊಡ್ಡಪ್ಪ ದೋವಾದಲ್ಲಿ ನನ್ನ ತಂದೆಯನ್ನು ಭೇಟಿ ಮಾಡಿದಾಗ ಅವರು ನಮ್ಮ ವಾಸ್ತವ್ಯದ ಬಗ್ಗೆ ಏನೂ ಹೇಳಿರಲಿಲ್ಲ. ಐದು ಜನರ ಸಂಸಾರಕ್ಕೆ ಒಂದು ಕೊಠಡಿಯ ಮನೆ ಬರಬರುತ್ತಾ ಚಿಕ್ಕದಾಗತೊಡಗಿತು. ಹತ್ತು ಗಂಟೆಗಳ ಕಾಲ ಬಿಸಿಲಿನಲ್ಲಿ ದುಡಿದು ಅಪ್ಪಾಜಿ ನಮ್ಮ ಹೊಸ ಮನೆಯನ್ನು ಕಟ್ಟುವುದರಲ್ಲಿ ತೊಡಗುತ್ತಿದ್ದರು. ಅನೇಕ ವಾರಾಂತ್ಯಗಳೂ ಇದರಲ್ಲೇ ಕಳೆದುಹೋಗುತ್ತಿದ್ದವು. ಮನೆಯನ್ನು ಕಟ್ಟಲು ಬೇಕಿದ್ದ ಇಟ್ಟಿಗೆಗಳನ್ನು ನನ್ನ ತಂದೆ ಸ್ವತಃ ತಾವೇ ತಯಾರಿಸುತ್ತಿದ್ದರು.

ಇಟ್ಟಿಗೆಗಳನ್ನು ಜೇಡಿಮಣ್ಣು ಮತ್ತು ಹುಲ್ಲಿನ ಮಿಶ್ರಣದಿಂದ ಮಾಡುತ್ತಿದ್ದರಂತೆ. ಜೇಡಿಮಣ್ಣನ್ನು ತರಲು ನನ್ನ ತಂದೆ ಹರಸಾಹಸ ಪಡಬೇಕಾಗುತ್ತಿತ್ತು. ಜಮೀನಿನ ಬಳಿ ದೊಡ್ಡ ದೊಡ್ಡ ಗುಂಡಿಗಳನ್ನು ಅಗೆದು ಅನೇಕ ಬಕೆಟ್ಟುಗಳಷ್ಟು ಮಣ್ಣನ್ನು ಹೊರಹಾಕುತ್ತಿದ್ದರಂತೆ. ನಂತರ ಮನೆಯನ್ನು ಕಟ್ಟುತ್ತಿದ್ದಲ್ಲಿಗೆ ಎರಡು ಕಿ.ಮೀ. ನಡೆದು ಮಣ್ಣನ್ನು ಒಯ್ಯುತ್ತಿದ್ದರಂತೆ. ಇಟ್ಟಿಗೆಗಳನ್ನು ಅಚ್ಚಿಗೆ ಹಾಕಿದ ನಂತರ ಚಾವಣಿಗೆ ಹೊದಿಸಲು ಬೇಕಾದ ಹುಲ್ಲನ್ನು ಸಂಗ್ರಹಿಸುವುದರಲ್ಲಿ ನಿರತರಾದರು.

ಚಾವಣಿಯ ಕೆಲಸವು ಒಂದು ಹಂತಕ್ಕೆ ಬಂದಾಗ ದೊಡ್ಡಪ್ಪ ತಮ್ಮ ಕೆಲಸದವರನ್ನು ಅಪ್ಪನ ಸಹಾಯಕ್ಕೆ ಕಳುಹಿಸಿದರು. ಆ ಹೊತ್ತಿಗಾಗಲೇ ನನ್ನ ತಂದೆ ಕಟ್ಟಡದ ಸುಮಾರು ಭಾಗವನ್ನು ಕಟ್ಟಿ ಮುಗಿಸಿದ್ದರು. ಎರಡು ತಿಂಗಳ ಬಳಿಕ ಎರಡು ಕೊಠಡಿಯ ಮನೆಯು ಎದ್ದು ನಿಂತಿತ್ತು. ನನ್ನ ತಂದೆಯ ಪ್ರಕಾರ ಇದು ಅವರು ಮಾಡಿದ್ದ ಅತ್ಯಂತ ಕಷ್ಟದಾಯಕ ಕೆಲಸವಾಗಿತ್ತು. "ಬಹಳ ಚೆನ್ನಾಗಿ ಮನೆಯನ್ನು ಕಟ್ಟಿರುವೆ. ಸುಂದರವಾದ ಮನೆ... ಪ್ರತಿಯೊಬ್ಬರಿಗೂ ಇಂತಹ ಮನೆಯೊಂದು ಬೇಕು." ದೊಡ್ಡಪ್ಪ ಶ್ಲಾಘಿಸಿದರು.

ಈ ಮನೆಯಲ್ಲಿ ನಾವು ಒಟ್ಟು ಏಳು ಜನರಾಗುವವರೆಗೂ ಇದ್ದೆವು. ನಂತರ ಈ ಮನೆಯೂ ಚಿಕ್ಕದೆನಿಸತೊಡಗಿತು. ಆಗ ನನ್ನ ತಂದೆ ಸಾಕಷ್ಟು ಹಣವನ್ನು ಸಂಪಾದಿಸಿದ್ದರಿಂದ, ಹೊಸ ಮನೆಯನ್ನು ಕಟ್ಟಲು ಕೆಲಸದವರನ್ನು ನೇಮಿಸಿದರು. ನನ್ನ ಮಲಗುವ ಕೋಣೆಯು ಸದಾ ಜಗಳ ಕಾಯುತ್ತಿದ್ದ ನನ್ನ ಸಹೋದರಿಯರಿಂದ ತಪ್ಪಿಸಿಕೊಳ್ಳಲು ಒಂದು ರಕ್ಷಣಾ ಕೋಟೆಯಾಯಿತು.

ನನ್ನ ಹೆತ್ತವರಿಗೆ ನಾನೊಬ್ಬನೇ ಗಂಡುಮಗ. ಹೀಗಾಗಿ ನನ್ನ ಅಕ್ಕ-ತಂಗಿಯರೊಡನೆ ಆಟ-ಪಾಠಗಳು ನನಗೆ ಕಷ್ಟವೆನಿಸುತ್ತಿತ್ತು. ನನ್ನದೇ ಆಲೋಚನೆಯಲ್ಲಿ ಸದಾ ಕೋಣೆಯಲ್ಲಿ ಇರುವುದು ನನಗೆ ಮೆಚ್ಚಿನ ಸಂಗತಿ. ನಾನು ದೊಡ್ಡವನಾಗುತ್ತಿದ್ದಂತೆ ಸದಾ ಹಗಲುಗನಸು ಕಾಣುವುದು, ಬಾಲ್ಯದ ದಿನಗಳಲ್ಲಿ ಕಲಿತ ಜಾನಪದ ಕತೆಗಳನ್ನು ನಮ್ಮ ಹೊಲದಲ್ಲಿ ನಡೆಯುತ್ತಿದ್ದ ಘಟನೆಗಳಿಗೆ ಹೋಲಿಸಿಕೊಂಡು ನನ್ನದೇ ಕಾಲ್ಪನಿಕ ಜಗತ್ತನ್ನು ಕಟ್ಟಿಕೊಳ್ಳುವುದು ನನ್ನ ದಿನಚರಿಯಾಯಿತು.

ನಮ್ಮ ದೊಡ್ಡಪ್ಪ, ಗಿಡಗಳನ್ನು ನೆಡಲು ಮತ್ತು ಕಟಾವಿನ ಸಮಯದಲ್ಲಿ ಸಹಾಯವನ್ನು ಮಾಡಲು 'ಮಿಸ್ಟರ್ ಫಿರಿ' ಎಂಬ ಬಲಶಾಲಿ ವ್ಯಕ್ತಿಯನ್ನು ನೇಮಿಸಿದ್ದರು. ಆತನು ಬಂದ ಮೇಲೆ ಭೂಮಿಯಲ್ಲಿ ಬೆಳೆದ ಕಳೆಗಳನ್ನು ಕೀಳಲು, ಮರಗಳನ್ನು ಬುಡಮೇಲು ಮಾಡಲು, ದೊಡ್ಡಪ್ಪ ಟ್ರಾಕ್ಟರ್‌ಗಳನ್ನು ಬಳಸಲೇ ಇಲ್ಲ. ಆತನೋ ನಿಜಕ್ಕೂ ಹನುಮಂತನೇ... ಮರದಿಂದ ಮರಕ್ಕೆ ನೆಗೆದು, ಅವುಗಳನ್ನು ಚಿಕ್ಕ ಕಳೆಯಂತೆ ಬುಡಮೇಲು ಮಾಡುತ್ತಿದ್ದನು.

ಎಲ್ಲರಿಗೂ ಫಿರಿಯ ಸಾಮರ್ಥ್ಯದ ರಹಸ್ಯ ಮ್ಯಾಂಗೊಲೋಮೇರಾ ಜಾದೂ ಗುಟುಕು ಎಂದು ತಿಳಿದಿತ್ತು. ನಮ್ಮ ಊರಿನ ಕೆಲವೇ ಮಾಂತ್ರಿಕರು ಈ ಔಷಧಿಯನ್ನು

ಕೊಡಬಲ್ಲವರಾಗಿದ್ದರು. ಸಿಂಹ ಮತ್ತು ಚಿರತೆಗಳ ಮೂಳೆಯನ್ನು ಸುಟ್ಟು ಅದರ ಮೆದು ಮಿಶ್ರಣಕ್ಕೆ ಕೆಲವು ಗಿಡ–ಮೂಲಿಕೆಗಳನ್ನು ಸೇರಿಸುತ್ತಿದ್ದರು. ನಂತರ ಚಿಕ್ಕ ಚಿಕ್ಕ ಗಾಯಗಳನ್ನು ಮಾಡಿ ರಕ್ತದೊಡನೆ ಈ ಔಷಧಿಯನ್ನು ಸೇರಿಸಲಾಗುತ್ತಿತ್ತು.

ಫಿರಿಯ ಶಕ್ತಿಗೆ ಇನ್ಯಾವುದೇ ಮನುಷ್ಯನು ಅಥವಾ ಪ್ರಾಣಿಯು ಸರಿಸಾಟಿಯಾಗಿರಲಿಲ್ಲ. ಒಮ್ಮೆ ಒಂದು ಕಪ್ಪು ಮಾಂಬಾ ಹಾವು ಆತನ ಕಾಲನ್ನು ಕಚ್ಚಲು ಅಣಿಯಾಗಿತ್ತು. ಫಿರಿ ಹೆದರಲಿಲ್ಲ. ಒಂದು ಹುಲ್ಲಿನ ಗರಿಕೆಯನ್ನು ತೆಗೆದುಕೊಂಡು, ಹಾವಿನ ಹಿಂಭಾಗದಲ್ಲಿ ಕಟ್ಟಿ ಅದನ್ನು ನಿಷ್ಕ್ರಿಯಗೊಳಿಸಿದನು. ನಂತರ ಅದರ ತಲೆಯನ್ನು ಹಿಡಿದು ಚಟ್ಟನೇ ಹಾವನ್ನು ಇಬ್ಭಾಗಿಸಿದನು. ಹೀಗೆ ಫಿರಿಯ ಬಲ–ಸಾಮರ್ಥ್ಯವು ಬೆಳೆಯುತ್ತಲೇ ಹೋಯಿತು. ಅವನಂತೂ ಸದಾ ಹೊಡೆದಾಡುವ ಮನೋಭಾವದಲ್ಲಿಯೇ ಇರುತ್ತಿದ್ದನು. ಹಾಗಾದಾಗಲೆಲ್ಲಾ ನನ್ನ ತಂದೆ ಮಧ್ಯಸ್ಥಿಕೆಯನ್ನು ವಹಿಸಬೇಕಿತ್ತು!

ಒಂದು ಮಧ್ಯಾಹ್ನ ನಾನು ಮನೆಯ ಮುಂದೆ ಆಟವಾಡುತ್ತಿದ್ದೆ. ನನಗೆ ಹೊಲದ ಕಡೆಯಿಂದ ಹೆದರಿಕೆ ಹುಟ್ಟಿಸುವಂತಹ ಸದ್ದು ಕೇಳಿಸಿತು. ಹೋಗಿ ನೋಡಲು ಫಿರಿ, ಜೇಮ್ಸ್‌ಎನ್ನುವ ಮತ್ತೊಬ್ಬ ಕೆಲಸಗಾರನೊಡನೆ ಕಾದಾಟಕ್ಕೆ ನಿಂತಿದ್ದನು. ಕಾರಣವಿಷ್ಟೇ... ಫಿರಿ ಜೇಮ್ಸ್‌ಗೆ ಸ್ವಲ್ಪ ಹಣವನ್ನು ಕೊಟ್ಟು ಕಸುಂಗುವಿನಿಂದ ಕೆಲವು ಸಾಮಾನುಗಳನ್ನು ತರಲು ಹೇಳಿದ್ದನು. ಜೇಮ್ಸ್‌ಅನಕ್ಷರಸ್ಥ. ಓದಲು, ಹಣವನ್ನು ಎಣಿಸಲು ಅವನಿಗೆ ಬರುತ್ತಿರಲಿಲ್ಲ. ಅಂಗಡಿಯವನು ಅವನ ಹಣವನ್ನೆಲ್ಲಾ ಕಿತ್ತುಕೊಂಡು ಕಳುಹಿಸಿದ್ದನು. ಇದೇ ಫಿರಿಯ ಕೋಪಕ್ಕೆ ಕಾರಣವಾಯಿತು.

ತಮಾಷೆಯೆಂದರೆ ಫಿರಿ ದಪ್ಪ ಮತ್ತು ಕುಳ್ಳಗಿನ ವ್ಯಕ್ತಿ. ಜೇಮ್ಸ್ ಉದ್ದನೆಯ ಮತ್ತು ಶಕ್ತಿಶಾಲಿ ಧಾಂಡಿಗ. ಇಬ್ಬರೂ ಒಬ್ಬರನ್ನೊಬ್ಬರು ಚೆನ್ನಾಗಿ ಗುದ್ದಿ–ತದುಕಲು ಶುರು ಮಾಡಿದರು. ಗಲಾಟೆ ಕೇಳಿ ಅಲ್ಲಿಗೆ ಬಂದ ನನ್ನ ತಂದೆ, ಜೇಮ್ಸ್‌ನ ಪ್ರಾಣ ಉಳಿಸಲು ಮುಂದಾದರು. ಮ್ಯಾಂಗೊಲೋಮೇರಾ ಔಷಧಿಯ ಪ್ರಭಾವವನ್ನು ಕಡಿಮೆ ಮಾಡುವುದು ಗೆಣಸಿನ ಹಸಿರು ಬಳ್ಳಿಗಳಿಂದ ಸಾಧ್ಯವಿತ್ತು (ನಿಮಗೆ ಗೊತ್ತಲ್ಲವೇ – "ಸೂಪರ್‌ಮ್ಯಾನ್ ಕೋರೈಸುವ ಹಸಿರು ಹರಳನ್ನು ಕಂಡ ತಕ್ಷಣ ನಿತ್ರಾಣನಾಗುತ್ತಾನೆ." ಹಾಗೆಯೇ ಮಾಂತ್ರಿಕ ಶಕ್ತಿಯುಳ್ಳ ಜನರು ಗೆಣಸನ್ನು ಕಂಡರೆ ನಿತ್ರಾಣರಾಗುತ್ತಾರೆ). ನನಗೆ ನಿಜವಾದ ಕಾರಣ ಈಗಲೂ ತಿಳಿದಿಲ್ಲ.

ಅಪ್ಪನನ್ನು ನೋಡಿದ ಕೂಡಲೇ ಫಿರಿ – "ಮಿಸ್ಟರ್ ಕಾಂಕ್ವಾಂಬಾ... ದಯವಿಟ್ಟು ಹಸಿರು ಬಳ್ಳಿಯನ್ನು ಕೊಡಿ... ನನಗೆ ಈತನನ್ನು ಕೊಲ್ಲಲು ಇಷ್ಟವಿಲ್ಲ..." ಎಂದು ಕೂಗಿದನು. ನನ್ನ ತಂದೆಗೆ ಎಲ್ಲಿಯೂ ಹಸಿರು ಬಳ್ಳಿಗಳು ಕಾಣಿಸಲಿಲ್ಲ. ತಕ್ಷಣವೇ ಅವರು ಫಿರಿಯನ್ನು ಗಟ್ಟಿಯಾಗಿ ಹಿಡಿದುಕೊಂಡರು. ಅವನನ್ನು ನಮ್ಮ ಮನೆಯ ತೋಟಕ್ಕೆ ಒಯ್ದು, ಕೈ–ಕಾಲುಗಳನ್ನು ಮರದ ಸೌದೆಗಳೊಂದಿಗೆ ಕಟ್ಟಿಹಾಕಿ ನಿಯಂತ್ರಣಕ್ಕೆ ತಂದರು. ಕೊನೆಗೂ ಫಿರಿ ಸುಸ್ತಾಗಿ ನೆಲದ ಮೇಲೆ ಕುಸಿದನು. ಮ್ಯಾಂಗೊಲೋಮೇರಾ ಪ್ರಭಾವವನ್ನು ತಡೆಹಿಡಿದ ಅಪ್ಪನನ್ನು ಕಂಡು ನನಗೆ ವಿಪರೀತ ಸಂತೋಷವಾಯಿತು. ಅಲ್ಲಿಯವರೆಗೂ ಅವರ ಶಕ್ತಿ–ಸಾಮರ್ಥ್ಯದ ಬಗ್ಗೆ ಕೇಳಿದ ಕತೆಗಳೆಲ್ಲವೂ ನಿಜವೆಂದು ಖಾತರಿಯಾಯಿತು.

ಮಾರನೇಯ ದಿನ ಫಿರಿ ಯಥಾ ಪ್ರಕಾರ ಕೆಲಸಕ್ಕೆ ಬಂದನು. ಆದರೆ ಜೇಮ್ಸ್‌ನ ಮುಖವೆಲ್ಲಾ ಊದಿಕೊಂಡು, ಆತ ಆ ವಾರವೆಲ್ಲ ಕೆಲಸದಿಂದ ರಜೆಯನ್ನು ಪಡೆಯಬೇಕಾಯಿತು. ಜೇಮ್ಸ್ ಚೆನ್ನಾಗಿ ಕಾದಾಡಿದ್ದರೂ ಫಿರಿಯ ಜಾದೂ ಗುಟುಕು ತನ್ನ ಕೈಚಳಕವನ್ನು ತೋರಿಸಿತ್ತು.

ಫಿರಿಗೆ 'ಶಬಾನಿ' ಎನ್ನುವ ಪುಟ್ಟ ಸೋದರಳಿಯನಿದ್ದನು. ಅವನು ತಾನೇ ನಿಜವಾದ ಸಿಂಗಂಗಾಎಂದೂ, ಮತ್ತು ತಾನು ಮ್ಯಾಂಗೋಲೋಮೇರಾ ಶಕ್ತಿಯನ್ನು ಹೊಂದಿರುವುದಾಗಿ ಎಲ್ಲರೆದುರೂ ಕೊಚ್ಚಿಕೊಳ್ಳುತ್ತಿದ್ದನು. ಗಿಲ್ಬರ್ಟ್ ಮತ್ತು ನನಗೆ ಅನೇಕ ಬಾರಿ ಅವನು ಹೇಳುವುದೆಲ್ಲಾ ಬೊಗಳೆಯೆನಿಸುತ್ತಿತ್ತು. ಏಕೆಂದರೆ ಶಬಾನಿ ನಮ್ಮಂತೆಯೇ ಚಿಕ್ಕ ಹುಡುಗ. ಅವನು ಕೊಚ್ಚಿಕೊಳ್ಳುವಂತೆ ಬಲಶಾಲಿಯೂ ಆಗಿರಲಿಲ್ಲ. ಆದರೆ ಅವನ ಮಾತುಗಳೆಲ್ಲವೂ ಆತನು ದೊಡ್ಡ ಪೈಲ್ವಾನ್ ಎನ್ನುವಂತಿರುತ್ತಿತ್ತು. ಶಬಾನಿ ಶಾಲೆಗೆ ಹೋಗದೇ ತನ್ನ ಮಾವನೊಡನೆ ಹೊಲದಲ್ಲಿ ದುಡಿಯುತ್ತಿದ್ದನು.

ನನಗಾಗ ಒಂಬತ್ತು ವರ್ಷ. ನಾನು ಬಹಳ ಶಕ್ತಿವಂತನೂ ಆಗಿರಲಿಲ್ಲ. ಸಾಕರ್ ನನಗೆ ಪ್ರಿಯವಾದ ಆಟವಾಗಿದ್ದರೂ, ಪ್ರತಿ ಪಂದ್ಯದ ಮುಂಚೆ ಪೆಟ್ಟು ಮಾಡಿಕೊಂಡು ತೆಪ್ಪಗಿರುತ್ತಿದ್ದೆ. ಕಾರಣವಿಷ್ಟೇ... ಪುಂಡ ಹುಡುಗರು ನನ್ನನ್ನು ಹಿಂಬಾಲಿಸಿ ಶಾಲೆಯ ಆವರಣದಲ್ಲಿ ಪೆಟ್ಟು ಮಾಡಿ ಹೋಗುತ್ತಿದ್ದರು. ನನಗಿದು ಅತ್ಯಂತ ಅಪಮಾನದ ಸಂಗತಿಯಾಗಿತ್ತು.

ಒಂದು ದಿನ ನನ್ನ ಶಾಲೆಯ ಕತೆಗಳನ್ನು ಕೇಳುತ್ತಿದ್ದ ಶಬಾನಿ – "ಪ್ರತಿ ದಿವಸ ಪುಂಡ ಹುಡುಗರ ಬಗ್ಗೆ ಚಾಡಿ ಹೇಳುತ್ತಾ ಇರುತ್ತೀಯ. ನನಗೆ ಕೇಳಿ ಕೇಳಿ ಸುಸ್ತಾಗಿದೆ. ನಿನಗೆ ನಾನು ಮ್ಯಾಂಗೋಲೋಮೇರಾ ಕೊಡುತ್ತೇನೆ. ನೀನು ಅದನ್ನು ಕುಡಿದರೆ ಶಾಲೆಯಲ್ಲಿ ಎಲ್ಲರಿಗಿಂತಲೂ ಬಲಶಾಲಿಯಾಗಬಹುದು. ಎಲ್ಲರನ್ನೂ ಹೆದರಿಸಬಹುದು" ಎಂದನು.

ಬಲಶಾಲಿಯಾಗುವ ಜೊತೆಗೆ ಅತಿಶಯವಾದ ಶಕ್ತಿಗಳನ್ನು ಹೊಂದುವುದು ನನ್ನ ಮೆಚ್ಚಿನ ಹಗಲುಗನಸಾಗಿತ್ತು. ನನಗೆ ಫುಟ್‌ಬಾಲ್ ಆಟದಲ್ಲಿ ರಾಕೆಟ್ ಲಾಂಛನದಂತಹ ಕಾಲುಗಳು ಇರಬೇಕು. ಎದುರಾಳಿಗಳು ನನ್ನನ್ನು ಮುಟ್ಟಿದಾಗ ಅವರಿಗೆ ವಿದ್ಯುತ್ ಶಾಕ್ ಹೊಡೆಯುವಂತಹ ಅನುಭವವು ಆಗಬೇಕು ಎಂದೆಲ್ಲಾ ನನ್ನ ಕಲ್ಪನೆಯಾಗಿತ್ತು. ನನ್ನ ತಂದೆಗೆ ನಾವು ಈ ಮಾಂತ್ರಿಕ ವಿದ್ಯೆಗಳಲ್ಲಿ ತೊಡಗುವುದು ಒಂದು ಚೂರೂ ಇಷ್ಟವಾಗುತ್ತಿರಲಿಲ್ಲ. ಆದರೆ ಶಬಾನಿಯ ಒತ್ತಡಕ್ಕೆ ನಾನು ಮಣಿದು ಮ್ಯಾಂಗೋಲೋಮೇರಾ ತೆಗೆದುಕೊಳ್ಳಲು ಒಪ್ಪಿದೆ.

"ನಾವು ಅದನ್ನು ಜೆಫ್ರಿ ಮನೆಯ ಹಿಂದೆ ಇರುವ ಬ್ಲೂಗಮ್ ಮರಗಳ ಬಳಿ ಮಾಡೋಣ. ಇನ್ನೊಂದು ಗಂಟೆಯಲ್ಲಿ ನನ್ನನ್ನು ಭೇಟಿ ಮಾಡು. ಜೊತೆಗೆ ಇಪ್ಪತ್ತು ತಂಬಾಲ ತೆಗೆದುಕೊಂಡು ಬಾ" ಶಬಾನಿ ನನಗೆ ಆಜ್ಞಾಪಿಸಿದ.

ನಾನು ಮುಂದಿನ ಒಂದು ಗಂಟೆಯಲ್ಲಿ, ಕಾಡಿನಲ್ಲಿ ಶಬಾನಿಗಾಗಿ ಕಾಯುತ್ತಾ ಕುಳಿತಿದ್ದೆ. ಕೊನೆಗೂ ಮರಗಳ ನಡುವಿನಿಂದ ಬಂದ ಶಬಾನಿ ನಾನು ಸಿದ್ಧವೇ ಎಂದು ಕೇಳಿದ.

"ನಾನು ರೆಡಿ."

"ಕುಳಿತುಕೋ."

"ಮೊದಲು ನಿನ್ನ ಎಡಗೈಯಿಂದ ಶುರು ಮಾಡುವ."

"ಆಯಿತು."

ಶಬಾನಿ ತನ್ನ ಚೀಲದಿಂದ ಚಿಕ್ಕ ಬೆಂಕಿಪೊಟ್ಟಣವನ್ನು ಹೊರತೆಗೆದು "ಇದರಲ್ಲಿ ಸಿಂಹ ಮತ್ತು ಚಿರತೆಯ ಮೂಳೆಗಳ ಭಸ್ಮ ಮತ್ತು ಗಿಡ ಮೂಲಿಕೆಗಳ ಮಿಶ್ರಣವಿದೆ" ಎಂದನು.

ಮತ್ತೊಂದು ಪೊಟ್ಟಣವನ್ನು ಹೊರತೆಗೆದು ಅದರಲ್ಲಿನ ಕಪ್ಪು ಬೂದಿಯ ಜೊತೆ ಇತರ ಔಷಧಿಯನ್ನು ಸೇರಿಸುತ್ತಾ, "ಈ ಕಪ್ಪು ಪದಾರ್ಥವು ಎಲ್ಲೆಡೆ ಸುಲಭವಾಗಿ ಸಿಗುವುದಿಲ್ಲ. ಇದು ಸಮುದ್ರದ ಆಳದಲ್ಲಿ ಮಾತ್ರ ಸಿಗುತ್ತದೆ!" ಎಂದ.

"ಹೌದೇ... ನೀನು ಹೇಗೆ ತಂದೆ?"

"ಓಹ್... ನಾನು ಎಲ್ಲರಂತೆ ಸಾಮಾನ್ಯ ಹುಡುಗನಲ್ಲ. ನಾನು ಅದನ್ನು ಸಮುದ್ರದ ಆಳದಿಂದ ತಂದೆ."

"ಹೌದಾ, ಸರಿ."

ಶಬಾನಿ ಹಠಾತ್ತನೇ ರೇಜ಼ರನ್ನು ಹೊರತೆಗೆದು ನನ್ನ ಎಡಗೈಯ ಬೆರಳಿನ ಗೆಣ್ಣಿನ ಮೇಲೆ ಕೊರೆದ. "ಆಆಹ್‌ಹ್..." ನಾನು ಜೋರಾಗಿ ನೋವಿನಿಂದ ಕಿರುಚಿದೆ.

"ಅಲ್ಲಾಡದೇ, ಅಳದೇ, ಸುಮ್ಮನೆ ನಿಲ್ಲು. ನೀನು ಅತ್ತರೆ ಈ ಔಷಧಿಯು ಕೆಲಸ ಮಾಡುವುದಿಲ್ಲ."

"ನಾನು ಅಳುತ್ತಿಲ್ಲ."

ಒಂದೊಂದಾಗಿ ನನ್ನ ಬೆರಳಿನ ಗೆಣ್ಣುಗಳೆಲ್ಲಾ ರಕ್ತವನ್ನು ತೊಟ್ಟಿಕ್ಕುತ್ತಾ ಊದಿಕೊಂಡವು. ಶಬಾನಿಯು ಗಾಯಗಳಿಗೆ ತನ್ನ ಔಷಧಿಯ ಪುಡಿ–ಮಿಶ್ರಣವನ್ನು ಮೆತ್ತತೊಡಗಿದ. ನನ್ನ ಎರಡೂ ಕೈಗಳಿಗೆ ಶಬಾನಿಯ ಆಪರೇಷನ್ ಮುಗಿದಾಗ ನಾನು ನೆಮ್ಮದಿಯ ಉಸಿರನ್ನು ಬಿಟ್ಟೆ.

"ಶಬಾನಿ, ನೋಡು ನಾನು ಅಳಲಿಲ್ಲ... ನಿನಗೆ ಇದು ಕೆಲಸ ಮಾಡುತ್ತದೆ ಎಂದು ಖಾತರಿ ಇದೆ ತಾನೇ?"

"ಓಹ್ ಖಂಡಿತವಾಗಿ ಇದು ಕೆಲಸ ಮಾಡುತ್ತದೆ."

"ಯಾವಾಗ? ಯಾವಾಗ ನನಗೆ ಶಕ್ತಿ ಬರುತ್ತದೆ?"

ಒಂದು ಕ್ಷಣ ತಡೆದು ಅವನು ಹೇಳಿದನು, "ಇದಕ್ಕೆ ನೀನು ಮೂರು ದಿವಸ ಸಮಯವನ್ನು ಕೊಡಬೇಕು. ನಿನ್ನ ರಕ್ತನಾಳದಲ್ಲಿ ಇದು ಸಂಚರಿಸಿ ಹೋಗಬೇಕು. ಅದಾದ ನಂತರ ನಿನಗೇ ಗೊತ್ತಾಗುತ್ತದೆ."

"ಮೂರು ದಿನ?"

"ಹೌದು. ಏನಾದರೂ ಮಾಡಿಕೋ. ಆದರೆ ಓಕ್ರಾ (ಬೆಂಡೆಕಾಯಿ) ಮತ್ತು ಗೆಣಸನ್ನು ತಿನ್ನಬೇಡ."

"ಆಯಿತು, ನನಗೆ ನೆನಪಿನಲ್ಲಿ ಇರುತ್ತದೆ" ನಾನೆಂದೆ.

"ಕೊನೆಗೆ, ಈ ವಿಷಯವನ್ನು ಯಾರಿಗೂ ಹೇಳಬೇಡ" ಶಬಾನಿ ಎಚ್ಚರಿಕೆ ಕೊಟ್ಟ.

ನಾನು ಕಾಡಿನಿಂದ ಹೊರಗೆ ಬಂದಾಗ ನನ್ನ ರಕ್ತಸಿಕ್ತವಾದ ಕಪ್ಪಗೆ ಊದಿಕೊಂಡಿದ್ದ ಕೈಗಳು ಮರದ ತೊಲೆಯಂತೆ ಭಾರವೆನಿಸತೊಡಗಿದವು. ನೋವಿದ್ದರೂ ನನ್ನ ಮನಸ್ಸಿನಲ್ಲಿ ಒಂದು ರೀತಿಯ ಆತ್ಮವಿಶ್ವಾಸವು ತುಂಬಿತ್ತು. ಅಂದು ಸಂಜೆ ನಾನು ನನ್ನ ಕೋಣೆಯಲ್ಲಿಯೇ ಅವಿತುಕೊಂಡಿದ್ದೆ. ಯಾರೊಟ್ಟಿಗೂ ಮಾತನಾಡಲಿಲ್ಲ. ಹಾಸಿಗೆಯಲ್ಲಿ ಬಿದ್ದುಕೊಂಡಾಗ ನಾನಿನ್ನು ದೊಡ್ಡ ಬಲಶಾಲಿ ಮನುಷ್ಯಎಂದುಕೊಂಡೇ ನಿದ್ದೆಗೆ ಜಾರಿದ್ದೆ.

ಮೂರು ದಿನಗಳು ಕಳೆಯುವ ಹೊತ್ತಿಗೆ ಸಾಕುಸಾಕಾಯಿತು. ಆದರೆ ನನಗೆ ಬೇಸಿಗೆ ರಜೆ ಇದ್ದುದರಿಂದ ದೋವಾ ಪಟ್ಟಣದಲ್ಲಿದ್ದ ಅಜ್ಜಿ-ತಾತನ ಮನೆಗೆ ಹೊರಟಿದ್ದೆ. ಹೀಗಾಗಿ ನನ್ನ ಶಕ್ತಿಯನ್ನು ಪರೀಕ್ಷಿಸಲು ಇದು ಒಳ್ಳೆಯ ಅವಕಾಶವಾಗಿತ್ತು. ಮೂರು ದಿನಗಳು ಮೂರು ಯುಗದಂತೆ ಭಾಸವಾದವು. ಅಜ್ಜಿ-ತಾತನನ್ನು ಕಂಡರೆ ನನಗೆ ಪ್ರೀತಿಯಿದ್ದರೂ ಅಲ್ಲಿ ಸಮಯವನ್ನು ಕಳೆಯಲು ಬಹಳ ಕಷ್ಟವಾಗುತ್ತಿತ್ತು. ಜೊತೆಗೆ ಅಜ್ಜಿ ನನಗೆ ಸದಾ ಒಂದಲ್ಲ ಒಂದು ಕೆಲಸವನ್ನು ಹೇಳುತ್ತಲೇ ಇರುತ್ತಿದ್ದರು.

ನಾಲ್ಕನೇಯ ದಿನ ಮುಂಜಾನೆ ನಾನು ಎದ್ದಾಗ, ನನಗೆ ಏನೋ ಒಂದು ರೀತಿ ಹೊಸದಾದ ಅನುಭವ! ನನ್ನ ತೋಳುಗಳು ಹಗುರವೆನ್ನಿಸತೊಡಗಿತ್ತು. ಹೊರಗೆ ಹೋಗಿ ರಸ್ತೆಯಲ್ಲಿ ನನ್ನ ವೇಗವನ್ನು ಪರೀಕ್ಷಿಸಲು ಮುಂದಾದೆ. ಹಿಂದೆಂದಿಗಿಂತಲೂ ನನ್ನ ವೇಗ ಹೆಚ್ಚಾಗಿದೆ ಎನ್ನಿಸಿತು.

ಅಂದು ಮಧ್ಯಾಹ್ನ ನನ್ನ ಸೋದರಮಾವ 'ಮಾಡಾ' ನನ್ನನ್ನು ಜಿಲ್ಲಾ ಮಟ್ಟದ ಸಾಕರ್ ಪಂದ್ಯಕ್ಕೆ ಕರೆದೊಯ್ದರು. ನಾನೋ, ನನ್ನ ಬಲವನ್ನು ಪರೀಕ್ಷಿಸುವ ಉದ್ದೇಶದಿಂದ ಹೊರಟೆ. ಅಂದಿನ ಪಂದ್ಯವಿದ್ದುದು 'ದೋವಾದ ಜಿಲ್ಲಾ ಕೃಷಿ ಕೇಂದ್ರ' ಮತ್ತು 'ದೋವಾ ಜಿಲ್ಲಾ ಆರೋಗ್ಯ ಕೇಂದ್ರ' ತಂಡಗಳ ನಡುವೆ. ಅಂದುಕೊಂಡಂತೆ ಕ್ರೀಡಾಂಗಣವು ತುಂಬಿ ತುಳುಕುತ್ತಿತ್ತು. ಒಂದು ಬದಿಯಲ್ಲಿ ಮಹಿಳೆಯರು ಮಕ್ಕಳನ್ನು ನೋಡಿಕೊಳ್ಳುತ್ತಲೂ, ಮತ್ತೊಂದೆಡೆ ಪುರುಷರು/ಬಾಲಕರು ಸಿಗರೇಟ್ ಸೇದುತ್ತಾ, ಶಿಳ್ಳೆ ಹೊಡೆದು... ಗಲಾಟೆ ಮಾಡುವುದು ಕಂಡಿತು.

ನನಗೋ ಅಂದಿನ ಪಂದ್ಯದಲ್ಲಿ ಎಳ್ಳಷ್ಟೂ ಆಸಕ್ತಿ ಇರಲಿಲ್ಲ. ಜನರ ಗುಂಪಿನೆಡೆಗೆ ಒಮ್ಮೆ ಕಣ್ಣಾಡಿಸಿದೆ. ಇನ್ನೊಂದು ತುದಿಯಲ್ಲಿ ನನ್ನದೇ ವಯಸ್ಸಿನ ಬಾಲಕನೊಬ್ಬನು ಪಿಚ್‌ನ ಬಳಿ ಒಬ್ಬನೇ ನಿಂತಿರುವುದನ್ನು ನೋಡಿದೆ. ಜನರ ಗುಂಪನ್ನು ಭೇದಿಸಿಕೊಂಡು ಆ ಹುಡುಗನ ಕಡೆಗೆ ಹೋಗುವಾಗ, ಅವನ ಬರಿಗಾಲನ್ನು ನನ್ನ ಚಪ್ಪಲಿಯಿಂದ ಬಲವಾಗಿ ತುಳಿದೆ. ಅವನೋ ಜೋರಾಗಿ ಬೊಬ್ಬೆ ಹೊಡೆಯಲು ಶುರುಮಾಡಿದನು.

"ಎಕ್ಸ್‌ಕ್ಯೂಸ್ ಮಿ... ನೀನು ನನ್ನ ಕಾಲನ್ನು ತುಳಿದೆ..."

ನೋವಿನ ಧ್ವನಿ ಹೊರಬಂದಿತು.

ನಾನು ಏನೂ ಆಗಿಲ್ಲದಂತೆ ಅವನೆಡೆ ನೋಡಿದೆ!

"ನಿನಗೆ ಕೇಳಿಸುತ್ತಿಲ್ಲವಾ? ನೀನು ನನ್ನ ಕಾಲನ್ನು ಜೋರಾಗಿ ತುಳಿದೆ."

"ಹೌದಾ, ಏನೀಗ?"

"ನಿನಗೆ ಇದು ತಪ್ಪೆಂದು ಅನಿಸುವುದಿಲ್ಲವೇ?"

"ಸರಿ. ನೀನೀಗ ಏನನ್ನು ಮಾಡುತ್ತೀಯಾ?"

"ನನಗೆ ಏನು ತಾನೇ ಮಾಡಲು ಸಾಧ್ಯ?"

"ಕೇಳಿಸಲಿಲ್ಲವಾ, ಏನು ಬೇಕೋ ಅದನ್ನು ಮಾಡು ಕೇಪ್ (ಕೇಪ್ – ತುಂಬಾ ಬಾಲಿಶವಾಗಿ ಆಡುವ ಪೆದ್ದ)."

"ಸರಿ, ನಿನ್ನನ್ನು ತದುಕುತ್ತೇನೆ ನೋಡುತ್ತಿರು."

"ನೀನು ಅದನ್ನೇ ಹೇಳುವೆ ಎಂದು ನಾನು ಕಾಯುತ್ತಿದ್ದೆ."

ಬಾಕ್ಸಿಂಗ್ ಆಡಲು ಸಿದ್ಧವಿರುವಂತೆ ನಾವಿಬ್ಬರೂ ಮುಷ್ಟಿಯನ್ನು ಬಿಗಿಹಿಡಿದು ಸುತ್ತತೊಡಗಿದೆವು. ನಾನು ಸಮಯವನ್ನು ವ್ಯರ್ಥ ಮಾಡದೇ ಅವನ ಮುಖ-ಮುಸ್ಠಿ ನೋಡದೇ ಗುದ್ದಲಾರಂಭಿಸಿದೆ. ಕೊನೆಗೆ ಅವನನ್ನು ಹೆಚ್ಚು ಹೊಡೆದರೆ ಮರಣಾಂತಿಕವಾಗಬಹುದು ಎಂದು ನಿಲ್ಲಿಸಿದೆ. ಆದರೆ ಅಲ್ಲಿ ಕಂಡಿದ್ದು ಆಶ್ಚರ್ಯದ ಸಂಗತಿ. ಆ ಹುಡುಗನು ಸುಮ್ಮನೆ ನಿಂತಿದ್ದನು. ಸುಮ್ಮನೆ ನಿಂತಿದ್ದರೆ ಸರಿ... ಜೋರಾಗಿ ನಗುತ್ತಾ ನಿಂತಿದ್ದನು!

ನನಗೂ ಸಾಕಾಗಿತ್ತು. ಕೊನೆಯ ಅಸ್ತ್ರವೆಂಬಂತೆ ಜೋರಾಗಿ ಗುದ್ದಲು ಹೋದೆ. ಇದ್ದಕ್ಕಿದ್ದಂತೆಯೇ ನನ್ನ ಬಲಗಣ್ಣಿನಲ್ಲಿ ವಿಪರೀತ ನೋವು ಕಾಣಿಸಿಕೊಂಡಿತು. ಮತ್ತೆ... ಮತ್ತೆ ಹೆಚ್ಚುತ್ತಲೇ ಹೋಯಿತು. ಆ ಹೊತ್ತಿಗಾಗಲೇ ನಾನು ನೆಲದ ಮೇಲೆ ಬಿದ್ದಿದ್ದೆ. ಅವನು ನನ್ನ ತಲೆ, ಮುಖ ಎಲ್ಲ ಕಡೆಯೂ ಜೋರಾಗಿ ತದುಕುತ್ತಿದ್ದ. ಸಾಲದಿರಲು ತನ್ನ ಕಾಲಿನಿಂದ ನನ್ನ ಹೊಟ್ಟೆಯನ್ನು ತುಳಿಯಲು ಆರಂಭಿಸಿದನು. ಆ ಸಮಯಕ್ಕೆ ಸರಿಯಾಗಿ, ನನ್ನ ಸೋದರಮಾವ ಬಂದು ಅವನನ್ನು ನನ್ನಿಂದ ಎಳೆದರು. ನಾನೋ ಅಳುತ್ತಾ ಧೂಳಿನಲ್ಲಿ ಬಿದ್ದಿದ್ದೆ.

"ವಿಲಿಯಂ, ಏನು ಮಾಡುತ್ತಿದ್ದೀಯಾ? ಈ ಹುಡುಗನು ನಿನ್ನ ಎರಡರಷ್ಟಿದ್ದಾನೆ. ಇವನ ಜೊತೆಗೆ ಎಂತಹ ಜಗಳ?"

ಅಪಮಾನದಿಂದ ಕುಗ್ಗಿ ಹೋದ ನಾನು, ಅಜ್ಜಿ-ತಾತನ ಮನೆಗೆ ಓಡಿಹೋದೆ. ಮನೆಗೆ ಮರಳಿ ಹೋಗುವವರೆಗೂ ನಾನು ಹೊರಬರಲೇ ಇಲ್ಲ. ಊರಿಗೆ ಮರಳಿದ ಮೇಲೆ ನಾನು ಮೊದಲು ಮಾಡಿದ ಕೆಲಸವೆಂದರೆ ಶಬಾನಿಯನ್ನು ಎದುರಿಸಿದ್ದು.

"ನಿನ್ನ ಮಂತ್ರವಿದ್ಯೆಯು ಏನೂ ಕೆಲಸವನ್ನು ಮಾಡಲಿಲ್ಲ. ನೀನು ನನಗೆ ಶಕ್ತಿ ಬರುತ್ತದೆ ಎಂದು ಭಾಷೆಯನ್ನು ಕೊಟ್ಟಿದ್ದೆ. ಆದರೆ ನೋಡು ನಾನು ದೋವಾದಲ್ಲಿ ಚೆನ್ನಾಗಿ ಹೊಡೆಸಿಕೊಂಡು ಬಂದೆ."

"ಓಹ್... ಅದು ಖಂಡಿತ ಕೆಲಸ ಮಾಡೇ ಮಾಡುತ್ತದೆ. ಮಾಡಲೇಬೇಕು" ಒಂದು ಕ್ಷಣ ಯೋಚಿಸಿ, ಅವನು ಮತ್ತೆ ಮುಂದುವರೆಸಿದನು. "ನಾನು ನಿನಗೆ ಔಷಧಿಯನ್ನು ಕೊಟ್ಟ ದಿವಸ ನೀನು ಸ್ನಾನ ಮಾಡಿದೆಯಾ?"

"ಹೌದು."

"ಅದೇ ಕಾರಣ. ನಾನು ಕೊಟ್ಟ ಔಷಧಿಯನ್ನು ತೆಗೆದುಕೊಂಡ ದಿವಸ ಸ್ನಾನವನ್ನು ಮಾಡಬಾರದು."

"ಮತ್ತೆ ನೀನು ನನಗೆ ಹೇಳಲೇ ಇಲ್ಲ..."

"ಖಂಡಿತ ನಿನಗೆ ಹೇಳಿದ್ದೆ."

"ಆದರೆ..."

ನೀವು ಗಮನಿಸಿದಂತೆ, ನಾನು ಸರಿಯಾಗಿ ಮೋಸಹೋಗಿದ್ದೆ. ನನ್ನ ಮೊದಲ ಮತ್ತು ಕೊನೆಯ ಮಂತ್ರವಿದ್ಯೆಯ ಪ್ರಯತ್ನ ನನ್ನ ಕಣ್ಣು ಮತ್ತು ಕೈಗಳಿಗೆ ಸಾಕಷ್ಟು ಪೆಟ್ಟನ್ನುಂಟುಮಾಡಿತ್ತು. ನಾನು ಕೈ-ಕಾಲುಗಳನ್ನು ಕಳೆದುಕೊಂಡು, ರಸ್ತೆಯಲ್ಲಿ ಭಿಕ್ಷುಕನಾಗುವ ಪ್ರಸಂಗ ಬಂದರೆ ಎಂದು ಭಯವಾಯಿತು. ಕೊನೆಗೆ ನನಗೆ ಬಚ್ಚಲುಮನೆಗೆ ಹೋಗಲೂ ತ್ರಾಣವಿರಲಿಲ್ಲ. ಭಿಕ್ಷುಕನಾಗುವ ಹೆದರಿಕೆ ನನ್ನನ್ನು ಆವರಿಸಿತ್ತು. ಇದೊಂದು ಬಹಳ ಕೆಟ್ಟದಾದ ಅನುಭವ.

***ಡಾಂಬೊ** (Dambo) – **ತಂಬಾಕಿನ ಸಸಿಗಳು ಸ್ವಲ್ಪ ಬೆಳೆದು ದೊಡ್ಡದಾದ ಮೇಲೆ ಅವುಗಳನ್ನು ವರ್ಗಾಯಿಸುವ ಸ್ಥಳ**

***ಮಫಾಲಾ** (Mphala) – **ಅವಿವಾಹಿತ ಪುರುಷರು ವಾಸಿಸುವ ಮನೆ**

***ಮ್ಯಾಂಗೊಲೋಮೇರಾ** (Mangolomera) – **ಶಕ್ತಿಯನ್ನು ಕೊಡುವ ಜಾದೂ ಗುಟುಕು/ ಕಷಾಯ**

***ಸಿಂಗಂಗಾ** (sing'anga) – **ಮಾಂತ್ರಿಕ ವೈದ್ಯ**

ಕಾಂಬಾನ ಆಗಮನ

1997ರಲ್ಲಿ ನನಗಿನ್ನೂ ಒಂಬತ್ತು ವರ್ಷ. ಇದ್ದಕ್ಕಿದ್ದಂತೆಯೇ ನಮ್ಮ ಕುಟುಂಬವು ಒಂದು ದುರಂತವನ್ನು ಎದುರಿಸಬೇಕಾಯಿತು. ಒಂದು ಮಧ್ಯಾಹ್ನ ಹೊಲದಲ್ಲಿ ನನ್ನ ತಂದೆಯೊಡನೆ ತಂಬಾಕಿನ ಕೆಲಸದಲ್ಲಿ ತೊಡಗಿದ್ದ ದೊಡ್ಡಪ್ಪ ಜಾನ್ ಹಾಗೆಯೇ ಕುಸಿದರು. ಕೆಲ ಸಮಯದಿಂದ ಅನಾರೋಗ್ಯದಿಂದ ನರಳುತ್ತಿದ್ದ ಅವರು, ವೈದ್ಯರನ್ನು ನೋಡಲು ನಿರಾಕರಿಸುತ್ತಿದ್ದರು. ಕೊನೆಗೆ ಅವರ ಮನವೊಲಿಸಿ ನನ್ನ ತಂದೆ ಆಸ್ಪತ್ರೆಗೆ ಕರೆದೊಯ್ದರು. ಅಲ್ಲಿ ದೊಡ್ಡಪ್ಪನಿಗೆ 'ಕ್ಷಯ' ರೋಗವಿದೆಯೆಂದು ತಿಳಿಯಿತು. ವೈದ್ಯರು ತಕ್ಷಣವೇ ಕಸುಂಗು ನಗರದ ದೊಡ್ಡಾಸ್ಪತ್ರೆಗೆ ಕರೆದೊಯ್ಯಲು ಸೂಚಿಸಿದರು. ಅಪ್ಪಾಜಿ ಗೆಳೆಯರ ಕಾರನ್ನು ತರಲು ಹೋಗುವ ಮೊದಲು, ದೊಡ್ಡಪ್ಪನನ್ನು ಅಕೇಶಿಯಾ ಮರದ ಕೆಳಗೆ ವಿಶ್ರಮಿಸಲು ಕೂರಿಸಿದರು.

ಅದೇ ಸಮಯಕ್ಕೆ ನನ್ನ ದೊಡ್ಡಮ್ಮ ಹಳ್ಳಿಯ ಅನೇಕ ಜನರೊಡನೆ ಅಲ್ಲಿಗೆ ಬಂದು ಸೇರಿದರು. ನನ್ನ ತಂದೆ ಅತ್ತ ಹೋಗುತ್ತಿದ್ದಂತೆ, ಗಾಬರಿಯಿಂದ ದೊಡ್ಡಮ್ಮ ಜೋರಾಗಿ ಚೀರುವುದು ಮತ್ತು ಜನರ ಗದ್ದಲ ನನಗೆ ಕೇಳಿಸಿತು. ನಾನು ಅಲ್ಲಿಗೆ ಹೋಗಿ ನೋಡಲು ಅನೇಕರು ಆಕಾಶದೆಡೆಗೆ ಕೈ ಚಾಚಿ ಅಳುತ್ತಿದ್ದರು. ನನ್ನ ತೋಳನ್ನು ಹಿಡಿದುಕೊಂಡ ನನ್ನ ತಾಯಿ, ದೊಡ್ಡಪ್ಪ ತೀರಿಕೊಂಡಿರುವುದಾಗಿ ತಿಳಿಸಿದರು. ಅಷ್ಟರಲ್ಲಿ ಕಾರನ್ನು ತಂದ ನನ್ನ ತಂದೆಗೆ ಈ ಸುದ್ದಿಯು ತಿಳಿದು ಮುಂದಿನ ಕಾರ್ಯಗಳಲ್ಲಿ ನಿರತರಾದರು.

ನನಗೆ ತಿಳಿದ ಮಟ್ಟಿಗೆ ನನ್ನ ತಂದೆ-ತಾಯಿ ಈ ಮಟ್ಟದ ಕ್ಷೋಭೆಗೆ ಎಂದೂ ಒಳಗಾಗಿರಲಿಲ್ಲ. ಜೊತೆಗೆ ನಾನು ಇದೇ ಮೊದಲ ಬಾರಿಗೆ ಶವವನ್ನು ನೋಡಿದ್ದೆ. ದೊಡ್ಡಪ್ಪನ ಹೆಣವನ್ನು ನೋಡಲು ನನಗೇಕೋ ದಿಗಿಲು. ನನ್ನ ಸಹೋದರ (ನನ್ನ ಕಸಿನ್) ಜೆಫ್ರಿ ಗುಂಪಿನಿಂದ ಅಳುತ್ತಾ ಹೊರಬಂದನು. ನನಗೆ ಅವನನ್ನು ಹೇಗೆ ಸಂತೈಸಬೇಕೆಂದೂ ತಿಳಿಯಲಿಲ್ಲ. ಅವನನ್ನು ಡಾಂಬೊಗೆ ಕರೆದೊಯ್ದು, ನಾವಿಬ್ಬರೂ ಆಟವಾಡುವ ಮನಸ್ಸಾಯಿತು... ಅದೊಂದು ಕ್ಷಣವಷ್ಟೇ.

ನಮ್ಮ ಸಂಸ್ಕೃತಿಯಲ್ಲಿ ಯಾರಾದರೂ ತೀರಿಕೊಂಡರೆ ನಾವು ಅತ್ತು ದುಃಖವನ್ನು ತೋರಿಸಿ, ನಮ್ಮ ಗೌರವವನ್ನು ಸೂಚಿಸುವುದು ವಾಡಿಕೆ. ಆದರೆ ನಾನೆಷ್ಟೇ ಪ್ರಯತ್ನಿಸಿದರೂ

ಅಳು ಬರಲಿಲ್ಲ. ಕೊನೆಗೆ ಅತ್ತು ಕೆಂಪಗಾಗಿದ್ದ ನನ್ನ ತಂದೆಯ ಕಣ್ಣು ಮತ್ತು ಊದಿದ ಮುಖವನ್ನು ನೋಡಿ, ನಾನೂ ಒಂದಿಷ್ಟು ಕಣ್ಣೀರು ಸುರಿಸಿ ಗೌರವವನ್ನು ಸೂಚಿಸಿದೆ. ಆನಂತರ ಜೆಫ್ರಿಯ ಜೊತೆಗೂಡಿದೆ.

ಅಂದು ಸಂಜೆ ಅಪ್ಪನ ಇನ್ನಿಬ್ಬರು ಸಹೋದರರಾದ ಮುಸೈವೇಲ್ ಮತ್ತು ಸಾಕ್ರೆಟಿಸ್‌ಗೆ ಸುದ್ದಿ ತಿಳಿದು, ಅವರು ಕುಟುಂಬದೊಡನೆ ಕಸುಂಗುವಿಂದ ಹೊರಟು ಬಂದರು. ಚರ್ಚ್‌ನ ಅನೇಕ ಸದಸ್ಯರು ಬಂದು ಎರಡು ದಿನ ದೊಡ್ಡಪ್ಪನ ಮನೆಯಲ್ಲೇ ತಂಗಿದ್ದರು. 'This World Is Not My Home' (ಈ ಜಗತ್ತು ನನ್ನ ಮನೆಯಲ್ಲ) ಎಂದೆಲ್ಲಾ ಹಾಡಿದರು.

ದೊಡ್ಡಪ್ಪನ ದೇಹವನ್ನು ಕಸುಂಗುವಿನಿಂದ ತರಿಸಿದ್ದ ಮರದ ಶವಪೆಟ್ಟಿಗೆಯಲ್ಲಿ ಇರಿಸಲಾಗಿತ್ತು. ನನಗಂತೂ ಮನೆಯ ಒಳಗೆ ಹೋಗಲೂ ದಿಗಿಲು! ಜನವರಿ ತಿಂಗಳಿನಲ್ಲಿ ಒಣಹವೆ ಮತ್ತು ಸೆಕೆ ಜಾಸ್ತಿ. ಹೆಚ್ಚು ಹೆಚ್ಚು ಜನರು ಬರುತ್ತಿರಲು, ಜೆಫ್ರಿಗೆ ಜನರ ಗಲಾಟೆಯನ್ನು ಸಹಿಸುವುದು ಕಷ್ಟವಾಯಿತು. ಕೊನೆಗೂ ಮನೆಯೊಳಗಿಂದ ಅವನು ಹೊರಬಂದಾಗ ಮತ್ತಷ್ಟು ಗೊಂದಲಕ್ಕೀಡಾದಂತೆ ಕಂಡನು.

ನಾನು ಕುಳಿತೆಡೆಗೆ ಬಂದ ಜೆಫ್ರಿ "ವಿಲಿಯಂ, ಮುಂದೇನು ಗತಿ? ಏನಾಗಬಹುದು?" ಎಂದನು.

"ನನಗೆ ಗೊತ್ತಿಲ್ಲ" ನಾನು ತಾನೇ ಏನು ಹೇಳಲು ಸಾಧ್ಯವಿತ್ತು?

ದಿನವಿಡೀ ಅವನು ಗಳಿಗೆಗೊಮ್ಮೆ ಒಳಗೆ ಹೋಗಿ ತನ್ನ ತಂದೆಯ ಮೃತದೇಹವನ್ನು ನೋಡುವುದು, ಹೊರಬಂದು ಅಳುತ್ತಾ ಕೂರುವುದನ್ನೇ ಮಾಡುತ್ತಿದ್ದನು. ಅಂತಿಮ ಸಂಸ್ಕಾರದ ವಿಧಿಗಳು ಶುರುವಾಗುವವರೆಗೂ ಇದೇ ಮುಂದುವರೆದಿತ್ತು. ನಮ್ಮ ವಿಂಬೆಯ ಮುಖ್ಯಸ್ಥರು ಅಂದು ಊರಿನಲ್ಲಿರಲಿಲ್ಲ. ಅವರ ಪರವಾಗಿ ಅವರ ದೂತ ಮತ್ತು ಅಂಗರಕ್ಷಕರು ಊರಿನ ಹಿರಿಯರೊಡನೆ ಬಂದರು. ಅವರೆಲ್ಲಾ ಅಂತಿಮ ಸಂಸ್ಕಾರದ ವಿಧಾನಗಳನ್ನು ಮತ್ತು ದೊಡ್ಡಪ್ಪನ ಕುಟುಂಬದ ಭವಿಷ್ಯದ ಕುರಿತಾಗಿ ಮಾತನಾಡಿದರು. ಏಕೆಂದರೆ ದೊಡ್ಡಪ್ಪನ ಉತ್ತರಾಧಿಕಾರಿ ಮತ್ತು ಆಸ್ತಿಯ ಉಸ್ತುವಾರಿ ಯಾರದ್ದೆಂಬುದನ್ನು ನಿರ್ಧರಿಸಬೇಕಿತ್ತು.

ಕೊನೆಗೆ ಎಲ್ಲರೂ ಮನೆಯಿಂದ ಹೊರಬಂದು ಮರದ ಸುತ್ತಲೂ ಸೇರಿದರು. ಗಿಲ್ಬರ್ಟ್‌ನ ತಂದೆಯ ಪರವಾಗಿ ಅವರ ಅಂಗರಕ್ಷಕನು ಎಲ್ಲರನ್ನೂ ಉದ್ದೇಶಿಸಿ –

"ನಿಮಗೆ ತಿಳಿದಂತೆ ಜಾನ್ ತಮ್ಮ ಹಿಂದೆ ಸುಮಾರು ಆಸ್ತಿ–ಪಾಸ್ತಿ ಹಾಗೂ ಅವರ ಕುಟುಂಬವನ್ನು ಬಿಟ್ಟು ಹೋಗಿದ್ದಾರೆ. ಜಾನ್ ಸಹೋದರರು ಅವರ ಮಕ್ಕಳ ವಿದ್ಯಾಭ್ಯಾಸದ ಜವಾಬ್ದಾರಿಯನ್ನು ವಹಿಸಬೇಕು. ಅವರು ಬದುಕಿದ್ದರೆ, ಮಕ್ಕಳು ತಮ್ಮ ಪ್ರೌಢಶಾಲೆಯ ಹಂತವನ್ನು ದಾಟುತ್ತಿದ್ದರು. ಹೀಗಾಗಿ ಮಕ್ಕಳು ತಮ್ಮ ಶಿಕ್ಷಣವನ್ನು ಮುಂದುವರೆಸಲು ಉಳಿದ ಕುಟುಂಬವು ಸಹಕರಿಸಬೇಕು.

ಅವರ ಆಸ್ತಿ–ಪಾಸ್ತಿಯ ವಿಷಯದಲ್ಲಿ ನಾವು ಇನ್ನು ಮುಂದೆ ಯಾವುದೇ ವಿವಾದ ವನ್ನೂ ಕೇಳಲು ಇಷ್ಟಪಡುವುದಿಲ್ಲ. ನಿಮ್ಮಲ್ಲಿ ಯಾರಿಗಾದರೂ ಮನಸ್ಸಿದ್ದರೆ ಜಾನ್ ಅವರ

ಮಕ್ಕಳಿಗೆ ಶಾಲೆಯ ಶುಲ್ಕ, ಬಟ್ಟೆಯ ರೂಪದಲ್ಲಿ ಸಹಾಯವನ್ನು ಮಾಡಬಹುದು" ಎಂದು ತನ್ನ ಮಾತುಗಳನ್ನು ಮುಗಿಸಿದನು.

ಕಸುಂಗುವಿನಿಂದ ನನ್ನ ದೊಡ್ಡಮ್ಮನ ಕಡೆ, ಅಂದರೆ, ಜೆಫ್ರಿಯ ತಾಯಿಯ ಕುಟುಂಬದ ಪರವಾಗಿ 'ಮಿಸ್ಟರ್ ಜೊನೆಸಿ' ಎದ್ದು ನಿಂತು "ಈ ಘಟನೆಯು ನಿಜಕ್ಕೂ ಬಹಳ ವಿಷಾದಕರ. ನಮ್ಮ ಭಾವನವರು ನಮ್ಮ ತಂಗಿ ಎನಿಫ಼ಾ ಮತ್ತು ಆಕೆಯ 4 ಮಕ್ಕಳನ್ನು ಬಿಟ್ಟು ಹೋಗಿದ್ದಾರೆ. ಇನ್ನು ಮುಂದೆ ಎನಿಫಾ ಮತ್ತು ಮಕ್ಕಳ ಜವಾಬ್ದಾರಿಯನ್ನು ಕಾಂಕ್ವಾಂಬಾ ಕುಟುಂಬದವರು ಹೊತ್ತು, ಅದನ್ನು ಪೂರ್ಣಗೊಳಿಸಬೇಕಾಗಿ ವಿನಂತಿ" ಎಂದು ಕೇಳಿಕೊಂಡರು.

ನನ್ನ ತಂದೆ ಮತ್ತು ಅವರ ಇತರ ಸಹೋದರರು ಟ್ರಕ್ ಒಂದರಲ್ಲಿ ದೊಡ್ಡಪ್ಪನ ಮೃತದೇಹವುಳ್ಳ ಶವಪೆಟ್ಟಿಗೆಯನ್ನಿರಿಸಿ ಸ್ಮಶಾನದೆಡೆ ತೆರಳಿದರು. ಅಲ್ಲಿಯೇ ನನ್ನ ಇಬ್ಬರು ಸೋದರತ್ತೆಯರಾದ ಫ಼್ಲನ್ನೀ ಮತ್ತು ಎಡಿತ್‌ರ ಅಂತಿಮ ಸಂಸ್ಕಾರವೂ ನಡೆದಿತ್ತು. ಎಲ್ಲರೂ ಅಲ್ಲಿಗೆ ತಲುಪುವ ಹೊತ್ತಿಗೆ ಗಮ್ ಬೂಟನ್ನು ಧರಿಸಿದ್ದ ಒಂದಿಷ್ಟು ಜನ ಪುರುಷರು ಕಾಯುತ್ತಿದ್ದರು. ಶವವನ್ನು ಹೂಳಬೇಕಾಗಿದ್ದ ಗುಂಡಿಯನ್ನು ತೋಡುವುದೇ ಅವರ ಕೆಲಸವಾಗಿತ್ತು.

ನಮ್ಮ ಮಾಲಾವಿಯಲ್ಲಿ ಪಾಶ್ಚಿಮಾತ್ಯ ದೇಶಗಳಲ್ಲಿದ್ದಂತೆ ಆರಡಿ ಆಳದ ಶವದ ಗುಂಡಿ ಗಳು ಇರುತ್ತಿರಲಿಲ್ಲ. ಹಳ್ಳಗಳು ಹೆಚ್ಚು ಕಡಿಮೆ ನಮ್ಮ ಒಂದು ಮಲಗುವ ಕೋಣೆಯಷ್ಟು ದೊಡ್ಡದಾಗಿ ಇರುತ್ತಿದ್ದವು. ಶವವನ್ನು ರಕ್ಷಿಸಲು ಒಂದೆರಡು ಖಾನೆಗಳೂ ಇರುತ್ತಿದ್ದವು. ಕೆಲಸಗಾರನು ಶವದ ಪೆಟ್ಟಿಗೆಯನ್ನು ಹಳ್ಳದೊಳಗೆ ಇಳಿಸಿ, ಅದನ್ನು ಚಿಕ್ಕ ಖಾನೆಯೊಳಗೆ ತಳ್ಳಿದನು. ನಂತರ ಪೆಟ್ಟಿಗೆಯನ್ನು ಮರದ ಹಲಗೆಗಳಿಂದ ಮುಚ್ಚಿ, ಅದರ ಮೇಲೆ ಒಂದು ಹೊದಿಕೆಯನ್ನು ಹೊದೆಸಿದನು. ಇದರಿಂದ ಸಮಾಧಿಯು ಪುನಃ ಖಾಲಿ ಹಳ್ಳದಂತೆ ತೋರುತ್ತಿತ್ತು.

ಇದನ್ನೆಲ್ಲಾ ನಾನು ನೋಡುತ್ತಿದ್ದರೆ, ಅದು ಕೆಟ್ಟ ಕನಸೇನೋ ಎಂದು ಭಾಸವಾಗುತ್ತಿತ್ತು. ಜೊತೆಗೆ ಸುತ್ತಿಗೆಯಿಂದ ಹೊಡೆಯುವಂತಿದ್ದ ಸೂರ್ಯನ ಶಾಖದಿಂದ ನನ್ನ ತಲೆಯು ಕಾದ ಹೆಂಚಿನಂತಾಗಿತ್ತು. ಒಮ್ಮೆ ಗುಂಡಿಯನ್ನು ಹುಲ್ಲಿನಿಂದ ಮುಚ್ಚಲಾಗಿ, ಬೆಟ್ಟದ ಮೇಲೆ ನಿಂತಿದ್ದ ಶೋಕತಪ್ತರ ಬಳಿ ನಾನು ತೆರಳಿದೆ. ನನಗೆಂದೂ ಇಂತಹ ದುಃಖ ಮತ್ತು ಒಂಟಿತನದ ಅನುಭವವಾಗಿರಲಿಲ್ಲ.

ದೊಡ್ಡಪ್ಪನ ಸಾವಿನ ನಂತರ ನಮ್ಮ ಪರಿಸ್ಥಿತಿಯು ಬಿಗಡಾಯಿಸಿತು. ಈ ದುಃಖದ ಸಮಯದಲ್ಲಿಯೂ ನನ್ನ ತಂದೆ ಒಂಟಿಯಾಗಿ ವ್ಯಾಪಾರದ ಕಡೆಗೆ ಗಮನವನ್ನು ಹರಿಸ ಬೇಕಿತ್ತು. ಇದು ಪೈರು ಚೆನ್ನಾಗಿ ಬೆಳೆಯುವ ಸಮಯವಾಗಿದ್ದರಿಂದ, ನನ್ನ ತಂದೆ ಬೆಳೆಗಳ ಆರೈಕೆಗೆ ತೊಡಗಿದರು. ಕೆಲಸಗಾರರಿಗೆಲ್ಲಾ ಸಂಬಳವನ್ನು ಪಾವತಿಸಿದ ಬಳಿಕ ಊರಿನ ಹಿರಿಯರ ಸಲಹೆಯಂತೆ ದೊಡ್ಡಪ್ಪನ ವ್ಯಾಪಾರ ವಹಿವಾಟನ್ನು, ಅವರ ಇಪ್ಪತ್ತೊಂದು ವರ್ಷದ ಹಿರಿಯ ಮಗ 'ಜೆರಮ್ಯಾ'ಗೆ ವರ್ಗಾಯಿಸಿದರು.

ನಮ್ಮಲ್ಲಿ ಹಿರಿಯ ಮಗನೇ ತಂದೆಯ ಆಸ್ತಿ-ಪಾಸ್ತಿಗೆ ವಾರಸುದಾರನಾಗಿರುತ್ತಾನೆ. ಆದರೆ ಎಷ್ಟೋ ಬಾರಿ ಹೀಗಾಗುವುದಿಲ್ಲ. ಸಹೋದರನೊಬ್ಬನು ವ್ಯವಹಾರದ ನಿಯಂತ್ರಣವನ್ನು ಪಡೆದು, ಸಮಸ್ತ ಕುಟುಂಬವೂ ತನ್ನ ಕೃಪೆಯಲ್ಲಿರುವಂತೆ ಮಾಡುತ್ತಾನೆ. ಕೊನೆಗೆ ಇದು ಪಂಚಾಯತಿಯಲ್ಲಿ ಅಂದರೆ ನಮ್ಮ ಊರಿನ ಮುಖಂಡರ ಸಮ್ಮುಖದಲ್ಲಿ ಇತ್ಯರ್ಥವಾಗುತ್ತದೆ.

ಜೆರೆಮ್ಯಾ ನಮ್ಮ ದೊಡ್ಡಮ್ಮ ಮತ್ತು ಜೆಫ್ರಿಯೊಡನೆ ವಾಸಿಸತೊಡಗಿದನು. ಒಮ್ಮೊಮ್ಮೆ ನಮ್ಮ ತಂದೆಗೆ ಹೊಲದ ಕೆಲಸದಲ್ಲಿ ನೆರವಾಗುತ್ತಲೂ ಇರುತ್ತಿದ್ದನು. ಅವನು ಬುದ್ಧಿವಂತ, ಚುರುಕಾಗಿದ್ದರೂ, ಅವನಿಗೆ ಹೊಲದ ಕೆಲಸದಲ್ಲಿ ಆಸಕ್ತಿ ಇದ್ದಂತಿರಲಿಲ್ಲ. ಅವನು ಶಾಲೆ-ಕಲಿಕೆಯಲ್ಲೂ ಹೆಚ್ಚಿನ ಆಸಕ್ತಿಯನ್ನು ತೋರಿರಲಿಲ್ಲ. ಸದಾ ಬಾರ್‌ಗಳಲ್ಲಿ ಮದ್ಯ ಸೇವಿಸುತ್ತಿರುವುದನ್ನು ಕಾಣಬಹುದಿತ್ತು.

ನನ್ನ ತಂದೆಗೆ ದೊಡ್ಡಪ್ಪನ ವ್ಯಾಪಾರ-ವಹಿವಾಟುಗಳನ್ನು ಜೆರೆಮ್ಯಾ ಸಂಭಾಳಿಸಬಲ್ಲನು ಎಂದು ಎಳ್ಳಷ್ಟೂ ನಂಬಿಕೆಯಿರಲಿಲ್ಲ. ಆದರೆ ಅವರಿಗೆ ದೊಡ್ಡಪ್ಪನ ಆಸ್ತಿಯ ವಿಚಾರವಾಗಿ ಯಾರಿಂದಲೂ ಒಂದು ಮಾತನ್ನೂ ಕೇಳಲು ಇಷ್ಟವಿರಲಿಲ್ಲ.

"ನನ್ನನ್ನು ಯಾರೂ ಕಳ್ಳನೆಂದು ಭಾವಿಸಬಾರದು. ಒಂದು ವೇಳೆ ವ್ಯಾಪಾರದಲ್ಲಿ ನಷ್ಟವಾಗಿ ತೊಂದರೆಯಾದರೂ, ನಾನು ಸರಿಯಾದ ನಿರ್ಧಾರವನ್ನೇ ಮಾಡಿದೆ ಎಂಬ ವಿಶ್ವಾಸವಿರುತ್ತದೆ" ಎಂದು ಒತ್ತಿ ಹೇಳುತ್ತಿದ್ದರು.

ಕೊನೆಗೆ ನಮ್ಮ ದೊಡ್ಡಪ್ಪನ ಆಸ್ತಿ-ಪಾಸ್ತಿಗೆ ತಾನೇ ವಾರಸುದಾರನೆಂದು ತಿಳಿದಾಗ ಜೆರೆಮ್ಯಾಗೆ ಆಶ್ಚರ್ಯವಾಯಿತು. ಚಿಕ್ಕಪ್ಪ-ದೊಡ್ಡಪ್ಪರಿಗೆ ತನ್ನ ಮೇಲೆ ನಂಬಿಕೆಯಿಲ್ಲವೆಂದೇ ಅವನು ಭಾವಿಸಿದ್ದನು. ಅವನು ನನ್ನ ತಂದೆಗೆ "ಇದು ಎಂತಹ ಒಳ್ಳೆಯ ಆಶೀರ್ವಾದ... ಧನ್ಯವಾದಗಳು..." ಎಂದನು.

ಜೆರೆಮ್ಯಾ ವಹಿವಾಟನ್ನು ವಹಿಸಿಕೊಂಡ ಬಳಿಕ ವ್ಯಾಪಾರದಲ್ಲಿ ಆದ ಲಾಭವನ್ನು, ಲಿಲೋಂಗ್ವೆ ಮತ್ತು ಕಸುಂಗುವಿನ ಬಾರ್‌ಗಳಿಗೇ ಚೆಲ್ಲತೊಡಗಿದನು. ನವೆಂಬರ್ ತಿಂಗಳಿನಲ್ಲಿ ಜೋಳ ಮತ್ತು ತಂಬಾಕಿನ ಬೆಳೆಗಾಗಿ ಹೊಸ ಬೀಜ ಹಾಗೂ ಗೊಬ್ಬರವನ್ನು ಖರೀದಿಸಬೇಕಿತ್ತು, ಹೊಸ ಕೆಲಸಗಾರರನ್ನು ನೇಮಿಸಬೇಕಿತ್ತು... ಆದರೆ ಜೆರೆಮ್ಯಾ ಬಳಿ ಸ್ವಲ್ಪವೇ ಹಣ ಉಳಿದಿತ್ತು.

ಇದರ ಪರಿಣಾಮ ಮುಂದಿನ ಕಟಾವಿನಲ್ಲಿ ತಂಬಾಕಿನ ಬೆಳೆಯ ಪ್ರಮಾಣವು ಕುಸಿಯಿತು. ಅದನ್ನು ಮಾರಿ ಬಂದ ಹಣವನ್ನು ತೆಗೆದುಕೊಂಡು ಹೋದ ಜೆರೆಮ್ಯಾ ಎಲ್ಲರಿಂದಲೂ ಸ್ವಲ್ಪದಿನ ಮರೆಯಾದನು. ಅವನು ಪುನಃ ಕಾಣಿಸಿಕೊಂಡಿದ್ದು ಹಣವೆಲ್ಲ ಖರ್ಚಾದ ಬಳಿಕವೇ!

ಇಷ್ಟಲ್ಲದೇ ನಮ್ಮ ದೊಡ್ಡಪ್ಪ ಎರಡು ಲಾಭದಾಯಕ ಜೋಳದ ಗಿರಣಿಗಳನ್ನೂ, ಸುಮಾರು ದನ-ಕರುಗಳನ್ನು ಸಹ ಹೊಂದಿದ್ದರು. ಆದರೆ ನಂತರದ ವರ್ಷದಲ್ಲಿ ನಮ್ಮ ಬಂಧುವೊಬ್ಬರು ದನ-ಕರುಗಳನ್ನೆಲ್ಲಾ ಕಿತ್ತುಕೊಂಡರು. ದೊಡ್ಡಪ್ಪ ತೀರಿಕೊಂಡ ಎರಡೇ

ವರ್ಷಗಳಲ್ಲಿ ಜೆರೆಮ್ಯಾ ಎರಡೂ ಜೋಳದ ಗಿರಣಿ ಮತ್ತು ಎಲ್ಲ ದನ-ಕರುಗಳನ್ನು ಕಳೆದುಕೊಂಡಿದ್ದನು. ನನ್ನ ತಂದೆ ಬಹಳ ಯೋಚನೆಗೀಡಾದರು. ಅವರ ಅಣ್ಣನ ಆಸ್ತಿಯೆಲ್ಲಾ ಕರಗಿತ್ತು, ವ್ಯಾಪಾರವು ಕುಸಿದು ಬಿದ್ದಿತ್ತು. ನಮ್ಮ ಸಂಪ್ರದಾಯದ ಪ್ರಕಾರ ನನ್ನ ತಂದೆ ಒಮ್ಮೆ ಹಿಂದಿರುಗಿಸಿರುವುದನ್ನು ಮರಳಿ ಕೇಳುವಂತಿರಲಿಲ್ಲ. ದೊಡ್ಡಪ್ಪನ ಆಶ್ರಯವಿಲ್ಲದೇ ನಾವು ಪುನಃ ನಮ್ಮ ಕಾಲ ಮೇಲೆ ನಿಲ್ಲುವ ಪರಿಸ್ಥಿತಿ ಎದುರಾಯಿತು.

ನಮ್ಮ ಹೊಸ ರಾಷ್ಟ್ರಪತಿಗಳು ಮಾಡಿದ ಕಾರ್ಯನೀತಿಗಳಿಂದ ಮಾಲಾವಿಯಲ್ಲಿ ಕೃಷಿ ಕೆಲಸವು ತ್ರಾಸದಾಯಕವಾಗಿತ್ತು. 1994ರಲ್ಲಿ ನಮ್ಮ ರಾಷ್ಟ್ರಪತಿ ಬಂಡಾ ಚುನಾವಣೆಯಲ್ಲಿ ಸೋತ ಬಳಿಕ, ಕೊನೆಗೂ ನಿವೃತ್ತಿಯನ್ನು ಹೊಂದಿದರು. ಮೂವತ್ತು ವರ್ಷಗಳ ಅವರ ಸುದೀರ್ಘ ಆಳ್ವಿಕೆಯು ಜನರಿಗೂ ಬೇಸರವನ್ನು ತರಿಸಿತ್ತು.

ಚುನಾವಣೆಯ ಮೊದಲು ಬಂಡಾ ಕಡೆಯ ಗೂಂಡಾಗಳು ಖಾಲಿ ಶವಪೆಟ್ಟಿಗೆಗಳೊಂದಿಗೆ ಬಂದು ಜನರಿಗೆ – "ಬಂಡಾಗೆ ಮತವನ್ನು ಹಾಕದಿದ್ದರೆ, ತಾವು ತಂದ ಶವ ಪೆಟ್ಟಿಗೆಗಳಲ್ಲಿ ಜನರನ್ನು ತುಂಬಿಸಿಕೊಂಡು ಹೋಗುತ್ತೇವೆ" ಎಂದು ಬೆದರಿಸಿದರು. ಇಷ್ಟಾಗಿಯೂ ಪ್ರತಿಪಕ್ಷವು ಚುನಾವಣೆಯಲ್ಲಿ ಗೆದ್ದು ಬಂದಿತು. ತಮ್ಮ ಸೋಲನ್ನು ಮರುಮಾತಿಲ್ಲದೇ ಒಪ್ಪಿಕೊಂಡ ಬಂಡಾ, ನಂತರ ಕಸುಂಗುವಿನ ನಂಗುರು ಬೆಟ್ಟದ ತಪ್ಪಲಿನಲ್ಲಿದ್ದ ತಮ್ಮ ಮನೆಯಲ್ಲಿ ನೆಲೆಸಿದರು. 'ಬಕಿಲಿ ಮುಲುಝಿ' ಎನ್ನುವವರು ನಮ್ಮ ಹೊಸ ರಾಷ್ಟ್ರಪತಿಗಳಾದರು. ಜೊತೆಗೆ ಸಾಕಷ್ಟು ಹೊಸ ಸಮಸ್ಯೆಗಳನ್ನೂ ಹೊತ್ತು ತಂದರು!

ಬಂಡಾ ಕ್ರೂರ ಮತ್ತು ದುರುಳ ಸರ್ವಾಧಿಕಾರಿಯಾಗಿದ್ದರೂ ಆತನಿಗೆ ಕೃಷಿಯ ಬಗ್ಗೆ ಬಹಳ ಕಳಕಳಿಯಿತ್ತು. ನಮ್ಮ ಜಿಲ್ಲೆಯು ಇಡೀ ರಾಷ್ಟ್ರದಲ್ಲಿಯೇ ಅತ್ಯಂತ ಫಲವತ್ತಾದ ಜಿಲ್ಲೆಯಾಗಿತ್ತು. ನಮ್ಮ ಜಿಲ್ಲೆಯನ್ನು ದೇಶದ 'ಆಹಾರದ ಬುಟ್ಟಿ' (Bread Basket) ಎಂದು ಕರೆಯುತ್ತಿದ್ದರು. ಬಂಡಾ ರೈತರಿಗೆ ಬಿತ್ತನೆ ಬೀಜಗಳು ಮತ್ತು ಗೊಬ್ಬರವನ್ನು ಕಡಿಮೆ ಬೆಲೆಯಲ್ಲಿ ಸಿಗುವಂತೆ ಮಾಡಿದ್ದರು. ಮಳೆಯ ಪ್ರಮಾಣವು ಸರಿಯಿದ್ದರೆ ಜನರು ತಂಬಾಕನ್ನು ಬೆಳೆದು ಮಾರಿ ಬದುಕಬಹುದಿತ್ತು. ಹಸಿವಿನಿಂದ ಕಂಗೆಡುವ ಪರಿಸ್ಥಿತಿ ಇರುತ್ತಿರಲಿಲ್ಲ.

ಇತ್ತೆಡೆ ಮುಲುಝಿ ರಾಜಕೀಯಕ್ಕೆ ಬರುವ ಮುನ್ನ ಶ್ರೀಮಂತ ವ್ಯಾಪಾರಸ್ಥನಾಗಿದ್ದರು. ಆತನ ಪ್ರಕಾರ ರೈತರಿಗೆ ಬೀಜ ಮತ್ತು ಗೊಬ್ಬರವನ್ನು ಕೊಳ್ಳಲು ನೀಡುವ ಸಹಾಯಧನ ಸರಕಾರದ ಪಾಲಿಗೆ ಹೊರೆ. ಸರಕಾರವು ರೈತರಿಗೆ ಸಹಾಯಧನವನ್ನು ನಿಲ್ಲಿಸಿದ ಬಳಿಕ, ಶ್ರೀಮಂತ ಕಂಪನಿಗಳು ಕಳಪೆ ಬೀಜದೊಡನೆ ಮುಕ್ತ ಮಾರುಕಟ್ಟೆಯನ್ನು ಪ್ರವೇಶಿಸಿದವು. ಇದರಿಂದ ಸಣ್ಣ-ಪುಟ್ಟ ರೈತರಿಗೆ ದೊಡ್ಡ ಹೊಡೆತವೇ ಬಿದ್ದಿತು.

ಕ್ರಮೇಣ ನಮ್ಮ ಬರ್ಲಿ ತಂಬಾಕಿನ ಗುಣಮಟ್ಟವು ಪ್ರಪಾತಕ್ಕಿಳಿಯಿತು. ರೈತರು ಬರ್ಲಿ ತಂಬಾಕನ್ನು ಬೆಳೆಯುವುದನ್ನೇ ನಿಲ್ಲಿಸಿದರು. ನಾವು ಜೋಳದ ಬೆಳೆಯ ಜೊತೆಗೆ ಕೆಲವು

ತಂಬಾಕಿನ ಮಡಿಗಳನ್ನೂ ಮಾಡಿದೆವು. ಆದರೆ ಕೆಲಸಗಾರರು ಸಿಗದೇ ನಾನು ಮತ್ತು ನನ್ನ ದಾಯಾದಿಗಳೇ ಹೊಲದ ಕೆಲಸಕ್ಕೆ ಮುಂದಾಗಬೇಕಾಯಿತು.

ದೊಡ್ಡಪ್ಪ ತೀರಿಕೊಂಡ ನಂತರದ ವರ್ಷದಲ್ಲಿ ನನ್ನ ಚಿಕ್ಕಪ್ಪ ಸಾಕ್ರೆಟಿಸ್ ತಮ್ಮ ವೆಲ್ಡರ್ ಕೆಲಸವನ್ನು ಕಳೆದುಕೊಂಡರು. ಅವರ ಸಂಸಾರವೂ ನಮ್ಮ ಹಳ್ಳಿಗೇ ಬಂದು ನೆಲೆಸಿತು. ನಮ್ಮ ಮನೆಯ ಸಮೀಪದಲ್ಲಿದ್ದ ದೊಡ್ಡ ಶೆಡ್ ಒಂದರಲ್ಲಿ ತಮ್ಮ ಪತ್ನಿ ಹಾಗೂ ಏಳು ಜನ ಹೆಣ್ಣುಮಕ್ಕಳೊಡನೆ ವಾಸಿಸತೊಡಗಿದರು. ನನ್ನ ಅಕ್ಕ-ತಂಗಿಯರಿಗೆ ಮತ್ತಷ್ಟು ಹೆಣ್ಣು ಮಕ್ಕಳು ಜೊತೆಗೆ ಸಿಕ್ಕಿದ್ದು ಸಂತಸದ ವಿಷಯವಾದರೆ, ನನಗೆ ಹೆಚ್ಚಿನ ವ್ಯತ್ಯಾಸವೇನೂ ಕಾಣಿಸಲಿಲ್ಲ. ಆದರೆ ಅವರ ಸಾಮಾನುಗಳನ್ನು ಇಳಿಸಿಕೊಳ್ಳುವಾಗ ಟ್ರಕ್‌ನ ತುದಿಯೊಂದರಲ್ಲಿ ಕುಳಿತಿದ್ದ ಗಂಡು ನಾಯಿಯು ನನ್ನ ಗಮನವನ್ನು ಸೆಳೆಯಿತು.

"ಹೋಗಾಚೆ..." ಎನ್ನುತ್ತಾ ಚಿಕ್ಕಪ್ಪ ನಾಯಿಯ ತಲೆಯ ಮೇಲೆ ಹೊಡೆಯಲು ಹೋದರು. ಅದೊಮ್ಮೆ ಬೊಗಳಿ ದೂರದಲ್ಲಿ ಕುಳಿತು ನನ್ನನ್ನೇ ದಿಟ್ಟಿಸಲಾರಂಭಿಸಿತು.

"ಅದರ ಹೆಸರು 'ಕಾಂಬಾ'. ನಮ್ಮ ನಾಯಿ... ಇದು ಇಲ್ಲಿ ಮೇಕೆ, ಕೋಳಿಗಳನ್ನು ಕಾಯುತ್ತಾ ಕೂರಲಿ ಎಂದು ಇಲ್ಲಿಗೆ ಕರೆದು ತಂದೆವು. ಅಲ್ಲಿಯೂ ಅದೇ ಕೆಲಸವನ್ನು ಮಾಡುತ್ತಿತ್ತು. ಹೀಗಾದರೂ ಅದಕ್ಕೆ ಅಲ್ಲಿನ ಮನೆ ನೆನಪಾಗುತ್ತದೆಯೇನೋ!"

'ಕಾಂಬಾ' ನಾನು ಕಂಡ ಅಪರೂಪದ ನಾಯಿ. ಮೈಯೆಲ್ಲಾ ಬಿಳಿ ಬಣ್ಣ, ಅದರ ಮೇಲೆ ದೊಡ್ಡ ಕಪ್ಪು ಚುಕ್ಕಿಗಳು, ಕಂದು ಬಣ್ಣದ ಕಣ್ಣು, ಗುಲಾಬಿಯ ಮೂತಿ-ನಾಲಿಗೆ. ಒಟ್ಟಿನಲ್ಲಿ ಕಾಂಬಾ ನನ್ನ ಕಣ್ಣಿಗೆ ಬೇರೆ ಗ್ರಹದಿಂದ ಬಂದಂತಹ ಅಸಾಮಾನ್ಯ ಜೀವಿಯಂತೆ ಕಾಣುತ್ತಿತ್ತು. ನಮ್ಮ ಹಳ್ಳಿಗಳಲ್ಲಿ ಕಾಣಸಿಗುವ ಬಡಕಲು ನಾಯಿಗಳಿಗಿಂತ ಎತ್ತರ ಮತ್ತು ದಪ್ಪವಿತ್ತು. ನಮ್ಮ ಮಾಲಾವಿಯಲ್ಲಿ ನಾಯಿಗಳನ್ನು ಸಾಕುವುದು ರಕ್ಷಣೆಗಾಗಿ. ಪರದೇಶದ ಹಾಗೆ ನಮ್ಮಲ್ಲಿ ಅವುಗಳಿಗೆ ಪ್ರತ್ಯೇಕವಾದ ಆಹಾರವನ್ನು ಕೊಡುವುದಿಲ್ಲ. ಇಲಿ ಮತ್ತು ನಾವು ಉಳಿಸಿದ ಆಹಾರವನ್ನು ತಿಂದುಕೊಂಡು ಬದುಕುತ್ತವೆ. ನಾನಂತೂ ಜೀವನದಲ್ಲಿ ಒಂದೂ ದಪ್ಪಗಿನ ನಾಯಿಯನ್ನು ನೋಡಿರಲಿಲ್ಲ. ಹಾಗಾಗಿ ಕಾಂಬಾ ನನಗೆ ಆಕರ್ಷಕವಾಗಿ ಕಂಡಿತು.

ಕಾಂಬಾ ತನ್ನ ಬಿಳಿಯ ಬಾಲದಿಂದ ಧೂಳನ್ನು ಸರಿಸುತ್ತಾ, ನಾಲಿಗೆಯನ್ನು ಚಾಚಿ ಕೊಂಡು ಜೊಲ್ಲನ್ನು ಸುರಿಸುತ್ತಾ ನನ್ನನ್ನೇ ನೋಡುತ್ತಿತ್ತು. ಚಿಕ್ಕಪ್ಪ ಆ ಕಡೆಗೆ ಹೋಗುತ್ತಿದ್ದಂತೆ ನನ್ನ ಕಾಲಿನ ಮೇಲೆರಗಿತು. "ನಡಿಯಾಚೆ" ನಾನು ಬೆಚ್ಚಿಬೀಳುತ್ತಾ ಕೂಗಿದೆ. ಕಾಂಬಾ ಸರಸರನೇ ಮನೆಯ ಕಡೆಗೆ ಓಡಿತು.

"ಪೆದ್ದು ಮುಂಡೇದೇ! ಹೋಗಿ ಕೋಳಿಗಳನ್ನಾದರೂ ಬೆನ್ನು ಹತ್ತು..." ನಾನು ಕಿರುಚಿದೆ. ಅದು ನಾಲಿಗೆಯನ್ನು ಹೊರಚಾಚಿ ಜೊಲ್ಲು ಸುರಿಸುತ್ತಾ ನಿಂತಿತು.

ಮರುದಿನ ಮುಂಜಾನೆ ಎದ್ದು ಶೌಚಾಲಯಕ್ಕೆ ಹೋಗುವಾಗ ಜೋರಾಗಿ ಎಡವಿದೆ. ನೋಡಿದರೆ ಕಾಂಬಾ ಕಿವಿಯನ್ನು ನಿಮಿರಿಸಿಕೊಂಡು ನನಗೆ ಕಾಯುತ್ತಾ ಕುಳಿತಿದೆ!

"ನಿನಗೆ ಹೇಳಲಿಲ್ಲವಾ? ನನ್ನ ಪಾಡಿಗೆ ನನ್ನನ್ನು ಬಿಡು." ತಕ್ಷಣ ನನಗೆ ಹೊಳೆಯಿತು, ಹೀಗೆ ಪ್ರಾಣಿಗಳ ಜೊತೆ ನಾನು ಮಾತನಾಡುತ್ತಿದ್ದರೆ, ಜನರು ನನ್ನನ್ನು ಹುಚ್ಚ ಎನ್ನಬಹುದು. ಶೌಚಾಲಯದಿಂದ ಹೊರಬಂದಾಗ ನನ್ನ ತಂದೆ ಮತ್ತು ಚಿಕ್ಕಪ್ಪ ಎದುರಾದರು.

ಚಿಕ್ಕಪ್ಪ ನಗುತ್ತಾ ಅವರ ನಾಯಿ ನನಗೆ ಅಂಟಿಕೊಂಡಿರುವುದನ್ನು ನೋಡಿ, "ಓಹ್ ನಿನಗೊಬ್ಬ ಹೊಸ ಗೆಳೆಯನಾದ... ನನಗೆ ಏಳು ಜನ ಹೆಣ್ಣು ಮಕ್ಕಳು. ಕೊನೆಗೂ ಕಾಂಬಾಗೆ ಸ್ನೇಹಿತನು ಸಿಕ್ಕಿದ" ಎಂದರು.

"ನಾನು ಯಾವ ನಾಯಿಗೂ ಗೆಳೆಯನಲ್ಲ."

ಚಿಕ್ಕಪ್ಪ ನಗುತ್ತಾ "ಅದನ್ನು ಅವನಿಗೇ ಹೇಳು" ಎಂದರು.

ಕ್ರಮೇಣ ನಾನು ಕಾಂಬಾನನ್ನು ದೂರ ಸರಿಸುವ ಪ್ರಯತ್ನವನ್ನು ಬಿಟ್ಟೆ. ನಿಜ ಹೇಳಬೇಕೆಂದರೆ ಕಾಂಬಾ ಜೊತೆಯ ಸಖ್ಯ ಅಷ್ಟೇನೂ ಕೆಟ್ಟದಾಗಿರಲಿಲ್ಲ ಬಿಡಿ! ಈ ಹಿಂದೆ ನಾನೆಂದೂ ನಾಯಿಮರಿಯನ್ನು ಸಾಕಿಕೊಂಡಿರಲಿಲ್ಲ. ಹೀಗಾಗಿ ಏನೂ ಮಾತನಾಡದೇ, ನನಗೆ ಅದು ಮಾಡು – ಇದು ಮಾಡೆಂದು ಆದೇಶಿಸದೇ, ಸುಮ್ಮನೆ ನನ್ನ ಸುತ್ತ–ಮುತ್ತ ಸುಳಿದಾಡಿಕೊಂಡಿರುವುದು ನನಗೆ ಖುಷಿ ಕೊಡುತ್ತಿತ್ತು.

ರಾತ್ರಿಯ ಹೊತ್ತು ಕಾಂಬಾ ನನ್ನ ಕೋಣೆಯ ಬಾಗಿಲಿನ ಹೊರಗೆ ಮಲಗುತ್ತಿತ್ತು. ಮಳೆಯಾದಾಗ ಅಡುಗೆಮನೆಯ ಮೂಲೆಯಲ್ಲಿ ಮುದುರಿಕೊಂಡಿರುತ್ತಿತ್ತು. ಯಾರೂ ಹೇಳದೆಯೇ ಅದು ಕಾವಲುಗಾರನ ಕೆಲಸವನ್ನು ವಹಿಸಿಕೊಂಡಿತು. ಅದರಲ್ಲೂ ಹೈನಾ ಮತ್ತು ಬೀದಿ ನಾಯಿಗಳಿಂದ ನಮ್ಮ ಮನೆಯ ಕುರಿ–ಮೇಕೆ, ಕೋಳಿಗಳನ್ನು ರಕ್ಷಿಸುವುದು ಅದರ ಜವಾಬ್ದಾರಿಯಾಯಿತು.

ಒಮ್ಮೊಮ್ಮೆ ನಮ್ಮ ಮನೆಯ ಹೊರಗಿನ ಆವರಣದಲ್ಲಿ ಕುರಿಗಳನ್ನು ಅತ್ತಿತ್ತ ಓಡಾಡಿಸಿ ಗೋಳಾಡಿಸುವುದೆಂದರೆ ಕಾಂಬಾಗೆ ಅಚ್ಚುಮೆಚ್ಚು. ಹೀಗೆ ಮಾಡಿದಾಗಲೆಲ್ಲಾ ನನ್ನ ತಾಯಿ ಅದರತ್ತ ತಮ್ಮ ಚಪ್ಪಲಿಯನ್ನು ಎಸೆದು ಸುಮ್ಮನಾಗಿಸುತ್ತಿದ್ದರು.

"ಈ ನಾಯಿಯನ್ನು ಇಲ್ಲಿಂದ ಹೊರಗೆ ಹಾಕಿ" ಅಮ್ಮ ಸಿಟ್ಟಿನಿಂದ ಕೂಗುತ್ತಿದ್ದರು.

ಆದರೆ ಕಾಂಬಾಗೆ ಇದೆಲ್ಲ ಮೋಜಿನ ಸಂಗತಿ. ಅದು ಕೋಳಿಮರಿಗಳಿಗೆ ಕಾಟ ಕೊಟ್ಟಾಗ ತಾಯಿಕೋಳಿಯು ತನ್ನ ರೆಕ್ಕೆಯನ್ನು ಜೋರಾಗಿ ಬಡಿದು ಇದರತ್ತ ಧಾವಿಸಿದರೆ, ಕಾಂಬಾಗೆ ಮತ್ತಷ್ಟು ವಿನೋದ!

ನಮ್ಮ ಭಾಷೆಯಲ್ಲಿ ಮಫಾಲಾ (Mphala) ಎಂದರೆ 'ಅವಿವಾಹಿತ ಪುರುಷರಿರುವ ಮನೆ' ಎಂದರ್ಥ. ನಮ್ಮ ಮನೆ ಮತ್ತು ಜೆಫ್ರಿಯ ಮನೆಯ ಸಮೀಪದಲ್ಲಿ, ಅಂತಹ ಒಂದು ಮನೆಯಿತ್ತು. ಅಲ್ಲಿಯೇ ನನ್ನ ಸೋದರ ಬಂಧು ಚಾರಿಟಿ ತನ್ನ ಗೆಳೆಯ ಮಿಝೆಕ್‌ನೊಡನೆ ವಾಸವಿದ್ದನು. ಆ ಮನೆಯಂತೂ ಒಳ್ಳೆ ಕ್ಲಬ್ ಹೌಸ್ ಮಾದರಿಯಲ್ಲಿತ್ತು. ಫಿರಿಯ ಜೊತೆ ಕಾದಾಡಿದ್ದ ನಮ್ಮ ಕೆಲಸಗಾರ ಜೇಮ್ಸ್ ಕೂಡಾ ಒಂದು ಕಾಲದಲ್ಲಿ

ಅಲ್ಲಿಯೇ ಇದ್ದನು. ಅವನನ್ನು ಕೆಲಸದಿಂದ ತೆಗೆದ ಬಳಿಕ ಆ ಮನೆ ಖಾಲಿಯೇ ಬಿದ್ದಿತ್ತು. ಮಿಝೆಕ್ ಆಕಾರದಲ್ಲಿ ಧಡಿಯ ಮತ್ತು ಶಾಲೆಯಿಂದ ಹೊರಬಂದು ವ್ಯಾಪಾರವನ್ನು ಮಾಡುತ್ತಿದ್ದನು. ಇವರಿಬ್ಬರೂ ಬೆಳಗಿನ ಸಮಯದಲ್ಲಿ ತಮ್ಮ ಹೆತ್ತವರೊಡನೆ ಇರುತ್ತಿದ್ದರು. ರಾತ್ರಿಯ ಹೊತ್ತು ಮಘಾಲಾದಲ್ಲಿ ಮಲಗುತ್ತಿದ್ದರು.

ಆ ಮನೆಯ ಮಲಗುವ ಕೋಣೆಯಲ್ಲಿ ಬ್ಲೂಗಮ್ ಮರದ ಮಂಚವಿತ್ತು. ಜೋಳದ ಖಾಲಿ ಚೀಲದಲ್ಲಿ ಹುಲ್ಲನ್ನು ತುಂಬಿಸಿ ಹಾಸಿಗೆಯಂತೆ ಮಾಡಲಾಗಿತ್ತು. ಎಲ್ಲೆಲ್ಲೂ ಕೊಳಕಾದ ಬಟ್ಟೆಗಳು, ಮಾವಿನ ಹಣ್ಣಿನ ಸಿಪ್ಪೆ, ಕಳ್ಳೇಕಾಯಿಯ ಸಿಪ್ಪೆ... ಇತ್ಯಾದಿ ಕಸವು ಬಿದ್ದಿರುತ್ತಿತ್ತು.

ಒಂದು ಗೋಡೆಯ ಮೇಲೆ 'MTL Wanderers' ಫುಟ್‌ಬಾಲ್ ಕ್ಲಬ್‌ನ ಚಿತ್ರವನ್ನು ಅಂಟಿಸಿದ್ದರು. ಇದು ಮಾಲಾವಿ ಸೂಪರ್‌ಲೀಗ್‌ನಲ್ಲಿ... ಅಲ್ಲ ಅಲ್ಲ... ಜಗತ್ತಿನಲ್ಲಿಯೇ ನನ್ನ ಅಚ್ಚುಮೆಚ್ಚಿನ ತಂಡವಾಗಿತ್ತು. ಅವರ ಎದುರಾಳಿ ತಂಡವಾದ 'Big Bullets' ಚಿತ್ರವನ್ನು ಅದರ ಎದುರಿನ ಗೋಡೆಯ ಮೇಲೆ ಅಂಟಿಸಿದ್ದರು. ಅದೇ ಕೋಣೆಯ ಮತ್ತೊಂದು ಮೂಲೆಯಲ್ಲಿ ಅಗ್ಗಿಷ್ಟಿಕೆಯಿತ್ತು (Fireplace).

ಇಡೀ ಕೋಣೆಗಿದ್ದುದು ಒಂದೇ ಕಿಟಕಿ. ಇಲ್ಲಿಂದ ಸೂರ್ಯನ ಸಣ್ಣ ಕಿರಣವು ಇಣುಕುತ್ತಾ ಕೋಣೆಗೆ ಬೆಳಕನ್ನು ಕೊಡುತ್ತಿತ್ತು. ಇದೇ ಕಿಟಕಿಯು ಅಗ್ಗಿಷ್ಟಿಕೆಯಲ್ಲಿ ಬೆಂಕಿಯನ್ನು ಹಾಕಿದಾಗ, ಅದರ ಹೊಗೆಯನ್ನೂ ಹೊರಗೋಡಿಸಬೇಕಿತ್ತು. ನನ್ನ ಪಾಲಿಗೆ ಇದು ಜಗತ್ತಿನಲ್ಲಿಯೇ ಪ್ರಿಯವಾದ ಜಾಗವಾಗಿತ್ತು.

ನಾನು ಚಿಕ್ಕವನು ಮತ್ತು ಕಿರಿಕಿರಿ ಸ್ವಭಾವದವನು ಎನ್ನುವ ಕಾರಣಕ್ಕೆ ನನಗೆ ಕ್ಲಬ್‌ಹೌಸ್ ಒಳಗೆ ಪ್ರವೇಶವಿರಲಿಲ್ಲ. ಆದರೂ ಆಗಾಗ ಚಾರಿಟಿಗೆ ಪಕ್ಕದ ಮನೆಯಿಂದ ಮಾವಿನ ಹಣ್ಣುಗಳನ್ನು ಕಿತ್ತುಕೊಟ್ಟು, ನಾನು ಒಳಗೆ ಪ್ರವೇಶವನ್ನು ಪಡೆಯುತ್ತಿದ್ದೆ. ಬಾಯಿಯಲ್ಲಿ ಚಾಕು ಕಚ್ಚಿಕೊಂಡು, ಕುತ್ತಿಗೆಗೆ ಚೀಲವನ್ನು ನೇತು ಹಾಕಿಕೊಂಡು, ಪಕ್ಕದ ಮನೆಯವರ ಕಂಪೌಂಡ್ ಗೋಡೆಯನ್ನು ಹಾರಿ, ಮರವನ್ನು ಹತ್ತಿ ಸರಕ್ಕನೇ ಹಣ್ಣುಗಳನ್ನು ಚೀಲದಲ್ಲಿ ಇಳಿಸುತ್ತಿದ್ದೆ. ಹಣ್ಣುಗಳನ್ನು ಮಘಾಲಾ ಮನೆಗೆ ಒಯ್ದಾಗ ನನ್ನನ್ನು ಅವರಿಬ್ಬರೂ ಒಳಗೆ ಬಿಡುತ್ತಿದ್ದರು.

ನಾನಾಗ ಹನ್ನೊಂದು ವರ್ಷದ ಬಾಲಕ. ಚಾರಿಟಿ ಮತ್ತು ಮಿಝೆಕ್ ನಡುವಿನ ಮಾತುಗಳು ನನಗೆ ಬಹಳ ಗೊಂದಲಮಯವಾಗಿ ಕೇಳಿಸುತ್ತಿದ್ದವು. ಅವು ಬಹುತೇಕ ಬಾರಿ ಹುಡುಗಿಯರನ್ನು ಕುರಿತಂತೇ ಇರುತ್ತಿದ್ದವು. ಅವರಿಗೆ ನನ್ನ ಇರುವಿಕೆ ಮರೆತೇ ಹೋಗುತ್ತಿತ್ತೇನೋ!

ಒಮ್ಮೆ ಮಿಝೆಕ್ ಚಾರಿಟಿಯೊಡನೆ ತಾನು ಪಟ್ಟಣದಲ್ಲಿ ಕಂಡ ಒಬ್ಬ ಹುಡುಗಿಯ ಬಗ್ಗೆ ಹೇಳುತ್ತಿದ್ದವನು, ಇದ್ದಕ್ಕಿದ್ದಂತೆಯೇ ನಿಲ್ಲಿಸಿದನು.

"ಚಾರಿಟಿ, ನಾವು ಹುಷಾರಾಗಿರಬೇಕು. ನಮ್ಮ ನಡುವೆ ಒಂದು ಮಗುವಿದೆ. ಈ ಚಿಕ್ಕ ವಯಸ್ಸಿನಲ್ಲಿಯೇ ಇವನು ಇಂತಹ ಕತೆಗಳನ್ನು ಕೇಳುವುದು ಸರಿಯಲ್ಲ."

ನಾನು ಗೋಗರೆಯುತ್ತಾ, "ನಾನು ಮಗುವಲ್ಲ. ಪರವಾಗಿಲ್ಲ ಮುಂದುವರೆಸಿ. ನಾನು ದೊಡ್ಡವನು, ನನಗೂ ಹುಡುಗಿಯರ ಬಗ್ಗೆ ಕೆಲವು ವಿಷಯಗಳು ತಿಳಿದಿವೆ" ಎನ್ನುತ್ತಿದ್ದೆ.

"ಓಹ್... ಹೌದಾ... ನಿನಗೆ ಏನೇನು ಗೊತ್ತು?"

"ನನಗೆ ಎಲ್ಲವೂ... ಗೊತ್ತು... ಎಲ್ಲಾ ಗೊತ್ತು... ನಿನಗೆ ಏನು ಗೊತ್ತೋ ಅದೇ ನನಗೂ ಗೊತ್ತು."

ಒಮ್ಮೆ ನಾನು ದೋವಾ ಮಲೆನಾಡು ಪ್ರದೇಶದಲ್ಲಿ, ಕೆಲವು ಹಕ್ಕಿಗಳನ್ನು ಬೇಟೆಯಾಡಿ, ಕಾಂಬಾನೊಟ್ಟಿಗೆ ಕ್ಲಬ್‌ಹೌಸ್ ಬಾಗಿಲನ್ನು ತಟ್ಟಿದೆ. ಚಾರಿಟಿ ಬಾಗಿಲನ್ನು ತೆರೆಯುತ್ತಾ "ಏನು?" ಎಂದನು.

"ಹೇ... ನಾನು ನಾಲ್ಕು ಹಕ್ಕಿಗಳನ್ನು ಬೇಟೆಯಾಡಿ ತಂದಿದ್ದೇನೆ. ಅವೆಲ್ಲವೂ ನನ್ನ ಜೇಬಿನಲ್ಲಿಯೇ ಇವೆ. ನಾನು ಒಳಗೆ ಬರಬಹುದೇ?"

ಮಿಝಿಕ್ ಬಾಗಿಲ ಕಡೆ ಬಂದು "ನಮಗೆ ಏನು ತಂದಿದ್ದೀ?" ಎಂದನು.

"ನಾಲ್ಕು ಹಕ್ಕಿಗಳು" ನಾನು ಉತ್ತರಿಸಿದೆ.

"ನಮಗೆ ಮಫ್ಲಾಲಾದಲಿ ಇಂಥವನ ಅಗತ್ಯವಿತ್ತು. ಒಳ್ಳೆಯ ಕೆಲಸ."

ಚಾರಿಟಿ ಹೇಳಿದ, "ಬೆಂಕಿಯನ್ನು ಹಾಕೋಣ."

ನಾನು ಸಂತೋಷದಿಂದ ಮುಗುಳ್ನಗುತ್ತಾ ಒಳ ನಡೆದೆ. ಕಾಂಬಾ ನನ್ನನ್ನು ಹಿಂಬಾಲಿಸಿತು.

"ಈ ದರಿದ್ರ ನಾಯಿಯನ್ನು ಹೊರಹಾಕು" ಮಿಝಿಕ್ ಅಬ್ಬರಿಸಿದ. "ನಿನಗೆ ಗೊತ್ತಿಲ್ಲವಾ? ನಾಯಿಗಳಿಗೆ ಇಲ್ಲಿ ಪ್ರವೇಶವಿಲ್ಲ. ನೀನು ಹಾಗೆಂದು ಅದಕ್ಕೆ ತಿಳಿಸು."

"ಕಾಂಬಾ!" ನಾನು ಜೋರಾಗಿ ಕಿರುಚುತ್ತಾ ಆದೇಶಿಸಿದೆ, "ಹೋಗಾಚೆ."

ಕಾಂಬಾ ಬಾಗಿಲ ಬಳಿಗೆ ಹೋಗಿ ನನ್ನೆಡೆಗೆ ಗೊಂದಲದಿಂದ ನೋಡಿತು.

"ಕಾಂಬಾ, ಸ್ವಲ್ಪ ತಡಿ" ನಾನು ಪಿಸುಗುಟ್ಟಿದೆ.

ನಾನು ಹಕ್ಕಿಗಳನ್ನು ಸ್ವಚ್ಛಗೊಳಿಸಿ ಅವುಗಳ ತಲೆಗಳನ್ನು ತೆಗೆದುಕೊಂಡು, ಹೊರಗೆ ಕಾಯುತ್ತಿದ್ದ ಕಾಂಬಾನೆಡೆಗೆ ಒಂದೊಂದಾಗಿ ಚೆಲ್ಲಿದೆ. ಅದು ಜಿಗಿಯುತ್ತಾ ಒಂದೊಂದನ್ನೇ ಹಿಡಿದು ಚಪ್ಪರಿಸಿ ತಿಂದಿತು. ಒಳಗೆ ಚಾರಿಟಿ ಮತ್ತು ಮಿಝಿಕ್ ಹಕ್ಕಿಗಳ ಮಾಂಸವನ್ನು ಇದ್ದಿಲಿನ ಬೆಂಕಿಯಲ್ಲಿ ಬೇಯಿಸುತ್ತಿದ್ದರೆ, ಮನೆಯೆಲ್ಲಾ ಘಮ್ಮನೆಯ ವಾಸನೆ!

"ಹೇ... ನನ್ನ ಬಾಯಲ್ಲಿ ನೀರೂರುತ್ತಿದೆ."

"ಸುಮ್ಮನಿರು."

ಅವರಿಬ್ಬರೂ ಹಕ್ಕಿಗಳ ಮಾಂಸವನ್ನು ಬೇಯಿಸಿದ ನಂತರ ನನಗೂ ಒಂದನ್ನು ತಿನ್ನಲು ಬಿಟ್ಟರು. ಆದರೆ ಇದಾದ ಬಳಿಕ ಅವರಿಗೆ ನನ್ನ ಅಗತ್ಯವೇನೂ ಇರಲಿಲ್ಲ. ನಾನಂದುಕೊಂಡಂತೆಯೇ ಆಯಿತು.

"ಹೇ ಪುಟಾಣಿ, ನಿಮ್ಮ ತಾಯಿ ನಿನ್ನನ್ನು ಕರೆದಿದ್ದು ನಿನಗೆ ಕೇಳಿಸಲಿಲ್ಲವೇ?"

"ಓಹ್ ಏನು... ನನಗೆ ಏನೂ ಕೇಳಿಸಲೇ ಇಲ್ಲವಲ್ಲಾ!"

"ಹೌದು, ಅವನು ಹೇಳಿದ್ದು ಸರಿ" ಚಾರಿಟಿ ದನಿಗೂಡಿಸಿದ.

"ಅದು ನಿನ್ನ ಅಮ್ಮನ ಧ್ವನಿ. ಅವರೇ ಕೂಗಿದ್ದು."

ನನಗೆ ಹೊರಗೆ ಹೋಗುವ ಆದೇಶವನ್ನು ಕೊಡಲಾಗಿತ್ತು. ನಾನು ಮರುಮಾತನಾಡದೇ, ನನ್ನ ಚಾಕುವನ್ನು ರಿಸ್ಟ್‌ಬ್ಯಾಂಡ್‌ಗೆ ಸಿಕ್ಕಿಸಿಕೊಂಡೆ. ಕಾಂಬಾನೊಡನೆ, ಹುಡುಗಿಯರ ಪಾಳ್ಯ ವಾಗಿದ್ದ ನಮ್ಮ ಮನೆಯ ಕಡೆಗೆ ಹೊರಟೆ.

ಬಾವ್ರೋ, ರೇಡಿಯೊ ಮತ್ತು ಕೃಷಿ

2000ನೇ ಇಸ್ವಿಯಲ್ಲಿ ನನಗೆ ಹದಿಮೂರು ವರ್ಷ, ಜೊತೆಗೆ ಹೊಸ ಶತಮಾನದ ಆರಂಭವೂ ಹೌದು. ದೈಹಿಕವಾಗಿ ನನ್ನ ನಡವಳಿಕೆಯಲ್ಲಿ ಅನೇಕ ಬದಲಾವಣೆಗಳು ಆಗತೊಡಗಿದವು. ನಾನು ಹಕ್ಕಿಗಳನ್ನು ಬೇಟೆಯಾಡುವುದನ್ನು ಕಡಿಮೆ ಮಾಡಿ, ಹೆಚ್ಚು ಹೆಚ್ಚು ಸಮಯವನ್ನು ವ್ಯಾಪಾರ ಕೇಂದ್ರದಲ್ಲಿಯೇ ಕಳೆಯತೊಡಗಿದೆ. ಅಲ್ಲಿ ಆಗುತ್ತಿದ್ದ ಹೊಸ ಜನರ ಪರಿಚಯದಿಂದ ನನಗೆ ಸಂತೋಷವಾಗುತ್ತಿತ್ತು. ನನ್ನೊಡನೆ ಸಾಮಾನ್ಯವಾಗಿ ಗಿಲ್ಬರ್ಟ್, ಜೆಫ್ರಿ ಹಾಗೂ ಇತರ ಸ್ನೇಹಿತರಿರುತ್ತಿದ್ದರು.

ಅಲ್ಲಿ ನಾವು ಕೊನೆ ಮೊದಲಿಲ್ಲದೇ ಬಾವೋ(Bawo) ಆಟವನ್ನು ಆಡುವುದು ನಮ್ಮ ದಿನಚರಿಯಾಯಿತು. ಬಾವೋ ಮಾಲಾವಿ ಮತ್ತು ಪೂರ್ವ ಆಫ್ರಿಕಾದಲ್ಲಿ ಬಹಳ ಜನಪ್ರಿಯವಾದ ಆಟ. ಬಾವೋ - ಮಂಕಾಲಾ ಎನ್ನುವ ಬೋರ್ಡ್‌ಗೇಮ್ ಜಾತಿಗೆ ಸೇರಿದ್ದು. ಇದನ್ನು ಗೋಲಿ ಅಥವಾ ಗುಂಡನೆಯ ಬೀಜಗಳೊಂದಿಗೆ ಎರಡೂ ಬದಿಗಳಲ್ಲಿ ತೂತುಗಳಿರುವ ಉದ್ದನೆಯ ಮರದ ಹಲಗೆಯ ಮೇಲೆ ಆಡುತ್ತಾರೆ. ಪ್ರತಿಯೊಬ್ಬ ಆಟಗಾರನಿಗೆ ಎರಡು ಸಾಲುಗಳ ಎಂಟು ತೂತುಗಳಿರುತ್ತವೆ. ಎದುರಾಳಿಯ ಸಾಲುಗಳನ್ನೆಲ್ಲಾ ವಶಪಡಿಸಿ ಆತನು ಆಟವಾಡದಂತೆ ತಡೆದಾಗ ಆಟಗಾರನು ಗೆದ್ದಂತೆ.

ಬಾವೋ ಆಡಲು ಬಹಳ ತಂತ್ರಗಾರಿಕೆ ಮತ್ತು ಚುರುಕು ಬುದ್ಧಿಯು ಅವಶ್ಯಕ. ನಾನು ಈ ಆಟವನ್ನು ಬಹಳ ಚೆನ್ನಾಗಿ ಆಡುತ್ತೇನೆ ಎಂದು ಹೇಳಿಕೊಳ್ಳಬಲ್ಲೆ. ನಮ್ಮ ವ್ಯಾಪಾರ ಕೇಂದ್ರದಲ್ಲಿ ಅನೇಕ ಹುಡುಗರನ್ನು ಸುಲಭವಾಗಿ ಸೋಲಿಸುತ್ತಿದ್ದೆ. ಇವರಲ್ಲಿ ಬಹುತೇಕರು ಚಿಕ್ಕಂದಿನಲ್ಲಿ ಫುಟ್‌ಬಾಲ್ ಆಡುವಾಗ ನನ್ನನ್ನು ಕಡೆಗಣಿಸಿದ್ದರು. ಆಗಿನ ಅಪಮಾನವನ್ನು, ಈಗ ಗೆಲ್ಲುವುದರ ಮೂಲಕ ಸೇಡು ತೀರಿಸಿಕೊಂಡಿದ್ದೆ! ನನಗೆ ಮ್ಯಾಂಗೊಲೋಮೇರಾ ಸಿಗದಿದ್ದರೂ ಬಾವೋ ಸಿಕ್ಕಿದ್ದು ಸಂತೋಷದ ವಿಷಯವೇ ಸರಿ.

ಪ್ರತಿ ಬಾರಿ ನಾನು ವ್ಯಾಪಾರ ಕೇಂದ್ರಕ್ಕೆ ಹೊರಡುವಾಗ ಕಾಂಬಾ ನನ್ನೊಟ್ಟಿಗೆ ಬರಲು ಯತ್ನಿಸುತ್ತಿತ್ತು. ನನಗೋ ಇದು ಬಹಳ ಮುಜುಗರದ ವಿಷಯ. ರಸ್ತೆಯಲ್ಲಿ ನಾನು ಒಂದು ನಾಯಿಯ ಜೊತೆ ಹೋಗುತ್ತಿರುವಾಗ, ಜನರು ನನ್ನನ್ನು ಕೆಳಮಟ್ಟದ ಹುಡುಗ

ಎನ್ನಬಹುದು ಎನ್ನುವದೇ ನನ್ನ ಚಿಂತೆಯಾಗಿತ್ತು. ಕಾಂಬಾಗೆ ಇದೆಲ್ಲದರ ಅರಿವಿರಲಿಲ್ಲ. ಒಮ್ಮೆ ನನ್ನ ಕಣ್ಣು ತಪ್ಪಿಸಿ, ನಾನು ಹೋಗುವ ಮೊದಲೇ ವ್ಯಾಪಾರ ಕೇಂದ್ರವನ್ನು ಮುಟ್ಟಿತ್ತು. ನಾನು ಅಂಜೂರದ ಮರದ ಕೆಳಗೆ ಇನ್ನೇನು ಬಾವೋಆಡಲು ಕೂರಬೇಕು, ಯಾರೋ ನನ್ನೆಡೆ ಬೆಟ್ಟು ತೋರಿಸಿ ನಕ್ಕರು, "ಈ ವ್ಯಾಪಾರ ಸ್ಥಳದಲ್ಲಿ ನಿನಗೆ ಬೇಟೆಯಾಡಲು ಯಾವ ಹಕ್ಕಿ, ಮೊಲಗಳು ಸಿಗುವುದಿಲ್ಲ. ನಿನ್ನ ಹಿಂದೆ ನಾಯಿ ಯಾಕೆ ಬೇಕು?"

ಅಲ್ಲಿದ್ದ ಇತರ ಹುಡುಗರೂ ಜೋರಾಗಿ ನಗತೊಡಗಿದರು. ನನಗೆ ವಿಪರೀತ ಮುಜುಗರವಾಯಿತು. ಇದಾದ ಬಳಿಕ ಕಾಂಬಾ ನನ್ನನ್ನು ಹಿಂಬಾಲಿಸಿದರೆ, ನಾನು ಅದರೊಡನೆ ಕಠಿಣವಾಗಿ ನಡೆದುಕೊಳ್ಳತೊಡಗಿದೆ. ನಾನು ಕಿರುಚಿ, ಶಾಪ ಹಾಕಿದರೂ ಕಾಂಬಾ ಕೇಳುತ್ತಿರಲಿಲ್ಲ. ಕೊನೆಗೆ ನಾನು ಒಂದು ಕಲ್ಲನ್ನು ಅದರ ತಲೆಯತ್ತ ಎಸೆದು ಜೋರಾಗಿ ಅರಚುತ್ತಿದ್ದೆ – "ನನ್ನ ಪಾಡಿಗೆ ನನ್ನನ್ನು ಬಿಡು... ಬರಬೇಡ..."

ಸ್ವಲ್ಪ ದಿನಗಳ ಬಳಿಕ ಕಾಂಬಾಗೆ ಇದು ಅರ್ಥವಾಯಿತು. ಆದರೂ ಜುಲೈ ತಿಂಗಳಿನಲ್ಲಿ ಅದೊಂದೇ ವ್ಯಾಪಾರ ಕೇಂದ್ರಕ್ಕೆ ಬರತೊಡಗಿತು. ನನಗೆ ನಿಜಸಂಗತಿಯು ನಂತರ ತಿಳಿಯಿತು... ಅದರ ಆಕರ್ಷಣೆ ಅಲ್ಲಿನ ಹೆಣ್ಣು ನಾಯಿಗಳಾಗಿದ್ದವು!

ದಿನಕಳೆದು ನಾನು ದೊಡ್ಡವನಾಗುತ್ತಿದ್ದಂತೆ 'ನೋಮ್ಯಾಡ್ಸ್' ಸಾಕರ್ ತಂಡವು ಸೋತರೂ ಗೆದ್ದರೂ ನಾನು ತಲೆಕೆಡಿಸಿಕೊಳ್ಳುತ್ತಿರಲಿಲ್ಲ. ನನಗೆ ನೆನಪಿರುವ ಮಟ್ಟಿಗೆ ನೋಮ್ಯಾಡ್ಸ್‌ತಂಡದವರನ್ನು ನಾನು ಅಸಾಮಾನ್ಯರೆಂದೇ ತಿಳಿದಿದ್ದೆ. ನೋಮ್ಯಾಡ್ಸ್ ತಂಡವು ಬಿಗ್‌ಬುಲೆಟ್ಸ್ ತಂಡಕ್ಕೆ ಸೋತಾಗ ನಾನು ಊಟವನ್ನೂ ಮಾಡುತ್ತಿರಲಿಲ್ಲ. ನನ್ನ ತಾಯಿಯು ಮಾಡುತ್ತಿದ್ದ ಪ್ರಿಯವಾದ ಚಿಕನ್ ತಿನ್ನಲೂ ಮನಸ್ಸಾಗುತ್ತಿರಲಿಲ್ಲ.

ಆ ವರ್ಷ ಬಿಗ್‌ಬುಲೆಟ್ಸ್ ತಂಡದೊಡನೆ ನೋಮ್ಯಾಡ್ಸ್ ಆಡುವಾಗ ನನ್ನ ಹೃದಯದ ಬಡಿತವು ಎಷ್ಟು ಏರಿತೆಂದರೆ, ನಾನು ಸತ್ತೇ ಹೋಗುತ್ತೇನೆಂದು ಭಾವಿಸಿದೆ (ಇದನ್ನು Anxiety Attacks ಎಂದು ಕರೆಯುತ್ತಾರೆ). ಅದಾದ ಬಳಿಕ ನನಗೆ ನಾನೇ ಬುದ್ಧಿಮಾತನ್ನು ಹೇಳಿಕೊಂಡೆ: ನನಗೇನಾಗಿದೆ? ಸಾಕರ್ ಆಟವು ನನ್ನ ಮನಸ್ಸಿಗೆ ಬಹಳ ಒತ್ತಡವನ್ನು ಉಂಟು ಮಾಡುತ್ತಿದೆ. ಇದು ನನ್ನ ಆರೋಗ್ಯಕ್ಕೂ ಒಳ್ಳೆಯದಲ್ಲ... ಕೊನೆಗೆ ನಾನು ಸಾಕರ್ ಆಟದ ಕಡೆಗೆ ಗಮನ ಕೊಡುವುದನ್ನು ಸಂಪೂರ್ಣವಾಗಿ ನಿಲ್ಲಿಸಿದೆ.

ಈ ಹೊತ್ತಿಗೆ ಹಾಳಾಗಿರುವ ಹಳೆಯ ರೇಡಿಯೊಗಳ ರಿಪೇರಿ ಮಾಡುವುದು, ನನ್ನ ಮತ್ತು ಜೆಫ್ರಿಯ ಮೆಚ್ಚಿನ ಹವ್ಯಾಸವಾಯಿತು. ರೇಡಿಯೊ ಬಿಚ್ಚಿ ಅದರೊಳಗೆ ಇರುವ ಜೋಡಣೆಗಳನ್ನು ಪರೀಕ್ಷಿಸುವುದು ನಮ್ಮ ದಿನಚರಿಯಾಯಿತು. ನಮ್ಮ ಮಾಲಾವಿ ಮತ್ತು ಆಫ್ರಿಕಾದ ಬಹುತೇಕ ದೇಶಗಳಲ್ಲಿ ಟಿ.ವಿ. ನೋಡಲು ವಿದ್ಯುಚ್ಛಕ್ತಿಯು ಇರುವುದಿಲ್ಲ. ಹೀಗಾಗಿ ಹೊರಗಿನ ಜಗತ್ತಿಗೆ ರೇಡಿಯೊ ಒಂದೇ ಸಂಪರ್ಕ ಕೊಂಡಿಯಾಗಿರುತ್ತದೆ. ನೀವು ಗಿಡದ ಪೊದೆ, ಜನರ ದೊಂಬಿ, ಎಲ್ಲೇ ಹೋದರೂ ಜನರು ಪುಟ್ಟ ರೇಡಿಯೊ

ಕೈಯಲ್ಲಿ ಹಿಡಿದು ಕೇಳುತ್ತಿರುವುದನ್ನು ನೋಡುವಿರಿ. 'ಮಾಲಾವಿ ರೆಗ್ಗೆ', 'ಅಮೇರಿಕನ್ ರಿದಮ್', 'ಬ್ಲೂ', 'ಚಿಚೆವಾ ಗೊಸ್ಪೆಲ್', 'ಚರ್ಚ್ ಸೆರ್ಮೊನ್ಸ್'... ಹೀಗೆ ಸಂಗೀತದ ವಿವಿಧ ಪ್ರಕಾರಗಳನ್ನು ನಾವು ಕೇಳಬಹುದಿತ್ತು.

ಮಾಲಾವಿಗೆ ಸ್ವಾತಂತ್ರ್ಯವು ಸಿಗುವ ಹೊತ್ತಿಗೆ ಸರಿಯಾಗಿ 'Malawi Broadcasting Corporation' (ಮಾಲಾವಿ ಆಕಾಶವಾಣಿ ಕೇಂದ್ರ) ಕಾರ್ಯಾರಂಭ ಮಾಡಿತ್ತು. ನಮ್ಮಲ್ಲಿ ಜನರು ರೇಡಿಯೊವನ್ನು ತಮ್ಮ ಕುಟುಂಬದ ಸದಸ್ಯನೆಂದೇ ಭಾವಿಸುತ್ತಾರೆ. ನನ್ನ ತಂದೆ, MBCಯ ಪ್ರಾರಂಭದ ದಿನಗಳಲ್ಲಿ ತಾವು ಕೇಳುತ್ತಿದ್ದ ಡಾಲಿ ಪಾರ್ಟನ್, ಕೆನ್ನಿ ರೋಜರ್ಸ್, ರಾಬರ್ಟ್ ಘುಮುಲಾನಿ ಸಂಗೀತದ ಬಗ್ಗೆ ಆಗಾಗ ಹೇಳುತ್ತಿದ್ದುದುಂಟು. ಆಗ ಕೃಷಿ ಕಾರ್ಯಕ್ರಮಗಳು ಸಹ ಬಹಳ ಜನಪ್ರಿಯವಾಗಿದ್ದವು.

ಆಗಿನ ರಾಷ್ಟ್ರಪತಿ ಬಂಡಾ ಜನರಿಗೆ "ಹೊಲವನ್ನು ಸ್ವಚ್ಛಗೊಳಿಸಿ, ಕಳೆ ತೆಗೆಯಿರಿ, ಪಾತಿ ಕಟ್ಟಿರಿ, ಮಳೆ ಬರುವ ಮುನ್ನ ಬಿತ್ತನೆ ಮಾಡಿ, ಗೊಬ್ಬರ ಹಾಕಿರಿ... ಹೀಗೆ ಮಾಡುವುದರಿಂದ ಮಾಲಾವಿಯ ಜನರು ಯಶಸ್ವಿಯಾಗಿ ಸಂತೋಷದಿಂದ ಇರಬಹುದು" ಎಂದು ಆಗಾಗ ಹೇಳಿಕೆಗಳನ್ನು ಕೊಡುತ್ತಿದ್ದರು. ಬುದ್ಧಿ ಬಂದ ಮೇಲೆ ನಾನು ಭಾನುವಾರದ ಮಧ್ಯಾಹ್ನಗಳಂದು, 'ಶಡ್ರೆಕ್ ವೇಮ್'ನ ಹಾಡುಗಳು ಮತ್ತು 'ಸಂಡೆ ಟಾಪ್ ಟ್ವೆಂಟಿ' ಕೇಳುವುದನ್ನು ಮರೆಯುತ್ತಿರಲಿಲ್ಲ.

ಕಳೆದ ಕೆಲವು ವರ್ಷಗಳವರೆಗೂ 'ರೇಡಿಯೊ–1' ಮತ್ತು 'ರೇಡಿಯೊ–2', ಈ ಎರಡೇ ಬಾನುಲಿ ನಿಲಯಗಳು ಸರಕಾರದ ವತಿಯಿಂದ ಕಾರ್ಯವನ್ನು ನಿರ್ವಹಿಸುತ್ತಿದ್ದವು. ಹೀಗಾಗಿ ಹೊರ ಜಗತ್ತಿನ ಜೊತೆಗೆ ನಮ್ಮ ಸಂಪರ್ಕವೂ ಅಷ್ಟಿರಲಿಲ್ಲ. ರೇಡಿಯೊ ಕುರಿತು ನನ್ನಲ್ಲಿ ಅನೇಕ ಪ್ರಶ್ನೆಗಳು ಏಳುತ್ತಲೇ ಇದ್ದವು:

"ರೇಡಿಯೊ ಒಳಗೆ ಇಷ್ಟು ವೈರುಗಳು ಏಕಿರಬೇಕು? ಅವು ಏನು ಮಾಡುತ್ತವೆ? ಪ್ರತಿಯೊಂದು ವೈರಿನ ಬಣ್ಣವೂ ಭಿನ್ನವಾಗಿದೆ ಏಕೆ? ಈ ವೈರುಗಳು ಮತ್ತು ಅದರ ಮೇಲಿರುವ ಪ್ಲಾಸ್ಟಿಕ್ ಹೊದಿಕೆಯಿಂದ 'DJ Blantyre' ಹಾಡುವುದು ನನ್ನ ಮನೆಯಲ್ಲಿ ಹೇಗೆ ಕೇಳಿಸುತ್ತದೆ? ಜನರು ಎಲ್ಲೋ ಮಾತನಾಡಿದರೆ ಅವರ ಧ್ವನಿಯನ್ನು ಇಲ್ಲಿ ಕೇಳುತ್ತೇವೆ. ಇದು ಹೇಗೆ ಸಾಧ್ಯ? ಇದನ್ನು ಯಾರು ವಿನ್ಯಾಸಗೊಳಿಸಿದ್ದು? ಅವರಿಗೆ ಇದೆಲ್ಲವೂ ಹೊಳೆದಿದ್ದಾದರೂ ಹೇಗೆ?"

ಸುಮಾರು ತಪ್ಪು ಸರಿಗಳ ನಂತರ ಇಂಟಿಗ್ರೇಟೆಡ್ ಸರ್ಕ್ಯೂಟ್ ಬೋರ್ಡ್‌ನಿಂದಾಗಿ ಧ್ವನಿಯು ಹೊರಡುತ್ತದೆ ಎಂದು ನಮಗೆ ಅರ್ಥವಾಯಿತು. ಈ ಇಂಟಿಗ್ರೇಟೆಡ್ ಸರ್ಕ್ಯೂಟ್ ಬೋರ್ಡ್‌ಗೆ ವೈರುಗಳು, ಪ್ಲಾಸ್ಟಿಕ್ ಹಾಗೂ ಟ್ರಾನ್ಸಿಸ್ಟರ್‌ಗಳನ್ನು ಜೋಡಿಸಲಾಗಿತ್ತು (ಟ್ರಾನ್ಸಿಸ್ಟರ್ – ಇದು ರೇಡಿಯೊ ಒಳಗಿನಿಂದ ಸ್ಪೀಕರ್ ಕಡೆಗೆ ಹರಿಯುವ ಬ್ಯಾಟರಿಯ ಶಕ್ತಿಯನ್ನು ನಿಯಂತ್ರಿಸುತ್ತದೆ).

ಒಮ್ಮೆ ಒಂದು ಟ್ರಾನ್ಸಿಸ್ಟರ್ ತೆಗೆಯಲು, ರೇಡಿಯೊ ಸ್ಪೀಕರ್ ಧ್ವನಿಯು ಕ್ಷೀಣವಾಯಿತು. ಆಗ ನಮಗೆ ಈ ವಿಷಯವು ಅರ್ಥವಾಯಿತು.

ಇದರ ಜೊತೆಗೆ ಪ್ರತಿಯೊಂದು ಬ್ಯಾಂಡ್‌ಗಳು, ಅಂದರೆ – FM, AM, Shortwave ತರಂಗಾಂತರಗಳನ್ನು (Frequency) ಸೆರೆಹಿಡಿಯುತ್ತವೆ ಎಂದೂ ಕಂಡುಕೊಂಡೆವು. AM ತರಂಗಾಂತರಗಳನ್ನು ಪಡೆಯಲು ರೇಡಿಯೊ ತನ್ನೊಳಗಿದ್ದ ಸ್ಪರ್ಶಿಕೆಯನ್ನು (Antenna) ಬಳಸುತ್ತಿತ್ತು. ಆದರೆ FM ತರಂಗಾಂತರಗಳನ್ನು ಪಡೆಯಲು, ರೇಡಿಯೊ ಹೊರಗೆ ಆಂಟೆನ್ನಾ ಇರಬೇಕಿತ್ತು. ಒಂದು ವೇಳೆ ಈ FM ತರಂಗಾಂತರಗಳು ಚಲಿಸುವಾಗ ಯಾವುದೇ ವಸ್ತುವು (ಕಟ್ಟಡ, ಮರ... ಇತ್ಯಾದಿ) ಅಡಚಣೆಯಾದರೆ, ಅವು ಸೂರ್ಯನ ಬೆಳಕಿನಂತೆ ತಡೆ ಹಿಡಿಯಲ್ಪಡುತ್ತವೆ.

ನಾವು ಹೀಗೆ ಪ್ರಯೋಗಗಳ ಮೂಲಕವೇ ರೇಡಿಯೊ ಕುರಿತು ಸಾಕಷ್ಟು ತಿಳಿದುಕೊಂಡೆವು. ಈ ಪ್ರಯೋಗಗಳಿಗೆ ನಮ್ಮ ನೆಂಟರಿಷ್ಟರ, ಅಕ್ಕ–ಪಕ್ಕದ ಮನೆಯವರ ಅನೇಕ ಸೆಟ್‌ಗಳು ಬಲಿಯಾದವು! ಜೆಫ್ರಿಯ ಕೋಣೆಯ ಒಂದು ಪೆಟ್ಟಿಗೆಯಲ್ಲಿ ರೇಡಿಯೊದಿಂದ ಬಿಚ್ಚಿಟ್ಟಿದ್ದ ಕಂತೆ ಕಂತೆ ವೈರುಗಳನ್ನು ತುಂಬಿಸಿ ಇಡಲಾಗಿತ್ತು. ಜನರು ತಮ್ಮ ಕೆಟ್ಟುಹೋದ ಹಾಗೂ ಹಳೆಯ ರೇಡಿಯೊಗಳನ್ನು ನಮ್ಮ ಬಳಿ ರಿಪೇರಿಗಾಗಿ ತರಲು, ನಮ್ಮದೇ ಆದ ಪುಟ್ಟ ವ್ಯಾಪಾರವು ಪ್ರಾರಂಭವಾಯಿತು!

ಜೆಫ್ರಿಯ ಮನೆಯ ಹಿಂದಿದ್ದ ಅವನ ಕೋಣೆಯೇ ನಮ್ಮ ಕಾರ್ಯಾಗಾರ. ಅಲ್ಲಿ ನಾವು ನಮ್ಮ ಗ್ರಾಹಕರಿಗೆ ಕಾಯುತ್ತಾ ಇರುತ್ತಿದ್ದೆವು. ಆ ಕೋಣೆಯ ತುಂಬಾ ರಾಶಿ ರಾಶಿ ವೈರುಗಳು, ಸರ್ಕ್ಯೂಟ್ ಬೋರ್ಡ್, ಮೋಟರ್, ಲೋಹದ ಚೂರು, ಪ್ಲಾಸ್ಟಿಕ್ ವಸ್ತುಗಳು, ಹಾಳಾದ ರೇಡಿಯೊ ಕೇಸಿಂಗ್... ಇರುತ್ತಿತ್ತು. ಜನರು ತಮ್ಮ ರೇಡಿಯೊವನ್ನು ರಿಪೇರಿಗಾಗಿ ತಂದಾಗ ನಮ್ಮ ಮಾತುಕತೆ ಹೆಚ್ಚು ಕಡಿಮೆ ಹೀಗೆ ಸಾಗುತ್ತಿತ್ತು –

"ಓದಿ... ಓದಿ..." ಬಾಗಿಲಿನಲ್ಲಿ ಪಕ್ಕದ ಹಳ್ಳಿಯ ಅಜ್ಜ, ತಮ್ಮ ರೇಡಿಯೊ ಬಚ್ಚಿಟ್ಟುಕೊಂಡು ನಮ್ಮನ್ನು ಕರೆಯುತ್ತಿದ್ದರು.

"ಬನ್ನಿ ಒಳಗೆ", ನಮ್ಮ ಸ್ವಾಗತ.

"ಇಲ್ಲಿ ಯಾರೋ ರೇಡಿಯೊ ರಿಪೇರಿ ಮಾಡುತ್ತಾರೆ ಎಂದು ಕೇಳಿದೆ."

"ಹೌದು, ನಾನು ಮತ್ತು ನನ್ನ ಸಹೋದ್ಯೋಗಿ ಜೆಫ್ರಿ. ನಿಮ್ಮ ತೊಂದರೆ ಏನು?"

"ಆದ್ರೆ ನೀವಿಬ್ಬರೂ ಬಹಳ ಚಿಕ್ಕವರು... ನೀವು ಹೇಗೆ ರಿಪೇರಿ ಮಾಡುತ್ತೀರಾ?"

"ಅಯ್ಯೋ, ನಮ್ಮ ಬಗ್ಗೆ ಹಾಗೆಲ್ಲಾ ಸಂಶಯ ಪಡಬೇಡಿ. ಏನು ತೊಂದರೆ ಹೇಳಿ."

"ನನಗೆ ಸ್ಟೇಷನ್ ಸಿಗುವುದೇ ಇಲ್ಲ. ಏನೂ ಸರಿಯಾಗಿ ಕೇಳುವುದಿಲ್ಲ."

"ಹಂ... ನಿಮ್ಮ ರೇಡಿಯೊ ಕೊಡಿ ನೋಡೋಣ. ನಾವು ಸರಿ ಮಾಡಿಕೊಡುತ್ತೇವೆ. ರಾತ್ರಿ ಊಟದ ಸಮಯಕ್ಕೆ ಮುಂಚೆ ಆಗುತ್ತದೆ."

"ಸರಿ, ಸಂಜೆ ಆರು ಗಂಟೆಗೆ ಮುಂಚೆ ಮಾಡಿಟ್ಟಿರಿ. ಈವತ್ತು ಶನಿವಾರ ಬೇರೆ, ನಾನು ನಾಟಕವನ್ನು ನೋಡಲು ಹೋಗಬೇಕು."

"ಆಯಿತು, ಖಂಡಿತ ಖಂಡಿತ..."

ಕೆಟ್ಟು ಹೋಗಿದ್ದ ರೇಡಿಯೊ ಸರಿ ಮಾಡಲು ವಿದ್ಯುಚ್ಛಕ್ತಿಯು ಬೇಕು. ಆದರೆ ಎಷ್ಟೋ ಬಾರಿ ವಿದ್ಯುತ್ ಸರಬರಾಜು ಸಮರ್ಪಕವಾಗಿ ಇರುತ್ತಿರಲಿಲ್ಲ. ಇನ್ನು ಬ್ಯಾಟರಿ ಉಪಯೋಗಿಸಬೇಕೆಂದರೆ, ನಮ್ಮ ರಿಪೇರಿ ಕೆಲಸದಲ್ಲಿ ಅಷ್ಟು ಸಂಪಾದನೆ ಇರಲಿಲ್ಲ. ಅದಕ್ಕೆ ಪರ್ಯಾಯ ಮಾರ್ಗವಾಗಿ ನಾವು ವ್ಯಾಪಾರ ಕೇಂದ್ರಕ್ಕೆ ಹೋಗಿ, ಅಲ್ಲಿ ಜನರು ಬಿಸಾಡಿರುತ್ತಿದ್ದ ಬ್ಯಾಟರಿ ಸೆಲ್‌ಗಳನ್ನು ಹೆಕ್ಕಿ ತರುತ್ತಿದ್ದೆವು. ಇದರ ಜೊತೆ 'ಶೇಕ್ ಶೇಕ್' ಮದ್ಯದ ಕಾರ್ಟನ್ ಡಬ್ಬಗಳನ್ನು ಹೊತ್ತು ತರುತ್ತಿದ್ದೆವು. ನನಗಂತೂ ಈ ಡಬ್ಬಗಳು ಬಹಳ ಉಪಯೋಗವಾಗುತ್ತಿದ್ದವು.

ಮೊದಲು ಬ್ಯಾಟರಿಯಲ್ಲಿ ಏನಾದರೂ ದ್ರವ/ಸತ್ವವಿದೆಯೇ ಎಂದು ಪರೀಕ್ಷಿಸುತ್ತಿದ್ದೆವು. ನಂತರ ಎರಡು ವೈರುಗಳನ್ನು ಬ್ಯಾಟರಿಯ +VE ಮತ್ತು –VE ಕೊನೆಗಳಿಗೆ ಸೇರಿಸಿ, ಒಂದು ಬಲ್ಬಿಗೆ ಜೋಡಿಸುತ್ತಿದ್ದೆವು. ಬಲ್ಬ್ ಪ್ರಕಾಶಮಾನವಾಗಿ ಉರಿದಷ್ಟೂ ಬ್ಯಾಟರಿಯು ಶಕ್ತಿಶಾಲಿಯೆಂದು ನಮ್ಮ ತೀರ್ಮಾನ!

ಕೊನೆಗೆ ಶೇಕ್ ಶೇಕ್ ಡಬ್ಬಗಳನ್ನು ಸಮವಾಗಿಸಿ, ಅವುಗಳನ್ನು ಕೊಳವೆಯಂತೆ ಮಾಡುತ್ತಿದ್ದೆವು. ನಂತರ ಅದರಲ್ಲಿ ಈ ಬ್ಯಾಟರಿಗಳ +VE ಮತ್ತು –VE ತುದಿಗಳು ಒಂದೇ ಕಡೆಯಿರುವಂತೆ ಜೋಡಿಸಿದಾಗ ರೇಡಿಯೊ ಶಬ್ದವನ್ನು ಹೊರಡಿಸುತ್ತಿತ್ತು. ಸಾಮಾನ್ಯವಾಗಿ ಒಂದಿಷ್ಟು ಆಯುಸ್ಸು ಮುಗಿದ ಬ್ಯಾಟರಿಗಳಿಂದ ನಮ್ಮ ರೇಡಿಯೊ ಕೆಲಸ ಮಾಡುತ್ತಿತ್ತು.

ನಮ್ಮ ಕೆಲಸದ ಯಶಸ್ಸು ನಮಗೆ ಸಿಗುತ್ತಿದ್ದ ಬ್ಯಾಟರಿ ಬ್ರಾಂಡ್‌ನ ಮೇಲೆ ಅವಲಂಬಿಸಿತ್ತು. ಚಿಕ್ಕ ಚಿಕ್ಕ ಪಾಕೆಟ್ ರೇಡಿಯೊಗಳಿಗೆ ಕಡಿಮೆ ಶಕ್ತಿಯ ಸೆಲ್‌ಗಳು ಸಾಕಾಗುತ್ತಿದ್ದವು. ಆದರೆ ಕ್ಯಾಸೆಟ್ ಪ್ಲೇಯರ್‌ಗಳಿಗೆ ಹೆಚ್ಚಿನ ಶಕ್ತಿಯ ಸೆಲ್‌ಗಳು ಬೇಕು. ಇನ್ನು ನಮಗೆ ಸುಲಭವಾಗಿ ಸಿಗುತ್ತಿದ್ದ ಚೈನಾದಲ್ಲಿ ತಯಾರಾದ 'ಟೈಗರ್ ಹೆಡ್ಸ್' ಬ್ಯಾಟರಿಯಿಂದ ತೊಂದರೆಯೇ ಹೆಚ್ಚು. ಹೀಗಾಗಿ ನಮಗೆ ಪ್ರಿಯವಾದ 'ಮಾಲಾವಿಯನ್ ಸನ್ ಬ್ಯಾಟರಿ' ಸಿಕ್ಕರೆ ನಮ್ಮ ಸಂತೋಷಕ್ಕೆ ಪಾರವೇ ಇರುತ್ತಿರಲಿಲ್ಲ. ಇವು ಹೆಚ್ಚು ಶಕ್ತಿಶಾಲಿ ಮತ್ತು ರೇಡಿಯೊವನ್ನು ಹೆಚ್ಚು ಸಮಯ ಓಡಿಸುತ್ತಿದ್ದವು.

"ಜೆಫ್ರಿ ನಮಗೆ ಮಾಲಾವಿಯನ್ ಸನ್ ಸಿಕ್ಕಿದ್ದು ಎಂತಹ ಅದೃಷ್ಟ ಅಲ್ವೇ?"

"ಹೌದು... ಇದರಿಂದ ನಾವು ಬಹಳ ಹೊತ್ತು ಕೆಲಸವನ್ನು ಮಾಡಬಹುದು."

ನಾವು ನಮ್ಮ ಪಾಡಿಗೆ ರಿಪೇರಿ ಮಾಡಿಕೊಂಡಿರುತ್ತಿದ್ದಾಗ, ಅಲ್ಲಿ ಓಡಾಡುತ್ತಿದ್ದ ಜನರು ಬಂದು, "ಅಬ್ಬಾ! ಈ ಪುಟ್ಟ ವಿಜ್ಞಾನಿಗಳನ್ನು ನೋಡಿ. ಹೀಗೆಯೇ ಮುಂದುವರೆಸಿ, ಒಂದು ದಿನ ಬಹಳ ಮೇಲೆ ಬರುತ್ತೀರ" ಎಂದೆಲ್ಲಾ ಹೇಳಿ ಹೋಗುತ್ತಿದ್ದರು.

ನನಗೆ ವಿಜ್ಞಾನವೆಂದಲ್ಲ, ಯಾವುದೇ ವಸ್ತುವಾಗಲೀ (ಉದಾ: ರೇಡಿಯೊ, ಕಾರ್... ಇತ್ಯಾದಿ) ಹೇಗೆ ಕೆಲಸ ಮಾಡುತ್ತದೆ ಎಂದು ತಿಳಿಯುವ ಕುತೂಹಲವಿರುತ್ತಿತ್ತು.

ಕಾರ್‌ಗಳಲ್ಲಿ ಪೆಟ್ರೋಲಿನಿಂದ ಎಂಜಿನ್ ಹೇಗೆ ಕೆಲಸ ಮಾಡುತ್ತದೆ? ಎನ್ನುವ ಪ್ರಶ್ನೆಯು ನನ್ನನ್ನು ಕಾಡತೊಡಗಿತು. ಅದನ್ನು ತಿಳಿಯಲು ಕಾರಿನ ಮಾಲೀಕರನ್ನೇ ಕೇಳಬೇಕು. ಕೊನೆಗೆ ನಮ್ಮ ವ್ಯಾಪಾರ ಕೇಂದ್ರದ ಕಡೆಗೆ ಬರುತ್ತಿದ್ದ ಟ್ರಕ್ ಚಾಲಕರಿಗೆ ಪ್ರಶ್ನೆಗಳ

ಮಳೆಯನ್ನೇ ಸುರಿಸುತ್ತಿದ್ದೆ– "ಈ ಟ್ರಕ್ ಮುಂದೆ ಹೇಗೆ ಹೋಗುತ್ತದೆ? ಅದು ಮುಂದೆ ಹೋಗಲು ಏನು ಕಾರಣ? ಇದರ ಎಂಜಿನ್ ಹೇಗೆ ಕೆಲಸ ಮಾಡುತ್ತದೆ?"

ಯಾರಿಂದಲೂ ಸಮಂಜಸವಾದ ಉತ್ತರವು ಸಿಗುತ್ತಿರಲಿಲ್ಲ. ಕೊನೆಗೆ ನಾನು ನಗುತ್ತಾ ಅವರ ಕೈಕುಲುಕಿ ಹೊರಡುತ್ತಿದ್ದೆ. ಆಗೆಲ್ಲಾ ನನಗನಿಸುತ್ತಿದ್ದುದು... ಟ್ರಕ್ ಕೆಲಸ ಮಾಡುವ ವಿಧಾನವನ್ನು ತಿಳಿಯದೇ ನೀವು ಹೇಗೆ ಟ್ರಕ್ ಓಡಿಸುತ್ತೀರಾ?

ನನ್ನ ತಂದೆಗೆ ಇದೆಲ್ಲವೂ ತಿಳಿದಿರುತ್ತದೆ ಎಂದು ಭಾವಿಸಿದ್ದ ನಾನು ಅವರನ್ನು ಕೇಳಲು, "ಇಂಧನವು ಉರಿದು ಅದು ಬೆಂಕಿಯನ್ನು ಹೊರಹಾಕುತ್ತದೆ. ಅದಾದ ನಂತರ... ನಂತರ... ನನಗೆ ಸರಿಯಾಗಿ ಗೊತ್ತಿಲ್ಲ ವಿಲಿಯಂ."

ಈ ಹೊತ್ತಿಗೆ ನಮ್ಮ ವ್ಯಾಪಾರ ಕೇಂದ್ರದಲ್ಲಿ ಸಿ.ಡಿ. ಪ್ಲೇಯರ್‌ಗಳು ಹೆಚ್ಚು ಜನಪ್ರಿಯವಾಗತೊಡಗಿದ್ದವು. ಜನರು ಈ ಹೊಳೆಯುವ ತಟ್ಟೆಯನ್ನು ತಮ್ಮ ರೇಡಿಯೊಗಳಲ್ಲಿ ಹಾಕಿ ಸಂಗೀತ ಕೇಳುವುದು ನನ್ನನ್ನು ಮೋಡಿ ಮಾಡಿತ್ತು.

"ಆ ಸಿ.ಡಿ.ಯಲ್ಲಿ ಸಂಗೀತವನ್ನು ಹೇಗೆ ಹಾಕುತ್ತಾರೆ?" ನಾನು ಜನರನ್ನು ಕೇಳುತ್ತಿದ್ದೆ.

"ಅಯ್ಯೋ... ಅದೆಲ್ಲಾ ಯಾರಿಗೆ ಬೇಕಿದೆ" ಬಹುತೇಕ ಜನರು ಉದಾಸೀನ ತೋರುತ್ತಿದ್ದರು. ಜನರು ಕಾರಣವನ್ನು ತಿಳಿಯುವ ಗೋಜಿಗೆ ಹೋಗದೇ, ತಮ್ಮ ಪಾಡಿಗೆ ಸಂಗೀತವನ್ನು ಆಲಿಸುತ್ತಿದ್ದರು. ಆದರೆ ನನ್ನನ್ನು ಈ ಪ್ರಶ್ನೆಗಳು ಸದಾ ಕೊರೆಯುತ್ತಲೇ ಇರುತ್ತಿದ್ದವು. ಇಂತಹ ರಹಸ್ಯಗಳನ್ನು ಭೇದಿಸುವುದೇ ವಿಜ್ಞಾನಿಯ ಕೆಲಸವಾದರೆ, ಭವಿಷ್ಯದಲ್ಲಿ ವಿಜ್ಞಾನಿಯಾಗುವ ಆಸೆ ನನ್ನಲ್ಲಿ ಮೊಳಕೆಯೊಡೆದಿತ್ತು.

ಆಗ ನಾನು 'ವಿಂಬೆ ಪ್ರೈಮರಿ ಶಾಲೆ'ಯಲ್ಲಿ ಓದುತ್ತಿದ್ದೆ. ಅದು ಗಿಲ್ಬರ್ಟ್‌ನ ಮನೆಯಿಂದ ಒಂದು ಕಿ.ಮೀ. ದೂರದಲ್ಲಿತ್ತು. ಮಾರನೆಯ ವರ್ಷ ನಾನು ಸೆಕೆಂಡರಿ ಶಾಲೆಗೆ ಪ್ರವೇಶ ಪಡೆಯಲು, 'ಲೀವಿಂಗ್ ಸರ್ಟಿಫಿಕೇಟ್' ಪರೀಕ್ಷೆಯಲ್ಲಿ ಉತ್ತೀರ್ಣಗೊಳ್ಳಬೇಕಿತ್ತು. ಸೆಕೆಂಡರಿ ಶಾಲೆಯಲ್ಲಿ ವಿದ್ಯಾರ್ಥಿಗಳಿಗೆ ವಿಜ್ಞಾನದಲ್ಲಿ ಹೆಚ್ಚಿನ ಪಾಠಗಳು, ಪ್ರಯೋಗಗಳು ಇರುತ್ತವೆ ಎಂದು ನಾನು ಕೇಳಿದ್ದೆ.

ನನ್ನ ಬಹುತೇಕ ಸಮಯವನ್ನು ತೆಗೆದುಕೊಳ್ಳುತ್ತಿದ್ದ ಬೇಸಾಯದ ಕೆಲಸಕ್ಕಿಂತಲೂ ವಿಜ್ಞಾನಿಯಾಗುವುದೇ ಉತ್ತಮ ಎನ್ನುವ ನಿರ್ಧಾರಕ್ಕೆ ಬಂದಿದ್ದೆ. ನನ್ನ ತಂದೆ ಈಗಲೂ ಹರಾಜಿಗಾಗಿ ಒಂದಿಷ್ಟು ತಂಬಾಕು ಮತ್ತು ಮುಖ್ಯ ಬೆಳೆಯಾಗಿ ಜೋಳವನ್ನು ಬೆಳೆಯುತ್ತಿದ್ದರು. ಮಾಲಾವಿಯಲ್ಲಿ ಬಹುತೇಕ ಕುಟುಂಬಗಳಿಗೆ ಬದುಕಲು ಜೋಳದ ಬೆಳೆ ಬೇಕಿತ್ತು. ಎಲ್ಲಿಯೂ ಆಹಾರವು ಸಿಗದಿದ್ದಲ್ಲಿ, ಜನರಿಗೆ ತಮ್ಮ ಗುಡಾಣದಲ್ಲಿ ಕೂಡಿಟ್ಟ ಜೋಳದ ದಾಸ್ತಾನು ನೆರವಾಗುತ್ತಿತ್ತು. ಪಟ್ಟಣದಲ್ಲಿ ವಾಸಿಸುವ ಜನರೂ ತಮ್ಮ ಬಂಧುಗಳ ಮೂಲಕ ಹಳ್ಳಿಯಿಂದ ಜೋಳವನ್ನು ತರಿಸಿಕೊಳ್ಳುತ್ತಿದ್ದರು. ಬಿತ್ತನೆಯ ಸಮಯದಲ್ಲಿ ಜೋಳದ ಬೆಲೆ ಹೆಚ್ಚಾಗುತ್ತಿದ್ದ ಕಾರಣ ಜನರಿಗೆ ದವಸಗಳ ದಾಸ್ತಾನು ಅಗತ್ಯವಿರುತ್ತಿತ್ತು.

ಮಾಲಾವಿಯಲ್ಲಿ ನಮ್ಮ ಪ್ರತಿಯೊಂದು ಊಟದಲ್ಲೂ ಜೋಳವಿರಲೇಬೇಕು. ಬಹುತೇಕ ಕುಟುಂಬಗಳು ಊಟಕ್ಕೆ ಸೀಮ(Nsima) ಎಂಬ ಜೋಳದ ಹಿಟ್ಟಿನ ಮುದ್ದೆಯನ್ನು ಮಾಡುತ್ತಿದ್ದರು. ಸೀಮ ತಯಾರಿಸುವುದು ಹೀಗೆ: ಕುದಿಯುವ ನೀರಿಗೆ ಜೋಳದ ಹಿಟ್ಟನ್ನು ಹಾಕಿ ಅದನ್ನು ಗೊಟಾಯಿಸುತ್ತಾ, ಒಂದು ಹಿಟ್ಟಿನ ಮುದ್ದೆಯ ರೂಪ ಬಂದ ಮೇಲೆ ಅಂಗೈಯಲ್ಲಿ ಉಂಡೆ ಮಾಡುತ್ತಿದ್ದರು. ಇದನ್ನು ಸಾಮಾನ್ಯವಾಗಿ ಹುರಳೀಕಾಯಿ, ಹಸಿರು ಸೊಪ್ಪು, ಕುಂಬಳಕಾಯಿ ಗಿಡದ ಸೊಪ್ಪು... ಹೀಗೆ ಆ ಸಮಯದಲ್ಲಿ ಸಿಗುವ ತರಕಾರಿಗಳ ಜೊತೆಗೆ ಮುದ್ದೆಯಿಂದ ಒಂದೊಂದೇ ಚೂರನ್ನು ಮಾಡಿಕೊಂಡು ತಿನ್ನಲಾಗುತ್ತಿತ್ತು. ನನಗೆ ಒಣಗಿದ ಮೀನು ಮತ್ತು ಟೊಮಾಟೊ ಜೊತೆ ತಿನ್ನುವುದು ಬಹಳ ಇಷ್ಟ.

ಎಷ್ಟೇ ಶ್ರೀಮಂತರಾಗಿದ್ದರೂ, ರಾಜಕಾರಣಿಗಳಾಗಿದ್ದರೂ, ಕೊನೆಗೆ ಸಾಕುಪ್ರಾಣಿಗಳಾದ ನಾಯಿ ಮತ್ತು ಬೆಕ್ಕು, ಹೀಗೆ ಎಲ್ಲರಿಗೂ ಬದುಕಲು ಸೀಮ ಬೇಕೇ ಬೇಕು! ಪ್ರತಿ ರಾತ್ರಿ ನಮ್ಮ ಊಟವಾದ ಬಳಿಕ, ಕಾಂಬಾ ತನ್ನ ಊಟದ ಬಟ್ಟಲಿನ ಜೊತೆಗೆ ಸೀಮಗಾಗಿ ಕಾಯುತ್ತಿರುತ್ತಿತ್ತು. ಎಷ್ಟೋ ಬಾರಿ ಕಾಂಬಾಗೆ ಅದನ್ನು ಅಗಿದು ತಿನ್ನಲೂ ಸಹನೆಯಿರುತ್ತಿರಲಿಲ್ಲ. ಒಂದೇ ಬಾರಿ ಸೀಮಉಂಡೆ ಗುಳುಂ ಆಗುತ್ತಿತ್ತು. ಆಗೆಲ್ಲ ನಾನು ಹೇಳುತ್ತಿದ್ದೆ, "ಹೀಗೆ ಒಂದೇ ಬಾರಿ ಗುಳುಂ ಮಾಡಿದರೆ, ನೀನು ಚಪ್ಪರಿಸಿ ತಿಂದ ಹಾಗಾಗುವುದಿಲ್ಲ" ಆದರೆ ಕಾಂಬಾ ಕೇಳಬೇಕಲ್ಲ?

ಸೀಮ ನಮ್ಮ ಆಹಾರ ಪದ್ಧತಿಯ ಜೊತೆಗೆ ನಮ್ಮ ಸಂಸ್ಕೃತಿಯ ಪ್ರತೀಕ, ನಮ್ಮ ಜೀವನದ ಅವಿಭಾಜ್ಯ ಅಂಗ. ಮೀನಿಗೆ ನೀರಿನ ಅಗತ್ಯವಿದ್ದಂತೆ ನಮ್ಮ ದೇಹಕ್ಕೂ ಸಹ ಇದರ ಅಗತ್ಯವಿತ್ತು. ಯಾರಾದರೂ ಪರದೇಶದವರು ನಮ್ಮ ಮಾಲಾವಿಯವರನ್ನು ಊಟಕ್ಕೆ ಆಹ್ವಾನಿಸಿ, ಸೀಮ ಇಲ್ಲದ ಅಡುಗೆಯನ್ನು (ಸ್ಟೀಕ್, ಪಾಸ್ತಾ, ಚಾಕೋಲೇಟ್ ಕೇಕ್) ಬಡಿಸಿದರೆ ಅತಿಥಿಗಳಿಗೆ ನಿರಾಶೆಯಾಗುತ್ತಿತ್ತು. ಅವರು ಮನೆಗೆ ಹೋದ ಬಳಿಕ ತಮ್ಮ ಕುಟುಂಬದವರಿಗೆ ಹೇಳುತ್ತಿದ್ದರಂತೆ, "ಈವತ್ತು ಊಟದಲ್ಲಿ ಸೀಮ ಬದಲಿಗೆ 'ಸ್ಟೀಕ್ ಮತ್ತು ಪಾಸ್ತಾ' ಇತ್ತು. ನಾನು ಇಂದು ರಾತ್ರಿ ನಿದ್ದೆ ಮಾಡುವೆನೋ ಇಲ್ಲವೋ ಗೊತ್ತಿಲ್ಲ!"

ಚಿಮಂಗ (Chimanga) ಒಂದು ರೀತಿಯ ಸಾಮೂಹಿಕ ಬೇಸಾಯ ಅಥವಾ ಕೂಡೊಕ್ಕಲು. ಇದರಲ್ಲಿ ಗಂಡಸರು, ಹೆಂಗಸರು, ಮಕ್ಕಳು... ಹೀಗೆ ಮನೆಮಂದಿಯೆಲ್ಲಾ ಒಟ್ಟಿಗೆ ಕೆಲಸವನ್ನು ಮಾಡಬೇಕಾಗುತ್ತದೆ. ಹೆಣ್ಣುಮಕ್ಕಳು ಬಿತ್ತನೆ ಮತ್ತು ಕಳೆ ಕೀಳುವುದರಲ್ಲಿ ತೊಡಗುತ್ತಾರೆ. ಅಲ್ಲದೇ ಹೆಣ್ಣುಮಕ್ಕಳು ಸಾಮಾನ್ಯವಾಗಿ ಮನೆಕೆಲಸದಲ್ಲಿಯೂ ತಮ್ಮ ತಾಯಿಗೆ ನೆರವಾಗುತ್ತಾರೆ. ಹೊರಗಿನಿಂದ ನೀರು ತರುವುದು, ಅಡುಗೆ ಕೆಲಸ, ಮನೆಯ ಸ್ವಚ್ಛತೆ, ಮನೆಯ ಚಿಕ್ಕ ಮಕ್ಕಳನ್ನು ನೋಡಿಕೊಳ್ಳುವುದು ಹೆಣ್ಣುಮಕ್ಕಳ ದಿನಚರಿ.

ಆದರೆ ದುರಾದೃಷ್ಟ, ಸಾಮಾನ್ಯವಾಗಿ ನಮ್ಮ ಮಾಲಾವಿಯಲ್ಲಿ ಹೆಣ್ಣುಮಕ್ಕಳ ಕೊಡುಗೆಯನ್ನು ಕಡೆಗಣಿಸಲಾಗುತ್ತದೆ. ಅವರ ಕೆಲಸಗಳು ಗಣನೆಗೇ ಬರುವುದಿಲ್ಲ. ನನಗೆ ಹನ್ನೆರಡು

ವರ್ಷವಾಗುವ ಹೊತ್ತಿಗೆ ಐದು ಜನ ಅಕ್ಕ-ತಂಗಿಯರಿದ್ದರು. ಬೇರೆ ಗಂಡುಮಕ್ಕಳಿಲ್ಲದ ಕಾರಣ ನಮ್ಮ ತಂದೆಗೆ ನಾನೊಬ್ಬನೇ ಬೇಸಾಯದಲ್ಲಿ ನೆರವಾಗಬೇಕಿತ್ತು.

ಪ್ರತಿ ವರ್ಷ ಜುಲೈ ತಿಂಗಳಲ್ಲಿ ಬೇಸಾಯದ ಕೆಲಸವು ಪ್ರಾರಂಭವಾಗುತ್ತಿತ್ತು. ಮೇ ತಿಂಗಳು ಸುಗ್ಗಿಯ ಕಟಾವಿನ ಸಮಯ. ಒಣಗಿದ ಜೋಳದ ತೆನೆಗಳನ್ನು ಕಿತ್ತು, ಸಾಲಾಗಿ ಜೋಡಿಸಿರುವ ರಾಶಿಗಳಿಗೆ ಚಿಕ್ಯುಸ್(Chikuse)' ಎನ್ನುತ್ತಾರೆ. ಈ ರಾಶಿಗೆ ಬೆಂಕಿ ಹಚ್ಚಿದಾಗ ಸಾಲು ಸಾಲಾಗಿ ಮಿಡತೆಗಳು ಬೆಂಕಿಯ ಬಳಿ ಬರುತ್ತಿದ್ದವು. ಅವುಗಳನ್ನು ನಾನು ಸಕ್ಕರೆ ಚೀಲದಲ್ಲಿ ಸಂಗ್ರಹಿಸಿ ಮನೆಗೆ ಹೋದ ನಂತರ ಉಪ್ಪಿನ ಜೊತೆಗೆ ಹುರಿದು ತಿನ್ನುತ್ತಿದ್ದೆ. ಓಹ್! ಅದರ ರುಚಿಯನ್ನು ನಿಮಗೆ ವರ್ಣಿಸಲು ಸಾಧ್ಯವಿಲ್ಲ.

ಆಗಸ್ಟಿನಿಂದ ನವೆಂಬರ್‌ವರೆಗೂ ನಮಗೆ ಭೂಮಿಯನ್ನು ಅಗೆದು ಪಾತಿ ಮಾಡುವುದು ಹಾಗೂ ಮಡುವನ್ನು ಕಟ್ಟುವ ಕೆಲಸವಿರುತ್ತಿತ್ತು. ನಾನು ಎರಡು ಪಾತಿಗಳ ನಡುವೆ ಮತ್ತೊಂದು ಪಾತಿಯನ್ನು ಕಟ್ಟುತ್ತಿದ್ದೆ. ಇದರಿಂದ ಬೆಳೆಗಳಿಗೆ ಹೊಸ ಮಣ್ಣು ಸಿಗುತ್ತಿತ್ತು. ಜೊತೆಗೆ ಈ ಮಾಸವು ಒಣ ಹವೆಯಿಂದ ಕೂಡಿರುತ್ತಿತ್ತು. ನಾನು ಗುದ್ದಲಿಯಿಂದ ಭೂಮಿಯನ್ನು ಅಗೆದು ಮಣ್ಣಿನ ಹೆಂಟೆಗಳನ್ನು ಪುಡಿ ಮಾಡುವ ಹೊತ್ತಿಗೆ, ನನ್ನ ಕೈಗಳಲ್ಲಿ ಹೊಪ್ಪಳೆಗಳು ಎದ್ದಿರುತ್ತಿದ್ದವು.

ನಮ್ಮದು ಮೆತ್ತನೆಯ ಮಣ್ಣಲ್ಲ. ಹೀಗಾಗಿ ಮಣ್ಣಿನ ಹೆಂಟೆಗಳನ್ನು ಪುಡಿ ಮಾಡುವ ಹೊತ್ತಿಗೆ ನಾನು ಹೈರಾಣಾಗುತ್ತಿದ್ದೆ. ಮೆತ್ತನೆಯ ಮಣ್ಣು ಬೀಜಗಳನ್ನು ಭೂಮಿಯ ಒಳಗೆ ಸುಲಭವಾಗಿ ಬಿಡುತ್ತದೆ. ಆದರೆ ಕೆಲವು ಸೋಮಾರಿ ರೈತರು ಮಣ್ಣಿನ ಹೆಂಟೆಗಳನ್ನು ಪುಡಿ ಮಾಡದೇ ಹಾಗೇ ಬಿಡುತ್ತಿದ್ದರಿಂದ, ಅವರ ಫಸಲೂ ಕುಸಿಯುತ್ತಿತ್ತು.

ಪಾತಿ ಮತ್ತು ಮಡುಗಳನ್ನು ಸೂರ್ಯನು ನೆತ್ತಿಯನ್ನು ಸುಡುತ್ತಿರುವಾಗ ಮಾಡುತ್ತಿದ್ದೆವು. ಬಿಸಿಲಿನ ಝಳವನ್ನು ತಡೆಯಲಾರದೇ ಶಾಲೆಗೆ ಹೋಗುವ ಮುನ್ನ ಮತ್ತು ಶಾಲೆಯು ಮುಗಿದ ನಂತರವೇ, ನಾನು ಹೊಲದ ಕೆಲಸದಲ್ಲಿ ತೊಡಗುತ್ತಿದ್ದೆ. ಹುಣ್ಣಿಮೆಯ ದಿನಗಳಂದು ಬೆಳದಿಂಗಳಿನ ಬೆಳಕಿನಲ್ಲಿ ಕೋಳಿಯು ಕೂಗುವ ಮುನ್ನವೇ ನಾನು ಎದ್ದು ಸಿದ್ಧನಾಗುತ್ತಿದ್ದೆ.

ಅಂತಹ ನಿಶ್ಯಬ್ದವಾದ ನಸುಕಿನಲ್ಲಿ ನನ್ನ ಟಾರ್ಚಿನ ಬೆಳಕಿಗೆ ತಮ್ಮ ದೊಡ್ಡ ಮೀಸೆಗಳನ್ನು ತಿರುಗಿಸುವ ಜಿರಳೆಗಳು, ಬಲೆಯನ್ನು ನೇಯುತ್ತಿದ್ದ ದೊಡ್ಡ ದೊಡ್ಡ ಜೇಡಗಳು, ಗೋಡೆಯನ್ನು ಕೊರೆದು ತಿನ್ನುತ್ತಿದ್ದ ಗೆದ್ದಲು, ಎಲ್ಲವೂ ಕಾಣಬರುತ್ತಿತ್ತು. ಮನೆಯ ಸಮೀಪದಲ್ಲಿದ್ದ ಬಾವಿಯಿಂದ ಒಂದೆರಡು ಬಕೆಟ್ ನೀರನ್ನು ಸೇದಿಕೊಂಡು ನನ್ನ ಮುಖ-ಮಾರ್ಜನ ಮುಗಿಸುತ್ತಿದ್ದೆ. ನನ್ನ ತಾಯಿ ಕೊಡುತ್ತಿದ್ದ ಫಾಲಾ' ಎನ್ನುವ ಜೋಳದ ಗಂಜಿಯನ್ನು ಕುಡಿದು, ಗುದ್ದಲಿಯನ್ನು ಹೊತ್ತು ಹೊಲದೆಡೆಗೆ ತೆರಳುವುದು ನನ್ನ ದಿನಚರಿಯಾಗಿತ್ತು.

"ರಾತ್ರಿ ನಿನ್ನ ಗುದ್ದಲಿಯನ್ನು ಜೋಪಾನವಾಗಿ ತೆಗೆದಿಡು. ಕತ್ತಲೆಯಲ್ಲಿ ನಿನ್ನ ಕಾಲು ಪೆಟ್ಟಾಗಬಹುದು. ಜಾಗ್ರತೆ!" ನನ್ನ ತಂದೆ ಪ್ರತಿದಿನವೂ ನನ್ನನ್ನು ಎಚ್ಚರಿಸುತ್ತಿದ್ದರು.

"ಆಯಿತು, ಖಂಡಿತ."

ಬಿತ್ತನೆ ಮತ್ತು ಕಟಾವಿನ ಸಮಯದಲ್ಲಿ ಕಾಲಿಗೆ ಪೆಟ್ಟು ಮಾಡಿಕೊಳ್ಳುವುದು ಸಾಮಾನ್ಯ ಸಂಗತಿ. ಚಿಕ್ಕ ಮಕ್ಕಳು ಕಾಲಿಗೆ ಪ್ಲಾಸ್ಟಿಕ್ ಚೀಲ ಮತ್ತು ದಿನಪತ್ರಿಕೆಯ ಕಾಗದವನ್ನು ಸುತ್ತಿಕೊಂಡು, ಅದಕ್ಕೆ ಟ್ವೈನ್ ದಾರವನ್ನು ಕಟ್ಟಿಕೊಳ್ಳುವುದು ನೀವು ಎಲ್ಲೆಡೆ ಕಾಣಬಹುದಾಗಿತ್ತು. ಇದರಿಂದ ನೊಣ ಹಾಗೂ ಮಣ್ಣಿನ ಧೂಳಿನಿಂದ ರಕ್ಷಣೆ ಸಿಗುತ್ತದೆ ಎನ್ನುವ ಹುಸಿ ನಂಬಿಕೆ ಜನರಿಗಿದೆ. ಗಾಯಗಳು ಬೇಗನೇ ಮಾಗುತ್ತಿರಲಿಲ್ಲ. ಮಾಲಾವಿಯಲ್ಲಿ ಹಳ್ಳಿಗಳಲ್ಲಿ ಹುಟ್ಟಿ ಬೆಳೆದಿರುವ ಜನರ ದೇಹದ ಮೇಲೆ ಇಂತಹ ಕೆಲವು ಗಾಯದ ಗುರುತುಗಳು ಇರಲೇ ಬೇಕು!

ಬೆಳಗಿನ ಜಾವ ನಾಲ್ಕು ಗಂಟೆಯ ಸಮಯದಲ್ಲಿ ಚಂದ್ರನ ಬೆಳಕಿದ್ದರೂ ರಸ್ತೆಗಳು ಕತ್ತಲೆಯಿಂದ ತುಂಬಿರುತ್ತಿದ್ದವು. ನಾನು ಬಲು ಎಚ್ಚರಿಕೆಯಿಂದ ವೇಗವಾಗಿ ನಡೆಯುತ್ತಿದ್ದೆ. ಆದರೂ ಮರಗಳ ಸಂದಿಯಿಂದ ಗುಲೆವಾಂಕುಲು ನನ್ನನ್ನು ನೋಡುವುದು, ಮಂತ್ರವಾದಿಗಳು ನನ್ನ ತಲೆಯ ಮೇಲೆ ತಮ್ಮ ವಿಮಾನದೊಡನೆ ಹಾರಾಡುವುದು ನೆನಪಿಗೆ ಬರುತ್ತಲೇ ಇರುತ್ತಿತ್ತು. ಈ ವಿಚಾರಗಳು ನೆನಪಿಗೆ ಬಾರದಂತೆ ಸಾಧ್ಯವಾದ ಮಟ್ಟಿಗೆ ಪ್ರಯತ್ನಿಸುತ್ತಿದ್ದೆ.

ನಾನೆಲ್ಲೇ ಇದ್ದರೂ, ಎಷ್ಟೇ ದೊಡ್ಡವನಾದರೂ, ಬೆಳಗಿನ ಜಾವ ನಾಲ್ಕು ಗಂಟೆಗೆ ಈ ವಿಷಯಗಳು ನನ್ನನ್ನು ಭಯಪಡಿಸುತ್ತಲೇ ಇದ್ದವು. ಒಮ್ಮೆ ಮುಂಜಾನೆ ಹೀಗೆಯೇ ನಡೆದುಕೊಂಡು ಹೋಗುತ್ತಿದ್ದೆ. ಪೊದೆಯ ಸಂದಿಯಿಂದ ಹೈನಾ 'ಊ ಊ ಊ.... ವೀ ವೀ...' ಎಂದು ಕೆಟ್ಟದಾಗಿ ಕೂಗುವುದು ಕೇಳಿಸಿತು. ನಾನು ಹೇಗೆ ಎದ್ದೆನೋ ಬಿದ್ದೆನೋ ಎಂದು ಓಡಿದೆನೆಂದರೆ, ನನ್ನ ಪೈಜಾಮ ಕಳಚಿ ಬಿದ್ದಿರುವುದೂ ನನ್ನ ಅರಿವಿಗೆ ಬರಲಿಲ್ಲ. ಅಷ್ಟು ವೇಗವಾಗಿ ನಾನೆಂದೂ ಓಡಿರಲಿಲ್ಲ.

ಮಳೆಗಾಲವು ಡಿಸೆಂಬರ್ ಮೊದಲ ವಾರದಿಂದ ಮಾರ್ಚ್ ತಿಂಗಳ ಕೊನೆಯವರೆಗೆ ಇರುತ್ತದೆ. ಆ ಋತುವಿನ ಮೊದಲ ಮಳೆಯು ಸುರಿದಾಗ, ನಾವು ಬಿತ್ತನೆಗೆ ಸಿದ್ಧರಾಗ ಬೇಕೆಂದು ಅರ್ಥ. ಬಿತ್ತನೆಗೆ ಇಬ್ಬರಂತೂ ಬೇಕೇ ಬೇಕು. ಒಬ್ಬರು ಗುದ್ದಲಿಯಲ್ಲಿ ಮುಂಚೆಯೇ ಮಾಡಿದ್ದ ಪಾತಿಯಲ್ಲಿ ಸ್ವಲ್ಪ ಮಣ್ಣನ್ನು ಸರಿಸುತ್ತಾರೆ. ಮತ್ತೊಬ್ಬರು ಮೂರು ಬೀಜ ಹಾಕಿ ಅದರ ಮೇಲೆ ಮಣ್ಣು ಮುಚ್ಚುತ್ತಾರೆ. ಡಿಸೆಂಬರ್ ತಿಂಗಳಿನಲ್ಲಿ ಮಣ್ಣು ಅಂಟಂಟು ಮತ್ತು ಕೆಸರುಮಯವಾಗಿರುತ್ತದೆ. ಮಳೆಯಿಂದಾಗಿ ಬೀಜಗಳು ಭೂಮಿಯ ಒಳಕ್ಕೆ ಇಳಿದು ಪುಟ್ಟ ಪುಟ್ಟ ಎಲೆಗಳೊಂದಿಗೆ ಮೊಳಕೆಯೊಡೆಯುತ್ತವೆ. ಎರಡು ವಾರದ ಬಳಿಕ ಮಳೆಯು ಚೆನ್ನಾಗಿ ಸುರಿಯುವಾಗ ಮೊದಲ ಸುತ್ತಿನ ಗೊಬ್ಬರವನ್ನು ಬಹಳ ಜಾಗ್ರತೆಯಿಂದ ಭೂಮಿಗೆ ಹಾಕಲಾಗುತ್ತದೆ. ಏಕೆಂದರೆ ಪ್ರತಿಯೊಂದು ಸಸ್ಯವೂ ಒಂದು ಜೀವಿಗೆ ಸಮ. ಅವುಗಳನ್ನು ಸರಿಯಾಗಿ ಪೋಷಿಸಿದರೆ ಮುಂದೆ ಸೊಂಪಾಗಿ ಬೆಳೆಯುತ್ತವೆ.

ಮೇ ತಿಂಗಳಿಂದ – ಸೆಪ್ಟೆಂಬರ್ ಕೊನೆಯವರೆಗೆ ಸುಗ್ಗಿಯ ಫಸಲು ಮನೆಯ ದಾಸ್ತಾನುಗಳಲ್ಲಿ ತುಂಬಿ ತುಳುಕುತ್ತಿದ್ದರೆ, ನಮಗೆಲ್ಲರಿಗೂ ಹರ್ಷವೋ ಹರ್ಷ. ಆಗ

ಜೋಳದ ಫಸಲು ಯಥೇಚ್ಛವಾಗಿದ್ದರೆ ಪ್ರತಿ ಹೊತ್ತಿನ ಊಟವೂ ಹಬ್ಬದೂಟಕ್ಕೆ ಸಮ. ಈ ಅವಧಿಯಲ್ಲಿ ಭೂಮಿಯ ದಕ್ಷಿಣ ಗೋಳಾರ್ಧದಲ್ಲಿ ಚಳಿಗಾಲವಿರುತ್ತದೆ. ಅಂತಹ ತಂಪಾದ ಸಂಜೆಗಳಲ್ಲಿ ನಾವೆಲ್ಲರೂ ಬೆಂಕಿಯ ಸುತ್ತಲೂ ಕುಳಿತು ಜೋಳವನ್ನು ಬಾಣಲೆಯಲ್ಲಿ ಹುರಿದು ತಿನ್ನುತ್ತಾ; ಕತೆ ಹೇಳುತ್ತಾ ಕೇಳುತ್ತಾ; ಒಳ್ಳೆಯ ಹಾಡುಗಳನ್ನು ಗುನುಗುನಿಸುತ್ತಾ; ಒಟ್ಟಾರೆ ನಕ್ಕುನಲಿಯುತ್ತಾ ಇರುವುದು ವಾಡಿಕೆ.

ಆದರೆ ಡಿಸೆಂಬರ್ ಬಂತೆಂದರೆ ಜೋಳದ ದಾಸ್ತಾನು ಕಡಿಮೆಯಾಗುತ್ತಾ ಹೋದಂತೆ, ಮನೆಯವರ ಹಾಗೂ ಬಂಧುಗಳ ಜೊತೆಗೆ ಗಮ್ಮತ್ತಾಗಿ ಹುರಿದ ಜೋಳವನ್ನು ತಿನ್ನುತ್ತಾ ಕೂರುವುದು ಪುಣ್ಯವೇ ಸರಿ. ಆಹಾರದ ಅಭಾವ ಹೆಚ್ಚಾದಂತೆ, ನಮ್ಮ ಮುಖ್ಯ ಆಹಾರವಾದ ಸೀಮವನ್ನು ಭಾರವಾದ ಹೃದಯದಿಂದ ತಿನ್ನುವ ಪರಿಸ್ಥಿತಿಯು ಎದುರಾಗುತ್ತದೆ. ಏಕೆಂದರೆ ಇನ್ನು ಮುಂದೆ ಸೀಮ ಹೆಚ್ಚು ತಿನ್ನಲು ಸಿಗುವುದಿಲ್ಲ ನೋಡಿ!

ಡಿಸೆಂಬರ್ ತಿಂಗಳಿನಲ್ಲಿ ಜನರು ಬಿತ್ತನೆಗೆ ಬೇಕಾದ ಗೊಬ್ಬರ ಮತ್ತು ಬೀಜಗಳನ್ನು ಕೊಳ್ಳಬೇಕು. ಕ್ರಿಸ್‌ಮಸ್ ಸಮಯದಲ್ಲಿ ಮುಂದೆ ತಿನ್ನಲು ಸಿಗುತ್ತದೋ ಇಲ್ಲವೋ ಎಂದು, ಬಹುತೇಕ ಜನರು ಹಬ್ಬಕ್ಕಾಗಿ ಚಿಕನ್ ಮತ್ತು ಅಕ್ಕಿಯನ್ನು ಕೊಳ್ಳುತ್ತಾರೆ. ಇನ್ನು ಜನವರಿ ತಿಂಗಳು ಆರಂಭವಾದಾಗ ಜನರು ದಾಸ್ತಾನನ್ನು ಜಾಗರೂಕತೆಯಿಂದ ಬಳಸುತ್ತಾರೆ. ಈ ಮಾಸವು ಒಂದು ರೀತಿ ಬರಗಾಲವಿದ್ದಂತೆ. ಹೆಚ್ಚೇನು ತಿನ್ನಲು ಸಿಗದೇ ಜನರು ತೆಳ್ಳಗೆ, ಕಪ್ಪಗೆ, ಆಲಸ್ಯವಾಗಿರುವುದು ಸಾಮಾನ್ಯ ಸಂಗತಿ. ಒಮ್ಮೊಮ್ಮೆ ಚಿಕ್ಕ ಮಕ್ಕಳು ಆಹಾರವಿಲ್ಲದೇ ಮರಣ ಹೊಂದುವುದೂ ಉಂಟು.

ಎಲ್ಲವೂ ಸರಿಯಿದ್ದರೆ ಡಿಸೆಂಬರ್‌ನಲ್ಲಿ ಹಾಕಿದ ಬೀಜಗಳು ಭೂಮಿಯ ಒಳಗೆ ಇಳಿದು, ಜನವರಿಯ ಹೊತ್ತಿಗೆ ನಮ್ಮ ತಂದೆಯ ಮಂಡಿಯವರೆಗೂ ಪೈರು ಬಂದಿರುತ್ತದೆ. ಫೆಬ್ರವರಿಯಲ್ಲಿ ಇನ್ನಷ್ಟು ಬೆಳೆದು ತೆನೆಗಳು ಗಟ್ಟಿಯಾಗಿ ನನ್ನ ತಂದೆಯ ಭುಜದ ಎತ್ತರಕ್ಕೆ ಇರುತ್ತಿದ್ದವು. ಗೊಬ್ಬರವನ್ನು ಚೆನ್ನಾಗಿ ಹಾಕಿದ್ದರೆ ಸುಗ್ಗಿಯ ಕಾಲವಾದ ಮೇ ತಿಂಗಳ ಹೊತ್ತಿಗೆ, ತೆನೆಗಳು ಅಪ್ಪನ ಎತ್ತರಕ್ಕೆ ಬಂದು ನಿಲ್ಲುತ್ತಿದ್ದವು. ಬೆಳೆದ ತೆನೆಗಳನ್ನು ಚಪ್ಪರದ ಮೇಲೆ ಚೆನ್ನಾಗಿ ಒಣಗಿಸಲಾಗುತ್ತದೆ. ನಂತರ ಜೋಳವನ್ನು ಕಿತ್ತು ಐವತ್ತು ಕಿ.ಗ್ರಾಂ. ಚೀಲಗಳಲ್ಲಿ ತುಂಬಿ ಉಗ್ರಾಣದಲ್ಲಿ ಶೇಖರಿಸಿಡಲಾಗುತ್ತದೆ. ಬೆಳೆ ಚೆನ್ನಾಗಿದ್ದರೆ ಚೀಲಗಳು ಚಾವಣಿಯನ್ನು ಮುಟ್ಟಿ ಹೊರಗೆ ಹಜಾರದವರೆಗೂ ಬರುತ್ತಿದ್ದವು. ಪ್ರತಿ ವರ್ಷವೂ ನಾವು ಇದೇ ರೀತಿಯಲ್ಲಿ ನಮ್ಮ ದವಸಗಳನ್ನು ಬೆಳೆಯುತ್ತಿದ್ದೆವು.

ಡಿಸೆಂಬರ್ 2000ನೇ ಇಸ್ವಿಯಲ್ಲಿ ದೇಶದ ಬಹುತೇಕ ಭಾಗಗಳಲ್ಲಿ ಎಲ್ಲವೂ ತಲೆಕೆಳಗಾಯಿತು. ಮಳೆಯು ಸ್ವಲ್ಪ ತಡವಾಗಿ ಬಂದು, ರೈತರು ಬಿತ್ತನೆಯ ಕೆಲಸವನ್ನು ಶುರುಮಾಡಿದರು. ಎಲ್ಲವೂ ಸರಿಹೋಯಿತೆಂದು ಗೊಬ್ಬರವನ್ನು ಹಾಕಲು ಮಾರನೇಯ ದಿನವೇ ಜೋರಾದ ಮಳೆಯು ಸುರಿಯತೊಡಗಿತು. ವಾರಗಟ್ಟಲೆ ಬಂದ ಮಳೆಯಿಂದ

ಪ್ರವಾಹವುಂಟಾಗಿ ಮನೆ, ದಾಸ್ತಾನು, ಆಗ ತಾನೇ ಮೊಳಕೆಯೊಡೆಯುತ್ತಿದ್ದ ಪೈರು ಎಲ್ಲವೂ ಕೊಚ್ಚಿಕೊಂಡು ಹೋಯಿತು. ದೇವರ ದಯೆ ನಮ್ಮ ಜಿಲ್ಲೆಯಲ್ಲಿ ಪ್ರವಾಹವಾಗಲಿಲ್ಲ. ಆದರೂ ಹಾಕಿದ ಗೊಬ್ಬರವೆಲ್ಲವೂ ನೀರಿನ ಪಾಲಾಯಿತು. ಇನ್ನು ನಾವು ಉತ್ತಮ ಬೆಳೆಯನ್ನು ನಿರೀಕ್ಷಿಸುವುದು ದೂರದ ಮಾತಾಯಿತು.

ಆದರೆ ನಮ್ಮ ಹೊಸ ರಾಷ್ಟ್ರಪತಿಗಳ ನೀತಿಯಿಂದ ಒಂದು NPK (Nitrogen, Phosphorus, Potassium ಹೊಂದಿದ) ಗೊಬ್ಬರದ ಚೀಲದ ಬೆಲೆಯು ಮೂರು ಸಾವಿರ ಕ್ವಾಚಾದಷ್ಟಾಯಿತು. ಹೀಗಾಗಿ ನಮ್ಮಲ್ಲಿ ಅನೇಕ ರೈತರಿಗೆ ಗೊಬ್ಬರವನ್ನು ಕೊಳ್ಳಲು ಸಾಧ್ಯವಾಗಲಿಲ್ಲ. ಪ್ರವಾಹದ ನಂತರ ಪ್ರತಿಯೊಬ್ಬ ರೈತನಿಗೂ ಸ್ಟಾರ್ಟರ್ ಪ್ಯಾಕ್ (ಅಂದರೆ ಎರಡು ಕೆ.ಜಿ. ಜೋಳ ಮತ್ತು ಐದು ಕೆ.ಜಿ. ಗೊಬ್ಬರ) ಕೊಟ್ಟು ನೆರವಾಗುವುದಾಗಿ ನಮ್ಮ ರಾಷ್ಟ್ರಪತಿಗಳು ಪ್ರಕಟಿಸಿದರು. ಆದರೆ ಒಂದು ತಿಂಗಳು ಕಳೆದರೂ ನಮಗೆ ಸ್ಟಾರ್ಟರ್ ಪ್ಯಾಕ್ ದೊರೆಯಲಿಲ್ಲ. ಕೊನೆಗೆ ಸರಕಾರವು ಫಲಾನುಭವಿ ರೈತರ ಪಟ್ಟಿಯನ್ನು ವ್ಯಾಪಾರ ಕೇಂದ್ರದಲ್ಲಿ ಪ್ರಕಟಿಸಿತು. ಅದರಲ್ಲಿ ನನ್ನ ತಂದೆಯ ಮತ್ತು ಇನ್ನೂ ಅನೇಕ ರೈತರ ಹೆಸರಿರಲಿಲ್ಲ. ಈ ಹೊತ್ತಿಗೆ ಮಳೆಯು ಸಂಪೂರ್ಣವಾಗಿ ನಿಂತಿದ್ದರಿಂದ ಸರಕಾರದ ಸ್ಟಾರ್ಟರ್ ಪ್ಯಾಕ್ ಜನರಿಗೆ ಉಪಯೋಗವಾಗಲಿಲ್ಲ.

ಪ್ರವಾಹದ ನಂತರ ಬರಗಾಲವು ಸಿಡಿಲಿನಂತೆ ಎರಗಿತು. ಸೂರ್ಯನ ಸುಡು ಸುಡು ಬಿಸಿಲು ಮೊಳಕೆಯೊಡೆದಿದ್ದ ಪೈರಿನ ಮೇಲೆ ಯಾವ ಕರುಣೆಯನ್ನೂ ತೋರಲಿಲ್ಲ. ಫೆಬ್ರವರಿಯ ಹೊತ್ತಿಗೆ ತೆನೆಗಳು ಒಣಗುತ್ತಾ ಬಾಗಿ ನೆಲವನ್ನು ಮುಟ್ಟುತ್ತಿದ್ದವು. ಮಾರ್ಚ್ ತಿಂಗಳಲ್ಲಿ ಸ್ವಲ್ಪ ಮಳೆಯು ಬಂದು, ನಮ್ಮನ್ನು ಮುಂದಿನ ಅನಾಹುತದಿಂದ ತಕ್ಕಮಟ್ಟಿಗೆ ಪಾರು ಮಾಡಿತು. ಸೂರ್ಯನ ಶಾಖವು ಅರ್ಧಕ್ಕಿಂತ ಹೆಚ್ಚು ಬೆಳೆಯನ್ನು ಸುಟ್ಟು ಹಾಕಿತ್ತು. ಕಟಾವಿನ ಹೊತ್ತಿಗೆ ಬೆಳೆಯ ಎತ್ತರವು ನನ್ನ ತಂದೆಯ ಎದೆಯ ಮಟ್ಟದಲ್ಲಿತ್ತು.

ಒಮ್ಮೆ ಮಧ್ಯಾಹ್ನ ನಾನು ಮತ್ತು ನನ್ನ ತಂದೆ, ಹೊಲದಲ್ಲಿ ಸುತ್ತಲೂ ಪ್ರಕೃತಿಯ ವಿಕೋಪಕ್ಕೆ ಬಲಿಯಾದ ಬೆಳೆಗಳನ್ನು ನೋಡುತ್ತಾ ನಿಂತಿದ್ದೆವು. ಜೋಳದ ಗಿಡಗಳ ಎಲೆಗಳು ಈರುಳ್ಳಿಯ ಬಣ್ಣಕ್ಕೆ ತಿರುಗಿದ್ದವು. ಮುರುಟಿದ ಎಲೆಗಳು ಮುಟ್ಟಿದರೆ ಚೂರಾಗುವುದೇನೋ ಎಂಬಂತಿದ್ದವು. ನಾನು ಮತ್ತು ನನ್ನ ತಂದೆ ಒಂದೇ ಯೋಚನೆ ಯನ್ನು ಮಾಡುತ್ತಿದ್ದೇವೇನೋ.

ನಾನೇ ಮೊದಲು ಹೇಳಿದೆ, "ಬರುವ ವರ್ಷದ ಹೊತ್ತಿಗೆ ನಮ್ಮ ಗತಿಯೇನು ಅಪ್ಪ? ಏನಾಗುತ್ತದೆ?"

ನನ್ನ ತಂದೆ ದೀರ್ಘವಾದ ಉಸಿರನ್ನು ತೆಗೆದುಕೊಂಡು, "ನನಗೂ ಗೊತ್ತಿಲ್ಲ ಮಗು. ನಾವೊಬ್ಬರೇ ಅಲ್ಲ, ಎಲ್ಲರಿಗೂ ಇದೇ ಪರಿಸ್ಥಿತಿ ಎದುರಾಗಿದೆ."

ನನ್ನ ತಂದೆ ಸರಿಯಾಗಿಯೇ ಹೇಳಿದ್ದರು. ಆ ವರ್ಷ ದೇಶದ ಅನೇಕ ಭಾಗಗಳು ಬರ ಗಾಲಕ್ಕೀಡಾಗಿದ್ದವು. ಹವಾಮಾನ, ಗೊಬ್ಬರ, ಬೀಜ ಯಾವುದರಲ್ಲಿ ತೊಂದರೆಯಾದರೂ ಇವುಗಳ ಪರಿಣಾಮ ಹಳ್ಳಿಗಳ ಮೇಲೆಯೇ ಹೆಚ್ಚು, ಫಸಲೂ ಕಡಿಮೆ ಮತ್ತು ಮನೆಯಲ್ಲಿ

ಉಣ್ಣುವ ಜನರ ಸಂಖ್ಯೆಯೂ ಹೆಚ್ಚು. ವರ್ಷವಿಡೀ ಅಳಿದುಳಿದ ದಾಸ್ತಾನಿನಲ್ಲಿ ಮನೆಮಂದಿ ಯೆಲ್ಲರಿಗೂ ಆಹಾರವನ್ನು ಸರಿದೂಗಿಸುವುದು ತ್ರಾಸದಾಯಕ ಕೆಲಸ. ಆಗ ಬಂದ ಬರಗಾಲದ ಪ್ರಭಾವವು ಇನ್ನೂ ಅನೇಕ ತಿಂಗಳುಗಳ ಕಾಲ ಇರುವುದೆಂದು ನಮಗೆ ಖಾತ್ರಿಯಾಯಿತು.

ಇನ್ನು ನಮ್ಮ ಹೊಲದ ಫಸಲು ಕೇವಲ ಐದು ಮೂಟೆಯಷ್ಟು ದವಸವನ್ನು ಕೊಟ್ಟಿತ್ತು. ಇದು ಉಗ್ರಾಣದ ಒಂದು ಮೂಲೆಯನ್ನು ಆವರಿಸಿತ್ತಷ್ಟೆ! ಒಂದು ರಾತ್ರಿ ಉಗ್ರಾಣದ ದೀಪವಿನ್ನೂ ಉರಿಯುತ್ತಿತ್ತು. ನಾನು ಹೋಗಿ ನೋಡಲು, ನನ್ನ ತಂದೆ ಮೂಟೆಗಳನ್ನೇ ದಿಟ್ಟಿಸುತ್ತಾ ಅವುಗಳಿಗೆ ಯಾವುದೋ ಪ್ರಶ್ನೆಯನ್ನು ಕೇಳಿದಂತೆ ನಿಂತಿದ್ದರು. ಆ ಮೂಟೆಗಳು ನನ್ನ ತಂದೆಗೆ ಏನು ಹೇಳಿದವೋ! ಸಧ್ಯದಲ್ಲಿಯೇ ಅದನ್ನು ತಿಳಿಯಲು ಯತ್ನಿಸುತ್ತೇನೆ.

---

*ಬಾವೋ (Bawo) – ಬಾವೋ ಹಾಗೂ ಮಂಕಾಲಾ ನಮ್ಮ ರಾಜ್ಯದ 'ಅಳಗುಳಿ ಮಣೆ'ಯ ಜಾತಿಗೆ ಸೇರಿದ ಆಟವೆನ್ನಬಹುದು

*ಸೀಮ (Nsima) – ನಮ್ಮ ರಾಜ್ಯದಲ್ಲಿ ತಯಾರಿಸುವ ರಾಗಿ ಮುದ್ದೆಯಂತಹ ಖಾದ್ಯ

*ಚಿಮಂಗ (chimanga) – ಒಂದು ರೀತಿಯ ಕೃಷಿ ಪದ್ಧತಿ

*ಕ್ವಾಚಾ (Kwacha) – ಮಾಲಾವಿ ದೇಶದ ಹಣ

*ಚಿಕ್ಯುಸ್(Chikuse) – ತೆನೆಗಳನ್ನು ಕಿತ್ತು ಸಾಲಾಗಿ ಜೋಡಿಸಿದ ರಾಶಿ

*ಫಾಲಾ (Phala) – ಜೋಳದ ಗಂಜಿ

ಬರಗಾಲ ಬಂದೇಬಿಟ್ಟಿತು

ಈ ಬರದ ಪರಿಸ್ಥಿತಿಯಲ್ಲಿ ನಾನು ಅಚಾನಕ್ಕಾಗಿ ಸೈಕಲ್ ಡೈನಮೊವನ್ನು ಕಂಡುಕೊಂಡೆ. ಒಂದು ಸಂಜೆ ನನ್ನ ತಂದೆಯ ಸ್ನೇಹಿತರು ಸೈಕಲ್‌ನಲ್ಲಿ ಮನೆಗೆ ಬಂದಿದ್ದರು. ಸೈಕಲ್ಲಿನ ಮುಂದೆ ದೀಪ ಹತ್ತಿರುವುದನ್ನು ಕಂಡು ನನಗೆ ಆಶ್ಚರ್ಯವಾಯಿತು. ಪೆಡಲ್ ಮಾಡುವುದನ್ನು ನಿಲ್ಲಿಸಿದ ತಕ್ಷಣ ದೀಪವು ಮಂಕಾಯಿತು. ಅವರು ಯಾವ ಸ್ವಿಚ್ಚನ್ನು ಒತ್ತಿ ಆರಿಸಲಿಲ್ಲ. ನಾನು ಅವರನ್ನು ಕೇಳುತ್ತಿದ್ದೆ "ದೀಪವು ಹೇಗೆ ಆರಿ ಹೋಯಿತು?"

"ಓಹ್... ಅದಾ? ಡೈನಮೊದಿಂದ. ನಾನು ಪೆಡಲ್ ಮಾಡುವುದನ್ನು ನಿಲ್ಲಿಸಿದೆ ನೋಡು."

ಅವರು ಮನೆಯೊಳಗೆ ಹೋದಾಗ, ನಾನು ಸ್ವಲ್ಪ ದೂರ ಸೈಕಲ್ಲನ್ನು ಪೆಡಲ್ ಮಾಡಿಕೊಂಡು ಹೋದೆ. ಹೌದು ಪೆಡಲ್ ಮಾಡಿದಾಗ ದೀಪವು ಉರಿಯುತ್ತಿತ್ತು. ನಿಲ್ಲಿಸಲು ಮಂಕಾಗುತ್ತಿತ್ತು. ಹೇಗೆಂದು ಪರೀಕ್ಷಿಸಿದೆ – ದೀಪಕ್ಕೆ ಸೇರಿಸಲಾಗಿದ್ದ ವೈರುಗಳು ಹಿಂದಿನ ಚಕ್ರಕ್ಕೆ ಜೋಡಿಸಲಾದ ಡೈನಮೊವರೆಗೆ ಹಬ್ಬಿದ್ದವು. ಡೈನಮೊಗಿದ್ದ ಪುಟ್ಟ ಲೋಹದ ಮುಚ್ಚಳವು ರಬ್ಬರ್ ಟೈರನ್ನು ಸವರುತ್ತಿತ್ತು. ನಾನು ಕೈಯಿಂದ ಪೆಡಲ್ಲನ್ನು ತಿರುಗಿಸಿದೆ. ಹಿಂದಿನ ಚಕ್ರವು ಸುತ್ತುತ್ತಾ, ತನ್ನೊಟ್ಟಿಗೆ ಡೈನಮೊ ಚಕ್ರ/ಮುಚ್ಚಳವನ್ನೂ ತಿರುಗಿಸಿದಾಗ ದೀಪವು ಹತ್ತಿಕೊಂಡಿತು.

ನನಗೆ ಈ ವಿಷಯವು ಕೊರೆಯುತ್ತಲೇ ಇತ್ತು. ತಿರುಗುವ ಚಕ್ರವು ಹೇಗೆ ತಾನೆ ದೀಪವನ್ನು ಉರಿಯುವಂತೆ ಮಾಡುತ್ತದೆ? ಡೈನಮೊ ಇರುವ ಸೈಕಲ್ಲಿನ ಸವಾರರನ್ನು ನಿಲ್ಲಿಸಿ ಕೇಳುತ್ತಿದ್ದೆ "ನೀವು ಪೆಡಲ್ ಮಾಡಿದಾಗಲೆಲ್ಲಾ ಲೈಟ್ ಬರುತ್ತದಲ್ಲ, ಹೇಗೆ? ಸ್ವಲ್ಪ ವಿವರಿಸುತ್ತೀರಾ?"

"ಡೈನಮೊ ಕೂಡ ತಿರುಗುತ್ತದೆ ಅದಕ್ಕಾಗಿಯೇ."

"ಅದು ನನಗೆ ಗೊತ್ತು. ಇದರ ರಹಸ್ಯವೇನು?"

"ನನಗೆ ಗೊತ್ತಿಲ್ಲ."

"ನಾನು ಸ್ವಲ್ಪ ನೋಡಬಹುದೇ?"

"ಆಯಿತು ನೋಡು."

ನಾನು ಚಕ್ರ ತಿರುಗಿಸಿದಾಗ ಯಥಾ ಪ್ರಕಾರ ದೀಪವು ಹತ್ತಿಕೊಂಡಿತು. ವಿಶೇಷವೇನೂ ಗೋಚರಿಸಲಿಲ್ಲ. ಒಂದು ದಿನ ಅಪ್ಪಾಜಿಯ ಸ್ನೇಹಿತರ ಸೈಕಲ್‌ನಲ್ಲಿ ಆಟವಾಡುತ್ತಿದ್ದಾಗ, ಕೆಲವು ವೈರ್‌ಗಳು ದೀಪದ ಬಳಿ ಸಡಿಲಗೊಂಡಿರುವುದನ್ನು ಗಮನಿಸಿದೆ. ಚಕ್ರವನ್ನು ತಿರುಗಿಸುತ್ತಾ, ವೈರ್ ತುದಿಯನ್ನು ಲೋಹದ ಹ್ಯಾಂಡ್‌ಬಾರ್‌ಗೆ ಸೋಕಿಸಿದೆ. ಆಗ ಕಿಡಿಯೊಂದು ಬಂದು ಹೋಯಿತು. ಇದು ನನ್ನ ಮುಂದಿನ ಯೋಚನೆಗಳಿಗೆ ದಾರಿಯಾಯಿತು.

ಒಂದು ಮಧ್ಯಾಹ್ನ ನಾನು ಮತ್ತು ಜೆಫ್ರಿ ಸೈಕಲ್ಲನ್ನು ನನ್ನ ತಂದೆಯ ಸ್ನೇಹಿತರಿಂದ ಎರವಲು ಪಡೆದೆವು. ಸೈಕಲ್ಲನ್ನು ತಲೆಕೆಳಗಾಗಿಸಿ ವೈರ್‌ಗಳನ್ನು ರೇಡಿಯೊ ಬ್ಯಾಟರಿಗಳ +Ve ಮತ್ತು –Ve ಕಡೆಗೆ ಸೇರಿಸಿದೆವು. ಜೋರಾಗಿ ಪೆಡಲ್ ಮಾಡಿದಾಗ ದೀಪವು ಉರಿಯಲಿಲ್ಲ. ನಾನು ಪುನಃ ವೈರಿನ ತುದಿಯನ್ನು ಡೈನಮೊ ಸಂಪರ್ಕಕ್ಕೆ ತಂದಾಗ ದೀಪವು ಹತ್ತಿಕೊಂಡಿತು. ಇದಾದ ಬಳಿಕ ಬ್ಯಾಟರಿಗಳನ್ನು ಮತ್ತು ವೈರನ್ನು ಸೇರಿಸಿ, ದೀಪದ ಜೊತೆಗೆ ಸಂಪರ್ಕಿಸಿದಾಗ ದೀಪವು ಹತ್ತಿಕೊಂಡಿತು.

"ಜೆಫ್ರಿ, ನನ್ನ ಪರೀಕ್ಷೆಯ ಪ್ರಕಾರ ಡೈನಮೊ ಮತ್ತು ರೇಡಿಯೊ ಬ್ಯಾಟರಿ ಸರಿಯಾಗಿದೆ. ಆದರೂ ರೇಡಿಯೊ ಕೆಲಸ ಮಾಡುತ್ತಿಲ್ಲ, ಏಕೆ?"

"ಗೊತ್ತಿಲ್ಲ. ಅಲ್ಲಿ 'AC' ಎಂದು ಬರೆದಿರುವ ರೇಡಿಯೊ ತೂತಿಗೆ (ಸಾಕೆಟ್) ಸಿಕ್ಕಿಸು. ನೋಡೋಣ ಏನಾಗುತ್ತದೋ."

ಸಾಕೆಟ್ ಒಳಗೆ ವೈರುಗಳನ್ನು ತೂರಿಸಲು ರೇಡಿಯೊದಿಂದ ಧ್ವನಿಯು ಕೇಳಿಸಿತು. ನಾವಿಬ್ಬರೂ ಸಡಗರದಿಂದ ಜೋರಾಗಿ ಕೂಗಿಕೊಂಡೆವು. ಪುನಃ ಸೈಕಲ್ಲಿನ ಪೆಡಲ್ ತುಳಿಯತೊಡಗಿದೆ. ರೇಡಿಯೊ–2 ವಾಹಿನಿಯಲ್ಲಿ 'ಬಿಲ್ಲಿ ಕಾಂಡಾ'ನ ನಮ್ಮ ಮೆಚ್ಚಿನ ಹಾಡು ಕೇಳಿಬರುತ್ತಿತ್ತು. ನಮ್ಮ ಸಂತಸಕ್ಕೆ ಪಾರವೇ ಇರಲಿಲ್ಲ. ಜೆಫ್ರಿಯಂತೂ ನರ್ತಿಸತೊಡಗಿದ.

"ಹಾಗೇ ಪೆಡಲ್ ಮಾಡುತ್ತಿರು. ಹಾ... ಹಾ... ಹಾಗೇನೇ."

"ಹೇ, ನಾನು ಕೂಡಾ ಡಾನ್ಸ್‌ಮಾಡಬೇಕು."

"ನಿನ್ನ ಸರದಿ ಬರುವವರೆಗೂ ನೀನು ಕಾಯಬೇಕು."

ಅರಿವಿಲ್ಲದೇ ನಾನು 'Alternate Current' ಮತ್ತು 'Direct Current' ನಡುವಿನ ವ್ಯತ್ಯಾಸವನ್ನು ಕಂಡುಕೊಂಡಿದ್ದೆ. ಆದರೆ ಇದರ ನಿಜವಾದ ಉಪಯೋಗ ಮತ್ತು ಪರಿಕಲ್ಪನೆ ಬಹಳ ಸಮಯದ ನಂತರ ಅರ್ಥವಾಗಿತ್ತು.

ಸೈಕಲ್ಲನ್ನು ತಲೆಕೆಳಗಾಗಿ ಹಿಡಿದು, ಒಂದೇ ಸಮನೆ ಪೆಡಲ್ ಮಾಡಿದ್ದು ಸುಸ್ತೆನ್ನಿಸ ತೊಡಗಿತು. ರೇಡಿಯೊ ಸ್ವರವೂ ಕೊನೆಗೆ ನಿಂತಿತು. ನಾನೆಂದುಕೊಂಡೆ ಜೆಫ್ರಿ ಮತ್ತು ನಾನು ಸಂತೋಷವಾಗಿ ನೃತ್ಯ ಮಾಡಲು, ಈ ಸೈಕಲ್ ತಾನೇ ಪೆಡಲ್ ಮಾಡಿಕೊಳ್ಳುವಂತೆ ಆಗಬೇಕು. ಅದು ಹೇಗೆ ಸಾಧ್ಯವಾದೀತು?

ಈ ಡೈನಮೊ ನನಗೆ ವಿದ್ಯುತ್ತಿನ ಪ್ರಯೋಗಗಳ ಬಗ್ಗೆ ರುಚಿಯನ್ನು ತೋರಿಸಿತ್ತು. ಜೊತೆಗೆ ನಾನೇ ಸ್ವತಃ ವಿದ್ಯುಚ್ಛಕ್ತಿಯನ್ನು ಉತ್ಪಾದಿಸಿದರೆ ಹೇಗೆ? ಎನ್ನುವ ಆಸೆಯೂ ಅಂಕುರಿಸಿತು. ನೀವು ನಂಬುತ್ತೀರೋ ಇಲ್ಲವೋ, ನಮ್ಮ ಮಾಲಾವಿಯಲ್ಲಿ ಕೇವಲ 2% ಜನರಷ್ಟೇ ವಿದ್ಯುತ್ ಸೌಲಭ್ಯವನ್ನು ಹೊಂದಿದ್ದಾರೆ.

ವಿದ್ಯುತ್ ಇಲ್ಲವೆಂದರೆ – ದೀಪ/ಬೆಳಕಿಲ್ಲ; ಬೆಳಕಿಲ್ಲದಿದ್ದರೆ ನಾನು ರಾತ್ರಿಯ ಹೊತ್ತು ಏನನ್ನೂ ಮಾಡಲಿಕ್ಕಾಗುವುದಿಲ್ಲ; ನನ್ನ ಶಾಲೆಯ ಪಾಠ, ರೇಡಿಯೊ ರಿಪೇರಿ ಮಾಡುವುದು, ಯಾವ ಚಟುವಟಿಕೆಯಿರುವುದಿಲ್ಲ; ನಾನು ಕತ್ತಲೆಯಲ್ಲಿ ಕಾಣುವ ಜೇಡ, ನೆಲದ ಮೇಲೆ ಓಡಾಡುವ ಇಲಿ, ಜಿರಳೆ ಇವುಗಳನ್ನು ನೋಡುತ್ತಾ ಕುಳಿತಿರಬೇಕು; ಸಂಜೆಯ ಹೊತ್ತು ಜನರು ಬೆಳದಿಂಗಳಿಲ್ಲದಿದ್ದರೆ ಮಾಡುತ್ತಿರುವ ಕೆಲಸವನ್ನು ನಿಲ್ಲಿಸಿ, ಹಲ್ಲುಜ್ಜಿ ಮಲಗಲು ಹೋಗುತ್ತಾರೆ; ಆಗ ಎಲ್ಲರೂ ಭಾವಿಸುವಂತೆ ರಾತ್ರಿ ಹತ್ತು ಗಂಟೆಯಲ್ಲ; ಒಂಬತ್ತು ಗಂಟೆಯೂ ಅಲ್ಲ; ಸಂಜೆ ಏಳು ಗಂಟೆ! ಆಫ್ರಿಕಾದ ಜನರಲ್ಲದೇ ಇನ್ಯಾರು ಸಂಜೆ ಏಳು ಗಂಟೆಗೇ ಮಲಗಲು ಸಾಧ್ಯ?

ರಾತ್ರಿಯ ಹೊತ್ತಿನ ಬೆಳಕಿಗಾಗಿ ಇತರ ಮನೆಗಳಂತೆ ನಮ್ಮಲ್ಲೂ ಸೀಮೆ ಎಣ್ಣೆಯ ಬುಡ್ಡಿ ದೀಪವನ್ನು ಬಳಸುತ್ತೇವೆ. ಸೀಮೆಎಣ್ಣೆಯ ಬೆಲೆ ಅಧಿಕ. ಕಡಿಮೆ ಬೆಲೆಗೆ ತರಲು, ಏಳು ಕಿ.ಮೀ. ದೂರದಲ್ಲಿದ್ದ ಪೆಟ್ರೋಲ್ ಸ್ಟೇಷನ್‌ಗೆ ಹೋಗಬೇಕಿತ್ತು. ಈ ಸೀಮೆಎಣ್ಣೆಯ ದೀಪವು ಉರಿದಾಗ ಬರುವ ಕಪ್ಪು ಹೊಗೆಯಿಂದ ನಮಗೆಲ್ಲರಿಗೂ ಕಣ್ಣಿನ ಉರಿ ಮತ್ತು ಕೆಮ್ಮಿನ ಯಾತನೆ.

ಹೊಗೆಯಾಡದಂತೆ ಮೇಲ್ಭಾಗವನ್ನು ಮುಚ್ಚುವ ಗಾಜಿನ ಹರಿಕೇನ್ ದೀಪಗಳು ಸಿಗುತ್ತವೆ. ಅದರ ಬೆಲೆಯೂ ಹೆಚ್ಚು, ಜೊತೆಗೆ ನಮಗೆ ಅದನ್ನು ಕೊಳ್ಳಲು ಶಕ್ಯವಿರಲಿಲ್ಲ.

ನಮ್ಮ ದೇಶಕ್ಕೆ 'ಮಾಲಾವಿ ವಿದ್ಯುತ್ ಸರಬರಾಜು ಕೇಂದ್ರ (ESCOM)'ದ ಮೂಲಕ ಸರಕಾರವು ವಿದ್ಯುಚ್ಛಕ್ತಿಯನ್ನು ಸರಬರಾಜು ಮಾಡುತ್ತಿತ್ತು. ಮಾಲಾವಿಯ ದಕ್ಷಿಣಕ್ಕಿದ್ದ 'ಶೈರ್' ನದಿಯಲ್ಲಿ ದೊಡ್ಡ ದೊಡ್ಡ ಟರ್ಬೈನ್‌ಗಳು ಸುತ್ತುತ್ತಾ ವಿದ್ಯುಚ್ಛಕ್ತಿಯನ್ನು ಉತ್ಪಾದಿಸುತ್ತಿದ್ದವು. ಇದು ನನ್ನನ್ನು ಬಹಳ ಮೋಡಿ ಮಾಡಿದ ವಿಷಯವಾಗಿತ್ತು. ನಿಮಗೆ ಇದರ ಬಗ್ಗೆ ನಂತರ ವಿವರಿಸುತ್ತೇನೆ.

ಸಾಕಷ್ಟು ಹಣ ಮತ್ತು ಸಹನೆಯಿದ್ದಲ್ಲಿ 'ESCOM' ಕಚೇರಿಯಲ್ಲಿ, ನಮಗೆ ವಿದ್ಯುತ್ ಸಂಪರ್ಕವು ಬೇಕೆಂದು ಅರ್ಜಿಯನ್ನು ಸಲ್ಲಿಸಬಹುದು. ಇದಕ್ಕಾಗಿ ಕಸುಂಗುವಿನಿಂದ ನೂರು ಕಿ.ಮೀ. ದೂರದಲ್ಲಿದ್ದ ಲಿಲೋಂಗ್ವೆಗೆ ಮಿನಿ ಬಸ್ಸಿನಲ್ಲಿ ತೆರಳಬೇಕಿತ್ತು. ಅಲ್ಲಿ 'ಮಗೇತ್ಸಿ ಹೌಸ್' ಎಂಬಲ್ಲಿರುವ ESCOM ಕಚೇರಿಯಲ್ಲಿ ಅರ್ಜಿಯೊಂದಿಗೆ ಒಂದು ಸಾವಿರ ಕ್ವಾಚಾ ಹಣವನ್ನು ಪಾವತಿಸಬೇಕು. ಜೊತೆಗೆ ನಮ್ಮ ಮನೆಗೆ ಹೋಗಲು ನಕ್ಷೆಯನ್ನೂ ಕೊಟ್ಟು ಬರಬೇಕು.

ಅದೃಷ್ಟವಿದ್ದರೆ ಅರ್ಜಿಯನ್ನು ಅನುಮೋದಿಸಲಾಗುತ್ತದೆ. ಕೆಲಸಗಾರರು ಮನೆಗೆ ಬಂದು ಕಂಬ ಮತ್ತು ವೈರುಗಳನ್ನು ಅಳವಡಿಸಿ ಹೋಗುತ್ತಾರೆ. ಮತ್ತೆ ಇವಕ್ಕೆಲ್ಲಾ ಹಣವನ್ನು

ತೆರಬೇಕಾಗುತ್ತದೆ. ವಿದ್ಯುಚ್ಛಕ್ತಿಯಿದ್ದರೆ, ರಾತ್ರಿ ಹತ್ತು ಗಂಟೆಯ ತನಕವೂ ಎದ್ದಿರಬಹುದು ಹಾಗೂ ರೇಡಿಯೊದಲ್ಲಿ ಬರುವ ಹಾಡುಗಳಿಗೆ ನರ್ತಿಸಬಹುದು.

ಆದರೆ ಇವೆಲ್ಲವೂ ಸರಕಾರವು ವಿದ್ಯುತ್ ಕಡಿತವನ್ನು ಜಾರಿಗೆ ತರುವವರೆಗೆ ಮಾತ್ರ... ಪ್ರತಿ ಸಂಜೆ ಕತ್ತಲಾಗುತ್ತಿದ್ದಂತೆಯೇ ದೀಪಗಳು ಆರಿಹೋಗುತ್ತವೆ. ಜನರು ರಾತ್ರಿಯ ಬೆಳಕಿಗಾಗಿ ಅಷ್ಟು ಹಣವನ್ನು ವ್ಯಯಿಸಿದ್ದು ವ್ಯರ್ಥವಾಗುತ್ತದೆ. ಪುನಃ ಸಂಜೆ ಏಳು ಗಂಟೆಗೇ ಮಲಗಬೇಕು! ನಮ್ಮಲ್ಲಿನ ವಿದ್ಯುತ್ ಸಮಸ್ಯೆಗೆ ಮತ್ತೊಂದು ಕಾರಣವೆಂದರೆ ಅರಣ್ಯದ ನಾಶ. ನನ್ನ ತಾತ ಆಗಾಗ ಹೇಳುತ್ತಿದ್ದರು "ಒಂದು ಕಾಲದಲ್ಲಿ ನಮ್ಮ ದೇಶವು ದಟ್ಟವಾದ ಕಾಡುಗಳಿಂದ ತುಂಬಿರುತ್ತಿತ್ತು. ಬೃಹತ್ ಮರಗಳು ಸೂರ್ಯನ ಬೆಳಕನ್ನು ಬಿಡದೇ, ಮಧ್ಯಾಹ್ನವು ಸಂಜೆಯಂತೆ ಭಾಸವಾಗುತ್ತಿತ್ತು."

ಆದರೆ ವರ್ಷಗಳು ಉರುಳಿದಂತೆ, ದೊಡ್ಡ ದೊಡ್ಡ ತಂಬಾಕಿನ ಎಸ್ಟೇಟ್‌ಗಳು ಕಾಡನ್ನೆಲ್ಲಾ ನುಂಗಿ ಹಾಕಿದವು. ರೈತರು ತಂಬಾಕನ್ನು ಹರಾಜಿಗೆ ಒಯ್ಯುವ ಮುನ್ನ ಎಲೆಗಳ ಸಂಸ್ಕರಣೆಗಾಗಿ ತಾತ್ಕಾಲಿಕ ಗುಡಿಸಲನ್ನು ಕಟ್ಟುತ್ತಿದ್ದರು. ಈ ಗುಡಿಸಲನ್ನು ಕಟ್ಟಲು ಅರಣ್ಯದ ಮರಮಟ್ಟುಗಳನ್ನೇ ಬಳಸುತ್ತಿದ್ದರು. ಜೊತೆಗೆ ವಿದ್ಯುಚ್ಛಕ್ತಿಯು ಇಲ್ಲದ ಕಾರಣ ಅಡುಗೆಯ ಸೌದೆಗೂ ಅರಣ್ಯವನ್ನೇ ಆಶ್ರಯಿಸಬೇಕಿತ್ತು. ವಿಂಬೆಯ ಬಳಿ ಈ ಸಮಸ್ಯೆಯು ಮತ್ತಷ್ಟು ಬಿಗಡಾಯಿಸಿತು. ಒಮ್ಮೆ ಸೈಕಲ್ ಅಥವಾ ಬೈಕಿನಲ್ಲಿ ಹದಿನೈದು ಕಿ.ಮೀ. ಸುತ್ತಾಡಿಕೊಂಡು ಬಂದರೆ, ಬೆರಳೆಣಿಕೆಯಷ್ಟು ಮರಗಳು ಕಾಣಸಿಗುತ್ತಿದ್ದವು. ಹೀಗಾದರೆ ಹೇಗೆ ತಾನೇ ಕಾಡು ಉಳಿದೀತು?

ವಿಷಾದದ ಸಂಗತಿಯೆಂದರೆ, ಕೆಲವೇ ಜನರು ಇದನ್ನು ಅರಿಯುತ್ತಾರೆ. ಮರಗಳು ಕಣ್ಮರೆಯಾಗಿ ಅರಣ್ಯ ನಾಶವಾಗಿರುವುದೇ ಮಾಲಾವಿಯ ಜನರ ಬಡತನಕ್ಕೆ ಮುಖ್ಯ ಕಾರಣ. ಗಿಡ–ಮರಗಳಿಲ್ಲದೇ ಹೆಚ್ಚಿನ ಮಳೆಯು ಸುರಿದಾಗ, ಮಣ್ಣು ಮತ್ತು ಅದರ ಖನಿಜಗಳೆಲ್ಲಾ ಕೊಚ್ಚಿ ಹೋಗಿ ಪ್ರವಾಹವುಂಟಾಗುತ್ತದೆ. ಮಣ್ಣಿನ ಜೊತೆಗೆ ಕಸವೂ ನಮ್ಮ ಶೈರ್ ನದಿಯನ್ನು ಬಂದು ಸೇರುತ್ತದೆ.

ನದಿಯಲ್ಲಿ ಹೆಚ್ಚೆಚ್ಚು ಕಸ ತುಂಬಿದಂತೆ ಅಣೆಕಟ್ಟುಗಳಲ್ಲಿ ನೀರಿನ ಸಂಚಾರಕ್ಕೆ ಅಡ್ಡಿಯಾಗುತ್ತದೆ. ಹೀಗಾದಲ್ಲಿ ಟರ್ಬೈನ್‌ಗಳು ಕೆಲಸ ಮಾಡದೇ ನಿಂತು ಹೋಗುತ್ತವೆ. ಆಗ 'ESCOM' ಸಾಕಷ್ಟು ಹಣವನ್ನು ವ್ಯಯಿಸಿ ನದಿಗಳಲ್ಲಿನ ಹೂಳೆತ್ತುತ್ತಾರೆ. ಜನರು ವಿದ್ಯುತ್ ಬೇಕೆಂದರೆ ಹೆಚ್ಚಿನ ಹಣವನ್ನು ಚೆಲ್ಲಬೇಕಾಗುತ್ತದೆ. ಇತ್ತ ವಿದ್ಯುಚ್ಛಕ್ತಿಯೂ ಇಲ್ಲ, ಅತ್ತ ಬೆಲೆ ಏರಿಕೆಯ ಸಮಸ್ಯೆಯಿಂದ ಜನರು ತತ್ತರಿಸುತ್ತಾರೆ. ಬೇರೆ ಮಾರ್ಗವಿಲ್ಲದೇ ಮರಗಳನ್ನು ಉರುವಲಿಗಾಗಿ ಕಡಿಯುತ್ತಾರೆ, ಇಲ್ಲವೇ ಇದ್ದಿಲಾಗಿ ಮಾರುತ್ತಾರೆ.

ಊರಿನ ಒಂದು ಎಸ್ಟೇಟ್‌ಗೆ ಕೊಡಲಾದ ವಿದ್ಯುತ್ ಸಂಪರ್ಕದಿಂದಲೇ ಗಿಲ್ಬರ್ಟ್ ಮನೆಗೂ ವಿದ್ಯುಚ್ಛಕ್ತಿಯು ಪೂರೈಕೆಯಾಗುತ್ತಿತ್ತು. ಕಾರಣವಿಷ್ಟೆ, ಅವನ ತಂದೆಯು ವಿಂಬೆಯ ಮುಖ್ಯಸ್ಥರಾಗಿದ್ದರು. ಜೊತೆಗೆ ಅವರು ಶ್ರೀಮಂತರು. ವಿದ್ಯುತ್ ಕಂಬ ಮತ್ತು ವೈರುಗಳ ವೆಚ್ಚವನ್ನು ಭರಿಸಲು ಅವರ ಬಳಿ ಹಣವಿತ್ತು.

ಚಿಕ್ಕಂದಿನಲ್ಲಿ ಮೊದಲ ಬಾರಿ ಗಿಲ್ಬರ್ಟ್‌ನ ಮನೆಗೆ ಹೋದಾಗ, ಅವನು ಗೋಡೆಯನ್ನು ಮುಟ್ಟಿದ ಕೂಡಲೇ ಬಲ್ಬ್ ಹತ್ತಿಕೊಂಡಿತ್ತು. ಹೌದು ಗೋಡೆಯನ್ನು ಮುಟ್ಟಿದಂತೆಯೇ! ಅದು ಸ್ವಿಚ್ ಒತ್ತುವುದರಿಂದ ಎಂದು ನನಗೀಗ ತಿಳಿದಿದೆ. ಹಿಂದೆ ಅವನ ಮನೆಗೆ ಹೋದಾಗಲೆಲ್ಲಾ, ಗಿಲ್ಬರ್ಟ್ ಗೋಡೆಯನ್ನು ಮುಟ್ಟಿದ ಕೂಡಲೇ ದೀಪವು ಹತ್ತುವುದನ್ನು ನೋಡಲು ಕಾಯುತ್ತಿದ್ದೆ. ಆಗ ನನಗೆ – ಓಹ್... ನಮ್ಮ ಮನೆಯಲ್ಲೂ ಗೋಡೆಯನ್ನು ಮುಟ್ಟಿದಾಗ ದೀಪವು ಬೆಳಗುವಂತಿದ್ದರೆ ಎಷ್ಟು ಚಂದ. ಯಾವಾಗಲೂ ನಾನೊಬ್ಬನೇ ಕತ್ತಲಲ್ಲಿ ಏಕೆ ತಿಣುಕಾಡಬೇಕು? ಎಂದೆನಿಸುತ್ತಿತ್ತು.

ನಮ್ಮ ಮನೆಗೆ ವಿದ್ಯುತ್ ಸಂಪರ್ಕವನ್ನು ಕಲ್ಪಿಸಲು, ಸೈಕಲ್ ಡೈನಮೊಗಿಂತಲೂ ಹೆಚ್ಚಿನ ಶಕ್ತಿಯು ಬೇಕಿತ್ತು. ನಮಗಷ್ಟು ಆರ್ಥಿಕ ಚೈತನ್ಯವಿರಲಿಲ್ಲ. ನಾನು ಕ್ರಮೇಣ ಇವುಗಳ ಯೋಚನೆಯನ್ನು ಬಿಟ್ಟೆ. ಇತರ ಮುಖ್ಯವಾದ ವಿಷಯಗಳ ಕಡೆ ಗಮನ ಕೊಡಬೇಕಿತ್ತು. ಅದರಲ್ಲಿ ಪ್ರಮುಖವಾಗಿದ್ದು, ನಾನು ಪ್ರೈಮರಿ ಶಾಲೆಯಲ್ಲಿ ಉತ್ತಮ ಅಂಕಗಳೊಂದಿಗೆ ಉತ್ತೀರ್ಣನಾಗಬೇಕಿತ್ತು.

ಸೆಪ್ಟೆಂಬರ್ ಮಧ್ಯ ಭಾಗದಲ್ಲಿ ವಿಂಬೆಯ ಪ್ರೈಮರಿ ಶಾಲೆಯ ವಾರ್ಷಿಕ ಪರೀಕ್ಷೆಗಳಲ್ಲಿ ಉತ್ತೀರ್ಣರಾದಾಗ ಶಿಕ್ಷಕರು ನಮ್ಮನ್ನೆಲ್ಲರನ್ನೂ ಹರಸಿ ಬೀಳ್ಕೊಟ್ಟರು. ನಾನು ಮುಂದಿನ ಪ್ರವೇಶ ಪರೀಕ್ಷೆಗಳಿಗಾಗಿ ಬೆವರು ಸುರಿಸಿದೆ. ರಾತ್ರಿಯೆಲ್ಲ ಸೀಮೆಎಣ್ಣೆ ಬುಡ್ಡಿ ದೀಪದಲ್ಲಿ ನಿದ್ದೆಗೆಟ್ಟು ಓದುತ್ತಿದ್ದೆ. ಹಿಂದಿನ ವರ್ಷಗಳ ಪ್ರಶ್ನೆ ಪತ್ರಿಕೆಗಳನ್ನು, ಉತ್ತರಗಳನ್ನು ಮತ್ತೆ ಮತ್ತೆ ಅಭ್ಯಸಿಸುತ್ತಿದ್ದೆ.

ಬೇಸಾಯದ ಪಾಠಗಳಲ್ಲಿ – ನೆಲಗಡಲೆ ಬೆಳೆಯಲು ಸರಿಯಾಗಿ ಭೂಮಿ/ಮಣ್ಣನ್ನು ಸಿದ್ಧವಾಗಿಸುವ ಕ್ರಮ, ಸಾಕು ಕೋಳಿಗೆ ನೂಕ್ಯಾಸಲ್ ಅಥವಾ ಫೋಲ್ ಪಾಕ್ಸ್ ರೋಗದ ಪರೀಕ್ಷೆ; ಇನ್ನು ಸಾಮಾಜಿಕ–ಪರಿಸರ ವಿಜ್ಞಾನದಲ್ಲಿ – ಸರ್ಕಾರಿ ಅಧಿಕಾರಿಯ ಬಾಧ್ಯತೆಗಳು, ರಾಜಕಾರಣಿ ಮತ್ತು ಅಧಿಕಾರಿಗಳ ಕಾರ್ಯವಿಧಾನ; ಇಂಗ್ಲೀಷ್ ಭಾಷೆಯಲ್ಲಿ – ವಾಕ್ಯ ರಚನೆ ಮತ್ತು ಬರೆಯುವ ಕ್ರಮ; ನಮಗಿದ್ದ ಪಠ್ಯ ಕತೆಗಳನ್ನು ಓದಿಕೊಳ್ಳುವುದು ನನ್ನ ದಿನಚರಿಯಾಯಿತು.

ಒಟ್ಟು ಮೂರು ದಿನ ಪರೀಕ್ಷೆಗಳು ನಡೆದವು. ಮೊದಲ ದಿನ ಇಂಗ್ಲೀಷ್ ಮತ್ತು ಸಾಮಾಜಿಕ ಶಾಸ್ತ್ರ, ಎರಡನೇ ದಿನ ಚಿಚೆವಾ ಮತ್ತು ಗಣಿತ, ಕೊನೆಯ ದಿನ ವಿಜ್ಞಾನ. ಮೂರು ದಿನಗಳು ಹೇಗೆ ಕಳೆದವೋ ಗೊತ್ತಾಗಲೇ ಇಲ್ಲ. ಬಿಳಿಯ ಹಾಳೆಯ ಮೇಲೆ ಕರಿಯ ಅಕ್ಷರ, ಮುರಿದ ಪೆನ್ಸಿಲ್‌ಗಳು, ಚಿತ್ರ ವಿಚಿತ್ರವಾದ ಪ್ರಶ್ನೆಗಳು... ಇದಷ್ಟೇ ನನ್ನ ನೆನಪಿನಲ್ಲಿ ಉಳಿಯಿತು!

ಶೇಕಡಾವಾರು ಲೆಕ್ಕಗಳು, ಸಮಬದಿಯುಳ್ಳ ತ್ರಿಕೋನ, ಪರಿಧಿ, ಗಾಯಕ್ಕೆ ಅಯೋಡಿನ್ ಹಚ್ಚಬೇಕೇ ಇಲ್ಲವೇ ಆಂಫ್ಲಾಲ್ ಸವರಬೇಕೆ? ಈ ತರಹದ ಪ್ರಶ್ನೆಗಳಿಗೆ ಉತ್ತರಿಸುವಷ್ಟರಲ್ಲಿ

ತಲೆ ಕೆಟ್ಟುಹೋದಂತಾಗಿ, ಉಗುರು ಕಚ್ಚುತ್ತಾ ಕುಳಿತಿದ್ದೆ. ಆದರೂ ನನ್ನ ಮೇಲೆ ನನಗೆ ವಿಶ್ವಾಸವಿತ್ತು.

ಡಿಸೆಂಬರ್ ತಿಂಗಳಿನಲ್ಲಿ ಬರುವ ಫಲಿತಾಂಶಕ್ಕಾಗಿ ಮೂರು ತಿಂಗಳು ಕಾಯಬೇಕಿತ್ತು. ಈ ಪರೀಕ್ಷೆಯಲ್ಲಿ ಉತ್ತೀರ್ಣನಾದರೆ ನನಗೆ ಸರಕಾರವು ನಿರ್ಧರಿಸುವ ಸೆಕೆಂಡರಿ ಶಾಲೆಯಲ್ಲಿ ಪ್ರವೇಶವು ದೊರೆಯುತ್ತಿತ್ತು. ಅಲ್ಲಿದ್ದ ಒಟ್ಟು ಆರು ಶಾಲೆಗಳಲ್ಲಿ ಮೂರು ಶಾಲೆಗಳು ವಸತಿ ಸೌಲಭ್ಯವನ್ನು ಪಡೆದಿದ್ದವು. ಅವುಗಳಿಗೆ ಸರಕಾರದ ಅನುದಾನವೂ ಚೆನ್ನಾಗಿತ್ತು. ಯಾವುದೇ ಜಾಣ ವಿದ್ಯಾರ್ಥಿಯಾದರೂ ಅಲ್ಲಿ ಓದಲು ಬಯಸುತ್ತಿದ್ದನು. ನಾನು ನನ್ನ ಪಾಡಿಗೆ ವಸತಿ ಶಾಲೆಯಲ್ಲಿ ಇದ್ದುಕೊಂಡು ಓದುವ ಕನಸನ್ನು ಕಾಣತೊಡಗಿದ್ದೆ.

ಎಲ್ಲಿ ಪ್ರವೇಶ ಸಿಕ್ಕಿದರೂ, ತರಗತಿಗಳು ಪ್ರಾರಂಭವಾಗುವುದು ಜನವರಿ ತಿಂಗಳಲ್ಲಿ. ಒಂದು ರೀತಿಯಲ್ಲಿ ಜೀವನದ ಮುಖ್ಯ ಘಟ್ಟವನ್ನು ತಲುಪಿದ್ದೆ. ಸೆಕೆಂಡರಿ ಶಾಲೆಯ ಶಿಕ್ಷಣವು ಉಚಿತವಾಗಿರಲಿಲ್ಲ, ಆದ ಕಾರಣ ಮಾಲಾವಿಯಲ್ಲಿ ಬಹುತೇಕ ಜನರು ಸೆಕೆಂಡರಿ ಶಾಲೆಗೆ ಹೋಗುವುದರ ಬಗ್ಗೆ ತಲೆ ಕೆಡಿಸಿಕೊಳ್ಳುತ್ತಿರಲಿಲ್ಲ. ನನ್ನ ಅಕ್ಕ ಆನೀ, 'ತುಂತಾಮ (Mtunthama)' ಎಂಬಲ್ಲಿ ಸೆಕೆಂಡರಿ ಶಾಲೆಗೆ ಪ್ರವೇಶವನ್ನು ಪಡೆದು ಆಗಲೇ ಅರ್ಧ ದೂರವನ್ನು ಕ್ರಮಿಸಿದ್ದಳು. ನನಗೆ ಅವಳನ್ನು ಕಂಡಾಗಲೆಲ್ಲಾ ತಡೆಯಲಾರದಷ್ಟು ಅಸೂಯೆ. ಈಗ ನನ್ನ ಸರದಿ. ಪ್ರೈಮರಿ ಶಾಲೆಯಲ್ಲಿ ಧರಿಸುತ್ತಿದ್ದ ಚಡ್ಡಿಗೆ ವಿದಾಯವನ್ನು ಹೇಳಿ, ಉದ್ದನೆಯ ಪ್ಯಾಂಟ್ ಧರಿಸಬಹುದಿತ್ತು!

ನಾನು ಪರೀಕ್ಷೆಯನ್ನು ಮುಗಿಸಿದ ಬಳಿಕ ಗಿಲ್ಬರ್ಟ್‌ಗಾಗಿ ಹೊರಗೆ ಕಾಯುತ್ತಾ ಕುಳಿತಿದ್ದೆ. "ಇನ್ನು ಮುಂದೆ ನಾವು ಚಡ್ಡಿ ಹಾಕಿಕೊಳ್ಳುವ ಅಗತ್ಯವಿರುವುದಿಲ್ಲ, ಅಲ್ಲವೇ ಗಿಲ್ಬರ್ಟ್?"

"ಹೌದು. ಪುನಃ ಶಾಲೆ ಶುರುವಾಗುವ ತನಕ, ಮುಂಜಾನೆ ನಾವು ಬಿಡುವಾಗಿ ಇರುತ್ತೀವಿ, ಏನಾದರೂ ಮಾಡಬೇಕು."

"ನಡಿ ಹಕ್ಕಿ ಬೇಟೆಗೆ ಹೋಗೋಣ. ಹೇಗೂ ಬಹಳ ದಿನಗಳಾಯಿತು."

"ಸರಿ ನಡಿ."

ದೊಡ್ಡವನಾದಂತೆ, ಮುಂಚಿನ ಹಾಗೆ ಶಾಲೆಯ ವಾರ್ಷಿಕ ರಜೆ ನನಗೆ ಖುಷಿ ಕೊಡುತ್ತಿರಲಿಲ್ಲ. ನನ್ನ ತಂದೆಗೆ ಬೇಸಾಯದ ಕೆಲಸಕ್ಕೆ ನನ್ನ ಸಹಾಯವು ಬೇಕಿರುತ್ತಿತ್ತು. ಜೋಳದ ಬೆಳೆಗಾಗಿ ಭೂಮಿಯನ್ನು ಹದಗೊಳಿಸುವುದರ ಜೊತೆಗೆ ಸೆಪ್ಟೆಂಬರ್ ತಿಂಗಳಿನಲ್ಲಿ ತಂಬಾಕಿನ ಬೆಳೆಗೂ ಸಿದ್ಧರಾಗಬೇಕಿತ್ತು. ತಂಬಾಕಿಗೆ ಹೆಚ್ಚಿನ ಆರೈಕೆ ಮತ್ತು ಪೋಷಣೆ ಅತ್ಯಗತ್ಯ.

ಹಿಂದೆ ಹೇಳಿದಂತೆ, ತಂಬಾಕಿನ ಸಸಿಗಳನ್ನುಮೊದಲು ಭೂಮಿ ಹೆಚ್ಚು ಫಲವತ್ತಾಗಿರುವ ಡಾಂಬೊ ಎಂಬಲ್ಲಿ ಬೆಳೆಸುತ್ತಿದ್ದೆವು. ಈಗ ಹೆಚ್ಚು ಸಮಯವಿದ್ದ ಕಾರಣ ಪ್ರತಿ ದಿನವೂ

ಸಸಿಗಳಿಗೆ ನೀರುಣಿಸುವುದು ನನ್ನ ಕೆಲಸವಾಗಿತ್ತು. ಸೂರ್ಯನ ಶಾಖದಿಂದ ತಮ್ಮನ್ನು ತಾವು ರಕ್ಷಿಸಿಕೊಳ್ಳಲು ಪ್ರತಿಯೊಂದು ಸಸಿಗೂ ಸಮಾನವಾಗಿ ನೀರು ಬೇಕಿರುತ್ತಿತ್ತು. ಡಿಸೆಂಬರ್ ತಿಂಗಳಿನಲ್ಲಿ ಬೆಳೆದ ಸಸಿಗಳನ್ನು ಕಿತ್ತು, ನಮ್ಮ ಹೊಲದಲ್ಲಿ ನೆಡುವುವರೆಗೂ ಇದೇ ನನ್ನ ದಿನಚರಿಯಾಗಿತ್ತು.

ಒಮ್ಮೆ ಸೆಪ್ಟೆಂಬರ್ ತಿಂಗಳಿನಲ್ಲಿ ಎಲ್ಲ ಕೆಲಸ ಮುಗಿಸಿ, ಗಿಲ್ಬರ್ಟ್‌ನೊಡನೆ ಬಾವೋ ಆಟವನ್ನು ಆಡಿಕೊಂಡು ಮನೆಗೆ ಬರುತ್ತಿದ್ದೆ. ಆಗ ವಿಚಿತ್ರವಾದ ಸನ್ನಿವೇಶವು ಎದುರಾಯಿತು. ಸುಮಾರು ಹತ್ತು-ಹನ್ನೆರಡು ಜನರು ಗಿಲ್ಬರ್ಟ್ ಮನೆಯ ಮುಂದಿದ್ದ ಬ್ಲೂಗಮ್ ಮರಗಳ ತೋಪಿನ ಬಳಿ ನಿಂತಿದ್ದರು. ಅವರ ಮುಖ ಆತಂಕದಿಂದ ತುಂಬಿದ್ದು, ಮಾತೇ ಹೊರಡದಂತಿತ್ತು. ಅವರಲ್ಲಿ ಹೆಂಗಸರೇ ಅಧಿಕ ಸಂಖ್ಯೆಯಲ್ಲಿದ್ದರು. ಖಾಲಿ ಬುಟ್ಟಿಗಳನ್ನು ಇಟ್ಟುಕೊಂಡಿದ್ದರು. ಆದರೆ ಇದನ್ನು ಕಂಡು ಗಿಲ್ಬರ್ಟ್‌ಗೇನೂ ಆಶ್ಚರ್ಯವಾಗಲಿಲ್ಲ. ನಾನು ಅವರೆಲ್ಲಾ ಯಾರೆಂದು ಕೇಳಲು, "ಹಳ್ಳಿಯ ಜನ. ಅವರ ಉಗ್ರಾಣವೆಲ್ಲಾ ಖಾಲಿ ಆಗುತ್ತಾ ಬಂದಿದೆ. ಈಗ ನನ್ನ ತಂದೆಯ ಬಳಿ ಸ್ವಲ್ಪ ಕೆಲಸವನ್ನು ಅಂದರೆ ಗನ್ಯು ಕೇಳಲು ಬಂದಿದ್ದಾರೆ. ಕೆಲವರಂತೂ ದಿನಗಟ್ಟಲೇ ನಡೆದು ಬಂದಿದ್ದಾರೆ" ಎಂದನು.

ಗನ್ಯು ಎಂದರೆ ಒಂದು ರೀತಿ ಚೂರು-ಪಾರು ಕೆಲಸ ಮಾಡುವುದು, ಗುಳೇ ಹೋಗುವುದು. ಇದನ್ನು ಮಾಡಿಕೊಂಡೇ ಬಹುತೇಕ ಜನರು ಬರದ ಸಮಯದಲ್ಲಿ ಬದುಕಿಕೊಳ್ಳುತ್ತಿದ್ದರು. ನನ್ನ ತಂದೆ ಕೂಡ ತಂಬಾಕಿನ ಎಸ್ಟೇಟುಗಳಲ್ಲಿ ಗನ್ಯು ಮಾಡಲು ಹೋಗಿದ್ದರು. ಪಾತಿಯನ್ನು ಕಟ್ಟಿ ಅದರ ಬದಲಿಗೆ ಕೆಲವು ಕೆ.ಜಿ.ಗಳಷ್ಟು ಜೋಳದ ಹಿಟ್ಟನ್ನು ತಂದಿದ್ದರು. ಸಾಮಾನ್ಯವಾಗಿ ಎಸ್ಟೇಟುಗಳಿದ್ದ ಬಳಿ ಈ ರೀತಿ ಗನ್ಯು ಕೇಳುವುದು ವಾಡಿಕೆ. ಹೀಗಾಗಿ ಗಿಲ್ಬರ್ಟ್ ಮನೆಯಲ್ಲಿ ಜನರನ್ನು ಕಂಡಾಗ ನನಗೆ ಆಶ್ಚರ್ಯವಾಯಿತು.

ನಾನು ಗಿಲ್ಬರ್ಟ್‌ನನ್ನು ಕೇಳಿದೆ, "ಅವರು ಏಕೆ ಅಲ್ಲಿಯೇ ಎಸ್ಟೇಟುಗಳಲ್ಲಿ ಕೆಲಸಕ್ಕೆ ಪ್ರಯತ್ನಿಸಬಾರದು?"

"ಅಲ್ಲಿ ಪ್ರಯತ್ನ ಮಾಡಿಯೇ ಇಲ್ಲಿಗೆ ಬಂದಿದ್ದಾರೆ. ಆದರೆ ಈ ವರ್ಷ ಎಸ್ಟೇಟುಗಳಲ್ಲಿ ಕೆಲಸ ಕಡಿಮೆಯಾಗಿದೆ."

"ಹಾಗಿದ್ದರೆ... ನಿನ್ನ ತಂದೆ ಏನು ಮಾಡುತ್ತಾರೆ?"

"ಅವರಿಗೆ ಆಹಾರವನ್ನು ಕೊಟ್ಟು ಕಳುಹಿಸುತ್ತಾರೆ. ಅವರು ಮುಖ್ಯಸ್ಥರಾಗಿರುವುದರಿಂದ ಬೇರೆ ಮಾರ್ಗವಿಲ್ಲ."

ಗಿಲ್ಬರ್ಟ್ ಹೇಳಿದ್ದು ನಿಜವಾಗಿತ್ತು. ದೂರದ ಹಳ್ಳಿಗಳಲ್ಲಿ ಪ್ರವಾಹ ಮತ್ತು ಬರಗಾಲ ದಿಂದ ಬೆಳೆಯ ಪ್ರಮಾಣ ಕುಸಿದಿತ್ತು. ಕೆಲವೇ ತಿಂಗಳಲ್ಲಿ ಜನರ ಆಹಾರ ದಾಸ್ತಾನು ಕೂಡ ಖಾಲಿಯಾಗಿತ್ತು. ಸದ್ಯದಲ್ಲಿಯೇ ನಮಗೂ ಆಹಾರದ ಕೊರತೆಯು ಎದುರಾಗಬಹುದು ಎಂಬ ವದಂತಿಯು ಹಬ್ಬತೊಡಗಿತು.

ಒಂದು ದಿನ ನಾನು ನನ್ನ ತಾಯಿಯು ಹೇಳಿದ್ದ ಉಪ್ಪನ್ನು ತರಲು ಮಿಸ್ಟರ್ ಬಾಂಡಾ ಅಂಗಡಿಗೆ ಹೋಗಿದ್ದೆ. ಆತನೂ ಇದೇ ವಿಷಯ ಮಾತಾಡುತ್ತಿರುವುದು ಕೇಳಿಸಿತು. ಪ್ರತಿ ವರ್ಷ ಸುಗ್ಗಿಯಾದ ಕೂಡಲೇ ಬಾಂಡಾ ಸುತ್ತಮುತ್ತಲಿನ ಹಳ್ಳಿಗೆ ಹೋಗಿ, ಸಾಕಷ್ಟು ಪ್ರಮಾಣದಲ್ಲಿ ಜೋಳವನ್ನು ಖರೀದಿಸುತ್ತಿದ್ದನು. ಆಹಾರದ ಕೊರತೆಯ ಸಮಯದಲ್ಲಿ ಅದನ್ನು ಹೆಚ್ಚಿನ ಬೆಲೆಗೆ ಮಾರುವುದು ರೂಢಿ. ಆದರೆ ಈ ವರ್ಷ ಅವನ ಸಂಗ್ರಹವೂ ಮುಗಿದಿತ್ತು.

“ನಾನು ಮಸಾಕಾಗೆ ಹೋಗಿದ್ದರೂ ನನಗೆ ಏನನ್ನೂ ಖರೀದಿಸಲಾಗಲಿಲ್ಲ. ಚಿಂಬಿಯಾದಲ್ಲಿ ಸಾಮಾನ್ಯವಾಗಿ ದಾಸ್ತಾನು ಹೆಚ್ಚಾಗಿರುತ್ತದೆ. ಆದರೆ ಅಲ್ಲಿಯೂ ಏನೂ ಸಿಗಲಿಲ್ಲ. ನನಗೆ ನಂಬಲಿಕ್ಕೇ ಆಗುತ್ತಿಲ್ಲ.”

ಮನೆಗೆ ಹೋದ ಬಳಿಕ ಗಿಲ್ಬರ್ಟ್ ಮನೆಯಲ್ಲಿ ಕಂಡಿದ್ದನ್ನೂ, ಹಾಗೂ ಬಾಂಡಾ ಹೇಳಿದ ವಿಷಯಗಳನ್ನೂ ನನ್ನ ತಂದೆಗೆ ತಿಳಿಸಿದೆ. ನನ್ನ ತಂದೆ ಈ ವಿಷಯ ತಮಗೆ ಗೊತ್ತೆಂದೂ, ನಾನದರ ಬಗ್ಗೆ ಚಿಂತಿಸಬಾರದೆಂದೂ ಹೇಳಿದರು. ಸಾಮಾನ್ಯವಾಗಿ ಇಂತಹ ಸಮಯಗಳಲ್ಲಿ ಜನರು ಹತ್ತಿರದಲ್ಲೇ ಇರುವ ದೊಡ್ಡ ‘ಪ್ರೆಸ್’ ಎಸ್ಟೇಟುಗಳಿಗೆ ಹೋಗಿ, ಅಲ್ಲಿಂದ ಸ್ವಲ್ಪ ಜೋಳವನ್ನು ಕೊಂಡು ಬರುತ್ತಾರೆ. ಆದರೆ ಅಲ್ಲಿಯೂ ಸಹ ಆಹಾರದ ಕೊರತೆಯಿದೆಯೆಂದು ನಾನು ಹೇಳಿದೆ. “ಒಂದು ವೇಳೆ ಪ್ರೆಸ್‌ನಲ್ಲಿ ಏನೂ ಸಿಗದಿದ್ದರೆ, ಸರಕಾರದ ಬಳಿ ಹೆಚ್ಚುವರಿ ದಾಸ್ತಾನು ಇರುತ್ತದೆ. ಅದನ್ನು ಅವರು ADMARCಗೆ ವಿತರಿಸಿ ಜನರಿಗೆ ಸರಬರಾಜು ಮಾಡುತ್ತಾರೆ” ಎಂದು ನನ್ನ ತಂದೆ ಸಮಾಧಾನ ಹೇಳಿದರು.

ADMARC (Agriculture Development Marketing Corporation – ಕೃಷಿ ಅಭಿವೃದ್ಧಿ ಮತ್ತು ಮಾರಾಟ ಕೇಂದ್ರ) ಸರಕಾರದ ಮಳಿಗೆ. ನಮ್ಮ ಜಿಲ್ಲೆಯ ಎಲ್ಲೆಡೆ ಈ ADMARC ಕೇಂದ್ರಗಳಿದ್ದವು. ಅಲ್ಲಿ ಜನರು ರಿಯಾಯತಿ ದರದಲ್ಲಿ ಜೋಳ ಕೊಳ್ಳಬಹುದಾಗಿತ್ತು.

“ಜನರ ಮಾತುಗಳನ್ನು ಕೇಳಿ ನೀನು ತಲೆ ಕೆಡಿಸಿಕೊಳ್ಳಬೇಡ. ಏನೇ ಆದರೂ ನಮಗೆ ಹಸಿವಿನಿಂದ ಕಂಗೆಡುವ ಪರಿಸ್ಥಿತಿಯು ಬರುವುದಿಲ್ಲ” ನನ್ನ ತಂದೆಯ ಅಭಯವಾಗಿತ್ತು.

ಸೆಪ್ಟೆಂಬರ್ ತಿಂಗಳ ಕೊನೆಯ ಒಂದು ಮಧ್ಯಾಹ್ನ, ನನ್ನ ಹೆತ್ತವರು ಮಾತನಾಡುತ್ತಿರುವುದು ಕೇಳಿಸಿತು. ಅಂದು ನನ್ನ ತಂದೆ ಪ್ರತಿಪಕ್ಷವು (ಹಿಂದಿನ ನಾಯಕ ಬಾಂಡಾನ ಪಕ್ಷ) ಕರೆದಿದ್ದ ರ್‍ಯಾಲಿಯಲ್ಲಿ ಭಾಗವಹಿಸಿ ಬಂದಿದ್ದರು. ಅಲ್ಲಿ ನೂರಾರು ಜನರು ಸೇರಿ, ಈಗಿನ ರಾಷ್ಟ್ರಪತಿ ಮುಲುಜ಼ಿಯ ವಿರುದ್ಧ ಪ್ರತಿಭಟನೆಯನ್ನು ನಡೆಸಿದರೆಂದು ಹೇಳುತ್ತಿದ್ದರು.

ಮುಲುಜ಼ಿಯ ಕಡೆಯ ಜನರು ಅಧಿಕವರಿ ಜೋಳದ ದಾಸ್ತಾನನ್ನು ಲಾಭಕ್ಕಾಗಿ ಮಾರಿಕೊಂಡಿದ್ದಾರೆಂದೂ, ಮಿಲಿಯನ್‌ಗಳಷ್ಟು ಕ್ವಾಚಾ ಕಾಣೆಯಾಗಿದ್ದರೂ ಸರಕಾರವು ಕ್ರಮವನ್ನು ಕೈಗೊಂಡಿಲ್ಲವೆಂದೇ ಜನರ ಆಪಾದನೆಯಾಗಿತ್ತು.

“ಅವರ ಬಳಿ ಹೆಚ್ಚಿನ ದಾಸ್ತಾನು ಇಲ್ಲವೆಂದು ಹೇಳುತ್ತಿದ್ದಾರೆ. ಈ ವರ್ಷ ನಮಗೆಲ್ಲರಿಗೂ ಗ್ರಹಚಾರ ಕಾದಿದೆ” ಎಂದು ನನ್ನ ತಂದೆ ಪೇಚಾಡಿಕೊಂಡರು.

“ನಾವು ದೇವರನ್ನು ನಂಬುವುದನ್ನು ಬಿಟ್ಟರೆ, ಇನ್ನೇನೂ ಮಾಡಲು ಸಾಧ್ಯವಿಲ್ಲ” ಅಮ್ಮನ ಹತಾಶ ನುಡಿ.

ಆದದ್ದೇನೆಂದರೆ: ಪ್ರವಾಹ ಮತ್ತು ಕ್ಷಾಮವು ಜನರ ಊಹೆಗಿಂತಲೂ ಹೆಚ್ಚಿನ ಆಹಾರದ ಕೊರತೆಯನ್ನು ತಂದಿತ್ತು. ಜೊತೆಗೆ 'IMF (International Monetary Fund) ಮತ್ತು World Bank' ತಾವು ನೀಡಿದ್ದ ಸಾಲವನ್ನು, ಸಂಗ್ರಹದಲ್ಲಿದ್ದ ದವಸಗಳನ್ನು ಮಾರಿ ತೀರಿಸಬೇಕೆಂದು ಪಟ್ಟು ಹಿಡಿದವು. ಸರಕಾರಿ ಅಧಿಕಾರಿಗಳು ತುರ್ತು ಪರಿಸ್ಥಿತಿಯಲ್ಲಿ ಬೇಕಾಗಬಹುದು ಎಂದು ಸ್ವಲ್ಪ ದಾಸ್ತಾನನ್ನು ಉಳಿಸದೇ ಎಲ್ಲವನ್ನೂ ಮಾರಿಬಿಟ್ಟಿದ್ದರು. ಆದರೆ ಅದೆಲ್ಲಿ ಹೋಯಿತೆಂದು ಯಾರಿಗೂ ತಿಳಿಯಲಿಲ್ಲ.

ಕೆಲವರು ಕೀನ್ಯಾ ಮತ್ತು ಮೊಜ಼ಾಂಬಿಕ್ ದೇಶಗಳಿಗೆ ರಫ್ತಾಯಿತೆಂದೂ, ಇನ್ನು ಕೆಲವರು ADMARCಗೆ ತಲುಪಿದವೆಂದೂ ಹೇಳುತ್ತಿದ್ದರು. ಆದರೆ ವಾಸ್ತವವಾಗಿ ಭ್ರಷ್ಟ ಸರಕಾರಿ ಅಧಿಕಾರಿಗಳು ಉತ್ತಮ ಗುಣಮಟ್ಟದ ಆಹಾರೋತ್ಪನ್ನವನ್ನು ಹೆಚ್ಚಿನ ಬೆಲೆಗೆ ಮಾರಿ ಕೊಂಡಿದ್ದರು. ಕಳಪೆ ಗುಣಮಟ್ಟದ ಆಹಾರವನ್ನು ADMARC ದಾಸ್ತಾನಿನಲ್ಲಿ ಕೊಳೆಯುವ ಹಾಗೆ ಮಾಡಿದ್ದರು. ಅವರಿಗೆ ಆಹಾರದ ಕೊರತೆ ಎದುರಾಗುವ ಸಂಭವ ಇದೆಯೆಂದು ಮೊದಲೇ ತಿಳಿದಿತ್ತು. ಜನರಿಗೆ ಹೊತ್ತಿನ ಊಟವೂ ಇಲ್ಲದಂತಹ ಪರಿಸ್ಥಿತಿಯು ಎದುರಾದಾಗ ಆಹಾರದ ಬೆಲೆಯನ್ನು 100% ಏರಿಸಿ, ಲಾಭವನ್ನು ಗಿಟ್ಟಿಸಿ ಕೊಳ್ಳಲು ಹವಣಿಸುತ್ತಿದ್ದರು.

ನನ್ನ ತಂದೆ ಹೇಳಿದ್ದು ನಿಜವೇ ಆಗಿತ್ತು "ನಮಗೆಲ್ಲರಿಗೂ ಗ್ರಹಚಾರವು ಕಾದಿತ್ತು."

ಅಂದುಕೊಂಡಂತೆ ಜೋಳದ ಬೆಲೆ ಏರುತ್ತಾ ಹೋಯಿತು. ಅಕ್ಟೋಬರ್ ಮೊದಲ ವಾರದ ಹೊತ್ತಿಗೆ ಒಂದು ಕೊಳಗ ಜೋಳ ನೂರೈವತ್ತರಿಂದ – ಇನ್ನೂರು ಕ್ವಾಚಾದಷ್ಟಾಯಿತು. ಜನರು ವಿಧಿಯಿಲ್ಲದೇ ಪರ್ಯಾಯ ಆಹಾರವನ್ನು ಹುಡುಕುವ ಯತ್ನದಲ್ಲಿದ್ದರು.

ಒಮ್ಮೆ ಮಧ್ಯಾಹ್ನ ಮನೆಯ ಪಕ್ಕದಲ್ಲಿದ್ದ 'ಮಿಸ್ಟರ್ ಮ್ವಾಲೆ'ಯವರ ಮನೆಯಲ್ಲಿ ಮಾವಿನ ಹಣ್ಣು ಸಿಗುವುದೇನೋ ಎಂದು ಆಸೆಯಿಂದ ಹೊರಟೆ. ಅದೇ ತಾನೇ ಮ್ವಾಲೆ ಮತ್ತು ಕುಟುಂಬದವರು ತಿನ್ನಲು ಕುಳಿತಿದ್ದರು.

"ಏಹ್ ದಿಮ ಲಿಮಾ – ಓಹ್... ಒಳ್ಳೆಯ ಊಟದ ಸಮಯಕ್ಕೆ ನಾನು ಬಂದಿರುವೆ."

ಅವರೆಲ್ಲಾ ಬೇಯಿಸಿದ ಮಾವಿನ ಹಣ್ಣಿನ ಜೊತೆಗೆ ಕುಂಬಳಕಾಯಿಯ ಎಲೆಗಳನ್ನು ತಿನ್ನುತ್ತಿದ್ದರು. ಮಾವಿನಹಣ್ಣು ಇನ್ನೂ ಕಾಯಿ... ಹಸಿರಾಗಿತ್ತು. ಪ್ರಾಯಶಃ ಹುಳಿಯಾಗಿತ್ತೇನೋ.

ಮ್ವಾಲೆ ನಗುತ್ತಾ "ನೋಡು ನಾವು ಮಾವಿನ ಹಣ್ಣನ್ನು ಸೀಮ ತಿನ್ನುವಂತೆ ತಿನ್ನುತ್ತಿದ್ದೇವೆ. ನಿನಗೆ ಇಲ್ಲಿ ಏನೂ ಆಹಾರ ಸಿಗುವುದಿಲ್ಲ ಹೋಗು" ಎಂದು ನನ್ನನ್ನು ಅಟ್ಟಿದರು. ನಂತರ ಅಂದು ಗಿಲ್ಬರ್ಟ್ ಮನೆಗೆ ಗನ್ನು ಕೇಳಿಕೊಂಡು ಬಂದ ಜನರೇ, ಮ್ವಾಲೆ ಅವರ ಜಮೀನಿನಲ್ಲಿ ಪಾತಿ ಮತ್ತು ಮಡುವನ್ನು ಕಟ್ಟಲು, ಭೂಮಿಯನ್ನು ಅಗೆಯುವುದನ್ನು ನೋಡಿದೆ. ಅವರು ಕೈಯ ತುಂಬಾ ಹಸಿರು ಮಾವಿನ ಕಾಯಿಗಳನ್ನು ಕೊಂಡೊಯ್ಯುವುದೂ ಕಾಣಿಸಿತು!

ಕೆಲ ದಿನಗಳ ಬಳಿಕ ವ್ಯಾಪಾರ ಕೇಂದ್ರಕ್ಕೆ ಹೋಗುವಾಗ ದಾರಿಯಲ್ಲಿ ಹಿಂದೆಂದೂ ಕಂಡಿರದ ದೃಶ್ಯವನ್ನು ನೋಡಿದೆ. ಸುಮಾರು ಮಹಿಳೆಯರು ಪ್ಲಾಸ್ಟಿಕ್ ಹೊದಿಕೆಗಳ ಮೇಲೆ ಗಾಗಾ ಮಾರುತ್ತಾ ಕುಳಿತಿದ್ದರು. ಗಾಗಾ ಎಂದರೆ ಜೋಳದ ಹೊಟ್ಟು/ತೌಡು. ಸಾಮಾನ್ಯವಾಗಿ ತೌಡನ್ನು ಮಿಲ್ಲುಗಳಲ್ಲಿ ಬೇರ್ಪಡಿಸುತ್ತಾರೆ. ನಂತರ ಅದನ್ನು ಹೊರಗೆ ಬಿಸಾಡುತ್ತಾರೆ ಇಲ್ಲವೇ ಪಶುಗಳಿಗೆ ಹಾಕಲಾಗುತ್ತದೆ.

ನನಗೆ ಹಕ್ಕಿಗಳನ್ನು ಬಲೆಗೆ ಸಿಕ್ಕಿಸಲು ಗಾಗಾ ಸರಿಯಾದ ಆಹಾರವಾಗಿತ್ತು. ಗಾಗಾದಿಂದ ಮಾಡುತ್ತಿದ್ದ ಕಚಾಸೋ ಎಂಬ ಪೇಯವು ನನ್ನ ತಾತನಿಗೆ ಅಚ್ಚುಮೆಚ್ಚು. ಕೆಲವು ಮಹಿಳೆಯರು ಗಾಗಾವನ್ನು ಉರುವಲಾಗಿಯೂ ಬಳಸುತ್ತಾರೆ. ನಾವು ನಮ್ಮ ಕೋಳಿಗಳಿಗೆ ಈ ತೌಡನ್ನು ಆಹಾರವನ್ನಾಗಿ ಹಾಕುತ್ತಿದ್ದೆವು. ಕಷ್ಟದ ಪರಿಸ್ಥಿತಿಯಲ್ಲಿ ಜನರು ಜೋಳದ ಹಿಟ್ಟಿನ ಬದಲು ಈ ಗಾಗಾವನ್ನೇ ತಿನ್ನುತ್ತಾರೆ ಎಂದು ನಾನು ಕೇಳಿದ್ದೆ.

ಈಗ ಒಂದು ಕೊಳಗ ಜೋಳವನ್ನು ಮೂರು ಸಾವಿರ ಕ್ವಾಚಾದಂತೆ ಮಾರುತ್ತಿದ್ದರು. ಗಾಗಾಬೆಲೆ ನೂರು ಕ್ವಾಚಾ. ಅಂದರೆ ಒಂದು ತಿಂಗಳ ಹಿಂದಿದ್ದ ಗಾಗಾ ಬೆಲೆಗಿಂತಲೂ ಮೂವತ್ತರಷ್ಟು ಹೆಚ್ಚಾಗಿತ್ತು! ಜನರು ಗಾಗಾ ಕೊಳ್ಳಲು ಮುಗಿಬಿದ್ದು ಒಬ್ಬರನ್ನೊಬ್ಬರು ತಳ್ಳುತ್ತಿದ್ದರು. ಉಳಿದೊಂದು ಗಂಟೆಯಲ್ಲಿ ಗಾಗಾ ಪೈಲುಗಳೆಲ್ಲವೂ (ಕೊಳಗ) ಖಾಲಿಯಾಗಿದ್ದವು. ನನಗೆ ಇದು ನಿಜವೋ, ಸುಳ್ಳೋ ಎಂದು ತಿಳಿಯದಾಯಿತು. ನನ್ನನ್ನು ಯಾರೋ ಬಡಿದೆಬ್ಬಿಸಿದಂತಹ ಅನುಭವ. ತಕ್ಷಣವೇ ನಾನು ಮನೆಯ ಕಡೆಗೆ ಓಡಿದೆ.

ತಿಂಗಳುಗಟ್ಟಲೇ ಏನೂ ಆಗಿಲ್ಲವೆಂಬಂತೆ ನನ್ನ ತಾಯಿ ಎಲ್ಲರಿಗೂ ಅಡುಗೆಯನ್ನು ಮಾಡಿ ಬಡಿಸುತ್ತಿದ್ದರು. ಪ್ರತಿದಿನವೂ ತಿಂಡಿಯ ಸಮಯಕ್ಕೆ ಸರಿಯಾಗಿ ಜೋಳದ ಗಂಜಿಯು ಸಿದ್ಧವಿರುತ್ತಿತ್ತು. ಎರಡು ಹೊತ್ತಿನ ಊಟಕ್ಕಾಗಿ ಸೀಮಮತ್ತು ತರಕಾರಿಗಳು ಇದ್ದೇ ಇರುತ್ತಿದ್ದವು. ಇನ್ನು ನನ್ನ ಹೊಟ್ಟೆಯೋ ಯಾವುದೇ ರಾಜಕಾರಣಿಯಾದರೂ ನಾಚಿಕೊಳ್ಳಬೇಕು. ನನ್ನ ತಟ್ಟೆಯಲ್ಲಿ ಎಷ್ಟಾದರಷ್ಟು ಪೇರಿಸಿಕೊಳ್ಳುತ್ತಿದ್ದೆ. ಕ್ಷಾಮದ ಬಿಸಿ ನಮಗಿನ್ನೂ ತಟ್ಟಿಲ್ಲವೆಂಬ ಧೈರ್ಯವಿತ್ತು.

“ಇನ್ನು ಸ್ವಲ್ಪ ಹಾಕಮ್ಮಾ. ಹಾ... ಹಾಗೇ ಬರ್ತಾ ಇರಲಿ” ನನ್ನ ತಾಯಿ ಬಡಿಸಲು ಕುಳಿತಾಗ ನಾನು ಗೋಗರೆಯುತ್ತಿದ್ದೆ. ಆದರೆ ಜನರೆಲ್ಲರೂ ಗಾಗಾಗಾಗಿ ಹೊಡೆದಾಡಿದ್ದನ್ನು ಕಂಡ ಮೇಲೆ ನನ್ನ ಕಣ್ಣುಗಳು ತೆರೆದವು. ನನ್ನೊಳಗೆ ವಿಚಿತ್ರವಾದ ಆತಂಕ ಮತ್ತು ಕಂಪನವು ಮನೆಮಾಡಿತು. ದಾರಿಯುದ್ದಕ್ಕೂ ಹೊಟ್ಟೆಯಲ್ಲಿ ಹೇಳಲಾರದ ಸಂಕಟ. ಕೊನೆಗೆ ಮನೆಯನ್ನು ಮುಟ್ಟಿದ ಕೂಡಲೇ ಉಗ್ರಾಣದ ಬಾಗಿಲನ್ನು ತೆರೆದು ನೋಡಿದೆ. ಕೇವಲ ಎರಡೇ ಧಾನ್ಯದ ಚೀಲಗಳು ಉಳಿದಿದ್ದವು. ಎರಡು ಚೀಲಗಳೆಂದರೆ ಆರು ಪೈಲುಗಳು. ಒಂದು ಪೈಲು ನಮ್ಮ ಕುಟುಂಬಕ್ಕೆ ಹನ್ನೆರಡು ಊಟಗಳಿಗೆ ಸಾಲುತ್ತಿತ್ತು. ಆರು ಪೈಲುಗಳಿಂದ ನಮಗೆ ಇಪ್ಪತ್ನಾಲ್ಕು ದಿನಗಳಿಗೆ ಆಗುವಷ್ಟು ಆಹಾರವು ಸಂಗ್ರಹದಲ್ಲಿತ್ತು.

ಮುಂದಿನ ಸುಗ್ಗಿಯ ಸಮಯಕ್ಕೆ ಇನ್ನೂ ಎಷ್ಟು ಸಮಯವಿದೆಯೆಂದು ಎಣಿಸಲು, ಇನ್ನೂರ ಹತ್ತು ದಿನಗಳು ಕಾಯಬೇಕಿತ್ತು. ಮುಸುಕಿನ ಜೋಳದ ದಿಂಡು ಕೊಯ್ಲಿಗೆ

ಬರಲು ನೂರ ಇಪ್ಪತ್ತು ದಿನಗಳು ಉಳಿದಿದ್ದವು. ನಾವು ಹಸಿವಿನಿಂದ ನರಳದಿರಲು ಮುಂಬರುವ ಜೋಳದ ಫಸಲನ್ನೇ ನಂಬಿದ್ದೆವು. ಇನ್ನೂ ಇನ್ನೂರ ಹತ್ತು ದಿನಗಳು... ಆದರೆ ಒಂದೇ ಒಂದು ಬೀಜವನ್ನೂ ನಾವು ಬಿತ್ತಿರಲಿಲ್ಲ. ನಾವು ಬಿತ್ತಿದರೂ... ಮಳೆಯು ಬರುತ್ತದೆ ಎಂದಾಗಲೀ, ಗೊಬ್ಬರ ಸಿಗುವುದೆಂದಾಗಲೀ ಖಾತ್ರಿಯಿರಲಿಲ್ಲ. ಇನ್ನೊಂದು ತಿಂಗಳ ಬಳಿಕ ಉಗ್ರಾಣವು ಬರಿದಾದ ಮೇಲೆ ಮುಂದೇನು ಎನ್ನುವ ಕಲ್ಪನೆಯೂ ನನಗಿರಲಿಲ್ಲ. ಮುಂದಿನ ಬಾರಿ ನನ್ನ ತಾಯಿ ಗಿರಣಿಯಿಂದ ಹಿಟ್ಟನ್ನು ಬೀಸಿ ತಂದಾಗ ಅದು ಗಾಗ ಮಿಶ್ರಣದಿಂದ ಒರಟೊರಟಾಗಿತ್ತು. ಬಹುತೇಕ ಜನರು ತಮ್ಮ ಹಿಟ್ಟಿನ ಜೊತೆಗೆ ತೌಡನ್ನು ಬೆರೆಸತೊಡಗಿದರು.

ಸ್ವಲ್ಪ ದಿನಗಳ ಬಳಿಕ ನನ್ನ ತಂದೆ ನಮ್ಮ ಮನೆಯಲ್ಲಿದ್ದ ಕುರಿ–ಮೇಕೆಗಳನ್ನೆಲ್ಲಾ ಮಾರಲು ಸಿದ್ಧರಾದರು. ಈ ಪಶುಗಳೇ ನಮಗಿದ್ದ ದೊಡ್ಡ ಆಸ್ತಿ! 'ಕನ್ಯೇನ್ಯಾ ಬಾರ್ಬೆಕ್ಯು' ಹೋಟೆಲ್ಲಿನ ಮಾಲೀಕರು ನಮ್ಮ ಮೇಕೆಗಳನ್ನು ಕಡಿಮೆ ಬೆಲೆಗೆ ಕೊಳ್ಳುವ ಸಾಧ್ಯತೆ ಹೆಚ್ಚಿತ್ತು. ಈ ಮೇಕೆಗಳ ಪೈಕಿ 'ಮಂಖಾಲಾ' ನನಗೆ ಬಲು ಅಚ್ಚುಮೆಚ್ಚು. ಈ ಗಂಡು ಮೇಕೆಗೆ ಉದ್ದನೆಯ ಕೊಂಬಿತ್ತು. ನನ್ನೊಡನೆ ಚೆನ್ನಾಗಿ ಜಗಳವನ್ನು ಕಾಯುತ್ತಿತ್ತು. ಒಮ್ಮೊಮ್ಮೆ ಕಾಂಬಾನನ್ನೂ ಎಲ್ಲೆಡೆ ಓಡಾಡಿಸಿ ಒಳ್ಳೆಯ ಮನರಂಜನೆಯನ್ನೂ ಕೊಡುತ್ತಿತ್ತು.

"ಅಪ್ಪಾ, ಈ ಕುರಿ, ಮೇಕೆಗಳನ್ನು ಏಕಪ್ಪಾ ಮಾರುತ್ತಿದ್ದೀಯಾ? ನನಗೆ ಇವೆಲ್ಲವೂ ಬಹಳ ಇಷ್ಟ."

"ಮಗು, ಹೋದ ವಾರ ಇವುಗಳ ಬೆಲೆ ಐನೂರು ಕ್ವಾಚಾ ಇತ್ತು. ಈ ವಾರ ನಾಲ್ಕು ನೂರು ಕ್ವಾಚಾ ಇದೆ. ಇನ್ನೂ ಕಾದರೆ ಬೆಲೆ ಮತ್ತಷ್ಟು ಕಡಿಮೆಯಾಗುತ್ತದೆ."

ಮಂಖಾಲಾ ಮತ್ತು ಉಳಿದ ಕುರಿ–ಮೇಕೆಗಳ ಮುಂದಿನ ಕಾಲುಗಳನ್ನು ಗಟ್ಟಿಯಾದ ಹಗ್ಗದಿಂದ ಕಟ್ಟಲಾಯಿತು. ಅವು ಮುಗ್ಗರಿಸಿ ಬೀಳುತ್ತಾ ಅಳುವಂತೆ ಕೂಗತೊಡಗಿದವು. ಪ್ರಾಯಶಃ ಅವುಗಳಿಗೆ ತಮ್ಮ ಭವಿಷ್ಯವೇನೆಂದು ಅರ್ಥವಾಯಿತೇನೋ! ಮಂಖಾಲಾ ನನಗೆ ದಯವಿಟ್ಟು ಸಹಾಯ ಮಾಡು ಎನ್ನುವಂತೆ ಒಮ್ಮೆ ಹಿಂತಿರುಗಿ ನೋಡಿತು. ಕಾಂಬಾ ಸಹ ಬೇಡಿಕೊಳ್ಳುವಂತೆ ಹಲವು ಬಾರಿ ಬೊಗಳತೊಡಗಿತು. ಆದರೆ ನಾನು ತಾನೇ ಏನು ಮಾಡಲು ಸಾಧ್ಯವಿತ್ತು? ನಮ್ಮ ಕುಟುಂಬವು ಹಸಿವಿನಿಂದ ಪಾರಾಗುವುದು ಮೊದಲ ಆದ್ಯತೆಯಾಗಿತ್ತು.

ನವೆಂಬರ್ ತಿಂಗಳ ಆರಂಭದಲ್ಲಿ ನಾನು ಯಥಾ ಪ್ರಕಾರ ನಸುಕಿನಲ್ಲಿಯೇ ಎದ್ದು, ಹೊಲದಲ್ಲಿ ಪಾತಿಗಳನ್ನು ಮಾಡಲು ಹೊರಡುತ್ತಿದ್ದೆ. ಹಜಾರದಲ್ಲಿ ಅಮ್ಮ ಗಂಜಿ ಕೊಡಲಿ ಎಂದು ಕಾಯುತ್ತಿರುವಾಗ ನನ್ನ ತಂದೆ ಬಂದು–

"ಇಂದು ಫಾಲಾ (ಗಂಜಿ) ಇಲ್ಲ" ಎಂದರು.

"ಹೌದೇ?"

"ಇನ್ನು ಮುಂದೆ ನಾವೆಲ್ಲರೂ ಬೆಳಗಿನ ಗಂಜಿ ಕುಡಿಯುವುದನ್ನು ನಿಲ್ಲಿಸಬೇಕು. ಜೋಳವನ್ನು ಒದಗಿಸಬೇಕಲ್ಲ."

ನಮ್ಮ ದಾಸ್ತಾನಿನಲ್ಲಿ ಎರಡು ಚೀಲಕ್ಕಿಂತಲೂ ಕಡಿಮೆ ಧಾನ್ಯಗಳು ಮಿಕ್ಕಿದ್ದವು. ಇನ್ನು ಮುಂದೆ ಬೆಳಗಿನ ಗಂಜಿ ಸಿಗುವುದಿಲ್ಲ ಎಂದು ಮನವರಿಕೆಯಾಯಿತು. ಈಗ ಗಂಜಿ ಹೋಯಿತು, ಮುಂದೇನು? ಎಂದುಕೊಂಡೆ. ಹೀಗೆ ತಲೆಕೆಡಿಸಿಕೊಳ್ಳುವುದರಲ್ಲಿ ಅರ್ಥವಿಲ್ಲ ಎಂದು ಗುದ್ದಲಿಯನ್ನು ಹಿಡಿದು ಜೆಫ್ರಿಯ ಮನೆಯತ್ತ ಹೊರಟೆ. ಅವನಿಗೆ ಬೆಳಗಿನ ತಿಂಡಿಗೆ ಖೋತಾ ಬಂದಿರುವ ವಿಷಯವನ್ನು ತಿಳಿಸಿದೆ.

"ನಿನಗೆ ನಂಬಲಿಕ್ಕೆ ಆಗುತ್ತಾ ಜೆಫ್ರಿ?"

"ಓಹ್... ನಿಮ್ಮ ಮನೆಯಲ್ಲಿ ಈವತ್ತಿನಿಂದ ಶುರುವಾಯಿತೆ? ನಮ್ಮ ಮನೆಯಲ್ಲಿ ಬೆಳಗಿನ ಗಂಜಿಯಿಲ್ಲದೇ ಎರಡು ವಾರವಾಯಿತು. ನನಗೀಗ ಅಭ್ಯಾಸವಾಗಿದೆ."

ನಸುಕಿನ ತಂಪಾದ ವಾತಾವರಣವು ಹೊಲವನ್ನು ಉಳಲು ಮತ್ತು ಪಾತಿಗಳನ್ನು ಮಾಡಲು ಸೂಕ್ತವಾಗಿತ್ತು. ಹಿಂದಿನ ದಿನ ರಾತ್ರಿ ತಿಂದಿದ್ದ ಸೀಮ ತಕ್ಕ ಮಟ್ಟಿಗೆ ಶಕ್ತಿ ಕೊಟ್ಟಿತ್ತು. ಏಳು ಗಂಟೆಯ ಹೊತ್ತಿಗೆ ಸೀಮ ಕರಗಲು ತೊಡಗಿ, ಹೊಟ್ಟೆ ಚುರುಗುಟ್ಟಲು ಶುರುವಾಯಿತು. ಆಗಲೇ ನೆತ್ತಿಯ ಮೇಲೆ ಬಂದಿದ್ದ ಸೂರ್ಯನು ನನ್ನೆಲ್ಲ ಶಕ್ತಿಯನ್ನೂ ಹೀರಿಕೊಂಡಿದ್ದನು. ಬಿಸಿಲಿನಿಂದ ಪಾರಾಗಲು ನನ್ನ ಶರ್ಟ್ ತೆಗೆದು ಮುಂಡಾಸಿನಂತೆ ತಲೆಗೆ ಸುತ್ತಿಕೊಂಡೆ. ಅದೂ ಭಾರವೆನ್ನಿಸತೊಡಗಿತು. ನನ್ನ ತಂದೆ ಆಗಾಗ ಕೊಡುತ್ತಿದ್ದ ಎಚ್ಚರಿಕೆಯಿಂದಾಗಿ ನಾನು ಹಸಿವಿನಿಂದ ತಲೆ ಸುತ್ತಿ ಬೀಳುವುದು ತಪ್ಪುತ್ತಿತ್ತು.

"ಸರಿಯಾಗಿ ಪಾತಿ ಕಟ್ಟು."

"ಅಪ್ಪ ನನಗೆ ಬಹಳ ಹಸಿವು. ಶಕ್ತಿಯೇ ಇಲ್ಲ."

"ಮಗನೇ... ಮುಂದಿನ ವರ್ಷದ ಬಗ್ಗೆ ಯೋಚನೆ ಮಾಡು. ಆದಷ್ಟು ಪ್ರಯತ್ನಿಸು."

ನಾನು ಮಾಡಿದ ಪಾತಿಗಳತ್ತ ನೋಡಿದೆ. ಯಾವುದೋ ಹಾವು ತನ್ನ ಬಿಲವನ್ನು ಅಗೆದಂತೆ ಅವು ಚಿಕ್ಕದಾಗಿ, ಅಂಕುಡೊಂಕಾಗಿದ್ದವು. ಕೊಂಚ ದೂರದಲ್ಲಿ ಕೆಲಸವನ್ನು ಮಾಡುತ್ತಿದ್ದ ಜೆಫ್ರಿಯನ್ನು ಉದ್ದೇಶಿಸಿ ಹೇಳಿದೆ.

"ಜೆಫ್ರಿ ಇಂದು ನೀನು ನನ್ನ ಮಡು ಕಟ್ಟಲು ಉಳುತ್ತೀಯಾ? ನಾಳೆ ನಾನು ನಿನ್ನ ಉಳುಮೆ ಮಾಡುತ್ತೇನೆ."

ಜೆಫ್ರಿ ನನ್ನತ್ತ ತಿರುಗಿಯೂ ನೋಡದೇ, ಏದುಸಿರು ಬಿಡುತ್ತಾ ಉತ್ತರಿಸಿದ, "ನೋಡೋಣ, ಯೋಚನೆ ಮಾಡುತ್ತೀನಿ. ಇದೇ ಒಪ್ಪಂದವನ್ನು ನಿನ್ನೆಯೂ ಸಹ ಮಾಡಿಕೊಂಡಿದ್ದೆವು ಅಲ್ವಾ?"

ನಾನು ಹಾಸ್ಯ ಮಾಡಿ ಜೆಫ್ರಿಯನ್ನು ಉತ್ತೇಜಿಸಲು ಯತ್ನಿಸಿದರೆ, ಅವನು ಬೇಸರದಿಂದ ಇದ್ದಂತಿತ್ತು. ಅವನ ಸ್ಥಿತಿಯು ನನಗೆ ಮರುಕವನ್ನು ಹುಟ್ಟಿಸುತ್ತಿತ್ತು. ಅವನು ಈ ನಡುವೆ ಮುಂಚಿನಂತಿರಲಿಲ್ಲ. ನಮ್ಮ ದೊಡ್ಡಪ್ಪ ತೀರಿಕೊಂಡ ಬಳಿಕ ಖಿನ್ನನಾಗಿರುತ್ತಿದ್ದ. ಈಚೆಗೆ ಅವನಿಗೆ ಮರೆವೂ ಹೆಚ್ಚಾಗಿ, ನಾನು ಮುಖ್ಯವಾದ ವಿಷಯವನ್ನು ಹೇಳಿದ್ದರೆ ಅದು

ನೆನಪಿರುತ್ತಿರಲಿಲ್ಲ. ಒಮ್ಮೊಮ್ಮೆ ತನಗೆ ಸಂಬಂಧವೇ ಇಲ್ಲವೆಂಬಂತೆ ಎದ್ದು ಹೋಗುತ್ತಿದ್ದ. ತನ್ನ ಕೋಣೆಯಿಂದ ಮೂರು-ನಾಲ್ಕು ದಿನವಾದರೂ ಆಚೆ ಬರುತ್ತಿರಲಿಲ್ಲ, ಯಾರೊಡನೆ ಮಾತು-ಕತೆಯೂ ಅವನಿಗೆ ಬೇಕಿರಲಿಲ್ಲ. ಅವನ ಆರೋಗ್ಯವೂ ಸರಿಯಿರಲಿಲ್ಲ. ಜೆಫ್ರಿ ಆಸ್ಪತ್ರೆಗೆ ಹೋಗಿ ತೋರಿಸಿದಾಗ 'ಅನೀಮಿಯಾ' ಇದೆಯೆಂದು ಗೊತ್ತಾಯಿತು. ನನಗೆ ನಂತರ ಹೊಳೆಯಿತು ಅವರ ಮನೆಯಲ್ಲಿ ಫಾಲಾ ಮಾತ್ರವಲ್ಲ, ಎಲ್ಲ ಆಹಾರದ ಕೊರತೆಯು ತೀವ್ರವಾಗಿತ್ತು.

ನಾನು ಕೂಗಿ ಹೇಳಿದೆ, "ಜೆಫ್ರಿ ತಮಾಷೆ ಮಾಡುತ್ತಿದ್ದೇನೆ. ನೀನು ಯಾಕೋ ಸರಿಯಾಗಿ ಕಾಣುತ್ತಿಲ್ಲ. ತುಂಬಾ ಸುಸ್ತಾದಂತೆ ಇರುವೆ. ಅಷ್ಟು ಕಷ್ಟ ಪಡಬೇಡ, ಸ್ವಲ್ಪ ವಿಶ್ರಾಂತಿಯನ್ನು ಪಡೆ."

"ನನಗೆ ಬೇರೆ ಮಾರ್ಗವೇ ಇಲ್ಲ. ನನ್ನ ಪರಿಸ್ಥಿತಿ ನಿನಗೆ ಗೊತ್ತೇ ಇದೆ."

ಅವನ ಪರಿಸ್ಥಿತಿ ಬಹಳ ಕೆಟ್ಟದಾಗಿದೆ ಎಂದು ನನಗೆ ಗೊತ್ತಿತ್ತು. ಜೆಫ್ರಿಗೆ ಮುಂದಿನ ವರ್ಷವೂ ಶಾಲೆಗೆ ಹೋಗಲು ಸಾಧ್ಯವಿರಲಿಲ್ಲ. ಈಗ ಶಾಲೆಯ ಶುಲ್ಕವನ್ನೂ ಕೊಡಲಾಗದೇ, ಅವನ ತಾಯಿ ಹೆಣಗಾಡುತ್ತಿದ್ದಾರೆ ಎಂದು ನನಗೆ ತಿಳಿದಿತ್ತು. ಈಗ ನಮ್ಮ ದೊಡ್ಡಮ್ಮನಿಗೆ ಜೆಫ್ರಿ ಮತ್ತು ಅವನ ಅಣ್ಣ ಜೆರಮ್ಯಾ ದುಡಿಯುವುದು ಅಗತ್ಯವಿತ್ತು. ನನಗೆ ಈ ವಿಷಯ ಗೊತ್ತಿದೆ ಎಂದು ನಾನು ತೋರ್ಪಡಿಸಿಕೊಳ್ಳದೇ ಕೀಟಲೆ ಮಾಡುತ್ತಿದ್ದೆ.

"ಸಧ್ಯದಲ್ಲಿಯೇ ನಿಮ್ಮ ಕಾಂಕ್ವಾಂಬಾ ಸೆಕಂಡರಿ ಶಾಲೆಗೆ ಉದ್ದನೆಯ ಪ್ಯಾಂಟ್ ಧರಿಸಿ ಹೋಗುತ್ತಾನೆ ಗೊತ್ತಾ?."

"ಹೌದು. ನಾವು ಅವನಿಗೆ ಅಲ್ಲಿಯೇ ಸಿಗುತ್ತೇವೆ."

"ಅವನು ಕಸುಂಗು ಮತ್ತು ಚಯಾಂಬ ಹತ್ತಿರವಿರುವ ಬೋರ್ಡಿಂಗ್ ಶಾಲೆಗೆ ಸೇರಿಕೊಂಡರೆ ಏನು ಮಾಡುತ್ತೀರಾ?"

"ನಮಗೆ ದಾರಿ ಗೊತ್ತು. ಅವನನ್ನು ಹುಡುಕುತ್ತೇವೆ."

"ಓಹ್... ಹೌದಾ... ಸರಿ ನೋಡೋಣ."

ಸುಗ್ಗಿಯ ನಂತರ ಜೆಫ್ರಿ ಒಬ್ಬನೇ ಬದಲಾಗಲಿಲ್ಲ, ಅವನೊಡನೆ ಕಾಂಬಾ ಕೂಡ ಸೇರಿಕೊಂಡಿತು. ಕಾಂಬಾ ಮೊದಲಿಗಿಂತಲೂ ಕೃಶವಾಗಿತ್ತು. ಜೊತೆಗೆ ಮುಂಚಿನಷ್ಟು ಚುರುಕಿರಲಿಲ್ಲ. ಕಾಂಬಾ ನನ್ನ ಚಿಕ್ಕಪ್ಪ ಸಾಕ್ರೆಟಿಸ್ ಅವರೊಡನೆ ಬಂದಾಗಲೇ ಅದಕ್ಕೆ ವಯಸ್ಸಾಗಿತ್ತು ಎಂದು ನನಗೆ ಹೊಳೆದಿರಲಿಲ್ಲ. ಅವರ ಊರಿನ ಎಸ್ಟೇಟುಗಳಲ್ಲಿ ಕಾಂಬಾಗೆ ಒಳ್ಳೆಯ ಆಹಾರವು ಸಿಗುತ್ತಿತ್ತು. ಇಲ್ಲಿ ನಮ್ಮ ಜೀವನ ದುಸ್ತರವಾಗಿತ್ತು. ಪ್ರತಿರಾತ್ರಿ ನನ್ನ ಊಟವಾದ ಬಳಿಕ ಕಾಂಬಾಗೆ ಹಾಕುತ್ತಿದ್ದ ಆಹಾರವು ಅದಕ್ಕೆ ಸಾಲುತ್ತಿರಲಿಲ್ಲ.

ಕಾಂಬಾ ಓಡಾಟವು ಕಡಿಮೆಯಾದಂತೆ ಇಲಿಗಳು ಅದರ ಕಣ್ಣು ತಪ್ಪಿಸಿ ಹೊಲದಲ್ಲಿ ದಾಳಿಯಿಡತೊಡಗಿದವು. ಇನ್ನು ಚಿಕ್ಕ ವಯಸ್ಸಿನ ನಾಯಿಗಳು ಕಾಂಬಾಗಿಂತಲೂ ಮುಂಚಿತವಾಗಿ ಕಸದಲ್ಲಿ ಇರುವ ಆಹಾರವನ್ನು ಹೆಕ್ಕಿ ತಿನ್ನುತ್ತಿದ್ದವು. ದಿನಗಳೆದಂತೆ ಅದು ಮತ್ತಷ್ಟು ಕೃಶವಾಯಿತು. ಮುಂಚಿನ ಹಾಗೆ ಕೋಳಿಗಳನ್ನು ಅಟ್ಟಿಸಿಕೊಂಡು ಹೋಗದೇ,

ಅದು ತನ್ನ ಪಾಡಿಗೆ ನನ್ನ ಕೋಣೆಯ ಹಿಂದಿದ್ದ ಮರದ ನೆರಳಿನಲ್ಲಿ ಯಾವಾಗಲೂ ಮಲಗಿರುತ್ತಿತ್ತು.

ಒಂದು ರಾತ್ರಿ ನಾನು ಪಾಲಿನ ರಾತ್ರಿಯ ಸೀಮ ಉಂಡೆಯನ್ನು ಗಾಳಿಯಲ್ಲಿ ತೂರಿದೆ. ಕಾಂಬಾಗೆ ಅದನ್ನು ಹಿಡಿಯಲಾಗದೇ ಸೀಮನೆಲಕ್ಕುರುಳಿತು.

ನಾನು "ಕಾಂಬಾ ಏನು ತೊಂದರೆ ನಿನಗೆ... ವಯಸ್ಸಾಗುತ್ತಿದೆಯಾ?" ಎಂದು ತಮಾಷೆ ಮಾಡಿದೆ.

ಕ್ಷಣದಲ್ಲಿಯೇ ನೆಲದ ಮೇಲೆ ಬಿದ್ದ ಸೀಮ ಉಂಡೆಯನ್ನು ಅದು ನುಂಗಿ ಹಾಕಿತು. ಕೆಲವು ಚಾಳಿಗಳು ಎಂದೂ ಬದಲಾಗುವುದಿಲ್ಲ!

ಪ್ರತಿದಿನ ಬೆಳಗ್ಗೆ ನಾನು ಮತ್ತು ಜೆಫ್ರಿ ಹೊಲದ ಕೆಲಸವನ್ನು ಮುಗಿಸಿಕೊಂಡು ಮನೆಗೆ ಹೋಗುವಾಗ, ದಾರಿಯಲ್ಲಿ ಹೆಚ್ಚು ಹೆಚ್ಚು ಜನರು ಗನ್ಯುಕೇಳಿಕೊಂಡು ಹೋಗುವುದನ್ನು ಗಮನಿಸತೊಡಗಿದೆವು. ಅವರು ನಟ್ಷಿ, ತುಂತಾಮ ಇನ್ನೂ ಸುಮಾರು ಹಳ್ಳಿಗಳಿಂದ ಬಂದಿದ್ದರು. ಅನೇಕರು ಹೆಗಲ ಮೇಲೆ ಗುದ್ದಲಿ, ಸಲಾಕೆ, ಅಡುಗೆ ಮಾಡುವ ಪಾತ್ರೆ ಮತ್ತು ಕೆಲ ಬಟ್ಟೆಗಳಿರುವ ಗಂಟನ್ನು ಹೊತ್ತಿದ್ದರು. ಅಂದರೆ ಪರಿಸ್ಥಿತಿ ಎಷ್ಟು ಭೀಕರವಾಗಿದೆಯೆಂದು ತಿಳಿಯಿತು. ಸಾಮಾನ್ಯವಾಗಿ ನನ್ನ ತಾಯಿ ಗಿರಣಿಯಲ್ಲಿ ಜೋಳವನ್ನು ತಾವೇ ಬೀಸಿ ಹಿಟ್ಟು ಮಾಡುತ್ತಿದ್ದರು. ಮನೆಯಲ್ಲಿ ಒಂದರ ಮೇಲೊಂದು ಹಿಟ್ಟಿನ ಬುಟ್ಟಿಗಳನ್ನು ಪೇರಿಸುತ್ತಿದ್ದರು. ಎಲ್ಲೆಡೆ ಜೋಳವು ಬರಿದಾದಂತೆ ಜನರು ಒಂದು ಕೆ.ಜಿ, ಅರ್ಧ ಕೆ.ಜಿ. ಜೋಳದ ಚೀಲವನ್ನು ಕೊಳ್ಳತೊಡಗಿದರು. ಇಂತಹ ಚೀಲಕ್ಕೆ ವಾಕ್‌ಮನ್ ಎಂದು ಕರೆಯುತ್ತಿದ್ದರು. ಈ ಹೊತ್ತಿಗೆ ಮಾವಿನ ಹಣ್ಣಿನ ಕಾಲವೂ ಮುಗಿದು ಜನರು ಮರಗೆಣಸಿನ ಮೊರೆಯನ್ನು ಹೊಕ್ಕರು. ಆಹಾರವು ಸಮೃದ್ಧಿಯಾಗಿ ಸಿಗುವಾಗ ಮರಗೆಣಸನ್ನು ನಾವು ಮುಟ್ಟುವುದೂ ಇಲ್ಲ. ಇದು ಗಾಗಾದಂತೆ ಕಷ್ಟಕಾಲದಲ್ಲಿ ಮಾತ್ರ ಜನರಿಗೆ ನೆನಪಾಗುತ್ತದೆ.

"ವಾಕ್‌ಮನ್‌ಗೆ ಗನ್ಯು? ಮರಗೆಣಸಿಗೆ ಗನ್ಯು?" ಜನರ ಮೊರೆಯಾಗಿತ್ತು.

ಬೇರೆ ಹಳ್ಳಿಗಳಿಂದ ನಮ್ಮ ಜಿಲ್ಲೆಗೆ ಬಂದ ಜನರಿಗೆ, ಎಸ್ಟೇಟ್‌ಗಳಲ್ಲೂ ಕೆಲಸವಿಲ್ಲ ಎಂದು ಗೊತ್ತಿರಲಿಲ್ಲ. ಎಸ್ಟೇಟ್‌ಗಳ ಕೆಲಸಗಾರರೇ ಏನೋ ಪವಾಡವಾಗಬಹುದು ಎಂದು ಮಾರುಕಟ್ಟೆಗಳಲ್ಲಿ ತಿರುಗಾಡಿಕೊಂಡಿದ್ದರು.

"ಕ್ಷಮಿಸಿ, ಇಲ್ಲಿ ಎಸ್ಟೇಟ್ 24 ಎಲ್ಲಿದೆ ಅಂತ ಸ್ವಲ್ಪ ಹೇಳುತ್ತೀರಾ?" ಹೊರಗಿನಿಂದ ಬಂದ ಜನರು ನಮ್ಮನ್ನು ಕೇಳುತ್ತಿದ್ದರು.

"ಅಯ್ಯೋ, ತಲೆಕೆಡಿಸಿಕೊಳ್ಳದೇ ವಾಪಸ್ಸು ಹೋಗಿ. ಅಲ್ಲಿ ಏನೂ ಇಲ್ಲ. ನಾನು ಅಲ್ಲಿಯೇ ಕೆಲಸ ಮಾಡುವುದು".

ಹಸಿವಿನಿಂದ ಕಂಗೆಟ್ಟ ವಾಗನ್ಯು ಜನರು ಮಾರುಕಟ್ಟೆಗೆ ಹೋಗುವಾಗ, ದಾರಿಯಲ್ಲಿ ಶ್ರೀಮಂತ ವರ್ತಕರ ಮನೆಗಳನ್ನು ದಾಟಿಕೊಂಡು ಹೋಗಬೇಕಿತ್ತು. ಆಗೆಲ್ಲಾ ಸೀಮ,

ಕೋಳಿಯ ಖಾದ್ಯಗಳ ಘಮಲು ಜನರ ಹಸಿವನ್ನು ಮತ್ತಷ್ಟು ಬಡಿದೆಬ್ಬಿಸುತ್ತಿತ್ತು. ಗಂಡಸರು ಕೆಲಸದ ಹುಡುಕಾಟದಲ್ಲಿದ್ದರೆ, ಮಹಿಳೆಯರು ಮತ್ತು ಮಕ್ಕಳು ಒಂದಿಷ್ಟು ದಾನ ಸಿಗುವುದೆಂಬ ಆಶಯದಿಂದ ಗಿಲ್ಬರ್ಟ್ ಮನೆಯ ಮುಂದೆ ಸೇರಿರುತ್ತಿದ್ದರು.

ಪ್ರತಿದಿನವೂ ಸುಮಾರು ನಲವತ್ತು ಜನರು ಗನ್ನು ಕೇಳಿಕೊಂಡು ಬರುತ್ತಿದ್ದರು. ಆಗಸ್ಟ್‌ನಲ್ಲಿ ಈ ತೊಂದರೆ ಶುರುವಾದಾಗಿನಿಂದ ಹೀಗೆ ಬಂದ ಜನರ ಸಂಖ್ಯೆ ನೂರಾರು. ಗಿಲ್ಬರ್ಟ್‌ನ ತಾಯಿ ಕೊಡುತ್ತಿದ್ದ ಪೊಟ್ಟಣಗಳನ್ನು ಊರಿಗೆ ಒಯ್ಯಲೂ ಕೆಲವರಿಗೆ ತ್ರಾಣವಿರುತ್ತಿರಲಿಲ್ಲ. ಅಲ್ಲಿಯೇ ಮರದ ಕೆಳಗೆ ಒಲೆಯನ್ನು ಹಚ್ಚಿ, ಸೀಮ ಮಾಡಿಕೊಂಡು ತಿಂದ ಬಳಿಕವೇ ಅವರು ತೆರಳುತ್ತಿದ್ದುದು. ಅಲ್ಲಿದ್ದ ಬ್ಲೂಗಮ್ ಮರದ ತೋಪು ಯಾವಾಗಲೂ ಜನರಿಂದ ತುಂಬಿ ಛತ್ರವನ್ನು ನೆನಪಿಸುತ್ತಿತ್ತು.

ಈ ಸಮಯದಲ್ಲಿ ನಮ್ಮ ರಾಷ್ಟ್ರಪತಿಗಳು ದೇಶಾದ್ಯಂತ ಪ್ರವಾಸದಲ್ಲಿದ್ದರು. ಜನರಿಗೆ ಒಂದಿಷ್ಟು ಕ್ವಾಚಾಗಳಷ್ಟು ಹಣ ಮತ್ತು ಆಹಾರದ ಪೊಟ್ಟಣಗಳನ್ನು ವಿತರಿಸುವುದರಲ್ಲಿ ನಿರತರಾಗಿದ್ದರು. ಜನರ ಬಗ್ಗೆ ಕಾಳಜಿಗಿಂತಲೂ ಚುನಾವಣೆಯ ಸಮಯದಲ್ಲಿ ಜನಪ್ರಿಯ ರಾಗುವುದು ಅವರ ಉದ್ದೇಶವಾಗಿ ತೋರುತ್ತಿತ್ತು.

ಆತನ ಭಾಷಣದ ತುಣುಕು ಹೀಗಿರುತ್ತಿತ್ತು, "ಈ ಶಾಲೆಗಳ ಸ್ಥಿತಿಯನ್ನು ನೋಡಿದರೆ ನನಗೆ ನಾಚಿಕೆಯಾಗುತ್ತಿದೆ. ಇವನ್ನು ಸಂಪೂರ್ಣವಾಗಿ ಕೆಡವಿ ಸುಭದ್ರವಾಗಿ ಕಟ್ಟೋಣ. ಶಿಕ್ಷಕರ ಮನೆಗಳ ದುರಸ್ತಿಯೂ ಆಗಬೇಕು. ಜೊತೆಗೆ ಮಕ್ಕಳಿಗೆ ಹೊಸದಾದ ಡೆಸ್ಕುಗಳು ಮತ್ತು ಪುಸ್ತಕಗಳನ್ನು ಒದಗಿಸಬೇಕು."

ಜನರು ಆತನ ಮಾತನ್ನು ಕೇಳಿ ಸಂತೋಷದಿಂದ ಚಪ್ಪಾಳೆ ತಟ್ಟುತ್ತಿದ್ದರು. ಆದರೆ ಅವರು ಭಾವಿಸಿದಂತೆ ಮಹತ್ತರ ಬದಲಾವಣೆಗಳು ಆಗಲಿಲ್ಲ. ನಮಗೆ ಹೊಸ ಡೆಸ್ಕನ್ನು ತರಿಸದೇ ಬ್ಲೂಗಮ್ ಮರಗಳನ್ನು ಕತ್ತರಿಸಿ ಡೆಸ್ಕುಗಳನ್ನು ಮಾಡಿಸಿದರು. ಇದರಿಂದ ತೋಪಿನಲ್ಲಿ ಸುಮಾರು ಮರಗಳು ನೆಲಸಮವಾದವು. ಶಿಕ್ಷಕರ ಮನೆಗಳ ಸ್ಥಿತಿಯಲ್ಲಿಯೂ ಏನೂ ಬದಲಾಗಲಿಲ್ಲ. ನಮ್ಮ ಶಾಲೆಗಳಿಗೆ ಹೊಸ ಕಟ್ಟಡವು ಕನಸಾಯಿತು. ಗೋಡೆಗಳಿಗೆ ಸುಣ್ಣ ಬಣ್ಣವನ್ನು ಹಚ್ಚಿಸಿ ಹೊಸದಾದ ತಗಡಿನ ಚಾವಣಿಯನ್ನು ಹಾಕಿಸಿದರು.

ಇಷ್ಟೇ ಅಲ್ಲದೇ, ಹಿಂದಿನ ಬಾರಿ ಚುನಾವಣೆಯ ಸಮಯದಲ್ಲಿ ತಾನು ಗೆದ್ದು ಬಂದರೆ ಎಲ್ಲರಿಗೂ ಹೊಸದಾದ 'ಶೂ' ಕೊಡುವುದಾಗಿ ಭಾಷೆಯನ್ನು ಕೊಟ್ಟಿದ್ದರು. ಸುಮಾರು ದಿನಗಳು ಕಳೆದರೂ ಶೂ ಸಿಗದಿದ್ದಾಗ ನಮ್ಮ ರಾಷ್ಟ್ರಪತಿಗಳಿಗೆ ಜನರು –

"ನಮ್ಮ ಶೂ ಎಲ್ಲಿ?" ಎಂದು ಕೇಳತೊಡಗಿದರು.

"ನಾನೇನು ನಿಮಗೆ ಹುಚ್ಚನಂತೆ ಕಾಣುತ್ತೇನೆಯೇ? ಮಾಲಾವಿಯ ಪ್ರತಿಯೊಬ್ಬರ ಕಾಲಿನ ಅಳತೆ ನನಗೆ ಹೇಗೆ ತಿಳಿಯಬೇಕು? ನಾನೆಂದೂ ಶೂ ಕೊಡುತ್ತೇನೆಂದು ಭರವಸೆ ಕೊಟ್ಟಿರಲಿಲ್ಲ" ರಾಷ್ಟ್ರಪತಿ ಮುಲುಝಿಯ ಉತ್ತರವಾಗಿತ್ತು.

ಒಮ್ಮೆ ಮುಲುಜ಼ಿ ಕಸುಂಗುವಿಗೆ ಬರುತ್ತಾರೆಂದು ಜನರಿಗೆ ತಿಳಿಯಿತು. ಆಗ ನಮ್ಮ ಜಿಲ್ಲೆಯ ಉಪ ಅಧಿಕಾರಿಗಳೆಲ್ಲರೂ ನಮ್ಮ ಮುಖ್ಯಸ್ಥರಿಗೆ, ರಾಷ್ಟ್ರಪತಿಗಳಲ್ಲಿ ಜನರ ಅಹವಾಲನ್ನು ತಿಳಿಸುವಂತೆ ಕೋರಿಕೊಂಡರು. ಗಿಲ್ಬರ್ಟ್‌ನ ತಂದೆ ನಮ್ಮ ರಾಷ್ಟ್ರಪತಿ ಮುಲುಜ಼ಿಯಂತೆ ಇಸ್ಲಾಂ ಧರ್ಮೀಯರು. ಆದ್ದರಿಂದ ನಮಗೆ ಅನುಕೂಲ ಹೆಚ್ಚು ಎಂದು ಜನರ ಅನಿಸಿಕೆ.

ಅಂದಿನ ರ್‍ಯಾಲಿಯಲ್ಲಿ ಮುಲುಜ಼ಿ ನಮಗಿದ್ದ ವಿಪತ್ತಿನ ಪರಿಸ್ಥಿತಿಯ ಬಗ್ಗೆ ಮಾತಾಡುತ್ತಾರೇನೋ ಎಂದು ಕಾದಿದ್ದವರಿಗೆ ನಿರಾಶೆಯಾಯಿತು. ಅನಗತ್ಯವಾದ ನೃತ್ಯ, ಭಾಷಣ, ರಾಷ್ಟ್ರಪತಿಗಳ ಗುಣಗಾನವು ಅನೇಕ ಗಂಟೆಗಳ ಕಾಲ ರ್‍ಯಾಲಿಯನ್ನು ಎಳೆದಾಡಿತು. ಕೊನೆಗೂ ಹಾಡು ಮತ್ತು ನೃತ್ಯಗಳು ಮುಗಿದು ಗಿಲ್ಬರ್ಟ್‌ನ ತಂದೆ ಮಾತನಾಡಲು ಎದ್ದು ನಿಂತರು. ಅವರು ವೇದಿಕೆಯನ್ನು ಏರಿ –

"ಗೌರವಯುತ ರಾಷ್ಟ್ರಪತಿಗಳೇ, ಮೊದಲಿಗೆ ನೀವು ಮಾಲಾವಿಯಲ್ಲಿ ಮಾಡಿರುವ ಅಭಿವೃದ್ಧಿ ಕಾರ್ಯಗಳಿಗೆ ಅಭಿನಂದಿಸುತ್ತೇನೆ. ಆಫ್ರಿಕಾ ಖಂಡದಲ್ಲಿ ಅನೇಕ ಭಾಗಗಳಲ್ಲಿ ನಿಮ್ಮನ್ನು ಕುರಿತು ಒಳ್ಳೆಯ ಅಭಿಪ್ರಾಯವಿದೆ. ಕಾಂಗೋ ದೇಶದಲ್ಲಿ ನಿಮ್ಮ ಕೆಲಸವು ಯಶಸ್ವಿಯಾಗಿದ್ದನ್ನು ಎಲ್ಲರೂ ಶ್ಲಾಘಿಸುತ್ತಿದ್ದಾರೆ. ನಿಮ್ಮ ಬಗ್ಗೆ ನಮಗೆ ಬಹಳ ಹೆಮ್ಮೆಯಿದೆ. ಆದರೆ ಗಮನಿಸಿ, ಈಗ ನಮ್ಮ ದೇಶದಲ್ಲಿಯೇ ಹಸಿವಿನ ವಿರುದ್ಧ ಸಮರ ಸಾರಬೇಕಾಗಿದೆ. ತಾವು ಬಾವಿ ತೋಡಲು ಮತ್ತು ಶೌಚಾಲಯ ಕಟ್ಟಲು ಬಳಸುತ್ತಿರುವ ನಿಧಿಯನ್ನು, ದವಸ–ಧಾನ್ಯಗಳನ್ನು ಕೊಳ್ಳಲು ಬಳಸಿದರೆ ಉತ್ತಮ" ಎಂದು ತಮ್ಮ ಮಾತುಗಳನ್ನು ಮುಗಿಸಿದರು.

ನಾವಂದುಕೊಂಡೆವು, ತಿನ್ನಲು ಗತಿ ಇಲ್ಲದಿದ್ದಾಗ, ಶೌಚಾಲಯವಾದರೂ ಏಕೆ ಬೇಕು!

ಜನರ ಹರ್ಷೋದ್ಗಾರ, ಕರತಾಡನ ಮುಗಿಲು ಮುಟ್ಟಿತು. ಚಪ್ಪಾಳೆ ಮುಗಿಯುವುವರೆಗೂ ಸರದಿಯಲ್ಲಿದ್ದ ಮುಂದಿನ ನಾಯಕರು ಕಾಯಬೇಕಾಯಿತು. ಅವರು ರಾಷ್ಟ್ರಪತಿಗಳನ್ನು ಬಹಳ ಹೊಗಳಿ ತಮ್ಮ ಭಾಷಣವನ್ನು ಚುಟುಕಾಗಿ ಮುಗಿಸಿದರು.

ಅವರ ಮಾತುಗಳನ್ನು ಕೇಳಿದ ಜನರು, "ವಿಂಬೆಯ ಮುಖ್ಯಸ್ಥರು ಹೇಳುವುದನ್ನೆಲ್ಲವೂ ಹೇಳಿಯಾಗಿದೆ. ನಿಮಗೆ ಮಾತನಾಡಲು ಬರದಿದ್ದರೆ ಸುಮ್ಮನಿರಿ. ಮೂರ್ಖ ರಾಜಕಾರಣಿಗಳು" ಎಂದೆಲ್ಲಾ ಆಕ್ರೋಶ ವ್ಯಕ್ತಪಡಿಸಿದರು.

ಕೊನೆಗೆ ರಾಷ್ಟ್ರಪತಿಗಳು ಮಾತನಾಡಲು ಎದ್ದು ನಿಂತರು. ಒಳ್ಳೆಯ ದಿರಿಸು ಧರಿಸಿದ್ದ ಮುಲುಜ಼ಿಯ ಕಡೆಯ ಕೆಲವು ಅಧಿಕಾರಿಗಳು, ನಮ್ಮ ಮುಖ್ಯಸ್ಥರನ್ನು ಪ್ರತ್ಯೇಕವಾಗಿ ಕರೆದರು. ಇತ್ತ ಗಿಲ್ಬರ್ಟ್ ತಂದೆಗೋ, ತಮ್ಮ ಭಾಷಣವು ಪ್ರಭಾವ ಬೀರಿತು ಎಂದು ಖುಷಿ. ಅಧಿಕಾರಿಗಳು ಬರ ಪರಿಹಾರ ನಿಧಿಯನ್ನು ಕೊಡಬಹುದು ಎಂಬ ಆಶಯದಲ್ಲಿದ್ದರು. ಆದರೆ ಆದದ್ದೇ ಬೇರೆ!

ಅಧಿಕಾರಿಗಳು ವೇದಿಕೆಯ ಹಿಂದೆ ಮುಖ್ಯಸ್ಥರನ್ನು ಕರೆದೊಯ್ದು, "ಹಾಗೆಲ್ಲಾ ಪೆದ್ದು ಪೆದ್ದಾಗಿ ಮಾತನಾಡಲು ನಿನಗೆ ಎಷ್ಟು ಧೈರ್ಯ?" ಎಂದು ಜೋರು ಮಾಡಿದರು. ಪಾಪ ನಮ್ಮ ಮುಖ್ಯಸ್ಥರು ಸಮಜಾಯಿಷಿಯನ್ನು ಕೊಡಲೂ ಬಿಡದೆ, ದೊಣ್ಣೆಯಿಂದ ಮನಸೋ

ಇಚ್ಛೆ ಹೊಡೆದರು. ಎಷ್ಟೋ ಹೊತ್ತಾದ ಮೇಲೆ ರಕ್ತದ ಮಡುವಿನಲ್ಲಿ ಬಿದ್ದಿದ್ದ ಗಿಲ್ಬರ್ಟ್‌ನ ತಂದೆಯನ್ನು ಅವರ ಸ್ನೇಹಿತರು ನೋಡಿದರಂತೆ. ಅವರ ಜೊತೆಗೆ ಆಸ್ಪತ್ರೆಗೆ ಹೋಗಲೂ ನಮ್ಮ ಮುಖ್ಯಸ್ಥರು ಒಪ್ಪಲಿಲ್ಲ. ಏಕೆಂದರೆ ಮುಲುಝಿಯ ಕಡೆಯ ಅಧಿಕಾರಿಗಳು ತಮ್ಮನ್ನು ಜೀವಸಹಿತ ಉಳಿಸುವುದಿಲ್ಲ ಎಂದು ಅವರು ಹೆದರಿದ್ದರು. ಸಂಜೆಯ ಹೊತ್ತಿಗೆ ಅವರ ದೇಹದ ತುಂಬಾ ಕೆಂಪು ಮತ್ತು ನೀಲಿಯ ಗಾಯಗಳು, ಬಾಸುಂಡೆಗಳು ತುಂಬಿಕೊಂಡವು.

ಸುಮಾರು ವಾರಗಳು ಮನೆಯಲ್ಲಿದ್ದು ತಮ್ಮ ಗಾಯಗಳು ಮಾಗುವವರೆಗೆ ಕಾದರು. ನಂತರ ಯಾರಿಗೂ ತಿಳಿಯದಂತೆ ಚಿಕ್ಕ ಆಸ್ಪತ್ರೆಗಳಲ್ಲಿ ಚಿಕಿತ್ಸೆಯನ್ನು ಪಡೆದರಂತೆ. ಅವರಿಗೆ ರಾಷ್ಟ್ರಪತಿಗಳ ಕಡೆಯ ಜನರು ತಮಗೆ ತೊಂದರೆ ಕೊಡುತ್ತಾರೆಂಬ ಅಂಜಿಕೆಯಿತ್ತು. ಹೀಗಾಗಿ ಎಲ್ಲವನ್ನೂ ಮೌನವಾಗಿಯೇ ಸಹಿಸಿದರು.

ಈ ಘಟನೆಗಳು ನನ್ನನ್ನು ಬೆಚ್ಚಿ ಬೀಳುವಂತೆ ಮಾಡಿದವು. ನಮ್ಮ ಮುಖ್ಯಸ್ಥರೆಂದರೆ ನಮ್ಮ ಪಾಲಿಗೆ ತಂದೆಯ ಸಮಾನ. ಅವರು ನಮ್ಮ ರಕ್ಷಕರಾಗಿದ್ದರು. ದೇಶದ ನಕಾಶೆಯಲ್ಲಿ ನಮ್ಮ ಹಳ್ಳಿಗೆ ಪ್ರತಿನಿಧಿಯಾಗಿದ್ದರು. ಅವರಿಗೇ ಈ ಸ್ಥಿತಿ ಎದುರಾದಾಗ, ನಮ್ಮೆಲ್ಲರ ಸುರಕ್ಷತೆ ದೂರದ ಮಾತಾಯಿತು.

ಸರಕಾರವೇ ನಮ್ಮ ಪ್ರತಿನಿಧಿಯನ್ನು ಹೀಗೆ ನಡೆಸಿಕೊಂಡರೆ, ಸಾಮಾನ್ಯ ಪ್ರಜೆಗಳಾದ ನಾವು ಅವರಿಗೆ ಯಾವ ಲೆಕ್ಕ?

---

*ಗನ್ಯು (Ganyu) – **ಚೂರುಪಾರು ಕೆಲಸ ಮಾಡಿಕೊಂಡು ಇರುವುದು, ಗುಳೇ ಹೋಗುವುದು**

*IMF – **ಅಂತರಾಷ್ಟ್ರೀಯ ಹಣಕಾಸು ಕೇಂದ್ರ**

*ADMARC – Agriculture Development Marketing Corporation – **ಕೃಷಿ ಅಭಿವೃದ್ಧಿ ಮತ್ತು ಮಾರಾಟ ಕೇಂದ್ರ**

*ESCOM – **ಮಾಲಾವಿ ವಿದ್ಯುತ್ ಸರಬರಾಜು ಕೇಂದ್ರ**

*ಗಾಗಾ (Gaga) – **ಹಿಟ್ಟಿನ ಮೇಲ್ಭಾಗ, ಹೊಟ್ಟು**

*ವಗನ್ಯು (Waganyu) – **ಗನ್ಯು ಕೆಲಸವನ್ನು ಕೇಳಿಕೊಂಡು ಹೋಗುವ ಜನರ ಗುಂಪು**

ಎಲ್ಲೆಲ್ಲೂ ಹಸಿವಿನ ಹಾಹಾಕಾರ

ಡಿಸೆಂಬರ್ ತಿಂಗಳಿನಲ್ಲಿ ಆಕಾಶವು ಕಪ್ಪು ಕಾರ್ಮೋಡಗಳಿಂದ ತುಂಬಿತ್ತು. ಕೊನೆಗೂ ನಮ್ಮ ಜಿಲ್ಲೆಗೆ ಮತ್ತು ಹಳ್ಳಿಗೆ ಮಳೆ ಬಂದಿತು. ಮುಂಬರುವ ಸುಗ್ಗಿಯ ಕಟಾವಿಗಾಗಿ ಒಂದಿಷ್ಟು ಫಸಲು ಸಿದ್ಧವಿರಲಿ ಎಂದು ಕೆಲ ರೈತರು ಆಗಲೇ ಬಿತ್ತನೆಯ ಕೆಲಸವನ್ನು ಪ್ರಾರಂಭಿಸಿದ್ದರು. ಆದರೆ ಬಹಳಷ್ಟು ಜನರು ಆಹಾರದ ಹುಡುಕಾಟದಲ್ಲಿ ಉಳುಮೆಗೆ ಮುಂದಾಗಲಿಲ್ಲ. ನಾವು ಒಂದಿಷ್ಟು ಜೋಳ ಮತ್ತು ಅರ್ಧ ಎಕರೆ ತಂಬಾಕನ್ನು ಬಿತ್ತಿದೆವು.

ಪ್ರತಿದಿನವೂ ನಾನು ಕಳೆ ಕೀಳುವಾಗ ವಗನ್ಯು ಜನರ ಗುಂಪು ಕೆಲಸಕ್ಕಾಗಿ ಅಲೆದಾಡುವುದನ್ನು ನೋಡುತ್ತಿದ್ದೆ. ಮಳೆಯಿಂದ ಅವರ ಬಟ್ಟೆಗಳು ಕೆಸರುಮಯವಾಗಿರುತ್ತಿತ್ತು. ಜನರಿಗೆ ಈಗ ಕೆಲಸ ಸಿಗುವುದು ದುಸ್ತರವಾಗಿತ್ತು. ಜೋಳದ ಬೆಲೆಯೂ ದಿನೇ ದಿನೇ ಮಾರುಕಟ್ಟೆಯಲ್ಲಿ ಏರುತ್ತಲೇ ಹೋಯಿತು. ನಿನ್ನೆಯ ಮೂರು ಗಂಟೆಗಳ ಕೆಲಸ, ಇಂದು ಆರು ಗಂಟೆಯ ಕೆಲಸವಾಗಿತ್ತು. ಕೊನೆಗೆ ದಕ್ಕುತ್ತಿದ್ದುದು ಒಂದು ಚೀಲದ ಹಿಟ್ಟು!

ವಗನ್ಯು ಮತ್ತು ಇತರರು ನಮ್ಮ ಮುಖ್ಯಸ್ಥರ ಮನೆಯ ಮುಂದೆ ಆಹಾರಕ್ಕಾಗಿ ಬಂದು ನಿಲ್ಲುತ್ತಿದ್ದರು. ಅವರ ದಾಸ್ತಾನಿನಲ್ಲಿ ಧಾನ್ಯದ ಸಂಗ್ರಹವಿದೆಯೆಂದು ಜನರಿಗೆ ತಿಳಿದಿತ್ತು. ಗಿಲ್ಬರ್ಟ್ ಬಂದ ಜನರನ್ನು ಸ್ವಾಗತಿಸಿ, ಅವರಿಗೆ ಆಹಾರವನ್ನು ತಲುಪಿಸುತ್ತಾ ತನ್ನ ತಾಯಿಗೆ ಸಹಾಯ ಮಾಡುತ್ತಿದ್ದನು. ಒಬ್ಬರಿಗೆ ಕೊಡುತ್ತಲೂ ಮತ್ತೊಬ್ಬರು ಬಂದು ನಿಲ್ಲುತ್ತಿದ್ದರು.

"ಓದಿ, ಓದಿ... ಇನ್ಯಾರಾದರೂ ಇದೀರಾ?" ಅವನ ತಾಯಿ ಕೂಗುತ್ತಿದ್ದರು.

"ಇನ್ನೊಬ್ಬರು ಇದ್ದಾರೆ. ಹಿಂದಿನವರಿಗಿಂತ ಇವರ ಸ್ಥಿತಿ ಕೆಟ್ಟದಾಗಿದೆ" ಗಿಲ್ಬರ್ಟ್ ಉತ್ತರಿಸುತ್ತಿದ್ದ.

ಗಿಲ್ಬರ್ಟ್ ಮನೆಯಿಂದ ಆಹಾರವನ್ನು ಪಡೆದ ಜನರು, ನಂತರ ನಮ್ಮ ಮನೆಯನ್ನು ಹಾದು ಹೋಗುತ್ತಿದ್ದರು. ಪ್ರತಿ ದಿನವೂ ಇದನ್ನು ನಾನು ಗಮನಿಸುತ್ತಿದ್ದೆ. ಒಂದು ದಿನ, ಇವರಂತೆ ನಾವೂ ಗಿಲ್ಬರ್ಟ್ ಮನೆಯ ಮುಂದೆ ಆಹಾರಕ್ಕಾಗಿ ನಿಲ್ಲುವ ದಿನವು ದೂರವಿಲ್ಲ ಎಂದೆನಿಸಿತು.

ನನ್ನ ತಾಯಿ ಹಿಂದಿನ ದಿನವಷ್ಟೇ ನಮ್ಮ ಕೊನೆಯ ಮೂಟೆ ಜೋಳವನ್ನು ಬೀಸಿಸಿ ಕೊಂಡು ಬಂದಿದ್ದರು. ಇನ್ನು ಹೆಚ್ಚೆಂದರೆ ಹನ್ನೆರಡು ಊಟಗಳು ಸಿಗುತ್ತಿದ್ದವೇನೋ! ಅಮ್ಮ ಗಿರಣಿಗೆ ಹೋದಾಗ ನಾನು ಉಗ್ರಾಣದ ಬಾಗಿಲನ್ನು ತೆಗೆದು ನೋಡಿದೆ. ಅಲ್ಲಿ ಖಾಲಿ ಚೀಲಗಳು ಮೂಲೆಯಲ್ಲಿ ಬಿದ್ದಿದ್ದವು. ಎಲ್ಲವೂ ಸರಿಯಿದ್ದಾಗ ಇದೇ ಉಗ್ರಾಣವು ಧಾನ್ಯದ ಚೀಲಗಳಿಂದ ತುಂಬಿ ತುಳುಕುತ್ತಿತ್ತು.

ಅಂದು ರಾತ್ರಿ ನನ್ನ ತಂದೆ ನಮ್ಮನ್ನೆಲ್ಲಾ ಹಜಾರಕ್ಕೆ ಕರೆದು "ಈಗಿನ ನಮ್ಮ ಪರಿಸ್ಥಿತಿಗೆ ನಾವು ದಿನಕ್ಕೆ ಒಂದು ಬಾರಿ ಊಟ ಮಾಡಿದರೆ ಒಳ್ಳೆಯದು" ಎಂದರು.

ನಮಗೆಲ್ಲಾ ಇದು ಅರ್ಥವಾಗಿತ್ತು. ಆದರೂ ನಾವು ಇದರ ಬಗ್ಗೆ ಅಪ್ಪನ ಜೊತೆ ವಾದಕ್ಕಿಳಿದೆವು.

"ಒಂದೇ ಹೊತ್ತಿನ ಊಟವೆಂದರೆ... ಯಾವಾಗ?" ಆನೀ ಕೇಳಿದಳು.

"ಬೆಳಗಿನ ತಿಂಡಿಯಾ?" ಆಯಿಶಾ ಪ್ರಶ್ನೆ.

"ನನಗೆ ಮಧ್ಯಾಹ್ನದ ಊಟವಿಷ್ಟ!" ಡೋರಿಸ್ ಹೇಳಿಕೆ.

"ಇಲ್ಲ... ರಾತ್ರಿಯ ಊಟ. ಬೆಳಗ್ಗೆ ಹಸಿವಾಗಿದ್ದರೂ, ಏನೋ ಒಂದು ಕೆಲಸವನ್ನು ಮಾಡುತ್ತಾ ಹಸಿವು ತಡೆದುಕೊಳ್ಳಬಹುದು. ಆದರೆ ರಾತ್ರಿಯ ಹೊತ್ತು ಹಸಿವಿನಿಂದ ಯಾರೂ ಮಲಗಬಾರದು. ಹೀಗಾಗಿ ರಾತ್ರಿಯ ಊಟವನ್ನು ಮಾಡೋಣ" ನನ್ನ ತಂದೆ ತಮ್ಮ ನಿರ್ಧಾರವನ್ನು ತಿಳಿಸಿದರು.

ಮರುದಿನ ಸಂಜೆ ಅಂದಿನ ಒಂದೇ ಹೊತ್ತಿನ ಊಟವನ್ನು ಎಲ್ಲರೂ ಒಟ್ಟಿಗೆ ಮಾಡಿದೆವು. ಮೊದಲ ಬಾರಿಗೆ ನಾವೆಲ್ಲರೂ ಹೀಗೆ ಒಟ್ಟಿಗೆ ಕುಳಿತು ಊಟವನ್ನು ಮಾಡಿದ್ದೆವು. ನಮ್ಮ 'ಚೇವಾ' ಸಂಪ್ರದಾಯದಲ್ಲಿ ಹೆಣ್ಣುಮಕ್ಕಳು ತಂದೆಯೊಡನೆ, ಗಂಡು ಮಕ್ಕಳು ತಾಯಿಯೊಡನೆ ಎಂದೂ ಊಟವನ್ನು ಮಾಡುವುದಿಲ್ಲ. ಹಾಗೆ ಮಾಡಿದಲ್ಲಿ ಅದನ್ನು ಅಸಭ್ಯತೆ ಎನ್ನುತ್ತಾರೆ. ನನಗೆ ನೆನಪಿರುವ ಮಟ್ಟಿಗೆ, ನಾನು ಯಾವಾಗಲೂ ನನ್ನ ತಂದೆ ಮತ್ತು ಅಂಕಲ್‌ಗಳೊಟ್ಟಿಗೆ ಕುಳಿತು ತಿಂದಿರಬಹುದು. ಹಾಗೆಯೇ ನನ್ನ ಅಕ್ಕ-ತಂಗಿಯರಿಗೆ ನನ್ನ ತಾಯಿ ಬೇರೆ ಕೋಣೆಯಲ್ಲಿ ಬಡಿಸುತ್ತಿದ್ದರು.

ನಮ್ಮ ಸಂಪ್ರದಾಯದಲ್ಲಿ ಅನೇಕ ರೀತಿ-ನೀತಿಗಳನ್ನು ನಮ್ಮ ಹಿರಿಯರು ಬಳುವಳಿಯಾಗಿ ಬಿಟ್ಟು ಹೋಗಿದ್ದಾರೆ. ಅಮೇರಿಕೆಯ ಹಾಗೆ ನಮ್ಮಲ್ಲಿ ಅಪ್ಪ ಮತ್ತು ಅಮ್ಮನನ್ನು, ಹೆಣ್ಣುಮಕ್ಕಳು ಪ್ರೀತಿಯಿಂದ ಅಪ್ಪಿಕೊಳ್ಳುವುದು ಸಾಧ್ಯವಿಲ್ಲ. ಹಾಗೆ ಮಾಡಿದ್ದಲ್ಲಿ ಜನರು, "ಇವರ ಒಳ್ಳೆಯ ನಡತೆ ಏನಾಯಿತು?" ಎಂದುಕೊಳ್ಳುತ್ತಾರೆ. ಮಕ್ಕಳೂ ಸಹ ತಮ್ಮ ಹಿರಿಯರನ್ನು ಗೌರವಿಸುತ್ತಾರೆ. ಒಂದು ವೇಳೆ ನನ್ನ ತಂಗಿಗೆ ನೂರು ಕ್ವಾಚಾ ಕೊಟ್ಟು "ಓಡಿ ಹೋಗಿ ಬ್ರೆಡ್ ಕೊಂಡು ತಾ" ಎಂದರೆ, ಅವಳು ಒಂದು ಮಂಡಿಯೂರಿ ಹಣವನ್ನು ಪಡೆಯುತ್ತಾಳೆ. ಅದು ಅವಳ ಗೌರವ ಸೂಚಕ!

ಅಂದು ರಾತ್ರಿ ನಾವೆಲ್ಲರೂ ಒಟ್ಟಿಗೆ ಊಟಕ್ಕೆ ಕುಳಿತಿದ್ದೆವು. ಮೂಲೆಯಲ್ಲಿ ಸೀಮೆ ಎಣ್ಣೆಯ ದೀಪವು ಉರಿಯುತ್ತಾ ಕಪ್ಪು ಹೊಗೆ, ವಾಸನೆಯನ್ನು ಹೊರಹಾಕುತ್ತಿತ್ತು. ಅಮ್ಮ

ಒಂದು ನೀರಿನ ಹೂಜಿ ಮತ್ತು ಬೋಗುಣಿಯನ್ನು ಕೈ ತೊಳೆಯಲು ತಂದರು. ಪ್ರತಿ ಊಟದ ಮುನ್ನ ಮತ್ತು ಊಟವಾದ ನಂತರ ಕೈತೊಳೆಯುವುದು ವಾಡಿಕೆ. ನನ್ನ ತಂಗಿ ಡೋರಿಸ್ ಎಲ್ಲರ ಕೈಕೆಳಗೆ ಬೋಗುಣಿಯನ್ನು ಹಿಡಿದು, ಮೇಲಿನಿಂದ ನೀರನ್ನು ಸುರಿದಳು. ಕೈತೊಳೆದ ನಂತರ ಅಮ್ಮ ದೊಡ್ಡ ಪಾತ್ರೆಯನ್ನು ತಂದು ಮುಚ್ಚಳವನ್ನು ತೆರೆದರು.

ಸಾಮಾನ್ಯವಾಗಿ ಗೋಪುರದಂತಿರುತ್ತಿದ್ದ ಸೀಮ ಉಂಡೆಗಳು ಇಂದು ಕಾಣೆಯಾಗಿದ್ದವು. ಬದಲಾಗಿ ಅಲ್ಲಿ ಕಂಡಿದ್ದು ಒಂದೇ ಒಂದು ಮುದ್ದೆ. ಮತ್ತೊಂದು ಬಟ್ಟಲಿನಲ್ಲಿ ಸಾಸಿವೆ ಸೊಪ್ಪಿನ ಖಾದ್ಯವಿತ್ತು. ಒಬ್ಬರಿಂದ ಮತ್ತೊಬ್ಬರಿಗೆ ಸೀಮ ವರ್ಗಾವಣೆಯಾಗುತ್ತಾ ಕ್ಷಣಗಳಲ್ಲಿಯೇ ಕಣ್ಮರೆಯಾಯಿತು. ಪ್ರತಿಯೊಬ್ಬರಿಗೂ ಏಳೆಂಟು ಬಾರಿ ತಿನ್ನಲು ಸಿಕ್ಕಿದ್ದರೆ ಹೆಚ್ಚು! ಅಬ್ಬಾ, ನಮಗೆ ಏನೋ ತಿನ್ನಲು ಸಿಕ್ಕಿತು ಎನ್ನುವ ನೆಮ್ಮದಿ. ಆದರೆ ನಮ್ಮ ಹೆತ್ತವರ ಮುಖದಲ್ಲಿ ಹೇಳಲಾಗದ ನೋವು, ಆತಂಕ ಮನೆಮಾಡಿತ್ತು. ನಮ್ಮ ಉಗ್ರಾಣವು ಖಾಲಿಯಾಗುವ ವಾರಕ್ಕೆ ಮುನ್ನ ಅಂದರೆ ನವೆಂಬರ್ 22ರಂದು, ನನ್ನ ತಾಯಿ ಮತ್ತೊಂದು ಹೆಣ್ಣುಮಗುವಿಗೆ ಜನ್ಮವಿತ್ತರು.

ನಮ್ಮ ಸಂಸ್ಕೃತಿಯಲ್ಲಿ ಕಿರಿಯರು ಹಿರಿಯರಿಗೆ ಗೌರವವನ್ನು ಸೂಚಿಸಬೇಕೆಂದು ನಿಯಮವಿದೆಯಷ್ಟೇ. ಅದರ ಜೊತೆಗೆ, ಕಿರಿಯರು ದೊಡ್ಡವರಿಗೆ ಮನುಷ್ಯರ ದೇಹವನ್ನು ಕುರಿತು ಪ್ರಶ್ನೆಗಳನ್ನು ಕೇಳಬಾರದು. ನನ್ನ ತಾಯಿ ಈಚೆಗೆ ದಪ್ಪವಾಗಿದ್ದನ್ನು ಗಮನಿಸಿದ್ದೆ. ಆದರೆ ಆಕೆಯನ್ನು ಕೇಳುವ ಧೈರ್ಯವನ್ನು ನಾನು ಮಾಡಲಿಲ್ಲ. ನಮ್ಮ ಹಳ್ಳಿಯಲ್ಲಿ ಮಹಿಳೆಯು ಗರ್ಭಿಣಿಯಾದರೆ, ಆಕೆಗೆ ಈ ವಿಷಯವನ್ನು ಕೇಳಬಾರದು. ಆಕೆಯ ಪತಿ ಮತ್ತು ತಾಯಿಗೆ ಮಾತ್ರ ಆ ಅಧಿಕಾರವಿರುತ್ತದೆ!

ಅನೇಕ ಮಹಿಳೆಯರು ಮಗು ಹುಟ್ಟುವವರೆಗೂ ಮನೆಯಲ್ಲಿ ಉಳಿಯುವುದುಂಟು. ಎಷ್ಟೋ ಬಾರಿ ಮಕ್ಕಳಿಗೆ ತಮ್ಮ ತಂಗಿ–ತಮ್ಮ ಎಲ್ಲಿಂದ ಬಂದರು ಎಂದೂ ತಿಳಿದಿರುವುದಿಲ್ಲ. ತಮ್ಮ ಹೆತ್ತವರನ್ನು ಕೇಳಿದಾಗ "ಆಸ್ಪತ್ರೆಯಿಂದ ತಂದೆವು" ಎಂದೇ ಉತ್ತರಿಸುತ್ತಾರೆ. ನನ್ನ ತಂದೆ–ತಾಯಿ ಈ ಬಾರಿ ಪುಟ್ಟ ತಂಗಿಯೊಡನೆ ಮನೆಗೆ ಬಂದಾಗ, ನನ್ನ ಸಹೋದರಿಯರಿಗೆ ಖುಷಿಯೋ ಖುಷಿ. ಆದರೆ ನನ್ನ ಹೆತ್ತವರು ಬಹಳ ಚಿಂತಾಕ್ರಾಂತರಾಗಿದ್ದರು. ಅನೇಕ ದಿನಗಳವರೆಗೆ ಮಗುವಿಗೆ ಹೆಸರನ್ನೂ ಇಟ್ಟಿರಲಿಲ್ಲ.

ಹಳ್ಳಿಗಳಲ್ಲಿ ಆರೋಗ್ಯದ ಕಡೆಗೆ ಕಾಳಜಿಯು ಕಡಿಮೆ. ಹೀಗಾಗಿ ಮಕ್ಕಳು ಅಪೌಷ್ಟಿಕತೆ, ಮಲೇರಿಯಾ, ಡಯೇರಿಯಾ, ಹಸಿವುಗಳಿಂದ ಮರಣ ಹೊಂದುತ್ತವೆ. ಎಷ್ಟೋ ಬಾರಿ ಮಕ್ಕಳ ಹೆಸರೂ ಪರಿಸ್ಥಿತಿಗೆ ಪೂರಕವಾಗಿರುತ್ತದೆ. ಮಾಲಾವಿಯ ಉದ್ದಕ್ಕೂ ನೀವು ಸಿಂಕಾಲಿಟ್ಸಾ (ಹೇಗೂ ಸಾಯುತ್ತಿದ್ದೇನೆ), ಮಲಾಝಾನಿ (ನನ್ನನ್ನು ಕೊಂದು ಬಿಡು), ಮಲಿರೋ (ಅಂತಿಮ ಸಂಸ್ಕಾರ), ಮಂಡಾ (ಸಮಾಧಿ ಶಿಲೆ)... ಇಂತಹ ಹೆಸರುಗಳನ್ನು ಕಾಣಬಹುದು. ಎಷ್ಟೋ ಜನರು ದೊಡ್ಡವರಾದ ಬಳಿಕ, ಹೆಸರು ಬದಲಾಯಿಸಿಕೊಳ್ಳುತ್ತಾರೆ. ನನ್ನ ಅಜ್ಜಿ–ತಾತ ಅಪ್ಪಾಜಿಯ ಅಣ್ಣನೊಬ್ಬರಿಗೆ ಮಧ್ಝಿಮಾಂಗೆ (ಆತ್ಮಹತ್ಯೆ) ಎಂದು ಹೆಸರಿಟ್ಟಿದ್ದರಂತೆ. ನಂತರ ದೊಡ್ಡಪ್ಪ ಮುಸ್ಯೆವೇಲ್ (ಮರೆಯಬೇಡ) ಎಂದು ಬದಲಿಸಿಕೊಂಡರಂತೆ!

ನನ್ನ ತಂದೆ–ತಾಯಿ ಚಿಂತೆಗೀಡಾಗಿದ್ದರೂ, ನನ್ನ ಪುಟ್ಟ ತಂಗಿ ಆರೋಗ್ಯವಾಗಿ ಹುಟ್ಟಿದ್ದಳು. ಆರು ಪೌಂಡ್‌ನಷ್ಟು ತೂಕವಿದ್ದಳು. ಅವಳಿಗೆ ಟಿಯಾಮ್ಯೆಕ್(ದೇವರ ದಯೆ) ಎಂದು ಹೆಸರಿಟ್ಟರು.

ಇನ್ನು ಅರ್ಧ ಮೂಟೆಯಷ್ಟು ಹಿಟ್ಟು ಮಾತ್ರವೇ ಉಳಿದಿತ್ತು. ನಾವಿನ್ನು ವಗನ್ಯು ಆಗಿ ಊಟಕ್ಕಾಗಿ ಅಲೆಯುವ ದಿನಗಳು ದೂರವಿಲ್ಲ ಎಂದು ಖಾತ್ರಿಯಾಯಿತು. ಏನಾದರೂ ಪವಾಡ ಅಥವಾ ಒಳ್ಳೆಯ ಯೋಜನೆ ನಮ್ಮನ್ನು ಪಾರು ಮಾಡಬೇಕಿತ್ತು. ಮರುದಿನ ನನ್ನ ತಂದೆಗೆ ಅದ್ಭುತವಾದ ಯೋಚನೆಯೊಂದು ಹೊಳೆಯಿತು.

"ನಾಳೆಯಿಂದ ನಾವು ಒಂದಿಷ್ಟು ತಿಂಡಿಯನ್ನು ತಯಾರಿಸಿ ಮಾರೋಣ" ಎಂದು ಹೇಳಿದರು.

ಅಂದು ನನ್ನ ತಾಯಿ, ಕೊನೆಗೊಂದಿಷ್ಟು ಮಿಕ್ಕಿದ್ದ ಹಿಟ್ಟಿಗೆ ಸಕ್ಕರೆ ಮತ್ತೆ ಸೋಯ ಸೇರಿಸಿ ಝಿಗುಮು ಕೇಕ್ ತಯಾರಿಸಿದರು. ಈ ಆಹಾರದ ಮುಗ್ಗಟ್ಟಿನ ಸಂದರ್ಭದಲ್ಲಿ ನಮ್ಮದೇ ವ್ಯಾಪಾರವನ್ನು ಪ್ರಾರಂಭಿಸಿ ಲಾಭವನ್ನು ಗಳಿಸುವುದು ನನ್ನ ತಂದೆಯ ಉದ್ದೇಶವಾಗಿತ್ತು.

ನನ್ನ ತಾಯಿಯ ಅಡುಗೆಯ ಪರಿಮಳವು ಮನೆಯ ಗೋಡೆಯನ್ನು ದಾಟಿ, ಅಕ್ಕಪಕ್ಕದ ಮನೆಗಳನ್ನು ತಲುಪಿತ್ತು. ದಾರಿಹೋಕರೆಲ್ಲರೂ ಒಂದು ಗಳಿಗೆ ನಿಂತು, ಓ ಏನು ವಿಶೇಷ? ಎಂದುಕೊಂಡು ಹೋಗುತ್ತಿದ್ದರು. ಪ್ರತಿಬಾರಿ ಹೀಗೆ ಅಮ್ಮ ಸಿಹಿ ತಿಂಡಿ ಮಾಡಿದಾಗಲೆಲ್ಲಾ ಪಾತ್ರೆಗೆ ಮೆತ್ತಿಕೊಂಡಿದ್ದನ್ನು ಕೆರೆದು ನಮಗೆ ಕೊಡುತ್ತಿದ್ದರು. ಅದನ್ನು ನಾವು ಮಕ್ಕಳು VP ('ವಾಪಾಸಿ ಪಾಟ್' – ಪಾತ್ರೆಯ ತಳಕ್ಕೆ ಮೆತ್ತಿಕೊಂಡಿರುವುದು ಎಂದರ್ಥ) ಎಂದು ಹೆಸರಿಟ್ಟಿದ್ದೆವು. ಅಮ್ಮ VP ಕೊಡುತ್ತಾರೇನೋ ಎಂದು ಅಲ್ಲಿಯೇ ಸುಳಿದಾಡಿಕೊಂಡು ಇರುತ್ತಿದ್ದೆವು. ಈ ಬಾರಿಯೂ ಏನಾದರೂ ಸಿಗಬಹುದೇನೋ ಎನ್ನುವ ಆಸೆಯಿಂದ, "ಅಮ್ಮ, VP" ಎಂದೆ. "VP ಇಲ್ಲ, ಖಾಲಿ ಪಾತ್ರೆಯಷ್ಟೇ" ಎಂದು ತಳವನ್ನು ತೋರಿಸಿದರು.

ಅಂದು ರಾತ್ರಿ ನನ್ನ ತಂದೆ, ಹಳೆಯ ಮರದ ಹಲಗೆಗಳಿಂದ ಪೆಟ್ಟಿಗೆ ಅಂಗಡಿಯನ್ನು ಕಟ್ಟಿದರು. ಮರುದಿನ ಮುಂಜಾನೆ ನನ್ನ ತಾಯಿ ಇಪೋಂಗಾ ಬಾರ್ಬರ್ ಶಾಪ್ ಎದುರು ತಮ್ಮ ಅಂಗಡಿಯನ್ನು ತೆರೆದರು. ನನ್ನ ತಾಯಿಯ ಕೇಕ್ ಹೊಟ್ಟೆಯಲ್ಲಿ ದಿಂಡಾಗಿ ಇರುತ್ತಿತ್ತು. ತಕ್ಷಣಕ್ಕೆ ಹಸಿವಾಗುತ್ತಿರಲಿಲ್ಲ. ಹಿಟ್ಟನ್ನು ಕೊಳ್ಳಲು ಹಣವಿಲ್ಲದ ಜನರು ಈ ಕೇಕ್ ಕೊಂಡು ತಿನ್ನುತ್ತಿದ್ದರು. ಒಮ್ಮೊಮ್ಮೆ ಕೇವಲ ಇಪ್ಪತ್ತು ನಿಮಿಷಗಳಲ್ಲಿ ಎಲ್ಲ ಕೇಕ್‌ಗಳು ಮಾರಾಟವಾಗುತ್ತಿದ್ದವು.

ಮಂಗೋಚಿ ನನ್ನ ತಂದೆಗೆ ಒಳ್ಳೆಯ ಸ್ನೇಹಿತರು. ನನ್ನ ತಾಯಿಯ ಕೇಕ್ ಮಾರಾಟದ ಹಣದಿಂದ, ಮಂಗೋಚಿ ಅಂಗಡಿಯಲ್ಲಿ ಹಿಟ್ಟನ್ನು ಕೊಳ್ಳುವುದು ಎಂದು ಒಪ್ಪಂದವಾಗಿತ್ತು.

ನನ್ನ ತಾಯಿ ಮನೆಗೆ ತರುತ್ತಿದ್ದ ಹಿಟ್ಟಿನಲ್ಲಿ, ಅರ್ಧದಷ್ಟನ್ನು ಮರುದಿನ ಕೇಕ್ ಮಾಡಲು ತೆಗೆದಿಡುತ್ತಿದ್ದರು. ಇನ್ನುಳಿದ ಹಿಟ್ಟಿನಲ್ಲಿ ನಮಗೆ ಸೀಮ ತಯಾರಿಸುತ್ತಿದ್ದರು. ಹೀಗೆ ಇನ್ನೆಷ್ಟು ದಿನ ನಡೆಯುವುದೋ ನನಗೆ ಗೊತ್ತಿರಲಿಲ್ಲ.

"ವ್ಯಾಪಾರವು ಆದಷ್ಟು ದಿನ ನಡೆದುಕೊಂಡು ಹೋಗಲಿ. ನಾವು ಜೀವನ ನಡೆಸಲು ಸಾಧ್ಯವಾದರೆ, ಅದೇ ನಮಗೆ ಸಿಗುವ ದೊಡ್ಡ ಲಾಭ" ನನ್ನ ತಂದೆ ಈ ವ್ಯಾಪಾರವನ್ನು ಸಮರ್ಥಿಸಿಕೊಂಡರು.

ನನ್ನ ತಾಯಿ ವ್ಯಾಪಾರವನ್ನು ಪ್ರಾರಂಭಿಸಿದ ಸ್ವಲ್ಪ ದಿನಗಳಲ್ಲಿ, ಒಂದು ವಿಚಿತ್ರವಾದ ಘಟನೆಯು ಜರುಗಿತು. ಒಂದು ಭಾನುವಾರದಂದು ಅಮ್ಮ ಯಥಾ ಪ್ರಕಾರ ತಮ್ಮ ಕೇಕ್ ಮಾಡಲು ಸಿದ್ಧರಾಗುತ್ತಿದ್ದರು. ಆಗ ಮನೆಯ ಅಂಗಳದಲ್ಲಿ ನನ್ನಕ್ಕ ಆನೀಯ ಜೊತೆಗೆ ಇಬ್ಬರು ತರುಣರು ಮಾತನಾಡುತ್ತಿರುವುದು ಕಾಣಿಸಿತು. ನನ್ನ ಸಹೋದರಿಯರಿಗೆ ಗಂಡು ಹುಡುಗರ ಜೊತೆಗೆ ಮಾತನಾಡಲು ಅನುಮತಿಯಿರಲಿಲ್ಲ. ನನ್ನ ತಾಯಿ ಸಂಶಯದಿಂದ ಏನೆಂದು ವಿಚಾರಿಸಿದರು.

"ಅಮ್ಮ, ಇವರಿಬ್ಬರೂ ನಮ್ಮ ಶಾಲೆಯ ಹತ್ತಿರವಿರುವ ಖಾಸಗಿ ಶಾಲೆಯಲ್ಲಿ ಶಿಕ್ಷಕರು. ಈ ಊರಿನಲ್ಲಿರುವ ತಮ್ಮ ಗೆಳೆಯರನ್ನು ನೋಡಲು ಬಂದಿದ್ದಾರೆ. ನಾನೂ ಅವರ ಜೊತೆ ಹೋಗಬಹುದೇ?" ಎಂದು ಆನೀ ಕೇಳಿಕೊಂಡಳು.

ನನ್ನ ತಾಯಿ ಅವರಿಗೆ ಪರಸ್ಪರ ಪರಿಚಯವಿರಬಹುದು ಎಂದು ಭಾವಿಸಿ ಒಪ್ಪಿಗೆ ಯನ್ನಿತ್ತರು. ನಂತರ ಅವರೂ ತಮ್ಮ ಕೇಕ್ ಮಾರಲು ಮಾರುಕಟ್ಟೆಗೆ ತೆರಳಿದರು. ಅಂದು ಭಾನುವಾರವಾದ್ದರಿಂದ, ನನ್ನ ತಂದೆ ತಮ್ಮ ಗೆಳೆಯರನ್ನು ನೋಡಲು ಎಸ್ಟೇಟ್‌ಗೆ ಹೋಗಿದ್ದರು. ನಾವೆಲ್ಲರೂ ವ್ಯಾಪಾರ ಕೇಂದ್ರದಲ್ಲಿದ್ದೆವು. ಒಂಬತ್ತು ವರ್ಷದ ನನ್ನ ತಂಗಿ ಡೋರಿಸ್ ಒಬ್ಬಳೇ ಮನೆಯನ್ನು ನೋಡಿಕೊಂಡಿದ್ದಳು.

ನನ್ನ ತಾಯಿ ವ್ಯಾಪಾರವನ್ನು ಮುಗಿಸಿ ಮಧ್ಯಾಹ್ನದ ವೇಳೆಗೆ ಮನೆಗೆ ಬಂದರು. ರಾತ್ರಿಯ ಊಟಕ್ಕೆ ಯಾವ ಸಿದ್ಧತೆಯಿಲ್ಲದಿರುವುದನ್ನು ಗಮನಿಸಿ, "ಡೋರಿಸ್, ಯಾಕಿನ್ನೂ ಒಲೆಯನ್ನು ಹಚ್ಚಿಲ್ಲ? ನಿನ್ನಕ್ಕ ಎಲ್ಲಿ?" ಎಂದು ಪ್ರಶ್ನಿಸಿದರು.

"ಅಕ್ಕ ಆ ಇಬ್ಬರು ಹುಡುಗರ ಜೊತೆಗೆ ಹೊರಗೆ ಹೋದಳು."

"ಅವಳಿನ್ನೂ ಮನೆಗೆ ಬಂದಿಲ್ಲವಾ?"

ಡೋರಿಸ್ ಇಲ್ಲವೆಂದು ತಲೆಯಾಡಿಸಿದಳು.

ರಾತ್ರಿ ಮನೆಗೆ ಬಂದ ನನ್ನ ತಂದೆ, ಆನೀ ಎಲ್ಲೆಂದು ಕೇಳಿದರು. ಅಮ್ಮನಿಗೆ ಆ ಇಬ್ಬರು ತರುಣರ ಬಗ್ಗೆ ಹೇಳಲು ಇಷ್ಟವಿರಲಿಲ್ಲ, ಹೀಗಾಗಿ ತಮಗೆ ಗೊತ್ತಿಲ್ಲವೆಂದರು. ಊಟದ ಸಮಯಕ್ಕಾದರೂ ಆನೀ ಬರಬಹುದು ಎಂದು ಭಾವಿಸಿದ ನನ್ನ ತಾಯಿ ನಿಜ ಸಂಗತಿಯನ್ನು ತಿಳಿಸಲಿಲ್ಲ. ಆದರೆ ಊಟದ ಹೊತ್ತಿಗೂ ಅಕ್ಕ ಬರಲಿಲ್ಲ.

ನನ್ನ ತಂದೆಗೆ ದಿಗಿಲಾಯಿತು. ಕೋಪದಿಂದ ನನ್ನ ತಾಯಿಯನ್ನು ಪುನಃ ಕೇಳಿದರು, "ನನ್ನ ಮಗಳೆಲ್ಲಿ?"

"ನನಗೆ ಗೊತ್ತಿಲ್ಲ."

"ನೀನು ಅವಳ ತಾಯಿ, ನಿನಗೆ ಗೊತ್ತಿಲ್ಲವೆಂದರೆ ಹೇಗೆ? ನಿಜ ಹೇಳು..."

"ನಿಮ್ಮ ದಮ್ಮಯ್ಯ ನನಗೆ ಗೊತ್ತಿಲ್ಲ."

ಚಿಂತೆಗೀಡಾದ ನನ್ನ ತಾಯಿ ಟಾರ್ಚ್‌ಹಿಡಿದು ರಸ್ತೆಗಿಳಿದರು. ಅಕ್ಕಪಕ್ಕದ ಮನೆಗಳಲ್ಲಿ, ಅಂಗಡಿಗಳಲ್ಲಿ, ಮಾರುಕಟ್ಟೆಯಿಂದ ಬರುತ್ತಿದ್ದ ಜನರನ್ನು ಆನೀಯ ಬಗ್ಗೆ ವಿಚಾರಿಸಿದರು. ಎಲ್ಲೂ ಅಕ್ಕನ ಸುಳಿವು ಸಿಗಲಿಲ್ಲ. ಕೊನೆಗೆ ಅಮ್ಮ ಅಳುತ್ತಾ ಮನೆಗೆ ಬಂದರು. ಬಂದವರೇ ಡೋರಿಸ್‌ಗೆ ಜೋರಾಗಿ ಕೇಳಿದರು.

"ನಿಜ ಹೇಳು ಡೋರಿಸ್, ನೀನು ಏನು ನೋಡಿದೆ? ಅವರು ಎಲ್ಲಿ ಹೋದರು?"

ಹೆದರಿದ ಡೋರಿಸ್ ನನ್ನ ತಾಯಿಗೆ ನಿಜ ಸಂಗತಿಯನ್ನು ತಿಳಿಸಿದಳು. ಅಕ್ಕ ಆ ಇಬ್ಬರು ತರುಣರ ಜೊತೆಗೆ ಹೋಗಿದ್ದಳು. ಜೊತೆಗೆ ಒಂದು ಚೀಲವನ್ನೂ ಕೂಡ ತೆಗೆದು ಕೊಂಡು ಹೋಗಿದ್ದಳು. ಡೋರಿಸ್‌ಗೆ ನಿಜ ವಿಷಯವನ್ನು ಯಾರಿಗೂ ಹೇಳಬೇಡ ಎಂದೂ ಹೇಳಿದ್ದಳು.

ನನ್ನ ತಾಯಿ ತಕ್ಷಣವೇ ಆನೀಯ ಕೋಣೆಗೆ ಹೋಗಿ ನೋಡಿದರು. ಅಲ್ಲಿ ಅವಳ ಶಾಲೆಯ ಯೂನಿಫಾರ್ಮ್ ಮತ್ತು ಪುಸ್ತಕಗಳಿದ್ದವು. ಆದರೆ ಅವಳ ಬಟ್ಟೆಬರೆ, ಶಾಲೆಯ ಚೀಲ ಎಲ್ಲವನ್ನೂ ತೆಗೆದುಕೊಂಡು ಹೋಗಿದ್ದಳು. ಹಾಗೇ ಅಕ್ಕ ಬಿಟ್ಟು ಹೋಗಿದ್ದ ಒಂದು ಚೀಟಿ ಅಮ್ಮನ ಕಣ್ಣಿಗೆ ಬಿದ್ದಿತು. ಚಿಚೆವಾದಲ್ಲಿ ಬರೆಯಲಾಗಿತ್ತು – "ನಾನು ಆ ಶಿಕ್ಷಕನನ್ನು ಮದುವೆಯಾಗಿರುವೆ. ನಾನು ಕ್ಷೇಮವಾಗಿದ್ದೀನಿ, ಚಿಂತಿಸಬೇಡಿ."

ಅಷ್ಟು ಹೊತ್ತಿಗೆ ನನ್ನ ತಂದೆಯೂ ಆ ಕೋಣೆಗೆ ಬಂದರು. ನನ್ನ ತಾಯಿ ಆ ಚೀಟಿಯನ್ನು ಓದಿ ಹೇಳಲು, ನನ್ನ ತಂದೆ ಕೆಂಡಾಮಂಡಲವಾದರು.

"ಆ ಹುಡುಗ ಯಾರು?"

"ನನಗೆ ಗೊತ್ತಿಲ್ಲ..."

"ನನಗೆ ಈಗಲೇ ಹೇಳು, ಅವನು ಯಾರು ಎಂದು ಹೋಗಿ ಹುಡುಕುತ್ತೇನೆ."

"ನನಗೆ ನಿಜವಾಗಿಯೂ ಅವನು ಯಾರು ಎಂದು ಗೊತ್ತಿಲ್ಲ."

ನನ್ನ ತಂದೆಗೆ ವಿಪರೀತ ಸಿಟ್ಟು ಬಂದಿತ್ತು. ಮನೆಯಲ್ಲಿ ಅತ್ತಿತ್ತ ಶತಪಥ ಓಡಾಡುತ್ತಿದ್ದರು. ನಾನು ಹೋದರೆ ನನಗೆಲ್ಲಿ ಏಟು ಬೀಳುವುದೋ ಎಂದು ಹೆದರಿ, ನನ್ನ ಕೋಣೆಯನ್ನು ಬಿಟ್ಟು ಕದಲಲಿಲ್ಲ.

"ನನ್ನ ಮಗಳನ್ನು ಬಚ್ಚಿಟ್ಟು, ನೀನು ಸುಳ್ಳು ಹೇಳುತ್ತಿರುವೆ. ನಿನಗೆ ಅವಳೆಲ್ಲಿ ಎಂದು ತಿಳಿದಿದೆ. ನನ್ನ ಮಗಳು ನನಗೆ ಮರಳಿ ಬೇಕು" ನನ್ನ ತಂದೆ ಅಬ್ಬರಿಸಿದರು.

"ಇಲ್ಲಾರಿ, ನಿಮಗೆ ಹೇಳಿದೆನಲ್ಲಾ, ನನಗೆ ಗೊತ್ತಿಲ್ಲ."

ಆನೀ ಫ಼ಾರ್ಮ್–2 ಪರೀಕ್ಷೆಗಳಲ್ಲಿ ಉತ್ತೀರ್ಣಳಾಗಿ, ಪ್ರೌಢಶಾಲೆಯ ಮೊದಲ ವರ್ಷಕ್ಕ

ತಯಾರಿ ನಡೆಸುತ್ತಿದ್ದಳು. ನನ್ನ ತಂದೆಗೆ ಅವಳ ಬಗ್ಗೆ ವಿಪರೀತ ಹೆಮ್ಮೆಯಿತ್ತು. ನೆಂಟರು, ಸ್ನೇಹಿತರು, ವ್ಯಾಪಾರಸ್ಥರು... ಎಲ್ಲರ ಮುಂದೆಯೂ ಅವಳನ್ನು ಹೊಗಳುತ್ತಿದ್ದರು.

ಮನೆಯಲ್ಲಿ ನನ್ನ ಅಕ್ಕ-ತಂಗಿಯರನ್ನು ಕೂರಿಸಿಕೊಂಡು ಹೇಳುತ್ತಿದ್ದರು, "ನಿನ್ನೆ ಬ್ಯಾಂಕಿನಲ್ಲಿ ಒಬ್ಬಳು ಹುಡುಗಿಯು ಕೆಲಸ ಮಾಡುತ್ತಿರುವುದನ್ನು ನೋಡಿದೆ. ನೋಡಲು ನಿನ್ನ ಹಾಗೇಯೇ ಇದ್ದಳು."

ನನ್ನ ಹೆತ್ತವರು ಪ್ರಾಥಮಿಕ ಶಾಲೆಯ ಹಂತವನ್ನೂ ದಾಟಿರಲಿಲ್ಲ. ಹಾಗಾಗಿ ಅವರಿಗೆ ತಮ್ಮ ಮಕ್ಕಳು ಓದಲಿ, ಮುಂದೆ ಬರಲಿ ಎಂದು ಬಹಳ ಆಸೆಯಿತ್ತು. ಎಷ್ಟೇ ಕಷ್ಟವಿದ್ದರೂ ಅಕ್ಕನನ್ನು ಶಾಲೆಗೆ ಕಳುಹಿಸುತ್ತಿದ್ದರು. ಆದರೆ ಈಗ ಅವಳು ನಮಗೆ ವಿದಾಯವನ್ನೂ ಹೇಳದೇ ಹೋಗಿದ್ದಳು.

"ನನ್ನ ಮಗಳು, ಹಣ ಎಲ್ಲವನ್ನೂ ಕಳೆದುಕೊಂಡೆ. ಅಯ್ಯೋ, ಅವಳೆಂಥಾ ಮೂರ್ಖ ಹುಡುಗಿ... "ನನ್ನ ತಂದೆ ಪೇಚಾಡತೊಡಗಿದರು.

ಅಂದು ರಾತ್ರಿ, ಆನೀ ತನ್ನ ಗೆಳೆಯನೊಡನೆ ಇರುತ್ತಾಳೆಂದು ಅವರಿಗೆ ತಿಳಿದಿತ್ತು. ಒಂದು ವೇಳೆ ಅವರ ಯೋಜನೆಯು ಯಶಸ್ವಿಯಾಗದೇ, ಅವರು ಮದುವೆಯಾಗದಿದ್ದರೂ ನಮ್ಮ ಮನೆಯಲ್ಲಿ ಆನೀಗೆ ಸ್ಥಾನವಿರಲಿಲ್ಲ. ಅಕ್ಕ ತನ್ನನ್ನು, ನಮ್ಮ ಕುಟುಂಬವನ್ನು ಕಳಂಕಕ್ಕೆ ಈಡುಮಾಡಿದ್ದಳು. ಇದು ನನ್ನ ತಂದೆಯ ಹೃದಯವನ್ನು ಘಾಸಿ ಮಾಡಿತ್ತು.

ಅಕ್ಕ 'ಮೈಕ್' ಎನ್ನುವ ಶಿಕ್ಷಕನನ್ನು ವರಿಸಿದ್ದಳು. ಅವರಿಬ್ಬರೂ ಕೆಲವು ಸಮಯದ ಹಿಂದೆಯೇ ಭೇಟಿಯಾಗಿ ಪರಸ್ಪರ ಪ್ರೀತಿಸುತ್ತಿದ್ದರು. ಯಾರಿಗೂ ತಿಳಿಯದಂತೆ, ಮೈಕ್ ಹಿಂದಿನ ದಿವಸ ಅಕ್ಕನನ್ನು ಭೇಟಿಯಾಗಿ – "ನಾನು ನಾಳೆ ನಿನ್ನನ್ನು ಕರೆದುಕೊಂಡು ಹೋಗುತ್ತೇನೆ. ಇನ್ನು ಮುಂದೆ ನೀನು ಈ ಊರಿನಲ್ಲಿ ಇರುವುದು ಬೇಡ" ಎಂದು ಹೇಳಿದ್ದನು. ಅವನ ಗೆಳೆಯನೂ ಜೊತೆಗೆ ಬಂದು, ಅಕ್ಕನ ಚೀಲವನ್ನು ಕೊಂಡೊಯ್ದಿದ್ದನು. ಹೀಗಾಗಿ ನಮಗೆ ಸಂಶಯ ಬರುವ ಆಸ್ಪದವಿರಲಿಲ್ಲ. ಅಂದು ರಾತ್ರಿ ಅವರಿಬ್ಬರೂ ಮೈಕ್‌ನ ಗೆಳೆಯನ ಮನೆಯಲ್ಲಿ ತಂಗಿದ್ದು, ಮರುದಿನ ಮೈಕ್‌ನ ಮನೆಗೆ ಹೊರಟರು.

ನಮ್ಮಲ್ಲಿ ಸಾಮಾನ್ಯವಾಗಿ ಒಂದು ಹುಡುಗಿ ಹುಡುಗನನ್ನು ಇಷ್ಟಪಟ್ಟರೆ, ಆಕೆ ಅವನಿಗೆ ತನ್ನ ಕುಟುಂಬದವರನ್ನು ಭೇಟಿ ಮಾಡಲು ಆಹ್ವಾನಿಸುತ್ತಾಳೆ. ಅವನು ಅನೇಕ ವಾರಗಳ ಕಾಲ ಅವಳ ಮನೆಗೆ ಭೇಟಿಯನ್ನು ನೀಡುತ್ತಾನೆ. ಎಲ್ಲವೂ ಸರಿಯೆನಿಸಿದರೆ ಮದುವೆಯ ಪ್ರಸ್ತಾಪವನ್ನು ಮಾಡುತ್ತಾನೆ. ನಂತರ ವಧುವು, ತನ್ನ ಸೋದರಮಾವನೊಡನೆ ಮಾತನಾಡುವುದಾಗಿ ತಿಳಿಸುತ್ತಾಳೆ. ವಧುವಿನ ತಾಯಿ ತನ್ನ ಗಂಡನಿಗೆ, ಆತ ವಧುವಿನ ಸೋದರಮಾವನಿಗೆ ಈ ವಿಷಯವನ್ನು ತಿಳಿಸುತ್ತಾರೆ. ವರನ ಸೋದರಮಾವ ಮತ್ತು ವಧುವಿನ ಸೋದರಮಾವ ಇಬ್ಬರೂ ಕಲೆತು ವಧುದಕ್ಷಿಣೆ, ಮುಂದಿನ ಏರ್ಪಾಡುಗಳ ಬಗ್ಗೆ ನಿರ್ಧರಿಸುತ್ತಾರೆ.

ವಧುದಕ್ಷಿಣೆಯ ಜೊತೆಗೆ ವರನ ಕುಟುಂಬವು, ಮದುವೆಯ ಖರ್ಚು, ಆರತಕ್ಷತೆಯ ವೆಚ್ಚ, ಊಟ-ಪೇಯಗಳು, ವಾಹನ ಸೌಕರ್ಯ ಇವುಗಳನ್ನೂ ಭರಿಸಬೇಕಾಗುತ್ತದೆ.

ನಮ್ಮಲ್ಲಿ ಪುರುಷರಿಗೆ ಮದುವೆಯೆಂದರೆ ಬಿಳಿ ಆನೆಯನ್ನು ಸಾಕಿದಂತೆ. ಅದಕ್ಕೇ ಏನೋ, ಮಾಲಾವಿಯಲ್ಲಿ ಅನೇಕ ಚಿಕ್ಕ ವಯಸ್ಸಿನ ಅವಿವಾಹಿತ ಪುರುಷರು ಇರುವುದು!

ನನ್ನಕ್ಕನ ಪ್ರಿಯಕರ ಮೈಕ್ ಹೀಗೆ ಏನೊಂದನ್ನೂ ಮಾಡಲಿಲ್ಲ. ಆನೀ ಹೊರಟ ಮೂರು ವಾರಗಳ ಬಳಿಕ ನಮ್ಮ ಮನೆಗೆ ಪತ್ರವೊಂದು ಬಂದಿತು. ಮೈಕ್‌ನ ಹೆತ್ತವರು ಮದುವೆಯ ಸಿದ್ಧತೆಗಳನ್ನು ಕುರಿತಾಗಿ ಪತ್ರವನ್ನು ಬರೆದಿದ್ದರು. ಜೊತೆಗೆ ವಧುದಕ್ಷಿಣೆಯನ್ನು ಎಲ್ಲಿ ಪಡೆಯಬಹುದು ಎಂದೂ ತಿಳಿಸಿದ್ದರು. ಅವರು ಹೇಳಿದ ಮೊತ್ತದಲ್ಲಿ, ಅರ್ಧ ಹಣವಷ್ಟೇ ನಮಗೆ ತಲುಪಿತು! ಇದಾದ ಒಂದು ವರ್ಷದವರೆಗೂ ನಮಗೆ ಅಕ್ಕನ ಬಗ್ಗೆ ಯಾವ ಸುದ್ದಿಯೂ ತಿಳಿಯಲಿಲ್ಲ.

ಅಕ್ಕ ಹೊರಟ ಮೇಲೆ ನನ್ನ ತಂದೆ ಮಂಕಾದರು. ಮುಂಚಿನಂತೆ ಹಾಸ್ಯ ಮಾಡುವುದು, ಜೋರಾಗಿ ನಗುವುದು, ಸದಾ ಆಶಾವಾದಿಯಾಗಿ ಇರುವುದು ಕಡಿಮೆಯಾಯಿತು. ದಿನ ಕಳೆದಂತೆ ಅವರು ಮೌನವಾಗಿ ತಮ್ಮಷ್ಟಕ್ಕೆ ತಾವು ಇರತೊಡಗಿದರು. ಕ್ಷಾಮದ ಪರಿಸ್ಥಿತಿಯಲ್ಲಿ ನಮ್ಮ ತಂದೆ ಹೀಗಿರುವುದು ನಮ್ಮನ್ನು ಧೃತಿಗೆಡಿಸಿತ್ತು. ನಮಗೆ ಅಕ್ಕನ ಬಗ್ಗೆ ಬೇಸರವಿದ್ದರೂ, ಅವಳ ಪಾಲಿನ ಊಟ ನಮ್ಮೆಲ್ಲರಿಗೂ ಸಿಗುತ್ತದೆ ಎಂದು ನಾವು ಬೇಸರವನ್ನು ತೋರ್ಪಡಿಸಿಕೊಳ್ಳಲಿಲ್ಲ.

ಇದಾದ ಒಂದು ವಾರದ ಬಳಿಕ ನನ್ನ ತಾಯಿ ವ್ಯಾಪಾರವನ್ನು ಮುಗಿಸಿಕೊಂಡು ಬರುತ್ತಿದ್ದರು. ಟಾರ್ಪಾಲಿನ್ ಹೊದಿಕೆಯುಳ್ಳ ದೊಡ್ಡ ಲಾರಿಯೊಂದು ಅವರ ಮುಂದೆಯೇ ಹಾದು ಹೋಯಿತು. ಅಕ್ಕಪಕ್ಕದ ವರ್ತಕರು ಅದರಲ್ಲಿ ಜೋಳವಿದೆಯೆಂದೂ, ಚಮಾಮಾ ದಲ್ಲಿರುವ ADMARC ಕೇಂದ್ರಕ್ಕೆ ಸಾಗಿಸುತ್ತಿದ್ದಾರೆ ಎಂದೂ ಹೇಳಿದರು. ಮನೆಗೆ ಬಂದ ನನ್ನ ತಾಯಿ ನನ್ನನ್ನು ಕರೆದು –

"ನೀನು ನಾಳೆ ಮುಂಜಾನೆ ಚಮಾಮಾಗೆ ಹೊರಡು. ಬೇಗನೇ ಮನೆಯನ್ನು ಬಿಟ್ಟರೆ ಒಳ್ಳೆಯದು" ಎಂದು ಆದೇಶಿಸಿದರು.

"ಚಮಾಮಾ ನಮ್ಮ ಮನೆಯಿಂದ ಹದಿನೈದು ಕಿ.ಮೀ. ದೂರವಿದೆ..." ನಾನು ಹಿಂದುಮುಂದು ನೋಡಿದೆ.

"ಅಮ್ಮ ನಿನಗೆ ಖಾತರಿಯಾಗಿ ಗೊತ್ತಾ, ಅದರಲ್ಲಿ ಜೋಳವಿದೆ ಎಂದು? ಗೊಬ್ಬರವೂ ಆಗಿರಬಹುದು."

"ನಾನು ಹೇಳಿದ ಮಾತು ಕೇಳುತ್ತೀಯೋ ಇಲ್ಲವೋ? ಮುಂಜಾನೆ ಹೊರಡು..."

ನನ್ನ ತಾಯಿ ಹೇಳಿದ್ದು ನಿಜವಾದರೆ, ಇದು ಬಹಳ ಒಳ್ಳೆಯ ಸುದ್ದಿಯಾಗಿತ್ತು. ಈಗ ಒಂದು ಪೈಲಿನಷ್ಟು ಜೋಳಕ್ಕೆ ಎಂಟುನೂರು ಕ್ವಾಚಾ ಬೆಲೆ. ಬರುವ ದಿನಗಳಲ್ಲಿ ಬೆಲೆ ಹೆಚ್ಚಾಗುವ ಸಂಭವವಿತ್ತು. ಹೀಗಾಗಿ ೦ಆಂ೦ಖಅ ಕೇಂದ್ರದಲ್ಲಿ ರಿಯಾಯತಿ ದರದಲ್ಲಿ ಜೋಳವು ದೊರೆತರೆ, ನಮಗೆ ಒಳ್ಳೆಯದೇ!

ಮರುದಿನ ನಾನು ಮುಂಜಾನೆ ಐದು ಗಂಟೆಗೇ ಎದ್ದು, ಸೈಕಲ್ಲಿನಲ್ಲಿ ಚಮಾಮಾ ಕಡೆಗೆ ಹೊರಟೆ. ಬೇಗ ತಲುಪಲು ಕಾಲುದಾರಿಯಲ್ಲಿ ಸಾಗಿದೆ. ದಾರಿಯುದ್ದಕ್ಕೂ, ನನ್ನಂತೆಯೇ ಖಾಲಿ ಚೀಲವನ್ನು ಹಿಡಿದ ಜನರು ಚಮಾಮಾ ಕಡೆಗೆ ಧಾವಿಸುತ್ತಿರುವುದು ಕಾಣಿಸಿತು.

"ಚಮಾಮಾ?" ನಾನು ಜೋರಾಗಿ ಕೂಗಿದೆ.

"ಹೌದು ಹೌದು..." ಜನರು ಉತ್ತರಿಸಿದರು.

ADMARC ಕೇಂದ್ರವು, ಚಮಾಮಾ ವ್ಯಾಪಾರ ಕೇಂದ್ರದ ಮಧ್ಯಭಾಗದಲ್ಲಿತ್ತು. ಜನರ ಸಾಲು ADMARC ಬಾಗಿಲಿನಿಂದ ರಸ್ತೆಯ ಉದ್ದಕ್ಕೂ ಬೆಳೆದಿತ್ತು. ಮಹಿಳೆ ಮತ್ತು ಪುರುಷರಿಗೆ ಪ್ರತ್ಯೇಕವಾದ ಸಾಲುಗಳಿದ್ದವು. ಪ್ರತಿ ನಿಮಿಷವೂ ಜನರ ಸಾಲು ದೊಡ್ಡದಾಗುತ್ತಲೇ ಹೋಯಿತು. ಸೈಕಲ್ ಒಂದೆಡೆ ನಿಲ್ಲಿಸಿ ಸರತಿಯಲ್ಲಿ ನಿಂತೆ.

ಆಗಿನ್ನೂ ಬೆಳಗಿನ ಆರು ಗಂಟೆಯ ಸಮಯ. ತಂಪಾದ ಹವೆಯಿಂದಾಗಿ ಜನರು ಉತ್ಸಾಹಭರಿತರಾಗಿದ್ದರು. ಸೂರ್ಯನು ನೆತ್ತಿಯ ಮೇಲೆ ಬರಲು, ಜನರ ಚಡಪಡಿಕೆಯೂ ಹೆಚ್ಚಾಯಿತು. ಹಸಿವು ಎಂತಹ ಮಹಾಮಾರಿ, ವಿನಾಶಕಾರಿ ಎಂದು ನನಗಾಗ ಅರ್ಥ ವಾಯಿತು. ಅಲ್ಲಿದ್ದ ಜನರು ಕೃಶರಾಗಿ, ಬಳಲಿ ಬೆಂಡಾಗಿದ್ದರು. ರಾತ್ರಿಯಿಡೀ ನಿದ್ದೆಯಿಲ್ಲದೇ ಅವರ ಬತ್ತಿಹೋದ ಕೆನ್ನೆ ಮತ್ತು ಕಣ್ಣುಗಳು ಎದ್ದು ಕಾಣುತ್ತಿದ್ದವು. ವಾರಗಟ್ಟಲೆ ಸರಿಯಾದ ಆಹಾರವನ್ನೂ ತಿಂದಿರಲಿಲ್ಲ. ADMARC ಒಂದೇ ಅವರನ್ನು ಹಸಿವಿನಿಂದ ಪಾರು ಮಾಡಬೇಕಿತ್ತು. ಒಂದು ವೇಳೆ ಪರಿಸ್ಥಿತಿ ಬಿಗಡಾಯಿಸಿದಲ್ಲಿ, ಜನರನ್ನು ದೇವರೇ ಕಾಪಾಡಬೇಕಿತ್ತು.

ನನ್ನ ಮುಂದಿದ್ದ ಮುದುಕರೊಬ್ಬರು, ಹೆಚ್ಚು ಹೊತ್ತು ನಿಲ್ಲಲಾರದೇ ಕುಸಿದರು. ಅವರ ಉಸಿರಾಟವೂ ಭಾರವಾಗಿ, ಕೈ–ಕಾಲು ತಣ್ಣಗಾಯಿತು. ಸರತಿಯು ಮುಂದೆ ಸಾಗಿದಂತೆ, ಜನರು ಇದನ್ನು ಲೆಕ್ಕಿಸಲಿಲ್ಲ. ಅವರನ್ನು ತುಳಿದುಕೊಂಡೇ ಮುಂದೆ ಹೋದರು. ಇನ್ನೊಂದು ಸಾಲಿನಲ್ಲಿ ಜೋರಾಗಿ ಅಳುತ್ತಿರುವ ಕಂದಮ್ಮಗಳ ದನಿ. ಇನ್ನೊಂದೆಡೆ ತಿಂಡಿಗಾಗಿ ಅಮ್ಮಂದಿರನ್ನು ಪೀಡಿಸುತ್ತಿರುವ ಮಕ್ಕಳ ಕಿರುಚಾಟ. ಚಮಾಮಾದಲ್ಲಿ ಅಂದಿನ ದಿನವನ್ನು ನೆನಸಿಕೊಂಡರೆ, ಮಕ್ಕಳ ಅಳುವಿನ ವಿನಃ ನನಗೆ ಬೇರೇನೂ ನೆನಪಿಗೆ ಬರುವುದಿಲ್ಲ!

ಹೊತ್ತು ಕಳೆದಂತೆ ಮುಂದಿದ್ದ ಕೆಲ ಜನರು, ಪರಿಸ್ಥಿತಿಯ ಲಾಭವನ್ನು ಪಡೆಯಲು ಯತ್ನಿಸಿದರು. ಅವರು ಮೂರು ಗಂಟೆಯ ನಸುಕಿನಲ್ಲಿ ಎದ್ದು ಇಲ್ಲಿಗೆ ಬಂದಿದ್ದರು. ಸರತಿಯು ಮುಂದೆ ಹೋದಂತೆ, ಹಿಂದೆ ನಿಂತಿದ್ದ ಜನರಿಗೆ "ಸ್ವಲ್ಪ ನಮ್ಮ ಜಾಗವನ್ನು ಹಿಡಿದುಕೊಳ್ಳಿ" ಎಂದು ಹೇಳಿ ಸಾಲಿನ ಹಿಂದೆ ಹೋಗುತ್ತಿದ್ದರು.

ಅಲ್ಲಿ ಹಸಿವಿನಿಂದ ಕಂಗೆಟ್ಟ ಜನರನ್ನು ಹಿಡಿದು –

"ನನ್ನದು ADMARC ಬಾಗಿಲಿಗೆ ಬಹಳ ಸಮೀಪವಿದೆ. ನೀನು ನನ್ನ ಜಾಗವನ್ನು ತಗೆದುಕೊಂಡು, ನಿನಗೆ ಸಿಗುವ ಜೋಳದಲ್ಲಿ ಸ್ವಲ್ಪ ಪಾಲನ್ನು ನನಗೆ ಕೊಡು" ಎಂದು ಒಪ್ಪಂದವನ್ನು ಮಾಡಿಕೊಂಡರು. ಇದು ದಿನವೆಲ್ಲಾ ನಡೆಯಿತು.

ನನ್ನ ತಾಯಿ ಕೊಟ್ಟಿದ್ದ ಕೇಕ್ ಹೊಟ್ಟೆಯಲ್ಲಿ ಗುಂಡುಕಲ್ಲಿನ ಹಾಗಿತ್ತು. ಸಮಯ ಕಳೆದಂತೆ ಅದೂ ಕರಗತೊಡಗಿ ಹಸಿವು ಹೆಚ್ಚಾಯಿತು. ಜೊತೆಗೆ ಜನರ ಮೈಯಿಂದ ಬರುತ್ತಿದ್ದ ಬೆವರಿನ ದುರ್ಗಂಧದ ಕಾಟ! ಸರತಿಯು ADMARC ಬಾಗಿಲನ್ನು ಸಮೀಪಿಸಿದಂತೆ ಜನರ ಸಹನೆಯೂ ಮೀರಿತು. ಜನರು ಒಬ್ಬರನ್ನೊಬ್ಬರು ತಳ್ಳುವುದು, ನೂಕುವುದು ಸಾಮಾನ್ಯವಾಯಿತು.

"ಹೇ ಹಾಗೆಲ್ಲಾ ಮುಂದೆ ಹೋಗಬೇಡಿ..."

"ನಾವು ಕೋಳಿಯು ಕೂಗುವ ಹೊತ್ತಿಗೆ ಎದ್ದು ಬಂದಿದ್ದೇವೆ. ನಾವೇ ಮೊದಲು ಬಂದಿದ್ದು. ದಿನವಿಡೀ ಇಲ್ಲಿಯೇ ಇದ್ದೇವೆ.

ಎಲ್ಲರಿಗೂ ಒಂದೇ ಟ್ರಕ್‌ನಷ್ಟು ಧಾನ್ಯವು ಉಳಿದಿದೆ ಎಂದು ಗೊತ್ತಾಯಿತು. ಅದೂ ಖಾಲಿಯಾದರೆ ತಮ್ಮ ಗತಿಯೇನು? ಎಂಬ ಭಯದಿಂದ, ಸಾಲನ್ನು ಮುರಿದು ಮುನ್ನುಗ್ಗತೊಡಗಿದರು. ಈ ನೂಕುನುಗ್ಗಲಿನಲ್ಲಿ ನಾನು ಕಳೆದೇಹೋದೆ.

ಅಷ್ಟರಲ್ಲಿ ವಿಚಿತ್ರವೆಂಬಂತೆ ಎಲ್ಲವೂ ಶಾಂತವಾಯಿತು. ಮಕ್ಕಳ ರೋದನ, ನರಳಾಟ, ನನ್ನ ಭಯ ಎಲ್ಲವೂ ಕಡಿಮೆಯಾಯಿತು. ದೊಡ್ಡ ಬಹುಮಾನವೇ ಸಿಕ್ಕಂತೆ ADMARC ಬಾಗಿಲ ಮುಂದೆ ನಾನಿದ್ದೆ! ಮಳೆಯಿಂದಾಗಿ ನನ್ನ ಎದುರಿಗಿದ್ದ ಗುಂಡಿಯಲ್ಲಿ ನೀರು ತುಂಬಿ ಹರಿಯುತ್ತಿತ್ತು. ನಾನು ಈ ನೀರನ್ನು ದಾಟಿದರೆ ಸಾಕು ADMARC ಒಳಗಿರುತ್ತಿದ್ದೆ. ಇಪ್ಪತ್ತು ನಿಮಿಷಗಳ ನಂತರ ನಾನು ADMARC ಒಳಗಿದ್ದೆ. ಒಳಗೆ ಶಾಂತವಾದ, ತಂಪಾದ, ಸ್ವಚ್ಛವಾದ ವಾತಾವರಣವಿತ್ತು. ಒಂದು ಚಿಕ್ಕ ಬೆಟ್ಟದಷ್ಟು ಜೋಳವನ್ನು ಗುಡ್ಡೆ ಹಾಕಿದ್ದರು. ಕಳೆದ ಕೆಲವು ತಿಂಗಳುಗಳಲ್ಲಿ ಅಷ್ಟು ಧಾನ್ಯವನ್ನು ನಾನು ಕಂಡಿರಲಿಲ್ಲ.

ಇತ್ತ ಹೊರಗೆ ಜನರ ನೂಕುನುಗ್ಗಲು, ಹಾಹಾಕಾರ ಮುಗಿಲು ಮುಟ್ಟಿತ್ತು. ಚಿಕ್ಕ ಮಕ್ಕಳನ್ನು ಎತ್ತಿಕೊಂಡಿದ್ದ ಮಹಿಳೆಯರು ಹೆದರಿ ಸಾಲಿನಿಂದ ಹೊರ ಬಂದರು. ನಾನು ನೋಡಿದಂತೆ ಅವರು ಬೆಳಗಿನಿಂದ ನಿಂತಿದ್ದರು. ಈಗ ಅವರು ಬರಿಗೈಯಲ್ಲಿ ಮರಳಬೇಕಾಯಿತು. ನನ್ನ ತಂದೆ ಕೊಟ್ಟಿದ್ದ 400 ಕ್ವಾಚಾಗೆ ಸುಮಾರು ಇಪ್ಪತ್ತೈದು ಕೆ.ಜಿ. ಜೋಳ ಸಿಗಬಹುದೆಂದು ನನ್ನ ಅಂದಾಜು. ಆದರೆ ಅಲ್ಲಿ ಕೇವಲ ಇಪ್ಪತ್ತು ಕೆ.ಜಿ. ಜೋಳ ಕೊಳ್ಳಬಹುದು ಎಂದು ಬರೆಯಲಾಗಿತ್ತು.

ಅಲ್ಲಿದ್ದ ಕೆಲಸಗಾರನು ಕೇಳಿದ "ಎಷ್ಟು ಕೆ.ಜಿ. ಬೇಕು?"

"ಇಪ್ಪತ್ತು."

ಆತ ನನಗೆ ಚೀಟಿಯೊಂದನ್ನು ಕೊಟ್ಟು, ಮತ್ತೊಂದೆಡೆಗೆ ಕಳುಹಿಸಿದ. ಅಲ್ಲಿ ಇಬ್ಬರು ಕೆಲಸಗಾರರು ಜೋಳ ತೂಕ ಮಾಡುತ್ತಿದ್ದರು. ಅವರು ನಮ್ಮಂತೆ ಕೃಶವಾಗಿರದೇ ಗಟ್ಟಿಮುಟ್ಟಾಗಿದ್ದರು. ಆ ಕೆಲಸಗಾರರು ತೂಕ ಮಾಡುವಾಗ, ಮೋಸ ಮಾಡಿದ್ದು ನನಗೆ ತಿಳಿಯಿತು. ಇಪ್ಪತ್ತು ಕೆ.ಜಿ. ಬದಲು, ಹದಿನೈದು ಕೆ.ಜಿ. ಜೋಳ ಕೊಟ್ಟಿದ್ದರು.

"ಮುಂದಿನವರು ಬನ್ನಿ..." ಆ ಕೆಲಸಗಾರನು, ಸರತಿಯಲ್ಲಿ ಮುಂದಿದ್ದವರನ್ನು ಕೂಗಿದನು.

ನಾನು ಪ್ರತಿಭಟಿಸಿದೆ "ತಡಿ, ನೀನು ಸರಿಯಾಗಿ..."

"ನಿನಗೆ ಇಷ್ಟವಿಲ್ಲದಿದ್ದರೆ ಜೋಳವನ್ನು ಬಿಟ್ಟು ಹೋಗು. ನಿನಗೆ ಬೇಡವೆಂದರೆ ಇನ್ನೂ ಬಹಳ ಜನರು ಕಾಯುತ್ತಿದ್ದಾರೆ. ಬನ್ನಿ ಬನ್ನಿ..." ನನಗೆ ಮಾತನಾಡಲು ಅವನು ಅವಕಾಶವನ್ನೇ ಕೊಡಲಿಲ್ಲ.

ಮರು ಮಾತನಾಡದೇ ನಾನು ಹಣವನ್ನು ಕೊಟ್ಟು, ಜೋಳದ ಚೀಲದೊಂದಿಗೆ ಬಾಗಿಲ ಕಡೆಗೆ ಹೊರಟೆ. ನಿಜ ಹೇಳಬೇಕೆಂದರೆ ಅಲ್ಲಿನ ಮಾಲು ಕದ್ದವನಂತೆ ಓಡಿದೆ. ಜಗತ್ತನ್ನೇ ಗೆದ್ದಂತೆ, ದೊಡ್ಡ ಲಾಟರಿಯೇ ಹೊಡೆದಷ್ಟು ಸಂತೋಷವಾಗಿತ್ತು. ಆದರೆ ಬಾಗಿಲು ದಾಟಿದಂತೆ ಭಯವಾಯಿತು. ನನಗೆ ಅಲ್ಲಿನ ಕೆಲ ಜನರು – "ಐನೂರು ಕ್ವಾಚಾ ಕೊಡ್ತೀವಿ, ನಿನ್ನ ಚೀಲ ಕೊಡು." "ಏ ಸುಮ್ಮನಿರು, ಇಲ್ಲ ಆರುನೂರು ಕ್ವಾಚಾ ಕೊಡ್ತೀವಿ..." ಎಂದೆಲ್ಲ ಆಮಿಷ ತೋರಿಸಿದರು. ಅವರು ನನ್ನನ್ನು ಹೊಡೆದು ಚೀಲವನ್ನು ಕದಿಯಬಹುದು ಎಂದೆನಿಸಿತು. ನಾನು ಉತ್ತರಿಸದೇ, ತಿರುಗಿಯೂ ನೋಡದೇ ಒಂದೇ ಉಸಿರಿನಿಂದ ಸೈಕಲ್ ಕಡೆಗೆ ಓಡತೊಡಗಿದೆ. ರಸ್ತೆ ಸಿಗುವವರೆಗೂ ಪೆಡಲ್ ಮಾಡುವುದನ್ನು ನಿಲ್ಲಿಸಲಿಲ್ಲ.

ಮನೆಗೆ ಬಂದಾಗ ನನ್ನ ಕುಟುಂಬದವರಿಂದ ದೊಡ್ಡ 'ಹೀರೋ'ಗೆ ಸಿಗುವಂತಹ ಸ್ವಾಗತವು ನನಗಾಗಿ ಕಾದಿತ್ತು. ಆದರೆ ನಾನು ಬಳಲಿ ಬೆಂಡಾಗಿದ್ದೆ. ಬಟ್ಟೆಗಳು ಕೊಳೆಯಾಗಿದ್ದವು. ಮನೆಯಲ್ಲಿ ನನ್ನ ತಂದೆಯ ತಕ್ಕಡಿಯಲ್ಲಿ ಜೋಳದ ಚೀಲದ ತೂಕವನ್ನು ನೋಡಲು, ಅದು ಹದಿನೈದು ಕೆ.ಜಿ. ಎಂದು ತೋರಿಸಿತು. ನಾನು ಮೋಸಹೋಗಿದ್ದು ಖಾತರಿಯಾಯಿತು. ಏನೇ ಆದರೂ ಇನ್ನೊಂದು ವಾರ ನಮ್ಮ ಊಟಕ್ಕೆ ವ್ಯವಸ್ಥೆಯಾಗಿತ್ತು.

ನಂತರ ನಮಗೆ ಮಾಲಾವಿಯ ಎಲ್ಲ ADMARC ಕೇಂದ್ರಗಳಲ್ಲಿ ದೊಂಬಿ ಮತ್ತು ಹಿಂಸಾಚಾರವಾಗಿರುವುದು ತಿಳಿಯಿತು. ಅನೇಕ ಮಕ್ಕಳು ತಾಯಿಯ ತೋಳಿನಿಂದ ಕೆಳಗೆ ಬಿದ್ದು, ಕಾಲ್ತುಳಿತಕ್ಕೆ ಒಳಗಾಗಿದ್ದವು.

ನಾನು ಚಮಾಮಾದಿಂದ ಬಂದ ಮೇಲೆ, ಜನರು ತಮ್ಮೆಲ್ಲ ವಸ್ತುಗಳನ್ನೂ ಮಾರಲು ತೊಡಗಿದರು. ಒಂದು ದಿನ ಮಳೆಯಲ್ಲಿ ಇರುವೆಯ ಸಾಲಿನಲ್ಲಿ ಹೋಗುವಂತೆ, ಜನರು ಸಾಮಾನುಗಳನ್ನು ಹೊತ್ತು ನಡೆಯುತ್ತಿದ್ದರು. ಆ ಜನರ ಗುಂಪಿನಲ್ಲಿ ನಮ್ಮ ಅಕ್ಕ-ಪಕ್ಕದ ಮನೆಯವರು, ನೆರೆ ಊರಿನ ರೈತರೂ ಸೇರಿದ್ದರು.

ಮಹಿಳೆಯರು ತಲೆಯ ಮೇಲೆ ಬುಟ್ಟಿಯನ್ನು ಇಟ್ಟುಕೊಂಡಿದ್ದರು. ಅದರಲ್ಲಿ ನೀರಿನ ಬಕೆಟ್, ಅಡುಗೆ ಮನೆಯ ಸಾಮಾನುಗಳು, ಪಾತ್ರೆಗಳು, ಬಟ್ಟೆ-ಬರೆಗಳು ಸೇರಿದ್ದವು. ಕೆಲವರು ದನ-ಕರುಗಳನ್ನು, ಮೇಕೆ-ಕುರಿಗಳನ್ನು ಕರೆದುಕೊಂಡು ಹೊರಟಿದ್ದರು. ಗಂಡಸರು ಭುಜದ ಮೇಲೆ ಹಾಗೂ ತಲೆಯ ಮೇಲೆ ಮೇಜು, ಕುರ್ಚಿ, ಸೋಫಾ ಹೊತ್ತಿದ್ದರು. ಸಾಮಾನಿನ ಭಾರವನ್ನು ತಡೆಯಲಾರದೇ ಬೆನ್ನು, ಕುತ್ತಿಗೆ ಬಾಗಿತ್ತು.

ಹಸಿವಿನಿಂದ ಬಳಲಿ ನಡೆಯಲಾರದೇ ಸ್ವಲ್ಪ ದೂರ ಕ್ರಮಿಸಲು, ವಿಶ್ರಾಂತಿಯನ್ನು ಪಡೆಯುತ್ತಿದ್ದರು.

ನನ್ನ ಕಾಲ ಬಳಿ ಕಾಂಬಾ ತನ್ನ ಮೈ ಹರಡಿಕೊಂಡು ಕುಳಿತಿತ್ತು. ಸೋಮಾರಿತನದಿಂದ ಬಾಲವನ್ನು ಆಡಿಸುತ್ತಾ, ಮುಖದ ಮೇಲೆ ಓಡಾಡುತ್ತಿದ್ದ ನೊಣಗಳನ್ನೂ ಓಡಿಸದೇ ಸುಮ್ಮನಿತ್ತು. ದಿನೇ ದಿನೇ ಅದು ಕೃಶವಾಗುತ್ತಿರುವುದನ್ನು ನಾನು ಗಮನಿಸಿದ್ದೆ. ನಾನಾದರೂ ಏನು ಮಾಡಲಿ? ನನ್ನದೂ ರಾತ್ರಿಯ ಒಂದೇ ಹೊತ್ತಿನ ಊಟವಷ್ಟೇ. ಕಾಂಬಾಗೆ ನನ್ನ ಪಾಲಿನ ಊಟವನ್ನು ಹಾಕಲೂ ಸಾಧ್ಯವಿರಲಿಲ್ಲ. ಈ ತಪ್ಪಿತಸ್ಥ ಭಾವನೆ ನನ್ನನ್ನು ಬಹಳ ಕಾಡುತ್ತಿತ್ತು. ಅದಕ್ಕಾಗಿಯೇ ಅದರ ಕಣ್ಣು ತಪ್ಪಿಸಿ ಓಡಾಡುತ್ತಿದ್ದೆ. ಇಂದು ಕಾಂಬಾ ನನ್ನನ್ನು ಕಂಡಾಗ ಬಿಡಲೇ ಇಲ್ಲ. ಒಟ್ಟಿಗೆ ನಾವಿಬ್ಬರೂ ಜನರು ಸಾಮಾನುಗಳನ್ನು ಹೊತ್ತು ಸಾಗುವುದನ್ನು ನೋಡುತ್ತಾ ನಿಂತೆವು.

ಜನರು ಬಹಳ ಅವಸರದಲ್ಲಿ ಇದ್ದಂತೆ ತೋರುತ್ತಿತು. ಬೆಲೆಬಾಳುವ ಸಾಮಾನುಗಳನ್ನು ಒಂದೆಡೆ ಇಟ್ಟು, ಹೊಟ್ಟೆಗೆ ಏನಾದರೂ ಹಾಕಿಕೊಂಡರೆ ಸಾಕು ಎಂಬಂತಿತ್ತು ಅವರ ನಡಿಗೆ. ಜೋರಾದ ಮಳೆಯನ್ನೂ ಲೆಕ್ಕಿಸದೇ ಹೋಗುತ್ತಿದ್ದರು. ಮಳೆ ನಿಲ್ಲುವುದನ್ನೇ ಕಾಯುತ್ತಿದ್ದ ನಾನು, ಕೆಸರಿನಲ್ಲಿಯೇ ನಡೆದುಕೊಂಡು ವ್ಯಾಪಾರ ಕೇಂದ್ರಕ್ಕೆ ಹೊರಟೆ. ಸ್ವಲ್ಪ ಹೊತ್ತು ಅಂಗಡಿಗಳೆಲ್ಲವೂ ಖಾಲಿಯಿದ್ದವು. ನಂತರ ಯಥಾ ಪ್ರಕಾರ ಅನೇಕ ಮಹಿಳೆಯರು ತಮ್ಮ ಪೆಟ್ಟಿಗೆ ಅಂಗಡಿಗಳಲ್ಲಿ ವ್ಯಾಪಾರವನ್ನು ಮುಂದುವರೆಸಿದರು. ಈಗ ನಮ್ಮ ವ್ಯಾಪಾರ ಕೇಂದ್ರವು ಜನರು ಆಹಾರಕ್ಕಾಗಿ ತಡಕಾಡುವ ಸ್ಥಳವಾಗಿ ಮಾರ್ಪಟ್ಟಿತ್ತು!

ಸಾಮಾನ್ಯವಾಗಿ ಜನರು ತಮ್ಮ ವಸ್ತುಗಳನ್ನು, ಒಂದು ಟಾರ್ಪಾಲಿನ್ ಮೇಲೆ ಹಾಕಿಕೊಂಡು ಮಾರಲು ಕೂರುತ್ತಾರೆ. ಇಂದು ಪ್ರತಿಯೊಬ್ಬರ ಬಳಿಯೂ ಹೋಗಿ "ನನ್ನ ಹತ್ತಿರ ಕೆಲವು ವಸ್ತುಗಳು ಮಾರಾಟಕ್ಕಿವೆ. ಈ ರೇಡಿಯೊ ನೋಡಿ... ನೀವು ಕೇಳಿದ ಬೆಲೆಗೆ ಕೊಡುತ್ತೇನೆ" ಎಂದು ಕೇಳುತ್ತಿದ್ದರು.

ಸೋಫಾ ಮತ್ತು ಮೇಜು ಹೊತ್ತ ಗಂಡಸರಿಗೆ, ಅವುಗಳಿಗೆ ಮಳೆಯಿಂದ ರಕ್ಷಣೆಯನ್ನು ಕೊಡಲಾಗಲಿಲ್ಲ. ಅದಕ್ಕಾಗಿ ಸಮಜಾಯಿಷಿ ಕೊಡುತ್ತಿದ್ದರು–

"ಯೋಚನೆ ಮಾಡಬೇಡಿ, ಇದು ಒಳ್ಳೆಯ ಮರ. ಮಳೆಯಿಂದ ಹಾಳಾಗುವುದಿಲ್ಲ. ನಿಮಗೆ ವಯಸ್ಸಾದಾಗಲೂ ಈ ಕುರ್ಚಿ ಇರುತ್ತದೆ. ಎಷ್ಟು ಕೊಡ್ತೀರೋ ಕೊಡಿ. ನಮ್ಮ ಮಕ್ಕಳಿಗೆ ಊಟ ಹಾಕಬೇಕು."

ಮಿಸ್ಟರ್ ಮಂಗೋಚಿಯಂತಹ ವರ್ತಕರು ಕೆಲವು ವಸ್ತುಗಳನ್ನು ಖರೀದಿಸಿದರು. ಆದರೆ ಬಹಳಷ್ಟು ಜನರ ಬಳಿ ಹಣವಿರಲಿಲ್ಲ. ಅವರೆಲ್ಲ ಭುಜ, ತಲೆ ಅಲ್ಲಾಡಿಸಿ ಹೋಗುತ್ತಿದ್ದರು. ಕೆಲ ಶ್ರೀಮಂತ ವ್ಯಾಪಾರಿಗಳು ಆಮದು ಮಾಡಿಕೊಂಡ ಜೋಳವನ್ನು ಮಾರುತ್ತಿದ್ದರು. ಜನರ ಗುಂಪೆಲ್ಲ ಅಲ್ಲಿಗೆ ಹೋಗಿ ಸೇರಿತು. ಗಗನಕ್ಕೆ ಮುಟ್ಟಿದ್ದ ಜೋಳದ ಬೆಲೆಯನ್ನು ನೋಡಿ, ಜನರು ವ್ಯಾಪಾರಿಗಳನ್ನು ಅಪರಾಧಿಗಳೆಂದೇ ತೀರ್ಮಾನಿಸಿದರು.

"ನೀವೆಲ್ಲಾ ಕಳ್ಳರು" ಜನರು ಕೂಗತೊಡಗಿದರು.

"ಈ ಬೆಲೆಯನ್ನು ಯಾರು ನಿರ್ಧರಿಸಿದ್ದು?"

"ನೀವು ನಮ್ಮ ಮಕ್ಕಳನ್ನು ಸಾಯಿಸುತ್ತಿದ್ದೀರಾ."

ಸ್ವಲ್ಪ ಹೊತ್ತಿನ ನಂತರ ತಮ್ಮ ಮನೆಯ ಭಾವಣಿ, ಹೆಂಚು ಎಲ್ಲವನ್ನೂ ಒಂದು ಬಟ್ಟಲು ಹಿಟ್ಟಿಗಾಗಿ ಜನರು ಮಾರತೊಡಗಿದರು. "ನಾನೇ ಸಾಯುವಾಗ, ಈ ಭಾವಣಿ ಇದ್ದಾದರೂ ಏನು ಪ್ರಯೋಜನ?" ಎಂದು ಅವರ ಸಮರ್ಥನೆಯಾಗಿತ್ತು.

ಒಬ್ಬನಂತೂ ತನ್ನ ಇಬ್ಬರು ಹೆಣ್ಣುಮಕ್ಕಳನ್ನೂ ಮಾರಾಟಕ್ಕಿಟ್ಟಿದ್ದನು. ಯಾರೋ ಈ ವಿಷಯವನ್ನು ಪೊಲೀಸರಿಗೆ ತಿಳಿಸಲು, ಪೊಲೀಸರು ಆತನನ್ನು ಬಂಧಿಸಿದರು.

ಇದರ ಜೊತೆ ಮಳೆಯಿಂದ ರಸ್ತೆಗಳ ಅಕ್ಕಪಕ್ಕ ಹುಲ್ಲು ಎತ್ತರವಾಗಿ ಬೆಳೆದಿತ್ತು. ಜನರಿಗೆ ಅದನ್ನು ಕತ್ತರಿಸಲೂ ಶಕ್ತಿಯಿರಲಿಲ್ಲ. ಕಳ್ಳಕಾಕರಿಗೆ ಇದು ವರದಾನವಾಯಿತು. ಅಲ್ಲಿಯೇ ಅಡಗಿಕೊಂಡು ಮಹಿಳೆಯರ ಮೇಲೆ ದಾಳಿಮಾಡಿ ಅವರನ್ನು ದೋಚುತ್ತಿದ್ದರು. ಒಂದು ಮುಂಜಾನೆ ನಾನು ರಸ್ತೆಯಲ್ಲಿ ಹೋಗುತ್ತಿದ್ದಾಗ, ಒಬ್ಬ ಚಿಕ್ಕವಯಸ್ಸಿನ ತಾಯಿಯು ಅಳುತ್ತಾ ನಿಂತಿದ್ದಳು. ಆಗಷ್ಟೇ ಒಂದು ಕೆಟ್ಟ ಅಪರಾಧವು ನಡೆದಿತ್ತು.

"ನನ್ನ ಮಕ್ಕಳು ಮನೆಯಲ್ಲಿ ಕಾಯುತ್ತಿದ್ದಾರೆ, ನಾನೇನು ಮಾಡಲಿ?" ಎಂದು ಆಕೆ ಗೋಳಾಡುತ್ತಿದ್ದಳು. ಆಗ ಅಲ್ಲಿಗೆ ಬಂದ ಇತರ ಮಹಿಳೆಯರು ಆಕೆಯನ್ನು ಸಂತೈಸಿ, "ಮನೆಗೆ ಹೋಗು ನಿನ್ನ ಮಕ್ಕಳು ಅಳುತ್ತಾ ಇರಬಹುದು. ಮುಂದಿನ ಬಾರಿ ನೀನು ಒಬ್ಬಳೇ ಹೋಗಬೇಡ. ನಿನ್ನ ಗಂಡನನ್ನು ಕಳಿಸು" ಎಂದರು.

"ಮುಂದಿನ ಬಾರಿ ಇರುವುದೇ ಇಲ್ಲ..."

ನನಗೆ ಆಕೆಯ ದುಃಖ ಅರ್ಥವಾಗಿತ್ತು. ನಮ್ಮೆಲ್ಲರ ಸಂಕಷ್ಟವು ದಿನೇ ದಿನೇ ಬೆಟ್ಟದಂತೆ ದೊಡ್ಡದಾಗುತ್ತಿತ್ತು.

ಈಗ ಗಿರಣಿಗಳನ್ನು ಸ್ವಚ್ಛವಾಗಿಸಲು ಪೊರಕೆ ಬೇಡವಾಯಿತು. ನೆಲವು ಒದ್ದೆ ಬಟ್ಟೆಯಿಂದ ಒರೆಸಿದಷ್ಟು ಶುಭ್ರವಾಗಿರುತ್ತಿತ್ತು. ಕಾರಣವಿಷ್ಟೇ, ಬರಬರುತ್ತಾ ಗಿರಣಿಗೆ ಹಿಟ್ಟನ್ನು ಬೀಸಿಕೊಳ್ಳಲು ಬರುವ ಹೆಂಗಸರ ಸಂಖ್ಯೆ ಕಡಿಮೆಯಾಯಿತು. ತಿಂಗಳ ಮೊದಲ ವಾರದಲ್ಲಿ ನೆಲದ ಮೇಲೆ ಬಿದ್ದಿರುತ್ತಿದ್ದ ಚೂರು-ಪಾರು ಜೋಳ, ಅದರ ಹಿಟ್ಟನ್ನು ಆಯ್ದುಕೊಳ್ಳಲು ಜನರು ಕಾಯುತ್ತಿದ್ದರು. ಗಿರಣಿಯ ಯಂತ್ರವು ಜೋಳವನ್ನು ಒಡೆದು ಬಿಳಿಯ ಹಿಟ್ಟನ್ನು ಹೊರಹಾಕುತ್ತಿದ್ದಂತೆ, ನೆಲದ ಮೇಲೆ ಚೆಲ್ಲಿದ ಹಿಟ್ಟನ್ನು ಆಯಲು ಹೆಂಗಸರು ಮತ್ತು ಮಕ್ಕಳು ಮುಗಿಬೀಳುತ್ತಿದ್ದರು. ಇನ್ನು ವಯಸ್ಸಾದವರು ಯಂತ್ರದಲ್ಲಿ, ತಮ್ಮ ಊರುಗೋಲನ್ನು ಆಡಿಸಿ ಕೆಳಗೆ ಬಿದ್ದ ಹಿಟ್ಟನ್ನು ಒಯ್ಯುತ್ತಿದ್ದರು.

ಡಿಸೆಂಬರ್ ಮಧ್ಯ ಭಾಗದಲ್ಲಿ ಈ ಚಟುವಟಿಕೆಯೂ ನಿಂತುಹೋಯಿತು. ಹಿಟ್ಟನ್ನು ಬೀಸಿಕೊಳ್ಳಲು ಬರುವ ಜನರ ಸಂಖ್ಯೆಯು ಸಂಪೂರ್ಣವಾಗಿ ಕಡಿಮೆಯಾಯಿತು. ಅಲ್ಲಿ

ಉಳಿದಿದ್ದು – ಗಿರಣಿಯನ್ನು ನೋಡಿಕೊಳ್ಳುವ ಆಪರೇಟರ್ ಮತ್ತು ದಿಕ್ಕಿಲ್ಲದ ಕೆಲವು ಅನಾಥ ಮಕ್ಕಳು.

ನನ್ನ ಪಾಲಿಗೆ ಕ್ರಿಸ್‌ಮಸ್, ವರ್ಷದಲ್ಲಿ ಅತ್ಯಂತ ಪ್ರಿಯವಾದ ದಿವಸ. ಆದರೆ ಈ ಸಾಲಿನ ಕ್ರಿಸ್‌ಮಸ್ ಮಾಮೂಲಿನಂತೆ ಇರಲಿಲ್ಲ. ಪ್ರತಿವರ್ಷ ನಮ್ಮ ಕ್ಯಾಥೋಲಿಕ್ ಚರ್ಚ್ ಸ್ಥಳೀಯ ನಾಟಕವನ್ನು (ಅಂದರೆ – ಜೋಸೆಫ್ ಮತ್ತು ಮೇರಿ ಬಾಲ ಏಸುವಿನೊಡನೆ, ಹೆರೋಡ್‌ನ ಸೈನಿಕರಿಂದ ತಪ್ಪಿಸಿಕೊಂಡು ಹೋಗುವುದು) ಪ್ರದರ್ಶಿಸುತ್ತಿದ್ದರು. ನಾಟಕದಲ್ಲಿ ಸೈನಿಕರು ಮರದ ಕತ್ತಿಯ ಜೊತೆಗೆ AK–47 ಬಂದೂಕನ್ನು ಬಳಸುವುದು ಹೊಂದಿಕೆಯಾಗುತ್ತಿರಲಿಲ್ಲ! ಈ ವರ್ಷ ನಮ್ಮ ಚರ್ಚ್ ಯಾವ ರೀತಿಯ ಕಾರ್ಯಕ್ರಮವನ್ನೂ ಆಯೋಜಿಸಲಿಲ್ಲ. ಹಾಗೆಂದು ಅವರು ಮೊದಲೇ ಪ್ರಕಟಿಸಲೂ ಇಲ್ಲ. ಇತ್ತ ಹಸಿವಿನಿಂದ ಕಂಗೆಟ್ಟ ಜನರು ಚರ್ಚ್‌ನತ್ತ ಸುಳಿಯಲಿಲ್ಲ.

ಎಲ್ಲವೂ ಸರಿಯಿದ್ದರೆ, ನನ್ನ ಸಹೋದರಿಯರು ದೀಪದ ಹುಳಗಳನ್ನು ಸಂಗ್ರಹಿಸಿ ಇಟ್ಟಿರುತ್ತಿದ್ದರು. ಸಂಜೆ ಹುರಿದ ಹುಳಗಳನ್ನು ಸೀಮ ಉಂಡೆಯ ಜೊತೆಗೆ ಸಿಕ್ಕಿಸಿ ತಿನ್ನುತ್ತಿದ್ದೆವು. ಕ್ರಿಸ್‌ಮಸ್ ಪ್ರಯುಕ್ತ ಬೆಳಗಿನ ತಿಂಡಿಗಾಗಿ, ಫಾಲಾ ಗಂಜಿಯ ಬದಲು ಮೃದುವಾದ ಬ್ರೆಡ್ ಇರುತ್ತಿತ್ತು. ಹಣವಿದ್ದಿದ್ದರೆ ಬ್ಲೂ ಬ್ಯಾಂಡ್ ಮಾರ್ಗರೈನ್(ಕೃತಕ ಬೆಣ್ಣೆ), ಸಕ್ಕರೆ, ಹಾಲಿನ ಪುಡಿಯೂ ಇರುತ್ತಿತ್ತು. ನಾನು ಒಂದಿಷ್ಟು ಬ್ರೆಡ್ ತುಂಡುಗಳನ್ನು ಸೇರಿಸಿಕೊಂಡು ಅದನ್ನು ಬಿಸಿಯಾದ 'ಚೋಂಬ್ ಚಹಾ'ದೊಂದಿಗೆ ತಿನ್ನುತ್ತಿದ್ದೆ. ಬ್ರೆಡ್, ಬ್ಲೂ ಬ್ಯಾಂಡ್ ಜೊತೆಗೆ ಸಿಹಿಯಾದ ಹಾಲಿನ ಚಹಾ ಇದ್ದರೆ ಸ್ವರ್ಗಕ್ಕೆ ಮೂರೇ ಗೇಣು.

ಜೊತೆಗೆ ನಮಗೆ ಊಟಕ್ಕೆ ಅನ್ನ ಮತ್ತು ಕೋಳಿಯ ಮಾಂಸವೂ ಇರುತ್ತಿತ್ತು. ಈ ವರ್ಷ ನಮ್ಮ ಕೋಳಿಗಳೆಲ್ಲವೂ Newcastle (ನ್ಯೂ ಕ್ಯಾಸಲ್) ರೋಗದಿಂದ ಸಾವನ್ನಪ್ಪಿದ್ದವು. ಹೀಗಾಗಿ ಅದನ್ನೂ ಆಸೆ ಪಡುವಂತಿರಲಿಲ್ಲ.

ಈ ಬಾರಿ ಕ್ರಿಸ್‌ಮಸ್ ದಿನದ ಬೆಳಗಿನ ತಿಂಡಿಗೆ ಬ್ರೆಡ್ ಮತ್ತು ಬ್ಲೂ ಬ್ಯಾಂಡ್ ಆಗಲೀ, ಹಾಲಿನ ಪುಡಿಯಾಗಲೀ, ಸಿಹಿಯಾದ ಚಹಾ ಏನೂ ಇರಲಿಲ್ಲ. ಊಟಕ್ಕೆ ಅನ್ನ ಮತ್ತು ಕೋಳಿಯ ಮಾಂಸವಿರಲಿಲ್ಲ. ನಮ್ಮ ಪಾಲಿಗೆ ಇದ್ದಿದ್ದು ರಾತ್ರಿಯ ಊಟವಾದ ಸೀಮ, ಅಷ್ಟೇ!

ನನ್ನ ಸಹೋದರಿಯರ ಕೋಣೆಯಿಂದ ರೇಡಿಯೊದಲ್ಲಿ 'ಸೈಲೆಂಟ್ ನೈಟ್' ಎನ್ನುವ ಹಾಡು ಕೇಳಿ ಬರುತ್ತಿತ್ತು. DJ ಹುರುಪಿನಿಂದ ಎಲ್ಲರಿಗೂ ಹಬ್ಬದ ಶುಭಾಶಯವನ್ನು ಕೋರುತ್ತಿದ್ದನು. ನೀವು ಸರಕಾರಿ ಕೆಲಸದಲ್ಲಿ ಇರುವುದರಿಂದ ನಿಮಗಾದರೆ ಹಬ್ಬ. ನಮಗೆಲ್ಲಿಯ ಕ್ರಿಸ್‌ಮಸ್ ಎಂದುಕೊಂಡು ಮುಖ ತೊಳೆಯಲು ಹೊರಟೆ. ಎಂದಿನ ದಿನಚರಿಯಂತೆ ನನ್ನ ಗುದ್ದಲಿಯನ್ನು ಹಿಡಿದು ಹೊಲದ ಕಡೆಗ ಹೆಜ್ಜ ಹಾಕಿದೆ.

ಅಂದು ಮಧ್ಯಾಹ್ನ ನನ್ನ ತಾಯಿ ಊಟದ ವ್ಯವಸ್ಥೆಯನ್ನು ಮಾಡಿದ್ದರು. ಅದೇ ಮಾಮೂಲು ಸೀಮ ಮತ್ತು ಕುಂಬಳಕಾಯಿ ಎಲೆಯ ಖಾದ್ಯವಿತ್ತು. ಅಮ್ಮ ಇದನ್ನು ಹವಣಿಸಲು ಎಷ್ಟು ಕಷ್ಟಪಟ್ಟಿರಬಹುದು ಎಂದು ನನಗೆ ತಿಳಿದಿತ್ತು. ಹಬ್ಬದ ವಾತಾವರಣವೆನಿಸಲೇ ಇಲ್ಲ. ನಾನು ಊಟವನ್ನು ಮುಗಿಸಿದರೂ ನನ್ನ ಹಸಿವು ತಣಿದಿರಲಿಲ್ಲ.

ನಂತರ ಜೆಫ್ರಿಯ ಮನೆಗೆ ಶುಭಾಶಯವನ್ನು ಕೋರಲು ಹೊರಟೆ. ಜೆಫ್ರಿಯ ಸ್ಥಿತಿಯು ಹಿಂದಿಗಿಂತಲೂ ಶೋಚನೀಯವಾಗಿತ್ತು. ಮತ್ತಷ್ಟು ಕೃಶನಾಗಿದ್ದ ಅವನು, ಮಂಚದ ತುದಿಯಲ್ಲಿ ಕುಳಿತಿದ್ದನು. ಈಚೆಗೆ ತಾನು ವಗನ್ಯು ಮಾಡುತ್ತಿರುವುದಾಗಿ ಹೇಳಿಕೊಂಡ.

"ಜೆಫ್ರಿ, ಈಚೆಗೆ ನೀನು ಹೊಲದ ಕಡೆಗೆ ಬರುತ್ತಿಲ್ಲ. ನಿಮ್ಮ ಹೊಲವು ಕಳೆಯಿಂದ ತುಂಬಿದೆ."

"ಎಲ್ಲಿ ವಿಲಿಯಂ... ಮೊದಲು ತಿಂಗಳಿನ, ನಂತರ ವಾರದ, ಈಗ ಪ್ರತಿದಿನದ ಚಿಂತೆಯಾಗಿದೆ. ನನಗೆ ಎಲ್ಲೆಡೆ ಹೋಗಿ ಗನ್ಯು ಕೇಳುವುದೇ ಆಗಿದೆ. ನಮಗೆ ತಿನ್ನಲಿಕ್ಕೇ ಇಲ್ಲದಿರುವಾಗ ನಾನು ಹೊಲದ ಚಿಂತೆಯೇನು ಮಾಡಲಿ?"

ನನಗೆ ಜೆಫ್ರಿಯ ಕುಟುಂಬಕ್ಕೆ ಸಹಾಯ ಮಾಡುವ ಅಭಿಲಾಷೆಯಿತ್ತು. ಆದರೆ ಈಗಿನ ಪರಿಸ್ಥಿತಿಯಲ್ಲಿ ಏನು ತಾನೇ ಮಾಡಲು ಸಾಧ್ಯವಿತ್ತು? ಗಿಲ್ಬರ್ಟ್‌ನನ್ನು ಭೇಟಿಯಾಗಿ ಸುಮಾರು ದಿನಗಳಾಗಿದ್ದವು. ಅವನ ಮನೆಯತ್ತ ಹೊರಟೆ. ಪ್ರತಿ ವರ್ಷ ಕ್ರಿಸ್‌ಮಸ್ ಸಂದರ್ಭದಲ್ಲಿ ಜನರು ಹೊಸ ಉಡುಪನ್ನು ಧರಿಸಿ, ಪರಸ್ಪರ ಹಾರೈಸುತ್ತಾ ರಸ್ತೆಯಲ್ಲಿ ಹೋಗುವುದು ವಾಡಿಕೆ. ಈ ಬಾರಿ ಜೋಲುಮೋರೆ ಹೊತ್ತು, ತಲೆಯನ್ನು ಬಗ್ಗಿಸಿಕೊಂಡು ಹೋಗುತ್ತಿದ್ದ ಜನರೇ ಕಾಣಿಸುತ್ತಿದ್ದರು.

ಗಿಲ್ಬರ್ಟ್‌ಮನೆಯ ಎದುರಿದ್ದ ಬ್ಲೂಗಮ್ ತೋಪಿನಲ್ಲಿ, ಜನರ ಸಂತೆಯೇ ನೆರೆದಿತ್ತು. ಜನರು ಅಲ್ಲಿಯೇ ಅಡುಗೆಯನ್ನು ಮಾಡಿಕೊಂಡು ತಿನ್ನುತ್ತಿದ್ದರು.

"ಮೆರ್ರಿ ಕ್ರಿಸ್‌ಮಸ್" ನಾನು ಹಾರೈಸಿದೆ.

"ಇಲ್ಲಿ ಹಬ್ಬವಿಲ್ಲ, ಕೇವಲ ಸೀಮ ಮತ್ತು ಬೀನ್ಸ್ ಅಷ್ಟೇ..." ಗಿಲ್ಬರ್ಟ್ ಉತ್ತರಿಸಿದ. ಅವರ ಅಡುಗೆ ಮನೆಯಲ್ಲಿ ಗಿಲ್ಬರ್ಟ್‌ನ ತಾಯಿ ಅಡುಗೆಯನ್ನು ಮಾಡುತ್ತಿದ್ದರೆ, ಅದನ್ನು ಜನರಿಗೆ ಕೊನೆ ಮೊದಲಿಲ್ಲದೇ ಪೂರೈಸಿದ್ದು ಅವನಿಗೂ ಸಾಕಾಗಿತ್ತು.

"ಹೋಗಲಿ ನಿಮ್ಮ ತಂದೆ ಹೇಗಿದ್ದಾರೆ?"

"ಅವರು ಆರಾಮವಾಗಿದ್ದಾರೆ, ಜನರೊಟ್ಟಿಗೆ ಮಾತನಾಡುತ್ತಾರೆ. ಇಲ್ಲವೆಂದರೆ ಅವರ ಬೆಕ್ಕಿನ ಜೊತೆಗೆ ಕುಳಿತು ರೇಡಿಯೊ ಕೇಳುತ್ತಾರೆ."

ಇದ್ದಕ್ಕಿದ್ದಂತೆಯೇ ನನಗೆ ಗಾಳಿಯಲ್ಲಿ ದುರ್ನಾತವು ತೂರಿಬಂದಿತು. ಜನರು ಈಚೆಗೆ ಶೌಚಾಲಯವನ್ನೂ ಬಳಸದೇ, ಎಲ್ಲವನ್ನೂ ಮರಗಳ ಸಂದಿಯಲ್ಲೇ ಮಾಡುತ್ತಿರುವುದರಿಂದ ಕೆಟ್ಟ ವಾಸನೆ ಬರುತ್ತಿದೆ ಎಂದು ಗಿಲ್ಬರ್ಟ್ ವಿವರಿಸಿದನು. ಜೊತೆಗೆ ನಾನು ಅಲ್ಲಿ ನಡೆಯ ಬೇಕಾದರೆ ಜೋಪಾನವಾಗಿ ನಡೆಯಬೇಕೆಂದೂ ಎಚ್ಚರಿಸಿದನು.

"ಆಯಿತು ಖಂಡಿತ. ಬೈ..." ಎಂದು ಹೇಳಿ ಹೊರಟೆ.

ಗಿಲ್ಬರ್ಟ್ ಹಸಿವಿನಿಂದ ಕಂಗೆಟ್ಟ ಜನರಿಗೆ ಊಟವನ್ನು ಪೂರೈಸುವುದರಲ್ಲಿ ನಿರತನಾಗಿದ್ದ, ಜೆಫ್ರಿ ಅನಾರೋಗ್ಯ ಮತ್ತು ಗನ್ನು ಕೆಲಸದ ನಡುವೆ ಹೈರಾಣಾಗಿದ್ದ. ಕೊನೆಗೆ ಹೋಗಲಿ ಇನ್ನೊಬ್ಬ ಬಂಧು ಚಾರಿಟಿಯನ್ನಾದರೂ ಭೇಟಿ ಮಾಡುವ ಎಂದು ಕ್ಲಬ್‌ಹೌಸ್ ಕಡೆಗೆ ಹೊರಟೆ. ಚಾರಿಟಿ ನನ್ನನ್ನು ಒಳಗೆ ಕರೆದನು. ಎಂದಿನಂತೆ ಅವನ ಗೆಳೆಯ ಮಿಝೆಕ್ ಕಾಣಿಸಲಿಲ್ಲ.

"ಮೆರ್ರಿ ಕ್ರಿಸ್‌ಮಸ್" ನಾನು ಹಾರೈಸಿದೆ.

"ಈವತ್ತು ಕ್ರಿಸ್‌ಮಸ್, ಆದರೆ ನಾನು ಏನೂ ತಿಂದಿಲ್ಲ. ಹಬ್ಬದ ದಿನದಂದು ಮಾಂಸದ ಊಟವನ್ನು ಮಾಡದಿದ್ದರೆ ಹೇಗೆ? ನಡಿ, ಮಾರ್ಕೆಟ್‌ನಲ್ಲಿ ಏನಾದರೂ ಸಿಗುವುದೋ ನೋಡುವ."

"ಅಲ್ಲಿ ಜೇಮ್ಸ್ ಎನ್ನುವವನ ತಿಂಡಿಯ ಅಂಗಡಿಯಿದೆ. ಅವನು ಏನಾದರೂ ಕೊಡಬಹುದು. ಹೋಗೋಣ?"

ನಾವಿಬ್ಬರೂ ಮಾರುಕಟ್ಟೆಯ ಕಡೆಗೆ ಹೊರಟೆವು. ಅಲ್ಲಿ ಜೇಮ್ಸ್ ಅಂಗಡಿಯಲ್ಲಿ ಚಾರಿಟಿ ಮಕ್ಕಳಿಗೆಂದು ಸುಳ್ಳು ಹೇಳಿ ಸ್ವಲ್ಪ ಮಾಂಸವನ್ನು ಪಡೆದನು. ಕ್ಲಬ್‌ಹೌಸ್‌ಗೆ ನಾವು ಮರಳಿ ಬಂದು ಅಡುಗೆ ಮಾಡಿಕೊಂಡು ತಿಂದಾಗಲೇ, ನಮ್ಮ ಹೊಟ್ಟೆಯಲ್ಲಿ ಬೆಂಕಿಯ ಉಪಶಮನವಾಗಿದ್ದು. ಆ ಹೊತ್ತಿಗೆ ಕಾಂಬಾ ನನ್ನನ್ನು ಹುಡುಕಿಕೊಂಡು ಬಾಗಿಲ ಬಳಿ ಬಂದು ನಿಂತಿತ್ತು. ನಾನು ಅದರತ್ತ ಕೆಲವು ಮಾಂಸದ ತುಣುಕುಗಳನ್ನು ಎಸೆದೆ. ಮುಂಚಿನಂತೆ ಅದು ಎಗರಿ ಹಿಡಿದು, ಇನ್ನಷ್ಟು ಬೇಕು ಎಂಬಂತೆ ನೋಡಿತು. ನನಗೆ ಮತ್ತು ಚಾರಿಟಿಗೆ ತಿಂದು ತಿಂದು ಸುಸ್ತಾಯಿತು. ಇನ್ನೂ ಉಳಿದಿದ್ದ ಅಡುಗೆಯನ್ನು ನೋಡಿದಾಗ ನನಗೆ ನನ್ನ ತಂದೆ–ತಾಯಿ, ಸಹೋದರಿಯರ ನೆನಪಾಯಿತು. ಆದರೆ ನಾನು ಚಾರಿಟಿಯನ್ನು ಕೇಳುವಂತಿರಲಿಲ್ಲ. ಜೊತೆಗೆ ಗೊತ್ತಿರುವ ನಿಯಮದಂತೆ – 'ಮಘಾಲಾದಲ್ಲಿ ಆಗಿದ್ದು ಮಘಾಲಾದಲ್ಲಿಯೇ ಉಳಿಯಬೇಕು'. ಉಳಿದ ಅಡುಗೆಯನ್ನು ಮರುದಿನ ನಾವಿಬ್ಬರೂ ತಿಂದು ಮುಗಿಸಬೇಕಿತ್ತು.

ಮಧ್ಯಾಹ್ನದ ಸೂರ್ಯನು ಮುಳುಗುತ್ತಿದ್ದಂತೆ, ಅಡುಗೆಗೆ ಹಾಕಿದ ಬೆಂಕಿಯ ಉರುವಲೂ ನಂದಿತ್ತು. ನಮ್ಮ ಹೊಟ್ಟೆಯ ಹಸಿವೂ ತಣಿಸಿತ್ತು. ಕ್ರಿಸ್‌ಮಸ್ ಹಬ್ಬದ ದಿನದಂದು ಒಳ್ಳೆಯ ಊಟವೂ ಇಲ್ಲವೆಂದರೆ ಏನರ್ಥ?

***ಬ್ಲೂ ಬ್ಯಾಂಡ್ ಮಾರ್ಗರೈನ್**(Blue Band Margarine) – **ವನಸ್ಪತಿಯಂತಹ ಜಿಡ್ಡು ಪದಾರ್ಥ, ಕೃತಕ ಬೆಣ್ಣೆ**

***ವಾಪಾಸಿ ಪಾಟ್** (Vapasi Pot) – **ಪಾತ್ರೆಯ ತಳದ ಭಾಗ**

ಶಾಲೆಯನ್ನು ಬಿಟ್ಟೆ

ಅ ದರ ಮುಂದಿನ ವಾರ, ಕ್ರಿಸ್‌ಮಸ್ ಉಡುಗೊರೆಗಿಂತಲೂ ದೊಡ್ಡ ಬಹುಮಾನವೇ ನನಗಾಗಿ ಕಾದಿತ್ತು. ಮನೆಯಲ್ಲಿ ಕುಳಿತು ರೇಡಿಯೊ ಕೇಳುತ್ತಿದ್ದೆ. ಒಂದು ಪ್ರಕಟಣೆ ಕೇಳಿ ಬಂದಿತು – National Examinations Board (ರಾಷ್ಟ್ರೀಯ ಪರೀಕ್ಷಾ ಮಂಡಲಿ) ಎಂಟನೇ ತರಗತಿಯ ಫಲಿತಾಂಶವನ್ನು ಪ್ರಕಟಿಸಿದೆ. ಫಲಿತಾಂಶವನ್ನು ನಿಮ್ಮ ಪರೀಕ್ಷಾ ಕೇಂದ್ರಗಳಲ್ಲಿ ಪಡೆಯಬಹುದು."

"ಅಮ್ಮಾ, ನನ್ನ ರಿಸಲ್ಟ್ ಬಂದಿದೆ!"

ವಿಂಬೆಯ ಪ್ರೈಮರಿ ಶಾಲೆಯ ಕಡೆಗೆ ಓಡಿದೆ. ದಾರಿಯಲ್ಲಿದ್ದ ಹಳ್ಳ, ಕೊಚ್ಚೆಗುಂಡಿಗಳನ್ನೂ ಲೆಕ್ಕಿಸಲಿಲ್ಲ. ನನ್ನ ಕಾಲು ಭೂಮಿಯ ಮೇಲಿರಲಿಲ್ಲ. ಅತ್ಯುತ್ತಮ ಅವಕಾಶಗಳು ಸಿಗುವುದೆಂದು ವಿಪರೀತ ಆತ್ಮವಿಶ್ವಾಸವಿತ್ತು. ನಾನು ಯಾವ ವಸತಿ ಶಾಲೆಗೆ ಹೋಗುವುದು? ಚಯಂಬಾ ಅಥವಾ ಕಸುಂಗು? ಈ ಹೊತ್ತಿಗೆ ನಾನು ವಿಜ್ಞಾನಿಯಾಗುವುದು ಎಂದು ನಿರ್ಧರಿಸಿದ್ದೆ. ಕೇವಲ ವಿಜ್ಞಾನಿಯಲ್ಲ... ಮಹಾನ್ ವಿಜ್ಞಾನಿ! ಈ ಎರಡು ವಸತಿ ಶಾಲೆಗಳು ನನ್ನ ಆಸಕ್ತಿಗೆ ಪೂರಕವಾಗಿದ್ದವು. ಅಲ್ಲಿ ಅತ್ಯುತ್ತಮ ಶಿಕ್ಷಕರು, ಪ್ರಯೋಗಶಾಲೆ, ಗ್ರಂಥಾಲಯ, ನನಗೆ ಬೇಕಾದ ಎಲ್ಲ ಅನುಕೂಲಗಳೂ ಇದ್ದವು. ಯಾವ ಶಾಲೆಗೆ ಪ್ರವೇಶ ಸಿಕ್ಕಿದೆ ಎನ್ನುವುದು ನನ್ನ ಚಿಂತೆಯಾಗಿರಲಿಲ್ಲ. ಒಟ್ಟಿನಲ್ಲಿ ಎಲ್ಲಿಯೇ ಸಿಕ್ಕಿದರೂ ಅಲ್ಲಿಗೆ ಹೋಗಲು ನಾನು ಸಿದ್ಧನಿದ್ದೆ.

ಫಲಿತಾಂಶವನ್ನು ಆಡಳಿತ ವಿಭಾಗದ ಹೊರಗೆ ಹಾಕಿದ್ದರು. ನನ್ನಂತೆ ಇತರ ವಿದ್ಯಾರ್ಥಿಗಳೂ ಕಾತರದಿಂದ ಬಂದಿದ್ದರು. ಏನಿದೆ ನೋಡೇಬಿಡುವ ಎಂದು ಎಲ್ಲರನ್ನೂ ತಳ್ಳಿಕೊಂಡು ಮುಂದೆ ಹೋದೆ. ಪ್ರತಿಯೊಂದು ಶಾಲೆಯ ಹೆಸರು, ಅದರ ಕೆಳಗೆ ಅಲ್ಲಿ ಆಯ್ಕೆಯಾದ ಮಕ್ಕಳ ಹೆಸರನ್ನು ಹಾಕಿದ್ದರು. ಕಸುಂಗು ಶಾಲೆಯ ಪಟ್ಟಿಯಲ್ಲಿ ನನ್ನ ಹೆಸರಿದೆಯೇ ಎಂದು ನೋಡಿದೆ. ಊಹೂಂ..ಇರಲಿಲ್ಲ. ನಂತರ ಚಯಂಬಾ ಪಟ್ಟಿಯಲ್ಲಿ, ಕಲಂಬೋ, ಕಲಿಂಬು... ಮಕಲಾನಿ...

ಒಂದು ನಿಮಿಷ ತಡಿ. ಏನೋ ತಪ್ಪಿದೆ ಎಂದುಕೊಂಡು, ಮತ್ತೆ ಮತ್ತೆ ನನ್ನ ಹೆಸರನ್ನು ಹುಡುಕಿದೆ. ಎಲ್ಲಿಯೂ ನನ್ನ ಹೆಸರು ಕಾಣಿಸಲಿಲ್ಲ.

"ನಿನ್ನ ಹೆಸರು ಇಲ್ಲಿದೆ ಕಾಂಕ್ವಾಂಬಾ". ನನ್ನ ಹಿಂದೆ ನಿಂತಿದ್ದ ಹುಡುಗ ಉಸುರಿದ. ಅವನ ಹೆಸರು ಮೈಕೆಲ್, ಬಹಳ ಜಾಣ ವಿದ್ಯಾರ್ಥಿ. "ನೀನು ಕಚೊಕೊಲೊ ಶಾಲೆಗೆ ಹೋಗುತ್ತೀ."

ಹೌದು, ನನ್ನ ಹೆಸರು ಕಚೊಕೊಲೊ ಶಾಲೆಯ ಪಟ್ಟಿಯಲ್ಲಿತ್ತು. ಅದು ನಮ್ಮ ಜಿಲ್ಲೆಯಲ್ಲಿಯೇ ಅತ್ಯಂತ ಕೆಟ್ಟ ಶಾಲೆಯಾಗಿತ್ತು. ಕಚೊಕೊಲೊ ಶಾಲೆ ಒಂದು ರೀತಿ ಹಳ್ಳಿಯ ಶಾಲೆ. ಇಂತಹ ಶಾಲೆಗಳಿಗೆ ಸರಕಾರದ ಅನುದಾನ ಸಿಗಲು ಆದ್ಯತೆ ಕಡಿಮೆಯಿರುತ್ತಿತ್ತು.

"ಇದು ಹೇಗೆ ಸಾಧ್ಯ?"

ಪರೀಕ್ಷೆಗಳ ಗ್ರೇಡ್ ಇನ್ನೊಂದು ಪಟ್ಟಿಯಲ್ಲಿ ಪ್ರಕಟಿಸಿದ್ದರು. ಅದನ್ನು ನೋಡಿದ ಬಳಿಕ ನನಗೆ ಏಕೆಂದು ಅರ್ಥವಾಯಿತು.

ಗಣಿತ : C

ಸಾಮಾನ್ಯ ವಿಜ್ಞಾನ : C

ಆಂಗ್ಲ ಭಾಷೆ : C

ಚಿಚೆವಾ : B

ಸಮಾಜ ಶಾಸ್ತ್ರ : D

ನನ್ನ ಮನಸ್ಸು ಕುಸಿದೇ ಹೋಯಿತು. ಹೃದಯವೇ ನಿಂತುಹೋದ ಅನುಭವ. ಕಚೊಕೊಲೊ ಶಾಲೆ ನಮ್ಮ ಮನೆಯಿಂದ ಐದು ಕಿ.ಮಿ. ದೂರದಲ್ಲಿತ್ತು. ಶಾಲೆಯ ಸಮೀಪ ಒಂದು ದೊಡ್ಡ ತಂಬಾಕಿನ ಎಸ್ಟೇಟ್ ಸಹ ಇತ್ತು. ಶಾಲೆಯ ಹೋಗುವ ದಾರಿ ಯುದ್ದಕ್ಕೂ ಕೆಸರು ಮತ್ತು ಕ್ರಿಮಿ-ಕೀಟಗಳ ಕಾಟ. ಸಮೀಪದಲ್ಲಿಯೇ ನದಿಗೆ ದೊಡ್ಡ ಅಣೆಕಟ್ಟನ್ನು ಕಟ್ಟಿದ್ದರು. ಒಮ್ಮೊಮ್ಮೆ ನಾನು, ಜೆಫ್ರಿ, ಗಿಲ್ಬರ್ಟ್ ಮೀನು ಹಿಡಿಯಲು ಅಲ್ಲಿಗೆ ಹೋಗುತ್ತಿದ್ದೆವು.

"ಶುಭಾಶಯಗಳು" ಮೈಕೆಲ್ ನಗುತ್ತಾ ಹೇಳಿದ. "ನೀನು ಆ ಒಡ್ಡಿನ ಶಾಲೆಗೆ ಆಯ್ಕೆಯಾಗಿದ್ದೀ. ಏನಿಲ್ಲವೆಂದರೂ ನೀನು ಬೆಸ್ತನಾಗಬಹುದು. ಯೋಚನೆ ಮಾಡಬೇಡ."

"ಇನ್ನೆರಡು ವರ್ಷಗಳಲ್ಲಿ ನಾನು ಜ್ಯೂನಿಯರ್ ಸರ್ಟಿಫಿಕೇಟ್ ಪರೀಕ್ಷೆಯನ್ನು ಬರೆಯುತ್ತೇನೆ" ನಾನು ಉತ್ತರಿಸಿದೆ. ಹಾಗೇ ಮನಸ್ಸಿನಲ್ಲಿ ಅಂದುಕೊಂಡೆ, ಆಮೇಲೆ ನಾನು ಒಳ್ಳೆಯ ಶಾಲೆಗೆ ವರ್ಗ ಪಡೆಯಬಹುದು. ಈಗ ನಗಬೇಡ. ಸಧ್ಯದಲ್ಲಿಯೇ ನೀನು ನನ್ನನ್ನು ಕಸುಂಗು ಶಾಲೆಯಲ್ಲಿ ನೋಡುತ್ತೀ.

"ಶುಭವಾಗಲಿ" ಅವನು ನಗುತ್ತಾ ಪುನಃ ಶುಭಕೋರಿದ.

ನಾನು ಚೆನ್ನಾಗಿ ಓದಿ, ಈ ಹಳ್ಳಿಯ ಶಾಲೆಯಲ್ಲಿಯೇ ಅತ್ಯುತ್ತಮ ವಿದ್ಯಾರ್ಥಿ ಎನಿಸಿಕೊಳ್ಳುತ್ತೇನೆ. ನಂತರ JCE ಪರೀಕ್ಷೆಯನ್ನು ತೆಗೆದುಕೊಂಡು, ಕಸುಂಗು ಅಥವಾ ಚಯಂಬಾ ಶಾಲೆಗೆ ಆಯ್ಕೆಯಾಗುವೆ. ಅವರೆಲ್ಲರೂ ನಮ್ಮ ಶಾಲೆಗೆ ಬಾ, ನಮ್ಮ ಶಾಲೆಗೆ

ಬಾ ಎಂದು ಮೊಣಕಾಲೂರಿ ಕೇಳಿಕೊಳ್ಳಬೇಕು ಎಂದೆಲ್ಲಾ ಕಲ್ಪಿಸಿಕೊಂಡೆ. ಕಚೊಕೊಲೊ ಶಾಲೆಯಲ್ಲಿ ಓದುವುದರಲ್ಲಿ ಒಂದು ಅನುಕೂಲವಿತ್ತು. ಗಿಲ್ಬರ್ಟ್‌ನ ಗ್ರೇಡ್‌ಗಳೂ ಕೆಟ್ಟದಾಗಿ ಬಂದು, ಅವನಿಗೂ ಅಲ್ಲಿಯೇ ಪ್ರವೇಶವು ದೊರಕಿತ್ತು. ನಾವಿಬ್ಬರೂ ಒಟ್ಟಿಗೆ ಶಾಲೆಗೆ ಹೋಗಿ ಬರುವ ಕಲ್ಪನೆ ಮನಸ್ಸಿಗೆ ಉತ್ತೇಜನ ನೀಡಿತು. ನನಗೆ ಹೊಸ ಶಾಲೆಯ ಪ್ರವೇಶಕ್ಕೆ ಸಿದ್ಧನಾಗಲು ಕೇವಲ ಎರಡು ವಾರಗಳ ಸಮಯವಿತ್ತಷ್ಟೇ.

ಹೊಸ ವರುಷದಲ್ಲಿ ಪ್ರತಿನಿತ್ಯ ಬೀಳುತ್ತಿದ್ದ ಮಳೆಯಿಂದಾಗಿ, ನಮ್ಮ ಜೋಳದ ಸಸಿಗಳು ಸೊಂಪಾಗಿ ಬೆಳೆಯ ತೊಡಗಿದವು. ಸ್ವಲ್ಪ ದಿನಗಳಲ್ಲಿ ಸಸಿಗಳ ಕಾಂಡವು ಕಡುಹಸಿರು ಬಣ್ಣಕ್ಕೆ ತಿರುಗಿ ನಮ್ಮ ತಂದೆಯ ಮೊಣಕಾಲಿನ ಎತ್ತರಕ್ಕೆ ಬಂದವು. ಉತ್ತಮ ಮಳೆಯಿಂದ ತಂಬಾಕಿನ ಸಸಿಗಳೂ ಚೆನ್ನಾಗಿ ಚಿಗುರೊಡೆದಿದ್ದವು. ಹೀಗಾಗಿ ಅವನ್ನು ಡಾಂಬೊದಿಂದ ಹೊಲಕ್ಕೆ ವರ್ಗಾಯಿಸಲಾಯಿತು.

ವರುಣನ ಕೃಪೆಯಿಂದ ಕಾಡಿಗೂ ಮರಳಿ ಜೀವ ಬಂದಿತು. ಕಣ್ಣು ಹಾಯಿಸಿದಲ್ಲೆಲ್ಲಾ ಹಸಿರು. ಗಿಡ ಮರಗಳಲ್ಲಿ ಹೂವು ಅರಳಿ ನಿಂತಿತ್ತು. ಪೊದೆಗಳು ಹಸಿರಿನಿಂದ ನಳನಳಿಸುತ್ತಿದ್ದವು. ವಾತಾವರಣವು ಆಹ್ಲಾದಕರವಾಗಿತ್ತು. ಆದರೆ ತಮಾಷೆಯ ವಿಷಯವೆಂದರೆ, ಈಗಲೂ ನಮಗೆ ತಿನ್ನಲು ಏನೂ ಇರಲಿಲ್ಲ!

ಮಳೆಗಾಲವೆಂದರೆ ಕ್ರಿಮಿ, ಕೀಟಗಳಿಗೆ ಸುಗ್ಗಿ. ಇದು ಅವುಗಳಿಗೆ ತಮ್ಮ ಸಂತತಿಯನ್ನು ವೃದ್ಧಿ ಮಾಡುವ ಕಾಲ. ಸೊಳ್ಳೆಗಳಿಗೆ ನಿಂತ ನೀರು, ಶೌಚಾಲಯ ಮೆಚ್ಚಿನ ಆಶ್ರಯದ ತಾಣ. ಮನೆಯ ಹೊರಗಂತೂ ನೊಣಗಳಿಂದ ಮುಕ್ತಿಯೇ ಸಿಗುವುದಿಲ್ಲ. ನಾವು ನಿಂತಾಗ ಕಾಲ ಮೇಲೆ, ಕೈ ಮೇಲೆ ಬಂದು ಕೂರುತ್ತಿದ್ದವು. ಮಾತನಾಡುವಾಗ ಮುಖದ ಮೇಲೆಯೇ ಅವುಗಳ ಓಡಾಟ. ಎಲ್ಲಿಯೇ ಹೋಗಿ, ಜನರು ನೊಣವನ್ನು ಹೊಡೆಯುವುದನ್ನೇ ನೀವು ಕಾಣಬಹುದು.

ಇನ್ನು ಸೊಳ್ಳೆಗಳು, ತಮ್ಮ ಕಾಲು ಮತ್ತು ರೆಕ್ಕೆಗಳಲ್ಲಿ ಮಲೇರಿಯಾ ಹಾಗೂ ಸಾವನ್ನು ಇಟ್ಟುಕೊಂಡೇ ಓಡಾಡುತ್ತಿದ್ದವು. ಜಿರಳೆಗಳು ಗಾತ್ರದಲ್ಲಿ ಹಾಗೂ ಸಂಖ್ಯೆಯಲ್ಲಿ ದೊಡ್ಡದಾಗಿ ಕಾಣುತ್ತಿದ್ದವು. ನದಿಯ, ಕೆರೆಯ ನೀರಿನಲ್ಲಿ ಈ ಹೊತ್ತಿಗೆ ಲಕ್ಷಾಂತರ ಕಪ್ಪೆಗಳು ಜೀವ ತಳಿದಿದ್ದವೇನೋ! ಕೆಲವು ಕಪ್ಪೆಗಳ ಸದ್ದು ನಾಯಿ ಕೆಮ್ಮಿದ ಹಾಗೆ, ಕುದುರೆ ಕೆನೆದ ಹಾಗೆ ಕೇಳಿಸುತ್ತಿತ್ತು. ಇನ್ನು ಕೆಲವು ರಭಸದಿಂದ ನೀರು ಬಿದ್ದಾಗ ಆಗುವ ಶಬ್ದದಂತೆ ಬ್ಲೂಪ್... ಬ್ಲೂಪ್... ಎಂದು ಕೂಗುತ್ತಿದ್ದವು. ಹಲ್ಲಿ ಮತ್ತು ಜೇಡಗಳು ಈ ಅವಧಿಯಲ್ಲಿ ಮಾತ್ರ ದಪ್ಪಗಿರುತ್ತಿದ್ದವು. ಹೀಗಾಗಿ ಮಳೆಗಾಲವೆಂದರೆ ಕೀಟಗಳಿಗೆ ಹಬ್ಬ.

ಆದರೆ ಮಳೆಯು ಜನರಿಗೆ ಮತ್ತಷ್ಟು ತೊಂದರೆಗಳನ್ನು ಹುಟ್ಟುಹಾಕಿತು. ಯಾರ ಬಳಿಯೂ ವಗನ್ಯು ಜನರಿಗೆ ಕೊಡಲು ಹಣವಾಗಲೀ, ಧಾನ್ಯವಾಗಲೀ ಇರಲಿಲ್ಲ. ಅದಾಗಿಯೂ ವಗನ್ಯು ಜನರು ತಮ್ಮ ಮೇಲೆ ಸುರಿಯುತ್ತಿದ್ದ ಮಳೆಯನ್ನೂ ಲೆಕ್ಕಿಸದೇ

ಗುದ್ದಲಿ, ಸಾಮಾನುಗಳನ್ನು ಹೊತ್ತು ಕೆಸರಿನಲ್ಲಿ ನಡೆದು ಹೋಗುತ್ತಿದ್ದರು. ಈ ಹೊತ್ತಿಗೆ ಒಂದು ಕೊಳಗ ಜೋಳದ ಬೆಲೆ ಸಾವಿರ ಕ್ವಾಚಾ ಮುಟ್ಟಿತ್ತು. ಹೆಚ್ಚುಕಡಿಮೆ ಎಲ್ಲ ಜನರೂ ಒಂದೇ ಹೊತ್ತಿನ ಗಾಗಾ ಊಟವನ್ನೇ ನೆಚ್ಚಿಕೊಂಡಿದ್ದರು.

ಅಂಗಡಿಗಳಲ್ಲಿ ಗಾಗಾ ದಾಸ್ತಾನು ಕಡಿಮೆಯಾಗುತ್ತಾ ಹೋಯಿತು. ವ್ಯಾಪಾರಿಗಳು ಇದರ ಲಾಭವನ್ನು ಪಡೆಯಲು, ಗಾಗಾ ಜೊತೆಗೆ ಮರದ ಹೊಟ್ಟನ್ನು ಬೆರೆಸಿ ಮಾರ ತೊಡಗಿದರು. ಕಂದು ಬಣ್ಣದ ಗಾಗಾ ಮತ್ತು ಮರದ ಹೊಟ್ಟು ಒಂದೇ ಬಣ್ಣ ಇದ್ದುದರಿಂದ ಜನರಿಗೆ ಈ ಮೋಸದ ವ್ಯಾಪಾರ ಅರಿವಾಗಲಿಲ್ಲ. ಈ ಕಲಬೆರಕೆ ಆಹಾರವನ್ನು ತಿಂದ ಜನರು ಅನಾರೋಗ್ಯಕ್ಕೆ ಈಡಾದರು. ಜನರು ಕಲಬೆರಕೆ ಗಾಗಾ ಮಾರುತ್ತಿದ್ದ ವರ್ತಕರ ವಿರುದ್ಧ ಪ್ರತಿಭಟಿಸಿದರು.

"ನಾನು ನನ್ನ ಹಣವನ್ನೆಲ್ಲಾ ಕೊಟ್ಟು ಈ ಮರದ ಹೊಟ್ಟನ್ನು ಕೊಳ್ಳಬೇಕಾಯ್ತು."

"ಇದರ ಗಂಜಿಯನ್ನು ಕುಡಿದ ನಮ್ಮ ಮಕ್ಕಳು ಅಸ್ವಸ್ಥರಾಗಿದ್ದಾರೆ."

"ಇದು ಅಮಾನವೀಯ ಕೃತ್ಯ."

ಜನರಿಗೆ ಕೇವಲ ಪ್ರತಿಭಟನೆಯನ್ನು ಮಾಡಲಷ್ಟೇ ಸಾಧ್ಯವಿತ್ತು. ಇನ್ನೇನಾದರೂ ಕೊಂಡು ತಿನ್ನೋಣವೆಂದರೆ ಅವರ ಬಳಿ ಹಣವಿರಲಿಲ್ಲ!

ಇತ್ತ ನಮ್ಮ ಮನೆಯಲ್ಲಿ, ನನ್ನ ತಾಯಿ ಬಹಳ ಕಷ್ಟಪಟ್ಟು ಒಂದು ಹೊತ್ತಿನ ಊಟವನ್ನು ಹೊಂದಿಸಲು ಯತ್ನಿಸುತ್ತಿದ್ದರು. ಪ್ರತಿದಿನ ಒಂದಿಷ್ಟು ಹಿಟ್ಟು ಕಲಸು, ಕೇಕ್‌ಮಾಡು; ಮತ್ತೊಂದಿಷ್ಟು ಹಿಟ್ಟು ಕಲಸು, ಕೇಕ್‌ಮಾಡು; ಒಟ್ಟು ನೂರು ಕೇಕ್ ಆಗುವವರೆಗೂ ಇದೇ ಪುನರಾವರ್ತನೆಯಾಗುತ್ತಿತ್ತು. ಒಂದು ದೊಡ್ಡ ಬೋಗುಣಿಯಲ್ಲಿ ಕೇಕ್‌ಗಳನ್ನು ತುಂಬಿಸಿ, ಮೇಲೊಂದು ಬಟ್ಟೆಯನ್ನು ಮುಚ್ಚಿ ಮಾರಲು ಒಯ್ಯುತ್ತಿದ್ದರು. ಜೊತೆಗೆ ಮೂರು-ನಾಲ್ಕು ನೀರಿನ ಲೋಟ ಮತ್ತು ನೀರಿನ ಹೂಜಿಯೂ ಇರುತ್ತಿತ್ತು. ಜನರು ಕೇಕ್ ತಿಂದಾದ ಬಳಿಕ ಒಂದಿಷ್ಟು ನೀರು ಕುಡಿಯಲಿ ಎಂದು ಅಮ್ಮನ ಉದ್ದೇಶ.

ನನ್ನ ತಾಯಿ ವ್ಯಾಪಾರವನ್ನು ಮುಗಿಸಿ ಸುಸ್ತಾಗಿ ಮನೆಗೆ ಬರುತ್ತಿದ್ದರು. ನಮಗೆಲ್ಲರಿಗೂ ಚೂರು ಪಾರು ಕೇಕ್ ಮಿಕ್ಕಿರಬಹುದು ಎಂಬ ಆಸೆ. ಜೊತೆಗೆ ಅಮ್ಮ ಎಷ್ಟು ಹಿಟ್ಟು ತಂದಿದ್ದಾರೆ ಎಂದು ತಿಳಿಯುವ ಕುತೂಹಲ. ನಾವೇನೋ ದೊಡ್ಡ ಸಹಾಯವನ್ನು ಮಾಡುವಂತೆ ನಟಿಸುತ್ತಿದ್ದೆವು. ನಮ್ಮ ತಾಯಿಯಿಂದ ಬೋಗುಣಿಯನ್ನು ಪಡೆದು ಮುಚ್ಚಿದ್ದ ಬಟ್ಟೆಯನ್ನು ಸರಿಸಿ, ಎಷ್ಟು ಹಿಟ್ಟಿದೆ ಎಂದು ನೋಡುತ್ತಿದ್ದೆವು.

ಅಮ್ಮನ ಗ್ರಾಹಕರೆಲ್ಲ ಬಹುತೇಕ ರೈತಾಪಿ ಕುಟುಂಬಗಳೇ. ಅವರಲ್ಲಿ ಸುಮಾರು ಜನರು ತಮ್ಮ ಸಾಮಾನುಗಳನ್ನೆಲ್ಲಾ ಮಾರಿದ್ದರು. ಇನ್ನು ಕೆಲವರು ಶ್ರೀಮಂತ ವರ್ತಕರಿಂದ ಸಾಲವನ್ನು ಪಡೆದಿದ್ದರು. ಸಾಲದ ಮೇಲಿನ ಬಡ್ಡಿ ಈಗ 300% ದಾಟಿತ್ತು. ಬಹುತೇಕ ಜನರಿಗೆ ಸಾಲ ತೀರಿಸುವ ಚೈತನ್ಯವಿರಲಿಲ್ಲ. ಅದಕ್ಕಾಗಿ ಅವರು ತಮ್ಮ ಮನೆ, ಮಠ,

ಮನೆಯ ಸಾಮಾನುಗಳನ್ನು ಗಿರವಿಗೆ ಇಡುವ ಸ್ಥಿತಿಗೆ ಬಂದಿದ್ದರು. ಪರಿಸ್ಥಿತಿ ಮತ್ತಷ್ಟು ಹದಗೆಡುತ್ತಿದ್ದಂತೆ ಮಿಸ್ಟರ್ ಮಂಗೋಚಿ ಹಾಗೂ ಇತರ ವ್ಯಾಪಾರಿಗಳ ಸುತ್ತಲೂ ಜನರು ಸೇರಿ ದೂರುತ್ತಿದ್ದರು, "ಇದು ನಮ್ಮ ಊಟ, ಬೆಲೆಯನ್ನು ಹೀಗೆ ಏರಿಸಿ ನಮ್ಮನ್ನು ಏಕೆ ಉಪವಾಸ ಕೆಡವುತ್ತಿದ್ದೀರಾ?" ಜನರಿಗೆ ವ್ಯಾಪಾರಿಗಳನ್ನು ಹೆದರಿಸಲು ಹಾಗೂ ಹಿಂಸಾಚಾರಕ್ಕೆ ಇಳಿಯಲು ತ್ರಾಣವೇ ಇರಲಿಲ್ಲ! ಹೆಚ್ಚೆಂದರೆ ಅವರು ದೂರಬಹುದಿತ್ತಷ್ಟೇ.

ಒಂದು ಮಧ್ಯಾಹ್ನ ಯಥಾಪ್ರಕಾರ ನನ್ನ ತಾಯಿ ವ್ಯಾಪಾರಕ್ಕೆ ಕುಳಿತಿದ್ದರು. ಆಗ ಜನರ ಗುಂಪು ಅಂಗಡಿಯ ಮುಂದೆ ಜಮಾಯಿಸಿತು. ಒಬ್ಬ ಮಹಿಳೆ ನಾನು ಎರಡು ಕೇಕ್ ಒಯ್ಯುತ್ತೇನೆ ಎಂದು ತೆಗೆದುಕೊಂಡಳು. ಒಬ್ಬನಂತೂ ನನ್ನ ತಾಯಿಯ ಪಕ್ಕದಲ್ಲೇ ಕುಳಿತು "ಮೂರು ಕೇಕ್ ಕೊಡಿ" ಎಂದು ಮೂರು ಕೇಕ್‌ಗಳನ್ನು ಕಿತ್ತುಕೊಂಡು ತಿಂದ.

"ಒಂಬತ್ತು ಕ್ವಾಚಾ."

"ನನ್ನ ಬಳಿ ಹಣವಿಲ್ಲ" ಎನ್ನುತ್ತಾ ಅವನು ಹೊರಟೇ ಹೋದನು.

ಅಂದು ಸಂಜೆ ಕೆದರಿದ ಕೂದಲು, ಬಾಡಿದ ಮುಖವನ್ನು ಹೊತ್ತು ಬಂದ ನನ್ನ ತಾಯಿ ಬಸವಳಿದಿದ್ದರು.

"ಅಮ್ಮ ನಿನಗೆ ಬಹಳ ಸುಸ್ತಾಗಿರಬಹುದು" ಎನ್ನುತ್ತಾ ಅವರಿಂದ ಬೇಸಿನ್ ಕಸಿದುಕೊಂಡು, ಅದರಲ್ಲಿ ಇಣುಕಿ ನೋಡಿದೆ. ಹೆಚ್ಚು ಕಡಿಮೆ ಅದು ಖಾಲಿಯಾಗಿತ್ತು.

"ಜನರು ಹಣವನ್ನು ಕೊಡದೇ ಎಲ್ಲಾ ಕೇಕ್‌ಗಳನ್ನು ಕಿತ್ತುಕೊಂಡರು. ಈವತ್ತು ರಾತ್ರಿಯ ಊಟಕ್ಕೆ ಏನೂ ಇರುವುದಿಲ್ಲ."

ನನ್ನ ತಾಯಿ ಹೇಳಿದ್ದು ನಿಜವೇ ಆಗಿತ್ತು. ಅಂದು ರಾತ್ರಿ ನಮಗೆ ಉಣ್ಣಲು ಹೆಚ್ಚೇನು ಇರಲಿಲ್ಲ. ಇತ್ತ ಜೋಳದ ಬೆಲೆಯು ಹೆಚ್ಚಾದಂತೆ ನಾವು ಕೊಳ್ಳುವ ಹಿಟ್ಟಿನ ಪ್ರಮಾಣವೂ ಕಡಿಮೆಯಾಯಿತು. ಹಿಟ್ಟು ಕಡಿಮೆಯಾದಂತೆ ನನ್ನ ತಾಯಿ ಹೆಚ್ಚು ಕೇಕ್‌ಗಳನ್ನು ಮಾರಲು ಆಗುತ್ತಿರಲಿಲ್ಲ. ಅಂದರೆ ಹೆಚ್ಚು ಹಿಟ್ಟನ್ನು ಕೊಳ್ಳಲು ಆಗುವುದಿಲ್ಲ. ಅಂದರೆ ರಾತ್ರಿಯ ಊಟಕ್ಕೆ ಕೆಲವೇ ತುಣುಕು ಸೀಮ ಸಿಗುತ್ತಿತ್ತು. ಎಲ್ಲವೂ ಒಂದಕ್ಕೊಂದು ಬೆಸೆದಂತಿತ್ತು.

"ಪ್ರತಿ ಸರ್ತಿ ನೀವು ಸೀಮ ತುಣುಕು ನುಂಗಿದಾಗ, ಸ್ವಲ್ಪ ನೀರು ಕುಡಿಯಿರಿ. ಆಗ ಬೇಗ ಹಸಿವಾಗುವುದಿಲ್ಲ" ನಮ್ಮ ತಾಯಿ ನಮಗೆ ಉಪಾಯವನ್ನು ಹೇಳಿಕೊಟ್ಟರು.

ನಾವೆಲ್ಲಾ ಮಕ್ಕಳಿಗೆ ಪರಿಸ್ಥಿತಿಯು ಅರ್ಥವಾಗಿ, ನಮ್ಮ ಪಾಲಿನ ಊಟದ ಬಗ್ಗೆ ಅರಿವಿತ್ತು. ಆದರೆ ನನ್ನ ಏಳು ವರ್ಷದ ತಂಗಿ 'ರೋಸ್', ದೊಡ್ಡ ಸೀಮ ತುಣುಕನ್ನು ತೆಗೆದುಕೊಂಡು ಇತರರು ಅವಳನ್ನು ತಡೆಯುವ ಮುನ್ನವೇ ನುಂಗಿಬಿಡುತ್ತಿದ್ದಳು.

"ಹೇ, ಸ್ವಲ್ಪ ನಿಧಾನ! ಅಮ್ಮಾ ರೋಸ್ ಎಲ್ಲರಿಗಿಂತ ದೊಡ್ಡ ತುಣುಕನ್ನು ತೆಗೆದುಕೊಂಡಳು" ನನ್ನ ಒಂಬತ್ತು ವರ್ಷದ ತಂಗಿ ಡೋರಿಸ್ ಪ್ರತಿಭಟಿಸುತ್ತಿದ್ದಳು.

"ನೀನು ಸ್ವಲ್ಪ ಬೇಗ ತಿನ್ನಬೇಕು" ರೋಸ್‌ಳ ಮಾರುತ್ತರ.

ನಾವೆಲ್ಲರೂ ದಿನೇ ದಿನೇ ಕೃಶರಾಗುತ್ತಲೇ ಇದ್ದೆವು. ಅದರಲ್ಲೂ ರೋಸ್ ಮತ್ತು ಮೇಲೆಸ್. ಇವರಿಬ್ಬರೂ ಈಚೆಗೆ ಹುಟ್ಟಿದ ಟಿಯಾಮ್ಯೆಕ್‌ಗಿಂತಲೂ ದೊಡ್ಡವರು. ಆಕಾರ

ದಲ್ಲಿ ನನ್ನ ತಾಯಿಯನ್ನು ಹೊತ್ತಿದ್ದರು. ಅವರಂತೆ ತೆಳ್ಳಗೆ, ಬಡಕಲಾಗಿದ್ದರು. ಈಗ ಹಸಿವು ಅವರ ಬತ್ತಿಹೋದ ಕೆನ್ನೆಗಳನ್ನು, ಗುಳಿಬಿದ್ದ ಕಣ್ಣುಗಳನ್ನು ಎತ್ತಿ ತೋರಿಸುತ್ತಿತ್ತು. ಆಯಿಶಾ, ಡೋರಿಸ್ ಮತ್ತು ನಾನು ನಮ್ಮ ತಂದೆಯಂತೆ ಉದ್ದ ಮತ್ತು ದಪ್ಪ. ಆದರೂ ಈಚೆಗೆ ನನ್ನ ಪ್ಯಾಂಟ್‌ಗಳೆಲ್ಲವೂ ಸಡಿಲವಾಗಿ, ಬೆಲ್ಟ್ ಧರಿಸಲು ಆರಂಭಿಸಿದ್ದೆ.

ರೋಸ್ ಪ್ರತಿದಿನ ದೊಡ್ಡ ತುಣುಕನ್ನೇ ತಿನ್ನುತ್ತಿದ್ದರೂ, ನಮ್ಮ ಹೆತ್ತವರು ಅವಳನ್ನು ಒಂದು ದಿನವೂ ಆಕ್ಷೇಪಿಸಲಿಲ್ಲ. ಆದರೆ ಡೋರಿಸ್‌ಳ ಸಹನೆಯ ಕಟ್ಟೆ ಒಡೆಯಿತು. ಕಳೆದ ಕೆಲವು ವಾರಗಳಿಂದ ತನಗೆ ಊಟಕ್ಕೆ ಏನೂ ಸಿಗುತ್ತಿಲ್ಲ ಎಂಬ ಬೇಸರ ಡೋರಿಸ್‌ಗಿದ್ದಿತು. ಇತ್ತ ತನ್ನ ತಂದೆ-ತಾಯಿಯಿಂದಲೂ ಅವಳಿಗೆ ಯಾವ ಸಹಾಯವೂ ದೊರೆಯಲಿಲ್ಲ. ಡೋರಿಸ್, ರೋಸ್‌ನಿಂದಾಗಿ ರಾತ್ರಿಯ ಊಟದ ಸಮಯವು ಆತಂಕ ಮತ್ತು ಒತ್ತಡದ ಗಳಿಗೆಗಳಾದವು.

ಒಂದು ಸಂಜೆ ಯಥಾಪ್ರಕಾರ ಎಲ್ಲರೂ ಸೀಮ ಬೋಗುಣಿಯ ಸುತ್ತಲೂ ಕುಳಿತಿದ್ದೆವು. ಮಾಮೂಲಿನಂತೆ ರೋಸ್ ಬಂದವಳೇ ದೊಡ್ಡ ತುಣುಕನ್ನು ತೆಗೆದುಕೊಂಡಳು. ಅವಳು ಇನ್ನೇನು ತಿನ್ನಬೇಕು, ಅಷ್ಟರಲ್ಲಿ ಡೋರಿಸ್ ಬೋಗುಣಿಯತ್ತ ನೆಗೆದು ರೋಸ್ ಮುಖಕ್ಕೆ ಗುದ್ದತೊಡಗಿದಳು.

"ಅಮ್ಮಾ..." ರೋಸ್ ನೋವಿನಿಂದ ಕಿರುಚಿಕೊಂಡಳು.

"ಜಗಳವನ್ನು ನಿಲ್ಲಿಸಿ, ಸುಮ್ಮನೆ ಊಟ ಮಾಡಿಕೊಂಡು ತೆಪ್ಪನೇ ಹೋಗಿ ಮಲಗಿ. ಹೀಗೆ ಕಾದಾಡುತ್ತಿದ್ದರೆ, ನನಗೆ ನಿಮ್ಮ ಜೊತೆ ಏಗೋ ಅಷ್ಟು ಶಕ್ತಿಯಿಲ್ಲ" ನನ್ನ ತಾಯಿ ಒಂದು ಕೂಗು ಹಾಕಿ ಡೋರಿಸ್ ಮತ್ತು ರೋಸ್‌ಳನ್ನು ಬೇರ್ಪಡಿಸಿದರು.

ಅಂದು ರಾತ್ರಿ ಪುನಃ ನಾವೆಲ್ಲರೂ ಹಸಿವಿನಿಂದಲೇ ಮಲಗಿದೆವು. ನಾನು ಊಟವಾದ ಬಳಿಕ ಕೈ ತೊಳೆದರೂ, ಊಟದ ಘಮಲು ನನ್ನ ಬೆರಳುಗಳಿಂದ ಮಾಸಲಿಲ್ಲ.

ದೇಶದ ಎಲ್ಲೆಡೆ ಆಹಾರದ ದಾಸ್ತಾನು ಬರಿದಾಗಿದ್ದರೂ, ಸರಕಾರ ತನ್ನ ಮೌನವ್ರತವನ್ನು ಮುಂದುವರೆಸಿತ್ತು. ರೇಡಿಯೊ ವಾರ್ತೆಗಳಲ್ಲಿ ಹಸಿವಿನ ಹಾಹಾಕಾರದ ಬಗ್ಗೆ ವರದಿಯಾಗುತ್ತಿದ್ದರೂ, ಯಾವ ಬದಲಾವಣೆಯೂ ಆಗಲಿಲ್ಲ. ಪ್ರೆಸ್ ಕೃಷಿಕೇಂದ್ರ ಮತ್ತು ADMARC ದಾಸ್ತಾನುಗಳು ಬರಿದಾದವು. ಅಲ್ಲಿನ ಕೆಲಸಗಾರರೇ ಹೊರಗೆ ಆಹಾರವನ್ನು ಬೇಡುವ ಪರಿಸ್ಥಿತಿಗೆ ಬಂದರು. ಜೊತೆಗೆ ಯಾವುದೇ ರಕ್ಷಣಾ ಕಾರ್ಯಗಳೂ ಇರಲಿಲ್ಲ. ಉಪವಾಸ ಜನರನ್ನು ಬುದ್ಧಿ ಭ್ರಮಣೆಯತ್ತ ತಳ್ಳತೊಡಗಿತು. ಗಾಳಿಸುದ್ದಿಗಳು ಬಲುಬೇಗನೇ ಹರಡತೊಡಗಿದವು.

"ಅವರು ನಮ್ಮ ಜೋಳದ ಪಾಲನ್ನು ಮಾರಿಬಿಟ್ಟರಂತೆ. ಇನ್ನೇನು ಮಾರಿದರಂತೆ?" ಜನರು ಆಡಿಕೊಳ್ಳತೊಡಗಿದರು.

"ಮಾಲಾವಿಯಲ್ಲಿ ಯಾವುದೂ ಕ್ಷೇಮವಲ್ಲ."

"ಅವರು ನಮ್ಮಿಂದ ಏನೋ ಮುಚ್ಚಿಡುವ ಪ್ರಯತ್ನವನ್ನು ಮಾಡುತ್ತಿದ್ದಾರೆ."

ಇನ್ನು ಸರಕಾರದ ಪತನ ನಿಶ್ಚಿತವೆಂದು ಅರಿತ ಜನರು, ತಮ್ಮ ಉಳಿತಾಯವನ್ನು ಬ್ಯಾಂಕ್‌ಗಳಿಂದ ಹಿಂತೆಗೆಯಲು ಆರಂಭಿಸಿದರು. ಒಂದು ಮುಂಜಾನೆ ನನ್ನ ತಂದೆಯೂ ಕಸುಂಗುವಿನ ಬ್ಯಾಂಕ್‌ನತ್ತ ಹೊರಟರು. ಜೋರು ಮಳೆಯನ್ನೂ ಲೆಕ್ಕಿಸದೇ ಖಾಲಿ ಹೊಟ್ಟೆಯಲ್ಲಿ ಸಾಲುಗಟ್ಟಿ ನಿಂತ ಜನರ ಸಾಲು ರಸ್ತೆಯನ್ನು ಮುಟ್ಟಿತ್ತು. ಸುಮಾರು ನೂರು ಜನರು ಬೆಳಗಿನಿಂದ ಏನೂ ತಿನ್ನದೇ, ಆತಂಕದಿಂದ ಸಾಲಿನಲ್ಲಿ ನಿಂತಿದ್ದರು. ಬ್ಯಾಂಕ್‌ನಲ್ಲಿ ಗುಮಾಸ್ತರು ಹಣವನ್ನು ಪಾವತಿಸಲು ಬಹಳ ಸತಾಯಿಸುತ್ತಿದ್ದರು. ಕೊನೆಗೆ ಬೇರೆ ದಾರಿಯು ಕಾಣದೇ ಜನರು ದಂಗೆ ಏಳುವುದಾಗಿ ಹೆದರಿಸಬೇಕಾಯಿತು.

"ನಮ್ಮ ಹಣವನ್ನು ನಮಗೆ ವಾಪಸ್ಸು ಕೊಡಿ. ನಮ್ಮಿಂದ ಏನು ಮುಚ್ಚಿಡುತ್ತಿದ್ದೀರಾ?"

ನಮ್ಮ ತಂದೆ ನಮ್ಮೆಲ್ಲ ಉಳಿತಾಯವನ್ನೂ, ಅಂದರೆ ಸುಮಾರು ಸಾವಿರ ಕ್ವಾಚಾ ಹಿಂತೆಗೆದರು. ಅದರಿಂದ ಒಂದು ಪೈಲು ಜೋಳವನ್ನು ಖರೀದಿಸಿ ಹಿಟ್ಟು ಮಾಡಿಸಿ ಮಾರಿದರು. ಅಂದರೆ ಇನ್ನೂ ಒಂದು ವಾರ ನಮಗೆ ಊಟದ ವ್ಯವಸ್ಥೆಯಾಗಿತ್ತು.

ಈ ಆತಂಕಗಳ ನಡುವೆ ನಾನು ಜನವರಿ ಮಧ್ಯ ಭಾಗಕ್ಕಾಗಿ ಎದುರು ನೋಡುತ್ತಿದ್ದೆ. ಕಚೊಕೊಲೊ ಶಾಲೆಯು ಇನ್ನೇನು ತೆರೆಯುವುದಿತ್ತು. ಸುಮಾರು ಎರಡು ಮೂರು ವಾರಗಳ ಕಾಲ ನಾನು ಇದೊಂದು ವಿಷಯದ ಮೇಲೆ ಗಮನ ಹರಿಸಿದ್ದೆ. ನಾನು ಹೇಗೆ ಉದ್ದನೆಯ ಪ್ಯಾಂಟ್ ಧರಿಸಿ, ಗಿಲ್ಬರ್ಟ್‌ನೊಟ್ಟಿಗೆ ದೊಡ್ಡವರಂತೆ ನಡೆದುಕೊಂಡು ಹೋಗುತ್ತೇನೆ ಎನ್ನುವುದಷ್ಟೇ ನನ್ನ ಯೋಚನೆಯಾಗಿತ್ತು. ಶಾಲೆಯ ಯೋಚನೆಗಳಲ್ಲಿ, ಈಗಿರುವ ತೊಂದರೆಗಳ ಬಗ್ಗೆ ಚಿಂತಿಸುವುದನ್ನು ಬಿಟ್ಟಿದ್ದೆ. ಮನೆಗಿಂತಲೂ ಶಾಲೆಯಲ್ಲಿ ಹಸಿವಿನಿಂದ ಸಮಯ ಕಳೆಯುವುದು ಸುಲಭ ಎಂದು ನನ್ನ ಭಾವನೆ.

ಆದರೆ ಒಂದೇ ತಲೆನೋವಾಗಿದ್ದು ನನ್ನ ಸಮವಸ್ತ್ರ. ನನ್ನ ಬಳಿ ಎರಡು ಕಪ್ಪನೆಯ ಪ್ಯಾಂಟ್ ಇದ್ದರೂ ಬಿಳಿಯ ಶರ್ಟ್ ಇರಲಿಲ್ಲ. ಜೊತೆಗೆ ನಮ್ಮ ಬಳಿ ನಮ್ಮ ಹೆಡ್‌ಮಾಸ್ಟರ್ ಅವರಿಂದ ಶರ್ಟನ್ನು ಕೊಳ್ಳಲು ಹಣವಿರಲಿಲ್ಲ. ಕೊನೆಗೆ ನನ್ನ ತಾಯಿ 'ಉಪಯೋಗಿಸಿದ್ದ ಬಟ್ಟೆಯನ್ನು ಮಾರುವ ಅಂಗಡಿ'ಗೆ ನನ್ನನ್ನು ಕಳುಹಿಸಿದರು.

"ಯಾವ ಶರ್ಟ್ ಆದರೇನು? ಅದು ಎಲ್ಲಿಂದ ಬಂದರೇನು? ಕೊನೆಗೆ ಬಿಳಿಯ ಬಣ್ಣವೇ ತಾನೇ..." ನನ್ನ ತಾಯಿ ನನ್ನನ್ನು ಒಪ್ಪಿಸಿದರು.

ನಿಜ ಹೇಳಬೇಕೆಂದರೆ, ಶಾಲೆ ಶುರುವಾಗುವ ಮುನ್ನ ನನ್ನ ಬಳಿ ಇದ್ದಿದ್ದು ಎರಡೇ ಶರ್ಟ್‌ಗಳು. ಅದರಲ್ಲಿ ಒಂದು ನನ್ನ ಹಳೆಯ ಸಮವಸ್ತ್ರ. ಬೇಸಾಯದ ಕೆಲಸದಿಂದ ಅದು ತನ್ನ ಬಿಳಿಯ ಬಣ್ಣವನ್ನು ಕಳೆದುಕೊಂಡು ಮಾಸಲಾಗಿತ್ತು. ಈಚೆಗೆ, ಅಂದರೆ ಒಂದು ತಿಂಗಳ ಮೊದಲು ಕಡಿಮೆ ಬೆಲೆಯ 'ಮಲುವಾ ಲೈ ಬಾರ್ ಸೋಪ್' ತರುತ್ತಿದ್ದೆವು. ಆದರೆ ಅದೂ ಕೂಡ ಮುಗಿದು ಹೋಗಿತ್ತು. ಸ್ನಾನಕ್ಕೆ ಬೊಂಗೋವೆ ಗಿಡವನ್ನು ಸಾಬೂನಾಗಿ

ಬಳಸುತ್ತಿದ್ದೆವು. ಆದರೆ ಅದರಿಂದ ಬಿಳಿಯ ಶರ್ಟ್‌ನ್ನು ಒಗೆಯುವುದು ಸಾಧ್ಯವಿರಲಿಲ್ಲ. ಹಾಗಿದ್ದರೂ ಒಂದು ಬೆಳಗ್ಗೆ, ನಾವು ಬಕೆಟ್‌ನಂತೆ ಬಳಸುವ ಕತ್ತರಿಸಿದ ಟೈರ್ ಒಳಗೆ ನೀರು ತುಂಬಿಸಿ ನನ್ನ ಶರ್ಟನ್ನು ನೆನೆಸಿದೆ. ನಂತರ ಬೊಂಗೋವೆ ಹಾಕಿ ಚೆನ್ನಾಗಿ ಉಜ್ಜಿದೆ. ಆದರೂ ಕಂಕುಳಿನ ಭಾಗದಲ್ಲಿ ಕಟ್ಟಿಕೊಂಡಿದ್ದ ಹಳದಿಯ ಬಣ್ಣ ಹಾಗೂ ಕಾಲರನ್ನು ಆವರಿಸಿದ್ದ ಮಾಸಲು ಬಣ್ಣ ಹೋಗಲಿಲ್ಲ. ನಾನು ತಾನೇ ಇನ್ನೇನು ಮಾಡಲು ಸಾಧ್ಯವಿತ್ತು?

ಶಾಲೆಯ ಮೊದಲ ದಿನದಂದು ರಸ್ತೆಯಲ್ಲಿ ಗಿಲ್ಬರ್ಟ್‌ನನ್ನು ಕಂಡೆ. ಒಟ್ಟಿಗೆ ಶಾಲೆಗೆ ಹೋಗಬಹುದು ಎಂದು ಖುಷಿಯಾಯಿತು.

"ಗಿಲ್ಬರ್ಟ್ ಬೋ?"

"ಬೋ."

"ಖಂಡಿತ?"

"ಖಂಡಿತ.".

"ಈವತ್ತಿನ ದಿನಕ್ಕಾಗಿ ಎಷ್ಟು ದಿನಗಳಿಂದ ಕಾಯುತ್ತಿದ್ದೆವು, ಅಲ್ಲವೇ ಗಿಲ್ಬರ್ಟ್?"

"ಅಲ್ಲವೇ ಮತ್ತೆ?"

"ನೀನು ಬೇರೆ ಹುಡುಗರು ಮಾಡುವ ಪುಂಡತನ ಮತ್ತು ಕೀಟಲೆಗೆ ಸಿದ್ಧನಿದ್ದೀಯಾ?"

"ಹೂಂ... ಆದರೆ ಯಾರು ಮೊದಲು ನಮಗೆ ಹೊಡೆಯಬಹುದು ಎನಿಸುತ್ತದೆ?"

"ನಾನು ಒಂದು ಉಪಾಯವನ್ನು ಯೋಚಿಸಿದ್ದೀನಿ. ಹೊಡೆಯಲು ಬರುವ ಹುಡುಗ ಫಾರ್ಮ್–3 ತರಗತಿಯಲ್ಲಿದ್ದರೆ, ನಾವು ಅವನಿಗೆ ಮೊದಲು ಹೊಡೆಯೋಣ" ನನ್ನ ಉಪಾಯವನ್ನು ತಿಳಿಸಿದೆ.

"ಒಳ್ಳೆಯ ಉಪಾಯ. ಆದರೆ ಮೊದಲು ಹೊಡೆಯುವವರು ಯಾರು?"

"ನೀನು."

ನಮ್ಮ ಕಚೊಕೊಲೊ ಶಾಲೆಗೆ ಹೋಗಲು ಸುಮಾರು ನಲವತ್ತು ನಿಮಿಷ ನಡೆಯಬೇಕಿತ್ತು. ಒಂದು ಬೆಟ್ಟ, ಕೆಲವು ಜೋಳದ ಹೊಲಗಳು, ಒಂದು ಕಾಲದಲ್ಲಿ ನಾವು ಹಕ್ಕಿಯನ್ನು ಬೇಟೆಯಾಡುತ್ತಿದ್ದ ಡಾಂಬೊ ತಗ್ಗು ಪ್ರದೇಶ ಎಲ್ಲವನ್ನೂ ದಾಟಿಕೊಂಡು ಹೋಗಬೇಕಿತ್ತು. ಕಚೊಕೊಲೊ ಶಾಲೆ ಒಂದು ಕಣಿವೆಯ ಮಧ್ಯದಲ್ಲಿದ್ದು, ಎಸ್ಟೇಟುಗಳಿಂದ ಸುತ್ತುವರೆದಿತ್ತು. ನಮಗೆ ಅಲ್ಲಿಂದ ಎಸ್ಟೇಟುಗಳಲ್ಲಿ ದೊಡ್ಡ ದೊಡ್ಡ ಡೀಸಲ್ ಟ್ರಾಕ್ಟರ್‌ಗಳು ಮಣ್ಣನ್ನು ಉಳುತ್ತಿರುವುದು ಕಾಣುತ್ತಿತ್ತು. ಕೆಲವು ಅದೃಷ್ಟಶಾಲಿ ಕೆಲಸಗಾರರು ಸುಡು ಬಿಸಿಲಿನಲ್ಲಿ ಕೆಲಸ ಮಾಡುತ್ತಿದ್ದರು.

ನಮ್ಮ ಶಾಲೆಯ ಬೆಳಗಿನ ಪ್ರಾರ್ಥನೆ ಮತ್ತು ವಿದ್ಯಾರ್ಥಿಗಳ ಸಭೆಗೆ ನಾವೆಲ್ಲಾ ಹಾಜರಾದೆವು. ನಮ್ಮ ಮುಖ್ಯ ಶಿಕ್ಷಕರಾದ 'ಶ್ರೀ W.M ಫಿರಿ' (ಕಾದಾಟಕ್ಕ ಇಳಿಯುತ್ತಿದ್ದ

ಫಿರಿಗೂ ಇವರಿಗೂ ಸಂಬಂಧವಿಲ್ಲ) ಎದ್ದು ನಿಂತು "ನಮ್ಮಂತಹ ಜಾಣ ವಿದ್ಯಾರ್ಥಿಗಳನ್ನು ಕಂಡು ಅವರಿಗೆ ಅತೀವ ಸಂತೋಷವಾಗಿದೆ" ಎಂದರು.

"ಈ ಕಚೊಕೊಲೊ ಶಾಲೆಯಲ್ಲಿ ನಿಮಗೆಲ್ಲರಿಗೂ, ನಿಮ್ಮ ನಾಡಿಗೆ ಉಪಯೋಗವಾಗುವ, ದೇಶವು ಹೆಮ್ಮೆ ಪಡುವಂತಹ ಶಿಕ್ಷಣವನ್ನು ನೀಡಲಾಗುವುದು" ಎಂದು ನಮಗೆ ಹುರುಪನ್ನು ತುಂಬಿದರು.

ಒಂದು ರೀತಿ ಅವರು ಹೇಳಿದ್ದು ನಿಜವೇ ಆಗಿತ್ತು. ನಾವೆಲ್ಲರೂ ಜಾಣ ವಿದ್ಯಾರ್ಥಿಗಳಾಗಿದ್ದೆವು. ಎಲ್ಲರಿಗೂ ಚೆನ್ನಾಗಿ ಕಲಿಯುವ ಹುಮ್ಮಸ್ಸಿತ್ತು. ನನ್ನ ಪಾಲಿಗಿದು ಜೀವನದಲ್ಲಿಯೇ ದೊಡ್ಡ ದಿನವಾಗಿತ್ತು.

ಫಿರಿ ಮತ್ತೆ ಮುಂದುವರೆಸಿದರು, "ಎಲ್ಲ ಶಾಲೆಗಳಂತೆ ಇಲ್ಲಿಯೂ ಕೆಲವು ನಿಯಮಗಳಿವೆ. ವಿದ್ಯಾರ್ಥಿಗಳು ಸಮವಸ್ತ್ರದಲ್ಲಿ ಬರಬೇಕು. ಮತ್ತೆ ಸಮಯ ಪಾಲನೆಯನ್ನು ಮಾಡಬೇಕು. ಇದನ್ನು ಪಾಲಿಸದ ವಿದ್ಯಾರ್ಥಿಗಳು ಶಿಕ್ಷೆಗೆ ಒಳಗಾಗುತ್ತಾರೆ."

ಸಭೆಯು ಮುಗಿದ ನಂತರ ನಾನು ಮತ್ತು ಗಿಲ್ಬರ್ಟ್‌ತರಗತಿಯತ್ತ ನಡೆದುಕೊಂಡು ಹೋಗುತ್ತಿದ್ದೆವು. ಆಗ ಫಿರಿ ನನ್ನ ಭುಜವನ್ನು ತಟ್ಟಿ ನಿಲ್ಲಿಸಿದರು.

"ನಿನ್ನ ಹೆಸರೇನು?"

"ವಿಲಿಯಂ ಟ್ರೆವೆಲ್ ಕಾಂಕ್ವಾಂಬಾ" ಹೆದರಿಕೆಯನ್ನು ಅಡಗಿಸಲಾಗದೇ ಉಸುರಿದೆ.

"ನೋಡು ವಿಲಿಯಂ, ನಿನ್ನ ಸಮವಸ್ತ್ರವು ಸರಿಯಾಗಿಲ್ಲ."

ಅವರು ನನ್ನ ಶರ್ಟನ್ನು ಕುರಿತಾಗಿ ಹೇಳುತ್ತಿದ್ದಾರೆ ಎಂದುಕೊಂಡೆ. ಅವಮಾನದಿಂದ ಓಡಿಹೋಗಿ ಅವಿತುಕೊಳ್ಳಬೇಕು ಎನ್ನಿಸಿತು. ಆದರೆ ಫಿರಿ ನಾನು ಧರಿಸಿದ್ದ ಚಪ್ಪಲಿಯತ್ತ ಬೆಟ್ಟು ಮಾಡಿ ತೋರಿಸಿದರು.

"ಚಪ್ಪಲಿಯನ್ನು ಧರಿಸಿ ಬರುವಂತಿಲ್ಲ. ಮಕ್ಕಳು ಇಲ್ಲಿ ಸರಿಯಾಗಿ ಶೂ ಧರಿಸಿ ಬರಬೇಕು. ನೀನು ಮನೆಗೆ ಹೋಗಿ ಬದಲಾಯಿಸಿಕೊಂಡು ಬಾ."

ನನ್ನ ಚಪ್ಪಲಿಯತ್ತ ಒಮ್ಮೆ ನೋಡಿದೆ. ಹೌದು ನನ್ನ ಸಮವಸ್ತ್ರ ಸರಿಯಾಗಿರಲಿಲ್ಲ. ನಾನು ರಬ್ಬರ್‌ನ ಹವಾಯಿ ಚಪ್ಪಲಿ ಧರಿಸಿದ್ದೆ. ಬಲಗಾಲಿನ ಚಪ್ಪಲಿಯ ತಳಭಾಗದ ರಬ್ಬರ್ ಕವಚವು ಕಿತ್ತುಬಂದಿತ್ತು. ಏನೇ ಆಗಲಿ ಚಪ್ಪಲಿ ಕಿತ್ತರೆ ಸಮಯಕ್ಕೆ ಬೇಕಾಗಬಹುದು, ಎಂದು ನನ್ನ ಜೇಬಿನಲ್ಲಿ ಸದಾ ಸೂಜಿ ಮತ್ತು ದಾರವಿರುತ್ತಿತ್ತು. ಆ ಕ್ಷಣಕ್ಕೆ ನಾನು ಏನಾದರೂ ಸಮಜಾಯಿಷಿ ನೀಡಬೇಕಿತ್ತು. ಏನೋ ಹೊಳೆಯಿತು.

"ಸರ್ ನಾನು ಸರಿಯಾದ ಶೂ ಧರಿಸಿ ಬರುತ್ತಿದ್ದೆ. ಆದರೆ ನೋಡಿ ನಾನಿರುವುದು ವಿಂಬೆಯಲ್ಲಿ. ಎರಡು ಹೊಳೆಯನ್ನು ದಾಟಿ ಬರಬೇಕು. ಇದು ಮಳೆಗಾಲ ಬೇರೆ. ನಾನು ಶೂ ಹಾಕಿಕೊಂಡು ಬಂದಿದ್ದರೆ ಮಳೆ ಮತ್ತು ಕೆಸರಿಗೆ ಅದು ಕೊಳಕಾಗಿ ಬಿಡುತ್ತಿತ್ತು. ಹಾಗಾಗಿ ನನ್ನ ತಾಯಿ ಒಪ್ಪಲಿಲ್ಲ" ಎಂದು ಸಮಯೋಚಿತವಾದ ಸುಳ್ಳನ್ನು ತೇಲಿಬಿಟ್ಟೆ.

"ಈಗ ಸರಿ... ಆದರೆ ಮಳೆ ನಿಂತ ಮೇಲೆ, ನೀನು ಸರಿಯಾದ ಸಮವಸ್ತ್ರದಲ್ಲಿ ಬರಬೇಕು. ತಿಳಿಯಿತಾ?" ಫಿರಿ ಸರ್ ನನ್ನನ್ನು ಎಚ್ಚರಿಸಿ ಒಳಬಿಟ್ಟರು.

ನನ್ನ ಹೆತ್ತವರಿಗೆ ಶಾಲೆಯ ಪುಸ್ತಕಗಳನ್ನು ಕೊಡಿಸಲೂ ಹಣವಿರಲಿಲ್ಲ. ಇನ್ನು ಸಮವಸ್ತ್ರ, ಶೂ ದೂರದ ಮಾತಾಯಿತು. ಒಂದೊಂದು ಪುಸ್ತಕವೂ ನೂರಾರು ಕ್ವಾಚಾದಷ್ಟು ಬೆಲೆಯಾಗುತ್ತಿತ್ತು. ಈಗ ಬರದ ಪರಿಸ್ಥಿತಿಯಿತ್ತು ಸರಿ, ಆದರೆ ಒಳ್ಳೆಯ ಸಮಯದಲ್ಲಿಯೂ ಅನೇಕ ಮಕ್ಕಳಿಗೆ ಪಠ್ಯ ಪುಸ್ತಕಗಳನ್ನು ಕೊಳ್ಳಲು ಆಗುವುದಿಲ್ಲ. ಹಾಗಾಗಿ ಪುಸ್ತಕಗಳನ್ನು ಎರವಲು ಪಡೆಯುವುದು, ಹಂಚಿಕೊಳ್ಳುವುದು ಸಾಮಾನ್ಯವಾಗಿತ್ತು.

ಪ್ರೈಮರಿ ಶಾಲೆಯಲ್ಲಿ ಪುಸ್ತಕವಿರುವ ವಿದ್ಯಾರ್ಥಿಗಳ ಜೊತೆಗೆ ಕುರ್ಚಿಯಲ್ಲಿ ಒತ್ತರಿಸಿ ಕುಳಿತು, ಒಟ್ಟಿಗೆ ಓದಿಕೊಳ್ಳುತ್ತಿದ್ದೆವು. ಒಂದು ವೇಳೆ ಒಬ್ಬ ವಿದ್ಯಾರ್ಥಿಯು ಬೇಗನೇ ಓದುತ್ತಿದ್ದರೆ ಮತ್ತೊಬ್ಬನಿಗೆ ತೊಡಕಾಗುತ್ತಿತ್ತು. ಗಿಲ್ಬರ್ಟ್ ಪುಸ್ತಕಗಳನ್ನು ಕೊಂಡಿದ್ದ. ನಾವಿಬ್ಬರೂ ಒಂದೇ ವೇಗದಲ್ಲಿ ಓದಿಕೊಳ್ಳುತ್ತಿದ್ದೆವು. ಹೀಗಾಗಿ ನನಗೆ ಆ ಯೋಚನೆ ಇರಲಿಲ್ಲ.

ನನ್ನ ಹಿಂದಿನ ಶಾಲೆ, ಅಂದರೆ, ವಿಂಬೆ ಪ್ರೈಮರಿ ಶಾಲೆಯ ಸ್ಥಿತಿ ಇನ್ನೂ ಘೋರವಾಗಿತ್ತು. ತರಗತಿಗಳಲ್ಲಿ ಕೂರಲೂ ಜಾಗವಿಲ್ಲದೇ, ಕೆಲವು ಮಕ್ಕಳು ಶಾಲೆಯ ಹೊರಗಿದ್ದ ಮರದ ಕೆಳಗೆ ಕುಳಿತು ಓದಿಕೊಳ್ಳುತ್ತಿದ್ದರು. ಕೆಲವು ಕೊಠಡಿಗಳು ಮಳೆ ಬಂದರೆ ಸೋರುತ್ತಿದ್ದವು. ಇನ್ನು ಮೂರನೆಯ ತರಗತಿಯ ಕೊಠಡಿಯ ಗೋಡೆಯು ಬಿದ್ದೇ ಹೋಗಿತ್ತು. ಶೌಚಾಲಯವಂತೂ ನರಕಕ್ಕೆ ಸಮಾನ. ಗೆದ್ದಲುಗಳು ಗೋಡೆಗಳನ್ನು ತಿಂದು ಹಾಕಿದ್ದವು. ಏಂಜೆಲಾ ಎಂಬ ಬಾಲಕಿಯು ಒಮ್ಮೆ ಶೌಚಾಲಯದಲ್ಲಿ ಬಿದ್ದು, ಎಷ್ಟೋ ಗಂಟೆಗಳ ಬಳಿಕ ಅವಳ ಕೂಗು ಕೇಳಿಸಿತ್ತು. ಬಹಳ ಕಷ್ಟ ಪಟ್ಟು ಅವಳನ್ನು ಮೇಲೆತ್ತಿದ್ದರು. ನಾನು ಮರಳಿ ಅವಳನ್ನು ಎಂದೂ ಆ ಶಾಲೆಯಲ್ಲಿ ನೋಡಲೇ ಇಲ್ಲ.

ಕಚೊಕೊಲೊ ಶಾಲೆಯ ಸ್ಥಿತಿ ವಿಂಬೆಯ ಶಾಲೆಗಿಂತಲೂ ಉತ್ತಮವಾಗಿ ಇರಬಹುದು ಎನ್ನುವ ಆಶಯದಲ್ಲಿದ್ದೆ. ಆದರೆ ಇಲ್ಲಿಯೂ ನಮ್ಮ ಅದೃಷ್ಟವು ಸರಿಯಿರಲಿಲ್ಲ. ಸರಕಾರದ ಅನುದಾನವು ದೊರೆತಿಲ್ಲವೆಂದು ತರಗತಿಯಲ್ಲಿ ಮೇಜು-ಕುರ್ಚಿಗಳಿರಲಿಲ್ಲ. ನಾವು ಯಥಾ ಪ್ರಕಾರ ನೆಲದ ಮೇಲೆಯೇ ಕೂರಬೇಕಿತ್ತು. ಸರಕಾರವು ಶಾಲೆಯ ದುರಸ್ತಿಗೂ ಹಣವನ್ನು ಮಂಜೂರು ಮಾಡಿರಲಿಲ್ಲ. ನಮ್ಮ ತರಗತಿಯ ನಡುವೆ ಬಾಂಬ್ ಸ್ಫೋಟದಿಂದ ಉಂಟಾದ ಗುಂಡಿಯಂತೆ, ಒಂದು ದೊಡ್ಡ ಕುಳಿಯಿತ್ತು!

ಮೊದಲ ದಿನವೇ ಇತಿಹಾಸದ ಪಾಠಗಳೊಂದಿಗೆ ತರಗತಿಗಳು ಪ್ರಾರಂಭವಾದವು. ಚೈನಾ, ಈಜಿಪ್ತ್, ಮೆಸೋಪೊಟೇಮಿಯಾ ನಾಗರಿಕತೆ, ಮೊದಲಿದ್ದ ಬರವಣಿಗೆಯ ಸ್ವರೂಪ ಗಳ ಬಗ್ಗೆ ಕಲಿತೆವು. ಇನ್ನು ಗಣಿತದಲ್ಲಿ ಬೀಜಗಣಿತವು ನನಗೆ ವಿಪರೀತ ತೊಡಕೆನ್ನಿಸಿತು. ಆದರೆ ರೇಖಾಗಣಿತ ಆಸಕ್ತಿದಾಯಕವಾಗಿತ್ತು. ಕೋನಗಳು, ಕೋನಮಾನಗಳ ಬಗ್ಗೆ ತಿಳಿಸಿಕೊಟ್ಟರು. ಜ್ಯಾಮಿತಿಯ ಈ ಶಬ್ದಗಳನ್ನು ನಮ್ಮ ವ್ಯಾಪಾರ ಕೇಂದ್ರದಲ್ಲಿ ಕಟ್ಟಡಗಳನ್ನು ಕಟ್ಟುವವರು ಬಳಸುತ್ತಿದ್ದರು.

ಅಂದು ಮಧ್ಯಾಹ್ನ ಭೂಗೋಳ ಶಾಸ್ತ್ರದ ಪಾಠವನ್ನು ಮಾಡಿದರು. ಟೆಂಬೋ ಎಂಬ ಶಿಕ್ಷಕರು ಜಗತ್ತಿನ ನಕಾಶೆಯನ್ನು ಹರಡಿ, ಆಫ್ರಿಕಾ ಖಂಡದತ್ತ ಬೆಟ್ಟು ತೋರಿಸಿದರು.

"ಯಾರಾದರೂ ಮಾಲಾವಿಯನ್ನು ಗುರುತಿಸುತ್ತೀರಾ?" ನಮ್ಮನ್ನು ಟೆಂಬೋ ಸರ್ ಪ್ರಶ್ನಿಸಿದರು.

"ಅದು ಇಲ್ಲಿಯೇ ಇದೆ..." ಎನ್ನುತ್ತಾ ಎಲ್ಲರೂ ನಮ್ಮ ದೇಶವನ್ನು ಗುರುತು ಹಿಡಿದೆವು.

ನಿಜಕ್ಕೂ ನಮ್ಮ ದೇಶ, ಅಂತಹ ದೊಡ್ಡ ಭೂಮಿಯಲ್ಲಿ ಪುಟ್ಟ ಚುಕ್ಕಿಯಂತೆ ಕಾಣುತ್ತಿತ್ತು. ನಾವೆಲ್ಲರೂ ಅಷ್ಟು ಪುಟ್ಟ ದೇಶದಲ್ಲಿ ಹುಟ್ಟಿಬೆಳೆದಿದ್ದೆವು. ನನ್ನ ಜೀವನವನ್ನು ಇಂತಹ ಚಿಕ್ಕ ಜಾಗದಲ್ಲಿ ಕಳೆದಿರುವೆ ಎಂದು ತಿಳಿದೇ ಆಶ್ಚರ್ಯವಾಯಿತು. ಅಲ್ಲಲ್ಲಿ ಹಸಿರು ಪ್ರದೇಶ, ಕಂದು ಬಣ್ಣದ ರಸ್ತೆಗಳು, ಎಲ್ಲಕ್ಕೂ ಕಲಶವಿಟ್ಟಂತೆ ನಮ್ಮ ದೊಡ್ಡ ಕೆರೆ... ಇಂತಹ ಜಾಗದಲ್ಲಿ 1.1 ಕೋಟಿ ಜನರು ವಾಸವಿದ್ದಾರೆ ಎಂದು ನಮಗೆ ಊಹಿಸಿಕೊಳ್ಳುವುದೂ ಸಾಧ್ಯವಿರಲಿಲ್ಲ.

ನಾನೇನೋ ಶಾಲೆಯಲ್ಲಿದ್ದರೆ ಹಸಿವಿನ ಚಿಂತೆ ಇರುವುದಿಲ್ಲ ಎಂದುಕೊಂಡಿದ್ದೆ. ಆದರೆ ತರಗತಿಯಲ್ಲಿ ಹಸಿವಿನ ಸಂಕಟವನ್ನು ತಡೆಯಲಾಗಲಿಲ್ಲ. ಹೊಟ್ಟೆಯಲ್ಲಿ ಏನೋ ತಿರುಚಿದ ಹಾಗೆ, ಕುಟ್ಟಿದ ಹಾಗೆ. ಬರಬರುತ್ತಾ ನನಗೆ ಪಾಠಗಳತ್ತ ಗಮನವನ್ನು ಕೊಡಲಾಗಲಿಲ್ಲ. ಶಾಲೆಯ ಮೊದಲ ವಾರ ವಿದ್ಯಾರ್ಥಿಗಳ ಉತ್ಸಾಹಕ್ಕೆ ಪಾರವೇ ಇರಲಿಲ್ಲ.

ಎರಡು ವಾರಗಳು ಕಳೆದಂತೆ ಹಸಿವಿನ ಸಂಕಟ ಎಲ್ಲರನ್ನೂ ಕಂಗೆಡಿಸಿತು. ಶಾಲೆಯ ತುಂಬಾ ವಿದ್ಯಾರ್ಥಿಗಳ ಮೌನ ಆವರಿಸಿತು. ಮೊದಲೆಲ್ಲಾ ನಮ್ಮ ಟೆಂಬೋ ಸರ್ "ಏನಾದರೂ ಪ್ರಶ್ನೆಯಿದ್ದರೆ ಕೇಳಿ?" ಎನ್ನಲು, ಒಂದು ಡಜ಼ನ್ ಕೈಗಳು ನಾಮುಂದು ತಾಮುಂದು ಎಂಬಂತೆ ಮೇಲೆ ಹೋಗುತ್ತಿದ್ದವು. ಆದರೆ ನಂತರದ ದಿನಗಳಲ್ಲಿ ಯಾರೊಬ್ಬರೂ ಪ್ರಶ್ನೆಗಳನ್ನು ಕೇಳಲು ಮುಂದಾಗಲಿಲ್ಲ. ಮನೆಗೆ ಹೋಗಿ ಏನಾದರೂ ತಿಂದರೆ ಸಾಕಪ್ಪ ಎನ್ನುವಂತಿರುತ್ತಿತ್ತು ನಮ್ಮ ಸ್ಥಿತಿ.

ದಿನಗಳು ಕಳೆಯಲು ಎಲ್ಲರ ಮುಖಗಳೂ ಬಾಡುತ್ತಾ ಕಿರಿದಾಯಿತು. ಚರ್ಮವು ಸಾಬೂನನ್ನು ಕಾಣದೇ, ಬೂದಿಯಿಂದ ಮಿಂದಂತೆ ಒಣಗತೊಡಗಿತು. ಕೆಲವು ವಿದ್ಯಾರ್ಥಿಗಳು ಶಾಲೆಗೆ ಬರುವುದನ್ನೇ ನಿಲ್ಲಿಸಿಬಿಟ್ಟರು. ನಮ್ಮ ಮಾತುಕತೆಗಳಲ್ಲಿ ಫುಟ್‌ಬಾಲ್, ಸಾಕರ್ ಮರೆಯಾಗಿ ಹಸಿವಿನ ಕತೆಗಳು ಅದರ ಸ್ಥಾನವನ್ನು ಪಡೆದವು.

"ನಿನ್ನೆ ಕೆಲವರು ಜೋಳದ ಕಾಂಡವನ್ನೇ ತಿನ್ನುತ್ತಿದ್ದರು. ನನಗೆ ಗೊತ್ತು, ಖಂಡಿತ ಅವರಿಗೆ ಹುಷಾರು ತಪ್ಪುತ್ತದೆ!" ಒಬ್ಬ ಹುಡುಗ ಹೇಳುತ್ತಿದ್ದ.

"ನನಗೆ ನಾಳೆಯಿಂದ ಶಾಲೆಗೆ ಬರಲಿಕ್ಕೆ ಆಗುವುದಿಲ್ಲಾಪ್ಪ. ಇನ್ನು ನನಗೆ ಹೆಚ್ಚು ನಡೆಯಲು ಶಕ್ತಿಯಿಲ್ಲ. ಟಾ...ಟಾ..." ಮತ್ತೊಬ್ಬ ಹುಡುಗ.

ಆದರೆ ಇದು ಯಾವುದೂ ಸಂಬಂಧವಿಲ್ಲವೆಂಬಂತೆ, ನಮ್ಮ ಹೆಡ್‌ಮಾಸ್ಟರ್ ಫಿರಿ ಮರುದಿನ ಸಭೆಯಲ್ಲಿ ಘೋಷಿಸಿದರು. "ನಮ್ಮ ದೇಶದಲ್ಲಿ ಎಂತಹ ಕಷ್ಟವಿದೆ ಎಂದು ಎಲ್ಲರಿಗೂ ಗೊತ್ತಿದೆ. ಅದನ್ನು ಎಲ್ಲರೂ ಬರುವ ದಿನಗಳಲ್ಲಿ ಎದುರಿಸುತ್ತೇವೆ. ಆದರೆ ನಿಮ್ಮಲ್ಲಿ ಅನೇಕ ವಿದ್ಯಾರ್ಥಿಗಳು ಶಾಲೆಯ ಶುಲ್ಕವನ್ನು ಕೊಟ್ಟಿಲ್ಲ. ನಾಳೆಗೆ ಹೆಚ್ಚುವರಿ ಗಡುವು ಮುಗಿಯುತ್ತದೆ."

ನನಗೋ ಹೊಟ್ಟೆಯಲ್ಲಿ ಒನಕೆಯಿಂದ ಕುಟ್ಟಿದ ಅನುಭವ. ನನ್ನ ತಂದೆಯವರು ಶುಲ್ಕವನ್ನು ಕೊಟ್ಟಿಲ್ಲ ಎಂದು ನನಗೆ ಗೊತ್ತಿತ್ತು. ನನಗೆ ನಾವಿದ್ದ ಪರಿಸ್ಥಿತಿಯಲ್ಲಿ ಅವರನ್ನು ಕೇಳಲೂ ಸಂಕೋಚ. ಶುಲ್ಕದ ವಿಷಯವನ್ನು ಪ್ರಸ್ತಾಪಿಸಿದಾಗ, ಅವರಿಂದ ಎಂತಹ ಉತ್ತರ ಬರುತ್ತದೆ ಎಂದು ನನಗೆ ಗೊತ್ತಿತ್ತು. ನಾವು ವರ್ಷಕ್ಕೆ ಮೂರು ಕಂತಿನಲ್ಲಿ 1200 ಕ್ವಾಚಾ ಹಣವನ್ನು ಕಟ್ಟಬೇಕಿತ್ತು. ಮನೆಗೆ ಹೋಗುತ್ತಾ ನನ್ನನ್ನು ನಾನು ಚೆನ್ನಾಗಿ ಶಪಿಸಿಕೊಂಡೆ. ಬಹಳ ಆಶಾವಾದಿಯಾಗಿದ್ದು ತಪ್ಪೆನಿಸಿತ್ತು. ನನ್ನ ಹೆತ್ತವರು ಯಾಕಾದರೂ ಈ ಶಾಲೆಗೆ ಹೋಗಲು ಅನುಮತಿ ಕೊಟ್ಟರು ಎಂದೆಲ್ಲಾ ಪರಿತಪಿಸಿದೆ.

"ಗಿಲ್ಬರ್ಟ್, ಈಗ ನಾನೇನು ಮಾಡಲಿ? ಮನೆಗೆ ಹೋಗಿ ಏನಂತ ಕೇಳಲಿ? ಒಂದೂ ತೋಚುತ್ತಿಲ್ಲ."

"ತುಂಬಾ ಯೋಚನೆ ಮಾಡಬೇಡ. ನೋಡೋಣ ಏನಾಗುತ್ತದೆ... ಸ್ವಲ್ಪ ದಿನ ಸುಮ್ಮನಿರು" ಗಿಲ್ಬರ್ಟ್ ಸಮಾಧಾನಪಡಿಸಿದ.

ನಾನು ಮನೆಯನ್ನು ತಲುಪಿದಾಗ ನನ್ನ ತಂದೆ ಹೊಲದಲ್ಲಿದ್ದರು.

"ಶಾಲೆಯಲ್ಲಿ ನಾಳೆ 1200 ಕ್ವಾಚಾ ಫೀಸ್ ತರಲು ಹೇಳಿದ್ದಾರೆ. ನಾವು ಕೊಡಲೇಬೇಕು. ಫಿರಿ ಸರ್ ತುಂಬಾ ಗಂಭೀರವಾಗಿ ಈ ಮಾತನ್ನು ಹೇಳಿದರು ಅಪ್ಪಾ".

ನನ್ನ ತಂದೆ ಹಿಂದೊಮ್ಮೆ ಉಗ್ರಾಣದಲ್ಲಿ ಧಾನ್ಯದ ಚೀಲಗಳು ಏನೋ ಹೇಳಲಿ ಎಂದು ನೋಡಿದ ರೀತಿಯಲ್ಲಿಯೇ, ತಮ್ಮ ಕಾಲ ಕೆಳಗಿದ್ದ ಕೆಸರನ್ನು ನೋಡಿದರು. ಆ ಬಳಿಕ ನಾನು ಯಾವ ನೋಟಕ್ಕೆ ಅಂಜುತ್ತಿದ್ದೆನೋ, ಹಾಗೆಯೇ ನನ್ನತ್ತ ನೋಡಿದರು.

"ಮಗನೇ... ನಿನಗೆ ನಮ್ಮ ಕಷ್ಟಗಳು ಗೊತ್ತೇ ಇದೆ. ನನ್ನ ಬಳಿ ಏನೂ ಇಲ್ಲ."

ನಾನು ನನ್ನ ತಂದೆ ಹಾಗೆ ಹೇಳುವಾಗ, ಅವರ ತುಟಿಗಳ ಚಲನೆಯನ್ನೇ ಗಮನಿಸುತ್ತಿದ್ದೆ. ಆದರೆ ನನ್ನ ತಲೆಯಲ್ಲಿ ಫಿರಿ ಸರ್ ಹೇಳಿದ ಮಾತುಗಳೇ ಗುಯ್‌ಗುಡುತ್ತಿದ್ದವು. "ಶುಲ್ಕ ಪಾವತಿಸದಿದ್ದರೆ ಶಾಲೆಗೆ ಬರಬೇಡಿ..."

"ಮಗು ಕ್ಷಮಿಸು, ಬರುವ ವರ್ಷ ಎಲ್ಲವೂ ಸರಿಹೋಗುತ್ತದೆ. ಆಗ ನೋಡೋಣ."

ನನ್ನ ತಂದೆಗೆ ಬಹಳ ವೇದನೆಯಾಗಿತ್ತು ಎಂದು ನನಗೆ ಅರಿವಿತ್ತು. ಅದಕ್ಕಿಂತಲೂ ಹೆಚ್ಚಿನ ಬೇಸರ ಮತ್ತು ದುಃಖ ನನಗಾಗಿತ್ತು. ಮರುದಿನ ಮುಂಜಾನೆ ನನ್ನನ್ನು ನಾನು ಶಿಕ್ಷಿಸಿಕೊಳ್ಳುವಂತೆ, ಬೇಗನೇ ಎದ್ದು ಕಪ್ಪು ಪ್ಯಾಂಟ್ ಮತ್ತು ಬಿಳಿಯ ಶರ್ಟ್ ಧರಿಸಿ ಶಾಲೆಗೆ ಹೊರಡಲು ಸಿದ್ಧನಾದೆ. ಯಥಾಪ್ರಕಾರ ಗಿಲ್ಬರ್ಟ್‌ಗಾಗಿ ದಾರಿಯಲ್ಲಿ ಕಾಯುತ್ತಾ ನಿಂತೆ.

ಅಲ್ಲಿಗೆ ಬಂದ ಗಿಲ್ಬರ್ಟ್, "ಬಾ ವಿಲಿಯಂ. ಶಾಲೆಗೆ ಬರೋದಿಲ್ಲವೇ?"

ನನಗೋ ಇನ್ನೇನು ಕಣ್ಣೀರು ಧುಮುಕಲು ಸಿದ್ಧವಾಗಿತ್ತು. ಜೋರಾಗಿ ಅಳಬೇಕು ಎನ್ನಿಸಿತ್ತು. ಆದರೂ ತಡೆದು, "ಇಲ್ಲ ಗಿಲ್ಬರ್ಟ್, ನಾನು ಶಾಲೆ ಬಿಡುತ್ತಿದ್ದೇನೆ. ಫೀಸ್ ಕಟ್ಟಲು ನಮ್ಮಲ್ಲಿ ಹಣವಿಲ್ಲ."

ಗಿಲ್ಬರ್ಟ್‌ಗೆ ಬೇಸರವಾಗಿದ್ದು ನೋಡಿ ನನಗೆ ಒಂದು ರೀತಿಯ ಸಮಾಧಾನವಾಯಿತು.

"ಓಹ್... ಹೌದಾ ವಿಲಿಯಂ! ಕೇಳಿ ಬೇಸರವಾಯಿತು. ಹೇಗಾದರೂ ನಿಮ್ಮ ತಂದೆ-ತಾಯಿ ಹಣವನ್ನು ಹೊಂದಿಸುವ ಹಾಗಾದರೆ..."

"ಹೇಗಾದರೂ... ಸರಿ ಗಿಲ್ಬರ್ಟ್, ನಾನು ಮತ್ತೆ ನಿನಗೆ ಸಿಗುತ್ತೀನಿ."

ಬಹಳ ವ್ಯಥೆಯಿಂದ ಜೆಫ್ರಿಯ ಬಳಿ ನನ್ನ ದುಃಖವನ್ನು ತೋಡಿಕೊಳ್ಳಲು ಹೊರಟೆ. ಕೆಲವು ವಾರಗಳ ಹಿಂದೆ ಜೆಫ್ರಿಗೆ ಒಂದು ರೀತಿಯ ಅದೃಷ್ಟವು ಒದಗಿ ಬಂದಿತ್ತು. ಒಂದು ದಿನ ರಾತ್ರಿ ಬಿದ್ದ ಜೋರಾದ ಮಳೆ, ಗುಡುಗು, ಸಿಡಿಲಿನಿಂದಾಗಿ ಅವರ ಮನೆಯ ಹಿಂದಿದ್ದ ಬ್ಲೂಗಮ್ ಮರವು ಉರುಳಿ ಬಿದ್ದಿತ್ತು. ಜೆಫ್ರಿ ಅದನ್ನು ಕತ್ತರಿಸಿ ಮರದ ಸೌದೆಗಳ ಕಂತೆಗಳನ್ನು ಮಾಡಿದ. ಇದನ್ನು ಉರುವಲಾಗಿ ಬಳಸುತ್ತಿದ್ದರು. ನಂತರ ಒಂದು ಕಂತೆಗೆ ಮೂವತ್ತು ಕ್ವಾಚಾದಂತೆ ಮಾರಿದರು. ಹೀಗಾಗಿ ಅವರಿಗೆ ಇನ್ನೂ ಕೆಲವು ವಾರಗಳ ಕಾಲ ತಿನ್ನಲು ಆಹಾರವು ಸಿಕ್ಕಿತ್ತು. ಅವನ ಬ್ಲೂಗಮ್ ಮರದ ಗಲಾಟೆ ಮತ್ತು ನನ್ನ ಶಾಲೆಯ ಗಲಾಟೆಯ ನಡುವೆ ನಮಗೆ ಸಂಧಿಸಲು ಆಗಿರಲಿಲ್ಲ. ನಾನು ಅವನನ್ನು ಭೇಟಿ ಮಾಡಲು ಕಾತರನಾಗಿದ್ದೆ.

ನಾನು ಅವರ ಮನೆಗೆ ಹೋದಾಗ, ಜೆಫ್ರಿ ಎಲ್ಲಿಗೋ ಹೊರಡಲು ಸಿದ್ಧನಾಗುತ್ತಿದ್ದ. ಆದರೆ ಅವನಲ್ಲಿ ಆಗಿದ್ದ ಬದಲಾವಣೆಯನ್ನು ಕಂಡು ಒಂದು ಕ್ಷಣ ನಾನು ತಡೆದೆ... ಮಾತೇ ಹೊರಡಲಿಲ್ಲ. ಅವನು ಧರಿಸಿದ್ದ ಉಡುಪು ಯಾರದ್ದೋ ಉಡುಪು ಎಂಬಂತೆ ದೊಗಳೆಯಾಗಿತ್ತು. ಕಣ್ಣುಗಳು ಮತ್ತಷ್ಟು ಗುಳಿ ಬಿದ್ದಿದ್ದವು. ಕಣ್ಣಿನ ಒಳಗಿನ ಬಿಳಿಯ ಭಾಗವು ವಿಪರೀತ ಬಿಳಿಯಾಗಿ ತೋರುತ್ತಿತ್ತು. ಒಂದು ಕಾಲದಲ್ಲಿ ಸಧೃಡವಾಗಿದ್ದ ಈ ನನ್ನ ದಾಯಾದಿ, ಅದೆಲ್ಲಾ ಹಳೆಯ ಕತೆ ಎಂಬಂತೆ ಕುಗ್ಗಿ ಹೋಗಿದ್ದ. ವಿಚಿತ್ರವೆಂದರೆ ಇದೆಲ್ಲಾ ಎಷ್ಟು ವೇಗವಾಗಿ ನಡೆದು ಹೋಗಿತ್ತು!

"ವಿಲಿಯಂ, ನಿನಗೆ ಶಾಲೆ ಇಲ್ಲವಾ? ನೀನು ಕಚೊಕೊಲೊ ಶಾಲೆಗೆ ತಾನೇ ಆಯ್ಕೆಯಾಗಿದ್ದು?"

"ಇಲ್ಲ ಜೆಫ್ರಿ... ಈಗ ನಮ್ಮ ಬಳಿ ಹಣವಿಲ್ಲ. ಈವತ್ತು ನಾನು ಶಾಲೆ ಬಿಡಬೇಕಾಯಿತು."

"ಓಹ್... ಕ್ಷಮಿಸು ವಿಲಿಯಂ. ಕೇಳಿ ಬೇಸರವಾಯಿತು. ನಾನು, ನೀನು ಒಂದೇ ದೋಣಿಯಲ್ಲಿ ಪ್ರಯಾಣಿಸುತ್ತಿದ್ದೀವಿ."

"ಹೌದು."

ಜೆಫ್ರಿ ಕೆಳಗೆ ಇದ್ದ ಮಣ್ಣನ್ನೇ ನೋಡುತ್ತಾ ಉಸುರಿದ "ಬಹುಶಃ ದೇವರಿಗೆ ನಮ್ಮ ವಿಷಯದಲ್ಲಿ ಬೇರೆ ಏನೋ ಯೋಜನೆ ಇರಬಹುದು."

ಜೆಫ್ರಿಯ ಮನೆಗೆ ಹೋಗಿ ಬಂದು ಅವನ ಸ್ಥಿತಿಯನ್ನು ನೋಡಿದ ಬಳಿಕವೂ ವಿಷಣ್ಣನಾಗಿಯೇ ಇದ್ದೆ. ನನಗೆ ಬಂದೊದಗಿದ ಸ್ಥಿತಿಯನ್ನು ಒಪ್ಪಿಕೊಳ್ಳಲು ನಾನು ಸಿದ್ಧನಿರಲಿಲ್ಲ. ಸುತ್ತಮುತ್ತ ಎಲ್ಲರ ನಡುವೆ ನನಗೊಬ್ಬನಿಗೇ ಈ ಪರಿಸ್ಥಿತಿ ಎದುರಾಗಿದೆ ಎಂಬ ಮರುಕವು ಹುಟ್ಟಿತ್ತು.

"ಓಹ್ ದೇವರೇ, ನನಗೇ ಈ ದುರಾದೃಷ್ಟ ಬರಬೇಕೇ?" ಎಂದೆಲ್ಲಾ ಹಳಿದುಕೊಂಡೆ.

ಅಂದು ಮಧ್ಯಾಹ್ನ ಶಾಲೆಯು ಬಿಟ್ಟ ನಂತರ ಗಿಲ್ಬರ್ಟ್ ನನ್ನನ್ನು ಭೇಟಿ ಮಾಡಿ "ಅಂದು ಶಾಲೆಗೆ ಸುಮಾರು ವಿದ್ಯಾರ್ಥಿಗಳು ಬಂದಿರಲಿಲ್ಲ. ಎಪ್ಪತ್ತು ಮಕ್ಕಳಲ್ಲಿ ಕೇವಲ ಇಪ್ಪತ್ತು ಮಕ್ಕಳು ಶಾಲೆಗೆ ಹಾಜರಾಗಿದ್ದರು. ಅನೇಕ ವಿದ್ಯಾರ್ಥಿಗಳಿಗೆ ಶುಲ್ಕ ಪಾವತಿಸಲು ಆಗಲಿಲ್ಲ" ಎಂದು ತಿಳಿಸಿದ.

ಈಗ ನನ್ನ ಸಮಸ್ಯೆಗಳು ಬೃಹತ್ತಾಗಿ ಕಾಣಲಿಲ್ಲ. ಇದು ನನ್ನೊಬ್ಬನ ಸಮಸ್ಯೆಯಲ್ಲ, ಇಡೀ ದೇಶವೇ ಹಸಿವಿನಿಂದ ತತ್ತರಿಸುತ್ತಿದೆ. ನನ್ನ ತಂದೆಯವರು ಹೇಳಿದ ಮಾತುಗಳಲ್ಲಿ ನಂಬಿಕೆ ಇಡಲು ಯತ್ನಿಸಿದೆ "ಒಮ್ಮೆ ಹಸಿವಿನಿಂದ ಪಾರಾದರೆ, ನಮಗೆ ಒಳ್ಳೆಯ ದಿನಗಳು ಕಾದಿವೆ". ಆದರೆ ನಾವೆಲ್ಲರೂ ಮೊದಲು ಹಸಿವಿನಿಂದ ಪಾರಾಗಬೇಕಿತ್ತು. ಜೊತೆಗೆ ಜೆಫ್ರಿಯ ಮಾತೂ ನಿಜವೆನಿಸಿತ್ತು ಕೇವಲ ನಾಳೆಯ ಬಗ್ಗೆ ಚಿಂತಿಸುತ್ತಾ ಕುಳಿತರೆ ಪ್ರಯೋಜನವಿಲ್ಲ. ಈಗ ಆಗುವುದನ್ನು ನೋಡಬೇಕು.

ಜನವರಿ ತಿಂಗಳ ಕೊನೆಗೆ, ಎಲ್ಲೆಡೆ ಗಾಗಾ ದಾಸ್ತಾನು ಕೂಡ ಮುಗಿದುಹೋಯಿತು. ಸೀಮ ಮಾಡಲು ಗಾಗಾ ಹಿಟ್ಟನ್ನೇ ಆಶ್ರಯಿಸಿದ್ದ ಜನರು ಈಗ ಕುಂಬಳಕಾಯಿ ಎಲೆಯತ್ತ ಮುಖ ಮಾಡಿದರು. ನಿಜವಾದ ಕ್ಷಾಮ ಮತ್ತು ಉಪವಾಸ ಈಗ ಆರಂಭವಾಯಿತು. ನಾನು ಹಿಂದೆ ಈಜಿಪ್ತಿನಲ್ಲಿ ಅಪ್ಪಳಿಸಿದ್ದ ಪ್ಲೇಗ್ ಕುರಿತು ಓದಿದ್ದೆ. ಈಗ ಬರಗಾಲದ ಮಾರಿ ನಮಗೆ ಚೇತರಿಸಿಕೊಳ್ಳಲೂ ಸಮಯ ಕೊಡದೇ ಒಮ್ಮೆಲೇ ಬಂದೆರಗಿತ್ತು. ರಾತ್ರೋ ರಾತ್ರಿ ಜನರ ದೇಹದ ಆಕಾರವೇ ಬದಲಾಗಿ ವಿಚಿತ್ರವಾಗಿ ಕಾಣ ತೊಡಗಿದರು. ಜನರು ಮಣ್ಣಿನಲ್ಲಿ, ಪ್ರಾಣಿಗಳಂತೆ ಆಹಾರಕ್ಕಾಗಿ ತಡಕಾಡುವುದು ಸಾಮಾನ್ಯ ದೃಶ್ಯವಾಯಿತು. ನೂರಾರು ಮೈಲಿ ದೂರದಲ್ಲಿ ಮನೆ, ಮಠ, ಕುಟುಂಬವನ್ನು ತೊರೆದು ಎಲ್ಲೋ ಸಾವನ್ನಪ್ಪುತ್ತಿದ್ದರು.

ಕೆಲ ದಿನಗಳ ಹಿಂದೆ ತಮ್ಮ ಮನೆಯ ಸಾಮಾನುಗಳನ್ನು ಮಾರಾಟಕ್ಕೆ ಹೊತ್ತು ಹೋಗುತ್ತಿದ್ದ ಜನರೇ, ಇಂದು ಮಂಕು ಬಡಿದಂತೆ ಕಂಡು ಬಂದರು. ಕಣ್ಣುಗಳು ಒಳಗೆ ಹೋಗಿ ಗುಳಿಗಳು ಎದ್ದು ಕಾಣುತ್ತಿದ್ದವು. ದೇಹವೆಲ್ಲಾ ಕರಗಿ ನಡೆದಾಡುವ ಅಸ್ತಿಪಂಜರವೇನೋ ಎಂಬತಿತ್ತು. ಕೆಲವರ ಕುತ್ತಿಗೆಯು ಬಡಕಲಾಗಿ, ತನ್ನ ಭಾರವನ್ನು ಹೊರಲಾರದ ಡೊಕೊವೆ (Dokowe) ಹಕ್ಕಿಯ ಕತ್ತಿನಂತೆ ತೋರುತ್ತಿತ್ತು. ದೇಹದ ರಕ್ತದಲ್ಲಿ ಪ್ರೊಟೀನ್ ಅಂಶವು ಕಡಿಮೆಯಾದಾಗ ಉಂಟಾಗುವ ಕ್ವಾಶಿಯೊರ್ಕೋರ್ (Kwashiorkor) ಸ್ಥಿತಿ ಅನೇಕರಿಗೆ ಕಾಣಿಸಿಕೊಂಡಿತ್ತು. ಜನರ ಉಪವಾಸವು ಹೆಚ್ಚಾದಂತೆ ದೇಹದಲ್ಲಿ ನೀರಿನಂಶವು ಅಧಿಕವಾಗಿ ಅವರ ಹೊಟ್ಟೆ, ಕೈಕಾಲು, ಮುಖ ಊದತೊಡಗಿತು.

ರಸ್ತೆಯಲ್ಲಿ ಹೋಗುತ್ತಿದ್ದ ಜನರು ಜೋಪಾನವಾಗಿ ರಸ್ತೆಯ ಬದಿಯಲ್ಲಿ, ಹೊಲಗಳನ್ನು ದಾಟಿ ನಡೆದು ಹೋಗುತ್ತಿದ್ದರು. ದಾರಿಯಲ್ಲಿ ಸಿಗುತ್ತಿದ್ದ ಬಾಳೆಹಣ್ಣಿನ ಸಿಪ್ಪೆ, ಜೋಳದ ದಿಂಡನ್ನು ಆಯ್ದು ತಿನ್ನುತ್ತಿದ್ದರು. ನಮ್ಮ ಮನೆಯ ಹತ್ತಿರ ಕೆಲವರು ಭೂಮಿಯನ್ನು

ಅಗೆದು ಬಾಳೆ ಗಿಡದ 'ಚಿಕಾವೊ' (Chikawo) ಬೇರುಗಳನ್ನು ಹೆಕ್ಕುತ್ತಿದ್ದರು. ಅದರ ಜೊತೆ ಮರಗೆಣಸನ್ನು ಸೇರಿಸಿ ಗಿರಣಿಯಲ್ಲಿ ಹಿಟ್ಟು ಮಾಡಿಕೊಂಡರು. ಇನ್ನು ಕೆಲವರು ಸರಕಾರವು ಬಿತ್ತಲು ಕೊಟ್ಟಿದ್ದ ಬೀಜಗಳನ್ನೇ ತಿನ್ನತೊಡಗಿದರು. ಅದರಲ್ಲಿ ಇದ್ದ ರಾಸಾಯನಿಕಗಳಿಂದ ಅವರಿಗೆ ವಾಂತಿ, ಡಯೇರಿಯಾ ಕಾಣಿಸಿಕೊಂಡಿತು.

ಜನರು ಪ್ರತಿ ದಿನವೂ ನಮ್ಮ ಮನೆಗೆ ಆಹಾರವನ್ನು ಕೇಳಿಕೊಂಡು ಬರುವುದು ಸಾಮಾನ್ಯವಾಯಿತು.

ಹೀಗೆಯೇ ನಡೆದು ಬಂದ ಒಬ್ಬನ ಕಾಲಂತೂ ಚಪ್ಪಲಿಯೂ ಮೆಟ್ಟಲಾರದಂತೆ ಊದಿತ್ತು. "ನಿಮ್ಮಲ್ಲಿ ಒಂದು ಬಿಸ್ಕೆಟ್ ಆದರೂ ಸಿಗುತ್ತದಾ? ನಾನು ಏನಾದರೂ ತಿಂದು ಆರು ದಿನಗಳಾದವು" ಅವನು ಗೋಗರೆದ.

"ಕ್ಷಮಿಸಿ, ನಮ್ಮ ಕುಟುಂಬಕ್ಕೇ ಊಟವನ್ನು ಹಾಕಲು ನನಗೆ ಆಗುತ್ತಿಲ್ಲ. ನಿಮಗೆ ಎಲ್ಲಿಂದ ತರೋಣ" ಅಪ್ಪನ ಉತ್ತರ.

ಮತ್ತೊಂದಿಷ್ಟು ಜನರು ಗೋಗರೆದರು "ಹೋಗಲಿ ಗಂಜಿಯನ್ನಾದರೂ ಕೊಡಿ."

"ಇಲ್ಲ... ಏನೂ ಇಲ್ಲ."

ಆದರೂ ಜನರು ಅಲ್ಲಿಂದ ಹೋಗಲು ತಯಾರಿರಲಿಲ್ಲ. ರಾತ್ರಿಯಿಡೀ ಹೇಗೋ ಮಳೆ, ಚಳಿಗೆ ಮುದುರಿಕೊಂಡು ಮನೆಯ ಅಂಗಳದಲ್ಲೇ ಮಲಗಿದ್ದರು. ಬೆಳಗಿನ ಜಾವ ಎದ್ದು ಹೋದರು.

ಇದಾದ ಕೆಲದಿನಗಳ ಬಳಿಕ ಒಂದು ರಾತ್ರಿ ನಾವೆಲ್ಲಾ ಊಟಕ್ಕೆ ಕುಳಿತಿದ್ದೆವು. ಆಗ ತೂರಾಡುತ್ತಾ ಒಬ್ಬ ವ್ಯಕ್ತಿ ಬಂದನು. ಮಳೆಯಿಂದ ಅವನ ಬಟ್ಟೆಗಳೆಲ್ಲಾ ಕೆಸರುಮಯ. ಅವನು ಜೀವಂತವಾಗಿರುವನೇ ಎನ್ನುವಷ್ಟು ಕೃಶನಾಗಿದ್ದನು. ಕೂದಲೆಲ್ಲಾ ಉದುರಿ ಮುಖ ದಲ್ಲಿ ಹಲ್ಲುಗಳ ವಿನಃ ಬೇರೆ ಏನೂ ಕಾಣುತ್ತಿರಲಿಲ್ಲ. ನಮ್ಮೊಡನೇ ಅವನು ಊಟಕ್ಕೆ ಕುಳಿತನು. ಒಮ್ಮೆಗೇ ಬೋಗುಣಿಯಲ್ಲಿದ್ದ ಸೀಮ ಉಂಡೆಯಿಂದ, ದೊಡ್ಡ ಚೂರನ್ನು ತನ್ನ ಕೊಳಕು ಕೈಗಳಿಂದ ಗಬಕ್ಕನೇ ತೆಗೆದುಕೊಂಡು ತಿಂದನು. ನಾವು ಏನೂ ಹೇಳದೇ ದಿಗ್ಭ್ರಮೆಯಿಂದ ನೋಡುತ್ತಾ ಕುಳಿತೆವು. ಸೀಮ ತೃಪ್ತಿಯಿಂದ ತಿಂದು ತೇಗಿದ ಬಳಿಕ, ನನ್ನ ತಂದೆಯತ್ತ ತಿರುಗಿ –

"ತಿನ್ನಲು ಇನ್ನೇನಾದರೂ ಇದೆಯೇ?" ಎಂದನು.

"ಕ್ಷಮಿಸಿ, ಏನಿಲ್ಲ."

"ಆಯಿತು" ಎಂದು ಆತನು ಅಲ್ಲಿಂದ ಎದ್ದು ಹೊರಟನು. ನಾವೆಲ್ಲಾ ಗರಬಡಿದವರಂತೆ ನೋಡುತ್ತಾ ಕುಳಿತಿದ್ದೆವು.

ಇತ್ತ ನಮ್ಮ ವ್ಯಾಪಾರ ಕೇಂದ್ರದಲ್ಲಿ ಜನರು ಗುಂಪುಗುಂಪಾಗಿ ಬಂದು ಸೇರುವುದು ಅಧಿಕವಾಯಿತು. ಮಹಿಳೆಯರು ಆಕಾಶದೆಡೆ ನೋಡಿಕೊಂಡು, ಕಣ್ಣೀರು ಸುರಿಸುತ್ತಾ

ಮೌನವಾಗಿ ಪ್ರಾರ್ಥಿಸುವುದು ಸಾಮಾನ್ಯ ನೋಟವಾಯಿತು. ಎಲ್ಲರಿಗೂ ಆಹಾರ ಬೇಕಿತ್ತು. ಎಲ್ಲರೂ ವ್ಯಾಪಾರಿಗಳನ್ನು ಬೇಡುವವರೇ. ಈಗಂತೂ ಒಂದಿಷ್ಟು ಜೋಳದ ಬೆಲೆಯು ಚಿನ್ನದ ಬೆಲೆಯನ್ನು ಮುಟ್ಟಿತ್ತು. ಎಲ್ಲರೂ ಮೌನವಾಗಿ ಸುತ್ತುವರೆದು ಕುಳಿತಿರುತ್ತಿದ್ದರು. ಯಾರಿಗೂ ಮಾತನಾಡಲೂ ತ್ರಾಣವಿರಲಿಲ್ಲ.

ಅಲ್ಪ-ಸ್ವಲ್ಪ ಶಕ್ತಿಯಿದ್ದವರು ಬೇಡಿಕೊಳ್ಳುತ್ತಿದ್ದರು "ನನ್ನ ಮಗುವಿಗೆ ಸ್ವಲ್ಪವೇ ಹಿಟ್ಟು ಬೇಕಿತ್ತು... ಸ್ವಲ್ಪವೇ..."

"ನಿಮಗೆ ಕೊಡಲು ಶುರುಮಾಡಿದರೆ..." ವ್ಯಾಪಾರಿಗಳು ವಾಕ್ಯವನ್ನೂ ಪೂರ್ಣ ಗೊಳಿಸುತ್ತಿರಲಿಲ್ಲ.

ಪ್ರತಿಯೊಬ್ಬರೂ ತಾವು ಕಂಡ ಸಾವು-ನೋವಿನ ಕತೆಯನ್ನು ಹೇಳುವವರೇ!

"ಒಬ್ಬನು ಊಟಕ್ಕಾಗಿ ಸುಮಾರು ದಿವಸ ಒದ್ದಾಡಿದನಂತೆ. ಒಂದು ದಿನ ಮರದ ಕೆಳಗೆ ಮಲಗಲು ಹೋದವನು ಏಳಲೇ ಇಲ್ಲ."

"ಅಯ್ಯೋ ನನ್ನ ಹತ್ತಿರ ಸೀಮ ಬೇಕು ಅಂತ ಒಬ್ಬನು ಕೇಳಿಕೊಂಡು ಬಂದಿದ್ದ. ಅವನಿಗೆ ಸೀಮ ಮಾಡಿ ಕೊಡುವ ಹೊತ್ತಿಗೆ ಅವನ ಜೀವವೇ ಹೋಗಿತ್ತು."

ಒಬ್ಬ ಮಹಿಳೆಯ ಸ್ಥಿತಿಯಂತೂ ಶೋಚನೀಯ. ದಾರಿಯಲ್ಲಿ ಬರುತ್ತಿರುವಾಗ ಕೆಸರಿನಲ್ಲಿ ಹುದುಗಿದ್ದ ಹೆಣಗಳ ಮೇಲೆ ಕಾಲಿಟ್ಟಿದ್ದೂ ಆಕೆಗೆ ಅರಿವಾಗಿರಲಿಲ್ಲ. ಅವರು ಹಿಡಿದಿದ್ದ ಗುದ್ದಲಿಯನ್ನು ಎಡವಿ ಬಿದ್ದಾಗಲೇ ಆಕೆಗೆ ತಿಳಿದಿದ್ದು!

ಇನ್ನು ಕೆಲವರು ತಮ್ಮ ದೇಹದಲ್ಲಿ ಸೇರಿದ್ದ ನೀರನ್ನು ತೆಗೆಯಲು ಒಂದೆರಡು ಕಡೆ ಚುಚ್ಚಿಕೊಂಡರು. ಕ್ರಮೇಣ ಆ ಗಾಯಗಳು ಸೋಂಕಾಗಿ ಮರಣ ಹೊಂದಿದರು.

ನಮ್ಮ ವಿಂಬೆಯಲ್ಲಿ 'ಬೇನಿ ಬೇನಿ' ಎನ್ನುವ ಹುಚ್ಚನಿದ್ದ. ಅವನು ತನ್ನ ಹುಚ್ಚಾಟಗಳಿಂದ ಜನರಿಗೆ ನಗೆಯುಕ್ಕಿಸುತ್ತಿದ್ದ. ಅಂಗಡಿಗಳಿಂದ ಹೇಳದೇ ಕೇಳದೇ ಕೇಕ್, ಫಾಂಟಾ ಒಯ್ಯುತ್ತಿದ್ದ. ವ್ಯಾಪಾರಿಗಳು ಅವುಗಳನ್ನು ಕಸಿಯುವ ಯತ್ನವನ್ನೂ ಮಾಡುತ್ತಿರಲಿಲ್ಲ. ಏಕೆಂದರೆ ಅವನ ಕೈಕಾಲು ಅಷ್ಟು ಕೊಳಕಾಗಿರುತ್ತಿದ್ದವು. ಇಂತಹ ಹುಚ್ಚರಿಗೆ ಬದುಕಲು ಇತರರ ಮೇಲೆ ಅವಲಂಬನೆ ಹೆಚ್ಚು. ಈಗ ಯಾರೂ ನೋಡಿಕೊಳ್ಳಲು ಸಿಗದೇ 'ಬೇನಿ ಬೇನಿ' ಚರ್ಚ್‌ಒಂದರಲ್ಲಿ ಹಸಿವಿನಿಂದ ತೀರಿಕೊಂಡನು ಎಂದು ತಿಳಿಯಿತು.

ದೇಶವು ಕ್ಷಾಮದಿಂದ ತತ್ತರಿಸುತ್ತಿದ್ದರೂ, ನಮ್ಮ ರಾಷ್ಟ್ರಪತಿಗಳು ಸರಕಾರಿ ಪ್ರವಾಸ ಕ್ಕೆಂದು ಲಂಡನ್‌ಗೆ ತೆರಳಿದ್ದರು. ಅವರು ತಿರುಗಿ ಬಂದ ಮೇಲೆ ಅವರನ್ನು ರೇಡಿಯೊ ಸಂದರ್ಶಿಸಿತು. ನಾವೆಲ್ಲರೂ ರೇಡಿಯೊ ಸುತ್ತಲೂ ಕೇಳುತ್ತಾ ಕುಳಿತಿದ್ದೆವು.

"ಗೌರವಯುತ ರಾಷ್ಟ್ರಪತಿಗಳೇ, ದೇಶದಲ್ಲಿ ಅನೇಕರು ಆಹಾರವಿಲ್ಲದೇ ಸಾವನ್ನಪ್ಪು ತ್ತಿದ್ದಾರೆ. ತಾವು ಯಾವ ಪರಿಹಾರ ಕ್ರಮವನ್ನು ಕೈಗೊಳ್ಳುತ್ತಿದ್ದೀರಿ?"

ನಮ್ಮ ರಾಷ್ಟ್ರಪತಿಗಳು ಅಸಂಬದ್ಧವಾಗಿ ಉತ್ತರಿಸಿದರು. ತಾವು ಹುಟ್ಟಿ ಬೆಳೆದ ಹಳ್ಳಿಯಲ್ಲಿಯೇ ಹಿಂದೆ ಜನರು ಕಾಲರಾ, ಕ್ಷಯ, ಮಲೇರಿಯಾ, ಡಯೇರಿಯಾ ರೋಗಗಳಿಂದ ಸತ್ತಿದ್ದರೆಂದೂ, ಆದರೆ ಯಾರೂ ಹಸಿವಿನಿಂದ ಮರಣ ಹೊಂದಿಲ್ಲವೆಂದರು.

"ಯಾರೂ ಹಸಿವಿನಿಂದ ಮರಣ ಹೊಂದಿಲ್ಲ."

ವರದಿಯು ಮುಗಿಯಲು, ನನ್ನ ತಂದೆ ಬೇಸರದಿಂದ ಅಲ್ಲಿಂದ ಎದ್ದು ಹೊರಟರು.

"ಅಪ್ಪ, ಹೀಗೆಲ್ಲಾ ಬೇಜವಾಬ್ದಾರಿಯಿಂದ ಅವರು ಹೇಗೆ ಮಾತನಾಡಲು ಸಾಧ್ಯ?"

"ಕೆಲವರು ಕುರುಡರು, ಅವರಿಗೆ ಕಾಣುವುದಿಲ್ಲ. ಇನ್ನು ಕೆಲವರಿಗೆ ಕಣ್ಣು ಕಾಣುತ್ತದೆ. ಆದರೆ ಅವರು ನೋಡಲು ಇಷ್ಟಪಡುವುದಿಲ್ಲ."

ಈ ಮಟ್ಟಿಗೆ ಹಸಿವಿನ ಹಾಹಾಕಾರ ಆಗಲು ಹೇಗೆ ಸಾಧ್ಯ? ಇದನ್ನು ತಡೆಯಲು ಆಗುವುದಿಲ್ಲವೇ? ಎನ್ನುವ ಪ್ರಶ್ನೆಗಳು, ಗೊಂದಲ ನನ್ನನ್ನು ಸುತ್ತುವರೆಯಿತು. ಅಂದು ಮಧ್ಯಾಹ್ನ ನನಗೆ ತಕ್ಕ ಮಟ್ಟಿಗೆ ಜಗತ್ತಿನ ನಿಯಮಗಳು ಅರ್ಥವಾಗಿದ್ದವು. ಪ್ರತಿಯೊಬ್ಬ ಮನುಷ್ಯನೂ ಒಬ್ಬಂಟಿಗನೇ. ಅವನೇ ತನ್ನನ್ನು ತಾನು ರಕ್ಷಿಸಿಕೊಳ್ಳಬೇಕು.

---

*ಡೊಕೋವೆ (Dokowe) – ಮಾಲಾವಿಯಲ್ಲಿ ಕಂಡು ಬರುವ ಒಂದು ಪ್ರಭೇದದ ಹಕ್ಕಿ

*ಕ್ವಾಶಿಯೋರ್ಕರ್ (Kwashiorkor) – ದೇಹದಲ್ಲಿ ಪ್ರೋಟೀನಿನ ಅಂಶವು ಕಡಿಮೆಯಾದರೆ ಉಂಟಾಗುವ ಸ್ಥಿತಿ

ಕಾಂಬಾನ ಅಗಲಿಕೆ

ರೇಡಿಯೊದಲ್ಲಿ ವರದಿಯನ್ನು ಕೇಳಿದ ಬಳಿಕ, ನನ್ನ ತಾಯಿ ಹೇಗೋ ಸಂಭಾಳಿಸಿಕೊಂಡು ಒಂದಿಷ್ಟು ಹಿಟ್ಟನ್ನು ಗುಡ್ಡೆ ಹಾಕಿದ್ದರು. ನಮಗಂದು ರಾತ್ರಿ ಅಕ್ಷರಶಃ ಊಟದ ರುಚಿಯ ಅರಿವಾಗಿತ್ತಷ್ಟೇ. ನಾನು ತುತ್ತನ್ನು ಬಾಯಿಯಲ್ಲಿ ಇಡುವ ಹೊತ್ತಿಗೆ, ಬಾಗಿಲಿನತ್ತ ಕಾಂಬಾ ಕಾಣಿಸಿತು. ಅದರ ಕಣ್ಣಿನ ಗುಡ್ಡೆಗಳೆಲ್ಲಾ ಆಚೆ ಬಂದು, ದೇಹದ ಮೂಳೆ ಮತ್ತು ಅಸ್ತಿಪಂಜರವು ಎದ್ದು ಕಾಣುತ್ತಿತ್ತು. ಹೀಗೆಯೇ ಮುಂದುವರೆದರೆ ಕಾಂಬಾ ಉಪವಾಸದಿಂದ ಸಾಯಬಹುದು ಎನಿಸಿತು.

ಕಾಂಬಾ ಕ್ರಿಸ್‌ಮಸ್ ದಿನ ತಿಂದಿದ್ದು ಬಿಟ್ಟರೆ, ಮತ್ತೆ ಸರಿಯಾಗಿ ತಿಂದಿರಲೇ ಇಲ್ಲ. ನಾನು ಎಷ್ಟು ಬಾರಿ ಉಣಿಸಿದ್ದೇನೆ ಎಂದು ಎಣಿಸಿದೆ. ಒಂದು, ಎರಡು... ಐದು. ಹೌದು ಕಳೆದ ಎರಡು ವಾರಗಳಲ್ಲಿ ನಾನು ಕಾಂಬಾಗೆ ಐದು ಬಾರಿ ಸೀಮ ತಿನ್ನಲು ಕೊಟ್ಟಿದ್ದೆ. ಈಗ ಅದರ ಸ್ಥಿತಿಯನ್ನು ನೋಡಿ ನನ್ನ ಹೊಟ್ಟೆಯಲ್ಲಿ ಈಟಿಯನ್ನು ತಿವಿದಂತಾಯಿತು. ಆದರೆ ಅಂದು ರಾತ್ರಿ ಕಾಂಬಾಗೆ ಕೊಡಲು ನನ್ನ ಬಳಿ ಏನೂ ಇರಲಿಲ್ಲ.

"ಗೆಳೆಯ, ನನ್ನನ್ನು ಕ್ಷಮಿಸು. ನಿನಗೆ ತಿನ್ನಲಿಕ್ಕೆ ಕೊಡಲು ನನ್ನ ಬಳಿ ಏನಿಲ್ಲ" ನಾನು ಕಾಂಬಾಗೆ ಬೇಡಿಕೊಂಡೆ.

ಅಂದಿನ ಊಟವನ್ನು ಮುಗಿಸಲು ಹೆಚ್ಚು ಸಮಯ ಹಿಡಿಯಲಿಲ್ಲ. ಕೈತೊಳೆದು ಇನ್ನೂ ಅಲ್ಲಿಯೇ ಊಟಕ್ಕಾಗಿ ಕಾಯುತ್ತಿದ್ದ ಕಾಂಬಾನನ್ನು ದಾಟಿ, ನನ್ನ ಕೋಣೆಯತ್ತ ಧಾವಿಸಿದೆ. ಬಾಗಿಲು ಮುಚ್ಚಿಕೊಂಡು ನಿದ್ರೆಗೆ ಜಾರಿದೆ.

ಮರುದಿನ ಹೊಟ್ಟೆಯಲ್ಲಿದ್ದ ಬೆಂಕಿಯಂತಹ ಹಸಿವು ನನ್ನನ್ನು ಬಡಿದೆಬ್ಬಿಸಿತು. ದೇಹದ ತುಂಬಾ ಬಲೂನಿನಂತೆ ಗಾಳಿಯು ತುಂಬಿಕೊಂಡು, ವಿಚಿತ್ರವಾದ ಸಂಕಟವನ್ನು ಉಂಟು ಮಾಡಿತ್ತು. ನಾನು ದೀರ್ಘವಾಗಿ ಉಸಿರನ್ನೊಮ್ಮೆ ಎಳೆದುಕೊಂಡು, ಸಂಕಟವನ್ನು ಶಮನಗೊಳಿಸಲು ಯತ್ನಿಸಿದರೂ ಉಪಯೋಗವಾಗಲಿಲ್ಲ. ಬೇರೆ ವಿಧಿಯಿಲ್ಲದೇ ಹಾಸಿಗೆಯಲ್ಲಿಯೇ ಬಿದ್ದಿದ್ದೆ.

ನನ್ನ ಕೋಣೆಯ ಛಾವಣಿಯ ಮೇಲೆ ಮಳೆಯ ಹನಿಗಳು ಬೀಳುತ್ತಿರುವ ಸದ್ದು ಕೇಳಿಸುತ್ತಿತ್ತು. ಹೊರಗಿನ್ನೂ ಕತ್ತಲೆಯಿತ್ತು. ನಾನು ಏನಾದರೂ ತಿನ್ನಲೇಬೇಕು ಎಂದು ನಿರ್ಧರಿಸಿದೆ. ಕೊನೆಗೂ ಸೂರ್ಯನ ಬೂದು ಬಣ್ಣದ ಕಿರಣಗಳು ನನ್ನ ಕೋಣೆಯ ಕಿಟಕಿಯಿಂದ ತೂರಿ ಬಂದವು. ಬೆಳಕು ಹರಿದಿತ್ತು. ಮಳೆಯ ಹನಿಗಳ ಶಬ್ದವೂ ನಿಂತಿತ್ತು. ಹೇಗೋ ಇದ್ದ ಶಕ್ತಿಯನ್ನೆಲ್ಲಾ ಪೇರಿಸಿ ಎದ್ದು, ಬಟ್ಟೆಯನ್ನು ಸರಿ ಮಾಡಿಕೊಂಡೆ. ಅಡುಗೆಮನೆಯತ್ತ ಇಣುಕಿ ನೋಡಿದೆ. ಕಾಂಬಾ ಒಲೆಯ ಬಳಿ ಮುದುಡಿ ಮಲಗಿತ್ತು. ಒಲೆಯು ತನ್ನ ಕಾವನ್ನು ಯಾವಾಗಲೋ ಕಳೆದುಕೊಂಡು ತಣ್ಣಗಾಗಿತ್ತು. ಕಾಂಬಾ ಉಸಿರಾಡುತ್ತಿದೆಯೋ, ಇಲ್ಲವೋ ತಿಳಿಯಲಿಲ್ಲ. ನಮಗಿಬ್ಬರಿಗೂ ಒಂದೇ ಕನಸು ಬಿದ್ದಿತ್ತೇನೋ!

"ಕಾಂಬಾ... ನಡಿ ಬೇಟೆಗೆ ಹೋಗೋಣ!" ನಾನು ಜೋರಾಗಿ ಕೂಗಿದೆ.

ನಾನು ಹೀಗೆ ಹೇಳಿ ವರ್ಷವೇ ದಾಟಿತ್ತು. ಇಷ್ಟನ್ನು ಕೇಳಿಯೇ ಕಾಂಬಾ ಮೈಯಲ್ಲಿ ಮಿಂಚು ಹರಿದಂತಾಯಿತೇನೋ. ಮೈ ಜಾಡಿಸಿಕೊಂಡು, ಬಾಲವಾಡಿಸುತ್ತಾ ಎದ್ದು ನಿಲ್ಲಲು ಯತ್ನಿಸಿತು. ಕೀಲುನೋವಿನಿಂದ ತನ್ನ ಕಾಲನ್ನು ನೆಲಕ್ಕೆ ಊರಲು ಕಷ್ಟಪಡುತ್ತಿತ್ತು. ಹೇಗೋ ಸಂಭಾಳಿಸಿಕೊಂಡು ಬೇಟೆಗೆ ಹೊರಡಲು ಸಿದ್ಧವಾಯಿತು.

"ತಡಿ, ಏನಾದರೂ ಆಹಾರವು ಸಿಗುತ್ತದೆಯೇ ನೋಡೋಣ."

ಹಕ್ಕಿಗಳ ಬೇಟೆಗಾಗಿ ನನ್ನ ಬಳಿ ಜೋಳವಾಗಲೀ, ಗಾಗಾಆಗಲೀ ಇರಲಿಲ್ಲ. ನನ್ನ ತಾಯಿಯ ಒಲೆಯಿಂದ ಒಂದಿಷ್ಟು ಬೂದಿಯನ್ನು ತೆಗೆದು ಸಕ್ಕರೆಯ ಚೀಲದಲ್ಲಿ ಹಾಕಿಕೊಂಡೆ. ನಾನು ಮತ್ತು ಕಾಂಬಾ ದೋವಾ ಮಲೆನಾಡಿನ ಕಡೆಗೆ ಹೊರಟೆವು. ಮಳೆಯಿಂದ ಮುಕ್ತಿಯೇ ಇರಲಿಲ್ಲ. ಅಷ್ಟು ದೂರವನ್ನು ಕ್ರಮಿಸಲು ನಮಗೆ ಮಾಮೂಲಿಗಿಂತ ಎರಡರಷ್ಟು ಸಮಯವು ಹಿಡಿಯಿತು. ಕುಂಟುತ್ತಾ ನಿಧಾನವಾಗಿ ಹಿಂದೆ ಬರುತ್ತಿದ್ದ ಕಾಂಬಾ ಇದಕ್ಕೆ ಕಾರಣ. ನಾನು ಕೆಲವೇ ಹೆಜ್ಜೆ ಅದರ ಮುಂದೆ ನಡೆಯುತ್ತಾ ಹೊರಟೆ. ಉತ್ಸಾಹವನ್ನು ಹೆಚ್ಚಿಸಲು, ಯಾವುದೋ ಹಾಡಿಗೆ ಶಿಳ್ಳೆ ಹಾಕುತ್ತಾ ಸಾಗಿದೆ. ದಾರಿಯಲ್ಲಿ ಎತ್ತರವಾಗಿ ಬೆಳೆದ, ಹಸಿರು ಜೋಳದ ತೆನೆಗಳು ಮನಸ್ಸಿಗೆ ಮುದ ನೀಡಿದವು. ಈ ಯಾತನೆಯು ಕೊನೆಯಾಗುವ ಸಮಯ ಹತ್ತಿರ ಬಂದಿದೆ ಎನಿಸಿತು. ಇನ್ನು ಹೆಚ್ಚೆಂದರೆ ಒಂದು ಅಥವಾ ಒಂದೂವರೆ ತಿಂಗಳಷ್ಟೇ, ನಂತರ ಎಲ್ಲವೂ ಸರಿಹೋಗುತ್ತದೆ ಎನ್ನುವ ಭರವಸೆಯು ಮೂಡಿತು.

ಆಕಾಶದತ್ತ ನೋಡಲು ಒಂದು ಹಕ್ಕಿಯೂ ಕಾಣಲಿಲ್ಲ. ನನ್ನ ಬೇಟೆಯ ತಾಣದಲ್ಲಿ ಕಂಬಗಳಿಗೆ ರಬ್ಬರ್ ಕಟ್ಟಿ, ಅದನ್ನು ಹಿಂದೆ ಎಳೆದು ಬಂದೂಕಿನ ಕುದುರೆಯಂತೆ ಮಾಡಿದೆ. ನಂತರ ನೆಲದ ಮೇಲೆ ಹಕ್ಕಿಗಳನ್ನು ಆಕರ್ಷಿಸಲು, ಆಹಾರದ ಬದಲಾಗಿ ಬೂದಿಯನ್ನು ಚೆಲ್ಲಿದೆ. ಅದು ಬಲು ದಯನೀಯವೆನ್ನಿಸಿತು.

"ಏನಾದರೂ ಆಗಬಹುದು ನೋಡೋಣ" ಕಾಂಬಾಗೆ ಹೇಳಿದೆ.

ಕೊನೆಯ ಪಕ್ಷ ಮೂರು ಹಕ್ಕಿಗಳಾದರೂ ಸಿಕ್ಕಿದರೆ... ನಾನು ನೆಮ್ಮದಿಯಿಂದ ನಿದ್ದೆ ಮಾಡುತ್ತೇನೆ. ಇನ್ನೊಂದು ತಿಂಗಳ ಮಟ್ಟಿಗೆ ಹೇಗೋ ತಳ್ಳಬಹುದು, ಕಾಂಬಾ

ಚೇತರಿಸಿಕೊಳ್ಳಬಹುದು ಎನಿಸಿತು. ಅಷ್ಟರಲ್ಲಿ ಕಾಂಬಾ ದೊಪ್ಪನೇ ನೆಲದ ಮೇಲೆ ಬಿದ್ದು ನಿದ್ದೆಗೆ ಜಾರಿತು. ನಾನು ಹಕ್ಕಿಗಳಿಗಾಗಿ ಕಾಯುತ್ತಾ ಕುಳಿತೆ.

ಸುಮಾರು ಹದಿನೈದು ನಿಮಿಷಗಳ ಬಳಿಕ, ಐದು ಹಕ್ಕಿಗಳ ಚಿಕ್ಕ ಹಿಂಡು ನನ್ನ ಬೇಟೆಯ ತಾಣದ ಬಳಿ ಬಂದಿಳಿದವು. ಕಾಂಬಾ ಇದನ್ನು ಮೊದಲೇ ಕನಸಿನಲ್ಲಿ ಕಂಡಂತೆ ತಲೆ ಎತ್ತಿ ಕುಳಿತಿತು. ಹಕ್ಕಿಗಳು ಬೇಟೆಯ ತಾಣದ ಸಮೀಪ ಬಂದಂತೆ ನನ್ನ ಊಹೆಗಳಿಗೆ ರೆಕ್ಕೆ ಪುಕ್ಕ ಬಂದಿತು. ಏನೇನೋ ಕಲ್ಪನೆಗಳು ಗರಿಗೆದರಿ ನಿಂತವು.

ಚಲನಚಿತ್ರಗಳಲ್ಲಿನ ಸ್ಲೋ ಮೋಷನ್(ನಿಧಾನ ಗತಿಯ) ದೃಶ್ಯಗಳಂತೆ – ಹಕ್ಕಿಗಳು ನನ್ನ ಬೇಟೆಗೆ ಸಿಕ್ಕು ಬೀಳುತ್ತವೆ; ಅವುಗಳ ರೆಕ್ಕೆ–ಪುಕ್ಕವನ್ನು ಕಿತ್ತು, ಮಾಂಸವನ್ನು ತೊಳೆದು ಉಪ್ಪನ್ನು ಸವರುತ್ತೇನೆ; ಮರಗಳ ಹಿಂದೆ ಬೆಂಕಿಯನ್ನು ಹಾಕಿ, ಮಾಂಸವನ್ನು ಸುಟ್ಟು, ಚಪ್ಪರಿಸುತ್ತಾ ತಿನ್ನುತ್ತೇನೆ; ಕಾಂಬಾ ಕೂಡ ಚಪ್ಪರಿಸುತ್ತಾ ತಿನ್ನುತ್ತದೆ...

ಆತಂಕದಿಂದ ಎದೆಯ ಬಡಿತವು ಹೆಚ್ಚಾಗಿ ನನ್ನನ್ನು ವಾಸ್ತವ ಪ್ರಪಂಚಕ್ಕೆ ಮರಳಿ ತಂದಿತು. ಕಾಂಬಾ ಹಾಗೆಯೇ ಕುಳಿತು ತನ್ನ ಕನಸುಗಳಲ್ಲಿ ಕಳೆದುಹೋದಂತೆ ಕಂಡುಬಂದಿತು. ಹಕ್ಕಿಗಳು ಬೇಟೆಯ ತಾಣಕ್ಕೆ ಬರುತ್ತಿದ್ದಂತೆಯೇ ಜಾಗ್ರತನಾದೆ. ಹಗ್ಗವನ್ನು ಎಳೆದು ಹಿಡಿದಿದ್ದೆ. ಆದರೆ ಹಕ್ಕಿಗಳು ಅಲ್ಲಿ ಚೆಲ್ಲಿರುವುದು ಬೂದಿ, ಆಹಾರವಲ್ಲ ಎಂದು ತಿಳಿದು ಪುರ್ರನೇ ಹಾರಿಹೋದವು. ಇನ್ನೊಂದು ಹೆಜ್ಜೆ ಇಡಲೂ ನನಗೆ ತ್ರಾಣವಿರಲಿಲ್ಲ. ಅಂದು ನಾನು ಅಳುವುದೊಂದೇ ಬಾಕಿ!

ಅಂದು ರಾತ್ರಿ ಕಾಂಬಾ ನನ್ನ ಕೋಣೆಯ ಹೊರಗೆ, ಹೆದರಿಕೆ ಹುಟ್ಟಿಸುವಷ್ಟು ಗಾಢವಾದ ನಿದ್ರೆಯಲ್ಲಿತ್ತು. ನನ್ನ ಜೊತೆಗೆ ಬೇಟೆಗಾಗಿ ಬಂದಿದ್ದು ಅದರ ಶಕ್ತಿಯನ್ನು ಹೀರಿತ್ತು. ಅಂದಿನ ಊಟದಲ್ಲಿ ಅರ್ಧದಷ್ಟು ಸೀಮ ಮತ್ತು ಕುಂಬಳಕಾಯಿ ಎಲೆಗಳನ್ನು ಉಳಿಸಿದೆ. ಕಾಂಬಾ ಮಲಗಿದತ್ತ ಹೊರಟೆ.

"ಕಾಂಬಾ... ಊಟ..." ಜೋರಾಗಿ ಕೂಗಿದೆ.

'ಊಟ' ಎನ್ನುವ ಪದದ ಪರಿಚಯ ಕಾಂಬಾಗೆ ಚೆನ್ನಾಗಿತ್ತು. ಅದು ಮೆಲ್ಲನೇ ಕಣ್ಣುತೆರೆದು, ಬಾಲವನ್ನು ಆಡಿಸಿತು. ನಾನು ಆಹಾರವನ್ನು ಅದರ ತಲೆಯ ಮೇಲೆ ಎಸೆಯಲು, ಅದನ್ನು ಹಿಡಿಯುವ ಪ್ರಯತ್ನವನ್ನು ಕಾಂಬಾ ಮಾಡಲೇ ಇಲ್ಲ. ಸೀಮ ಮತ್ತು ಕುಂಬಳಕಾಯಿ ಎಲೆಗಳು ನೆಲದ ಮೇಲೆ ದೊಪ್ಪನೇ ಬಿದ್ದವು. ಸ್ವಲ್ಪ ಹೊತ್ತಿನ ಬಳಿಕ, ಸಾವರಿಸಿಕೊಂಡು ಎದ್ದ ಕಾಂಬಾ ಆಹಾರವನ್ನು ತಿಂದಿತು. ಎರಡು ದಿನಗಳ ಬಳಿಕ ಕೆಲವು ಕುಂಬಳಕಾಯಿ ಎಲೆಗಳನ್ನು ತಿನ್ನಿಸಿದೆ. ಆದರೆ ತಿನ್ನುತ್ತಿದ್ದಂತೆಯೇ ಕಾಂಬಾ ವಾಂತಿ ಮಾಡಿಕೊಂಡಿತು. ನನಗೆ ಅದರ ಕೊನೆಗಾಲ ಸಮೀಪಿಸಿದೆ ಎಂದು ಅರ್ಥವಾಯಿತು.

"ದಯವಿಟ್ಟು ಹೇಗಾದರೂ ಒಂದು ತಿಂಗಳು ತಡೆದುಕೋ ಕಾಂಬಾ... ಆಮೇಲೆ ನಿನಗೆ ಹಬ್ಬದೂಟವೇ ಕಾದಿದೆ" ನಾನು ಬೇಡಿಕೊಳ್ಳುತ್ತಿದ್ದೆ.

ಮರುದಿನ ಸಂಜೆಯೂ ಪುನಃ ಆಹಾರವನ್ನು ವಾಂತಿ ಮಾಡಿಕೊಂಡಿತು. ಏನೂ ಪ್ರಯೋಜನವಾಗಲಿಲ್ಲ. ಮರುದಿನ ಚಾರಿಟಿ ಮತ್ತು ಮಿಜ್ಞೆಕ್ ವ್ಯಾಪಾರ ಕೇಂದ್ರಕ್ಕೆ ಹೋಗುತ್ತಾ, ಹಾಗೆಯೇ ನಮ್ಮ ಮನೆಗೆ ಬಂದು ಹೋದರು. ನಾನು ಮಿಜ್ಞೆಕ್‌ನನ್ನು ಕಳೆದ ಬಾರಿ ನೋಡಿದಾಗ ಅವನು ಗುಂಡಗೆ, ದಪ್ಪಗಿದ್ದಿದ್ದು ನೆನಪಿತ್ತು. ಈಗ ಗುರುತೇ ಸಿಗದಷ್ಟು ಸೊರಗಿದ್ದನು. ಕಾಂಬಾನನ್ನು ನೋಡುತ್ತಿದ್ದಂತೆಯೇ ಅವನ ಧ್ವನಿ ಒಡಕಲಾಯಿತು.

"ಅಯ್ಯೋ, ಇದನ್ನು ನೋಡು... ಪಾಪ ಎನ್ನಿಸುತ್ತದೆ."

ಕಾಂಬಾ ಅರೆಬರೆ ನಿದ್ರೆಯಲ್ಲಿತ್ತು. ಅದರ ಮೈ–ಮೂಳೆಗಳ ಮೇಲೆ ನೊಣಗಳು ತುಂಬಿಕೊಂಡಿದ್ದರೂ, ಅವನ್ನು ಅಟ್ಟುವ ಸ್ಥಿತಿಯಲ್ಲಿ ಕಾಂಬಾ ಇರಲಿಲ್ಲ.

"ನನಗೆ ಇದನ್ನು ನೋಡಲಾಗುತ್ತಿಲ್ಲ" ಮಿಜ್ಞೆಕ್ ಮತ್ತೆ ಉಸುರಿದನು.

ಹಾಗಿದ್ದರೆ ನೋಡಬೇಡ. ನಾನು ಜೋರಾಗಿ ಹೇಳದೇ, ಸ್ವಗತ ನುಡಿದೆ. ಇವನು ನನ್ನ ನಾಯಿಯ ಬಗ್ಗೆ ಏನು ತಾನೇ ಮಾಡಬಲ್ಲ? ವಿಷಯವನ್ನು ಬದಲಾಯಿಸಲು ಯತ್ನಿಸಿದೆ.

"ಈಚೆಗೆ ನೀವಿಬ್ಬರೂ ಏನು ಮಾಡುತ್ತಿದ್ದೀರಾ?"

"ಯಥಾ ಪ್ರಕಾರ ವ್ಯಾಪಾರ ಕೇಂದ್ರಕ್ಕೆ ಹೋಗುತ್ತೇವೆ. ಗನ್ನು ಸಿಗುತ್ತದೆಯೇ ಎಂದು ನೋಡುತ್ತೀವಿ. ಆದರೆ ಭರವಸೆಯಿಲ್ಲ."

ನಾನು ಮತ್ತು ಚಾರಿಟಿ ಹರಟೆ ಹೊಡೆಯುತ್ತಾ ಕುಳಿತಿದ್ದರೂ, ಮಿಜ್ಞೆಕ್ ಮೌನವಾಗಿ ಕಣ್ಣು ಮಿಟುಕಿಸದೆಯೇ ಕಾಂಬಾನತ್ತ ನೋಡುತ್ತಾ ಕುಳಿತಿದ್ದನು.

"ನೀನೇಕೆ ಇದಕ್ಕೊಂದು ಗತಿಯನ್ನು ಕಾಣಿಸಬಾರದು? ಅದು ಹೀಗೆ ನರಳುವುದು ತಪ್ಪುತ್ತದೆ" ಮಿಜ್ಞೆಕ್ ಸಲಹೆಯಿತ್ತನು.

ನಾನು ಕೇಳಿಸಲೇ ಇಲ್ಲ ಎಂಬಂತೆ ನಟಿಸಿದೆ.

ಚಾರಿಟಿ ಧ್ವನಿಗೂಡಿಸಿದನು "ಅವನು ಸರಿಯಾಗಿ ಹೇಳುತ್ತಿದ್ದಾನೆ ವಿಲಿಯಂ. ಇದನ್ನು ಡಾಂಬೊಗೆ ಕರೆದುಕೊಂಡು ಹೋಗು. ಹೇಗೂ ಇದಕ್ಕೆ ಈಜಲು ಬರುವುದಿಲ್ಲ."

"ಸ್ವಲ್ಪ ಗಂಡಸಿನ ಹಾಗೆ ನೀನು ಧೈರ್ಯ ತಂದುಕೋ. ಈ ಪ್ರಾಣಿಗೆ ಒಂದು ಮುಕ್ತಿ ಕೊಡು" ಮಿಜ್ಞೆಕ್ ಮತ್ತೊಮ್ಮೆ ಸೂಚಿಸಿದನು.

ನನಗೆ ಅವನ ಮುಖಕ್ಕೆ ಗುದ್ದಿಬಿಡುವಷ್ಟು ಸಿಟ್ಟು ಬಂದಿತು. ಹೇಗೋ ತಡೆದುಕೊಂಡು "ಕಾಂಬಾ ಸರಿಯಾಗಿಯೇ ಇದೆ" ಎಂದೆ.

"ಕೇಳಿಸಿಕೋ, ನಿನಗೆ ಮಾಡಲಾಗದಿದ್ದರೆ ನಾವೇ ಮಾಡುತ್ತೇವೆ. ನನಗೆ ಇದನ್ನು ನೋಡಲಾಗುತ್ತಿಲ್ಲ" ಮಿಜ್ಞೆಕ್ ಪ್ರತಿವಾದಿಸಿದನು. ಚಾರಿಟಿ ಅವನನ್ನು ಸಮರ್ಥಿಸುತ್ತಾ "ನೀನು ಯೋಚನೆ ಮಾಡುವದೇ ಬೇಡ. ನಾಳೆ ಈ ಕಡೆ ಹೋಗುತ್ತಾ ಇದನ್ನು ನಾವು ಕರೆದುಕೊಂಡು ಹೋಗುತ್ತೀವಿ. ಕಾಂಬಾಗೆ ಗೊತ್ತಾಗುವುದೇ ಇಲ್ಲ."

ನಾನು ಉತ್ತರಿಸಲು ಪದಗಳಿಗೆ ತಡಕಾಡಿದೆ. ನನಗೆ ಏನೂ ತೋಚಲಿಲ್ಲ. ಮಿಜ್ಞೆಕ್ ನನ್ನತ್ತ ದುರುಗುಟ್ಟಿಕೊಂಡು ನೋಡುತ್ತಾ ಹೇಳಿದನು,

"ಇದು ನಿನ್ನ ನಿರ್ಧಾರವಲ್ಲ."

ಮಿಜ್ಹೆಕ್ ಮತ್ತು ಚಾರಿಟಿ ಹೊರಟ ಬಳಿಕ, ನಾನು ಸುಮಾರು ಹೊತ್ತು ಕಾಂಬಾ ಪಕ್ಕದಲ್ಲಿಯೇ ಕುಳಿತಿದ್ದೆ. ನನಗೆ ತಲೆ ಸುತ್ತು ಬಂದಂತಾಯಿತು. ಕಾಂಬಾ ಮೈಮೇಲೆ ನೊಣಗಳು ದಟ್ಟವಾಗಿ ಕಾಣಿಸಿದವು. ನೊಣಗಳು ಕೂರುವುದು, ವೃತ್ತಾಕಾರವಾಗಿ ಚಲಿಸುವುದು... ಇದನ್ನೇ ಪುನರಾವರ್ತನೆ ಮಾಡುತ್ತಿದ್ದವು. ಅರ್ಧ ಗಂಟೆಯ ಬಳಿಕ ಕಾಂಬಾ ಕಣ್ಣು ಬಿಟ್ಟು ನನ್ನನ್ನು ನೋಡಿತು. ಅದರ ಬಾಲದಿಂದ ನನ್ನನ್ನು ಬಡಿಯಿತು. ನಾವಿಬ್ಬರೂ ಏನೂ ಹೇಳದೇ ಹೋದರೂ, ಮೂಕ ಭಾಷೆಯಲ್ಲಿ ಸಂಭಾಷಿಸಿದ್ದೆವು.

ಮರುದಿನ ಮಿಜ್ಹೆಕ್ ಮತ್ತು ಚಾರಿಟಿ ಬಂದಾಗ, ನನ್ನ ನಾಯಿಯನ್ನು ಹೇಗೆ ತಾನೇ ರಕ್ಷಿಸಲಿ? ಎನ್ನುವ ಪ್ರಶ್ನೆ ಬೃಹದಾಕಾರವಾಗಿ ಕಾಡಿತು. ಸಂಜೆ ಸರಿದು ಕತ್ತಲಾಗುವವರೆಗೂ ಅನೇಕ ಮಾರ್ಗಗಳನ್ನು ಯೋಚಿಸುತ್ತಿದ್ದೆ. ಕೊನೆಗೂ ಒಂದು ವಿಷಯ ಹೊಳೆಯಿತು. ಅವರಿಬ್ಬರೂ ಹೇಳಿದ ಮಾತಿನಲ್ಲಿ ಸತ್ಯಾಂಶವಿತ್ತು. ಕಾಂಬಾ ಸ್ಥಿತಿ ನಿಜಕ್ಕೂ ಮರುಕವನ್ನು ಹುಟ್ಟಿಸುತ್ತಿತ್ತು. ಆದರೆ ಅವರಿಬ್ಬರೂ ನನ್ನನ್ನು ಅಪಾರ್ಥ ಮಾಡಿಕೊಂಡಿದ್ದರು.

ಮರುದಿನ ಮುಂಜಾನೆ ಕಾಂಬಾ ನಿದ್ದೆ ಮಾಡುತ್ತಿರುವುದನ್ನೇ ಗಮನಿಸುತ್ತಿದ್ದೆ. ಹೊರಗೆ ಚಾರಿಟಿ ಬಂದಿರುವುದನ್ನು ಕಂಡು ನನ್ನ ಹೃದಯದ ಬಡಿತ ಹೆಚ್ಚಾಯಿತು. ನನ್ನ ನಾಯಿಯತ್ತ ನೋಡುತ್ತಾ ಚಾರಿಟಿ ತನ್ನ ಗಂಟಲು ಸರಿ ಮಾಡಿಕೊಂಡನು.

ಅವನಿಗೆ ಮಾತನಾಡಲೂ ಅವಕಾಶ ಕೊಡದೇ ಎದ್ದು ನಿಂತು ಹೇಳಿದೆ, "ಕಾಂಬಾನನ್ನು ನಾನೇ ಕರೆದುಕೊಂಡು ಹೋಗುತ್ತೀನಿ."

"ಏನು!"

"ಇದನ್ನು ಕಾಡಿಗೆ ತೆಗೆದುಕೊಂಡು ಹೋಗುತ್ತೀನಿ."

"ಅದಕ್ಕಿಂತಲೂ ಒಂದು ಕಲ್ಲನ್ನು ಎತ್ತಿ ಹಾಕಿದರೆ ಬೇಗ ಕೆಲಸವಾಗುತ್ತದೆ."

"ನನಗೆ ಹೀಗೆ ಮಾಡುವುದೇ ಸರಿ ಅನ್ನಿಸುತ್ತದೆ."

ಚಾರಿಟಿ ತಲೆಯಾಡಿಸಿ, "ನೀನು ಸರಿಯಾದ ನಿರ್ಧಾರವನ್ನು ತೆಗೆದುಕೊಂಡೆ. ಒಟ್ಟಿಗೆ ಮಾಡೋಣ. ಈವತ್ತೇ ಮಾಡೋಣವಾ?" ಎಂದನು.

"ಹೌದು, ಇಂದೇ ಮಾಡೋಣ" ನನ್ನ ನಿರ್ಧಾರವನ್ನು ತಿಳಿಸಿದೆ.

ಅಂದು ಮಧ್ಯಾಹ್ನ ಚಾರಿಟಿ ಮನೆಗೆ ಬಂದ ಬಳಿಕ, ಕಾಂಬಾ ಮಲಗಿದ್ದ ಕಡೆಗೆ ಹೋದೆವು. ಕಾಂಬಾ ಮಿಸುಕಾಡದೇ ಮಲಗಿತ್ತು. ನಾನು ಇನ್ಯಾರೋ ಎಂಬಂತೆ ನಟಿಸುತ್ತಾ "ಕಾಂಬಾ... ನಡಿ ಬೇಟೆಗೆ ಹೋಗೋಣ" ಎಂದು ಕೂಗಿದೆ.

ಕಾಂಬಾ ತನ್ನ ತಲೆ ಎತ್ತಿ ನೋಡಿತು.

"ಹೋಗೋಣ ನಡಿ..."

ಕಷ್ಟಪಟ್ಟು ನಿಲ್ಲುತ್ತಾ, ತನ್ನ ಮೈಮೇಲೆ ಕುಳಿತಿದ್ದ ನೊಣಗಳನ್ನು ಒಮ್ಮೆ ಜಾಡಿಸಿತು. ಕುಂಟುತ್ತಾ ನನ್ನೆಡೆಗೆ ಬರತೊಡಗಿತು. ನಮ್ಮ ಮನೆಯನ್ನು ದಾಟುವಷ್ಟರಲ್ಲಿ, ಯುಗಗಳು ಕಳೆದಂತೆ ಭಾಸವಾಗಿತ್ತು. ಕಾಂಬಾಗಿಂತಲೂ ಕೆಲವೇ ಹೆಜ್ಜೆ ಮುಂದೆ ಹೊರಟೆ.

"ನಿನ್ನ ಕೈಯಲ್ಲಿ ಆಗತ್ತೆ. ಬಾ ಕಾಂಬಾ."

ನಾವು ಮಲೆನಾಡಿನ ಕಡೆಗೆ ಹೊರಟೆವು. ಪಶ್ಚಿಮದಲ್ಲಿ ಸೂರ್ಯನು ಜಾರುತ್ತಾ, ಬೆಟ್ಟದ ಅಂಚನ್ನು ಕಿತ್ತಳೆಯ ಬಣ್ಣಕ್ಕೆ ದೂಡಿದ್ದನು. ಹವಾಮಾನ ಬೆಚ್ಚಗಿನ ಒಣಹವೆಯಿಂದ ಕೂಡಿತ್ತು. ಬೇಟೆಯಾಡಲು ಇದು ಸರಿಯಾದ ಸಮಯ. ನಾವು ಬ್ಲೂಗಮ್‌ತೋಪಿನತ್ತ ಸಾಗಿದೆವು. ಆ ಜಾಗಗಳು ಕಾಂಬಾಗೆ ಚಿರಪರಿಚಿತ. ಒಂದು ಕಡೆ ಚಾರಿಟಿ ದಿಕ್ಕು ಬದಲಾಯಿಸಿ, "ಈ ಕಡೆ" ಎಂದು ತೋರಿಸಿದನು.

ಆ ಕ್ಷಣ ಹೃದಯವೇ ನನ್ನ ಬಾಯಿಗೆ ಬಂದಂತಾಯಿತು. ಕಾಂಬಾ ಒದ್ದಾಡುತ್ತಾ ಹುಲ್ಲಿನ ನಡುವೆ ನಡೆಯುತ್ತಾ ಬಂದಿತು.

"ಬಾ ಕಾಂಬಾ... ಹಾ... ಹಾಗೇನೇ."

ನಾನು ಗದ್ಗದಿತನಾಗಿದ್ದೆ. ದುಃಖವು ಒತ್ತರಿಸಿಕೊಂಡು ಬರುತ್ತಿತ್ತು. ಬಹಳ ಕಷ್ಟಪಟ್ಟು ನುಂಗಿಕೊಂಡೆ. ಚಾರಿಟಿ ನನ್ನ ಕಡೆ ತಿರುಗಿ "ಅದು ನಾಯಿಯಷ್ಟೇ. ಬಹಳ ಬೇಜಾರು ಮಾಡಿಕೊಳ್ಳಬೇಡ" ಎಂದು ಸಮಾಧಾನಪಡಿಸಿದನು.

ಎಷ್ಟೋ ನಿಮಿಷಗಳ ನಂತರ, ದಟ್ಟವಾದ ಪೊದೆಯಲ್ಲಿ ಬಂದು ನಿಂತಿದ್ದೆವು. ಸುತ್ತಲೂ ಎದೆಯ ಮಟ್ಟಕ್ಕೆ ಬೆಳೆದ ಹುಲ್ಲು ಆವರಿಸಿತ್ತು. ಬ್ಲೂಗಮ್ ಮರಗಳ ಸಂದಿಯಿಂದ ದೂರದಲ್ಲಿ ಬೆಟ್ಟಗಳು ಕಾಣುತ್ತಿದ್ದವು.

"ಇಲ್ಲಿ ಯಾರೂ ಬರುವುದೇ ಇಲ್ಲ. ಇದೇ ಸರಿಯಾದ ಜಾಗ ಅನ್ನಿಸುತ್ತದೆ" ಚಾರಿಟಿ ಹೇಳಿದನು.

ನಾನು ಸುತ್ತಲೂ ನೋಡಿದಾಗ ದೂರದಲ್ಲಿ ನಮ್ಮ ಮನೆ ಕಾಣಿಸಿತು. "ಇದು ಬಹಳ ಹತ್ತಿರ" ಎಂದು ನಾನು ಉತ್ತರಿಸಿದೆ.

"ಆದರೆ ಈ ನಾಯಿಗೆ ಇನ್ನು ಮುಂದೆ ಹೋಗಲು ಆಗುವುದಿಲ್ಲ."

ಆ ಹೊತ್ತಿಗಾಗಲೇ ಕಾಂಬಾ ಜೋರಾಗಿ ಏದುಸಿರು ಬಿಡುತ್ತಾ ಥೊಂಬೋಜ಼ಿ (Thombozi) ಮರದ ಬುಡದಲ್ಲಿ ಬಿದ್ದಿತ್ತು.

ನಾನೇನೂ ಹೇಳದೆಯೇ ಚಾರಿಟಿ ಸಂಗಾ(Sanga) ಮರದ ತೊಗಟೆಗಳನ್ನು ಕೀಳುತ್ತಾ, ಹಗ್ಗವನ್ನು ಹೊಸೆಯತೊಡಗಿದನು. ನಾನು ಹಿಂದೆ ತಿರುಗಿ ಮರಗಳತ್ತ ನೋಡುತ್ತಾ ನಿಂತಿದ್ದೆ. ಸ್ವಲ್ಪ ಹೊತ್ತು ಚಾರಿಟಿಯೂ ಸುಮ್ಮನಿದ್ದನು. ಆದರೂ ನಾನು ತಿರುಗಿ ನೋಡದೇ "ಕಾಂಬಾನನ್ನು ಮರಕ್ಕೆ ಕಟ್ಟಿ ಬಿಡು" ಎಂದು ಉಸುರಿದೆ.

ಚಾರಿಟಿ ಹಗ್ಗದ ಒಂದು ತುದಿಯನ್ನು ಥೊಂಬೋಜ಼ಿ ಮರದ ಬೊಡ್ಡೆಯ ಸುತ್ತಲೂ, ಇನ್ನೊಂದು ತುದಿಯನ್ನು ಕಾಂಬಾ ಮುಂಗಾಲಿಗೂ ಕಟ್ಟಿದನು.

ಕೊನೆಗೂ ಧೈರ್ಯ ತಂದುಕೊಂಡು ಹಿಂತಿರುಗಿ ನೋಡಿದೆ. ನನ್ನ ಪ್ರೀತಿಯ ನಾಯಿ ಉದ್ದನೆಯ ಹುಲ್ಲಿನ ಮೇಲೆ, ತನ್ನ ಮೂಳೆಯ ಹಂದರವನ್ನು ಮುಂದೆ ಚಾಚಿಕೊಂಡಂತೆ ಕಂಡಿತು. ಏದುಸಿರು ಬಿಡುತ್ತಾ ಸುಸ್ತಾಗಿ ಬಿದ್ದಿತ್ತು. ಚಾರಿಟಿ ಮರುಮಾತಾಡದೇ ಹೊರಟುಬಿಟ್ಟ. ನಾನೂ ಸಹ ಅವನನ್ನು ಹಿಂಬಾಲಿಸಿದೆ. ಕಾಂಬಾ ಇದನ್ನು ಕಂಡು

ತಲೆಯೆತ್ತಿ ಕೂಗಿತು. ಅದಕ್ಕೆ ಅಳಲೂ ತ್ರಾಣವಿರಲಿಲ್ಲ. ನರಳಾಟದ ದನಿ ಕೇಳಿ ಕಾಂಬಾ ರೋದಿಸುತ್ತಿದೆ ಎಂದು ನನಗೆ ಖಾತರಿಯಾಯಿತು. ಪ್ರಾಯಶಃ ನಾನು ಅದನ್ನು ಬಿಟ್ಟು ಹೋಗುತ್ತಿರುವೆ ಎಂದು ಕಾಂಬಾಗೆ ತಿಳಿಯಿತೇನೋ. ಕೆಲವು ಹೆಜ್ಜೆಗಳನ್ನು ಇಟ್ಟ ಬಳಿಕ ಹಿಂತಿರುಗಿ ನೋಡಿದೆ. ಇನ್ನೂ ಅದರ ನೋಟ ನನ್ನ ಮೇಲೆ ನೆಟ್ಟಿತ್ತು. ಕೊನೆಗೆ ತನ್ನ ಕುತ್ತಿಗೆಯನ್ನು ಕೆಳಗೆ ಮಾಡಿತು.

"ನಾನು ಬಹಳ ದೊಡ್ಡ ತಪ್ಪನ್ನು ಮಾಡಿದೆ" ವೇಗವಾಗಿ ನಡೆಯುತ್ತಾ ಚಾರಿಟಿಗೆ ಹೇಳಿದೆ. ಇನ್ನೇನು ವಾಂತಿ ಮಾಡಿಕೊಳ್ಳಬಹುದು ಎನ್ನುವಂತಿತ್ತು ನನ್ನ ಸ್ಥಿತಿ.

"ಅದಕ್ಕೆ ವಯಸ್ಸಾಗಿತ್ತು. ಹೇಗಿದ್ದರೂ ಅದು ಸಾಯುತ್ತಿತ್ತು" ಚಾರಿಟಿ ಸಮಾಧಾನ ಪಡಿಸಿದ.

"ಇಲ್ಲ... ನನ್ನಿಂದ ದೊಡ್ಡ ತಪ್ಪಾಯಿತು."

ಮನೆಯನ್ನು ತಲುಪಲು ಚಾರಿಟಿ ಕ್ಲಬ್ ಹೌಸ್ ಕಡೆಗೆ ಹೊರಟನು. ನಾನು ನನ್ನ ಕೋಣೆಯತ್ತ ಧಾವಿಸಿದೆ. ಅಲ್ಲಿಯೇ ಕಾಂಬಾಗೆ ಊಟ ಹಾಕುತ್ತಿದ್ದ ಬಟ್ಟಲು ಕಣ್ಣಿಗೆ ಬಿದ್ದಿತು. ನಾನು ಓಡಿ ಹೋಗಿ ಅದನ್ನು ನೆಲದ ಮೇಲೆ ಎಸೆದು ಚೂರು ಚೂರು ಮಾಡಿದೆ. ಹೌದು, ಅದು ನಾಯಿಯಷ್ಟೇ ಎಂದು ಸಮಾಧಾನ ಮಾಡಿಕೊಂಡೆ.

ಅಂದು ರಾತ್ರಿಯಿಡೀ ಎಚ್ಚರವಾಗಿಯೇ ಇದ್ದೆ. ಕಾಂಬಾ ಬೆಟ್ಟದ ಕೆಳಗೆ ಇದೆಯೆಂದು ಗೊತ್ತಿತ್ತು. ಈ ಕ್ಷಣ, ಅದರ ಹೆಸರನ್ನು ನಾನು ಜೋರಾಗಿ ಕೂಗಿದರೂ ಅದಕ್ಕೆ ಕೇಳಿಸಬಹುದು ಎಂದುಕೊಂಡೆ.

ಮಾರನೆಯ ದಿನ ನಾನು ಎಲ್ಲರಿಂದ ತಪ್ಪಿಸಿಕೊಂಡು ಓಡಾಡುತ್ತಾ, ಬಹುತೇಕ ಸಮಯವನ್ನು ಹೊಲದಲ್ಲಿಯೇ ಕಳೆದೆ. ಸಂಜೆಯ ಹೊತ್ತಿಗೆ ಚಿಕ್ಕಪ್ಪ ಸಾಕ್ರೆಟಿಸ್, "ಎಲ್ಲಿ ಕಾಂಬಾ ಕಾಣುತ್ತಿಲ್ಲವಲ್ಲಾ?" ಎಂದರು.

"ಹೌದು, ನಾನು ಸಹ ಅದನ್ನು ನೋಡಿಲ್ಲ. ಎಲ್ಲಿ ಹೋಗಿದೆಯೋ ಗೊತ್ತಿಲ್ಲ."

"ಹಂ... ಈ ಕೆಟ್ಟ ನಾಯಿಗಳು ಅದರ ಸುದ್ದಿಗೆ ಹೋಗದಿದ್ದರೆ ಸಾಕು. ಒಂದು ವೇಳೆ ಹಾಗಾದರೂ, ನಮಗೆ ಗೊತ್ತಾಗುತ್ತದೆ" ಎಂದರು ಚಿಕ್ಕಪ್ಪ. ಅಂದಿನ ದಿನವೆಲ್ಲಾ ನನಗೆ ಹೊಟ್ಟೆ ತೊಳಸುತ್ತಲೇ ಇತ್ತು. ಕಾಂಬಾನನ್ನು ನನ್ನ ತಲೆಯಿಂದ ಹೊರ ಹಾಕಲು ಆಗಲಿಲ್ಲ. ಆದರೂ ಹಸಿವಿನ ಸಂಕಟ ಅದನ್ನು ಕುರಿತು ಹೆಚ್ಚು ಯೋಚಿಸಲು ಬಿಡಲಿಲ್ಲ.

ಮರುದಿನ ಚಾರಿಟಿ ಮನೆಗೆ ಬಂದವನೇ "ಕಾಂಬಾ ಸ್ಥಿತಿ ಏನಾಗಿದೆ ನೋಡುವ, ಬಾ" ಎಂದು ಹೊರಡಿಸಿದನು. ನಾನು ಉತ್ತರಿಸಲಿಲ್ಲ.

"ನಾವು ಸಲಾಕೆ ಮತ್ತು ಗುದ್ದಲಿಯನ್ನು ಹಿಡಿದು ಹೋಗೋಣ. ಆಗ ಎಲ್ಲರೂ ನಾವು ಹೊಲದ ಕಡೆಗೆ ಹೊರಟಿದ್ದೇವೆ ಎಂದುಕೊಳ್ಳುತ್ತಾರೆ. ಅನಂತರ ನಾವು ಕಾಂಬಾನನ್ನು ಹೂಳಬಹುದು."

ಗುದ್ದಲಿ ಹಿಡಿದು ದಾರಿಯಲ್ಲಿ ನಡೆಯುತ್ತಾ ದಟ್ಟವಾದ ಪೊದೆಗಳತ್ತ ಹೊರಟೆವು. ಪೊದೆಯ ಹುಲ್ಲು ಇನ್ನೂ ತಾಜಾ ಮತ್ತು ಮಂಜಿನಿಂದ ತೊಯ್ದಂತೆ ಒದ್ದೆಯಿತ್ತು. ಸ್ವಲ್ಪ ಹೊತ್ತಿನ ನಂತರ ನೆಲದ ಮೇಲೆ ಬೆಳ್ಳಗೆ ಉಬ್ಬಿರುವ ವಸ್ತುವನ್ನು ಕಂಡೆ. ಹಾಗೆಯೇ ಮುಂದುವರೆಯುತ್ತಾ ನಡೆದೆವು. ಹತ್ತಿರ ಹೋದಂತೆ ಸ್ಪಷ್ಟವಾಯಿತು. ನಾನು ಬಿಟ್ಟು ಹೋದ ಸ್ಥಿತಿಯಲ್ಲಿಯೇ ಕಾಂಬಾ ಸಾವನ್ನಪ್ಪಿತ್ತು. ತನ್ನ ಮುಂಗಾಲಿನ ಮೇಲೆ ದೇಹವಿಟ್ಟು ತಲೆಕೆಳಗು ಮಾಡಿ, ಕಣ್ಣನ್ನು ಅಗಲವಾಗಿ ತೆರೆದುಕೊಂಡು, ನಾಲಿಗೆ ಚಾಚಿಕೊಂಡು... ಬಿದ್ದಿತ್ತು. ಒಂದಿಷ್ಟು ಇರುವೆಗಳು ಅದರ ಬಾಯಿಯ ಒಳಕ್ಕೂ, ಹೊರಕ್ಕೂ ಓಡಾಡುತ್ತಿದ್ದವು.

"ಕಾಂಬಾ ಸತ್ತು ಹೋಗಿದೆ" ಚಾರಿಟಿಗೆ ಹೇಳಿದೆ.

ನಾವು ಕಟ್ಟಿದ ಹಗ್ಗ ಕದಲದೆ, ಅಲುಗಾಡದೆ ಇತ್ತು. ಅಂದರೆ ಕಾಂಬಾ ಯಾವುದೇ ರೀತಿಯ ಹೋರಾಟ, ಒದ್ದಾಟವಿಲ್ಲದೇ ಮರಣವನ್ನಪ್ಪಿತ್ತು. ಹಠಾತ್ತನೇ ಯಾರೋ ನನ್ನ ಹೊಟ್ಟೆಗೆ ಚೂರಿಯಿಂದ ತಿವಿದಂತಾಯಿತು. ನಾನು ಕಾಂಬಾನನ್ನು ಬಿಟ್ಟು ಹೋದಾಗ, ಅದು ಬದುಕುವ ಆಸೆಯನ್ನೇ ಕೈಬಿಟ್ಟಿತ್ತೇನೋ! ಅಂದರೆ ಕಾಂಬಾನನ್ನು ನಾನೇ ಕೊಂದಿದ್ದೆ.

ಚಾರಿಟಿ ಮರಕ್ಕೆ ಸುತ್ತಿದ್ದ ಹಗ್ಗವನ್ನು ಬಿಚ್ಚಲು, ನಾನು ಗುದ್ದಲಿಯಿಂದ ನೆಲದಲ್ಲಿ ಹಳ್ಳ ತೋಡತೊಡಗಿದೆ. ನನ್ನ ಮನಸ್ಸಿನಲ್ಲಿ ಶೂನ್ಯದ ಅನುಭವ, ಎಲ್ಲವೂ ಖಾಲಿ ಖಾಲಿ ಎನ್ನಿಸಿತು. ಅಂತಹ ಕತ್ತಲಲ್ಲಿಯೂ, ಚಳಿಯಲ್ಲಿಯೂ ಎಲ್ಲಿಂದ ಆ ಶಕ್ತಿ ಬಂದಿತೋ ಕಾಣೆ. ಕಳೆದ ಕೆಲವು ತಿಂಗಳುಗಳಲ್ಲಿ ಆ ರೀತಿ ನಾನು ಕಷ್ಟಪಟ್ಟು ಕೆಲಸ ಮಾಡಿದ್ದೇ ಇಲ್ಲ.

ಕಾಂಬಾ ಕಾಲಿಗೆ ಕಟ್ಟಿದ್ದ ಹಗ್ಗವನ್ನು ನಾಜೂಕಾಗಿ ಕತ್ತರಿಸಿ, ಅದನ್ನು ಹಳ್ಳದಲ್ಲಿ ಇಳಿಸಿದೆ.

"ಕಾಂಬಾ ಇಲ್ಲಿಯವರೆಗೂ ನೀನು ನನಗೆ ಒಳ್ಳೆಯ ಸ್ನೇಹಿತನಾಗಿದ್ದೆ" ಎಂದು ಕೊನೆಯ ವಿದಾಯವನ್ನು ಹೇಳಿದೆ.

ಹಳ್ಳದೊಳಗೆ ಮಣ್ಣನ್ನು ತುಂಬಿ, ಅದರ ಮೇಲೆ ಹುಲ್ಲು ಮತ್ತು ಮರದ ರೆಂಬೆಗಳನ್ನು ಹರಡಿ, ಯಾವುದೇ ಕುರುಹನ್ನೂ ಬಿಡದೇ ನಾವು ಮನೆಗೆ ತೆರಳಿದೆವು. ಮನೆಯಲ್ಲಿ ಯಾರಿಗೂ ನಡೆದ ಘಟನೆಯ ಬಗ್ಗೆ ಹೇಳಲಿಲ್ಲ. ಇಷ್ಟು ವರ್ಷಗಳು ಕಳೆದರೂ, ಈಗಿನವರೆಗೂ ಇದು ರಹಸ್ಯವಾಗಿಯೇ ಉಳಿದಿತ್ತು.

ಕಾಂಬಾ ಸಾವನ್ನಪ್ಪಿದ್ದ ಬಳಿಕ, ಕಾಲರಾ ಬೇನೆ ನಮ್ಮ ಜಿಲ್ಲೆಯಾದ್ಯಂತ ವ್ಯಾಪಿಸಿತು. ಇದು ದೇಶದ ದಕ್ಷಿಣದಲ್ಲಿದ್ದ 'ಮ್ವಾಂಝಾ' (Mwanza) ಎಂಬಲ್ಲಿ ಶುರುವಾಯಿತು. ಕೆಲವೇ ದಿನಗಳಲ್ಲಿ ಸುಮಾರು ಹನ್ನೆರಡು ಜನರು ಸಾವನ್ನಪ್ಪಿ ನೂರಾರು ಜನ ಸೋಂಕನ್ನು ಹೊಂದಿದರು.

ಕಾಲರಾ ನಮ್ಮ ದೇಶ ಹಾಗೂ ಆಫ್ರಿಕಾ ಖಂಡದ ಪಾಲಿಗೆ ಮಹಾಮಾರಿ. ಅಸಾಧ್ಯ ಹೊಟ್ಟೆನೋವು, ತಲೆಸುತ್ತು, ವಾಂತಿ, ಸುಸ್ತು ಈ ರೋಗದ ಲಕ್ಷಣಗಳು. ನಂತರ ಆಮಶಂಕೆ

ಮತ್ತು ಭೇದಿ ಉಂಟಾಗುತ್ತದೆ. ಕೆಲವೇ ಗಂಟೆಗಳಲ್ಲಿ ದೇಹದ ಸತ್ವವೆಲ್ಲಾ ಹೀರಲ್ಪಟ್ಟು ಆ ವ್ಯಕ್ತಿ ಮಾತನಾಡದ ಸ್ಥಿತಿಯನ್ನು ತಲುಪುತ್ತಾನೆ. ಯಾವುದೇ ಚಿಕಿತ್ಸೆಯು ಸಿಗದಿದ್ದಲ್ಲಿ ರೋಗಿಯು ಕೇವಲ ಆರೇ ಗಂಟೆಗಳಲ್ಲಿ ಮರಣ ಹೊಂದುತ್ತಾನೆ.

ಮಳೆಗಾಲದಲ್ಲಿ ಕಾಲರ ಬೇನೆಗೂ ಮತ್ತು ಮಾಲಾವಿಗೂ (ಜೊತೆಗೆ ಆಫ್ರಿಕಾದ ಇತರ ದೇಶಗಳಿಗೂ) ಬಿಡದ ನಂಟು. ನಮ್ಮ ಶೌಚಾಲಯಗಳು ಸ್ವಚ್ಛವಾಗಿ ಇಲ್ಲದಿರುವುದೇ ಇದಕ್ಕೆ ಮುಖ್ಯ ಕಾರಣ. ನೊಣಗಳು ಶೌಚಾಲಯಗಳಿಂದ ಬ್ಯಾಕ್ಟೀರಿಯಾ ಹೊತ್ತು, ಆಹಾರ ಪದಾರ್ಥಗಳ ಮೇಲೆ ಕುಳಿತಾಗ ರೋಗವು ಶೀಘ್ರವಾಗಿ ಹರಡುತ್ತದೆ. ಮಳೆ, ಜಿರಳೆ, ನೊಣ ಇವೆಲ್ಲವೂ ಸೋಂಕು ಪಸರಿಸುವುದರಲ್ಲಿ ಪಾತ್ರವನ್ನು ವಹಿಸುತ್ತವೆ. ಕ್ಷಾಮದ ಸಂದರ್ಭದಲ್ಲಿ ಜನರು ಸಿಕ್ಕ ಸಿಕ್ಕ ಆಹಾರವನ್ನು ತಿಂದಾಗ, ಬಲು ಬೇಗನೇ ಕಾಲರಾ ಬೇನೆಗೆ ತುತ್ತಾಗುತ್ತಾರೆ.

ವ್ಯಾಪಾರ ಕೇಂದ್ರದಲ್ಲಿದ್ದ ಆಸ್ಪತ್ರೆಯು, ನಮ್ಮ ರಕ್ಷಣೆಗಾಗಿ ನೀರನ್ನು ಶುದ್ಧೀಕರಿಸಲು ಕ್ಲೋರಿನ್ ವಿತರಿಸಿತು. ನಮ್ಮ ತಾಯಿ ಅಲ್ಲಿಂದ ಒಂದು ದೊಡ್ಡ ಕೋಕಾ-ಕೋಲಾ ಬಾಟಲ್ಲಿನಲ್ಲಿ ಕ್ಲೋರಿನ್ ಹೊತ್ತು ತಂದರು. ಅದಾದ ಒಂದು ತಿಂಗಳು ನಾವು ನೀರು ಕುಡಿದಾಗಲೆಲ್ಲಾ ಕ್ಲೋರಿನ್ ರುಚಿಯೇ ಅನಿಸುತ್ತಿತ್ತು. ಜೊತೆಗೆ ನಾವು ನಮ್ಮ ಶೌಚಾಲಯದ ಸ್ವಚ್ಛತೆಯ ಕಡೆಗೂ ಗಮನ ವಹಿಸಿದೆವು.

ಪ್ರತಿದಿನವೂ ಕಾಲರಾ ಸೋಂಕುಳ್ಳ ಜನರು ನಮ್ಮ ಮನೆಯ ಮುಂದೆ ಹೋಗುತ್ತಿದ್ದರು. ಅವರ ಕಣ್ಣುಗಳು ಹಾಲಿನಂತೆ ಬೆಳ್ಳಗಾಗಿ, ಚರ್ಮವು ಸುಕ್ಕುಗಟ್ಟಿದಂತೆ ತೋರುತ್ತಿತ್ತು. ನಾನು ಮರಗಳ ಸಂದಿಯಿಂದ ಅವರು ಹೋಗುವುದನ್ನೇ ಕಾಯುತ್ತಾ, ನಂತರ ಮನೆಯ ಕಡೆ ಓಡುತ್ತಿದ್ದೆ. ಇದಾದ ನಂತರ ಹಸಿವಿನಿಂದ ಒದ್ದಾಡುತ್ತಿದ್ದ ಜನರ ಗುಂಪು ಸಾಗುತ್ತಿತ್ತು.

ಸಾಮಾನ್ಯವಾಗಿ ರೋಗಿಗಳನ್ನು ಪರೀಕ್ಷೆ ಮಾಡಿದ ವೈದ್ಯರೇ, ಕಾಲರಾದಿಂದ ಮರಣ ಹೊಂದಿದ ಜನರ ಅಂತಿಮ ಸಂಸ್ಕಾರವನ್ನೂ ಮಾಡುತ್ತಿದ್ದರು. ಶವಗಳನ್ನು ಕ್ಲೋರಿನ್‌ನಿಂದ ತೋಯಿಸಿದ ನಂತರ ಕ್ಯಾಥೋಲಿಕ್ ಚರ್ಚ್ ಸ್ಮಶಾನದಲ್ಲಿ ಹೂಳುತ್ತಿದ್ದರು. ಒಮ್ಮೊಮ್ಮೆ ಜಾಗ್ರತೆಯಾಗಿ ಕೆಲಸವನ್ನು ಮುಗಿಸಲು ಒಂದೇ ಹಳ್ಳದಲ್ಲಿ ಎರಡು ಹೆಣಗಳನ್ನು ಹೂಳುತ್ತಿದ್ದರು. ವಿಂಬೆಯಲ್ಲಿ ಕಾಲರಾ ಮತ್ತು ಹಸಿವಿನಿಂದ ದಿನಕ್ಕೆ ಎಷ್ಟು ಜನರು ಸಾಯುತ್ತಿದ್ದರು ಎಂದು ಯಾರಿಗೂ ಗೊತ್ತಿರಲಿಲ್ಲ!

ಇತ್ತ ನಮ್ಮ ಕುಟುಂಬದಲ್ಲಿ ಜೆಫ್ರಿಯ ಅನೀಮಿಯಾ ಮತ್ತಷ್ಟು ಬಿಗಡಾಯಿಸಿತ್ತು. ಅವನ ಪಾದವನ್ನು ಮುಟ್ಟಲು ಅದರ ಛಾಪು ಕಾಣುವಷ್ಟು ಕಾಲುಗಳು ಊದಿದ್ದವು!

"ನಿನ್ನ ಪಾದವನ್ನು ಮುಟ್ಟಿದರೆ ಗೊತ್ತಾಗುತ್ತದಾ?" ಜೇಡಿಮಣ್ಣನ್ನು ಮುಟ್ಟಿದಂತೆ ಭಾಸವಾಗಿ ಜೆಫ್ರಿಯನ್ನು ಕೇಳುತ್ತಿದ್ದೆ.

"ಇಲ್ಲ ವಿಲಿಯಂ."

ಅವನಿಗೆ ಸದಾ ತಲೆಸುತ್ತು ಮತ್ತು ನೇರವಾಗಿ ನಡೆಯಲು ಸಾಧ್ಯವಾಗುತ್ತಿರಲಿಲ್ಲ. ತೂರಾಡಿಕೊಂಡು ನಡೆಯುತ್ತಿದ್ದನು. ಒಂದು ಮಧ್ಯಾಹ್ನ ನಾನು ಅವನನ್ನು ಬಿಸಿಲಿಗೆ ಕರೆದೊಯ್ದೆ.

"ತಡಿ ವಿಲಿಯಂ, ನನಗೆ ಏನೂ ಕಾಣುತ್ತಿಲ್ಲ." ಸೂರ್ಯನ ಬೆಳಕಿಗೆ ತನ್ನ ದೃಷ್ಟಿಯನ್ನು ಹೊಂದಿಸಲು

ಜೆಫ್ರಿಗೆ ಸಮಯ ಹಿಡಿಯಿತು. ತಿಂಗಳುಗಟ್ಟಲೇ ದೊಡ್ಡಮ್ಮ ಅವನಿಗೆ ಊಟಕ್ಕಾಗಿ ಕೇವಲ ಕುಂಬಳಕಾಯಿ ಎಲೆಗಳನ್ನು ಕೊಟ್ಟಿದ್ದರು. ಅದರ ಪರಿಣಾಮ ಜೆಫ್ರಿ ನಿಧಾನವಾಗಿ ಸಾವಿನತ್ತ ಜಾರುತ್ತಿದ್ದ.

ನನ್ನ ತಾಯಿಗೆ ಅವನ ಸ್ಥಿತಿಯನ್ನು ನೋಡಲಾಗಲಿಲ್ಲ. ಅವರು ಬೋಗುಣಿಯಲ್ಲಿ ಅರ್ಧದಷ್ಟು ಹಿಟ್ಟನ್ನು ತೆಗೆದುಕೊಂಡು ಜೆಫ್ರಿಯ ಮನೆಗೆ ಹೊರಟರು.

"ಸ್ವಲ್ಪ ಹಿಟ್ಟು ತಂದಿದ್ದೇನೆ. ಬಹಳ ಇಲ್ಲ... ಆದರೂ ನಿಮಗೆ ಗಂಜಿ ಮಾಡಲು ಸಾಲುತ್ತದೆ".

"ನೀನು ನಮ್ಮ ಜೀವವನ್ನು ಉಳಿಸಿದ್ದೀಯ" ಎಂದು ದೊಡ್ಡಮ್ಮ ನನ್ನ ತಾಯಿಗೆ ಧನ್ಯವಾದಗಳನ್ನು ತಿಳಿಸಿದರು. ನನ್ನ ತಾಯಿ ಉತ್ತರಿಸುತ್ತಾ, "ಇರುವುದರಲ್ಲಿ ಹಂಚಿಕೊಳ್ಳುತ್ತಿದ್ದೇವೆ. ಹೀಗೆ ನಮ್ಮ ಕುಟುಂಬವು ತೊಂದರೆಯಲ್ಲಿದ್ದಾಗ ಸುಮ್ಮನೆ ನೋಡಿಕೊಂಡಿರಲು ಆಗುತ್ತಾ?" ಎಂದರು. ಕೆಲ ದಿನಗಳ ಬಳಿಕ ನನ್ನ ತಂದೆಯ ಸಹೋದರಿ ಕ್ರಿಸ್ಸಿ (ನನ್ನ ಅತ್ತೆ), ಮನೆಗೆ ಬಂದು ತಾತ ಮೂರ್ಛೆ ಹೋಗಿದ್ದಾರೆಂದು ತಿಳಿಸಿದರು.

"ಅಣ್ಣ ಏನಾದರೂ ಮಾಡು. ಅಪ್ಪ ಕೇವಲ ಕುಂಬಳಕಾಯಿಯ ಎಲೆಯನ್ನು ತಿಂದುಕೊಂಡು ಇದ್ದಾರೆ."

ಅಂದು ಮಧ್ಯಾಹ್ನ ನನ್ನ ತಾಯಿ ಪುನಃ, ನಮ್ಮ ಪಾಲಿನ ಹಿಟ್ಟಿನಲ್ಲಿ ಅರ್ಧದಷ್ಟನ್ನು ತಾತನಿಗೆ ಕೊಟ್ಟು ಕಳುಹಿಸಿದರು.

ಕ್ರಮೇಣ ನಮ್ಮೆಲ್ಲರ ದೇಹದ ತೂಕವು ಕಡಿಮೆಯಾಗುತ್ತಾ ಹೋಯಿತು. ನನ್ನ ಎದೆಯ ಗೂಡಿನ ಮೂಳೆಗಳು ಎದ್ದು ಕಾಣಿಸುತ್ತಿದ್ದವು. ಈಗ ನಾನು ಪ್ಯಾಂಟ್‌ಗೆ ಧರಿಸುತ್ತಿದ್ದ ಬೆಲ್ಟ್‌ಕೂಡ ಉಪಯೋಗವಿರಲಿಲ್ಲ. ಅದರ ಎರಡೆರಡು ರಂಧ್ರಗಳನ್ನು ಒಟ್ಟಿಗೆ ಸೇರಿಸಿ, ಕೊಕ್ಕೆಯನ್ನು ಸಿಕ್ಕಿಸಿಕೊಳ್ಳುತ್ತಿದ್ದೆ. ಹೀಗಾದರೂ ಬಿಗಿಯಾದ ಹಿಡಿತವಿರಲಿ ಎಂದು! ನನ್ನ ತೋಳುಗಳು ಬ್ಲೂಗಮ್ ಮರದ ರೆಂಬೆಗಳಂತೆ ಸಪೂರವಾಗಿದ್ದವು. ಇದರ ಜೊತೆಗೆ ಮೈ-ಕೈ ನೋವಿನ ನರಳಾಟದಿಂದ ಕೆಲವು ದಿನಗಳಲ್ಲಿ ನಾನು ಮುಷ್ಟಿ ಕಟ್ಟಲೂ ಸಾಧ್ಯವಾಗದ ಸ್ಥಿತಿಯನ್ನು ತಲುಪಿದ್ದೆ.

ರಾತ್ರಿಯ ಹೊತ್ತು ದೀಪದ ಬೆಳಕಿನಲ್ಲಿ ಜರಿಹುಳುವೊಂದು ಗಂಟೆಗಳ ಕಾಲ ಗೋಡೆ ಹತ್ತುವುದನ್ನೂ, ದೀಪದ ಸುತ್ತಲೂ ಸುಳಿದಾಡುತ್ತಿದ್ದ ದೀಪದ ಹುಳಗಳನ್ನೂ ನೋಡುತ್ತಾ

ಮಲಗುತ್ತಿದ್ದೆ. ದೀಪದ ಹುಳಕ್ಕೆ ನೀನು ಇನ್ನೂ ಹೇಗೆ ಜೀವಂತವಾಗಿರುವೆ? ನಿನಗೆ ಹಸಿವಿಲ್ಲವೇ? ಏನು ತಿನ್ನುತ್ತೀಯಾ? ಎಂದೆಲ್ಲಾ ಕೇಳಬೇಕೆನ್ನಿಸುತ್ತಿತ್ತು.

ಯಾವುದೇ ಜಾದೂ, ಯಕ್ಷವಿದ್ಯೆಗಳು ನಮ್ಮನ್ನು ಉಳಿಸಲು ಸಾಧ್ಯವಿರಲಿಲ್ಲ. ಉಪವಾಸದಿಂದ ಇರುವುದು ಒಂದು ರೀತಿಯಲ್ಲಿ ವಿಜ್ಞಾನದ ಕ್ರೂರ ವಿಧಾನವಾಗಿತ್ತು.

ಈ ಸಮಯದಲ್ಲಿ ನನ್ನ ತಂದೆ ಗಳಿಗೆಗೊಮ್ಮೆ ತಮ್ಮ ತೂಕ ನೋಡಿಕೊಳ್ಳುತ್ತಿದ್ದರು. ಅವರ ಬೃಹದಾಕಾರವು, ಬಿಸಿಲಿನಲ್ಲಿ ಒಣಗಿರುವ ಹಣ್ಣಿನಂತೆ ಮುರುಟಿತ್ತು. ದೇಹದ ಮೂಳೆಗಳು ಎದ್ದು ಕಾಣುತ್ತಿದ್ದವು. ಒಂದು ದಿನ ನನ್ನ ತಂದೆಗೂ ಕಣ್ಣು ಮಂಜಾಗಿ, ದೃಷ್ಟಿಯನ್ನು ನೆಡಲು ಆಗಲಿಲ್ಲ. ಜೆಫ್ರಿಯಂತೆ ಹಸಿವು ಅವರ ದೃಷ್ಟಿಯನ್ನು ಕಿತ್ತುಕೊಂಡಿತ್ತು.

ನನ್ನ ತಂದೆ ಪದೇಪದೇ ತಮ್ಮ ತೂಕವನ್ನು ನೋಡಿಕೊಳ್ಳುವಂತೆ, ನನ್ನ ತಾಯಿ ಮಾಡುತ್ತಿರಲಿಲ್ಲ. ಹಸಿವೆಯ ಸಮಯದಲ್ಲಿ ಮಹಿಳೆಯರು ಮತ್ತು ಮಕ್ಕಳು ತಮ್ಮ ತೂಕವನ್ನು ನೋಡಬಾರದು ಎನ್ನುವ ಪ್ರತೀತಿ ನಮ್ಮಲ್ಲಿತ್ತು. ಅವರು ಮಪಾಂಗೋ (Mpango)ವನ್ನು ಬೆಲ್ಟ್‌ನಂತೆ ತಮ್ಮ ಸೊಂಟದ ಸುತ್ತಲೂ ಸುತ್ತಿಕೊಳ್ಳುತ್ತಿದ್ದರು. ಹೀಗೆ ಮಾಡಿದಲ್ಲಿ ಎದೆಯ ಬಡಿತ ಹೆಚ್ಚಾಗುವುದಿಲ್ಲ, ಹಸಿವೂ ಕಡಿಮೆ ಮತ್ತು ಉಸಿರಾಟವೂ ಸುಲಭ ಎಂದು ಸಮಜಾಯಿಷಿ ಕೊಡುತ್ತಿದ್ದರು. ಜೊತೆಗೆ ನಮಗೆಲ್ಲರಿಗೂ "ನೀವು ಸದಾ ಹಸಿವಿನ ಬಗ್ಗೆ ಯೋಚಿಸಬೇಡಿ. ನಿಮ್ಮ ಶಕ್ತಿಯು ಯೋಚನೆ ಮಾಡಲಿಕ್ಕೆ ಖರ್ಚಾಗುತ್ತದೆ. ಅದರಿಂದ ನಿಮಗೇ ತೊಂದರೆ" ಎಂದು ಉಪಾಯವನ್ನು ಹೇಳಿಕೊಟ್ಟರು.

"ಅಮ್ಮಾ ನನಗೆ ಊದಿಕೊಳ್ಳೋಕ್ಕೆ ಇಷ್ಟವಿಲ್ಲ..." ನನ್ನ ತಂಗಿಯರು ಅಳುತ್ತಾ ಹೇಳುತ್ತಿದ್ದರು.

"ಹಾಗಿದ್ದರೆ ಒಳ್ಳೆಯ ವಿಚಾರವನ್ನೇ ಮಾಡಿ. ಎಲ್ಲವೂ ಸರಿ ಹೋಗುತ್ತದೆ."

ಹೀಗೆ ಧೈರ್ಯ ಕೊಟ್ಟ ಬಳಿಕ ಸೀಮ ಬಡಿಸುತ್ತಿದ್ದರು. ಆದರೆ ನಮ್ಮ ಊಟಗಳು ಕನಸಿನಂತೆ ಮಿಂಚಿ ಮರೆಯಾಗುತ್ತಿದ್ದವು. ಪ್ರಾಯಶಃ ನಮ್ಮ ದೇಹದ ಒಳಗೆ, ಅದರ ಲವಶೇಷವಾದರೂ ಸೇರುತ್ತಿತ್ತೋ ಇಲ್ಲವೋ ತಿಳಿಯದು!

ಇದರ ನಡುವೆ ನನ್ನ ತಂದೆ, ಊಟವನ್ನು ಮಾಡದೇ ಎದ್ದು ಹೋಗುವುದು ಸಾಮಾನ್ಯ ಸಂಗತಿಯಾಯಿತು.

"ಅಪ್ಪಾ, ಊಟ ಮಾಡುವುದಿಲ್ಲವಾ?"

"ಇಲ್ಲಾ, ನಾನು ಆರಾಮವಾಗಿ ಇದ್ದೀನಿ... ನೀವು ಮಕ್ಕಳು ಊಟವನ್ನು ಮಾಡಿ."

ಒಂದು ಮಧ್ಯಾಹ್ನ ನನ್ನ ತಂದೆಯ ಜೊತೆ ಅಂಗಳದಲ್ಲಿ ಕುಳಿತಾಗ "ಹಸಿವು ಕೇವಲ ಪುರುಷರನ್ನು ಕೊಲ್ಲುತ್ತದೆ" ಎನ್ನುವ ನಿಗೂಢವಾದ, ವಿಚಿತ್ರವಾದ ಸತ್ಯವನ್ನು ಹೇಳಿದರು. ನನ್ನ ತಂದೆ ಹೇಳಿದ್ದರಲ್ಲಿ ನಿಜಾಂಶವಿತ್ತು. ಕೇವಲ ಗಂಡಸರು ಆಹಾರಕ್ಕಾಗಿ ಅಲೆಯುತ್ತಿದ್ದರು. ಅದು ಅವರ ಶಕ್ತಿಯನ್ನೆಲ್ಲಾ ಹೀರಿಕೊಂಡು ಸಾವಿನತ್ತ ದೂಡುತ್ತಿತ್ತು.

ಆದರೆ ಕಾಲರಾ ಹಾಗೂ ಮಲೇರಿಯಾ ರೋಗಗಳಿಗೆ ಈ ಭೇದಭಾವ ಇರುತ್ತಿರಲಿಲ್ಲ. ಅನೇಕ ಪುರುಷರು ತಮ್ಮ ಹೆಂಡತಿ ಮತ್ತು ಮಕ್ಕಳಿಗೆ ನಾವು ಮರಳಿ ಬರುತ್ತೇವೋ ಇಲ್ಲವೋ ಗೊತ್ತಿಲ್ಲಎಂದು ಹೇಳಿಯೇ ಮನೆಯನ್ನು ಬಿಟ್ಟು ಬರುತ್ತಿದ್ದರು. ಇದರಿಂದ ವಿಧವೆಯರು, ದಿಕ್ಕಿಲ್ಲದವರು, ನಮ್ಮ ಮುಖ್ಯಸ್ಥರ ಮನೆಯ ಮುಂದೆ ಗುಂಪಾಗಿ ನಿಲ್ಲುವುದು ಹೆಚ್ಚಾಯಿತು. ನಾನು ಗಿಲ್ಬರ್ಟ್‌ನನ್ನು ನೋಡಿ ಬಹಳ ದಿನಗಳಾಗಿದ್ದವು. ಅವನು ಊಟವನ್ನು ಕೇಳಿಕೊಂಡು ಬರುವವರನ್ನು ಉಪಚರಿಸುವುದರಲ್ಲಿಯೇ ನಿರತನಾಗಿರುತ್ತಿದ್ದ.

ನನ್ನ ತಂದೆಯೂ ಇದರ ಬಗ್ಗೆ ಯೋಚಿಸುತ್ತಿದ್ದರೇನೋ! ಅವರು ನಮ್ಮ ತಾಯಿಗೆ ಹೇಳಿದ್ದರಂತೆ "ನಮ್ಮ ಕುಟುಂಬವನ್ನು ನೋಡಿಕೊಳ್ಳುವುದು ನನ್ನ ಜವಾಬ್ದಾರಿ. ಒಂದು ವೇಳೆ ಸಾವು ಬಂದರೆ ಎಲ್ಲರೂ ಒಟ್ಟಿಗೆ ಸಾಯೋಣ. ದೇವರು ನಮ್ಮ ಜೊತೆಗಿದ್ದಾನೆ."

ಒಂದು ವಾರದ ಬಳಿಕ ನನ್ನ ಪುಟ್ಟ ತಂಗಿ ಮೇಲೆಸ್ ಮಲೇರಿಯಾ ರೋಗದಿಂದ ನರಳತೊಡಗಿದಳು. ಅನೇಕ ದಿನಗಳು ಚಾಪೆಯ ಮೇಲೆಯೇ ಮಲಗಿರುತ್ತಿದ್ದಳು. ತೀವ್ರವಾದ ಜ್ವರದಿಂದ ಅವಳಿಗೆ ನಡುಕ, ಬೆವರುವುದು ಹೆಚ್ಚಾಯಿತು. ತಿಂದ ಒಂದಿಷ್ಟು ಆಹಾರವೂ ದಕ್ಕದೇ ವಾಂತಿಯಾಗುತ್ತಿತ್ತು. ಎಲ್ಲರಿಗೂ ಹೆದರಿಕೆಯನ್ನು ಹುಟ್ಟಿಸುವಷ್ಟು ಸೊರಗಿದ್ದಳು. ರಾತ್ರಿಯಿಡೀ ನಿದ್ರಿಸದೇ ಮೈ-ಕೈ ನೋವಿನಿಂದ ನರಳುತ್ತಿದ್ದಳು. ಇತ್ತ ಅವಳನ್ನು ಆಸ್ಪತ್ರೆಗೆ ಸೇರಿಸಲು ನಮ್ಮ ಹೆತ್ತವರು ಕರೆದೊಯ್ದರು. ಆದರೆ ಅಲ್ಲಿ ಕಾಲರಾ ಬೇನೆಗೆ ಚಿಕಿತ್ಸೆಯನ್ನು ಕೊಡುತ್ತಿದ್ದ ಕಾರಣ, ಅವಳನ್ನು ಸೇರಿಸಿಕೊಳ್ಳಲಿಲ್ಲ.

ರಾತ್ರಿಯಿಡೀ ನನ್ನ ತಾಯಿ ಎಚ್ಚರವಿದ್ದು, ಅವಳಿಗೆ ಜೋಗುಳವನ್ನು ಹಾಡುತ್ತಿರುವುದು ಕೇಳಿಸುತ್ತಿತ್ತು. ಜ್ವರದ ತಾಪವನ್ನು ಕಡಿಮೆ ಮಾಡಲು ಅವಳನ್ನು ಒದ್ದೆ ಬಟ್ಟೆಯಿಂದ ಸವರುತ್ತಿದ್ದರು. ರಾತ್ರಿಯಿಡೀ ನನ್ನ ತಾಯಿಯ ಕೋಣೆಯಿಂದ "ಮಗು ಯೋಚನೆ ಮಾಡಬೇಡ... ಯೋಚನೆ ಮಾಡಬೇಡ..." ಎನ್ನುವುದು ಕೇಳಿಸುತ್ತಿತ್ತು.

ಆದರೆ ನಮಗೆಲ್ಲರಿಗೂ ಬಹಳ ಯೋಚನೆಯಾಗಿತ್ತು. ನಾವು ಅವಳ ಆರೋಗ್ಯಕ್ಕಾಗಿ ದೇವರಲ್ಲಿ ಪ್ರಾರ್ಥಿಸುವಂತೆ ನಮ್ಮ ತಾಯಿ ಸೂಚಿಸಿದ್ದರು.

ಕೊನೆಗೂ ಮೇಲೆಸ್ ಚೇತರಿಸಿಕೊಂಡಾಗ, ಅವಳ ಸಣ್ಣನೆಯ ಆಕಾರವು ನಮ್ಮ ನಡುವೆ ಓಡಾಡಿಕೊಂಡಿರುವ ಭೂತವೇನೋ ಎನ್ನುವಷ್ಟು ಬಡಕಲಾಗಿತ್ತು!

ಫೆಬ್ರವರಿ ಮಧ್ಯದಲ್ಲಿ ತಂಬಾಕಿನ ಬೆಳೆಯು ಕಟಾವಿಗೆ ಸಿದ್ಧವಿತ್ತು. ಹೊಲದಲ್ಲಿ ನನ್ನ ತಂದೆಗೆ ಜೆಫ್ರಿ ಮತ್ತು ನನ್ನ ಅಗತ್ಯವಿತ್ತು. ಎಣ್ಣೆಯ ಪಸೆಯಿದ್ದ ಹಳದಿ ತಂಬಾಕಿನ ಎಲೆಗಳನ್ನು ಕಿತ್ತು ಕಂತೆಗಳಂತೆ ಮಾಡಿದೆವು. ನಂತರ ನೆರಳಿನಲ್ಲಿ ಕುಳಿತು ಪ್ರತಿಯೊಂದು ಎಲೆಯನ್ನೂ 'ಮ್ಲೂಲು'(Mlulu) ಬಳ್ಳಿಯಿಂದ ಹೊಲಿಯುತ್ತಿದ್ದೆವು. ಈ ಪೋಣಿಸಿದ ಎಲೆಗಳ ಗೊಂಚಲನ್ನು ಬ್ಲೂಗಮ್ ಹಾಗೂ ಬಿದಿರಿನ ಕಂಬಗಳ ಚಪ್ಪರದ ಮೇಲೆ ಒಣಗಿಸಲಾಗುತ್ತಿತ್ತು. ಎಲೆಗಳು ಒಣಗಲು ಸುಮಾರು ಎಂಟು ವಾರಗಳು ಬೇಕಿರುತ್ತಿತ್ತು.

ಎಲೆಗಳನ್ನು ಪೋಣಿಸುವ ಹೊತ್ತಿಗೆ, ನಮ್ಮ ಬೆನ್ನು ಬಿದ್ದುಹೋದಂತಾಯಿತು. ಆ ಕ್ಷಣ ತಂಬಾಕಿನ ಎಲೆಗಳು ರುಚಿಕರವಾದ ಆಹಾರದಂತೆ ನಮ್ಮನ್ನು ಸೆಳೆಯುತ್ತಿದ್ದವು.

"ಜೆಫ್ರಿ, ಇದನ್ನು ತಿನ್ನುವ ಹಾಗಿದ್ದರೆ..."

"ಹೌದು, ಹೊಟ್ಟೆ ತುಂಬುತ್ತಿತ್ತು."

"ಸಧ್ಯದಲ್ಲಿಯೇ ಇವು ಒಣಗುತ್ತವೆ. ವ್ಯಾಪಾರಿಗಳು ಕೊಳ್ಳಲು ಸಾಲುಗಟ್ಟಿ ನಿಲ್ಲುತ್ತಾರೆ. ಆಮೇಲೆ ನಮ್ಮ ಕಷ್ಟಗಳು ಮುಗಿದಂತೆಯೇ."

"ಹೌದು ವಿಲಿಯಂ."

ಆದರೆ ಹಾಗಾಗಲಿಲ್ಲ. ತಂಬಾಕಿನ ಎಲೆಗಳು ಒಣಗುತ್ತಿದ್ದಂತೆ, ನನ್ನ ತಂದೆ ಮಾರುಕಟ್ಟೆಯಲ್ಲಿ ಅವುಗಳಿಗೆ ತಕ್ಕ ಬೆಲೆಯನ್ನು ಕುದುರಿಸಲು ನೋಡಿದರು. ನಾವು ಅದನ್ನು ಹರಾಜು ಹಾಕುವವರೆಗೂ ಕಾಯಲು ಸಾಧ್ಯವಿರಲಿಲ್ಲ. ಏಕೆಂದರೆ ನಮ್ಮ ಹೊಟ್ಟೆ ಕೇಳಬೇಕಲ್ಲ?

"ನಮ್ಮ ಕುಟುಂಬವು ನನ್ನನ್ನೇ ನಂಬಿದೆ. ಈ ತಂಬಾಕಿಗೆ ಸರಿಯಾದ ಬೆಲೆಯನ್ನು ಕೊಟ್ಟರೆ ನಿಮಗೆ ಪುಣ್ಯ ಬರುತ್ತದೆ. ಒಂದು ಕಿಲೋ ತಂಬಾಕಿಗೆ ಇಪ್ಪತ್ತು ಕ್ವಾಚಾ ಕೊಟ್ಟರೆ ಸಾಕು" ಅಪ್ಪ ವ್ಯಾಪಾರಿಗಳಲ್ಲಿ ಕೇಳಿಕೊಂಡರು.

ವರ್ತಕರು ತಲೆಯಾಡಿಸುತ್ತಾ "ಎಷ್ಟು ಕಷ್ಟವಿದೆ ಎಂದು ನಿಮಗೇ ಗೊತ್ತು. ಅದೂ ಇಂತಹ ಪರಿಸ್ಥಿತಿಯಲ್ಲಿ... ಹತ್ತು ಕ್ವಾಚಾ ಕೊಡುತ್ತೀವಿ. ಅದಕ್ಕಿಂತ ಹೆಚ್ಚು ಹಣವನ್ನು ಕೊಡಲು ಸಾಧ್ಯವಿಲ್ಲ" ಎನ್ನುತ್ತಿದ್ದರು.

"ನಾನು ನಿಮ್ಮನ್ನು ಬೇಡಿಕೊಳ್ಳುತ್ತಿದ್ದೇನೆ. ಹಾಗೆ ಮಾಡಬೇಡಿ. ಇದು ಒಳ್ಳೆಯ ದರ್ಜೆಯ ತಂಬಾಕು. ಚೆನ್ನಾಗಿ ಒಣಗುತ್ತಿದೆ" ನನ್ನ ತಂದೆ ಕೇಳಿಕೊಂಡರು.

ಕೊನೆಗೂ ವರ್ತಕರು ಕೊಸರಾಡುತ್ತಾ ಹದಿನೈದು ಕ್ವಾಚಾ ಕೊಡಲು ಒಪ್ಪಿದರು. ಕ್ಷಾಮದ ತೀವ್ರತೆ ಏರಿದಂತೆ ಬೆಲೆ ಕುದುರಿಸುವುದರಲ್ಲಿ ಮೋಸ ನಡೆಯುವುದೂ ಹೆಚ್ಚಾಯಿತು. ನನ್ನ ತಂದೆಯ ಸ್ನೇಹಿತರಾದ ಮಿಸ್ಟರ್ ಮಂಗೋಚಿ ಕೂಡ ಜಗ್ಗಲಿಲ್ಲ. ಅವರೂ ಲಾಭದತ್ತ ಹೊರಳಿದ್ದರು. ನನ್ನ ತಂದೆ ವಿಧಿಯಿಲ್ಲದೇ ಒಪ್ಪಿಕೊಳ್ಳಬೇಕಾಯಿತು. ಪ್ರತಿ ವಾರವೂ ಅವರು ಬೆಳೆಗಾಗಿ ಬೆಲೆಯನ್ನು ಕುದುರಿಸುತ್ತಲೇ ಹೋದರು.

ಇತ್ತ ಜೋಳದ ತೆನೆಗಳು, ನನ್ನ ತಂದೆಯ ಎದೆಯ ಮಟ್ಟಕ್ಕೆ ಬೆಳೆದಿದ್ದವು. ಜೋಳದ ದಿಂಡು, ತನ್ನ ಮೇಲೆ ರೇಷ್ಮೆಯಂತಹ ಕೆಂಪು ಕೂದಲನ್ನು ಹೊತ್ತು ಒಂದು ರೂಪು ಪಡೆಯುತ್ತಿತ್ತು. ಎಲೆಗಳು ಕಡುಹಸಿರಿನ ಬಣ್ಣಕ್ಕೆ ಹಾಗೂ ಕಾಂಡವು ಹಳದಿ ಬಣ್ಣಕ್ಕೆ ತಿರುಗುತ್ತಿದ್ದವು. ಸುತ್ತಲೂ ಜನರು ಒಣಗಿದ ತರಗಲೆಗಳಂತೆ ಸಾಯುತ್ತಿದ್ದರೆ, ನಮ್ಮ ಗಿಡಗಳು ದಷ್ಟಪುಷ್ಟವಾಗಿ ಬೆಳೆದಿದ್ದವು.

"ಅಪ್ಪಾ, ಇನ್ನು ಇಪ್ಪತ್ತೇ ದಿನ" ನನ್ನ ತಂದೆಯನ್ನು ನೋಡುತ್ತಾ ಹೇಳಿದೆ.

"ಹೌದು, ಸರಿಯಾಗಿ ಹೇಳಿದೆ."

ಎಲೆಗಳನ್ನು ಮಗುವಿನಂತೆ ನೇವರಿಸುತ್ತಾ, ಗಾಳಿಯಲ್ಲಿ ಅವು ಹೊರಡಿಸುತ್ತಿದ್ದ ನಾದವನ್ನು ಆಲಿಸುತ್ತಾ ಓಡಾಡಿದೆವು.

ನನ್ನ ಅನಿಸಿಕೆ ಸರಿಯಿದ್ದರೆ, ಜೋಳದ ದಿಂಡು ಪಕ್ವವಾಗಲು ಇಪ್ಪತ್ತು ದಿನ ಬೇಕಿತ್ತು. ಈ ದಿಂಡನ್ನು ನಮ್ಮಲ್ಲಿ ಪ್ರೀತಿಯಿಂದ 'ಡೋವ್'(Dowe) ಎಂದು ಕರೆಯುತ್ತಿದ್ದೆವು. ಅಮೇರಿಕೆಯಲ್ಲಿ ಇದನ್ನು 'ಕಾರ್ನ್ ಆನ್ ದ ಕಾಬ್' (Corn On The Cob) ಎನ್ನುತ್ತಾರೆ. ಸಿಹಿಯಾದ ಎಳೆಯ ಕಾಳು ಮತ್ತು ತಿರುಳನ್ನು ತಿನ್ನುತ್ತಿದ್ದರೆ, ಆಹಾ... ಸ್ವರ್ಗಕ್ಕೆ ಮೂರೇ ಗೇಣು! ಫೆಬ್ರವರಿಯ ಮಧ್ಯಭಾಗದ ಆ ದಿನದಂದು ಹೊಲದಲ್ಲಿ ನಿಂತಾಗ, ಹಳೆಯ ಉಕ್ತಿಯೊಂದು ನೆನಪಿಗೆ ಬಂತು, "ಸುತ್ತಲೂ ಸಾಗರದ ನಡುವೆ ಬಾಯಾರಿ ಸಾಯುತ್ತಿರಲು, ಕುಡಿಯಲು ಒಂದು ತೊಟ್ಟೂ ನೀರಿಲ್ಲ" ನಮ್ಮ ಸ್ಥಿತಿ ಈ ಮಾತಿಗೆ ಪೂರಕವಾಗಿತ್ತು.

ತಿಂಗಳ ಕೊನೆಯ ಹೊತ್ತಿಗೆ ರೇಡಿಯೊ, ನೂರಿಪ್ಪತ್ತು ಕಿ.ಮಿ. ದೂರದಲ್ಲಿದ್ದ 'ಮಚಿಂಜಿ' (Mchinji)ಯಲ್ಲಿ ಡೋವ್ ಸಿದ್ಧವಿದೆ ಎಂದು ಪ್ರಕಟಿಸಿತು. ನೂರಾರು ಜನ ಮಚಿಂಜಿಯತ್ತ ಧಾವಿಸಿದರು. ನನ್ನ ಮಾವ 'ಅರಿ'ಯೂ ಅವರಲ್ಲಿ ಒಬ್ಬರು. ಆದರೆ ಅಲ್ಲಿ ಹೊಲಗಳಲ್ಲಿ ಕಾವಲು ಕಾಯುತ್ತಿದ್ದವರು ಜನರನ್ನು ಬೆದರಿಸಿ ಓಡಿಸಿದರು. ಕದಿಯಲು ಯತ್ನಿಸಿದ ಒಬ್ಬ ಕಳ್ಳನನ್ನು ಹೊಡೆದು ಕೊಂದೇಬಿಟ್ಟರು. ಬಹಳ ಗುಂಪು ಘರ್ಷಣೆಗಳಾಗಿ ಜನರು ಮರಳಿ ಬಂದರು. ಐದು ತಿಂಗಳ ಒದ್ದಾಟದ ಬಳಿಕ ಕೊನೆಗೂ ಫೆಬ್ರವರಿ 27ರಂದು, ನಮ್ಮ ರಾಷ್ಟ್ರಪತಿಗಳು ರೇಡಿಯೊದಲ್ಲಿ ಹೇಳಿಕೆಯನ್ನು ಕೊಟ್ಟರು, "ದೇಶವೆಲ್ಲಾ ಭೀಕರ ಕ್ಷಾಮ ಮತ್ತು ಹಸಿವಿನಿಂದ ತತ್ತರಿಸುತ್ತಿದೆ. ಈ ಕೂಡಲೇ ತುರ್ತು ಪರಿಸ್ಥಿತಿ ಘೋಷಿಸುತ್ತಿದ್ದೇನೆ."

ನಾನು ನಿಮಗೆ ಹೇಳಿದ್ದೆನಲ್ಲ, ನಮ್ಮ ರಾಷ್ಟ್ರಪತಿ ಸ್ವಲ್ಪ ಎಡವಟ್ಟಿನ ಮನುಷ್ಯನೆಂದು!

ಮಾರ್ಚ್ ಮೊದಲ ವಾರದ ಹೊತ್ತಿಗೆ, ಜೋಳದ ತೆನೆಗಳು ನನ್ನ ತಂದೆಯ ಎದೆಯ ಮಟ್ಟಕ್ಕೆ ಬೆಳೆದು ನಿಂತಿದ್ದವು. ಇದು ಡೋವ್ ಕಟಾವಿಗೆ ಸಿದ್ಧವಿದೆಯೇ ಎಂದು ತಿಳಿಯುವ ಸಮಯ. ಆ ವಾರದಲ್ಲಿ ಪ್ರತಿದಿನವೂ ನಾನು ಮತ್ತು ಜೆಫ್ರಿ ಡೋವ್ ಬೆಳವಣಿಗೆಯನ್ನು ಪರೀಕ್ಷಿಸುತ್ತಿದ್ದೆವು. ನನ್ನ ತಂಗಿಯರಿಗೆ ತಿಳಿಯಬಾರದೆಂದು ರಹಸ್ಯ ಪದಗಳನ್ನು ಬಳಸಿ ಸಂಭಾಷಿಸುತ್ತಿದ್ದೆವು.

"ಜೆಫ್ರಿ, ಕಣಜಗಳನ್ನು ಸುಡೋಣ ನಡಿ."

"ಹೌದು... ಹೌದು, ಹೋಗೋಣ."

ಜೋಳದ ಹೊಲದಲ್ಲಿ ಪ್ರತಿಯೊಂದು ಸಾಲಿನಲ್ಲಿಯೂ ಹೋಗಿ, ಕಟಾವಿಗೆ ಸಿದ್ಧವಿರುವ ದಿಂಡುಗಳನ್ನು ಗುರುತಿಸುತ್ತಿದ್ದೆವು.

"ಇದನ್ನು ನೋಡು ಜೆಫ್ರಿ, ಇನ್ನು ಮೂರು ದಿನಗಳಲ್ಲಿ ಇದು ನನ್ನ ಹೊಟ್ಟೆಗೆ!"

"ಮನೆಗೆ ಹೋಗಿ ಒಲೆಯ ಗೂಡನ್ನು ಸಿದ್ಧ ಮಾಡೋಣ. ಆಗುತ್ತದಾ?"

"ಆಗಬಹುದು."

ಕೊನೆಗೂ ಒಂದು ಜೋಳದ ದಿಂಡಿನ ಕಾಳನ್ನು ಅಮುಕಿ ನೋಡಲು, ಅದು ಗಟ್ಟಿಯಾಗಿತ್ತು.

"ಸಿದ್ಧವಿದೆ. ಕೀಳಬಹುದು ಅನ್ನಿಸುತ್ತದೆ..."

ಜೆಫ್ರಿ ಒಂದೊಂದನ್ನೇ ಮುಟ್ಟಿ ನೋಡುತ್ತಾ "ಹೌದು, ಇದು ಕೂಡ... ಇನ್ನೊಂದೂ ಆಗಿದೆ" ಎನ್ನುತ್ತಿದ್ದನು. ಅಂದರೆ ನಮ್ಮ ಬಹು ನಿರೀಕ್ಷೆಯ ದಿನವು ಕೊನೆಗೂ ಬಂದಿತ್ತು.

"ಹೌದು, ಸರಿ ಹಾಗಿದ್ದರೆ ಕೀಳೋಣ."

ನಾನು ಪ್ರತಿಯೊಂದು ಸಾಲಿನಲ್ಲಿಯೂ ಓಡುತ್ತಾ, ಕಳಿತ ಜೋಳದ ದಿಂಡನ್ನು ಕಿತ್ತು ಶ್ರೀಶಿಗಿಬಿಂಗ ತೋಳುಗಳಲ್ಲಿ ತುಂಬಿಸಿಕೊಂಡೆ. ಸ್ವಲ್ಪ ಹೊತ್ತಿನಲ್ಲಿಯೇ ಸುಮಾರು ಹದಿನೈದು ಜೋಳದ ದಿಂಡುಗಳು ನನ್ನ ತೋಳುಗಳಲ್ಲಿ ತುಂಬಿದ್ದವು. ಒಂದು ದಿಂಡಿನ ಮೇಲಿನ ಹೊದಿಕೆಯನ್ನು ತೆಗೆದು, ಇನ್ನೊಂದರ ಹೊದಿಕೆಗೆ ಕಟ್ಟುತ್ತಾ ಹೋದೆ. ಅದು ಸರದಂತೆ ಆದ ಮೇಲೆ ಕುತ್ತಿಗೆಯ ಸುತ್ತಲೂ ನೇತು ಹಾಕಿಕೊಂಡು, ನಾನು ಮತ್ತು ಜೆಫ್ರಿ ಓಡತೊಡಗಿದೆವು.

ನಮ್ಮನ್ನು ಕಂಡ ಆಯಿಶಾ ಕಣ್ಣನ್ನು ಹಿರಿದಾಗಿಸಿ "ಓಹ್ ಡೋವ್ ಆಗಿದೆಯಾ?" ಎಂದು ಹರ್ಷದಿಂದ ಕೇಳಿದಳು.

"ಹೌದು."

"ಓಹ್... ಡೋವ್ ಸಿದ್ಧವಿದೆ" ಆಯಿಶಾ ಸಂತಸವನ್ನು ತಡೆಯಲಾರದೇ ಕೂಗ ತೊಡಗಿದಳು. ನಾನು ಅಡುಗೆಮನೆಗೆ ಓಡಿ ಆತುರದಿಂದ ಒಲೆಗೆ ಬೆಂಕಿಯನ್ನು ಹಾಕಿದೆ. ಒಲೆಯಲ್ಲಿ ಒಂದೊಂದೇ ಡೋವ್ ತುಂಬುತ್ತಾ ಹೋದೆ. ಅಡುಗೆ ಮನೆಯು ಹೊಗೆಯಿಂದ ತುಂಬಿ ಕೊಂಡು ಕಣ್ಣೀರು ಸುರಿಯತೊಡಗಿತು. ಅದನ್ನು ಲಕ್ಷಿಸುವ ಸ್ಥಿತಿಯಲ್ಲಿ ನಾನಿರಲಿಲ್ಲ. ನನ್ನ ತಂಗಿಯರೆಲ್ಲಾ ಅಲ್ಲಿ ಸೇರಿಕೊಂಡು, ಸ್ಥಳಕ್ಕಾಗಿ ಕಿತ್ತಾಡತೊಡಗಿದರು.

"ನಾನು ನೋಡಬೇಕು... ಜಾಗ ಬಿಡು."

"ಇಲ್ಲ, ಮೊದಲೇ ನಾನು ಇಲ್ಲಿದ್ದೆ. ನೀನು ಸ್ವಲ್ಪ ಹೊತ್ತು ತಡಿ."

"ಎಲ್ಲರಿಗೂ ಡೋವ್ ಸಿಕ್ಕೇ ಸಿಗುತ್ತದೆ. ಎಲ್ಲರೂ ಇಲ್ಲಿಂದ ಹೊರಗೆ ಹೋಗಿ" ನಾನು ಒಂದು ಕೂಗು ಹಾಕಿದೆ.

ಬೆಂಕಿಯ ಉರಿಯಲ್ಲಿ ಒಂದೊಂದೇ ಜೋಳದ ದಿಂಡು ಕಂದು ಮತ್ತು ಕಪ್ಪು ಬಣ್ಣಕ್ಕೆ ತಿರುಗುವುದನ್ನೇ ಕಾಯುತ್ತಿದ್ದೆ. ಅದನ್ನು ತಿರುಗಿಸಿ ಮತ್ತೊಂದು ಬದಿಯಲ್ಲಿ ಸುಡಲು ಬಿಟ್ಟೆ. ಅದನ್ನು ಪೂರ್ಣವಾಗಿ ಸುಡಲೂ ಬಿಡದೆ ಒಂದನ್ನು ಕಚ್ಚಿ ತಿಂದೆ.

ಜೋಳದ ತಿರುಳು ಬಿಸಿಯಾಗಿ ಹದವಾಗಿತ್ತು. ನಿಧಾನವಾಗಿ ತೃಪ್ತಿಯಿಂದ ಮೆಲ್ಲುತ್ತಿದ್ದರೆ, ನನಗೆ ಅದರಲ್ಲಿ ಏನೋ ಒಂದು ರೀತಿಯ ದೈವತ್ವದ ಅನುಭೂತಿಯಾಗುತ್ತಿತ್ತು. ಈ ಗಳಿಗೆಗಾಗಿ ಬಹಳ ದಿನಗಳಿಂದ ಕಾದಿದ್ದೆವು. ಪ್ರತಿ ಬಾರಿಯೂ ಕಾಳುಗಳನ್ನು ಅಗಿದು ನುಂಗಿದಾಗ, ಕಳೆದು ಹೋಗಿದ್ದನ್ನು ಮರಳಿ ಪಡೆದಂತೆ ಭಾಸವಾಗುತ್ತಿತ್ತು. ಅಷ್ಟು ಹೊತ್ತಿಗೆ ನನ್ನ ಹೆತ್ತವರೂ ಒಲೆಯ ಮುಂದೆ ಬಂದು ನಿಂತರು.

"ಡೋವ್ ಇನ್ನೂ ಮಾಗಿಲ್ಲ ಅನ್ನಿಸುತ್ತದೆ" ಎನ್ನುತ್ತಾ ಅಪ್ಪ ಪಕ್ಕನೇ ಒಂದು ದಿಂಡನ್ನು ಕಸಿದುಕೊಂಡರು.

"ಎಲ್ಲಿ ತಿಂದು ನೋಡೋಣ" ಎನ್ನುತ್ತಾ ಅದರ ಕಂದು ಕೂದಲನ್ನು ಕಿತ್ತು ಹಾಕಿದರು. ಹಿಂದೆ ನಾನು ಮಾಡಿದಂತೆ, ಕಾಳನ್ನು ಅಮುಕಿ ನೋಡಿದರು. ಅವರ ಮುಖದಲ್ಲಿ ಮರಳಿ ಜೀವ ಬಂದಂತೆ ಆಯಿತು. ನಾವೆಲ್ಲರೂ ಬದುಕಿ ಉಳಿಯುತ್ತೇವೆ ಎನ್ನುವ ಆತ್ಮವಿಶ್ವಾಸವು ಹೊಮ್ಮಿತು.

"ಹೌದು ಮಾಗಿದೆ."

ಇದೇ ಸಮಯಕ್ಕೆ ಸ್ವರ್ಗವೇ ಧರೆಗೆ ಇಳಿದಂತೆ, ನಮ್ಮ ತೋಟದಲ್ಲಿ ಕುಂಬಳಕಾಯಿ ಫಸಲು ಕೂಡ ಕಟಾವಿಗೆ ಸಿದ್ಧವಿತ್ತು. ವಾರಗಟ್ಟಲೆ ಕುಂಬಳಕಾಯಿಗಳು ಸರಿಯಾದ ಗಾತ್ರ ಮತ್ತು ಬಣ್ಣಕ್ಕೆ ತಿರುಗುವುದನ್ನೇ ಪರೀಕ್ಷಿಸುತ್ತಿದ್ದೆ. ಕೊನೆಗೂ ನಮ್ಮ ಮನುಷ್ಯರ ತಲೆಯ ಗಾತ್ರದ, ಬೆಳಗಿನ ಕೆಂಬಣ್ಣದ ಸೂರ್ಯನಂತಹ ಕುಂಬಳಕಾಯಿಯನ್ನು ಕಿತ್ತೆವು. ಅಂದು ನಮಗೆ ಕುಂಬಳಕಾಯಿ, ಮಾಂಸ ಮತ್ತು ಡೋವ್ ಜೊತೆಗಿನ ಹಬ್ಬದೂಟವು ಕಾದಿತ್ತು.

ಅಬ್ಬಾ, ಮನುಷ್ಯನಿಗೆ ಹೊತ್ತು ಹೊತ್ತಿಗೆ ಸರಿಯಾಗಿ ಊಟ ಉಪಚಾರ ಸಿಗುತ್ತಿದ್ದರೆ, ಅದಕ್ಕಿಂತಲೂ ಮಿಗಿಲಾದ ನೆಮ್ಮದಿ ಮತ್ತೊಂದಿಲ್ಲ. ಅಂದು ಜೆಫ್ರಿಯು ಕೂಡ ಬಂದು ನಮ್ಮೊಡನೆ ಕುಂಬಳಕಾಯಿಯ ಮತ್ತು ಡೋವ್ ಊಟವನ್ನು ಸವಿದುಹೋದನು. ಆಹಾರವು ಹೊಟ್ಟೆಗೆ ಬಿದ್ದ ಸ್ವಲ್ಪ ಹೊತ್ತಿನಲ್ಲಿಯೇ ಅವನ ಕಾಲಿನ ಊತ ಕಡಿಮೆಯಾಯಿತು. ಈಗ ಜೆಫ್ರಿಯು ಮುಂಚಿನಂತೆ ನಗುತ್ತಾ, ಖುಷಿಯಾಗಿರುವುದನ್ನು ನೋಡಿ ಸಮಾಧಾನವಾಯಿತು.

ಮಾರ್ಚ್ ತಿಂಗಳು ನಮ್ಮ ಪಾಲಿಗೆ ಸುಗ್ಗಿ. ಪ್ರತಿದಿನವೂ ಹೊಲದಲ್ಲಿ ಕೆಲಸವನ್ನು ಮುಗಿಸಿ ಒಂದಿಷ್ಟು ಡೋವ್ ಸೇರಿಸುತ್ತಿದ್ದೆವು. ನಂತರ ತಂಬಾಕು ಒಣಗಲು ಹಾಕಿದ್ದ ಚಪ್ಪರದ ಕೆಳಗೆ ಬೆಂಕಿಯನ್ನು ಹಾಕಿ, ಅದರಲ್ಲಿ ಸುಟ್ಟು ತಿನ್ನುತ್ತಿದ್ದೆವು.

"ಜೆಫ್ರಿಯವರೇ ಇದು ನನ್ನದು, ಅದು ನಿಮ್ಮದು."

"ಓಹ್... ನನ್ನದಾ ಕೊಡು... ಕೊಡು."

ನನಗೆ ಜೀಸಸ್ ತನ್ನ ಶಿಷ್ಯರಿಗೆ ಹೇಳಿದ್ದ ನೀತಿ ಕತೆಯೊಂದು ನೆನಪಾಯಿತು: "ಒಬ್ಬನು ರಸ್ತೆಯ ಬದಿಯಲ್ಲಿ ಬೀಜಗಳನ್ನು ಬಿತ್ತುತ್ತಾನೆ. ಅದರಲ್ಲಿ ಕೆಲವು ಹಾಳಾಗುತ್ತವೆ, ಉಳಿದ ಬೀಜಗಳನ್ನು ದಾರಿಹೋಕರು ಕೊಂಡೊಯ್ಯುತ್ತಾರೆ. ನಂತರ ಅವನು ಕಲ್ಲುಗಳೇ ತುಂಬಿರುವ ಭೂಮಿಯಲ್ಲಿ ಬಿತ್ತುತ್ತಾನೆ. ಅಲ್ಲಿ ಬೇರುಗಳು ಭೂಮಿಯ ಒಳಗಿಳಿಯದೇ ಸಸಿಗಳು ಸಾಯುತ್ತವೆ. ಮುಳ್ಳುಗಳಿದ್ದ ಹಾದಿಯಲ್ಲಿ ಬಿತ್ತಲು, ಮುಳ್ಳುಗಳಿಗೆ ಬೀಜಗಳು ಸಿಕ್ಕಿಹಾಕಿಕೊಂಡು ನಶಿಸುತ್ತವೆ. ಕೊನೆಗೆ ಫಲವತ್ತಾದ ಭೂಮಿಯಲ್ಲಿ ಬಿತ್ತಿದ ಬೀಜಗಳು ಬದುಕುಳಿದು ಗಿಡಗಳಾಗಿ ಬೆಳೆಯುತ್ತವೆ."

"ಜೆಫ್ರಿ, ನಾವೂ ಸಹ ಒಳ್ಳೆಯ ಫಲವತ್ತಾದ ಮಣ್ಣಿನಲ್ಲಿ ಬಿತ್ತಿದ ಬೀಜಗಳಂತೆ. ನಾವು ರಸ್ತೆಯ ಬದಿಯಲ್ಲಿ ಹಾಕಿದ ಬೀಜಗಳಂತೆ ಆಗಲಿಲ್ಲ. ಅದಾಗಿದ್ದರೆ ಜನರು ನಮ್ಮನ್ನು ಈ ಹೊತ್ತಿಗೆ ತುಳಿದು, ಸಾಯಿಸಿ ಬಿಡುತ್ತಿದ್ದರು."

"ಹೌದು ವಿಲಿಯಂ. ನಾವು ಬದುಕಿದೆವು."

"ಹೌದು ಜೆಫ್ರಿ. ನಾವು ಬದುಕುಳಿದೆವು."

ಮುಸುಕಿನ ಜೋಳ ಮತ್ತು ಕುಂಬಳಕಾಯಿಯ ಫಸಲನ್ನು, ನಮ್ಮನ್ನು ಸೋಲಿನಿಂದ ಪಾರು ಮಾಡಿದ ಆಪದ್ಬಾಂಧವನೆಂದೇ ಭಾವಿಸಿದ್ದೆವು. ವ್ಯಾಪಾರ ಕೇಂದ್ರದಲ್ಲಿ ಜನರ ಮುಖದಲ್ಲಿ ನಗೆಯು ಮರಳಿ ಬಂದಿತ್ತು. ಅವರೆಲ್ಲರೂ ಈಗ ಪುನಃ ಭವಿಷ್ಯದ ಬಗ್ಗೆ ಚಿಂತಿಸಲು ಆರಂಭಿಸಿದ್ದರು. ಆದರೂ ಇಲ್ಲಿಗೆ ನಮ್ಮ ಕಷ್ಟಗಳು ತೀರಿತು ಎನ್ನುವ ಹಾಗಿರಲಿಲ್ಲ. ಸುಗ್ಗಿಯವರೆಗೂ ಕಾಯಬೇಕಿತ್ತು. ನಮ್ಮ ಮನೆಯಲ್ಲಿ ರಾತ್ರಿಯ ಊಟಕ್ಕೆ ಯಥಾಪ್ರಕಾರ ಸೀಮ ಕಾದಿರುತ್ತಿತ್ತು. ಏನೇ ಆದರೂ ಒಳ್ಳೆಯ ದಿನಗಳು ಶುರುವಾಗಿವೆ ಎನ್ನುವ ಭರವಸೆಯು ಮೂಡಿತ್ತು.

ನಾನು ಮಾಲಾವಿಯ ಈಗಿನ ಸ್ಥಿತಿಯನ್ನು ಅರಿಯುವ ಕುತೂಹಲದಿಂದ, ಎಲ್ಲೆಡೆ ಕಾಲ್ನಡಿಗೆಯಲ್ಲಿ ಹೋಗಿ ಬರುತ್ತಿದ್ದೆ. ಎಲ್ಲರ ಮನೆಯ ಅಂಗಳದಲ್ಲಿ ಡೋವ್ ರಾಶಿಯನ್ನು ಒಣಗಲು ಹಾಕಿರುವುದು ಕಾಣುತ್ತಿತ್ತು. ಇದರಿಂದ ಚಿಟಿಬು (ಸಿಹಿಯಾದ ಸೀಮ) ಎನ್ನುವ ಅಡುಗೆಯನ್ನು ಮಾಡುತ್ತಿದ್ದರು. ಕೆಲವು ವಾರಗಳ ಹಿಂದೆ ಆಹಾರವಿಲ್ಲದೇ ಮಂಕಾಗಿ ಸೊರಗಿದ್ದ ಜನರೇ, ಇಂದು ಮಕ್ಕಳನ್ನು ಹಿಂದೆ ಕೂಡಿಸಿಕೊಂಡು, ತಲೆಯ ಮೇಲೆ ಸಾಮಾನು ಹೊತ್ತುಕೊಂಡು ಹೋಗುವುದು ಕಾಣಿಸುತ್ತಿತ್ತು. ಜನರು ತಾವು ದೈಹಿಕವಾಗಿ ಕಳೆದುಕೊಂಡಿದ್ದ ಶಕ್ತಿಯನ್ನು ಮರಳಿ ಪಡೆಯುತ್ತಿದ್ದರು. ಜೊತೆಗೆ ಪರಸ್ಪರ ಸಂತೋಷದಿಂದ ವಿಚಾರಿಸಿಕೊಳ್ಳುತ್ತಿದ್ದರು.

ನನಗೋ ಕ್ಷಾಮವಿನ್ನೂ ತಲೆಯಲ್ಲಿ ಹಸಿರಾಗಿಯೇ ಇತ್ತು. ಜನರು ಯಥಾಪ್ರಕಾರ, "ಗನ್ಯು ನೋಡುತ್ತಾ ಇದೀನಿ. ನಿಮ್ಮಲ್ಲಿ ಗನ್ಯು ಸಿಗುತ್ತದಾ?" ಎಂದೇ ಕೇಳಬಹುದು ಎನ್ನುವ ನಿರೀಕ್ಷೆಯಲ್ಲಿ ಇರುತ್ತಿದ್ದೆ.

ಆದರೆ ಈಗ ಜನರು ಹೀಗೆ ಮಾತನಾಡುವುದು, ಕೇಳಿಬರುತ್ತಿತ್ತು –

"ಮುಲಿ ಬ್ವಾಂಜಿ (Muli bwanji)? – ನೀವು ಚೆನ್ನಾಗಿದ್ದೀರಾ?"

"ನಡಿರಿ ಬ್ವಿನೋ, ಕಯಾ ಇನು (Ndiri bwino, kaya inu)? – ನಾನು ಚೆನ್ನಾಗಿದೀನಿ, ನೀವು?"

"ನಡಿರಿ ಬ್ವಿನೋ (Ndiri bwino) – ಚೆನ್ನಾಗಿದೀನಿ."

"ಝಿಕೊಮೊ (Zikomo)! – ವಿಚಾರಿಸಿಕೊಂಡಿದ್ದಕ್ಕೆ ಧನ್ಯವಾದಗಳು".

"ಝಿಕೊಮೊ (Zikomo)! – ಪರವಾಗಿಲ್ಲ, ಧನ್ಯವಾದಗಳು."

ಇತ್ತ ವ್ಯಾಪಾರ ಕೇಂದ್ರದಲ್ಲಿ ಜನರು ಪರಸ್ಪರ ಹಸ್ತಲಾಘವ ಮಾಡುತ್ತಾ, ಎಷ್ಟೋ ದಿನಗಳ ನಂತರದ ಭೇಟಿ ಎಂಬಂತೆ ಮಾತನಾಡುತ್ತಿದ್ದರು.

"ನಿಮ್ಮನ್ನು ಮತ್ತೆ ನೋಡಿದ್ದು ಸಂತೋಷ, ದೇವರ ದಯೆ ನೀವು ಕ್ಷೇಮವಾಗಿದ್ದೀರಾ..."

"ಹೌದು, ನೀವು ಪರಿಸ್ಥಿತಿಯನ್ನು ಹೇಗೆ ನಿಭಾಯಿಸಿದಿರಿ?"

"ಓಹ್, ಆಗ ಆ ಭಗವಂತನು ನಮ್ಮ ಜೊತೆಯಲ್ಲಿದ್ದ."

ಡೋವ್ ನಮ್ಮನ್ನು ಹಸಿವಿನಿಂದ ಪಾರು ಮಾಡಿದ್ದರೂ, ನಮ್ಮ ಊರಿಗೆ ಕಳ್ಳರನ್ನು ಹೊತ್ತು ತಂದಿತ್ತು. ತಮ್ಮ ಹೊಲಗಳಲ್ಲಿ ಬೆಳೆಯಲಾಗದೇ ನಮ್ಮ ಜಿಲ್ಲೆಗೆ ವಲಸ ಬಂದಿದ್ದ

ರೈತರು, ನಮ್ಮ ಹೊಲಗಳಿಂದ ಡೋವ್ ಕದಿಯಲಾರಂಭಿಸಿದರು. ಗಿಲ್ಬರ್ಟ್ ಮನೆಯ ಮುಂದಿನ ಬ್ಲೂಗಮ್ ತೋಪಿನಲ್ಲಿ ಇರುತ್ತಿದ್ದ ಜನರು, ರಾತ್ರೋರಾತ್ರಿ ಗಿಲ್ಬರ್ಟ್ ಅವರ ಹೊಲದ ಬಹುಪಾಲು ಜೋಳವನ್ನು ಕದ್ದು ಒಯ್ದರು. ನಾವು ಪ್ರತಿದಿನವೂ ತೋಟದಲ್ಲಿ ಜೋಳ ಕಳುವಾಗಿದೆಯೇ ಎಂದು ಪರೀಕ್ಷಿಸುತ್ತಿದ್ದೆವು.

ಈ ಕಳ್ಳತನದ ವಿರುದ್ಧ ಜನರು ಸೇಡು ತೀರಿಸಿಕೊಳ್ಳುತ್ತಿರುವ ಬಗ್ಗೆ ಗಾಳಿಸುದ್ದಿಗಳು ಹಬ್ಬತೊಡಗಿದವು.

"ನಿನ್ನೆ ಕೆಂಜಿಯಲ್ಲಿ ಇರುವ ರೈತರು ಕಳ್ಳರನ್ನು ಹಿಡಿದರಂತೆ. ಆಮೇಲೆ ಏನು ಮಾಡಿ ದರು ಗೊತ್ತಾ? ಆ ಕಳ್ಳನ ತೋಳನ್ನು ಕತ್ತರಿಸಿ, ಉದ್ದನೆಯ ತೋಳು ಬೇಕಾ, ಚಿಕ್ಕ ತೋಳು ಬೇಕಾ? ಎಂದು ಅವನಿಗೇ ಕೇಳಿದರಂತೆ."

ಗಿಲ್ಬರ್ಟ್ 'ಹೇಳಿದ ಸುದ್ದಿಯು ಹೀಗಿತ್ತು – "ನನ್ನ ಬಂಧುವಿನ ಹೊಲದಲ್ಲಿ ಕದಿಯು ತ್ತಿರುವ ಹುಡುಗನನ್ನು ಹಿಡಿದರಂತೆ. ಆಮೇಲೆ ಸಲಾಕೆಯನ್ನು ಕೆಂಪಗೆ ಕಾಯಿಸಿ ಬರೆ ಹಾಕಿದರಂತೆ."

ಈ ಕತೆಗಳನ್ನು ಕೇಳಿದ ಬಳಿಕ, ನಾನು ನಮ್ಮ ಹೊಲದ ಬಗ್ಗೆ ಚಿಂತಿಸುವಂತೆ ಪ್ರೇರೇಪಿಸಿತು. ಅಂದು ನನ್ನ ತಂದೆಯನ್ನು ಕೇಳಿದೆ "ಅಪ್ಪಾ ನಮ್ಮ ಹೊಲದಲ್ಲಿ ಕದ್ದವರನ್ನು ಏನು ಮಾಡೋಣ? ಕೊಲ್ಲುವುದೇ ಅಥವಾ ಪೊಲೀಸರಿಗೆ ಹಿಡಿದು ಕೊಡೋಣ?"

ನನ್ನ ತಂದೆ ತಲೆಯಾಡಿಸುತ್ತಾ ನುಡಿದರು "ಯಾವುದೂ ಬೇಡ. ಪೊಲೀಸರಿಗೆ ಹಿಡಿದು ಕೊಟ್ಟರೆ, ಕಳ್ಳರು ಜೈಲಿನಲ್ಲಿ ಹಸಿವಿನಿಂದ ಸಾಯುತ್ತಾರೆ. ಈಗ ದೇಶವೇ ಹಸಿವಿಂದ ಒದ್ದಾಡುತ್ತಿರುವಾಗ... ಮಗು ನಾವು ಕ್ಷಮಿಸುವುದನ್ನು ಕಲಿಯಬೇಕು."

---

*ಡೋವ್ (Dowe) – ಮುಸುಕಿನ ಜೋಳದ ದಿಂಡು

*ಚಿಟಿಬು (Chitibu) – ಮುಸುಕಿನ ಜೋಳದಿಂದ ಮಾಡುವ ಸಿಹಿ ಮುದ್ದೆ

*ಮಪಾಂಗೋ (Mpango) – ಹೆಂಗಸರು ಸೊಂಟದ ಸುತ್ತಲೂ ಬೆಲ್ಟಿನಂತೆ ಸುತ್ತಿಕೊಳ್ಳುವುದು

ಗಾಳಿಯಂತ್ರದಲ್ಲಿ ಮೂಡಿದ ಆಸಕ್ತಿ

ಕ್ಷಾಮದ ಸಮಯದಲ್ಲಿ ಕಚೊಕೊಲೊ ಮತ್ತು ವಿಂಬೆಯ ಶಾಲೆಯ ಬಹುತೇಕ ಮಕ್ಕಳು ಶಾಲೆಗೆ ಹೋಗುವುದನ್ನು ನಿಲ್ಲಿಸಿದ್ದರು. ಗಿಲ್ಬರ್ಟ್‌ನೊಬ್ಬ ಶಾಲೆಗೆ ಹೋಗಿ ಬರುತ್ತಿದ್ದನು. ಪ್ರತಿದಿನವೂ ಮಕ್ಕಳ ಹಾಜರಾತಿ ಕಡಿಮೆಯಾಗುತ್ತಿದೆ ಎನ್ನುತ್ತಿದ್ದನು. ಶಿಕ್ಷಕರು ಬೆಳಗ್ಗೆ ಒಂಬತ್ತು ಗಂಟೆಯ ಹೊತ್ತಿಗೆ ಮಕ್ಕಳಿಗೆ ಬಿಡುವನ್ನು ಕೊಟ್ಟು ತಾವು ಹೊಲಗಳಿಗೋ, ವ್ಯಾಪಾರ ಕೇಂದ್ರಕ್ಕೋ ಆಹಾರದ ಹುಡುಕಾಟಕ್ಕೆ ಹೊರಡುತ್ತಿದ್ದರು. ಫೆಬ್ರವರಿಯ ಹೊತ್ತಿಗೆ ಶಾಲೆಯು ಸಂಪೂರ್ಣವಾಗಿ ನಿಂತೇ ಹೋಯಿತು.

ನಮ್ಮ ಡೋವ್ ಮತ್ತು ಕುಂಬಳಕಾಯಿಯ ಫಸಲು ಸಿದ್ಧವಾಗಿ ಜನರಲ್ಲಿಯೂ ಕಳೆದು ಹೋಗಿದ್ದ ಉತ್ಸಾಹವು ಮರುಕಳಿಸಿತು. ಮಕ್ಕಳು ಶಾಲೆಗೆ ಮರಳಿದರು. ಆದರೆ ನಮಗಿನ್ನೂ ಶಾಲೆಯ ಶುಲ್ಕವನ್ನು ಭರಿಸುವ ಶಕ್ತಿಯಿರಲಿಲ್ಲ. ಹೀಗಾಗಿ ನಾನು ಮನೆಯಲ್ಲಿಯೇ ಉಳಿಯಬೇಕಾಯಿತು. ಈಗ ಹೊಲದಲ್ಲಿಯೂ ಕಳೆ ಕೀಳುವುದನ್ನು ಬಿಟ್ಟರೆ ಹೆಚ್ಚಿನ ಕೆಲಸವಿರಲಿಲ್ಲ. ಜೊತೆಗೆ ಸುಗ್ಗಿಯ ಕಟಾವಿಗೆ ಇನ್ನೂ ಎರಡು ತಿಂಗಳು ಕಾಯಬೇಕಿತ್ತು. ಮಾಡಲು ಬೇರೇನೂ ಕೆಲಸವಿಲ್ಲದೆ ನಾನು ವ್ಯಾಪಾರ ಕೇಂದ್ರದಲ್ಲಿ ಬಾವೋ ಆಡುತ್ತಾ ಸಮಯವನ್ನು ದಬ್ಬುತ್ತಿದ್ದೆ.

ಅಲ್ಲಿ ನನಗೊಬ್ಬರು ಹೊಸದಾಗಿ ಚೆಸ್ ಆಡುವುದನ್ನು ಹೇಳಿಕೊಟ್ಟರು. ಹೊಸ ಆಟವೆಂದು ಪ್ರತಿದಿನವೂ ಆಡತೊಡಗಿದೆ. ಆದರೆ ಬಾವೋ ಮತ್ತು ಚೆಸ್ ಆಡಿಕೊಂಡು ಸಮಯವನ್ನು ವ್ಯರ್ಥ ಮಾಡುವುದು ನನಗೆ ಬೇಕಿರಲಿಲ್ಲ. ನನ್ನ ಮೆದುಳಿಗೆ ಚೆನ್ನಾಗಿ ಕಸರತ್ತು ಕೊಡುವ ಹವ್ಯಾಸವೊಂದು ಬೇಕಿತ್ತು. ನನಗೆ ಶಾಲೆಗೆ ಹೋಗದಿರುವುದು ಏನನ್ನೋ ಕಳೆದುಕೊಂಡಂತಿತ್ತು.

ಕಳೆದ ವರ್ಷ 'ಮಾಲಾವಿ ಶಿಕ್ಷಕರ ತಂಡ'ವು ವಿಂಬೆಯ ಪ್ರೈಮರಿ ಶಾಲೆಯಲ್ಲಿ ಒಂದು ಚಿಕ್ಕ ಗ್ರಂಥಾಲಯವನ್ನು ಆರಂಭಿಸಿತ್ತು. ಅಲ್ಲಿ ಅಮೇರಿಕಾ ಸರಕಾರವು ಕೂಡುಗೆಯಾಗಿ

ಕೊಟ್ಟಿದ್ದ ಪುಸ್ತಕಗಳನ್ನು ಇಡಲಾಗಿತ್ತು. ನನಗೆ ಈ ಗ್ರಂಥಾಲಯದ ವಿಷಯ ನೆನಪಿಗೆ ಬಂದು, ಶಾಲೆ ಬಿಟ್ಟಿದ್ದರೂ ಪುಸ್ತಕ ಓದುತ್ತಾ ಕ್ರಿಯಾಶೀಲನಾಗಿ ಇರಬಹುದು ಎನಿಸಿತು.

ವಿಂಬೆಯ ಶಾಲೆಯ ಚಿಕ್ಕ ಕೋಣೆಯೊಂದರಲ್ಲಿ ಈ ಗ್ರಂಥಾಲಯವಿತ್ತು. ನಾನು ಅಲ್ಲಿಗೆ ಹೋದಾಗ 'ಎಡಿತ್ ಸಿಕೇಲೊ' ಎನ್ನುವ ಮಹಿಳೆಯಿದ್ದರು. ಅವರು ವಿಂಬೆಯ ಶಾಲೆಯಲ್ಲಿ ಸಮಾಜ ವಿಜ್ಞಾನ ಮತ್ತು ಆಂಗ್ಲ ಭಾಷಾ ಶಿಕ್ಷಕರು ಹಾಗೂ ಗ್ರಂಥಪಾಲಕರು ಕೂಡ. "ಪುಸ್ತಕ ತೆಗೆದುಕೊಳ್ಳಲು ಬಂದೆಯಾ?" ಎಂದು ಕೇಳಿದರು.

"ಈ ಗ್ರಂಥಾಲಯದ ನಿಯಮಗಳು ಏನು?" ಎಂದೂ ಅಂತಹ ಸೌಲಭ್ಯವನ್ನು ನೋಡಿರದ ನಾನು ಕೇಳಿದೆ. ಆಕೆ ನನ್ನನ್ನು ಒಳಗೆ ಕರೆದೊಯ್ದು, ಅಲ್ಲಿ ಎತ್ತರದ ಮರದ ಕಪಾಟಿನಲ್ಲಿ ಜೋಡಿಸಿಟ್ಟ ಪುಸ್ತಕಗಳನ್ನು ತೋರಿಸಿದರು. ನಂತರ ಗ್ರಂಥಾಲಯದ ನಿಯಮಗಳನ್ನೂ ತಿಳಿಸಿದರು. ಅವು ನಾನಂದುಕೊಂಡಂತೆ ಪ್ರಾಥಮಿಕ ಮಟ್ಟದ, ಬೇಸರ ಹುಟ್ಟಿಸುವಂತಹ ಪುಸ್ತಕಗಳಾಗಿರಲಿಲ್ಲ. ಅಮೇರಿಕೆಯ ಸಮಾಜ ಶಾಸ್ತ್ರ, ವಿಜ್ಞಾನ, ಆಂಗ್ಲ ಭಾಷೆಯ ಶಾಲಾ ಪಠ್ಯ ಪುಸ್ತಕಗಳೂ, ಜ಼ಿಂಬಾಬ್ವೆ ಮತ್ತು ಜ಼ಾಂಬಿಯಾ ದೇಶದ ಪಠ್ಯ ಪುಸ್ತಕಗಳೂ, ಕೆಲವು ಕಾದಂಬರಿಗಳು ಇದ್ದವು. ಪುಸ್ತಕಗಳಿಂದ ಒಂದು ರೀತಿಯ ಸುವಾಸನೆ ಹೊಮ್ಮುತ್ತಿತ್ತು.

ಅಂದು ಬಹಳ ಹೊತ್ತು ನನಗೆ ಬೇಕಾದ ಪುಸ್ತಕಗಳ ಹುಡುಕಾಟದಲ್ಲಿಯೇ ಕಳೆದಿದ್ದೆ. ಇತ್ತ ಶ್ರೀಮತಿ ಸಿಕೇಲೊ ಉತ್ತರ ಪತ್ರಿಕೆಗಳನ್ನು ತಿದ್ದುತ್ತಿದ್ದರು. ಕೊನೆಗೂ ಭೂಗರ್ಭ ಶಾಸ್ತ್ರ, ಸಮಾಜ ಶಾಸ್ತ್ರ ಮತ್ತು ವ್ಯಾಕರಣದ ಪುಸ್ತಕಗಳನ್ನು ಪಡೆದು ಮನೆಯ ಕಡೆಗೆ ಹೊರಟೆ. ಇದೇ ವಿಷಯಗಳನ್ನು ಈಗ ನನ್ನ ಗೆಳೆಯರು ತರಗತಿಗಳಲ್ಲಿ ಕಲಿಯುತ್ತಿದ್ದರು. ಮುಂದಿನ ಶಿಕ್ಷಣದ ಅವಧಿ (ಟರ್ಮ್)ಯ ಹೊತ್ತಿಗೆ ನಾನು ನನ್ನ ಗೆಳೆಯರ ಸಮಕ್ಕೆ ಬರಬೇಕಿತ್ತು.

ಮನೆಯಲ್ಲಿ ನನ್ನ ವ್ಯಾಸಂಗಕ್ಕಾಗಿ ಒಂದು ನೆರಳಿನ ಜಾಗವನ್ನು ಮಾಡಿಕೊಂಡೆ. ಬೆಳಗಿನ ಹೊತ್ತು ಗ್ರಂಥಾಲಯದಲ್ಲಿ, ಉಳಿದ ಸಮಯವನ್ನು ನನ್ನ ಸ್ವಂತ ಅಭ್ಯಾಸದಲ್ಲಿ ಕಳೆಯತೊಡಗಿದೆ. ಗಿಲ್ಬರ್ಟ್ ನನ್ನ ಸಹಾಯಕ್ಕಾಗಿ ಸಿದ್ಧನಿದ್ದನು. ಪ್ರತಿದಿನವೂ ಶಾಲೆಯು ಮುಗಿದ ಬಳಿಕ ಅವನನ್ನು ಭೇಟಿ ಮಾಡಿ ಅಂದಿನ ಪಾಠಗಳ ಬಗ್ಗೆ ವಿಚಾರಿಸಿಕೊಳ್ಳುತ್ತಿದ್ದೆ.

"ಈವತ್ತು ಭೂಗರ್ಭ ಶಾಸ್ತ್ರದಲ್ಲಿ ಏನು ಪಾಠ ಮಾಡಿದರು?"

"ಈವತ್ತು, ಹವಾಮಾನ ಸ್ವರೂಪಗಳು."

"ಅದರ ಟಿಪ್ಪಣಿಯನ್ನು ಕೊಡುತ್ತೀಯಾ?"

"ಓಹ್, ಖಂಡಿತವಾಗಿ."

"ಧನ್ಯವಾದ, ನಾನು ಓದಿದ ಕೂಡಲೇ ವಾಪಸ್ಸು ಕೊಡುತ್ತೀನಿ."

"ಪರವಾಗಿಲ್ಲ."

ಸ್ವಲ್ಪ ದಿನಗಳ ಬಳಿಕ, ಸ್ವಂತ ಅಭ್ಯಾಸ ತೊಡಕೆನ್ನಿಸಿತು. ನನ್ನ ಆಂಗ್ಲ ಭಾಷಾ ಜ್ಞಾನವು ಕೆಳಮಟ್ಟದಲ್ಲಿತ್ತು. ಪದಗಳ ಉಚ್ಚಾರಣೆ, ಪದಬರಿಗೆ (Spelling) ನನ್ನ ಸಮಯ ಮತ್ತು ಶಕ್ತಿಯನ್ನೆಲ್ಲಾ ಹೀರತೊಡಗಿದ್ದವು.

"ಕೃಷಿಯಲ್ಲಿ ಶಿಥಿಲಗೊಳಿಸುವುದು ಎಂದರೆ ಏನು?" ನಾನು ಗಿಲ್ಬರ್ಟ್‌ನನ್ನು ಕೇಳಿದೆ.

"ಮಳೆಯ ನೀರು, ಕಲ್ಲು ಮತ್ತು ಮಣ್ಣನ್ನು ಬೇರ್ಪಡಿಸುವ ಕ್ರಿಯೆಗೆ ಹಾಗೆನ್ನುತ್ತಾರೆ."

"ಓಹ್! ಸರಿ, ಗೊತ್ತಾಯಿತು... ಧನ್ಯವಾದ."

ಒಂದು ಶನಿವಾರ ನಾನು ಗ್ರಂಥಾಲಯದಲ್ಲಿದ್ದಾಗ ಗಿಲ್ಬರ್ಟ್ ನನ್ನನ್ನು ನೋಡಲು ಬಂದನು. ನಮಗೆ ಆಸಕ್ತಿಯೆನಿಸಿದ ಪುಸ್ತಕಗಳನ್ನು ತಿರುವಿ ಹಾಕುತ್ತಾ ಕುಳಿತೆವು. 4ನೇ ಫಾರ್ಮ್ ವಿದ್ಯಾರ್ಥಿಗಳಿಗೆ ಇದ್ದ – 'Malawi Junior Integrated Science Book' ನನ್ನ ಗಮನವನ್ನು ಸೆಳೆಯಿತು. ಅದರಲ್ಲಿ ಆಕರ್ಷಕ ಚಿತ್ರಗಳ ಮೂಲಕ ವಿವಿಧ ಕಾಯಿಲೆಗಳನ್ನು ಅರ್ಥವಾಗುವಂತೆ ವಿವರಿಸಿದ್ದರು. ನಂತರದ ಪುಟದಲ್ಲಿ ಬೆಳ್ಳಿಯಂತೆ ಹೊಳೆಯುವ ಬಟ್ಟೆಯನ್ನು ಧರಿಸಿ, ಚಂದ್ರನ ಮೇಲೆ ನಡೆದಾಡುವ ಮನುಷ್ಯನ ಚಿತ್ರವು ಕಾಣಿಸಿತು.

ಗಿಲ್ಬರ್ಟ್‌ನನ್ನು ಕೇಳಿದೆ "ಇವನು ಏನು ಮಾಡುತ್ತಿದ್ದಾನೆ? ಅವನ ಬಟ್ಟೆ ಏಕೆ ಹೀಗಿದೆ?"

"ಅವನಿಗೆ ಚಳಿಯೇನೋ!" ಗಿಲ್ಬರ್ಟ್ ಉತ್ತರಿಸಿದ.

ಹಾಗೇ ಪುಟಗಳನ್ನು ತಿರುವಲು, ಶೈರ್ ನದಿಯ ನಕುಲ ಜಲಪಾತವು ಕಾಣಿಸಿತು. ಅಲ್ಲಿನ ಜಲ-ವಿದ್ಯುತ್ ಘಟಕಗಳ ಬಗ್ಗೆ ಕೇಳಿದ್ದೆ. ಆದರೆ ಅದು ಹೇಗೆ ಕೆಲಸ ಮಾಡುತ್ತದೆ ಎಂಬ ಅರಿವಿರಲಿಲ್ಲ. ನಾನು ಮನೆಯಲ್ಲಿ ಹಾಗೂ ಹೊರಗೆ ಅನೇಕ ಜನರನ್ನು ಈ ಕುರಿತು ಪ್ರಶ್ನಿಸಿದ್ದರೂ, ನನಗೆ ಯಾರೂ ಸಮಂಜಸವಾಗಿ ಉತ್ತರಿಸಿರಲಿಲ್ಲ. ಶೈರ್ ನದಿಯು ನಮ್ಮ ದೇಶದುದ್ದಕ್ಕೂ ಹರಿದು, ಕೊನೆಗೆ ESCOM ಜಲಘಟಕವನ್ನು ಮುಟ್ಟುತ್ತದೆ ಎಂದು ತಿಳಿದಿತ್ತು. ಆದರೂ ವಿದ್ಯುತ್ ಉತ್ಪಾದನೆ ಹೇಗಾಗುತ್ತದೆ ಎಂದು ಅರ್ಥವಾಗಿರಲಿಲ್ಲ.

ಜೋರಾಗಿ ಧುಮುಕುವ ನೀರು ಬೃಹದಾಕಾರದ ಚಕ್ರವನ್ನು ತಿರುಗಿಸಿ, ವಿದ್ಯುತ್ ಉತ್ಪಾದಿಸುತ್ತದೆ ಎಂದು ಸಚಿತ್ರವಾಗಿ ವಿವರಿಸಿದ್ದರು. ಇದು ಸೈಕಲ್ ಡೈನಮೋ ಮಾದರಿಯಲ್ಲಿ ಎಂದು ಅರ್ಥವಾಯಿತು. ನಮ್ಮ ಮನೆಯ ಹಿಂದಿದ್ದ ಡಾಂಬೊದಲ್ಲಿ ಮಳೆಗಾಲದಲ್ಲಿ ಚಿಕ್ಕ ಜಲಪಾತವಾಗುತ್ತಿತ್ತು. ನನ್ನ ಬಳಿ ಡೈನಮೊ ಇದ್ದಲ್ಲಿ, ಅದನ್ನು ನೀರಿನ ಕೆಳಗಿಟ್ಟು ಅದು ತಿರುಗಿದಾಗ ವಿದ್ಯುಚ್ಛಕ್ತಿ ಉತ್ಪಾದಿಸಬಹುದು ಎಂದು ಕಲ್ಪಿಸಿಕೊಂಡೆ. ಆದರೆ ಡಾಂಬೊ ವರ್ಷದ ಉಳಿದ ಸಮಯದಲ್ಲಿ ಜೌಗು ಪ್ರದೇಶವಾಗಿರುತ್ತದೆ. ಅಲ್ಲಿಂದ ಮನೆಯವರೆಗೆ ವೈರು ಜೋಡಿಸಲು ಸಾಕಷ್ಟು ವೆಚ್ಚವಾಗುತ್ತಿತ್ತು. ಪ್ರಾಯಶಃ ನಮ್ಮ ವರ್ಷದ ಗಳಿಕೆಯೆಲ್ಲವೂ!

ನನಗೆ ಮತ್ತು ಗಿಲ್ಬರ್ಟ್‌ಗೆ 'Explaining Physics' ಎನ್ನುವ ಮತ್ತೊಂದು ಒಳ್ಳೆಯ ಪುಸ್ತಕವು ದೊರೆಯಿತು. ಅದು ಇಂಗ್ಲೆಂಡಿನಿಂದ ಬಂದಿತ್ತು. ಅದರಲ್ಲಿ ಚಿತ್ರಸಮೇತವಾಗಿ ವಿವರಣೆಗಳನ್ನು ಕೊಟ್ಟಿದ್ದರು. ನನ್ನ ಬಹು ದಿನಗಳ ಪ್ರಶ್ನೆಗಳಾದ ಪೆಟ್ರೋಲಿನಿಂದ ವಾಹನಗಳು ಹೇಗೆ ಚಲಿಸುತ್ತವೆ? ಬ್ರೇಕ್ ಹಾಕಿದಾಗ ವಾಹನಗಳು ಏಕೆ ನಿಲ್ಲುತ್ತವೆ?ಎಂಬುದಕ್ಕೆ ಉತ್ತರ ದೊರೆಯಿತು.

"ನಾನು ಈ ಪುಸ್ತಕವನ್ನು ಪಡೆಯುತ್ತೇನೆ."

"ಆಯಿತು."

'Explaining Physics' ಪುಸ್ತಕವು, 'Integrated Science' ಪುಸ್ತಕಕ್ಕಿಂತಲೂ ಕ್ಲಿಷ್ಟವಾಗಿತ್ತು. ಅದರಲ್ಲಿದ್ದ ಪದಗಳು ಮತ್ತು ನುಡಿಗಟ್ಟುಗಳನ್ನು ಅರ್ಥ ಮಾಡಿಕೊಳ್ಳಲು ಹೆಣಗಾಡಿದೆ. ನನಗೆ ಅರ್ಥವಾಗದ ಪದಗಳನ್ನು ಚಿಚಿವಾದಲ್ಲಿ ಬರೆದುಕೊಂಡು ನಂತರ ಸಿಕೇಲೊ ಅವರನ್ನು ಕೇಳುತ್ತಿದ್ದೆ.

ಎರಡು ಮೂರು ವಾರಗಳು ಕಳೆಯಲು ನನ್ನನ್ನು ಅಯಸ್ಕಾಂತವನ್ನು (Magnets) ಕುರಿತಾದ ಪಾಠಗಳು ಬಹಳ ಆಕರ್ಷಿಸಿದವು. ಆ ಪುಸ್ತಕದಲ್ಲಿ "Electro Magnets ಎನ್ನುವ ಅಯಸ್ಕಾಂತದ ರೂಪವು ವಿದ್ಯುಚ್ಛಕ್ತಿಯನ್ನು ಉತ್ಪಾದಿಸುತ್ತದೆ. ಇದರ ಉಪಯೋಗವನ್ನು ಮುಖ್ಯವಾಗಿ ರೇಡಿಯೊಗಳಲ್ಲಿ ಪಡೆಯಬಹುದು" ಎಂದಿತ್ತು.

ಜೊತೆಗೆ ನಾನು ಅಯಸ್ಕಾಂತದ ಉತ್ತರ ಮತ್ತು ದಕ್ಷಿಣ ಧ್ರುವಗಳ ಬಗ್ಗೆಯೂ ತಿಳಿದುಕೊಂಡೆ. ವಿರುದ್ಧ ದಿಕ್ಕುಗಳು ಪರಸ್ಪರ ಆಕರ್ಷಿಸುತ್ತವೆ, ಸಮಾನ ದಿಕ್ಕುಗಳು ವಿಕರ್ಷಿಸುತ್ತವೆ. ನಮ್ಮ ಭೂಮಿಯೇ ಉತ್ತರ ಮತ್ತು ದಕ್ಷಿಣ ಧ್ರುವಗಳುಳ್ಳ ಒಂದು ದೊಡ್ಡ ಅಯಸ್ಕಾಂತ. ಅದರ ಕಾಂತಕ್ಷೇತ್ರವು(Magnetic Field) ನಮ್ಮ ಕಣ್ಣಿಗೆ ಕಾಣುವುದಿಲ್ಲ. ಕಬ್ಬಿಣದ ಲೋಹದ ಚೂರುಗಳನ್ನು ಅಯಸ್ಕಾಂತದ ಸುತ್ತಲೂ ಹರಡಿದಾಗ, ಅದು ಚಿಟ್ಟೆಯ ರೆಕ್ಕೆಯಂತೆ ತಂತಾನೆ ಆಕಾರವನ್ನು ಪಡೆಯುತ್ತದೆ. ಈ ರೀತಿಯಾಗಿ ಕಾಂತಕ್ಷೇತ್ರ (Magnetic Field)ದ ಪ್ರದೇಶವನ್ನು ನೋಡಬಹುದು. ಅಯಸ್ಕಾಂತದ ಒಂದು ತುದಿಯು ಸದಾ ಉತ್ತರ ದಿಕ್ಕನ್ನೇ ಸೂಚಿಸುತ್ತದೆ. ದಿಕ್ಸೂಚಕವು(Compass) ಹೀಗೆಯೇ ಕೆಲಸ ಮಾಡುವುದು, ಅದು ಯಾವಾಗಲೂ ಉತ್ತರ ಧ್ರುವದತ್ತ ಮುಖವನ್ನು ಮಾಡುತ್ತದೆ.

ನಾವು ಪ್ರತಿದಿನವೂ ಬಳಸುವ ವಸ್ತುಗಳಾದ ಮೊಳೆ, ಪಿನ್ನು, ಒಣಗಿದ ಸೆಲ್‌ಗಳಿಂದ ಅಯಸ್ಕಾಂತವನ್ನು ತಯಾರು ಮಾಡಲು ಸಾಧ್ಯವೇ ಎಂದು ಆ ಪುಸ್ತಕದಲ್ಲಿ ಹುಡುಕಿದೆ. ಬ್ಯಾಟರಿ ಸೆಲ್‌ಗಳಿಂದ ವೈರುಗಳಲ್ಲಿ ವಿದ್ಯುತ್ ಹರಿದಾಗ, ವೈರಿನ ಸುತ್ತಲೂ ಕಾಂತಕ್ಷೇತ್ರವು (Magnetic Field) ಉಂಟಾಗುತ್ತಿತ್ತು. ಅದರಲ್ಲೂ ವೈರನ್ನು ಉತ್ತಮ ವಾಹಕದ (Conductor) ಸುತ್ತಲೂ ಸುತ್ತಿದಾಗ (ಉದಾ: ಮೊಳೆ) ಕಾಂತಕ್ಷೇತ್ರವು ಇನ್ನೂ ಹೆಚ್ಚಾಗುತ್ತಿತ್ತು. ಈ ಒಂದು ಕಾರಣದಿಂದ Electro Magnets ಹಲವಾರು ರೀತಿಯಲ್ಲಿ ಉಪಯೋಗವಾಗುತ್ತವೆ. ಕಾರುಗಳ ವೇಗವನ್ನು ಸುಧಾರಿಸಲು, ರೇಡಿಯೊಗಳಲ್ಲಿ, ದಿನ ನಿತ್ಯದ ವಸ್ತುಗಳಲ್ಲಿ... ಇತ್ಯಾದಿ.

ಸಾಮಾನ್ಯವಾದ ವಿದ್ಯುತ್ ಮೋಟಾರುಗಳಲ್ಲಿ Shaft ಸುತ್ತಲೂ ವೈರ್‌ಗಳನ್ನು ಸುತ್ತಿರುತ್ತಾರೆ. ನಂತರ ಅದನ್ನು ಒಂದು ದೊಡ್ಡ ಅಯಸ್ಕಾಂತದ ಒಳಗೆ ಜೋಡಿಸಿರುತ್ತಾರೆ. ವೈರಿನ ಕಾಯಿಲ್ ಒಳಗೆ ವಿದ್ಯುಚ್ಛಕ್ತಿಯು ಹರಿದಾಗ ಉಂಟಾಗುವ ಅಯಸ್ಕಾಂತದ ಪ್ರಭಾವದಿಂದ,

ಎರಡೂ ಕಾಂತಕ್ಷೇತ್ರಗಳ ನಡುವೆ ಘರ್ಷಣೆಯು ಉಂಟಾಗಿ, Shaft ತಿರುಗುತ್ತದೆ. ನಮ್ಮ ಮನೆಗಳಲ್ಲಿ ಇರುವ 'ಸೀಲಿಂಗ್ ಫ್ಯಾನ್' ಇದೇ ತತ್ವವನ್ನು ಆಧರಿಸಿ ಕೆಲಸ ಮಾಡುತ್ತದೆ.

ಹೀಗೆ ಅಯಸ್ಕಾಂತದ ಕ್ಷೇತ್ರದ ಒಳಗೆ ತಿರುಗುವ Shaft, ತಾನೇ ಅಯಸ್ಕಾಂತ ವಾಗಿ ಕಾಂತ ಕ್ಷೇತ್ರವನ್ನು ಕಡಿಯುತ್ತದೆ. ನಂತರ ತಾನೇ ವಿದ್ಯುಚ್ಛಕ್ತಿಯನ್ನು ಉತ್ಪಾದಿಸುತ್ತದೆ. ಈ ಕಾಯಿಲ್‌ನ್ನು ಮತ್ತೊಂದು ವೈರಿಗೆ ಸೇರಿಸಿದಾಗ ನಾವು ವಿದ್ಯುತ್ತನ್ನು ಪಡೆಯಬಹುದು. ಇದನ್ನು 'ಮಿನ್ಸೆಳೆ ಸೊಮ್ಮಿಕೆ' ಅಥವಾ 'Electro Magnetic Induction' ಎಂದು ಕರೆಯುತ್ತಾರೆ. ಇದು 'ಏರಿಳಿ ಮಿಂಚು' ಅಥವಾ 'AC – Alternating Current' ಅನ್ನು ಉತ್ಪಾದಿಸುತ್ತದೆ. ಏಕೆಂದರೆ ವಿದ್ಯುತ್ ಪ್ರವಾಹದ ದಿಕ್ಕು ಬದಲಾಗುತ್ತಿರುತ್ತದೆ. ನಮ್ಮ ಮನೆಗಳಲ್ಲಿ ಹರಿಯುವುದು AC.

ನನಗೆ ಆ ಪುಸ್ತಕದಲ್ಲಿ ಚಿತ್ರಗಳ ಸಹಾಯದಿಂದ ವಿವರಿಸಿದ ಸಂಗತಿಗಳು ಅಚ್ಚಳಿಯದೇ ಮನದಲ್ಲಿ ನಿಂತವು. ಬ್ಯಾಟರಿಗಳ ಮೇಲೆ ಇರುತ್ತಿದ್ದ –VE ಮತ್ತು +VE ಚಿಹ್ನೆಗಳು, ವಿದ್ಯುತ್ ಪ್ರವಾಹದ ದಿಕ್ಕನ್ನು ಸೂಚಿಸುತ್ತಿದ್ದ ಬಾಣದ ಗುರುತುಗಳು, ಸರ್ಕ್ಯೂಟ್‌ನಲ್ಲಿದ್ದ ಸ್ವಿಚ್‌ಗಳು... ಹೀಗೆ ಎಲ್ಲವುದಕ್ಕೂ ಸರಿಯಾದ ಚಿಹ್ನೆಗಳು ಮತ್ತು ಚಿತ್ರಗಳಿದ್ದವು. ಅವುಗಳಿಗೆ ವಿವರಣೆಯೇ ಬೇಕಿರಲಿಲ್ಲ. ನನ್ನ ಮೆದುಳಿನಲ್ಲಿ ಇವುಗಳಿಗೆ ಮೊದಲೇ ಸ್ವಲ್ಪ ಜಾಗ ತೆರವಿತ್ತೇನೋ, ಅವುಗಳನ್ನು ಓದುತ್ತಿರಲು ಗಬಕ್ಕನೇ ತಲೆಯಲ್ಲಿ ಹೋಗಿ ಕುಳಿತವು.

ನಾನು ಈ ಪುಸ್ತಕವನ್ನು ಒಂದು ತಿಂಗಳ ಮಟ್ಟಿಗೆ ಮನೆಗೆ ಕೊಂಡೊಯ್ದೆ. ಪ್ರತಿದಿನವೂ ಓದುತ್ತಿದ್ದೆ. ಹಸಿವು, ಬಾಯಾರಿಕೆ ಎಲ್ಲವನ್ನೂ ಮರೆಸಿ, ಇದು ನನ್ನ ಪಾಲಿಗೆ ಉತ್ತಮ ಆಹಾರವಾಯಿತು. ನನಗೋ ಈ ಜ್ಞಾನವನ್ನು ಎಲ್ಲರೊಡನೆ ಹಂಚಿಕೊಳ್ಳುವ ತವಕ. ಒಂದು ದಿನ ವಿಡಿಯೋ–ಷೋ ಅಂಗಡಿಯಲ್ಲಿ ಹಾಗೆಯೇ ಆಯಿತು. ಅಲ್ಲಿದ್ದ ಕಪ್ಪು–ಬಿಳುಪಿನ ಟಿ.ವಿಯು ಕೆಟ್ಟುಹೋಗಿ ಚಿತ್ರಗಳು ಸರಿಯಾಗಿ ಕಾಣುತ್ತಿರಲಿಲ್ಲ.

ಗ್ರಾಹಕನೊಬ್ಬ ಅಂಗಡಿಯ ಮಾಲೀಕನಿಗೆ "ಇದರಲ್ಲಿ ಬಣ್ಣ ಯಾಕೆ ಬರುತ್ತಿಲ್ಲ? ಬಣ್ಣ ಬರಿಸು" ಎಂದು ಜೋರು ಮಾಡಿದನು. "ಇದು ಕಪ್ಪು ಬಿಳುಪಿನ ಟಿ.ವಿ. ಅದಕ್ಕೇ ಬಣ್ಣ ಬರುತ್ತಿಲ್ಲ" ಎಂದು ಮಾಲೀಕನು ಉತ್ತರಿಸಿದನು. "ಎರಡೂ ಟಿ.ವಿ.ಗಳು ಒಂದೇ ತರಹ ಕಾಣುತ್ತವೆ. ಬಣ್ಣ ಬರುತ್ತದೆ. ಬರಿಸು" ಮತ್ತೆ ಒತ್ತಾಯಿಸಿದನು.

ನಾನು ಮಧ್ಯದಲ್ಲಿ ಪ್ರವೇಶಿಸಿ "ಕ್ಷಮಿಸಿ, ಇದರಲ್ಲಿ ಬಣ್ಣವನ್ನು ಬರಿಸಲು ಸಾಧ್ಯವಿಲ್ಲ. ಕಲರ್ ಟಿ.ವಿ.ಯಲ್ಲಿ ಮೂರು ಎಲೆಕ್ಟ್ರಾನ್ ಟ್ಯೂಬ್‌ಗಳು ಇರುತ್ತವೆ. ಮತ್ತು ಅದರದ್ದು ಫ್ಲೋರೊಸೆಂಟ್ ಪರದೆ. ನೋಡಿ ಇಲ್ಲಿಯೇ ನನ್ನ ಪುಸ್ತಕದಲ್ಲಿ ಬರೆದಿದೆ! ಎಂದು ವಿವರಿಸಿದೆ.

ಒಂದು ತಿಂಗಳ ಬಳಿಕ, ಶಾಲೆಯ ಅವಧಿಯು ಮುಗಿದಿತ್ತು. ಗಿಲ್ಬರ್ಟ್ ಜೊತೆಗೆ ನಾನು ಓಡಾಡಿಕೊಂಡು ಇರಬಹುದಿತ್ತು. ನಾವಿಬ್ಬರೂ ಹೆಚ್ಚು ಹೆಚ್ಚು ಸಮಯ

ಗ್ರಂಥಾಲಯದಲ್ಲಿಯೇ ಕಳೆಯತೊಡಗಿದೆವು. ಒಂದು ದಿನ ಎಂದಿನಂತೆ ನಮಗೆ ಬೇಕಾದ ಪುಸ್ತಕವನ್ನು ಹುಡುಕುತ್ತಿದ್ದಾಗ, ಶ್ರೀಮತಿ ಸಿಕೇಲೊ ಅವಸರದಲ್ಲಿ ಇದ್ದಂತೆ ಕಂಡಿತು. "ನೀವಿಬ್ಬರೂ ಇಲ್ಲಿಗೆ ಬಂದಾಗ ನನ್ನ ಸಮಯವನ್ನೆಲ್ಲಾ ತೆಗೆದುಕೊಳ್ಳುತ್ತೀರಿ. ಇಂದು ನನಗೆ ಸ್ವಲ್ಪ ಕೆಲಸವಿದೆ. ನಿಮಗೆ ಬೇಕಿರುವ ಪುಸ್ತಕವನ್ನು ಬೇಗನೇ ತೆಗೆದುಕೊಳ್ಳಿ" ಎಂದರು.

ನಾವು ನಮಗೆ ಬೇಕಾದ ಪುಸ್ತಕಗಳಿಗಾಗಿ ತಡಕಾಡುತ್ತಿದ್ದೆವು. ಅಲ್ಲಿ ಪುಸ್ತಕಗಳನ್ನು ಲೇಖಕರ ಹೆಸರಿನ ಕ್ರಮದಲ್ಲಿಯೋ ಅಥವಾ ಪುಸ್ತಕದ ಶೀರ್ಷಿಕೆಯ ಪ್ರಕಾರವೋ ಜೋಡಿಸಿರಲಿಲ್ಲ. ನಮಗೆ ಬೇಕಿದ್ದನ್ನು ಹುಡುಕುವುದು ಪ್ರಯಾಸದ ಕೆಲಸವಾಗಿತ್ತು. ನಾನು ಈಚೆಗೆ ಕಲಿತ 'Grapes' ಎನ್ನುವ ಪದದ ಅರ್ಥವನ್ನು ತಿಳಿಯಬೇಕಿತ್ತು.

"ಗಿಲ್ಬರ್ಟ್, Grapes ಎಂದರೆ ಏನು? ಅರ್ಥ ಗೊತ್ತಿದೆಯಾ?"

"ಹಂ... ಇಲ್ಲ ವಿಲಿಯಂ, ಗೊತ್ತಿಲ್ಲ. ಯಾವತ್ತೂ ಕೇಳಿಯೇ ಇಲ್ಲ. ಪದಕೋಶ (Dictionary)ದಲ್ಲಿ ಇರಬಹುದು"

ಇಂಗ್ಲೀಷ್-ಚಿಚೆವಾ ಪದಕೋಶಗಳು ಸಾಮಾನ್ಯವಾಗಿ ಕೆಳಗಿನ ಶೆಲ್ಫುಗಳಲ್ಲಿ ಇರುತ್ತಿದ್ದವು. ನಾನಂತೂ ಎಂದೂ ಅವುಗಳನ್ನು ನೋಡುವ ಗೋಜಿಗೇ ಹೋಗಿರಲಿಲ್ಲ. ಬದಲಾಗಿ ಶ್ರೀಮತಿ ಸಿಕೇಲೊ ಅವರನ್ನು ಕೇಳುತ್ತಿದ್ದೆ. ಆದರೆ ಇಂದು ಅದನ್ನು ತೆಗೆಯಲು ಹೋದಾಗ, ಮತ್ತೊಂದು ಪುಸ್ತಕವು ಕಣ್ಣಿಗೆ ಬಿದ್ದಿತು. ನಾನು ಅದನ್ನು ಈ ಮೊದಲು ನೋಡಿರಲಿಲ್ಲ.. ಓಹ್! ಏನಿದು? ಎಂದುಕೊಂಡು ಅದನ್ನು ಹೊರಗೆ ಎಳೆದೆ. ಅದು 'Using Energy" ಎನ್ನುವ ಅಮೇರಿಕದ ಒಂದು ಪಠ್ಯ ಪುಸ್ತಕವಾಗಿತ್ತು. ಆ ಪುಸ್ತಕವು ಮುಂದೆ ನನ್ನ ಬದುಕನ್ನೇ ಬದಲಾಯಿಸಿತು.

ಪುಸ್ತಕದ ಮುಖಚಿತ್ರದ ಮೇಲೆ ಕೆಲವು ಉದ್ದನೆಯ ಗಾಳಿಯಂತ್ರ(Windmill)ಗಳ ಚಿತ್ರಗಳಿದ್ದವು. ಅಲ್ಲಿಯವರೆಗೂ ನನಗೆ ಗಾಳಿಯಂತ್ರದ ಬಗ್ಗೆ ಏನೂ ತಿಳಿದಿರಲಿಲ್ಲ. ಗಾಳಿಯಂತ್ರವೆಂದರೆ ಬಿಳಿಯ ಮೂರು ಅಲಗುಗಳುಳ್ಳ(Blade) ಫ್ಯಾನ್‌ನಂತೆ ತಿರುಗುವ ಸಾಧನ ಎಂದಷ್ಟೇ ತಿಳಿದಿತ್ತು. ನಾನು ಮತ್ತು ಜೆಫ್ರಿ ಚಿಕ್ಕವರಿದ್ದಾಗ ಹೊತ್ತು ಹೋಗಲು, ಹೀಗೆ ಗಾಳಿಗೆ ತಿರುಗುವ ಚಕ್ರವನ್ನು ಮಾಡುತ್ತಿದ್ದೆವು. ಜನರು ಬಿಸಾಡಿದ ಪ್ಲಾಸ್ಟಿಕ್ ಬಾಟಲುಗಳಿಂದ ಮೂರು ಬ್ಲೇಡುಗಳನ್ನು ಮಾಡಿ, ಅವುಗಳ ಮಧ್ಯದಲ್ಲಿ ಪಿನ್ ಚುಚ್ಚಿ ಕಡ್ಡಿಗೆ ಸಿಕ್ಕಿಸುತ್ತಿದ್ದೆವು. ಗಾಳಿ ಬೀಸಿದಾಗ ಈ ಚಕ್ರವು ತಿರುಗುತ್ತಿತ್ತು.

ಆದರೆ ಆ ಪುಸ್ತಕದಲ್ಲಿ ಇದ್ದ ಯಂತ್ರವು ನಮ್ಮ ಆಟದ ಸಾಮಾನಿನಂತೆ ಇರಲಿಲ್ಲ. ಅವು ಆಕಾಶದ ಎತ್ತರಕ್ಕೆ ಇದ್ದವು. ಚಿತ್ರದಲ್ಲಿಯೇ, ಅವು ತಿರುಗುತ್ತಿರುವಂತೆ ಶಕ್ತಿಶಾಲಿಯಾಗಿ ಕಾಣುತ್ತಿತ್ತು. ಅದರಲ್ಲಿ ಹೀಗೆ ಬರೆದಿತ್ತು "ನಮ್ಮ ಸುತ್ತಮುತ್ತಲೂ ನೈಸರ್ಗಿಕವಾದ ಶಕ್ತಿಯು ಇದ್ದೇ ಇದೆ. ಶಕ್ತಿಯನ್ನು ಒಂದು ರೂಪದಿಂದ ಮತ್ತೊಂದು ರೂಪಕ್ಕೆ ಪರಿವರ್ತಿಸಬಹುದು. ಇದನ್ನು ಹೇಗೆ ಮಾಡಬಹುದು ಎಂದು ತಿಳಿಯಲು ಮುಂದೆ ಓದಿ..."

ನಾನು ಓದುತ್ತಾ ಹೋದೆ, "ಅರ್ಕಿಮಿಡೀಸ್ ಅನೇಕ ಕನ್ನಡಿಗಳನ್ನು ಬಳಸಿಕೊಂಡು, ಸೂರ್ಯನ ಶಾಖ ಮತ್ತು ಬೆಳಕನ್ನು ಪ್ರತಿಫಲಿಸಿ ಶತ್ರುಗಳ ಹಡಗಿಗೆ ಬೆಂಕಿಯನ್ನು

ಹಚ್ಚಿದನು. ಹಡಗುಗಳು ಮುಳುಗಿ ಶತ್ರುಪಡೆಯು ಪರಾಜಯವನ್ನು ಹೊಂದಿತು. ಇದು ಸೌರಶಕ್ತಿಯನ್ನು ಮತ್ತೊಂದು ರೂಪಕ್ಕೆ ಪರಿವರ್ತಿಸುವ ವಿಧಾನ.

ಸೂರ್ಯನಂತೆ ಗಾಳಿಯಂತ್ರಗಳನ್ನು ಬಳಸಿ ಶಕ್ತಿಯನ್ನು ಉತ್ಪಾದಿಸಬಹುದು. ಯುರೋಪ್ ಮತ್ತು ಪೂರ್ವ ಮಧ್ಯ ಪ್ರಾಂತ್ಯದ ದೇಶಗಳಲ್ಲಿ ಜನರು ಗಾಳಿಯಂತ್ರವನ್ನು ನೀರನ್ನು ಮೇಲಕ್ಕೆತ್ತಲು, ಧಾನ್ಯಗಳನ್ನು ಚೂರು ಮಾಡಲು ಬಳಸುತ್ತಾರೆ. ಅನೇಕ ಗಾಳಿಯಂತ್ರಗಳನ್ನು ಒಟ್ಟಿಗೆ ಬಳಸಿದಾಗ, ಒಂದು ವಿದ್ಯುತ್ ಉತ್ಪಾದನಾ ಕೇಂದ್ರದಲ್ಲಿ ಉತ್ಪಾದನೆಯಾಗುವಷ್ಟು ವಿದ್ಯುಚ್ಛಕ್ತಿಯು ದೊರೆಯುತ್ತದೆ" ಎಂದು ಬರೆದಿತ್ತು.

ಒಮ್ಮೆಗೇ, ಬಹಳ ದಿನಗಳಿಂದ ಛಿದ್ರಛಿದ್ರವಾಗಿದ್ದ ಅನೇಕ ಚಿತ್ರಗಳು ಸೇರಿಕೊಂಡು ಅದಕ್ಕೊಂದು ಸ್ಪಷ್ಟವಾದ ರೂಪ ಬಂದಂತಾಯಿತು. ನಮ್ಮ ಆಟದ ಸಾಮಾನಿನ ಚಕ್ರದಂತೆ ಗಾಳಿಯಂತ್ರದ ಬ್ಲೇಡುಗಳು ಗಾಳಿಯಿಂದ ತಿರುಗುತ್ತವೆ. ನನ್ನ ತಂದೆಯ ಸ್ನೇಹಿತರ ಸೈಕಲ್ ಮೇಲೆ ಕುಳಿತು ಪೆಡಲ್ ಮಾಡುತ್ತಿದ್ದಾಗ, ನಾನು ಹಾಡನ್ನು ಕೇಳಿಕೊಂಡು ಡ್ಯಾನ್ಸ್ ಮಾಡಬೇಕೆಂದರೆ ಯಾರು ಪೆಡಲ್ ಮಾಡುತ್ತಾರೆ? ಎಂದು ಯೋಚಿಸುತ್ತಿದ್ದುದು ನೆನಪಿಗೆ ಬಂತು. ಪುಸ್ತಕದಲ್ಲಿ ಡೈನಮೊ ಕುರಿತು "ವಸ್ತುಗಳಿಗೆ ಚಲನೆಯ ಶಕ್ತಿಯನ್ನು ಅವುಗಳ ಮೇಲೆ ಸವಾರಿ ಮಾಡುವ ಮತ್ತೊಂದು ವಸ್ತು ಅಥವಾ ಚಲನೆಯಲ್ಲಿ ಇರುವ ವಸ್ತುವು ಕೊಡುತ್ತದೆ" ಎಂದಿತ್ತು. ನನಗಾಗ ಹೊಳೆಯಿತು – ಗಾಳಿಯು ಚಲನೆಯಲ್ಲಿ ಇರುವ ವಸ್ತು. ಹೀಗಾಗಿ ಸೈಕಲ್‌ಗೆ ಪೆಡಲ್ ಮಾಡುವ ಶಕ್ತಿಯನ್ನು ಗಾಳಿಯೇ ಕೊಡಬೇಕು!

ನನ್ನ ಪ್ರಕಾರ ಗಾಳಿಯು ಗಾಳಿಯಂತ್ರದ ಬ್ಲೇಡುಗಳನ್ನು ತಿರುಗಿಸಿ, ಡೈನಮೊದಲ್ಲಿದ್ದ ಅಯಸ್ಕಾಂತವನ್ನು ಸುತ್ತುವಂತೆ ಮಾಡಿ ವಿದ್ಯುಚ್ಛಕ್ತಿಯನ್ನು ಉತ್ಪಾದಿಸಬೇಕು. ಈ ಡೈನಮೊಗೆ ಒಂದು ವೈರನ್ನು ಜೋಡಿಸಿದಾಗ ಸಿಗುವ ವಿದ್ಯುಚ್ಛಕ್ತಿಯನ್ನು ಹೇಗೆ ಬೇಕಾದರೂ ಬಳಸಬಹುದು. ಅದರಲ್ಲೂ ಮುಖ್ಯವಾಗಿ ಮನೆ ಬೆಳಗಲು ಬೇಕಿದ್ದ ಬಲ್ಬ್... ಅಂದರೆ ನನಗೆ ಬೇಕಿದ್ದಿದ್ದು ಗಾಳಿಯಂತ್ರವಷ್ಟೇ! ಅದರಿಂದ ಮನೆಯೂ ಬೆಳಗುತ್ತದೆ; ಸೀಮೆಎಣ್ಣೆಯ ಬುಡ್ಡಿ ದೀಪಗಳಿಂದ ಮುಕ್ತಿ ಸಿಗುತ್ತದೆ; ಕಣ್ಣುರಿ, ಉಸಿರುಗಟ್ಟುವಿಕೆ ತಪ್ಪುತ್ತದೆ; ಜೊತೆಗೆ ನಾನು ಬೇಕಾದ ಪುಸ್ತಕಗಳನ್ನು ರಾತ್ರಿಯಿಡೀ ಓದುತ್ತಾ ಕೂರಬಹುದು; ಇಡೀ ಮಾಲಾವಿಯಂತೆ ರಾತ್ರಿ ಏಳು ಗಂಟೆಗೇ ಮಲಗುವ ಅವಶ್ಯಕತೆಯಿರುವುದಿಲ್ಲ!

ಎಲ್ಲಕ್ಕಿಂತ ಮುಖ್ಯವಾಗಿ ಗಾಳಿಯಂತ್ರದಿಂದ ನೀರನ್ನು ಮೇಲಕ್ಕೆತ್ತಬಹುದು, ನೀರಾವರಿ ಕೆಲಸಗಳಿಗೆ ಪ್ರಯೋಜನವಾಗುತ್ತದೆ. ಅದೇ ತಾನೇ ಕ್ಷಾಮ ಮತ್ತು ಹಸಿವಿನ ಸಂಕಷ್ಟಗಳಿಂದ ಹೊರಬಂದಿದ್ದ ನಮಗೆ, ನೀರಿನ ಪಂಪು ಅತ್ಯವಶ್ಯಕವಾಗಿತ್ತು. ಅಷ್ಟೇನೂ ಆಳವಿಲ್ಲದ ನಮ್ಮ ಬಾವಿಗೆ ಪಂಪನ್ನು ಅಳವಡಿಸಿದಲ್ಲಿ, ನಮಗೆ ವರ್ಷಕ್ಕೆರಡು ಸುಗ್ಗಿಯ ಸಂಭ್ರಮ. ದೇಶದಾದ್ಯಂತ ಡಿಸೆಂಬರ್ ಮತ್ತು ಜನವರಿ ತಿಂಗಳಲ್ಲಿ ಬರಗಾಲವಿದ್ದರೂ, ನಮ್ಮ ಹೊಲದಲ್ಲಿ ಎರಡು ಬಾರಿ ಜೋಳದ ಫಸಲು ದೊರೆಯುತ್ತದೆ!

ಆಗ ತಂಬಾಕಿನ ನರ್ಸರಿಯಿದ್ದ ಡಾಂಬೊಗೆ ಹೆಚ್ಚು ನೀರುಣಿಸುವ ಅಗತ್ಯವಿರುವುದಿಲ್ಲ. ಅಂದರೆ ಸಮಯವೂ ಉಳಿಯುತ್ತದೆ ಮತ್ತು ನನ್ನ ಬೆನ್ನು ನೋವು ಕಡಿಮೆಯಾಗುತ್ತದ.

ಗಾಳಿಯಂತ್ರದಿಂದ ಮತ್ತು ನೀರಿನ ಪಂಪಿನ ಸಹಾಯದಿಂದ ನನ್ನ ತಾಯಿ ಟೊಮಾಟೊ, ಕೋಸು, ಐರಿಶ್ ಆಲೂಗಡ್ಡೆ, ಸಾಸಿವೆ, ಸೋಯಾ... ಇತ್ಯಾದಿ ತರಕಾರಿಗಳನ್ನು ವರ್ಷವಿಡೀ ಮನೆಯ ಕೈ ತೋಟದಲ್ಲಿ ಬೆಳೆಯಬಹುದು. ನಮಗೆ ಸದಾ ತಿನ್ನಲು ತಾಜಾ ತರಕಾರಿಯು ಸಿಗುತ್ತದೆ. ಬೇಕಿದ್ದರೆ ಮಾರುಕಟ್ಟೆಯಲ್ಲಿ ಮಾರಲೂಬಹುದು.

ಹಾಗಿದ್ದಲ್ಲಿ ಬೆಳಗಿನ ತಿಂಡಿ ತಪ್ಪುವುದಿಲ್ಲ; ಶಾಲೆಯನ್ನು ಬಿಡಬೇಕಿಲ್ಲ; ಗಾಳಿಯಂತ್ರದಿಂದ ಕತ್ತಲಿನ ಸೆರೆವಾಸದಿಂದ ನಮಗೆ ಬಿಡುಗಡೆ ಸಿಗುತ್ತದೆ.

ದೇವರ ದಯೆ ಎನ್ನಬಹುದೇನೋ, ನಮ್ಮ ಮಾಲಾವಿಯಲ್ಲಿ ಏನಿಲ್ಲದಿದ್ದರೂ ಗಾಳಿಯು ಚೆನ್ನಾಗಿ ಬೀಸುತ್ತಿತ್ತು. ಗಾಳಿಯಂತ್ರವು ನನ್ನ ಪಾಲಿಗೆ ವಿದ್ಯುಚ್ಛಕ್ತಿಯನ್ನು ಕೊಡುವ ಯಂತ್ರವಾಗಿರದೇ, ನಮ್ಮ ಅನೇಕ ಸಮಸ್ಯೆಗಳಿಗೆ ಮುಕ್ತಿ ಕೊಡುವ ಸಾಧನವಾಗಿತ್ತು.

ನಾನು ನನ್ನದೇ ಆದ ಗಾಳಿಯಂತ್ರವನ್ನು ತಯಾರು ಮಾಡುತ್ತೇನೆ, ಎಂದು ಆ ಪುಸ್ತಕವನ್ನು ಓದುತ್ತಾ ನಿರ್ಧರಿಸಿದೆ. ಈ ಮೊದಲು ನಾನೆಂದೂ ಇಂತಹ ಸಾಹಸಕ್ಕೆ ಕೈ ಹಾಕಿರಲಿಲ್ಲ. ಆದರೆ ಗಾಳಿಯಂತ್ರದ ಚಿತ್ರವನ್ನು ನೋಡುತ್ತಿರಲು, ಇದನ್ನು ಬೇರೊಬ್ಬರು ತಯಾರಿಸಲು ಸಾಧ್ಯವಿದ್ದರೆ, ನಾನೂ ಸಹ ಮಾಡಬಲ್ಲೆ ಎನ್ನುವ ಆತ್ಮವಿಶ್ವಾಸವು ಮೂಡಿತು.

ನಾನು ದೊಡ್ಡ ಯಂತ್ರವನ್ನು ತಯಾರು ಮಾಡುವ ಮೊದಲು, ಅದರ ಚಿಕ್ಕ ನಮೂನೆಯೊಂದನ್ನು ಮಾಡಿ ಅದು ಹೇಗೆ ಕೆಲಸ ಮಾಡುತ್ತದೆ ಎಂದು ತಿಳಿಯಬೇಕೆಂದಿದ್ದೆ. ಇದಕ್ಕೆ ಬೇಕಾದ ಸಾಮಗ್ರಿ/ಸಲಕರಣೆಗಳ ಬಗ್ಗೆ ಅರಿವಿತ್ತು. ಅಲಗುಗಳು (Blade), ತಿರುಗುಣಿ (Shaft), ತಿರುಗೋಲು (Rotor), ಸ್ವಲ್ಪ ವೈರ್‌ಗಳು ಹಾಗೂ ಡೈನಮೊ ಬೇಕಿದ್ದವು.

ನನ್ನ ತಂಗಿಯರಾದ ಮೇಲೆಸ್ ಮತ್ತು ರೋಸ್ ಒಂದು ಪ್ಲಾಸ್ಟಿಕ್ ಡಬ್ಬದಿಂದ ಕ್ರಿಕೆಟ್ ಆಡುತ್ತಿರುವುದನ್ನು ನೋಡಿದ್ದೆ. ಆ ಡಬ್ಬದ ಆಕಾರವು ಬ್ಲೇಡುಗಳನ್ನು ಮಾಡಲು ಸರಿ ಹೊಂದುತ್ತಿತ್ತು. ಡಬ್ಬದ ಮೇಲ್ಭಾಗವನ್ನು ಹಾಗೆಯೇ ಬಿಟ್ಟು, ಕೆಳಭಾಗವನ್ನು ಗರಗಸದಿಂದ ಇಬ್ಭಾಗಿಸಿದೆ. ನಂತರ ಅದರ ಬದಿಗಳನ್ನು ಕತ್ತರಿಸಿ ಬ್ಲೇಡುಗಳಂತೆ ಮಾಡಿದೆ. ನಂತರ ಡಬ್ಬದ ಮುಚ್ಚಳದ ಮಧ್ಯದಲ್ಲಿ ತೂತು ಮಾಡಿ, ಬ್ಲೇಡುಗಳನ್ನು ಮೊಳೆಯಿಂದ ಚುಚ್ಚಿ ಸೇರಿಸಿದೆ. ಬಿದಿರಿನ ಕೋಲಿನ ಮೇಲ್ಭಾಗಕ್ಕೆ ಈ ಬ್ಲೇಡುಗಳನ್ನು ಸಿಕ್ಕಿಸಿದೆ. ಈ ಬಿದಿರಿನ ಕಂಬವನ್ನು ಅಡುಗೆ ಮನೆಯ ಹಿಂಭಾಗದಲ್ಲಿ ನೆಟ್ಟೆ.

ಆದರೆ ಅಲ್ಲಿ ಬೀಸುತ್ತಿದ್ದ ಗಾಳಿಗೆ, ಈ ಬ್ಲೇಡುಗಳು ತಿರುಗಲಿಲ್ಲ. ಏಕೆಂದರೆ ಅವುಗಳ ಆಕಾರವು ಬಹಳ ಚಿಕ್ಕದಾಗಿತ್ತು. ನಾನು ಇನ್ನೂ ದೊಡ್ಡ ಬ್ಲೇಡುಗಳನ್ನು ಮಾಡಬೇಕಿತ್ತು. ಇದಕ್ಕಾಗಿ ನನ್ನ ಅತ್ತೆ ಕ್ರಿಸ್ಸಿಯವರ ಹಳೆಯ ಬಚ್ಚಲು ಮನೆಯಲ್ಲಿ ಹಾಕಿದ್ದ PVC ಪೈಪುಗಳು ಉಪಯೋಗಕ್ಕೆ ಬಂದವು.

ಇಪ್ಪತ್ತು ನಿಮಿಷಗಳ ಕಾಲ ಅಲ್ಲಿ ಸುತ್ತಲೂ ಅಗೆದ ನಂತರ, ನೆಲದಲ್ಲಿ ಹುದುಗಿ ಹೋಗಿದ್ದ ಪೈಪುಗಳು ದೊರೆತವು. ನಾನು ಅವುಗಳನ್ನು ಮೇಲಿಂದ ಅರ್ಧ ಭಾಗ

ಉದ್ದುದ್ದಕ್ಕೆ ಸೀಳಿ ಕತ್ತರಿಸಿದೆ. ನಂತರ ಅಡುಗೆ ಮನೆಯ ಒಲೆಯಲ್ಲಿ ಬೆಂಕಿ ಹಾಕಿ, ಈ ಪೈಪುಗಳನ್ನು ಸುಡತೊಡಗಿದೆ. ಅದು ಕಾದು, ಬಾಳೆಯ ಎಲೆಯಂತೆ ಮೆತ್ತಗಾಯಿತು. ಅದನ್ನು ಕಬ್ಬಿಣದ ತಗಡಿನಿಂದ ಸಮತಟ್ಟುಗೊಳಿಸಿ, ಸುಮಾರು ಇಪ್ಪತ್ತೊಂದು ಸೆ.ಮೀ. ಉದ್ದದ ಬ್ಲೇಡುಗಳಂತೆ ಕೊರೆದೆ.

ನನ್ನ ಬಳಿ ತೂತು ಕೊರೆಯುವ ಯಂತ್ರವಿರಲಿಲ್ಲ. ಇದಕ್ಕಾಗಿ ಒಂದು ಮೊಳೆಯನ್ನು ಬರಿದಾದ ಜೋಳದ ದಿಂಡಿಗೆ ಸಿಕ್ಕಿಸಿ ಹಿಡಿಕೆಯಂತೆ ಮಾಡಿದೆ. ನಂತರ ಮೊಳೆಯನ್ನು ಇದ್ದಿಲಿನಲ್ಲಿ ಕೆಂಪಗೆ ಆಗುವವರೆಗೂ ಕಾಯಿಸಿ, ಪ್ಲಾಸ್ಟಿಕ್ ಅಲಗುಗಳಲ್ಲಿ ತೂತು ಕೊರೆದು ವೈರುಗಳ ಜೊತೆ ಜೋಡಿಸಿದೆ. ಸೈಕಲ್ ಚಕ್ರದ ಕಡ್ಡಿಗಳನ್ನು ಬಾಗಿಸಿ, ವೈರುಗಳು ಅಲಗುಗಳ ಮೇಲೆ ಗಟ್ಟಿಯಾಗಿ ನಿಲ್ಲುವಂತೆ ಮಾಡಿದೆ. ಈ ಹೊತ್ತಿಗೆ ನನ್ನ ತಾಯಿ ಹಿಂದೆ ಬಂದು ನಿಂತರು.

"ವಿಲಿಯಂ, ಅಡುಗೆ ಮನೆಯನ್ನು ಹೀಗೇಕೆ ಗಲೀಜು ಮಾಡುತ್ತಿದ್ದೀಯಾ? ನಿನ್ನ ಆಟದ ಸಾಮಾನುಗಳ ಜೊತೆಗೆ ಹೊರಗೆ ಹೋಗು."

ನನ್ನ ತಾಯಿಗೆ ಗಾಳಿಯಂತ್ರದ ಬಗ್ಗೆ ವಿವರಿಸಲು ಯತ್ನಿಸಿದೆ. ಆದರೆ ಅಷ್ಟರಲ್ಲಿ ಅವರು ಬಿದಿರಿನ ಕಂಬಕ್ಕೆ ಸಿಕ್ಕಿಸಿದ್ದ ಪ್ಲಾಸ್ಟಿಕ್ ರೇಕುಗಳನ್ನು ಕಂಡು, "ಎಳೇ ಮಕ್ಕಳೇ ನಿನಗಿಂತ ವಾಸಿ. ಉಪಯೋಗ ಆಗುವ ಕೆಲಸ ಮಾಡುತ್ತಾರೆ. ಹೋಗು ನಿಮ್ಮ ಅಪ್ಪನಿಗೆ ಹೊಲದಲ್ಲಿ ಸಹಾಯ ಮಾಡು" ಎಂದು ಗದರಿಸಿದರು.

"ನಾನು ಏನೋ ಪ್ರಯೋಗ ಮಾಡುತ್ತಿದ್ದೀನಿ."

"ಏನು ಮಾಡುತ್ತಿದ್ದೀಯಾ?"

"ಮುಂದೆ ಉಪಯೋಗ ಆಗುತ್ತದೆ... ಭವಿಷ್ಯದಲ್ಲಿ..."

"ನಾನೂ ಕೂಡ ನಿನಗೆ ಭವಿಷ್ಯದ ಬಗ್ಗೆ ಹೇಳುತ್ತಿದ್ದೇನೆ."

ನಮ್ಮ ತಾಯಿಗೆ ಇನ್ನು ಇದರ ಬಗ್ಗೆ ತಿಳಿ ಹೇಳುವುದರಲ್ಲಿ ಅರ್ಥವಿಲ್ಲ ಎನ್ನಿಸಿತು. ನನಗೆ ಈಗ ಡೈನಮೊ ಅಥವಾ ವಿದ್ಯುತ್ ಉತ್ಪಾದಕ (Generator)ವೊಂದು ಬೇಕಿತ್ತು. ಅದನ್ನು ಎಲ್ಲಿ, ಹೇಗೆ ಪಡೆಯುವುದು ಎಂದು ನನಗೆ ತೋಚಲಿಲ್ಲ.

ಮುಂದಿನ ಎರಡು ದಿನಗಳು, ನನಗೆ ಡೈನಮೊವನ್ನು ಹೊಂದಿಸುವುದರ ಕುರಿತೇ ಯೋಚನೆಯಾಯಿತು. ನನಗೆ ಹೊಸದನ್ನು ಕೊಳ್ಳಬಹುದು ಎಂದು ಗೊತ್ತಿತ್ತು. ಆದರೆ ಹಣವಾದರೂ ಎಲ್ಲಿತ್ತು? ನಮ್ಮ ವ್ಯಾಪಾರ ಕೇಂದ್ರದಲ್ಲಿ 'ದೌದ್' ಎನ್ನುವ ವ್ಯಾಪಾರಿಯ ಹಾರ್ಡ್‌ವೇರ್ ಅಂಗಡಿಯೊಂದಿತ್ತು. ಬರಗಾಲಕ್ಕೂ ಮುನ್ನ ಅವನ ಅಂಗಡಿಯಲ್ಲಿ ಡೈನಮೊ ತೂಗು ಹಾಕಿದ್ದನ್ನು ನೋಡಿದ್ದೆ. ಈಗ ಪುನಃ ಹೋಗಿ ವಿಚಾರಿಸಬೇಕು ಎನ್ನಿಸಿತು.

"ಸುಪ್ರಭಾತ ದೌದ್" ಎಂದು ಶುಭ ಕೋರಿದೆ.

"ಸುಪ್ರಭಾತ."

"ನಿಮ್ಮ ಮನೆಯಲ್ಲಿ ಎಲ್ಲರೂ ಚೆನ್ನಾಗಿದ್ದಾರಾ?"

"ಓಹೋ, ಧನ್ಯವಾದಗಳು."

"ನಿಮ್ಮ ಹಿಂದೆ ನೇತು ಹಾಕಿರುವ ಡೈನಮೊಗೆ ಬೆಲೆ ಎಷ್ಟಾಗುತ್ತದೆ?"

"ಐನೂರು ಕ್ವಾಚಾ."

"ಓಹ್, ಆದರೆ ನನ್ನ ಬಳಿ ಅಷ್ಟು ಹಣವಿಲ್ಲ."

ದೌದ್ ನಗುತ್ತಾ ಹೇಳಿದರು, "ನಿನಗೇ ಗೊತ್ತು ಇವೆಲ್ಲಾ ಹೇಗೆ ಕೆಲಸ ಮಾಡುತ್ತವೆ ಎಂದು. ನೀನು ಐನೂರು ಕ್ವಾಚಾ ತೆಗೆದುಕೊಂಡು ಬಾ. ಡೈನಮೊ ಇಲ್ಲಿಯೇ ಇರುತ್ತದೆ. ಇಲ್ಲವೆಂದರೆ ಹೊಸದಾದ ಡೈನಮೊ ತರಿಸಿ ಕೊಡುತ್ತೀನಿ."

ನಾನು ಹಣ ಬೇಕಿದ್ದರೆ ಗನ್ಯು ಮಾಡಬೇಕಿತ್ತು. ಹುಡುಗರು 'ಚಿಪಿಕು(CHiPiKU)' ಅಂಗಡಿಯಲ್ಲಿ ಟ್ರಕ್‌ಗಳಿಂದ ಸಾಮಾನುಗಳನ್ನು ಇಳಿಸಿ, ದಿನಕ್ಕೆ ನೂರು ಕ್ವಾಚಾ ಸಂಪಾದಿಸುವುದು ನನಗೆ ತಿಳಿದಿತ್ತು. ಒಂದು ವಾರ ದುಡಿದರೆ ನನ್ನ ಬಳಿ ಸಾಕಷ್ಟು ಹಣವಿರುತ್ತಿತ್ತು.

ಚಿಪಿಕು ಅಂಗಡಿಯ ಮುಂದೆ ಬಿಸಿಲಿನಲ್ಲಿ ಕಾಯುತ್ತಾ ನಿಂತೆ. ಬಿಸಿಲಿನ ಝಳವನ್ನು ತಡೆಯಲು ಆಗುತ್ತಿರಲಿಲ್ಲ. ಕೊನೆಗೂ ಅಂಗಡಿಯ ಮಾಲೀಕರು ಹೊರಬಂದು ಕೇಳಿದರು "ಇಲ್ಲಿ ಏಕೆ ನಿಂತಿದ್ದೀ?"

"ಟ್ರಕ್‌ಗಳಿಗೆ ಕಾಯುತ್ತಿದ್ದೇನೆ" ಉತ್ತರಿಸಿದೆ.

"ಟ್ರಕ್‌ಗಳು ಸೋಮವಾರ ಬರುವುದಿಲ್ಲ."

ಅಂದು ಸೋಮವಾರವಾಗಿತ್ತು!

ಅಂದು ರಾತ್ರಿ ಮನೆಯಲ್ಲಿ ನನಗೆ ಮತ್ತೊಂದು ಯೋಜನೆ ಹೊಳೆಯಿತು. ದೊಡ್ಡ ಗಾಳಿಯಂತ್ರಕ್ಕೆ ಸೈಕಲ್ಲಿನ ಡೈನಮೊ ಅವಶ್ಯವಿತ್ತು. ಅದನ್ನು ನಾನು ಹೇಗೋ ಸಂಪಾದಿಸಬಹುದು. ಆದರೆ ಈಗ ನಾನು ಮಾಡಬೇಕೆಂದಿದ್ದ ನಮೂನೆಗೆ, ಚಿಕ್ಕ ಜೆನರೇಟರ್ ಆದರೆ ಸಾಕು. ಅದು ದೊರೆಯುವ ಸ್ಥಳವೆಂದರೆ ಜೆಫ್ರಿಯ ಮನೆ, ಸೀದಾ ಜೆಫ್ರಿಯ ಮನೆಯತ್ತ ಹೊರಟೆ.

"ಏ ಬಾಂಬೋ, ನಮ್ಮ ಹತ್ತಿರ ಒಂದು ಕ್ಯಾಸೆಟ್ ಪ್ಲೇಯರ್ ಇತ್ತಲ್ಲವಾ? ಅದನ್ನು ಏನು ಮಾಡಿದೆವು, ನೆನಪಿದೆಯಾ?"

"ಅದು ಇಲ್ಲೇ ಎಲ್ಲೋ ಇರಬೇಕು... ಯಾಕೆ?"

"ವಿದ್ಯುಚ್ಛಕ್ತಿಯನ್ನುಉತ್ಪಾದಿಸಲು, ಅದರ ಮೋಟಾರು ಬೇಕಿತ್ತು."

"ವಿದ್ಯುತ್ತೇ?"

"ಹೌದು, ಗಾಳಿಯಂತ್ರದಿಂದ."

ನಾನು ಮತ್ತು ಗಿಲ್ಬರ್ಟ್ ಗ್ರಂಥಾಲಯಕ್ಕೆ ಹೋದಾಗಲೆಲ್ಲಾ, ಜೆಫ್ರಿ ಹೊಲದ ಕೆಲಸದಲ್ಲಿ ನಿರತನಾಗಿರುತ್ತಿದ್ದ. ಅವನಿಗೆ ಗ್ರಂಥಾಲಯಕ್ಕೆ ಬರಲಾಗುತ್ತಿರಲಿಲ್ಲ. ನಿಜ ಹೇಳಬೇಕೆಂದರೆ, ಅವನಿಗೆ ಅಂತಹ ಆಸಕ್ತಿಯೂ ಇರಲಿಲ್ಲ. ನಾವು ಪ್ರತಿ ಬಾರಿ ಅವನಿಗೆ, "ಓದಲು ಹೋಗುತ್ತಿದ್ದೇವೆ. ಬರುತ್ತೀಯಾ?" ಎಂದು ಕೇಳುತ್ತಿದ್ದೆವು.

ಅವನು, "ಸುಮ್ಮನೆ ಸಮಯ ದಂಡ. ನೀವು ಹೋಗಿ ಬನ್ನಿ" ಎಂದು ಉತ್ತರಿಸುತ್ತಿದ್ದನು.

ಆದರೆ ಅವನಿಗೆ ನಾನು ಗಾಳಿಯಂತ್ರದಿಂದ ವಿದ್ಯುಚ್ಛಕ್ತಿಯನ್ನು ಉತ್ಪಾದಿಸುವ ಬಗ್ಗೆ ವಿವರಿಸಿ ನಾನು ಮಾಡಿದ್ದ ನಮೂನೆಯನ್ನು ತೋರಿಸಿದಾಗ, ಅವನ ಯೋಚನಾ ಲಹರಿಯೇ ಬದಲಾಯಿತು.

"ಓಹ್! ಒಳ್ಳೆಯದು, ನಿನಗೆ ಇಂತಹ ಕಲ್ಪನೆ ಎಲ್ಲಿಂದ ಬಂತು?"

"ಗ್ರಂಥಾಲಯದಲ್ಲಿ ಓದಿದ್ದರಿಂದ!"

ಸ್ಕ್ರೂ ಡ್ರೈವರಿನ ಸಹಾಯದಿಂದ ರೇಡಿಯೊ ಹೊರ ಕವಚವನ್ನು ಬಿಚ್ಚಿ ತೆಗೆದೆ. ಕ್ಯಾಸೆಟ್ ಡೆಕ್ ಹಿಂಭಾಗದಲ್ಲಿ, ರೇಡಿಯೊ ಮೋಟರ್ ಕಾಣಿಸಿತು. ಅದು ನನ್ನ ಮಧ್ಯದ ಬೆರಳಿನ ಅರ್ಧದಷ್ಟು ಉದ್ದ, AA ಬ್ಯಾಟರಿಯಷ್ಟು ದಪ್ಪವಿತ್ತು. ಅದರ ಮೇಲ್ಭಾಗದಲ್ಲಿ ಒಂದು ಲೋಹದ ಹೊದಿಕೆ ಕಂಡಿತು. ಈ ಲೋಹದ ಹೊದಿಕೆಯನ್ನು ಒಂದು ತಾಮ್ರದ ರಾಟೆಯ ಜೊತೆಗೆ ರಬ್ಬರ್ ಬೆಲ್ಟಿನ ಸಹಾಯದಿಂದ ಸೇರಿಸಲಾಗಿತ್ತು.

ನಾನು ಸಾವಧಾನವಾಗಿ ಮೋಟರನ್ನು ಹೊರತೆಗೆದು, ಸ್ವಲ್ಪ ವೈರುಗಳನ್ನು ಬಿಚ್ಚಿದೆ. ತಾಮ್ರದ ರಾಟೆ ಮತ್ತು ಬ್ಲೇಡುಗಳನ್ನು ಚುಚ್ಚಿದ್ದ ಮುಚ್ಚಳವನ್ನು ಪಕ್ಕ ಪಕ್ಕದಲ್ಲಿ ಜೋಡಿಸಿದೆ. ಆದರೆ ಮುಚ್ಚಳವನ್ನು ತಿರುಗಿಸಿದಾಗ, ಅದು ರಾಟೆಯ ಕಡೆ ವಾಲಿಕೊಂಡಿತು. ಅವೆರಡನ್ನೂ ಹಿಡಿದಿಡಲು ನನಗೆ ರಬ್ಬರ್‌ನ ಅಗತ್ಯವಿತ್ತು.

ಜೆಫ್ರಿಗೆ ಹೇಳಿದೆ "ನಮಗೆ ಸ್ವಲ್ಪ ರಬ್ಬರ್ ಬೇಕು."

"ಅದು ಎಲ್ಲಿ ಸಿಗುತ್ತದೆ?"

"ಗೊತ್ತಿಲ್ಲ."

"ಚಪ್ಪಲಿಯ ಹಿಮ್ಮಡಿ ಆಗುತ್ತದಾ?"

ಜೆಫ್ರಿ ಹೇಳಿದ ರಬ್ಬರಿನ ಚಪ್ಪಲಿಯನ್ನು, ನಮ್ಮ ಮಾಲಾವಿಯಲ್ಲಿ ಅನೇಕ ಮಹಿಳೆಯರು ಧರಿಸುತ್ತಿದ್ದರು. 'ಶೂ ರಬ್ಬರ್' ಎನ್ನುವ ಕಾರ್ಖಾನೆಯು ಮಹಿಳೆಯರ ಹಳೆಯ ಚಪ್ಪಲಿಗಳನ್ನು ಮರುಬಳಸಿ ಹೊಸ ಚಪ್ಪಲಿಯನ್ನು ತಯಾರು ಮಾಡುತ್ತಿತ್ತು. ಇದಕ್ಕಾಗಿ ಅವರು ಪ್ರತಿಯೊಂದು ಜೊತೆಗೂ ಅರ್ಧ ಕೆ.ಜಿ.ಯಷ್ಟು ಉಪ್ಪನ್ನು ಉಚಿತವಾಗಿ ಕೊಡುತ್ತಿದ್ದರು. ಅನೇಕ ಮಹಿಳೆಯರು ಈ ಅವಕಾಶವನ್ನು ಉಪಯೋಗಿಸಿಕೊಳ್ಳುತ್ತಿದ್ದರು. ನನಗೆ ಈಗ ರಬ್ಬರ್ ಬೇಕಿದ್ದರಿಂದ, ಚಪ್ಪಲಿಯನ್ನು ಶತಾಯ-ಗತಾಯ ಹೊಂದಿಸಲು ನಿರ್ಧರಿಸಿದ್ದೆ.

ನಾನು ಮತ್ತು ಜೆಫ್ರಿ: ನಮ್ಮ ಮನೆ, ಜೆಫ್ರಿಯ ಮನೆ, ಅತ್ತೆ ಕ್ರಿಸ್ಸಿಯ ಮನೆ, ಚಿಕ್ಕಪ್ಪ ಸಾಕ್ರೆಟಿಸ್ ಮನೆಯ ಕಸದ ತೊಟ್ಟಿಗಳಲ್ಲಿ, ಗುಂಡಿಗಳಲ್ಲಿ, ಚಪ್ಪಲಿಗಾಗಿ ಜಾಲಾಡಿದೆವು. ಕೊನೆಗೂ ಜೆಫ್ರಿಗೆ ಒಂದು ರಬ್ಬರಿನ ಶೂ ದೊರೆಯಿತು.

"ಟೋಂಗಾ!"

ಆ ಕಪ್ಪನೆಯ ಶೂ, ಭೂಮಿಯಲ್ಲಿ ಬಹಳ ದಿನ ಹುದುಗಿ ತನ್ನ ಬಣ್ಣವನ್ನು ಕಳೆದುಕೊಂಡಿತ್ತು. ಈಗ ಅದು ಕಪ್ಪು ಬಣ್ಣದಿಂದ ಬೂದು ಬಣ್ಣಕ್ಕೆ ತಿರುಗಿ, ಅದರ ಮೇಲೆ ಧೂಳು ಮತ್ತು ಕೊಳಕಿನ ಹೊದಿಕೆಯು ಆವರಿಸಿತ್ತು.

"ಗೆಳೆಯಾ... ಒಳ್ಳೆಯ ಕೆಲಸವನ್ನು ಮಾಡಿದೆ!" ಶ್ಲಾಘಿಸಿದೆ

ನನ್ನ ಚಾಕುವಿನಿಂದ 'O' ಆಕಾರದ ಆಕೃತಿಯನ್ನು ರಬ್ಬರಿನಲ್ಲಿ ಕೊರೆದು ತೆಗೆದೆ. ನಂತರ ಅದನ್ನು ತಾಮ್ರದ ರಾಟೆಯ ಪಕ್ಕದಲ್ಲಿ ಟೋಪಿಯಂತೆ ಕೂರಿಸಿದೆ. ಇದನ್ನು ಮಾಡಲು ನನಗೆ ಸುಮಾರು ಒಂದು ಗಂಟೆ ಹಿಡಿಯಿತು. ಈಗ ರಾಟೆ ಮತ್ತು ಮುಚ್ಚಳ ಗಟ್ಟಿಯಾಗಿ ಕುಳಿತು ಒಟ್ಟಿಗೆ ತಿರುಗತೊಡಗಿದವು.

ಜೆಫ್ರಿ ಬ್ಲೇಡುಗಳನ್ನು ತಿರುಗಿಸಲು, ಮೋಟಾರು ತಿರುಗಿತು. ನಾನು ಅದಕ್ಕೆ ಜೋಡಿಸಿದ್ದ ವೈರಿನ ತುದಿಗಳನ್ನು ನನ್ನ ನಾಲಿಗೆಗೆ ಸವರಿ ಹಿಡಿದುಕೊಂಡೆ.

"ಏನಾದರೂ ಅನ್ನಿಸಿತಾ?"

"ಹೌದು, ಕಚಗುಳಿ ಇಟ್ಟ ಹಾಗೆ."

"ಒಳ್ಳೆಯದು."

ಜೆಫ್ರಿಯ ಬಳಿ ಒಂದು ಪ್ಯಾನಾಸೋನಿಕ್ ರೇಡಿಯೊ ಇದ್ದಿತು. ಅದರಲ್ಲಿ ಹಾಡುಗಳನ್ನು ಕೇಳುತ್ತಾ ಅವನು ಹೊಲದಲ್ಲಿ ಕೆಲಸ ಮಾಡುತ್ತಿದ್ದನು. ಜೆಫ್ರಿಗೆ 'ಬಿಲ್ಲಿ ಕಾಂಡಾ' ಸಂಗೀತವೆಂದರೆ ಅಚ್ಚುಮೆಚ್ಚು. ಒಮ್ಮೊಮ್ಮೆ ನಾನು ತೆನೆಗಳಿಂದ ಇಣುಕಿ ನೋಡಿದಾಗ ಜೆಫ್ರಿ ಆ ಹಾಡುಗಳಿಗೆ ನರ್ತಿಸುತ್ತಿದ್ದುದೂ ಉಂಟು!

ನಾನು ಬಿದಿರಿನ ಕಂಬವನ್ನು ಹಿಡಿದುಕೊಂಡೆ. ಜೆಫ್ರಿ ತನ್ನ ಪ್ಯಾನಾಸೋನಿಕ್ ರೇಡಿಯೊದಿಂದ ಬ್ಯಾಟರಿಗಳನ್ನು ಹೊರತೆಗೆದ. ನಾನು ಪುಸ್ತಕದಲ್ಲಿ ಓದಿದಂತೆ ರೇಡಿಯೊ ಬ್ಯಾಟರಿಗಳ ಸಹಾಯದಿಂದ ಕೆಲಸ ಮಾಡುತ್ತಿತ್ತು. ಅದರ ಮೋಟರ್ DC ವಿದ್ಯುಚ್ಛಕ್ತಿಯನ್ನು ಉತ್ಪಾದಿಸುತ್ತಿತ್ತು. ಇದಕ್ಕೆ ವ್ಯತಿರಿಕ್ತವಾಗಿ, ಡೈನಮೊ AC ವಿದ್ಯುಚ್ಛಕ್ತಿಯನ್ನು ಉತ್ಪಾದಿಸುತ್ತಿತ್ತು. ರೇಡಿಯೊವಿನ AC ಪ್ಲಗ್ಗಿಗೆ ವೈರುಗಳನ್ನು ಸಿಕ್ಕಿಸಿದಾಗ ರೇಡಿಯೊ ಕೆಲಸ ಮಾಡುತ್ತಿತ್ತು.

"ಇದರಲ್ಲಿ +VE ಕೊನೆ ಯಾವುದು ಮತ್ತು –VE ಕೊನೆ ಯಾವುದು ಎಂದು ಹೇಗೆ ಗೊತ್ತಾಗುತ್ತದೆ?" ಜೆಫ್ರಿ ಪ್ರಶ್ನಿಸಿದನು.

"ನೀನು ವೈರುಗಳನ್ನು ಸಿಕ್ಕಿಸಿದಾಗ ನಿನಗೆ ಸಂಗೀತವು ಕೇಳಿಸಿದರೆ ಅದು ಸರಿಯಾಗಿದೆ ಅಂತ ಅರ್ಥ" ನಾನು ವಿವರಿಸಿದೆ.

"ನೀನು ಹೇಗೆ ಹೇಳಿದರೆ ಹಾಗೆ. ನೋಡು ಇಲ್ಲಿ ಸಿಕ್ಕಿಸುತ್ತೇನೆ" ಜೆಫ್ರಿ ವೈರುಗಳ ತುದಿಗಳನ್ನು ತಿರುಚಿ ಹಿಡಿದುಕೊಂಡ.

"ಈಗ ಏನು ಮಾಡುವುದು?"

"ಗಾಳಿಯು ಬೀಸುವವರೆಗೂ ಕಾಯಬೇಕು."

ಅಷ್ಟು ಹೇಳಲು ಗಾಳಿಯು ಬೀಸುತ್ತಾ, ಬ್ಲೇಡುಗಳನ್ನು ಮತ್ತು ಚಕ್ರವನ್ನು ತಿರುಗಿಸಿತು. ರೇಡಿಯೊದಲ್ಲಿ ಶಬ್ದವಾಗಿ ಅನಂತರ ಸಂಗೀತವು ಕೇಳಿಸಿತು!

ರೇಡಿಯೊ–2 ವಾಹಿನಿಯಲ್ಲಿ ನನ್ನ ಅಚ್ಚುಮೆಚ್ಚಿನ 'ಬ್ಲಾಕ್ ಮಿಷನರೀಸ್' ಎನ್ನುವ ತಂಡದ ಹಾಡಾದ – "ವಿ ಆರ್ ಚೂಸನ್... ಜಸ್ಟ್ ಲೈಕ್ ಮೋಸೆಸ್..." ಕೇಳಿ ಬರುತ್ತಿತ್ತು.

ನಾನು ಸಂತೋಷದಿಂದ ಜಿಗಿದ ರಭಸ ಮತ್ತು ಎತ್ತರಕ್ಕೆ, ವೈರುಗಳು ಹೆಚ್ಚು ಕಡಿಮೆ ಕಳಚಿ ಬಂದವು.

"ಓಹ್! ಜೆಫ್ರಿ ಕೇಳಿಸಿತಾ? ನಾವು ಅಂದುಕೊಂಡಿದ್ದನ್ನು ಸಾಧಿಸಿದೆವು! ರೇಡಿಯೊ ಕೆಲಸ ಮಾಡಿತು" ಉದ್ವೇಗದಿಂದ ಕೂಗಿ ಹೇಳಿದೆ.

"ಹೌದು ಕೊನೆಗೂ..." ಜೆಫ್ರಿ ಸಂತಸದಿಂದ ಕೂಗಿ ಹೇಳಿದ.

"ಈಗ ನಾನು ಇನ್ನೂ ದೊಡ್ಡದಾದ ಗಾಳಿಯಂತ್ರವನ್ನು ಮಾಡುತ್ತೀನಿ. ತುಂಬಾ ಶಕ್ತಿಯನ್ನು ಕೊಡುವ ಯಂತ್ರ!"

"ಸಂತೋಷ! ಮಾಡು."

ಈ ಚಿಕ್ಕ ಯಶಸ್ಸಿನ ಬಳಿಕ, ನಾನು ಗಾತ್ರದಲ್ಲಿ ಹಿರಿದಾದ ಗಾಳಿಯಂತ್ರವನ್ನು ಮಾಡುವತ್ತ ಗಮನ ಹರಿಸಿದೆ. ಯಂತ್ರದ ಮಾದರಿ ಮತ್ತು ನಕ್ಷೆ ತಲೆಯಲ್ಲಾಗಲೇ ಅಚ್ಚಳಿಯದೇ ಕುಳಿತಿತ್ತು. Rotorಗಾಗಿ ನನಗೆ ಅಗಲವಾದ ಲೋಹದ ಬಿಲ್ಲೆಯೊಂದು ಬೇಕಿತ್ತು. Shaft ಸೈಕಲ್ಲಿನ ಅಚ್ಚನ್ನು ಬಳಸಬಹುದಿತ್ತು. ಇದನ್ನು ನಾವು ಗಾವ್ ಎಂದು ಕರೆಯುತ್ತಿದ್ದೆವು. ಇದು ಸೈಕಲ್ಲಿನ ಕಡ್ಡಿಗಳು, ಪೆಡಲ್ಲು, ಕ್ರಾಂಕ್‌ಗಳನ್ನು ತಿರುಗಿಸಲು ಸಹಕರಿಸುತ್ತಿತ್ತು.

ನನ್ನ ಯೋಜನೆಯ ಪ್ರಕಾರ ಕ್ರಾಂಕ್ ಸೆಟ್‌ನ್ನು ತೆಗೆದು ಚಕ್ರವನ್ನು ಹಾಗೆಯೇ ಬಿಡುವುದು. ನಂತರ ಬ್ಲೇಡುಗಳನ್ನು ಗಾವ್‌ಗೆ ಸೇರಿಸಿದಾಗ, ಅದು ಒಂದು ರೀತಿಯಲ್ಲಿ ಪೆಡಲ್ಲಿನಂತೆ ಕೆಲಸ ಮಾಡುತ್ತಿತ್ತು. ಗಾಳಿಯು ಬೀಸಿದಾಗ, ಬ್ಲೇಡುಗಳು, ಕಡ್ಡಿಗಳು ಮತ್ತು ಸರಪಳಿಯು ತಿರುಗುತ್ತದೆ. ಇದರಿಂದ ಹಿಂದಿನ ಚಕ್ರವೂ ತಿರುಗಿ ಡೈನಮೊವನ್ನು ತಿರುಗಿಸುತ್ತದೆ.

ನನಗೆ ಎಲ್ಲಿಂದ ಅಂತಹ ಆತ್ಮವಿಶ್ವಾಸವು ಬಂದಿತೋ ಕಾಣೆ. ಆದರೆ ಇದು ಉತ್ತಮವಾದ ವಿನ್ಯಾಸ ಮತ್ತು ಕಲ್ಪನೆ ಎನ್ನುವ ಬಲವಾದ ನಂಬಿಕೆ ನನ್ನದಾಗಿತ್ತು. ಆದರೆ ನನ್ನ ಬಳಿ ಆಗ ಯಾವುದೇ ಸಲಕರಣೆಗಳಾಗಲೀ, ಅವುಗಳನ್ನು ಕೊಳ್ಳಲು ಹಣವಾಗಲೀ ಇರಲಿಲ್ಲ. ಹೀಗಾಗಿ ನನ್ನ ರೇಡಿಯೊ ಪ್ರಯೋಗಕ್ಕಾಗಿ ಹಿಡಿದ ಜಾಡನ್ನೇ ಹಿಡಿಯಬೇಕಿತ್ತು. ಸ್ವಂತವಾಗಿ ಅವುಗಳನ್ನು ಹುಡುಕುವುದು... ಹೊಂದಿಸುವುದು.

ನಂತರದ ಒಂದು ತಿಂಗಳು ನಾನು ಮುಂಜಾನೆ ಬೇಗನೇ ಏಳುತ್ತಿದ್ದೆ. ನನಗೆ ಬೇಕಿದ್ದ ವಸ್ತುಗಳಿಗಾಗಿ ನಿಧಿಯಂತೆ ಶೋಧಿಸುತ್ತಿದ್ದೆ. ಎಸ್ಟೇಟ್–24F ತಂಬಾಕಿನ ಎಸ್ಟೇಟ್ ಬಳಿ ಒಂದು ಹಳೆಯ ವಸ್ತುಗಳ ಗುಜರಿ ತಾಣವಿತ್ತು. ಅಲ್ಲಿ ಬಿಸಾಡಿದ ಕಾರ್, ಟ್ರಾಕ್ಟರ್‌ಗಳ ಬಿಡಿಭಾಗಗಳು, ಯಂತ್ರಗಳ ಭಾಗಗಳು ತುಂಬಿದ್ದವು. ಒಂದು ರೀತಿ ಅದು ಯಾರಿಗೂ ಬೇಡದ ಸಾಮಾನುಗಳ ಕಸದ ತೊಟ್ಟಿ. ಅದು ನಮ್ಮ ಕಚೊಕೊಲೊ ಶಾಲೆಯ ಸಮೀಪದಲ್ಲಿಯೇ ಇತ್ತು.

ನಾನು ಮತ್ತು ಗಿಲ್ಬರ್ಟ್ ಶಾಲೆಯು ಶುರುವಾಗುವ ಮುನ್ನ ಅಲ್ಲಿಗೆ ಹೋಗುತ್ತಿದ್ದೆವು. ನಮಗೆ ನಮ್ಮ ಚೈನೀಸ್ ಕರಾಟೆ ಪಟು ಬೋಲೋ ಯಿಯಿಂಗ್‌ನಂತೆ ಬಲಶಾಲಿಯಾಗುವ ತವಕ. ಹೀಗಾಗಿ ಅಲ್ಲಿ ಬಿದ್ದಿದ್ದ ಭಾರವಾದ ವಸ್ತುಗಳನ್ನು ಎತ್ತುತ್ತಾ ತಯಾರಿಯನ್ನು ನಡೆಸುತ್ತಿದ್ದೆವು. ನಂತರ ಕ್ಷಾಮದಿಂದಾಗಿ ಈ ತಯಾರಿಗೆ ಹಿಂದೇಟಾಯಿತು.

ನಾನು ಆ ಎಸ್ಟೇಟ್ ತಲುಪಿ ಕೆಲವು ಮೀಟರ್‌ಗಳಷ್ಟು ನಡೆದು ಗುಜರಿ ತಾಣವನ್ನು ತಲುಪಿದೆ. ಒಂದು ಕ್ಷಣ ಹಾಗೆಯೇ ನಿಂತೆ. ನನ್ನ ಕಣ್ಣುಗಳ ಮುಂದೆ ವಸ್ತುಗಳು ರಾಶಿ ರಾಶಿಯಾಗಿ ಬಿದ್ದಿದ್ದವು. ಹಳೆಯ ನೀರಿನ ಪಂಪುಗಳು, ಫಿಲ್ಟರ್‌ಗಳು, ಟ್ರಕ್‌ನ ಬಿಡಿ ಭಾಗಗಳು, ಕಾರಿನ ಬಾಗಿಲುಗಳು... ಹೀಗೆ ಪಟ್ಟಿ ಉದ್ದವಾಗುತ್ತದೆ. ಇಂತಹ ತಿಪ್ಪೆಯಲ್ಲಿ ಸುತ್ತಲಿನ ನೀರವತೆ, ನನ್ನ ಏಕಾಂತ... ಒಂದು ರೀತಿ ನನಗೆ ಚಿನ್ನದ ಗಣಿಯೇ ಸಿಕ್ಕಿದಷ್ಟು ಆನಂದವಾಗಿತ್ತು!

ಮೊದಲ ಮಧ್ಯಾಹ್ನ ದೊಡ್ಡ ಟ್ರಾಕ್ಟರ್ ಒಂದರ ಫ್ಯಾನ್ ನೋಡಿದೆ. ಇದನ್ನು ರೋಟರ್‌ನ್ನು ತಿರುಗಿಸಲು ಬಳಸಬಹುದಿತ್ತು. ನನ್ನ ಪ್ಲಾಸ್ಟಿಕ್ ಬ್ಲೇಡುಗಳನ್ನು ಈ ಫ್ಯಾನಿನ ಬ್ಲೇಡುಗಳಿಗೆ ಸಿಕ್ಕಿಸಲು ಹೇಳಿ ಮಾಡಿಸಿದಂತೆ ಇತ್ತು. ಅದೇ ದಿನವೇ ದೊಡ್ಡ ಗಾತ್ರದ Shock Absorber ಕೂಡ ದೊರಕಿತು. ಇದನ್ನು ನಾನು Shaft ತಯಾರಿಸಲು ಬಳಸಬಹುದಿತ್ತು.

ನನಗೆ Shock Absorber ಮತ್ತು ಗಾವ್‌ನ್ನು ಜೋಡಿಸಲು, ಲೋಹದ ಗುಂಡಿನ ಮಣಿಗಳು (Ball Bearing) ಬೇಕಿದ್ದವು. ಅಲ್ಲಿ ಮೂರು ದಿನಗಳು ಹುಡುಕಾಡಿದ ಬಳಿಕ ನನಗೆ ಬೇಕಿದ್ದ ಲೋಹದ ಗುಂಡಿನ ಮಣಿಗಳು ದೊರೆತವು. ಅಲ್ಲಿ ಸಿಕ್ಕ ಸಾಮಾನುಗಳಿಂದ, ನನಗೆ ಬೇಕಿದ್ದ ಬಿಡಿ ಭಾಗಗಳನ್ನು ಪ್ರತ್ಯೇಕಿಸುವ ಹೊತ್ತಿಗೆ ಸಾಕು ಸಾಕಾಯಿತು. ನನ್ನ ಅಂಗೈಯಲ್ಲಿ ಹೊಪ್ಪಳೆಗಳು ಕಾಣಿಸಿಕೊಂಡು, ಅವು ಒಡೆದು ರಕ್ತ ಒಸರತೊಡಗಿತು. ನಾನು ಸಾವಕಾಶವಾಗಿ ಕೆಲಸ ಮಾಡಿದ್ದು ಫಲ ಕೊಟ್ಟಿತು. ಬಿಡಿ ಭಾಗಗಳು ಉತ್ತಮ ಸ್ಥಿತಿಯಲ್ಲಿದ್ದವು.

ಈ ಚಿಂದಿ ಆಯುವ ಸ್ಥಳವು ನಮ್ಮ ಕಚೊಕೊಲೊ ಶಾಲೆಯ ಮತ್ತೊಂದು ಬದಿಯಲ್ಲಿಯೇ ಇತ್ತು. ಮಕ್ಕಳೆಲ್ಲರೂ ಎರಡನೇ ಟರ್ಮಿಗಾಗಿ ಸಿದ್ಧತೆಯನ್ನು ನಡೆಸುತ್ತಿದ್ದರು. ಹೀಗಾಗಿ ಶಾಲೆಯು ಖಾಲಿ ಹೊಡೆಯುತ್ತಿತ್ತು. ಆಗಾಗ ಅಲ್ಲಿಯ ತರಗತಿಯ ಕಿಟಕಿಗಳಿಂದ ಒಳಗೆ ನೋಡುತ್ತಾ, ನಾನು ಅಲ್ಲಿನ ಒಂದು ಬರಿದಾದ ಬೆಂಚಿನಲ್ಲಿ ಪಾಠವನ್ನು ಕೇಳುತ್ತಾ ಕುಳಿತುಕೊಳ್ಳುವುದನ್ನು ಕಲ್ಪಿಸಿಕೊಳ್ಳುತ್ತಿದ್ದೆ.

ಇತ್ತ ಮನೆಯ ಕಡೆ ತಂಬಾಕಿನ ಬೆಳೆಯಿನ್ನೂ ಚಪ್ಪರದ ನೆರಳಿನಲ್ಲಿ ಒಣಗುತ್ತಿತ್ತು. ತಂಬಾಕಿಗೆ ಹರಾಜಿನಲ್ಲಿ ಒಳ್ಳೆಯ ಬೆಲೆ ಬರಬಹುದು ಎನ್ನುವ ಭರವಸೆ ನನ್ನದು. ನಮ್ಮ ಸಾಲಗಳನ್ನು ತೀರಿಸಿ ಶಾಲೆಯ ಶುಲ್ಕವನ್ನು ಕಟ್ಟಬಹುದು. ಆಗ ನಾನು ಶಾಲೆಯನ್ನು ತೊರೆದಿರುವ ಸಂಕಟವೂ ಕಡಿಮೆಯಾಗುತ್ತದೆ ಎಂದುಕೊಂಡೆ.

ತರಗತಿಯ ಕಿಟಕಿಯಿಂದ ಜೋರಾಗಿ ಕೂಗಿ ಹೇಳಿದೆ "ನೋಡುತ್ತಾ ಇರಿ, ನಿಮ್ಮ ಕಾಂಕ್ವಾಂಬಾ ಬೇಗನೇ ಮರಳಿ ಬರುತ್ತಾನೆ!"

---

*ವಾಹಕ (Conductor) – ವಿದ್ಯುತ್ ಹರಿಯಲು ಅವಕಾಶ ಕೊಡುವ ವಸ್ತು

*ಕಾಂತಕ್ಷೇತ್ರ (Magnetic Field) – ವಾಹಕದಲ್ಲಿ ವಿದ್ಯುತ್ ಹರಿದಾಗ ಅದರ ಸುತ್ತಲೂ ಉಂಟಾಗುವ ಸ್ಥಿತಿ

*ಮಿನ್ಸೆಳೆ ಹೊಮ್ಮಿಕೆ (Electro Magnetic Induction) – ಕಾಂತಕ್ಷೇತ್ರದಿಂದ ವಿದ್ಯುತ್ ತಯಾರಿಸುವ ವಿಧಾನ

*ದಿಕ್ಸೂಚಕ (Compass) – ದಿಕ್ಕುಗಳನ್ನು ಸೂಚಿಸಲು ಬಳಸುವ ಸಾಧನ

*ಏರಿಳಿ ಮಿಂಚು (AC Current) – ವಿದ್ಯುತ್ ಪ್ರವಾಹದ ದಿಕ್ಕು ಬದಲಾಗುತ್ತದೆ

*ನೇರ್ಮಿಂಚು (DC Current) – ಒಂದೇ ದಿಕ್ಕಿನಲ್ಲಿ ಹರಿಯುವ ವಿದ್ಯುತ್

ಗಾಳಿಯಂತ್ರದ ತಯಾರಿ ಶುರುವಾಯಿತು

ಶಾಲೆಯ ಪುನರಾರಂಭದ ದಿನಾಂಕವು ಸಮೀಪಿಸಿದರೂ, ನನ್ನ ತಂದೆ ನನ್ನ ಶಾಲೆಯ ವಾಪಸಾತಿಯ ಬಗ್ಗೆ ಚಕಾರವೆತ್ತಲಿಲ್ಲ. ಒಂದು ಮಧ್ಯಾಹ್ನ ನನಗೆ ಲಯನ್‌ಅಭ್ಯಾಸದ ಪುಸ್ತಕ ಮತ್ತು ಎರಡು ಪೆನ್ಸಿಲ್‌ಗಳನ್ನು ಕೊಳ್ಳಲು ಕೆಲವು ಕ್ವಾಚಾ ಹಣವನ್ನೂ ಕೊಟ್ಟರು. ಇತ್ತ ನನ್ನ ತಾಯಿ ದೊಡ್ಡ ಮಲುವಾ ಒಗೆಯುವ ಬಾರ್‌ಸೋಪ್ ಕೊಂಡು ತಂದಿದ್ದರು.

ಶಾಲೆಯು ಶುರುವಾಗುವ ಕೆಲವು ದಿನಗಳು ಮೊದಲು, ನನ್ನ ಸಮವಸ್ತ್ರವಾಗಿದ್ದ ಬಿಳಿಯ ಶರ್ಟ್‌ನ್ನು ಒಗೆಯಲು ಮುಂದಾದೆ. ಕಂಕುಳಿನ ಭಾಗದಲ್ಲಿ ಕಟ್ಟಿದ್ದ ಹಳದಿ ಕರೆಯನ್ನು ಉಜ್ಜಿ ಉಜ್ಜಿ ಸ್ವಚ್ಛಗೊಳಿಸಿದೆ. ನನಗೆ ಇದು ಎಲ್ಲವೂ ಸರಿಹೋಗಿದೆ ಎನ್ನುವ ಸೂಚನೆಯೇನೋ ಎನ್ನಿಸಿತು. ಪ್ರತಿ ಹತ್ತು ನಿಮಿಷಕ್ಕೊಮ್ಮೆ ಶಾಲೆಯದೇ ಧ್ಯಾನವಾಯಿತು. ಮೂರು ವಾರಗಳು ಕಳೆಯುವ ಹೊತ್ತಿಗೆ ಸಾಕು ಸಾಕಾಯಿತು.

ತರಗತಿಗಳು ಪ್ರಾರಂಭವಾಗುವ ಮುನ್ನಾ ದಿನದ ರಾತ್ರಿ ನಾನು ನಿದ್ದೆ ಮಾಡಲೇ ಇಲ್ಲ. ಬಹಳ ತಳಮಳದಿಂದ ರಾತ್ರಿಯಿಡೀ ಎದ್ದು, ಗೆದ್ದಲುಗಳು ಮಾಡುತ್ತಿದ್ದ ಸದ್ದನ್ನು ಕೇಳುತ್ತಾ ಮಲಗಿದ್ದೆ. ಇಲ್ಲಿಯವರೆಗೂ ಹೊಲದ ಕೆಲಸಕ್ಕಾಗಿ ಬೇಗನೇ ಏಳುತ್ತಿದ್ದೆ. ಆದರೆ ಶಾಲೆಗಾಗಿ ಬೇಗನೇ ಏಳುವುದು ಮನಸ್ಸಿಗೆ ಹುರುಪನ್ನು ಕೊಟ್ಟಿತು.

ನನಗೆ ಇಷ್ಟು ದಿನಗಳು ಶಾಲೆಗೆ ಹೋಗದಿರುವುದು ಏನನ್ನೋ ಕಳೆದುಕೊಂಡಂತಿತ್ತು. ಜೊತೆಗೆ ಏನೋ ಒಂದು ಯೋಚನೆ ನನ್ನನ್ನು ಕಾಡುತ್ತಲೇ ಇರುತ್ತಿತ್ತು. ಒಂದು ವೇಳೆ ನನ್ನ ಸ್ವಂತ ಅಭ್ಯಾಸ ಸಾಲದೇ ಹೋಗಿದ್ದರೆ; ನನ್ನ ಗೆಳೆಯರೆಲ್ಲರೂ ಪಾಠಗಳಲ್ಲಿ ಮುಂದಿದ್ದರೆ; ಅವರು ನನಗೆ ಹಳೆಯ ಪಾಠಗಳ ಟಿಪ್ಪಣಿಗಳನ್ನು ಬರೆದುಕೊಳ್ಳಲು ಬಿಡದಿದ್ದರೆ; ಹಳೆಯ ವಿದ್ಯಾರ್ಥಿಗಳು ಕಾಯುತ್ತಿದ್ದರೆ... ಹೀಗೆ ಅನೇಕ ಸಂದೇಹಗಳು ಹುಟ್ಟಿಕೊಂಡವು.

ಮರುದಿನ ಗಿಲ್ಬರ್ಟ್‌ನನ್ನು ಭೇಟಿಯಾದಾಗ, ನನ್ನ ಸಂತೋಷಕ್ಕೆ ಪಾರವೇ ಇರಲಿಲ್ಲ.

"ಗಿಲ್ಬರ್ಟ್... ಬೋ?"

"ಬೋ!"

"ಶಾರ್ಪ್?"

"ಶಾರ್ಪ್!"

"ಆರೋಗ್ಯವೇ?"

"ಓಹ್, ಆರೋಗ್ಯ... ನೀನು ಶಾಲೆಗೆ ಮರಳಿ ಬಂದಿದ್ದು ಸಂತೋಷ. ಒಟ್ಟಿಗೆ ಹೋಗುವುದು ಖುಷಿಯಾಗುತ್ತದೆ."

"ಹೌದು ಗಿಲ್ಬರ್ಟ್, ನನಗೂ ಖುಷಿಯೇ!"

ಶಾಲೆಯಲ್ಲಿ ಪುನಃ ನನ್ನ ಸ್ನೇಹಿತರ ಸಹವಾಸ, ಒಡನಾಟ ಸಿಕ್ಕಿದ್ದು ನೆಮ್ಮದಿಯೆನ್ನಿಸಿತು. ಅವರಲ್ಲಿ ಅನೇಕರದು ಪರಿಚಿತ ಮುಖಗಳೇ. ನಮ್ಮಲ್ಲಿ ಅನೇಕರು ಇನ್ನೂ ಕೃಶರಾಗಿಯೇ ಇದ್ದರು. ನಮ್ಮ ಆರೋಗ್ಯದಲ್ಲಿ ಚೇತರಿಕೆ ಕಂಡು ಬಂದರೂ, ಮೈ-ಕೈ ತುಂಬಿಕೊಳ್ಳಲು ಸುಗ್ಗಿಯವರೆಗೆ ಕಾಯಬೇಕಿತ್ತು. ಹಾಗಿದ್ದೂ ಕೆಲವು ಗೆಳೆಯರು ಕಾಣಲಿಲ್ಲ. ಅವರ ಬಗ್ಗೆ ವಿಚಾರಿಸಲು –

"ಫಾರ್ಮ್-2ರಲ್ಲಿದ್ದ ಜೋಸೆಫ್ ಎಲ್ಲಿ? ಚಿಕ್ಕ ಕೂದಲು... ಸ್ವಲ್ಪ ಬಿಳುಪು ಬಣ್ಣ... ನನಗೆ ಅವನು ಇಷ್ಟವಾಗುತ್ತಿದ್ದ"

"ಓಹ್, ಅವನ ಬಗ್ಗೆ ನಿನಗೆ ಗೊತ್ತಿಲ್ಲವಾ? ಅವನು ತೀರಿಕೊಂಡ"

ಇನ್ನೂ ಕೆಲವರು ಕ್ಷಾಮದಿಂದ ಮರಣ ಹೊಂದಿದ್ದರು. ಆದರೆ ಅವರೆಲ್ಲಾ ಬೇರೆ ತರಗತಿಯ ಮಕ್ಕಳು. ನನಗೆ ಅವರ ಪರಿಚಯವೂ ಇರಲಿಲ್ಲ.

ನನ್ನ ಹೆದರಿಕೆಯು ನಿಜವೇ ಆಯಿತು. ನಾನು ಅಂದುಕೊಂಡಂತೆಯೇ, ಪ್ರತಿಯೊಂದು ವಿಷಯದಲ್ಲಿಯೂ ನಾನು ಹಿಂದುಳಿದಿದ್ದೆ. ಭೂಗರ್ಭ ಶಾಸ್ತ್ರ, ಸಮಾಜ ವಿಜ್ಞಾನ, ಕೃಷಿ ವಿಜ್ಞಾನ... ನಾನು ಗ್ರಂಥಾಲಯದಲ್ಲಿ ಓದಿದ್ದ ಪಾಠಗಳು ಯಾವ ಮೂಲೆಗೂ ಸಾಲಲಿಲ್ಲ.

ನನ್ನ ಸಹಪಾಠಿಗಳು ಆ ಹೊತ್ತಿಗಾಗಲೇ ಗ್ರಾಫ್‌ಗಳು, ಪ್ರಾಣಿಗಳ ವೈಜ್ಞಾನಿಕ ಹೆಸರುಗಳನ್ನು ಕಲಿಯುತ್ತಿದ್ದರು. ನನಗೆ ಅವುಗಳನ್ನು ಕುರಿತು ಏನೂ ತಿಳಿದಿರಲಿಲ್ಲ. ಮೊದಲೆರಡು ವಾರ ನಾನು ಹೆಣಗಾಡಬೇಕಾಯಿತು. ನನ್ನ ಗೆಳೆಯರಿಂದ ಟಿಪ್ಪಣಿಗಳನ್ನು ನಕಲು ಮಾಡಿಕೊಂಡು, ಉಳಿದ ತರಗತಿಗಳಿಗೆ ಹೊಂದಿಕೊಳ್ಳಲು ಯತ್ನಿಸಿದೆ. ನಾನು ಶಾಲೆಯನ್ನು ಬಿಟ್ಟು ಬಹಳ ಸಮಯವಾಗಿತ್ತು. ಇಲ್ಲಿ ನೋಡಿದರೆ ಏನೆಲ್ಲಾ ನಡೆದಿತ್ತು.

ಹತ್ತು ದಿನಗಳ ನಂತರ, ಶುಲ್ಕ ಪಾವತಿಸುವ ಗಡುವು ಮುಗಿಯುವುದಿತ್ತು. ನನ್ನಲ್ಲಿ ಪುನಃ ಆತಂಕವು ಮನೆ ಮಾಡಿತು. ಏಕೆಂದರೆ ನನ್ನ ತಂದೆಗೆ ಶಾಲೆಗೆ ಶುಲ್ಕ ಕಟ್ಟುವ ಗಡುವು ಮುಗಿಯುತ್ತದೆ ಎಂದು ತಿಳಿದಿದ್ದರೂ, ಅದರ ಬಗ್ಗೆ ಚಕಾರವೆತ್ತಿರಲಿಲ್ಲ. ನನ್ನ

ಮನಸ್ಸು ಕೆಟ್ಟದನ್ನೇ ಯೋಚಿಸುತ್ತಿತ್ತು. ಮತ್ತೆ ಅದೇ ವಿಷಯವನ್ನು ಪ್ರಸ್ತಾಪಿಸಲು ಧೈರ್ಯ ಸಾಲಲಿಲ್ಲ. ಮಧ್ಯಾಹ್ನದ ಸಮಯ ಹೊಲದಲ್ಲಿ ಕೆಲಸ ಮಾಡುತ್ತಿದ್ದಾಗ ಕೇಳಬಹುದಿತ್ತು.

"ಶಾಲೆ ಹೇಗಿದೆ?" ಅಪ್ಪನೇ ಮೊದಲು ವಿಚಾರಿಸಿಕೊಂಡರು.

"ಚೆನ್ನಾಗಿದೆ. ಆದರೆ ಎಲ್ಲದರಲ್ಲೂ ಹಿಂದಿದ್ದೇನೆ. ಮುಂದೆ ಸರಿ ಹೋಗಬಹುದು ಅನ್ನಿಸುತ್ತದೆ."

"ಕಷ್ಟಪಟ್ಟು ಓದಿಕೋ, ಸರಿ ಹೋಗುತ್ತದೆ."

ನನ್ನ ತಂದೆ ಎಲ್ಲವೂ ಸರಿಯಿದ್ದಂತೆ ಮಾತನಾಡುತ್ತಿದ್ದರು. ಆದರೆ ಪ್ರತಿದಿನವೂ ಶಾಲೆಗೆ ಹೋದಾಗ, ನನ್ನ ಹೊಟ್ಟೆಯಲ್ಲಿ ವಿಚಿತ್ರವಾದ ಸಂಕಟವು ಉಂಟಾಗುತ್ತಿತ್ತು. ಎರಡು ವಾರಗಳು ಕಳೆಯಲು ಒಂದು ದಿನ ಬೆಳಗಿನ ಸಭೆಯಲ್ಲಿ ಸೇರಿದ್ದೆವು. ಎಂದಿನಂತೆ ಟೈ ಮತ್ತು ಸ್ವೆಟರ್ ಧರಿಸಿದ ನಮ್ಮ ಪ್ರಾಂಶುಪಾಲರು ಬಂದು ನಿಂತರು.

ಎಲ್ಲರನ್ನೂ ಉದ್ದೇಶಿಸಿ, "ಈ ಶಾಲೆಯ ಅವಧಿಯ (ಟರ್ಮ್) ಶುಲ್ಕವನ್ನು ಕಟ್ಟಲು ಸೋಮವಾರ ಕೊನೆಯ ದಿನ. ಕಳೆದ ಅವಧಿಯ ಶುಲ್ಕವನ್ನು ಭರಿಸದ ವಿದ್ಯಾರ್ಥಿಗಳು, ಅದನ್ನೂ ಸೇರಿಸಿ ಪಾವತಿಸಬೇಕು" ಎಂದು ಪ್ರಕಟಣೆ ಹೊರಡಿಸಿದರು.

ನಾನು ಕಳೆದ ಅವಧಿಯಲ್ಲಿ ಶಾಲೆಗೆ ಹೋಗದಿದ್ದರೂ, ಅದರ ಶುಲ್ಕವನ್ನೂ ಸೇರಿಸಿ ಈ ಬಾರಿ ಎರಡು ಸಾವಿರ ಕ್ವಾಚಾ ಹಣವನ್ನು ಕಟ್ಟಬೇಕಿತ್ತು. ಅಷ್ಟೊಂದು ಹಣವನ್ನು ಹೊಂದಿಸುವುದು ನನ್ನ ತಂದೆಗೆ ಅಸಾಧ್ಯದ ಮಾತಾಗಿತ್ತು. ನನ್ನ ಹಣೆಬರಹ ಇಷ್ಟೇ, ಇಲ್ಲಿಗೆ ವಿದ್ಯಾಭ್ಯಾಸ ಮುಗಿಯಿತು ಎನ್ನುವ ನಿರ್ಧಾರಕ್ಕೆ ಬಂದಿದ್ದೆ.

ಎರಡು ವಾರಗಳ ಗಡುವು ಮುಗಿಯಲು, ಅಪ್ಪಾಜಿಯ ಬಳಿ ನಾನು ಶಾಲೆಯ ಶುಲ್ಕವನ್ನು ಕೇಳಲಿಲ್ಲ. ಬದಲಿಗೆ ಉಚಿತವಾಗಿ ಶಾಲೆಗೆ ಹೋಗಲು ತೊಡಗಿದೆ. ನಾನು ಜಾಗ್ರತೆಯಾಗಿ ಹೆಜ್ಜೆಯನ್ನು ಇಡಬೇಕಿತ್ತು. ಸೋಮವಾರ ಮತ್ತು ಶುಕ್ರವಾರದಂದು ಫಿರಿ ಸರ್ ಶಾಲೆಯ ಒಂದು ಕೋಣೆಯಲ್ಲಿ ಬೆಳಗಿನ ಸಭೆಯನ್ನು ನಡೆಸುತ್ತಿದ್ದರು. ಅಂದು ಶುಲ್ಕವನ್ನು ಭರಿಸಿದ ವಿದ್ಯಾರ್ಥಿಗಳ ಹೆಸರನ್ನು ಜೋರಾಗಿ ಓದುತ್ತಿದ್ದರು. ಶುಲ್ಕವನ್ನು ಭರಿಸದೇ ಇದ್ದ ವಿದ್ಯಾರ್ಥಿಗಳನ್ನು ಶಾಲೆಯಿಂದ ಹೊರಹಾಕುತ್ತಿದ್ದರು. ಶುಲ್ಕ ಪಾವತಿಸಿದ ರಸೀತಿಯನ್ನು ತೋರಿಸಿದ ನಂತರವೇ ವಿದ್ಯಾರ್ಥಿಗಳನ್ನು ತರಗತಿಯ ಒಳಗೆ ಬಿಡಲಾಗುತ್ತಿತ್ತು. ಇದು ಬಹಳ ಮುಜುಗರದ ವಿಷಯವಾಗಿತ್ತು. ಎರಡು ವರ್ಷಗಳ ಹಿಂದೆ ಜೆಫ್ರಿ ಇದೇ ರೀತಿ ಅವಮಾನಕ್ಕೆ ಒಳಗಾಗಿದ್ದ. ಈಗ ನನ್ನ ಸರದಿಯಾಗಿತ್ತು.

ಮೊದಲ ದಿನ ನಾನು ಎಂದಿನಂತೆ ಗಿಲ್ಬರ್ಟ್ ಜೊತೆಗೆ ಶಾಲೆಗೆ ಹೋದೆ. ನಂತರ ಸಭೆ ಶುರುವಾಗುವ ಮುನ್ನ ವಿದ್ಯಾರ್ಥಿಗಳೆಲ್ಲರೂ ನಿಂತಿದ್ದರು. ನಾನು ಮೈದಾನದ ಕೊನೆಗೆ ಇದ್ದ ಶೌಚಾಲಯಕ್ಕೆ ಹೋದೆ. ಅಲ್ಲಿ ಸಣ್ಣ ಕಿಟಕಿಯ ಕಿಂಡಿಯಿಂದ ಸಭೆ ಮುಗಿಯುವುದನ್ನೇ ನೋಡುತ್ತಿದ್ದೆ. ಎಲ್ಲರೂ ತರಗತಿಗೆ ಮರಳಿದಾಗ ಅವರ ಗುಂಪಿನಲ್ಲಿ ಸೇರಿಕೊಂಡೆ. ತರಗತಿಯಲ್ಲಿ ಕೊನೆಯ ಬೆಂಚಿನಲ್ಲಿ ತಲೆ ತಗ್ಗಿಸಿ ಕುಳಿತಿದ್ದೆ. ನನ್ನನ್ನು ಎಲ್ಲಿ ಹಿಡಿಯುತ್ತಾರೋ, ಎಲ್ಲಿ ಸಿಕ್ಕಿ ಹಾಕಿಕೊಳ್ಳುವೆನೋ ಎನ್ನುವ ಭೀತಿ ಅತಿಯಾಗಿ ಕಾಡುತ್ತಿತ್ತು.

ನನ್ನ ಮುಖವನ್ನು ನೋಡಿದರೆ ಸಂದೇಹ ಬರಬಹುದೆಂದು, ನನಗೆ ಅರ್ಥವಾಗಲೀ ಬಿಡಲೀ ಯಾವುದೇ ಪ್ರಶ್ನೆಗಳನ್ನು ಕೇಳುವ ಗೋಜಿಗೆ ಹೋಗಲಿಲ್ಲ. ಪಾಠಗಳನ್ನು ಕೇಳಿಸಿಕೊಂಡು, ನನಗೆ ಅರ್ಥವಾದರೆ ಸಾಕು ಎನ್ನುವಂತಿತ್ತು ನನ್ನ ಮನಸ್ಸಿನ ಸ್ಥಿತಿ. ಅದರಲ್ಲೂ 'ಟೆಂಬೋ ಸರ್', ಅವರ ಜೊತೆಗೆ ಜಾಗ್ರತೆಯಾಗಿ ಇರಬೇಕಿತ್ತು. ಕಳೆದ ಬಾರಿ ಶುಲ್ಕ ಪಾವತಿಸದೇ, ಇವರ ಬಳಿಯೇ ಸಿಕ್ಕಿಬಿದ್ದಿದ್ದೆ.

ಬೆಳಗಿನ ಸಭೆಯಲ್ಲಿ ಶುಲ್ಕ ಪಾವತಿಸದ ಅನೇಕ ವಿದ್ಯಾರ್ಥಿಗಳನ್ನು ಶಾಲೆಯಿಂದ ಹೊರ ಹಾಕಿದ್ದರು. ಇದನ್ನು ಕಂಡು ನಾನು ಮಾಡುತ್ತಿದ್ದ ಉಪಾಯದಲ್ಲಿ ಎಲ್ಲಿ ಸಿಕ್ಕಿ ಬೀಳುವೆನೋ ಎನ್ನುವ ಆತಂಕವಿತ್ತು. ಭಯ, ಹೆದರಿಕೆಗಳಿಂದ ಒಂದು ದಿನ ನನಗೆ ವಿಪರೀತ ಹೊಟ್ಟೆ ನೋವು ಕಾಣಿಸಿಕೊಂಡಿತು. ನನಗೆ ಇನ್ನು ಸಹಿಸಲಾಗಲಿಲ್ಲ. ನಾನು ಮಾಡುತ್ತಿದ್ದ ಉಪಾಯವನ್ನು ನನ್ನ ತಂದೆಯ ಬಳಿ ಹೇಳಿಕೊಂಡು, ಅಲ್ಲಿಗೆ ನನ್ನ ಆಟವನ್ನು ಮುಗಿಸಿದೆ. ನಂತರ ನಾನು ಮತ್ತು ಗಿಲ್ಬರ್ಟ್ ಭೇಟಿಯಾದಾಗಲೆಲ್ಲಾ ಇದನ್ನು ನೆನಸಿಕೊಂಡು ನಗುತ್ತಿದ್ದೆವು.

"ಶುಭೋದಯ ವಿಲಿಯಂ, ಪುನಃ ನಿನ್ನ ಅದೃಷ್ಟ ಪರೀಕ್ಷೆ ಮಾಡುತ್ತಿದ್ದೀಯಾ?"

"ಹೌದು, ಆದರೆ ಇಂದೇ ಕೊನೆಯ ದಿನವಲ್ಲವೆಂದುಕೊಳ್ಳೋಣ."

"ನೀನು ಮೌನವಾಗಿ ತಲೆ ಬಗ್ಗಿಸಿ ಕುಳಿತಿರು".

"ಹೌದು".

ಎರಡು ವಾರಗಳ ಬಳಿಕ ನಾನು ಕೊನೆಗೂ ಸಿಕ್ಕಿ ಬಿದ್ದೆ. ಅಂದು ಬೆಳಗ್ಗೆ ಟೆಂಬೋ ಸರ್ ಶುಲ್ಕವನ್ನು ಪಾವತಿಸದ ವಿದ್ಯಾರ್ಥಿಗಳ ಹೆಸರನ್ನು ಕೂಗಿ ಹೇಳಿದರು. ಅವರು ನನ್ನ ಹೆಸರನ್ನು ಓದಿದ ಕೂಡಲೇ ಎದ್ದು, ತರಗತಿಯ ಬಾಗಿಲತ್ತ ಹೊರಟೆ.

"ನಾನು ಶುಲ್ಕವನ್ನು ಕಟ್ಟಿದ್ದೇನೆ... ಆದರೆ ರಸೀತಿಯನ್ನು ತರಲು ಮರೆತೆ. ಈಗಲೇ ಮನೆಗೆ ಹೋಗಿ ತರುತ್ತೇನೆ" ಸುಳ್ಳು ಸಮಜಾಯಿಷಿಯನ್ನು ಕೊಡಬೇಕಾಯಿತು.

ಹೊರಬಂದ ಮೇಲೆ ನನಗೆ ತಡೆಯಲಾಗಲಿಲ್ಲ. ದುಃಖ ಮತ್ತು ಅಳು ಒತ್ತರಿಸಿಕೊಂಡು ಬಂದು ಅಳಲು ತೊಡಗಿದೆ. ಮನೆಗೆ ಹೋದ ಬಳಿಕ ನನ್ನ ತಂದೆಗೆ ಸುದ್ದಿಯನ್ನು ತಿಳಿಸಿದೆ.

"ಹೀಗಾಗಬಹುದು ಎಂದು ನನಗೆ ಅನ್ನಿಸಿತ್ತು. ಆದರೆ ಯಾವಾಗ ಎಂದು ಗೊತ್ತಿರಲಿಲ್ಲ."

ಆದರೆ ನನ್ನ ತಂದೆ ಹಣವಿಲ್ಲವೆಂದು ನನ್ನ ಮನಸ್ಸನ್ನು ಘಾಸಿಗೊಳಿಸಲಿಲ್ಲ. ಬದಲಿಗೆ ಟೆಂಬೋ ಸರ್ ಬಳಿಗೆ ಹೋಗಿ ನನ್ನ ಪರವಾಗಿ ವಿನಂತಿಸಿದರು. ನನ್ನ ತಂದೆ ಕೆಲವು ವ್ಯಾಪಾರಿಗಳ ಬಳಿ ಜೋಳವನ್ನು ಮುಂಗಡ ಸಾಲವಾಗಿ ತಂದಿದ್ದರು. ಈಗ ತಂಬಾಕು ಒಣಗಿದ ಕೂಡಲೇ ಹರಾಜಿನಲ್ಲಿ ಸಿಕ್ಕ ಹಣದಲ್ಲಿ, ಅವರ ಸಾಲವನ್ನು ತೀರಿಸಬಹುದು. ಉಳಿದ ಹಣದಲ್ಲಿ ನನ್ನ ಶುಲ್ಕವನ್ನು ಭರಿಸಬಹುದು ಎನ್ನುವ ಭರವಸೆಯು ಅವರಿಗಿತ್ತು.

"ನಾನು ಆದಷ್ಟು ಬೇಗನೇ ಶುಲ್ಕವನ್ನು ಪಾವತಿಸುತ್ತೇನೆ. ದಯವಿಟ್ಟು ನನ್ನ ಮಗನಿಗೆ ಕಲಿಯಲು ಅವಕಾಶವನ್ನು ಕೊಡಿ" ಎಂದು ಬೇಡಿಕೊಂಡರು.

ಟೆಂಬೋ ಸರ್ ಇತರ ಶಿಕ್ಷಕರೊಡನೆ ಚರ್ಚಿಸಿದ ಬಳಿಕ, ಮೂರು ವಾರಗಳ ಕಾಲದ ಹೆಚ್ಚುವರಿ ಗಡುವನ್ನು ಕೊಟ್ಟರು. ಅಷ್ಟರಲ್ಲಿ ನನ್ನ ತಂದೆ ತಂಬಾಕನ್ನು ಮಾರಿ ಹಣವನ್ನು ಹೊಂದಿಸಲು ಸಾಧ್ಯವಿತ್ತು.

ಆ ಮೂರು ವಾರಗಳಂತೂ ನನ್ನ ಪಾಲಿಗೆ ಅದ್ಭುತ ಸಮಯ. ಮುಂಚಿನಂತೆ ನಾನು ಕದ್ದು ಮುಚ್ಚಿ ತರಗತಿಗೆ ಹೋಗಬೇಕಿರಲಿಲ್ಲ. ತಲೆ ಬಗ್ಗಿಸಿ ಕೂರಬೇಕಿರಲಿಲ್ಲ. ಹೊಟ್ಟೆಯಲ್ಲಿ ಭಯದ ಸಂಕಟವಿಲ್ಲದೇ ನೆಮ್ಮದಿಯಿಂದ ಪಾಠಗಳ ಕಡೆ ಗಮನವಹಿಸುತ್ತಿದ್ದೆ. ಶಿಕ್ಷಕರು ಏನಾದರೂ ಹಾಸ್ಯ ಮಾಡಲು, ಎಲ್ಲರಿಗಿಂತ ಜೋರಾಗಿ ನಗುತ್ತಿದ್ದೆ. ಇತರ ವಿದ್ಯಾರ್ಥಿಗಳು ನನ್ನಡೆ ವಿಚಿತ್ರವಾಗಿ ನೋಡಿದರೂ ನಾನು ತಲೆ ಕೆಡಿಸಿಕೊಳ್ಳಲಿಲ್ಲ.

ಶಿಕ್ಷಕರು, "ಓಹ್... ಹೋದ ವಾರ ಹೇಗೆ ಸುಮ್ಮನಿದ್ದ. ಈಗ ನೋಡಿ ಹೇಗಾಡುತ್ತಿದ್ದಾನೆ. ಏನಾಗಿದೆ ಇವನಿಗೆ?" ಎನ್ನುತ್ತಿದ್ದರು.

ಮೂರು ವಾರಗಳು ಮುಗಿಯಲು, ತಂಬಾಕಿನ ಬೆಳೆಯು ಬಿಸಿಲಿನಲ್ಲಿ ಚೆನ್ನಾಗಿ ಒಣಗಿತ್ತು. ಈಗ ಅದು ಚಾಕೊಲೇಟಿನ ಕಂದು ಬಣ್ಣಕ್ಕೆ ತಿರುಗಿತ್ತು. ಹಾಗೆ ಆಗುತ್ತಿದ್ದಂತೆಯೇ ಸಾಲಗಾರರು ನಮ್ಮ ಮನೆಯ ಬಾಗಿಲಿಗೆ ಬಂದು ನಿಂತರು.

"ನನ್ನ ಪಾಲಿನ ಐವತ್ತು ಕೆ.ಜಿ. ಪಡೆಯಲು ಬಂದಿದ್ದೇನೆ."

"ನಮ್ಮ ಮುಂಚಿನ ಒಪ್ಪಂದದಂತೆ ನೀವು ನನಗೆ ಇಪ್ಪತ್ತು ಕೆ.ಜಿ. ಕೊಡಬೇಕು."

ಹೀಗೆ ಒಬ್ಬೊಬ್ಬರಾಗಿ ಎಲ್ಲರೂ ತಮ್ಮ ಪಾಲನ್ನು ಪಡೆದು ಹೋಗಲು, ನಮ್ಮ ಬಳಿ ಅರವತ್ತೈದು ಕೆ.ಜಿ. ತಂಬಾಕು ಉಳಿಯಿತು. ಅದನ್ನು ನನ್ನ ತಂದೆ ಲಿಲೋಂಗ್ವೆಯಲ್ಲಿ ಇದ್ದ ಹರಾಜು ಕೇಂದ್ರಕ್ಕೆ ಒಯ್ದರು. ಅಲ್ಲಿ ಕೆ.ಜಿ.ಯೊಂದಕ್ಕೆ ಎಂಬತ್ತು ಅಮೇರಿಕೆಯ ಸೆಂಟಿನಷ್ಟು ಬೆಲೆಗೆ ಮಾರಿದರು. ಐವತ್ತು ಕೆ.ಜಿ. ತಂಬಾಕು ಮಾತ್ರವೇ ಮಾರಲು ಯೋಗ್ಯವಿತ್ತು. ಕೊನೆಗೆ ನನ್ನ ತಂದೆಯ ಕೈ ಸೇರಿದ್ದು ಎರಡು ಸಾವಿರ ಕ್ವಾಚಾ. ವಿಪರ್ಯಾಸವೆಂದರೆ ಇದೇ ಮೊತ್ತವನ್ನು ನನ್ನ ಶಾಲೆಗೂ ಪಾವತಿಸಬೇಕಿತ್ತು. ಹಾಗಿದ್ದ ಪಕ್ಷದಲ್ಲಿ ಮನೆಯ ಖರ್ಚಾದ ಸೋಪು, ಅಡುಗೆ ಎಣ್ಣೆ, ಉಪ್ಪು, ಔಷಧಿ... ಯಾವುದಕ್ಕೂ ನಮ್ಮ ಬಳಿ ಹಣವಿರುವುದಿಲ್ಲ. ಮತ್ತೊಮ್ಮೆ ದಿವಾಳಿಯಾಗುವ ಪರಿಸ್ಥಿತಿಯು ಎದುರಾಗಿತ್ತು.

ಇತ್ತ ನನ್ನ ತಂದೆ ಟೆಂಬೋ ಸರ್ ಬಳಿ ಮತ್ತೊಮ್ಮೆ ಸಂಧಾನವನ್ನು ಮಾಡುತ್ತಿದ್ದರು. ಆದರೆ ಈ ಬಾರಿ ಫಿರಿ ಸರ್ ಇದಕ್ಕೆ ಅವಕಾಶ ಕೊಡಲಿಲ್ಲ. ಶಾಲೆಯ ತಪಾಸಣೆಗೆ ಅಧಿಕಾರಿಗಳು ಬಂದರೆ, ಶಿಕ್ಷಕರು ಕೆಲಸವನ್ನು ಕಳೆದುಕೊಳ್ಳುವ ಪರಿಸ್ಥಿತಿಯು ಬರಬಹುದು ಎನ್ನುವುದು ಫಿರಿ ಸರ್ ವಾದವಾಗಿತ್ತು.

ನಾನು ಮನೆಯ ಅಂಗಳದಲ್ಲಿ ಕಾಯುತ್ತಾ ಕುಳಿತಿದ್ದೆ. ನಿಸ್ತೇಜ ಮುಖ, ನೋವನ್ನು ಸೂಸುತ್ತಿದ್ದ ಕಣ್ಣುಗಳು, ಯಾವುದೋ ದೆವ್ವದೊಡನೆ ಕಾದಾಡಿದಂತೆ ಕಾಣುತ್ತಿದ್ದ ಮುಖದ ನನ್ನ ತಂದೆ ಕೆಟ್ಟ ಸುದ್ದಿಯನ್ನು ಹೊತ್ತು ತಂದರು.

"ನಾನು ಸಾಧ್ಯವಾದಷ್ಟೂ ಪ್ರಯತ್ನಿಸಿದೆ. ಆದರೆ ಈ ಬಾರಿ ಬರಗಾಲವು ಎಲ್ಲವನ್ನೂ ಕಸಿಯಿತು" ಅಪ್ಪಾಜಿ ಬೇಸರದಿಂದ ನುಡಿದರು.

ನನ್ನತ್ತ ಮುಖ ಮಾಡಿ ಮೊಣಕಾಲೂರಿ ಹೇಳಿದರು, "ಮಗು, ದಯವಿಟ್ಟು ನನ್ನನ್ನು ಅರ್ಥ ಮಾಡಿಕೋ. ಪೆಪಾನಿ, ಕ್ವಾಂಬಿರಿ (ನನ್ನನ್ನು ಕ್ಷಮಿಸಿಬಿಡು). ನಿನ್ನ ತಂದೆ ಪ್ರಯತ್ನಿಸಿದ್ದಾನೆ."

ನನಗೆ ಅವರನ್ನು ಎದುರಿಸಲು ಆಗಲಿಲ್ಲ. "ಚಾಂಬ್ಜಿನೋ (ಆಗಲಿ), ನನಗೆ ಅರ್ಥ ವಾಗುತ್ತದೆ ಅಪ್ಪ" ಉತ್ತರಿಸಿದೆ.

ನನ್ನ ಅಕ್ಕ ಆನೀಯಂತೆ ಹೆಣ್ಣು ಮಕ್ಕಳಾಗಿದ್ದರೆ ಅವರು ಊಟ, ಬಟ್ಟೆ, ಸಾಧ್ಯವಾದರೆ ವಿದ್ಯಾಭ್ಯಾಸದ ಜವಾಬ್ದಾರಿಯನ್ನು ಹೊರುವ ಹುಡುಗನನ್ನು ಮದುವೆಯಾಗುತ್ತಾರೆ, ಎನ್ನುವ ಸಮಾಧಾನವಿರುತ್ತಿತ್ತು. ಆದರೆ ನನ್ನ ವಿಷಯದಲ್ಲಿ ವಿದ್ಯಾಭ್ಯಾಸವು ನನ್ನ ಹೆತ್ತವರ ಪಾಲಿಗೆ ಸರ್ವಸ್ವವೂ ಆಗಿತ್ತು.

ಅಂದು ರಾತ್ರಿ ನನ್ನ ತಂದೆ, ನನ್ನ ತಾಯಿಗೆ ಹೇಳುತ್ತಿರುವುದು ಕೇಳಿಸಿತು "ನನ್ನ ಒಬ್ಬನೇ ಮಗನ ವಿಷಯದಲ್ಲಿ ನಾನು ವಿಫಲನಾದೆ. ನಮ್ಮ ಕುಟುಂಬದ ಪಾಲಿಗೇ ಇದು ದೊಡ್ಡ ಸೋಲು."

ನಾನು ನನ್ನ ತಂದೆಯನ್ನಾಗಲೀ, ಬಂದೊದಗಿದ್ದ ಕ್ಷಾಮವನ್ನಾಗಲೀ ಅಥವಾ ನಮ್ಮ ಪರಿಸ್ಥಿತಿಯನ್ನಾಗಲೀ, ದೂಷಿಸುವ ಹಾಗಿರಲಿಲ್ಲ. ಮುಂದಿನ ಒಂದು ವಾರ ನನ್ನ ತಂದೆಯ ಕಣ್ಣಲ್ಲಿ ಕಣ್ಣಿಟ್ಟು ಮಾತನಾಡಲು ಸಾಧ್ಯವಾಗಲಿಲ್ಲ. ಹಾಗೆ ಮಾಡಿದಾಗ ನನ್ನ ಭವಿಷ್ಯವೇ ಎದುರು ಬಂದಂತಾಗುತ್ತಿತ್ತು. ನನ್ನ ಜೀವನದ ಅತಿ ದೊಡ್ಡ ಹೆದರಿಕೆ ನಿಜವಾಗುತ್ತಿತ್ತು. ನನ್ನ ಗತಿಯೂ ಅಪ್ಪನಂತೆ, ಮಾಲಾವಿಯ ಇತರ ಬಡ ರೈತರಂತೆ ಎಂದು ಖಾತ್ರಿಯಾಗತೊಡಗಿತ್ತು. ಕೃಶವಾಗಿ, ಕೊಳಕಾಗಿ, ಪ್ರಾಣಿಗಳ ಚರ್ಮದಂತೆ/ತೊಗಲಿನಂತೆ ಕೈಗಳು, ಎಂದೂ ಚಪ್ಪಲಿ/ಶೂ ಕಾಣದಿದ್ದ ಪಾದಗಳು... ನನ್ನ ತಂದೆಯನ್ನು ಅಪಾರವಾಗಿ ಪ್ರೀತಿಸುತ್ತಿದ್ದೆ ಮತ್ತು ಗೌರವಿಸುತ್ತಿದ್ದೆ. ಆದರೆ ಅವರಂತೆ ನನ್ನ ಭವಿಷ್ಯವಾಗುವುದು ನನಗೆ ಬೇಕಿರಲಿಲ್ಲ. ಒಂದು ವೇಳೆ ಹಾಗಾದ ಪಕ್ಷದಲ್ಲಿ ಮಳೆ, ಗೊಬ್ಬರದ ಬೆಲೆ, ಬೀಜಗಳ ಪೂರೈಕೆಯನ್ನು ನಂಬಿಕೊಂಡು ಜೀವನವನ್ನು ಸಾಗಿಸಬೇಕಿತ್ತು.

ಮಾಲಾವಿಯ ರೈತರ ಹಣೆಬರಹ ದೇವರು ಮತ್ತು ನಮ್ಮ ಸಂವಿಧಾನವು ಬರೆದಂತೆ – ಜೋಳವನ್ನು ಬೆಳೆಯುತ್ತಿದ್ದೆ; ಅದೃಷ್ಟವಿದ್ದರೆ, ತಂಬಾಕನ್ನೂ ಬೆಳೆಯುತ್ತಿದ್ದೆ; ಫಸಲು ಚೆನ್ನಾಗಿ ಬಂದಲ್ಲಿ ಹೆಚ್ಚುವರಿ ಬೆಳೆಯನ್ನು ಮಾರುತ್ತಿದ್ದೆ; ಆ ಹಣದಲ್ಲಿ ಒಂದಿಷ್ಟು ಔಷಧಿಯೋ, ಕಾಲಿಗೆ ಚಪ್ಪಲಿ ಅಥವಾ ಶೂ ಕೊಳ್ಳಲು ಆಗುತ್ತಿತ್ತು; ಇಲ್ಲದಿದ್ದರೆ, ಬರುತ್ತಿದ್ದ ಹಣ ಮತ್ತು ಫಸಲಿನಲ್ಲಿ ದಿನ ನಿತ್ಯದ ಜೀವನ ನಡೆಸಬಹುದಿತ್ತಷ್ಟೇ.

ವಿಧಿ ಆಗಲೇ ನನ್ನ ಸೋಲು ಮತ್ತು ವೈಫಲ್ಯವನ್ನು ನಿರ್ಧರಿಸಿತ್ತು. ಭವಿಷ್ಯವನ್ನು ಕುರಿತು ಯೋಚಿಸಿದಾಗ, ಭಯದಿಂದ ತತ್ತರಿಸಿದೆ. ಖಾಯಿಲೆ ಬಿದ್ದರೆ ಸಾಕು ಎನ್ನುವಂತಿತ್ತು. ಆದರೆ ನಾನೇನೂ ಮಾಡುವಂತೆ ಇರಲಿಲ್ಲ. ಬಂದ ಪರಿಸ್ಥಿತಿಯನ್ನು ಒಪ್ಪಿಕೊಳ್ಳಲೇಬೇಕಿತ್ತು.

ನನಗೆ ಅಳಲು, ದುಃಖ ಪಡುತ್ತಾ ಕೂರಲು ಸಮಯವಿರಲಿಲ್ಲ. ಈಗ ಜೋಳವು ಕಟಾವಿಗೆ ಸಿದ್ಧವಾಗಿತ್ತು. ನನ್ನ ತಂದೆಗೆ ಹೊಲದಲ್ಲಿ ನಮ್ಮೆಲ್ಲರ ಸಹಾಯವು ಬೇಕಿತ್ತು. ಭಾರವಾದ ಮನಸ್ಸಿನಿಂದಲೇ ಹೊಲದ ಕೆಲಸಗಳಲ್ಲಿ ತೊಡಗಿಸಿಕೊಂಡೆ. ಇನ್ನೆಂದೂ ನಾನು ಮರಳಿ ಶಾಲೆಗೆ ಹೋಗುವುದಿಲ್ಲವೆಂದೂ, ಇನ್ನು ನನಗೆ ಬೇಸಾಯವೇ ಗತಿಯೆಂದು ಪರಿಸ್ಥಿತಿಗೆ ಶರಣಾಗತನಾಗಿದ್ದೆ. ತೆನೆಗಳ ಮಧ್ಯದಲ್ಲಿ ನಡೆಯುತ್ತಿರಲು ಜೈಲಿನಲ್ಲಿ ಒಂದು ಕೋಣೆಯಲ್ಲಿ ಬಂಧಿಯಾದಂತೆ ಭಾಸವಾಗುತ್ತಿತ್ತು. ಆದರೂ ಕೊನೆಗೂ ಸುಗ್ಗಿಯು ಬಂದಿತ್ತು. ಜೋಳವು ಕಟಾವಿಗೆ ಸಿದ್ಧವಾಗಿತ್ತು.

ಸುಗ್ಗಿಯು ಎಂದಿಗೂ ಮನಸ್ಸಿಗೆ ನವೋಲ್ಲಾಸವನ್ನು ತರುವ ಸಮಯವಾಗಿತ್ತು. ಸುಗ್ಗಿಯೆಂದರೆ ನೆನಪಿಗೆ ಬರುವುದು, ಬೆಳಗಿನ ಜಾವ ನಾಲ್ಕು ಗಂಟೆಗೇ ಎದ್ದು ಹೊಲಕ್ಕೆ ಹೋಗುವುದು, ಅಲ್ಲಿ ಹೈನಾ ಕೂಗುವುದನ್ನು ಕೇಳುವುದು, ದಿನವಿಡೀ ಬಿಸಿಲಿನಲ್ಲಿ ಪಾತಿಗಳನ್ನು ಮಾಡುತ್ತಾ, ಸಸಿಗಳನ್ನು ನೆಡುತ್ತಾ, ಕಷ್ಟಪಟ್ಟು ದುಡಿಯುವುದು. ಆ ಮಾಸವೆಲ್ಲಾ ನಮ್ಮ ದುಡಿಮೆ ತೃಪ್ತಿಯನ್ನು ತಂದಿತ್ತು. ರಾತ್ರಿಯ ಹೊತ್ತು ಸಿಂಹದಂತೆ ಹೊಟ್ಟೆ ಬಿರಿಯ ತಿಂದು–ತೇಗಿ, ಗಡದ್ದಾಗಿ ನಿದ್ದೆ ಮಾಡುವ ಹೊತ್ತಿಗೆ ದಿನವೇ ಮುಗಿಯುತ್ತಿತ್ತು.

ಎರಡು ವರ್ಷಗಳ ಯಾತನೆ ಮತ್ತು ತುಮುಲಗಳ ಬಳಿಕ, ಉತ್ಕೃಷ್ಟ ಮಟ್ಟದ ಜೋಳದ ಫಸಲು ನಮ್ಮದಾಗಿತ್ತು. ಎರಡು ವಾರಗಳು ಎಡೆಬಿಡದೇ ಕೆಲಸವು ಮುಂದುವರೆಯಿತು. ಒಬ್ಬರು ಮುಂದೆ ಸಾಗುತ್ತಾ ಉದ್ದನೆಯ ತೆನೆಗಳನ್ನು ಕತ್ತರಿಸುತ್ತಿದ್ದರು. ಹಿಂದಿನಿಂದ ಇನ್ನೊಬ್ಬರು ಐದರಿಂದ–ಹತ್ತು ತೆನೆಗಳನ್ನು ಸೇರಿಸಿ ಕಟ್ಟಿಡುತ್ತಿದ್ದರು. ಹೀಗೆ ಅನೇಕ ಚಿಕ್ಕ ಕಟ್ಟುಗಳನ್ನು ಸೇರಿಸಿ ಒಂದು ದೊಡ್ಡ ರಾಶಿಯನ್ನಾಗಿ ಮಾಡಲಾಗುತ್ತಿತ್ತು. ಇದನ್ನು ಮಕುಕ್ವೆ (Mkukwe) ಎಂದು ಕರೆಯುತ್ತಿದ್ದರು. ಗೆದ್ದಲುಗಳಿಂದ ಜೋಳದ ದಿಂಡನ್ನು ರಕ್ಷಿಸಲು ಹೀಗೆ ಮಾಡಲಾಗುತ್ತಿತ್ತು.

ಆ ತಿಂಗಳ ಕೊನೆಯ ಹೊತ್ತಿಗೆ ನಮ್ಮಲ್ಲಿ ನಾಲ್ಕು ದೊಡ್ಡ ಮಕುಕ್ವೆ ರಾಶಿಗಳ ಸಂಗ್ರಹವಾಗಿತ್ತು. ನನ್ನ ತಂದೆ ಮತ್ತು ನಾನು ಒಟ್ಟಿಗೆ ಅದನ್ನು ನೋಡುತ್ತಾ ನಿಂತು ಆನಂದಿಸುತ್ತಿದ್ದೆವು.

"ನಂಬಲಿಕ್ಕೇ ಆಗುವುದಿಲ್ಲ" ನಾನು ಉದ್ಗರಿಸಿದೆ.

"ಹೌದು. ಎಷ್ಟೋ ದಿನಗಳು ಡೋವ್ ತಿನ್ನದೇ ಉಪವಾಸವಿದ್ದೂ ನಮಗಿದು ಸಿಕ್ಕಿದೆ. ದೇವರ ಆಶೀರ್ವಾದವೇನೋ ಎನಿಸುತ್ತದೆ."

"ಎಂತಹ ಒಳ್ಳೆಯ ಸುಗ್ಗಿ!"

ಎಲ್ಲ ರಾಶಿಯನ್ನೂ ಎತ್ತಿನ ಗಾಡಿಯಲ್ಲಿ ತಂದು ಮನೆಗೆ ಹಾಕಿದೆವು. ಮುಂದಿನ ಅನೇಕ ವಾರಗಳು, ಮನೆಯ ಅಂಗಳದಲ್ಲಿಯೇ ಕುಳಿತು ಜೋಳದ ದಿಂಡಿನಿಂದ ಕಾಳುಗಳನ್ನು ಬಿಡಿಸಿ, ಚೀಲದಲ್ಲಿ ಸಂಗ್ರಹಿಸುವುದರಲ್ಲಿ ಕಳೆದವು. ಆಗೆಲ್ಲಾ ರೇಡಿಯೊ ಕೇಳುತ್ತಾ ಹವಾಮಾನದ ಬಗ್ಗೆ ಮಾತನಾಡುತ್ತಿರಲು, ಜೀವನವು ಮೊದಲಿನಂತೆ ಆಗುತ್ತಿದೆ ಎನ್ನುವ ನಂಬಿಕೆಯು ಬರತೊಡಗಿತು.

ನಮ್ಮ ಉಗ್ರಾಣವೆಲ್ಲಾ ದವಸ-ಧಾನ್ಯಗಳ ಚೀಲಗಳಿಂದ ತುಂಬಿ ತುಳುಕುತ್ತಿತ್ತು. ಈಗ ಪುನಃ ನಮ್ಮ ಎಂದಿನ ಊಟವನ್ನು ಮಾಡುತ್ತಿದ್ದೆವು. ಜೊತೆಗೆ ಕಳೆದು ಹೋಗಿದ್ದ ನಮ್ಮ ದೇಹದ ತೂಕವೂ ಏರತೊಡಗಿತು.

"ಅಯ್ಯೋ ಏನ್ರೀ, ನೀವು ಇಷ್ಟು ಬಡಕಲಾಗಿದ್ದೀರಾ?" ಅಮ್ಮ, ಅಪ್ಪನನ್ನು ರೇಗಿಸುತ್ತಿದ್ದರು.

"ಮತ್ತೆ ನೀವು, ಮೊದಲಿನಂತೆ ಕಾಣುತ್ತಿದ್ದೀರಾ? ನನಗೆ ಹೊಲದಲ್ಲಿ ಎಲ್ಲಿ ಗಾಳಿಯು ವಿಲಿಯಂನನ್ನು ಹಾರಿಸಿಕೊಂಡು ಹೋಗುವುದೋ ಎಂದು ಚಿಂತೆಯಾಗಿತ್ತು" ಅಪ್ಪನೂ ಪ್ರತಿಯಾಗಿ ತಮಾಷೆ ಮಾಡುತ್ತಿದ್ದರು.

ಈ ಹೊತ್ತಿನಲ್ಲಿ ಹಳೆಯದನ್ನು ನೆನಪಿಸಿಕೊಂಡು ನಗುತ್ತಿದ್ದೆವು. ಆದರೆ ಸುಖದ ಸಮಯದಲ್ಲಿಯೇ ನಮಗೆ ಕಷ್ಟದ ಯಾತನೆಯ ಅರಿವಾಗುವುದು.

ಕೊನೆಗೂ ಸುಗ್ಗಿಯ ಸಂಭ್ರಮ ಮುಗಿಯಿತು. ಇತ್ತ ನಾನು ಗಾಳಿಯಂತ್ರಕ್ಕೆ ಬೇಕಿದ್ದ ಸಲಕರಣೆಗಳ ಹುಡುಕಾಟದಲ್ಲಿ ನಿರತನಾದೆ. ಹಳೆಯ ವಾಹನಗಳು, ಯಂತ್ರಗಳನ್ನು ಬಿಸಾಡಿದ್ದ ಗುಜರಿ ತಾಣದಲ್ಲಿ ಒಂದನ್ನು ಹುಡುಕಲು ಹೋದರೆ ಇನ್ನೇನೋ ಸಿಗುತ್ತಿತ್ತು. ಓಹ್! ಇದೇನಿದು? ಎನ್ನುತ್ತಾ ಮುಂದೆ ಉಪಯೋಗಕ್ಕೆ ಬರಬಹುದು ಎಂದು ತೆಗೆದಿಟ್ಟುಕೊಳ್ಳುತ್ತಿದ್ದೆ. ಹೀಗೆಯೇ ಒಂದು ದಿನ, ನಾಲ್ಕು ಚಕ್ರಗಳ ವಾಹನದ ಒಂದು ಭಾಗದಲ್ಲಿ ಯಂತ್ರದ ಕಪ್ಪನೆಯ ಗ್ರೀಸ್ ಸಿಕ್ಕಿತು. ಬೇಕಾದೀತು ಎಂದುಕೊಂಡು ಪ್ಲಾಸ್ಟಿಕ್ ಚೀಲದಲ್ಲಿ ತುಂಬಿಕೊಂಡೆ.

ನಾನು ಒಂದು ರೀತಿಯಲ್ಲಿ ಅದೃಷ್ಟಶಾಲಿ. ಗಾಳಿಯಂತ್ರಕ್ಕೆ ಬೇಕಿದ್ದ ಒಂದು ಮುಖ್ಯ ಭಾಗವು ನಮ್ಮ ಮನೆಯಲ್ಲಿಯೇ ಇದ್ದಿತು. ನನ್ನ ತಂದೆಯ ಹಳೆಯ ಸೈಕಲ್ ಕೆಟ್ಟು ಮನೆಯಲ್ಲಿಯೇ ಕುಳಿತಿತ್ತು. ಅದನ್ನು ರಿಪೇರಿ ಮಾಡಲು ನಾನು ಆಸಕ್ತಿ ತೋರಿದಾಗಲೆಲ್ಲಾ, ನನ್ನ ತಂದೆ ಹಣವಿಲ್ಲ ಎಂದು ಸುಮ್ಮನಾಗಿಸುತ್ತಿದ್ದರು. ಅದಕ್ಕೆ ಮುಂದಿನ ಹ್ಯಾಂಡಲ್ ಬಾರ್‌ಗಳು ಇರಲಿಲ್ಲ. ಜೊತೆಗೆ ಒಂದೇ ಚಕ್ರವಿತ್ತು. ಅದರ ಹೊರ ರಚನೆಯೆಲ್ಲಾ ತುಕ್ಕು ಹಿಡಿದಿತ್ತು. ನನ್ನ ಪ್ರಯೋಗಕ್ಕೆ ಹೇಳಿ ಮಾಡಿಸಿದಂತಿತ್ತು.

ಒಂದು ದಿನ ನನ್ನ ತಂದೆಯನ್ನು ಈ ಸೈಕಲ್ ಬೇಕೆಂದು ಕೇಳಿಯೇ ಬಿಡುವ, ಎಂದು ನಿರ್ಧರಿಸಿದೆ. ಅವರಿಗೆ ಸೈಕಲ್ ಭಾಗಗಳನ್ನು ಹೇಗೆ ಬಳಸುತ್ತೇನೆ ಎಂದೆಲ್ಲಾ ವಿವರಿಸಿದೆ. ಸೈಕಲ್ ರಚನೆಯು (Frame), ಗಾಳಿಯಂತ್ರದ ಮುಖ್ಯಭಾಗವಾಗುತ್ತದೆ. ಇದು ಗಟ್ಟಿಮುಟ್ಟಾಗಿ ಇರುವುದರಿಂದ ಬಲವಾದ ಗಾಳಿಯನ್ನು ತಡೆಯಬಲ್ಲದು. ಗಾಳಿ ಮತ್ತು ಯಂತ್ರದ ಬ್ಲೇಡುಗಳು ಸೈಕಲ್ಲಿನ ಪೆಡಲ್‌ಗಳಂತೆ ಕಾರ್ಯ ನಿರ್ವಹಿಸುತ್ತವೆ. ಗಾಳಿಯು ಬೀಸಿದಾಗ ಬ್ಲೇಡುಗಳು ಸುತ್ತುತ್ತಾ Shaftನ್ನು ತಿರುಗಿಸುತ್ತದೆ. ಇದರಿಂದ ಸೈಕಲ್ ಚಕ್ರವೂ ಸುತ್ತುತ್ತಾ ಜೆನರೇಟರ್ ಕಾರ್ಯ ನಿರ್ವಹಿಸುವಂತೆ ಮಾಡುತ್ತದೆ.

"ಇದರಿಂದ ವಿದ್ಯುಚ್ಛಕ್ತಿ ಮತ್ತು ನೀರನ್ನು ಪಡೆಯಬಹುದು!" ನಗುತ್ತಾ ಹೇಳಿದೆ.

ನನ್ನ ತಂದೆ ಆಗುವುದಿಲ್ಲ ಎನ್ನುವಂತೆ ತಲೆಯಾಡಿಸಿದರು. "ಮಗನೇ, ದಯಮಾಡಿ ನನ್ನ ಸೈಕಲ್ಲನ್ನು ಹಾಳು ಮಾಡಬೇಡ. ಈಗಾಗಲೇ ಸುಮಾರು ರೇಡಿಯೊಗಳನ್ನು ನಾನು ಕಳೆದುಕೊಂಡಿರುವೆ. ಈ ಸೈಕಲ್ ಮುಂದೆ ಉಪಯೋಗಕ್ಕೆ ಬರಬಹುದು."

ಯಾವುದಕ್ಕೆ ಉಪಯೋಗ ಬರುತ್ತದೆ? ನಾನೆಂದುಕೊಂಡೆ. ಮನೆಯಲ್ಲಿಯೇ ವಿದ್ಯುಚ್ಛಕ್ತಿಯು ಇರುವಾಗ, ಏಳು ಕಿ.ಮೀ. ದೂರ ಹೋಗಿ ಸೀಮೆ ಎಣ್ಣೆಯನ್ನು ತರಲೇ? ಕೊನೆಗೂ ಒಂದು ಗಂಟೆಯ ಕಾಲ ಅಪ್ಪಾಜಿಯನ್ನು ಕಾಡಿ ಬೇಡಿದ ನಂತರ ಒಪ್ಪಿಕೊಂಡರು. ನಾನು ಮಾಡಿದ್ದ ಗಾಳಿಯಂತ್ರದ ಮಾದರಿಯಿಂದ ರೇಡಿಯೊ ಕೆಲಸ ಮಾಡಿರುವುದನ್ನೂ ಅವರಿಗೆ ವಿವರಿಸಬೇಕಾಯಿತು.

"ಅಪ್ಪ, ಯೋಚನೆ ಮಾಡು. ವಿದ್ಯುಚ್ಛಕ್ತಿಯಿದ್ದರೆ ನೀರು ತಾನಾಗಿಯೇ ಪಂಪ್ ಆಗುತ್ತದೆ. ಬಾವಿಯಿಂದ ಸೇದಬೇಕಿಲ್ಲ. ನಾವು ವರ್ಷದಲ್ಲಿ ಎರಡೆರಡು ಬಾರಿ ಬೆಳೆಯನ್ನು ಕೊಯ್ಲು ಮಾಡಬಹುದು..." ಎಂದೆಲ್ಲಾ ತಿಳಿಹೇಳಿದೆ. ಕೊನೆಗೂ ನನ್ನ ತಂದೆ ಒಂದು ಎಚ್ಚರಿಕೆಯೊಡನೆ ಒಪ್ಪಿಕೊಂಡರು.

"ನೀನು ಸರಿಯಾಗಿಯೇ ಹೇಳುತ್ತಿರಬಹುದು. ಆದರೆ ದಯವಿಟ್ಟು ನನ್ನ ಸೈಕಲ್ ಹಾಳು ಮಾಡಬೇಡ."

ಅತೀವ ಆನಂದದಿಂದ ಸೈಕಲ್ಲನ್ನು ನನ್ನ ಕೋಣೆಗೆ ಕೊಂಡೊಯ್ದು, ಗೋಡೆಗೆ ಒರಗಿಸಿಟ್ಟೆ. ಕೋಣೆಯ ಒಂದು ಬದಿಯಲ್ಲಿ ಗಾಳಿಯಂತ್ರಕ್ಕೆ ಬೇಕಿದ್ದ ಸಾಮಾನುಗಳನ್ನು ಅಚ್ಚುಕಟ್ಟಾಗಿ ಜೋಡಿಸಿ ಇಟ್ಟಿದ್ದೆ. ಇನ್ನೊಂದು ಬದಿಯಲ್ಲಿ ಹಳೆಯ ಯಂತ್ರಗಳ ಭಾಗಗಳು, ಲೋಹದ ಚೂರುಗಳು ರಾಶಿಯಾಗಿ ಬಿದ್ದಿದ್ದವು. ಒಂದು ರೀತಿಯಲ್ಲಿ ನನ್ನ ಕೋಣೆಯೇ ಒಂದು ತಿಪ್ಪೆಯಂತೆ ಕಾಣುತ್ತಿತ್ತು. ನನ್ನ ತಂಗಿಯರಿಗೆ ನನ್ನ ಕೋಣೆಯನ್ನು ಗುಡಿಸಿ, ಒರೆಸಿ, ಸ್ವಚ್ಛಗೊಳಿಸದಂತೆ ತಡೆದೆ. ನನ್ನ ಅಮೂಲ್ಯ ಸಂಗ್ರಹವನ್ನು ಅವರು ಕಸವೆಂದು ಬಿಸಾಡಬಹುದು ಎನ್ನುವ ಆತಂಕವಿತ್ತು.

"ಆದರೂ ನಾವು ನೆಲ ಒರೆಸಲೇ ಬೇಕು" ಆಯಿಶಾ ಪ್ರತಿಭಟಿಸಿದಳು.

"ಹೇ, ಅದೆಲ್ಲಾ ಸಾಧ್ಯವಿಲ್ಲ. ಈಗ ನೀವು ಯಾರೂ ಇಲ್ಲಿ ಬರುವ ಹಾಗಿಲ್ಲ. ಯಾವಾಗ ಬರಬಹುದು ಎಂದು ಹೇಳುತ್ತೀನಿ" ನಾನೂ ಜೋರು ಮಾಡಿದೆ.

ಸಾಮಾನುಗಳ ಹುಡುಕಾಟಕ್ಕೆ ಗುಜರಿ ತಾಣಕ್ಕೆ ಹೋಗದಿದ್ದಾಗ, ಗ್ರಂಥಾಲಯದಲ್ಲಿ ಸಮಯ ಕಳೆಯುತ್ತಿದ್ದೆ. ಇಲ್ಲವೇ ನನ್ನ ಕೋಣೆಯ ಜೋಲು ಮಂಚದಲ್ಲಿ ಮಲಗಿ ಓದುತ್ತಿರುತ್ತಿದ್ದೆ. ಇತ್ತ ಅಪ್ಪಾಜಿಗೆ, ನನ್ನ ಗಾಳಿಯಂತ್ರದ ಪ್ರಯೋಗವು ಸಂಪೂರ್ಣವಾಗಿ ಅರ್ಥವಾಗಿರಲಿಲ್ಲ. ಆದರೂ ನನ್ನನ್ನು ಶಾಲೆಗೆ ಕಳುಹಿಸದೇ ಇರುವುದು ಅವರಿಗೆ ಬಹಳ ಬೇಸರವನ್ನು ತಂದಿತ್ತು. ಈಗ ಅವರು ಬೇಸಾಯದ ಕೆಲಸಕ್ಕಾಗಿ ಮೊದಲಿನಂತೆ ನನ್ನನ್ನು ಒತ್ತಾಯಿಸುತ್ತಿರಲಿಲ್ಲ. ಇದರಿಂದ ನನ್ನ ಸಹೋದರಿಯರಿಗೆ ಅಸೂಯೆಯುಂಟಾಯಿತು.

"ಅಪ್ಪಾ, ಏಕೆ ವಿಲಿಯಂ ಮನೆಯಲ್ಲಿ ಇರಬೇಕು, ನಾವು ಮಾತ್ರ ಕೆಲಸವನ್ನು ಮಾಡಬೇಕು. ನಾವು ಏನು ಪಾಪ ಮಾಡಿದ್ದೇವೆ? ನಾವು ಹುಡುಗಿಯರು, ಅವನು ಹುಡುಗನೆಂದೇ? ನಾವು ಅವನ ಹಾಗೆ ಮನೆಯಲ್ಲಿಯೇ ಇರುತ್ತೇವೆ" ಡೋರಿಸ್ ನನ್ನ ತಂದೆಯನ್ನು ಪ್ರಶ್ನಿಸಿದಳು.

"ವಿಲಿಯಂ ಒಂದು ಪ್ರಯೋಗವನ್ನು ಮಾಡುತ್ತಿದ್ದಾನೆ. ಅವನು ಸಮಯವನ್ನು ವ್ಯರ್ಥ ಮಾಡಿದರೆ, ಮುಂದೆ ಎಲ್ಲರಿಗೂ ತಿಳಿಯುತ್ತದೆ. ನೀವು ನಿಮ್ಮ ಬಗ್ಗೆ ಯೋಚನೆ ಮಾಡಿ. ನಿಮ್ಮ ಕೆಲಸವನ್ನು ನೋಡಿಕೋ ಹೋಗಿ" ಎಂದು ಅವರನ್ನು ಅಟ್ಟಿದರು.

"ಸರಿ ಅಪ್ಪಾ" ಎನ್ನುತ್ತಾ ಅವರು ಮುನಿಸಿಕೊಂಡು, ಅಸಹನೆಯಿಂದ ಚದುರಿದರು.

ನನ್ನ ತಂದೆಯವರ ಬೆಂಬಲದಿಂದ ನಾನು ಗ್ರಂಥಾಲಯದಲ್ಲಿ ಹೆಚ್ಚು ಹೆಚ್ಚು ಸಮಯವನ್ನು ಕಳೆಯತೊಡಗಿದೆ. ಗಾಳಿಯಂತ್ರಕ್ಕೆ ಯೋಜನೆ ಸಿದ್ಧಪಡಿಸುತ್ತಾ, `Explaining Physics' ಪುಸ್ತಕದಲ್ಲಿ ಇದ್ದ ಅಧ್ಯಾಯಗಳನ್ನು ಮನದಟ್ಟು ಮಾಡಿಕೊಳ್ಳಲು ಯತ್ನಿಸಿದೆ. ವಿದ್ಯುಚ್ಛಕ್ತಿಯು ಹೇಗೆ ಚಲಿಸುತ್ತದೆ? ಅದನ್ನು ಹೇಗೆಲ್ಲಾ ಬಳಸಬಹುದು? ಮನೆಯಲ್ಲಿ ಮಾಡುವ ವೈರಿಂಗ್ ಕ್ರಮ, ಸಮಾನಾಂತರ (Parallel) ಸರ್ಕ್ಯೂಟ್ ಹಾಗೂ ಸರಣಿ (Series) ಸರ್ಕ್ಯೂಟ್, AC ಮತ್ತು DC ಬಗ್ಗೆ ಹೆಚ್ಚಿನ ವಿವರಗಳು... ಹೀಗೆ ಇವುಗಳನ್ನು ತಿಳಿಯಲು ಅದೇ ಮೂರು ಪುಸ್ತಕಗಳನ್ನು ಮತ್ತೆ ಮತ್ತೆ ಮಗುಚಿ ಹಾಕಿದೆ.

ಶ್ರೀಮತಿ ಸಿಕೇಲೋ ನನ್ನನ್ನು ನೋಡಿ "ಯಾವುದಾದರೂ ಪರೀಕ್ಷೆಗೆ ಓದುತ್ತಿದ್ದೀಯಾ? ಏನು ಮಾಡುತ್ತಿರುವೆ?" ಎಂದು ಕೇಳಿದರು.

"ಏನಿಲ್ಲ, ಏನೋ ಪ್ರಯೋಗಕ್ಕಾಗಿ ಈ ಸಿದ್ಧತೆ... ಮುಂದೆ ನಿಮಗೇ ತಿಳಿಯುತ್ತದೆ."

ಶಾಲೆಯನ್ನು ನನ್ನ ಮನಸ್ಸಿನಿಂದ ಹೊರ ಹಾಕಲು, ಹಳೆಯ ವಸ್ತುಗಳ ಗುಜರಿ ತಾಣವು ನನಗೆ ಉತ್ತಮ ಮಾರ್ಗವಾಯಿತು. ಯಾವುದೇ ಹೊಸ ವಸ್ತುವನ್ನು ನೋಡಲು, ಅದರ ಉಪಯೋಗವನ್ನು ಕಲಿಸಿಕೊಳ್ಳುತ್ತಿದ್ದೆ. ಪ್ರತಿದಿನವೂ ಏನಾದರೂ ಹೊಸದಾಗಿ ಕಲಿಯಲು ಇರುತ್ತಿತ್ತು. ಒಂದು ದಿನ ಹಳೆಯ ಕಂಪ್ರೆಸ್ಸರ್, ಮರುದಿನ ಇನ್ನೊಂದು... ಅವುಗಳನ್ನು ಬಿಚ್ಚಿ ನೋಡುವವರೆಗೂ ಸಮಾಧಾನವಿರುತ್ತಿರಲಿಲ್ಲ.

ಒಂದು ದಿನ ತಮಾಷೆಗಾಗಿ ನಾನು ದೊಡ್ಡ ಮೆಕ್ಯಾನಿಕ್ ಎನ್ನುವಂತೆ ನಟಿಸತೊಡಗಿದೆ. ಒಬ್ಬ ಗ್ರಾಹಕನಿಗೆ ಕೂಗಿ ಹೇಳುತ್ತಾ "ಹಾ... ಹಾ... ಹಾಗೇ... ಎಂಜಿನ್ ಶುರು ಮಾಡಿ. ಏನು ಶಬ್ದ ಆಗುತ್ತದೆ ನೋಡೋಣ. ವ್ಹೂ... ವ್ಹೂ... ಓಹ್... ತುಂಬಾ ಶಬ್ದವಾಗುತ್ತಿದೆ."

"ನೀವು ಯಂತ್ರಗಳನ್ನು ಪೂರ್ತಿ ಕಳಚಿ ರಿಪೇರಿ ಮಾಡಿಸಬೇಕಾಗುತ್ತದೆ. ಹೌದು... ತುಂಬಾ ದುಬಾರಿ ಎಂದು ಗೊತ್ತು. ಆದರೆ ಏನು ಮಾಡುವುದು... ಇದುವೇ ಜೀವನ!"

ನಿಧಾನವಾಗಿ ಕೆಲಸ ಮಾಡುತ್ತಿದ್ದ ಇತರ ಮೆಕ್ಯಾನಿಕ್‌ಗಳಿಗೆ ಜೋರು ಮಾಡುತ್ತಾ, "ಫಿರಿ, ಈವತ್ತು ನೀನು ಯಂತ್ರಗಳ ಎಣ್ಣೆ ಬದಲಿಸುತ್ತಾ ಇದೀಯಾ ತಾನೆ?"

"ಹೌದು ಖಂಡಿತ ಬಾಸ್."

ಮತ್ತೊಬ್ಬ ಗ್ರಾಹಕ ನನ್ನ ಕಡೆ ಬಂದು "ಎಲ್ಲಾ ಕಡೆ ಈ ಕಾರನ್ನು ತೋರಿಸಿದ್ದೇವೆ. ಆದರೂ ತುಂಬಾ ಶಬ್ದ ಮಾಡುತ್ತದೆ. ನೀವು ಏನು ಸಲಹೆ ಕೊಡ್ತೀರಾ?" ಎಂದನು.

"ಶುರು ಮಾಡಿ, ಹಂ... ಹಾಗೇ... ಹಾಗೇ... ನನಗೆ ಅನ್ನಿಸುತ್ತೆ, ಇಂಜೆಕ್ಟರ್ ಪಂಪ್ ಸರಿ ಇಲ್ಲಾ ಅಂತ."

"ಧನ್ಯವಾದ ಸರ್."

"ಪರವಾಗಿಲ್ಲ."

ಒಂದು ಟ್ರಾಕ್ಟರ್ ಮೇಲೆ ಹತ್ತಿ ಕುಳಿತು ಇದು ನನ್ನ ಹೊಲವನ್ನು ಉಳುವಂತಿದ್ದರೆ ಎಷ್ಟು ಚಂದ ಎಂದು ಕಲ್ಪಿಸಿಕೊಂಡೆ. ಸುಡುವ ಬಿಸಿಲಿನಲ್ಲಿ ಗುದ್ದಲಿ ಮತ್ತು ನೇಗಿಲನ್ನು ಹೊತ್ತು ಕೆಲಸ ಮಾಡುವ ಬದಲು, ಟ್ರಾಕ್ಟರ್ ಇದ್ದಿದ್ದರೆ ನನಗೆ ಬಹಳ ಉಪಯೋಗವಾಗುತ್ತಿತ್ತು. ಈ ಟ್ರಾಕ್ಟರ್ ಒಂದು ವೇಳೆ ಚಲಿಸುವಂತಿದ್ದರೆ ಗೋದಾಮಿನಲ್ಲಿ ಇದ್ದ ಎಲ್ಲ ಸಾಮಾನುಗಳನ್ನೂ ಮನೆಗೆ ಒಯ್ಯುತ್ತಿದ್ದೇನೋ!

ನನ್ನನ್ನು ನಾನು ಎಷ್ಟೇ ಮನರಂಜಿಸಿಕೊಂಡು ಉಲ್ಲಾಸದಿಂದ ಇರಲು ಯತ್ನಿಸುತ್ತಿದ್ದರೂ, ಆ ಸಂತೋಷ ಬಹಳ ಕಾಲ ಉಳಿಯುತ್ತಿರಲಿಲ್ಲ. ಇತ್ತ ಗೋದಾಮಿನಲ್ಲಿ ನಾನು ಸಾಮಾನುಗಳಿಗಾಗಿ ಅಗೆಯುತ್ತಾ ಕೂರುವುದು, ಲೋಹಗಳನ್ನು ಕುಟ್ಟುವುದು, ನನ್ನಷ್ಟಕ್ಕೆ ನಾನು ಮಾತನಾಡಿಕೊಳ್ಳುವುದನ್ನು ಕಚೊಕೊಲೊ ಶಾಲೆಯ ಮಕ್ಕಳು ಗಮನಿಸುತ್ತಿದ್ದರು. ಕ್ರಮೇಣ ಅವರು ನನ್ನನ್ನು ಕುರಿತು ಆಡಿಕೊಳ್ಳತೊಡಗಿದರು. "ಹೇ... ಅಲ್ಲಿ ವಿಲಿಯಂನನ್ನು ನೋಡಿ. ಹೇಗೆ ಕಸದ ಮಧ್ಯೆ ಅಗೆಯುತ್ತಾ ಕುಳಿತಿದ್ದಾನೆ."

ಮೊದಮೊದಲು ನಾನು ಅವರಿಗೆ ನನ್ನ ಗಾಳಿಯಂತ್ರದ ಬಗ್ಗೆ ವಿವರಿಸಲು ಯತ್ನಿಸಿದೆ. ಆದರೆ ಅವರು, "ಅದೆಲ್ಲ ಉಪಯೋಗವಿಲ್ಲ. ಸುಮ್ಮನೆ ನಿನ್ನ ಸಮಯವನ್ನು ವ್ಯರ್ಥ ಮಾಡಿಕೊಳ್ಳುತ್ತಾ ಇದೀಯಾ" ಎಂದು ನನ್ನನ್ನು ಸುಮ್ಮನಾಗಿಸುತ್ತಿದ್ದರು. ನಂತರ ನಾನು ಅವರೇನೇ ಹೇಳಿದರೂ ಪ್ರತಿಕ್ರಿಯಿಸದೇ ಸುಮ್ಮನಿರುತ್ತಿದ್ದೆ.

ಒಮ್ಮೊಮ್ಮೆ ನಾನು ಸದ್ದಿಲ್ಲದೇ ಅವರ ಕಣ್ತಪ್ಪಿಸಿ ಕೆಲಸ ಮಾಡುತ್ತಿದ್ದರೆ, ಕಿಟಕಿಯಲ್ಲಿ ಕೆಲ ಹುಡುಗರು ಬಂದು, "ಏ ಅಲ್ಲಿ ನೋಡಿ, ಈ ಹುಚ್ಚ ತನ್ನ ಚಂಬಾ (Chamba) ಸೇದಿಕೊಂಡು ಹೋಗುತ್ತಿದ್ದಾನೆ" ಎಂದು ಕೂಗುತ್ತಿದ್ದರು. ಚಂಬಾ ಎಂದರೆ ಮಾರಿಯೋನ ಎನ್ನುವ ಮಾದಕ ದ್ರವ್ಯ ಎಂದರ್ಥ. ಆದರೆ ನನ್ನ ಕೆಲವು ಗೆಳೆಯರು ಮತ್ತು ಹಿತೈಷಿಗಳು ನನಗೆ ಒತ್ತಾಸೆಯಾಗಿದ್ದರು. ಅದರಲ್ಲೂ ಜೆಫ್ರಿ ಮತ್ತು ಗಿಲ್ಬರ್ಟ್. ಜೆಫ್ರಿಗೆ ನಮ್ಮ ಬಂಧು ಮುಸೈವೇಲ್ ಅವರ ಚಿಪುಂಬಾದಲ್ಲಿನ ಜೋಳದ ಗಿರಣಿಯಲ್ಲಿ ಕೆಲಸ ಮಾಡಲು ಆಹ್ವಾನವು ಬಂದಿತ್ತು. ಹೀಗಾಗಿ ಈಗ ಉಳಿದಿದ್ದು ಗಿಲ್ಬರ್ಟ್ ಒಬ್ಬನೇ. ಯಾರು ಏನೇ ಹೇಳಿದರೂ ನಾನು "ಸುಮ್ಮನೆ ಇಲ್ಲಿ ಆಟವಾಡುತ್ತಾ ಇದೀನಿ" ಎಂದು ನಕ್ಕು ಸುಮ್ಮನಾಗುತ್ತಿದ್ದೆ.

ಕೆಲ ಹುಡುಗರು ತಮ್ಮ ಹೆತ್ತವರಿಗೆ, ಗುಜರಿ ತಾಣದಲ್ಲಿ ಒಬ್ಬ ಹುಚ್ಚು ಹುಡುಗ ಆಟವಾಡುತ್ತಿದ್ದಾನೆ ಎಂದೆಲ್ಲಾ ಹೇಳಿದ್ದರು. ಈ ಸುದ್ದಿ ಮಾರುಕಟ್ಟೆಯಲ್ಲಿ ಹೇಗೋ ನನ್ನ ತಾಯಿಯ ಕಿವಿಗೆ ಬಿದ್ದಿತು. ಒಂದು ದಿನ ನಾನು ನನ್ನ ಸಾಮಾನುಗಳ ಜೊತೆಗೆ ಮನೆಗೆ ಹೋದಾಗ, ಇದು ಸರಿಯಲ್ಲ ಎಂಬಂತೆ ನನ್ನ ತಾಯಿ ತಲೆಯಾಡಿಸಿದರು. ನಂತರ ನನ್ನ ಕೋಣೆಗೆ ಬಂದವರೇ, "ವಿಲಿಯಂ ಏನಿದು. ಒಳ್ಳೆ ತಿಪ್ಪೆಯ ಗುಂಡಿಯ ಹಾಗಿದೆ. ನಿನ್ನ ಗೆಳೆಯರು ಯಾರೂ ಹೀಗಾಡುವುದಿಲ್ಲ. ನೀನು ಗಿಲ್ಬರ್ಟ್ ಮನೆಗೆ ಹೋಗುತ್ತಾ ಇರುತ್ತೀ. ಅವನ ಕೋಣೆಯೂ ಹೀಗೇ ಇರುತ್ತದಾ? ಇದು ಯಾರೋ ಹುಚ್ಚರ ಮನೆಯಂತಿದೆ. ಅವರೇ ಹೀಗೆಲ್ಲಾ ಬೇಡದಿರುವ ಕಸವನ್ನು ತುಂಬಿಕೊಳ್ಳುವುದು" ಎಂದೆಲ್ಲಾ ದಬಾಯಿಸಿದರು.

ನನ್ನ ತಾಯಿ ನಂತರ ನನ್ನ ತಂದೆಗೆ ಹೇಳುತ್ತಿರುವುದು ಕೇಳಿಸಿತು, "ಹೀಗೇ ಆದರೆ ಇವನಿಗೆ ಮದುವೆ ಆಗಲು ಹೆಣ್ಣು ಸಿಗುವುದಿಲ್ಲ. ಹೇಗೆ ಸಂಸಾರ ಮಾಡುತ್ತಾನೆ? ಹೇಗೆ ಹೆಂಡತಿ ಮಕ್ಕಳನ್ನು ಸಾಕುತ್ತಾನೆ?"

"ಅವನ ಪಾಡಿಗೆ ಅವನನ್ನು ಬಿಡು. ನೋಡೋಣ ಏನು ಮಾಡುತ್ತಾನೆ ಎಂದು" ಅಪ್ಪ ನನ್ನ ಬೆಂಬಲಕ್ಕೆ ನಿಂತರು.

ಎರಡು ವಾರಗಳು ಕಳೆಯಿತು. ನನಗೆ ಮತ್ತಷ್ಟು PVC ಕೊಳವೆ ಪೈಪಿನ ಅಗತ್ಯವು ಕಂಡು ಬಂದಿತು. ಒಂದು ದಿನ ಗಿಲ್ಬರ್ಟ್‌ನ ತಂದೆಗೆ ತಿಳಿಯದಂತೆ ಅವರ ಬಚ್ಚಲು ಮನೆಯ ಹಿಂದೆ ಅಗೆದು, ಪೈಪುಗಳನ್ನು ಹೊರ ತೆಗೆದೆವು. ಅದರ ಮೇಲೆ ಐದಾರು ಇಂಚುಗಳಷ್ಟು ಕೊಚ್ಚೆಯ ಕೊಳೆ ಕುಳಿತಿತ್ತು. ಅಹಸ್ಯವಾದ ವಾಸನೆಯನ್ನು ಹೇಗೋ ಸಹಿಸಿಕೊಂಡು ಅದನ್ನೆಲ್ಲ ಶುದ್ಧಗೊಳಿಸಿದೆ. ನಮ್ಮ ಅಡುಗೆ ಮನೆಯ ಹಿಂದೆ ಉರಿ ಹಾಕಿ, ಪೈಪುಗಳನ್ನು ಕಾಯಿಸುತ್ತಾ ಮೆದುಗೊಳಿಸಿದೆ. ನಂತರ ಅವನ್ನು ನಾಲ್ಕು ಅಡಿ ಎತ್ತರದ ಬ್ಲೇಡುಗಳನ್ನಾಗಿ ಮಾರ್ಪಡಿಸಿದೆ. ಬ್ಲೇಡುಗಳನ್ನು ಟ್ರಾಕ್ಟರ್ ಫ್ಯಾನಿನ ರೋಟರ್‌ಗೆ ಜೋಡಿಸಲು ನೋಡಿದೆ. ಆದರೆ ಅದಕ್ಕೆ ಸೂಕ್ತವಾದ ನಟ್ಟು ಮತ್ತು ಬೋಲ್ಟುಗಳು ದೊರೆಯಲಿಲ್ಲ. ಗುಜರಿ ತಾಣಕ್ಕೆ ಹೋಗಿ ಶೋಧಿಸಿದರೂ ಪ್ರಯೋಜನವಾಗಲಿಲ್ಲ.

ಕೊನೆಗೆ ಗಿಲ್ಬರ್ಟ್ ನನ್ನ ಸಹಾಯಕ್ಕಾಗಿ ಮುಂದೆ ಬಂದನು. ದೌದ್‌ನ ಹಾರ್ಡ್‌ವೇರ್ ಅಂಗಡಿಗೆ ಹೋಗಿ ಐವತ್ತು ಕ್ವಾಚಾ ಕೊಟ್ಟು, ದೊಡ್ಡ ಚೀಲದಷ್ಟು ನಟ್ಟು ಮತ್ತು ಬೋಲ್ಟುಗಳನ್ನು ಹೊತ್ತು ತಂದನು. ಅವನ ಈ ಸಹಾಯಕ್ಕೆ ನಾನು ಆಭಾರಿಯಾಗಿದ್ದೆ. ಇಷ್ಟಾಗಿಯೂ ಎಲ್ಲ ಭಾಗಗಳನ್ನು ಜೋಡಿಸಲು ನನಗೆ ಬೆಸುಗೆ ಹಾಕುವುದರ (Welder) ಅವಶ್ಯಕತೆಯಿತ್ತು.

ಒಮ್ಮೆಗೇ ನನಗೆ ಅದೃಷ್ಟವು ಒದಗಿ ಬಂದಿತು. ಒಮ್ಮೆ ವ್ಯಾಪಾರ ಕೇಂದ್ರದಲ್ಲಿ ಗೆಳೆಯರೊಡನೆ ಬಾವೋ ಆಡುತ್ತಿದ್ದೆ. ಆಗ ಕಸುಂಗುವಿನಿಂದ ವ್ಯಾಪಾರಿಯೊಬ್ಬನು ಅಲ್ಲಿಗ

ಬಂದನು. ಅವನಿಗೆ ಮರದ ತೊಲೆಗಳನ್ನು ಟ್ರಕ್ ಒಳಗೆ ಸಾಗಿಸಲು, ಕೆಲವು ಹುಡುಗರ ಸಹಾಯವು ಬೇಕಾಯಿತು.

"ನಾನು ಈ ಕೆಲಸಕ್ಕೆ ಇನ್ನೂರು ಕ್ವಾಚಾ ಕೊಡುತ್ತೇನೆ" ಎಂದು ಆ ವ್ಯಾಪಾರಿಯು ನಮಗೆ ಹೇಳಿದನು.

"ನಾನು ಮಾಡುತ್ತೇನೆ" ಎಂದು ಕೈಯೆತ್ತಿ ಕೂಗಿದೆ. ಅವನು ನನಗೆ ಟ್ರಕ್ ಹಿಂದೆ ಬರಲು ತಿಳಿಸಿದನು. ಅಲ್ಲಿ ಇನ್ನೂ ಹತ್ತು ಜನ ಹುಡುಗರಿದ್ದರು. ಅಂದು ಮಧ್ಯಾಹ್ನವೆಲ್ಲಾ ನಾನು ಟ್ರಕ್ ಒಳಗೆ ಮರದ ತೊಲೆಗಳನ್ನು ತುಂಬುವುದರಲ್ಲಿ ನಿರತನಾಗಿದ್ದೆ. ಬಿಸಿಲಿನಲ್ಲಿ ಬೆವರು ಸುರಿಯುತ್ತಿದ್ದರೂ ಕಷ್ಟಪಟ್ಟು ಕೆಲಸ ಮಾಡುತ್ತಿದ್ದುದು ಬಹಳ ಸಂತಸ ತಂದಿತ್ತು.

ಇನ್ನೂರು ಕ್ವಾಚಾ ಕೊಟ್ಟು, ಶಾಕ್ ಅಬ್ಸೊರ್ಬರ್ ಜೊತೆಗೆ ಸ್ಪ್ರೋಕೆಟ್ (Sprocket)ನ್ನು ಬೆಸುಗೆ ಹಾಕಿಸಿ ಸ್ಪ್ರೋಕೆಟ್ (Sprocket) ಸುತ್ತುವಂತೆ ಮಾಡಿದೆ. ಇದರ ಜೊತೆ ಟ್ರಾಕ್ಟರ್‌ನ ಫ್ಯಾನಿನ ಬ್ಲೇಡುಗಳಲ್ಲಿ ತೂತನ್ನು ಕೊರೆಯಬೇಕಿತ್ತು. ಏಕೆಂದರೆ ಅವುಗಳ ಜೊತೆಗೆ ಗಾಳಿಯಂತ್ರದ ಬ್ಲೇಡುಗಳನ್ನು ಜೋಡಿಸಬೇಕಿತ್ತು.

ಗಾಡ್ಸ್ಟನ್ ಅವರ ಬೆಸುಗೆಯ ಅಂಗಡಿಯು ವ್ಯಾಪಾರ ಕೇಂದ್ರದಲ್ಲಿ ಇಫೋಂಗಾ ಹೇರ್ ಸಲೂನ್ ಸಮೀಪವಿತ್ತು. ಈ ಕೆಲಸಕ್ಕೆ ಪಾವತಿಸಲು ನನ್ನ ಬಳಿ ಹಣವಿದ್ದರೂ, ನನ್ನ ಸಾಮಾನುಗಳನ್ನು ಹೊತ್ತು ಅಲ್ಲಿ ಹೋದಾಗ ಗಾಡ್ಸ್ಟನ್ ನಗಲಾರಂಭಿಸಿದನು.

"ನಿನ್ನ ಒಂದು ಚಕ್ರದ ಸೈಕಲ್ ಜೊತೆಗೆ ಈ ಮುರಿದು ಹೋಗಿರುವ ಶಾಕ್ ಅಬ್ಸೊರ್ಬರ್ ಬೆಸುಗೆ ಹಾಕಬೇಕಾ?" ಗಾಡ್ಸ್ಟನ್ ನನ್ನನ್ನು ಅಪಹಾಸ್ಯ ಮಾಡಿದನು. ಅಲ್ಲಿಯೇ ಅಂಜೂರದ ಮರದ ಕೆಳಗೆ ಕುಳಿತು ಬಾವೋ ಆಡುತ್ತಿದ್ದ ಹುಡುಗರು ಇದನ್ನು ಕೇಳಿಸಿಕೊಂಡರು.

"ಓಹ್... ಈ ಹುಚ್ಚನನ್ನು ನೋಡಿ. ಕಸದ ಜೊತೆಗೆ ಬಂದಿದ್ದಾನೆ. ನಿನ್ನ ಬಗ್ಗೆ ನಾವು ಬಹಳ ಕೇಳಿದ್ದೀವಿ."

"ಹೇ ಅವನು ಹುಚ್ಚನಲ್ಲ. ಅವನು ಗೊಂಬೆಗಳ ಜೊತೆಗೆ ಆಟವಾಡುವ ಸೋಮಾರಿ ಹುಡುಗನಷ್ಟೇ. ಅವನು ಮಿಸಾಲಾ (Misala)..."

ಮಿಸಾಲಾ (Misala) ಎಂದರೆ ತಿಕ್ಕಲು ಎಂದರ್ಥ. ನನಗೂ ಇಂತಹ ಮಾತುಗಳನ್ನು ಕೇಳಿ, ಕೇಳಿ ಸಾಕಾಗಿತ್ತು. ಅವರ ಮನಸ್ಸಿಗೆ ನಾಟುವಂತೆ ಮಾರುತ್ತರ ಕೊಟ್ಟೆ.

"ನೀವು ಹೇಳಿದ್ದು ಸರಿ. ನಾನು ಸೋಮಾರಿ, ಮಿಸಾಲಾ. ಆದರೆ ನನಗೆ ನಾನು ಏನು ಮಾಡುತ್ತಿದ್ದೇನೆ ಎನ್ನುವ ಅರಿವಿದೆ. ಒಂದು ದಿನ ನಿಮಗೇ ತಿಳಿಯುತ್ತದೆ. ನೀವೇ ನೋಡುವಿರಂತೆ."

ಆ ಹುಡುಗರು ನನ್ನ ಮಾತುಗಳನ್ನು ಲೆಕ್ಕಿಸದೇ ನಗತೊಡಗಿದರು. ನಂತರ ಗಾಡ್ಸ್ಟನ್ ಕಡೆಗೆ ತಿರುಗಿ, "ಸರ್, ನಿಮ್ಮ ಪ್ರಶ್ನೆಗೆ ಉತ್ತರಿಸಬೇಕೆಂದರೆ, ಆ ಶಾಕ್ ಅಬ್ಸೊರ್ಬರನ್ನು ಸೈಕಲ್ ಜೊತೆಗೆ ಬೆಸುಗೆ ಮಾಡಿ ಸೇರಿಸಿ. ಹಾಂ... ಮಧ್ಯದಲ್ಲಿ ಬರುವಂತೆ ಸರಿಯಾಗಿ ಮಾಡಿ" ಎಂದು ಹೇಳಿದೆ.

ನಂತರ ಸೈಕಲ್ಲನ್ನು ಮನೆಗೆ ಕೊಂಡೊಯ್ದು, ನನ್ನ ಕೋಣೆಯ ಗೋಡೆಗೆ ಒರಗಿಸಿ ನಿಲ್ಲಿಸಿದೆ. ಅದನ್ನು ನೋಡಿದಾಗ ಜನರೆಲ್ಲಾ ಏಕೆ ಇದು ಹುಚ್ಚನ ಸೃಷ್ಟಿ ಎನ್ನುತ್ತಿದ್ದರು ಎಂದು ಅರ್ಥವಾಯಿತು. ಶಾಕ್ ಅಬ್ಸೋರ್ಬರ್, ಸ್ಪ್ರೋಕೆಟ್ ಹೊರಗೆ ರೋಬೋಟ್‌ನ ತೋಳಿನಂತೆ ಚಾಚಿಕೊಂಡಿತ್ತು. ಬ್ಲೇಡುಗಳು ಎತ್ತರವಾಗಿ, ಸುಂದರವಾಗಿ ಕಾಣುತ್ತಿದ್ದವು. ಗ್ರೀಸ್ ಸವರಲ್ಪಟ್ಟ ಸರಪಳಿಯಿಂದ ಚೀಲಗಟ್ಟಲೆ ನಟ್ಟು ಮತ್ತು ಬೋಲ್ಟುಗಳು ಜೋತಾಡು ತ್ತಿದ್ದವು. ನನಗೆ ಇನ್ನು ಹೆಚ್ಚು ಸಮಯ ಕಾಯಲು ಸಾಧ್ಯವಿರಲಿಲ್ಲ. ಎಲ್ಲ ಭಾಗಗಳನ್ನು ಜೋಡಿಸುವ ಅದಮ್ಯ ಬಯಕೆಯುಂಟಾಯಿತು.

ನನ್ನ ಗಾಳಿಯಂತ್ರಕ್ಕೆ ಈಗ ಉತ್ತಮ ಸ್ವರೂಪ ಬಂದಿದ್ದರೂ, ಅದಕ್ಕೆ ಬೇಕಿದ್ದ ಮುಖ್ಯ ಭಾಗವೇ ಇರಲಿಲ್ಲ. ಎಲ್ಲವೂ ಇದ್ದರೂ ಜೆನರೇಟರ್ ಇರಲಿಲ್ಲ. ಎಲ್ಲಿಂದ, ಹೇಗೆ ಜೆನರೇಟರ್ ಹೊಂದಿಸುವುದೋ ನನಗೆ ಯಕ್ಷ ಪ್ರಶ್ನೆಯಾಗಿತ್ತು. ನನ್ನ ತಂದೆಯನ್ನು ಕೇಳಲು ಧೈರ್ಯವಿರಲಿಲ್ಲ. ದೌದ್‌ನ ಅಂಗಡಿಯಿಂದ ತರಬೇಕೆಂದರೆ ಅಷ್ಟು ಹಣವೂ ಇರಲಿಲ್ಲ.

ನಾನು ನನ್ನದೇ AC ಜೆನರೇಟರ್ ತಯಾರಿಸಲು ಯತ್ನಿಸಿದೆ. ಅದೂ ಸಹ ಫಲಕಾರಿ ಯಾಗಲಿಲ್ಲ. ಮುಂದಿನ ಅನೇಕ ವಾರಗಳ ಕಾಲ ನಾನು ಹಳೆಯ ಸಾಮಾನುಗಳ ಗುಜರಿ ತಾಣದಲ್ಲಿ ಹುಡುಕತೊಡಗಿದೆ. ಒಂದು ವೇಳೆ ಯಂತ್ರದ ಮೋಟಾರ್ ಆಗಲೀ, ಜೆನರೇಟರ್ ಆಗಲೀ ನನ್ನ ಕಣ್ಣಿಗೆ ಬೀಳದೇ ಹೋಗಿದ್ದರೆ... ಎನ್ನುವ ದೂರದ ಆಸೆಯಿತ್ತು. ಕೊನೆಯ ಪಕ್ಷ ಸೈಕಲ್ಲಿನ ಡೈನಮೊ ಸಿಗಬಹುದೇನೋ ಎಂದು ನೋಡಲು, ಅದೆಲ್ಲೂ ಕಂಡು ಬರಲಿಲ್ಲ.

ನನ್ನ ದುರಾದೃಷ್ಟವೆಂದರೆ, ವ್ಯಾಪಾರ ಕೇಂದ್ರದ ಕೆಲ ಹುಡುಗರಿಗೂ ಈ ವಿದ್ಯುತ್ ಮೋಟಾರುಗಳ ಮಹತ್ವವು ತಿಳಿದಿತ್ತು. ಆದರೆ ಅವರು ಮೋಟಾರಿನ ತಾಮ್ರದ ತಂತಿಯ ಕಾಯಿಲ್‌ನ್ನು ಕಳಚಿ, ತಮ್ಮ ಆಟದ ಟ್ರಕ್ಕಿನಲ್ಲಿ ಬಳಸುತ್ತಿದ್ದರು. ಒಂದು ದಿನ ಎಂದಿನಂತೆ ನಾನು ಗೋದಾಮಿಗೆ ಹೋಗಲು ಅಲ್ಲಿ ಕೆಲ ಹುಡುಗರು ಸಿಕ್ಕಿ ಬಿದ್ದರು. ನಾನು "ಯಾರಲ್ಲಿ" ಎಂದು ಕೂಗಲು ಅವರು ಹೆದರಿ ಓಡಿ ಹೋದರು.

ಪ್ರಾಯಶಃ ನಾನು ಹುಚ್ಚನೆಂದು ಭಾವಿಸಿದರೋ. ಚಂಬಾ ಸೇದುತ್ತಾ ಇದ್ದ ತಿಕ್ಕಲು ಮನುಷ್ಯನೆಂದು ತಿಳಿದರೇನೋ! ಅಥವಾ ತಮ್ಮ ಜೀವಕ್ಕೇ ಅಪಾಯವೇನೋ ಎಂದು ಓಡಿ ಹೋಗಿರಬಹುದು ಎನಿಸಿತು. ಅವರು ನಿಂತ ಬಳಿ ಹೋಗಿ ನೋಡಿದೆ. ಅಲ್ಲಿ ನನಗೆ ಬೇಕಿದ್ದ ಮೋಟಾರ್ ಕಾಣಿಸಿತು. ಆದರೆ ದಂತವನ್ನು ಕಿತ್ತು ಹಾಕಿದ ಆನೆಯಂತೆ, ಅದರ ವೈರ್‌ಗಳನ್ನೆಲ್ಲಾ ಕಳಚಲಾಗಿತ್ತು.

ನನಗೆ ಬೇಕಿದ್ದ ಜೆನರೇಟರ್ ಸಿಗದಿರಲು, ನನ್ನ ಗಾಳಿಯಂತ್ರವು ಕನಸಾಗಿಯೇ ಉಳಿಯಬಹುದು ಎನ್ನುವ ಭಯವು ಕಾಡತೊಡಗಿತು. ಡೈನಮೊ ಕಿತ್ತು ಹೋದ, ಅಥವಾ

ಬಲ್ಬಿಗೆ ಜೋಡಿಸದ ಡೈನಮೊ ಇರುವ ಸೈಕಲ್ ಕಂಡಾಗಲೆಲ್ಲಾ ನನಗೆ ಓಹ್ ದೇವರೆ, ಅನ್ಯಾಯವಾಗಿ ಡೈನಮೊ ವ್ಯರ್ಥ ಮಾಡಿಕೊಳ್ಳುತ್ತಿದ್ದಾರೆ. ನನಗಾದರೂ ಕೊಡಬಾರದೇ? ಇದರ ಉಪಯೋಗವನ್ನು ಅವರಿಗೆ ತಿಳಿಸುತ್ತೇನೆ ಎಂದು ಪೇಚಾಡಿಕೊಳ್ಳುತ್ತಿದ್ದೆ. ಇದೇ ಸಮಯದಲ್ಲಿ ಅನೇಕ ಡೈನಮೊಗಳು ನನ್ನ ಕಣ್ಣಿಗೆ ಬಿದ್ದವು. ಅವರನ್ನು ಕೇಳಬೇಕೆಂದರೆ, ನನಗೆ ಆ ಜನರ ಪರಿಚಯವಿರಲಿಲ್ಲ. ಜೊತೆಗೆ ನನಗೆ ಅಷ್ಟು ಧೈರ್ಯವೂ ಇರಲಿಲ್ಲ.

ಪ್ರತಿದಿನ ಮುಂಜಾನೆ ಎದ್ದಾಗ ನನ್ನ ಕೋಣೆಯ ಮೂಲೆಯಲ್ಲಿ ಇಟ್ಟಿದ್ದ ಲೋಹದ ವಸ್ತುಗಳು ಕಣ್ಣಿಗೆ ಬೀಳುತ್ತಿದ್ದವು. ಮರುಮಾತಿಲ್ಲದೇ ಎದ್ದು ನನ್ನ ತಂದೆಗೆ ಹೊಲದಲ್ಲಿ ಸಹಾಯ ಮಾಡಲು ಹೊರಡುತ್ತಿದ್ದೆ. ರಾತ್ರಿಯ ವೇಳೆ ನನ್ನ ಗಾಳಿಯಂತ್ರವನ್ನು ನೋಡುವುದು ಸುಲಭವಾಗಿತ್ತು. ಏಕೆಂದರೆ ಕತ್ತಲಲ್ಲಿ ಏನೂ ಕಾಣದೇ ಎಲ್ಲವೂ ಕಣ್ಮರೆಯಾಗುತ್ತಿತ್ತು.

ಒಂದು ತಿಂಗಳು ಕಳೆಯಿತು. ಒಂದು ಜುಲೈ ತಿಂಗಳ ಶುಕ್ರವಾರದ ದಿನ, ನಾನು ಮತ್ತು ಗಿಲ್ಬರ್ಟ್ ವ್ಯಾಪಾರ ಕೇಂದ್ರದಿಂದ ಮನೆಗೆ ನಡೆದು ಹೋಗುತ್ತಿದ್ದೆವು.

"ನಿನ್ನ ಗಾಳಿಯಂತ್ರದ ಕೆಲಸ ಹೇಗೆ ನಡೆಯುತ್ತಿದೆ?" ಗಿಲ್ಬರ್ಟ್ ವಿಚಾರಿಸಿಕೊಂಡನು.

"ಎಲ್ಲವೂ ಸಿದ್ಧವಿದೆ. ಆದರೆ ಜೆನರೇಟರ್ ಇಲ್ಲ. ಅದು ಸಿಕ್ಕರೆ ನಾಳೆಯೇ ಕೆಲಸ ಮುಗಿಯುತ್ತದೆ. ಪ್ರಾಯಶಃ ಈ ಕನಸು ಎಂದೂ ನನಸಾಗುವುದಿಲ್ಲ."

"ಓಹ್... ಕ್ಷಮಿಸು ಗೆಳೆಯ."

ಅವನು ಹಾಗೆ ಹೇಳುತ್ತಿರಲು, ನಮ್ಮ ಮುಂದೆ ಒಬ್ಬ ಹುಡುಗನು ತನ್ನ ಸೈಕಲ್ ತಳ್ಳಿಕೊಂಡು ಹೋಗುವುದು ಕಾಣಿಸಿತು. ನಮ್ಮದೇ ವಯಸ್ಸಿರಬಹುದು, ಹಿಂದೆಂದೂ ಅವನನ್ನು ನೋಡಿದಂತೆ ನನಗೆ ನೆನಪಿರಲಿಲ್ಲ. ಹಿಂದಿನ ಚಕ್ರದಲ್ಲಿದ್ದ ಡೈನಮೊ ಹೊಳೆಯಿತು. ನನ್ನ ಎಂದಿನ ನಾಚಿಕೆ ಸಂಕೋಚವನ್ನು ತೊರೆದು ಆ ಹುಡುಗನ ಬಳಿಗೆ ಹೋದೆ. ಅವನ ಸೈಕಲ್ ನೋಡಲು ಒಪ್ಪಿಗೆ ಪಡೆದು ಜೋರಾಗಿ ಪೆಡಲ್ ಮಾಡಿದೆ. ಆಗ ಮುಂದಿನ ದೀಪವು ಪಕ್ಕನೇ ಹತ್ತಿಕೊಂಡಿತು.

"ಇದು ಸರಿಯಾಗಿದೆ..."

ಗಿಲ್ಬರ್ಟ್ ಆ ಹುಡುಗನತ್ತ ತಿರುಗಿ "ಈ ಡೈನಮೊ ಕೊಳ್ಳಬೇಕು. ಎಷ್ಟಕ್ಕೆ ಮಾರು ತ್ತೀಯಾ?" ಎಂದು ಕೇಳಿದನು.

"ಬೇಡ... ಬೇಡ ಗಿಲ್ಬರ್ಟ್... ನನ್ನ ಬಳಿ..." ನಾನು ಅವನನ್ನು ತಡೆಯಲು ಯತ್ನಿಸಿದೆ.

"ಎಷ್ಟಕ್ಕೆ ಮಾರುತ್ತೀಯಾ?" ಗಿಲ್ಬರ್ಟ್ ಪುನಃ ಪ್ರಶ್ನಿಸಿದನು.

ಆ ಹುಡುಗ ಮೊದಲು ನಿರಾಕರಿಸಿದರೂ, ಕೊನೆಗೆ ಇನ್ನೂರು ಕ್ವಾಚಾ ಹಣಕ್ಕೆ ಡೈನಮೊ ಮತ್ತು ಬಲ್ಬ್ ಮಾರಲು ಒಪ್ಪಿದನು. ಹಣ ಯಾರಿಗೆ ತಾನೇ ಬೇಡ?

ಪ್ರಯಾಸದಿಂದ ಡೈನಮೊ ಮತ್ತು ಬಲ್ಬನ್ನು ಸೈಕಲ್ಲಿನಿಂದ ಬೇರ್ಪಡಿಸಿದೆವು.

"ನನ್ನ ತಂದೆ ಖರ್ಚಿಗೆ ಸ್ವಲ್ಪ ಹಣವನ್ನು ಕೊಟ್ಟಿದ್ದರು. ಇದನ್ನು ಕೊಂಡುಕೊಳ್ಳೋಣ. ಮೊದಲು ಗಾಳಿಯಂತ್ರದ ಕೆಲಸವನ್ನು ಮುಗಿಸೋಣ" ಗಿಲ್ಬರ್ಟ್ ಸಮರ್ಥಿಸಿಕೊಂಡನು.

ಗಿಲ್ಬರ್ಟ್‌ನ ತಂದೆ ಕ್ಷಾಮದ ಸಮಯದಲ್ಲಿ, ತಮ್ಮ ಮನೆಯ ಸಂಗ್ರಹದಲ್ಲಿದ್ದ ಆಹಾರವನ್ನೆಲ್ಲಾ ದಾನ ಮಾಡಿದ್ದರು. ಅನಾರೋಗ್ಯದ ನಿಮಿತ್ತ ಅವರು ಸರಿಯಾಗಿ ಬೇಸಾಯವನ್ನೂ ಮಾಡಿರಲಿಲ್ಲ. ಹೀಗಾಗಿ ಅವರ ಬಳಿ ಬಹಳ ಹಣವಿಲ್ಲವೆಂದು ನನಗೆ ಚೆನ್ನಾಗಿ ತಿಳಿದಿತ್ತು. ಹಾಗಿದ್ದರೂ ಗಿಲ್ಬರ್ಟ್ ನನಗಾಗಿ ಈ ಹಿಂದೆ ನಟ್ಟು ಮತ್ತು ಬೋಲ್ಟ್‌ಗಳನ್ನು ಕೊಂಡು ತಂದಿದ್ದನು. ಈಗ ಡೈನಮೊ.. ಗಿಲ್ಬರ್ಟ್ ತನ್ನ ಜೇಬಿನಿಂದ ಎರಡು ನೂರು ಕ್ವಾಚಾ ನೋಟನ್ನು ಹೊರತೆಗೆದು ಆ ಹುಡುಗನಿಗೆ ಕೊಡಲು, ಡೈನಮೊ ನನ್ನ ಕೈಗಳಲ್ಲಿ ಬಂದು ಕುಳಿತಿತ್ತು!

"ಗಿಲ್ಬರ್ಟ್ ಝಿಕೋಮೋ ಕ್ವಾಂಬಿರಿ(Zikomo Kvambiri) – ಗಿಲ್ಬರ್ಟ್, ನಿನಗೆ ಅನಂತ ಧನ್ಯವಾದಗಳು. ನನ್ನ ಜೀವನದಲ್ಲಿ ನೀನು ಪರಮಾಪ್ತ ಗೆಳೆಯ" ನಾನು ಅವನತ್ತ ತಿರುಗಿ ಹೇಳಿದೆ.

ಗಿಲ್ಬರ್ಟ್ ಅವನ ಮನೆಗೆ ಹೋಗಲು, ನಾನು ನನ್ನ ಮನೆಯ ಕೋಣೆಯತ್ತ ಓಡಿದೆ. ಡೈನಮೊವನ್ನು ಇತರ ಸಾಮಾನುಗಳ ಜೊತೆಯಿಟ್ಟೆ. ಈ ಕೊನೆಯ ಭಾಗವನ್ನು ಅಲ್ಲಿಟ್ಟ ಕೂಡಲೇ ನನ್ನ ಜೀವನದ ಅತಿ ದೊಡ್ಡ ಒಗಟು ತನ್ನ ರಹಸ್ಯವನ್ನು ಹೊರಗೆಡವಿದಂತೆ ತೋರಿಬಂದಿತು. ತಕ್ಷಣ ಹೊರಗೆ ಬಲವಾದ ಗಾಳಿಯು ಬೀಸಲು, ನನ್ನ ಕೋಣೆಯ ಕದ ತೆರೆದುಕೊಂಡಿತು. ಎಲ್ಲ ಬಿಡಿ ಭಾಗಗಳೂ ಸೇರಿಕೊಂಡು ಗಾಳಿಯಂತ್ರದ ನಿಜವಾದ ಸ್ವರೂಪವನ್ನು ನಾನು ಕಂಡಂತಾಯಿತು. ಅದರ ಬ್ಲೇಡುಗಳು ಕೆಂಪು ಮಣ್ಣಿನ ಧೂಳಿನಲ್ಲಿ ವೇಗವಾಗಿ ತಿರುಗಿದಂತೆ... ಅಥವಾ ಪ್ರಾಯಶಃ ಅದು ನನ್ನ ಕನಸೇನೋ!

***ಶಾಫ್ಟ್** (Shaft) – **ಸುರಂಗದ್ವಾರ**

***ತಿರುಗೋಲು** (Rotor) – **ಚಕ್ರಾಕಾರವಾಗಿ ತಿರುಗುವ ಭಾಗ**

***ಚಂಬಾ** (Chamba) – **ಮಾರಿಯೋನ ಎನ್ನುವ ಮಾದಕ ದ್ರವ್ಯ**

***ಮಿಸಾಲಾ** (Misala) – **ತಿಕ್ಕಲು, ಹುಚ್ಚ**

***ಮಕುಕ್ವೆ** (Mkukwe) – **ಐದರಿಂದ – ಆರು ಜೋಳದ ತೆನೆಗಳ ಕಟ್ಟು**

ಗಾಳಿಯಂತ್ರ... ವಿದ್ಯುತ್... ಬೆಳಕು

ಮಾರನೆಯ ದಿನ ಮಧ್ಯಾಹ್ನದ ಊಟವಾದ ಬಳಿಕ ಎಲ್ಲ ಸಾಮಾನುಗಳನ್ನು ಅಡುಗೆ ಮನೆಯ ಹಿಂದೆ ಸಾಲಾಗಿ ಜೋಡಿಸಿ ಇಟ್ಟೆ. ಅಲ್ಲಿದ್ದ ವಿಶಾಲವಾದ ಜಾಗವು ಸ್ವಚ್ಛವಾಗಿ ನನ್ನ ಕೆಲಸಕ್ಕೆ ಹೇಳಿ ಮಾಡಿಸಿದಂತಿತ್ತು. ಅಲ್ಲಿದ್ದ ದೊಡ್ಡ ಅಕೇಶಿಯಾ ಮರವು ಸುಡುಬಿಸಿಲಿನಲ್ಲಿ ನನಗೆ ತಂಪಾದ ನೆರಳನ್ನು ಕೊಡುತ್ತಿತ್ತು. ಇದೇ ಜಾಗವು ನನ್ನ ಪ್ರಯೋಗ ಶಾಲೆ, ಗುಜರಿ ತಾಣ, ದುರಸ್ತಿಯ ಸ್ಥಳವಾಗಿಯೂ ಬದಲಾಯಿತು. ಜೊತೆಗೆ ಇಲ್ಲಿ ಪೂರ್ವ ದಿಕ್ಕಿನಲ್ಲಿದ್ದ ಬೆಟ್ಟಗಳ ಮೇಲಿನಿಂದ ಬಲವಾದ ಗಾಳಿಯು ಬೀಸುತ್ತಿತ್ತು. ಶುಭ್ರವಾದ ನೀಲಾಕಾಶದಿಂದ ಆವೃತವಾಗಿದ್ದ ದೋವಾ ಮಲೆನಾಡು ಪ್ರದೇಶವು ಮನೋಹರವಾಗಿತ್ತು.

ಮೊದಲಿಗೆ ನಾನು ಗಾಳಿಯಂತ್ರದ ಬ್ಲೇಡುಗಳನ್ನು ಟ್ರಾಕ್ಟರ್‌ನ ಫ್ಯಾನಿಗೆ ಜೋಡಿಸಬೇಕಿತ್ತು. ಜೋಳದ ದಿಂಡಿನ ಹಿಡಿಕೆಗೆ ಉದ್ದನೆಯ ಮೊಳೆಯನ್ನು ಸಿಕ್ಕಿಸಿದ್ದ ಡ್ರಿಲ್ಲನ್ನು ಹಿಡಿದು ಅಡುಗೆ ಮನೆಯ ಕಡೆಗೆ ಹೊರಟೆ. ಅಲ್ಲಿ ಬೆಂಕಿಯ ಉರಿಯಲ್ಲಿ ಮೊಳೆಯನ್ನು ಚೆನ್ನಾಗಿ ಕೆಂಪಾಗುವವರೆಗೂ ಕಾಯಿಸಿದೆ. ನಂತರ ನಾಲ್ಕೂ ಬ್ಲೇಡುಗಳ ಮೇಲ್ಭಾಗದಲ್ಲಿ ರಂಧ್ರವನ್ನು ಕೊರೆದೆ. ನಂತರ ಮಧ್ಯ ಭಾಗದಲ್ಲಿ ಮತ್ತೆರಡು ರಂಧ್ರಗಳನ್ನು ಕೊರೆದೆ. ಪ್ರತಿಬಾರಿಯೂ ಮೊಳೆಯನ್ನು ಬೆಂಕಿಯಲ್ಲಿ ಕಾಯಿಸಿ, ರಂಧ್ರವನ್ನು ಕೊರೆಯುವ ಹೊತ್ತಿಗೆ ಸುಮಾರು ಮೂರು ಗಂಟೆಗಳು ಹಿಡಿದವು.

ಗಿಲ್ಬರ್ಟ್ ತಂದು ಕೊಟ್ಟಿದ್ದ ನಟ್ಟು ಮತ್ತು ಬೋಲ್ಟುಗಳಿಂದ ಬ್ಲೇಡುಗಳನ್ನು ಟ್ರಾಕ್ಟರ್‌ನ ಫ್ಯಾನಿಗೆ ಜೋಡಿಸಿದೆ. ಬೈಕಿನ ಸ್ಪಾನರ್ ಸಹಾಯದಿಂದ ನಟ್ಟು ಮತ್ತು ಬೋಲ್ಟುಗಳನ್ನು ಬಿಗಿಗೊಳಿಸಿದೆ. ಇದಾದ ಬಳಿಕ ನನಗೆ ಒಂದಿಷ್ಟು ವಾಶರ್‌ಗಳು ಬೇಕಿದ್ದವು. ಇದಕ್ಕಾಗಿ ಮುಂದಿನ ಒಂದು ಗಂಟೆಯ ಕಾಲ 'ಓಫೇಸಿ' ಸಾರಾಯಿ ಅಂಗಡಿಯ ಎದುರು ಠಿಕಾಣಿ ಹೂಡಬೇಕಾಯಿತು. ಸುಮಾರು ಹದಿನಾರು ಕಾರ್ಲ್ಸ್‌ಬರ್ಗ್ ಮುಚ್ಚಳಗಳು ದೊರಕಿದವು.

ಮುಚ್ಚಳಗಳನ್ನು ಸಮವಾಗಿಸಿದೆ. ಅವುಗಳ ಮಧ್ಯದಲ್ಲಿ ನಟ್ಟುಗಳನ್ನು ತೂರಿಸಿ ಮತ್ತಷ್ಟು ಬಿಗಿಗೊಳಿಸಿದೆ. ನಂತರ ಪ್ರತಿಯೊಂದು ಬ್ಲೇಡಿನ ಎದುರೂ ಮೂರು ಅಡಿ ಎತ್ತರದ ಬಿದಿರಿನ ಕಂಬವನ್ನು ನಿಲ್ಲಿಸಿದೆ.

ಮುಂದಿನ ಹಂತದಲ್ಲಿ ನಾನು ಸೈಕಲ್ಲಿನ ಕವಚವನ್ನು ಜೋಡಿಸಬೇಕಿತ್ತು. ಅದಕ್ಕಾಗಿ ಮೊದಲು ರೋಟರ್ ಮತ್ತು ಬ್ಲೇಡುಗಳನ್ನು ನಾಲ್ಕು ಇಟ್ಟಿಗೆಗಳ ಮೇಲೆ ಕೂರಿಸಿದೆ. ಇದಾಗ ಬಳಿಕ ನನ್ನ ಮುಂದೆ ಸೈಕಲ್ಲನ್ನು ಬ್ಲೇಡುಗಳ ಜೊತೆಗೆ ಜೋಡಿಸುವ ಸವಾಲು ಎದುರಾಯಿತು. ಏಕೆಂದರೆ ಸೈಕಲ್‌ಭಾರವಿದ್ದು, ಸಮತೋಲನವಿರಲಿಲ್ಲ. ಶಾಕ್ ಅಬ್ಸಾರ್ಬ್‌ರ್ ಸ್ಪ್ರೋಕೆಟ್ ಹೊರಗೆ ಚಾಚಿಕೊಂಡಿದ್ದೇ ಮುಖ್ಯ ಕಾರಣವಾಗಿತ್ತು. ಹೇಗೋ ಸಂಭಾಳಿಸಿಕೊಂಡು, ಶಾಕ್ ಅಬ್ಸಾರ್ಬ್‌ರ್ ನೆಲದ ಕಡೆ ತಿರುಗುವಂತೆ ಎತ್ತಿ ಹಿಡಿದೆ. ನಂತರ ಅದನ್ನು ಬ್ಲೇಡು ಮತ್ತು ಫ್ಯಾನಿನ ಮಧ್ಯಭಾಗದಲ್ಲಿದ್ದ ರಂಧ್ರದೊಳಗೆ ಬಲವಾಗಿ ತುರುಕಿದೆ.

ಡೈನಮೊ ಟೈರಿನ ಹೊರಭಾಗವನ್ನು ಅಪ್ಪಿ ಹಿಡಿಯುವಂತೆ ಅದನ್ನು ಸೈಕಲ್ಲಿನ ಕವಚಕ್ಕೆ ಬಿಗಿಗೊಳಿಸಿದೆ. ಸರಪಳಿಯನ್ನು ಸ್ಪ್ರೋಕೆಟ್‌ನ ಮುಂದೆ ಮತ್ತು ಹಿಂದೆ ಬರುವಂತೆ ಮರು ಜೋಡಿಸಿದೆ. ಇಲ್ಲಿಯವರೆಗೂ ಮಾಡಿದ ಜೋಡಣೆಗಳ ಹಿಡಿತ ಬಿಗಿಯಾಗಿದೆಯೇ? ತಮ್ಮ ಸ್ಥಾನದಲ್ಲಿ ಸರಿಯಾಗಿ ಕುಳಿತಿದೆಯೇ? ಎಂದು ತಪಾಸಣೆ ಮಾಡಿದೆ.

ಆ ಹೊತ್ತಿಗಾಗಲೇ ಮಧ್ಯಾಹ್ನವಾಗಿತ್ತು. ಅಂಗಳ ಮತ್ತು ಹಿತ್ತಲೆಲ್ಲವೂ ಬರಿದಾಗಿ, ನಿಶ್ಯಬ್ದವಾಗಿತ್ತು. ನನ್ನ ಸಹೋದರಿಯರು ಚಿಕ್ಕ ಪುಟ್ಟ ಕೆಲಸಗಳಿಗಾಗಿ ಹೊರಗೆ ಹೋಗಿದ್ದರು. ನನ್ನ ತಂದೆ ಒಂದು ಅಂತಿಮ ಸಂಸ್ಕಾರಕ್ಕಾಗಿ ಪಕ್ಕದ ಹಳ್ಳಿಗೆ ತೆರಳಿದ್ದರು. ಇತ್ತ ನನ್ನ ತಾಯಿ ತಮ್ಮ ಪಾಡಿಗೆ ಹಾಡೊಂದನ್ನು ಗುನುಗುನುತ್ತಾ, ರಾತ್ರಿಯ ಊಟಕ್ಕೆ ಸಿದ್ಧತೆಯನ್ನು ನಡೆಸುತ್ತಿದ್ದರು. ಜೊತೆಗೆ ಗಳಿಗೆಗೊಮ್ಮೆ ಅಲ್ಲಿಯೇ ಸುಮ್ಮನೆ ಮಲಗಿದ್ದ ನನ್ನ ಪುಟ್ಟ ತಂಗಿ ಟಿಯಾಮೈಕ್‌ಗೆ ಜೋಗುಳವನ್ನು ಹಾಡುತ್ತಿದ್ದರು. ಅಡುಗೆ ಮನೆಯಿಂದ ಬೇಯುತ್ತಿರುವ ಬೀನ್ಸ್ ಘಂ ಎನ್ನುತ್ತಿತ್ತು. ನನ್ನ ಕೆಲಸಕ್ಕೆ ಯಾವುದೇ ಅಡಚಣೆಯಿರಲಿಲ್ಲ. ಈ ಅಪರೂಪವಾದ ನಿಶ್ಯಬ್ದ ವಾತಾವರಣದಲ್ಲಿ ಅಡುಗೆಯ ಘಮಲನ್ನು ಆಸ್ವಾದಿಸುತ್ತಾ ಕೆಲಸವನ್ನು ಮಾಡಿಕೊಳ್ಳುತ್ತಿದ್ದೆ.

ಡೈನಮೋ ಮತ್ತು ಸರಪಳಿಯನ್ನು ಜೋಡಿಸುವ ಹೊತ್ತಿಗೆ, ಕತ್ತಲಾಗುತ್ತಾ ಬಂದಿತ್ತು. ಬಾವಿಯಿಂದ ನೀರು ಸೇದಿಕೊಂಡು ಬಿಸಿನೀರನ್ನು ಕಾಯಿಸಿದೆ. ಸ್ನಾನವನ್ನು ಮುಗಿಸಿ ಊಟಕ್ಕೆ ತೆರಳಿದೆ. ಅದೇ ತಾನೇ ನನ್ನ ತಂಗಿ ರೋಸ್ ಅಂಗಡಿಯಿಂದ ಮರಳಿದ್ದಳು. ಅವಳು ಮತ್ತು ನನ್ನ ಇತರ ಸಹೋದರಿಯರು ಗಾಳಿಯಂತ್ರದ ಸುತ್ತಲೂ ನಿಂತು, ಏನನ್ನೋ ಮಾತನಾಡುತ್ತಾ ನಗುತ್ತಿದ್ದರು.

"ವಿಲಿಯಂ, ಈವತ್ತು ನಾವು ನಿನ್ನನ್ನು ನೋಡಲೇ ಇಲ್ಲ. ನಿನ್ನ ಬಗ್ಗೆ ವ್ಯಾಪಾರ ಕೇಂದ್ರದಲ್ಲಿ ಕೇಳುತ್ತಿದ್ದರು" ರೋಸ್ ವಿಚಾರಿಸಿಕೊಂಡಳು.

"ನಿನ್ನ ಅಣ್ಣನಿಗೆ ಬಹಳ ಕೆಲಸವಿದೆ. ಸಮಯವಿಲ್ಲ."

"ಅವರಿಗೆಲ್ಲಾ, ನೀನು ವಿದ್ಯುಚ್ಛಕ್ತಿ ಬರಿಸಲು ಏನೋ ಪ್ರಯೋಗ ಮಾಡುತ್ತಿರುವೆ ಎಂದು ಹೇಳಿದೆ."

"ಹೌದು ಹಾಗೇನೇ... ಕಾಯುತ್ತಾ ಇರಿ. ಸ್ವಲ್ಪ ದಿನ ಆದ ಮೇಲೆ ನಿಮಗೇ ತಿಳಿಯುತ್ತದೆ. ನಿಮಗೆಲ್ಲರಿಗೂ ಆಶ್ಚರ್ಯ ಕಾದಿದೆ" ನಗುತ್ತಾ ಉತ್ತರಿಸಿದೆ.

ಊಟವಾದ ಬಳಿಕ ನನ್ನ ಕೋಣೆಗೆ ಹೋದವನೇ, ಹಾಸಿಗೆಯಲ್ಲಿ ದೊಪ್ಪನೇ ಬಿದ್ದೆ. ವಿಪರೀತ ಬಳಲಿಕೆಯಿಂದ ಗಾಢವಾದ ನಿದ್ರೆಯು ನನ್ನನ್ನು ಆವರಿಸಿತು.

ನಸುಕಿನಲ್ಲಿ ಬೆಳಕು ಹರಿಯುತ್ತಿದ್ದಂತೆಯೇ ಕೆಲಸವನ್ನು ಮುಂದುವರೆಸಿದೆ. ಈ ಭಾರವಾದ ಯಂತ್ರವನ್ನು ಮೇಲೆ ಎತ್ತಿ ಹೇಗೆ ಸಾಗಿಸುವುದು ಎನ್ನುವ ಯೋಚನೆಯಲ್ಲಿ ನಾನಿದ್ದೆ. ಬಿದಿರಿನ ಕಂಬಗಳಿಂದ ಒಂದು ಗೋಪುರವನ್ನು ಕಟ್ಟಿ, ಅದರ ಮೇಲೆ ಯಂತ್ರವನ್ನು ನಿಲ್ಲಿಸುವುದು ಎಂದು ನನ್ನ ಯೋಜನೆಯಾಗಿತ್ತು. ಆದರೆ ಮೊದಲು ಇದು ಕಾರ್ಯ ನಿರ್ವಹಿಸುತ್ತಿದೆಯೇ ಎಂದು ಪರೀಕ್ಷಿಸಬೇಕಿತ್ತು. ಇದಕ್ಕಾಗಿ ನನಗೆ ಚಿಕ್ಕದೊಂದು ಗೋಪುರವು ಬೇಕೇ ಬೇಕಿತ್ತು. ಇದಕ್ಕಾಗಿ ಒಂದು ಐದು ಇಂಚಿನ ಅಗಲದ ಬಿದಿರಿನ ಕಂಬದ ಮೇಲ್ಭಾಗದಲ್ಲಿ ರಂಧ್ರವನ್ನು ಕೊರೆದೆ. ನೆಲದಲ್ಲಿಯ ಕೆಂಪು ಮಣ್ಣನ್ನು ಬಗೆದು, ಕಂಬವನ್ನು ಗುಳಿಯಲ್ಲಿ ನೆಡತೊಡಗಿದೆ.

ಈ ಹೊತ್ತಿಗೆ ದೂರದಲ್ಲಿ ಜೆಫ್ರಿ ತನ್ನ ಸೈಕಲ್ ಮೇಲೆ ಬರುತ್ತಿರುವುದು ಕಾಣಿಸಿತು. ಅಂದು ರಜೆಯಿದ್ದ ಕಾರಣ, ನನ್ನನ್ನು ಭೇಟಿ ಮಾಡಲು ಅವನು ಚಿಪುಂಬಾದಿಂದ ಬರುತ್ತಿದ್ದನು.

"ಸರಿಯಾದ ಸಮಯಕ್ಕೆ ಬಂದೆ ಜೆಫ್ರಿ."

"ಇದನ್ನು ಕುರಿತೇ ಅಲ್ಲವೇ ನೀನು ಹಿಂದೆ ಕೆಲಸ ಮಾಡುತ್ತಿದ್ದುದು?"

"ಹೌದು. ನೀನು ಬಂದಿದ್ದು ಒಳ್ಳೆಯದೇ ಆಯಿತು. ಇದನ್ನು ಎತ್ತಿ ಕಂಬಕ್ಕೆ ಕಟ್ಟಲು ದಯವಿಟ್ಟು ಸಹಾಯ ಮಾಡುತ್ತೀಯಾ?"

ಸೈಕಲ್ಲಿನ ಚಕ್ರವು ತಿರುಗದಂತೆ, ಅದರ ಒಂದು ಸ್ಪೋಕ್ ಕಡ್ಡಿಯನ್ನು ಬಾಗಿಸಿ ತಡೆಹಿಡಿದೆವು. ಜೋಪಾನವಾಗಿ ಯಂತ್ರವನ್ನು ಮೇಲಕ್ಕೆತ್ತಿದೆವು. ಜೆಫ್ರಿ ಅದನ್ನು, ಟೈರಿನ ರಬ್ಬರ್ ಮತ್ತು ಹಗ್ಗದಿಂದ ಕಂಬಕ್ಕೆ ಬಿಗಿಯಾಗಿ ಕಟ್ಟಿ ನಿಲ್ಲಿಸಿದನು.

"ಸರಿಯಾಗಿ ಇದೆಯಾ ನೋಡು" ನನ್ನತ್ತ ತಿರುಗಿ ಕೇಳಿದನು.

ನಾನು ಗಾಳಿಯಂತ್ರದ ಸುತ್ತಲೂ ಒಮ್ಮೆ ಹೋಗಿ, ಪ್ರತಿಯೊಂದು ದಿಕ್ಕಿನಿಂದಲೂ ಅದನ್ನು ಪರೀಕ್ಷಿಸಿದೆ. ಯಾವುದೋ ವಿಚಿತ್ರವಾದ ಪ್ರಾಣಿಯನ್ನು ನೋಡುವಂತೆ ನೋಡುತ್ತಾ ನಿಂತೆ.

"ಬಹಳ ಚೆನ್ನಾಗಿದೆ ಜೆಫ್ರಿ."

"ಸರಿ ಹಾಗಿದ್ದರೆ, ತಿರುಗಿಸೋಣವೇ?"

"ತಿರುಗಿಸು."

ಜೆಫ್ರಿ ಚಕ್ರವು ತಿರುಗದಂತೆ ಅಡ್ಡವಾಗಿರಿಸಿದ್ದ ಸ್ಪೋಕ್ ಕಡ್ಡಿಯ ಕೊಂಡಿಯನ್ನು ತೆಗೆದನು. ಹಾಗೆ ಮಾಡುತ್ತಿದ್ದಂತೆಯೇ, ಬ್ಲೇಡುಗಳು ವೇಗವಾಗಿ ತಿರುಗಲು ಆರಂಭಿಸಿದವು. ಅವುಗಳ ವೇಗ ಹೆಚ್ಚುತ್ತಲೇ ಹೋಯಿತು. ಕೆಲವೇ ಕ್ಷಣಗಳಲ್ಲಿ ಸರಪಳಿಯು ತುಂಡಾಗಿ ಕಂಬವು ಹೆಚ್ಚು ಕಡಿಮೆ ಇಬ್ಭಾಗವಾಯಿತು. "ಗಟ್ಟಿಯಾಗಿ ಹಿಡಿದುಕೋ!" ಎಂದು ಜೋರಾಗಿ ಕೂಗಿದೆ. ಯಂತ್ರವು ನೆಲದ ಮೇಲೆ ಅಪ್ಪಳಿಸದಂತೆ ನಾನು ಮತ್ತು ಜೆಫ್ರಿ ತಡೆದೆವು.

ತುಂಡಾಗಿದ್ದ ಸರಪಳಿಯನ್ನು ಜೋಡಿಸಲು ನಮಗೆ ಎರಡು ಗಂಟೆಗಳು ಹಿಡಿದವು. ಈಗ ನಾವು ಯಂತ್ರವು ಸಾಕಷ್ಟು ವಿದ್ಯುಚ್ಛಕ್ತಿಯನ್ನು ಉತ್ಪಾದಿಸುತ್ತಿದೆಯೇ ಎಂದು ಪರೀಕ್ಷಿಸಬೇಕಿತ್ತು. ಅದಕ್ಕಾಗಿ ಡೈನಮೊ ಜೊತೆಗಿದ್ದ ವೈರುಗಳನ್ನು ಎಳೆದು ತಂದು ನನ್ನ ತಂದೆಯ ರೇಡಿಯೊವಿನ AC ತೂತಿನಲ್ಲಿ ಸಿಕ್ಕಿಸಿದೆ. ಗಾಳಿಯು ಬೀಸಲು ಬ್ಲೇಡುಗಳು ತಿರುಗತೊಡಗಿದವು. ಕೆಲವು ಕ್ಷಣಗಳ ಕಾಲ ರೇಡಿಯೊದಲ್ಲಿ ಸಂಗೀತ ಕೇಳಿಸಿತು. ಹೌದು ನನ್ನ ಗಾಳಿಯಂತ್ರವು ಕಾರ್ಯವನ್ನು ನಿರ್ವಹಿಸುತ್ತಿತ್ತು! ಆ ಹೊತ್ತಿಗೆ ರೇಡಿಯೊ ಸ್ಪೀಕರುಗಳಿಂದ ಕಪ್ಪನೆಯ ಹೊಗೆಯು ಕಾಣಿಸಿಕೊಂಡಿತು. ಹೆಚ್ಚು ಕಡಿಮೆ ರೇಡಿಯೊ ಸುಟ್ಟು ಹೋಗಿತ್ತು.

"ಓಹ್, ವಿಲಿಯಂ, ಪುನಃ ನಿಮ್ಮ ತಂದೆಯ ರೇಡಿಯೊ ಹಾಳಾಯಿತು..." ಎನ್ನುತ್ತಾ ಜೆಫ್ರಿ ಸುತ್ತಲೂ ನನ್ನ ತಂದೆಗಾಗಿ ಹುಡುಕಾಡಿದನು. ನನಗಾಗಿದ್ದ ಸಂತೋಷಕ್ಕೆ ಅದರೆಡೆ ಗಮನ ಕೊಡಲು ಸಾಧ್ಯವಿರಲಿಲ್ಲ.

"ಜೆಫ್ರಿ ವಿದ್ಯುತ್ ಬಂದಿತು ನೋಡಿದೆಯಾ? ನೋಡಿದೆಯಾ!"

ಡೈನಮೊ ಹನ್ನೆರಡು ವೋಲ್ಟ್‌ಗಳಷ್ಟು ವಿದ್ಯುಚ್ಛಕ್ತಿಯನ್ನು ಉತ್ಪಾದಿಸಿತ್ತು. ಆದರೆ ರೇಡಿಯೊ ನಾಲ್ಕು ವೋಲ್ಟುಗಳಷ್ಟು ವಿದ್ಯುತ್ತನ್ನು ನಿಭಾಯಿಸುವ ಸಾಮರ್ಥ್ಯವನ್ನು ಹೊಂದಿತ್ತು. ಗಾಳಿಯು, ಬ್ಲೇಡುಗಳಿಗೆ ಮನುಷ್ಯರು ಪೆಡಲ್ ಮಾಡುವುದಕ್ಕಿಂತಲೂ ಹೆಚ್ಚಿನ ಚಲನೆಯ ಶಕ್ತಿಯನ್ನು ಕೊಟ್ಟಿತ್ತು. ಹೀಗಾಗಿ ಡೈನಮೊ ಹೆಚ್ಚಿನ ವಿದ್ಯುಚ್ಛಕ್ತಿಯನ್ನು ಉತ್ಪಾದಿಸಿತ್ತು. ಮುಂದಿನ ಹೆಜ್ಜೆ ವೋಲ್ಟೇಜಿನ ನಿಯಂತ್ರಣ.

ವೋಲ್ಟೇಜ್ ಕುರಿತು ನಾನು 'Explaining Physics' ಪುಸ್ತಕದಲ್ಲಿ ಓದಿದ್ದೆ. ಈಗ ಆ ಪುಸ್ತಕವು ಮನೆಯಲ್ಲಿಯೇ ಇರುವುದರಿಂದ ನನಗೆ ಅನುಕೂಲವಾಯಿತು (ಗ್ರಂಥಾಲಯದಲ್ಲಿ ಆ ಪುಸ್ತಕವನ್ನು ನನ್ನ ಹೊರತಾಗಿ ಇತರರು ಎರವಲು ಪಡೆದಿರಲಿಲ್ಲ). ಅದರಲ್ಲಿ ನಾನು ಹಿಂದೆ ಒಂದು ಚಿತ್ರವನ್ನು ನೋಡಿದ ನೆನಪಿತ್ತು. ಪುಟಗಳನ್ನು ಮಗುಚಿ ಹಾಕಿದೆ. ಅದರಲ್ಲಿ ಒಂದೇ ಸಾಲಿನಲ್ಲಿ ಎರಡು ಪ್ರತ್ಯೇಕ ಬಲ್ಬ್‌ಗಳು, ಹನ್ನೆರಡು ವೋಲ್ಟ್ ವಿದ್ಯುತ್ತಿನಿಂದ ಉರಿಯುವುದು ಕಂಡಿತು. ಅದು ನನ್ನ ಪ್ರಯೋಗಕ್ಕೆ ಹೋಲುವಂತಹ ವಿನ್ಯಾಸವಾಗಿತ್ತು.

ಅದರಲ್ಲಿ ಎರಡು ಬಲ್ಬುಗಳನ್ನು ಉದ್ದನೆಯ ವೈರುಗಳಿಂದ ಸಾಲಾಗಿ ಜೋಡಿಸಿದ್ದರು. ಪ್ರಕಾಶಮಾನವಾಗಿದ್ದ ಬಲ್ಬಿಗ ವಿದ್ಯುತ್ ಪರಿವರ್ತಕ (Transformer)ವನ್ನು ಬಳಸುತ್ತಿದ್ದರು.

ಅದು AC ವೋಲ್ಟೇಜನ್ನು ಶಕ್ತಿಶಾಲಿಯನ್ನಾಗಿ ಮಾಡುತ್ತಿತ್ತು. ಮಂದವಾಗಿದ್ದ ಬಲ್ಬಿಗೆ ವಿದ್ಯುತ್ ಪರಿವರ್ತಕ (Transformer)ವಿರಲಿಲ್ಲ. ವಿದ್ಯುಚ್ಛಕ್ತಿಯು ಮಂದವಾದ ಬೆಳಕಿನ ಬಲ್ಬಿಗೆ ಪ್ರವಹಿಸುವ ಮಾರ್ಗದಲ್ಲಿ ಶಾಖದ ಮೂಲಕ ತನ್ನ ಶಕ್ತಿಯನ್ನು ಕಳೆದುಕೊಳ್ಳುತ್ತಿತ್ತು. ಇದನ್ನು ವಿದ್ಯುತ್ ಚದುರುವಿಕೆ (Dissipation) ಎಂದು ಕರೆಯುತ್ತಾರೆ.

ವಿದ್ಯುತ್ ದೂರದ ಅಂತರಗಳಲ್ಲಿ ಪ್ರವಹಿಸುವಾಗ, ವೈರುಗಳ ಮೂಲಕ ತನ್ನ ಶಕ್ತಿಯನ್ನು ಕಳೆದುಕೊಳ್ಳುತ್ತದೆ. ಈ ತತ್ವವನ್ನು ನನ್ನ ಪ್ರಯೋಗದಲ್ಲಿ ಆಧಾರವಾಗಿ ಬಳಸಿದೆ. ನನ್ನ ಸಾಮಾನುಗಳ ಸಂಗ್ರಹದಲ್ಲಿ, ಹಳೆಯ ಮೋಟಾರನ್ನು ಹುಡುಕಿ ಅದರ ಒಳಗಿದ್ದ ತಾಮ್ರದ ತಂತಿಯ ಸುರಳಿಯನ್ನು ಹೊರತೆಗೆದೆ. ತಾಮ್ರದ ತಂತಿಯನ್ನು ಸುರುಳಿಯಿಂದ ಬಿಚ್ಚಿ ಒಂದು ಕಡ್ಡಿಯ ಸುತ್ತಲೂ ಸುತ್ತತೊಡಗಿದೆ. ನಂತರ ಈ ತಂತಿಯ ಒಂದು ತುದಿಯನ್ನು ಡೈನಮೊವಿಗೂ, ಮತ್ತೊಂದು ತುದಿಯನ್ನು ರೇಡಿಯೊವಿಗೆ ಸೇರಿಸಿದೆ. ಹೀಗೆ ಮಾಡಲು ಸಾಕಷ್ಟು ವಿದ್ಯುಚ್ಛಕ್ತಿಯು ಪೋಲಾಗಿ ರೇಡಿಯೊ ಕೆಲಸ ಮಾಡಿತು. ಈ ಬಾರಿ ಅಧಿಕ ವೋಲ್ಟೇಜ್‌ನಿಂದಾಗಿ ಅವಾಂತರವಾಗಲಿಲ್ಲ!

ಮುಂದಿನ ಎರಡು ದಿನಗಳ ಕಾಲ ಗಾಳಿಯಂತ್ರವು ಕಂಬದ ಮೇಲೆಯೇ ಉಳಿಯಿತು. ನಾನು, ಜೆಫ್ರಿ ಮತ್ತು ಗಿಲ್ಬರ್ಟ್ ಇದಕ್ಕಾಗಿ ಒಂದು ಗೋಪುರವನ್ನು ಕಟ್ಟಲು ಸಿದ್ಧತೆಯನ್ನು ನಡೆಸಿದೆವು. ಅಂದು ಬೆಳಗಿನ ಜಾವ ನಸುಕಿನಲ್ಲಿ ನಮ್ಮ ಮನೆಯ ಮುಂದೆ ಭೇಟಿಯಾದೆವು. ಕೊಡಲಿ ಮತ್ತು ಅಗಲವಾಗಿ ಹರಿತವಾಗಿದ್ದ ಚಾಕುವನ್ನು ಹೊತ್ತು ಜೆಫ್ರಿಯ ಮನೆಯ ಮುಂದಿದ್ದ ಬ್ಲೂಗಮ್ ಮರಗಳ ಕಾಡಿನ ಬಳಿ ಹೊರಟೆವು.

ಇದೇ ಕಾಡಿನಲ್ಲಿ ನಾನು ಬಬಲ್ ಗಮ್ ವರ್ತಕನಿಂದ ವಶೀಕರಣಕ್ಕೆ ಒಳಗಾಗಿದ್ದೇನೆ ಎಂದು ನಂಬಿದ್ದೆ, ಶಬಾನಿ ಎನ್ನುವ ಹುಡುಗನಿಂದ ಮಂತ್ರದ ಶಕ್ತಿ ಸಿಗುವುದೆಂದು ಮೋಸ ಹೋಗಿದ್ದೆ. ಆದರೆ ಈಗ... ಅದೇ ತೋಪಿನಲ್ಲಿ ಬ್ಲೂಗಮ್ ಮರಗಳನ್ನು ಕಡೆಯುತ್ತಾ, ಏಣಿಯನ್ನು ಕಟ್ಟುತ್ತಿದ್ದೆ. ಯಾವುದೇ ಮಾಯಾಮಂತ್ರ, ಜಾದೂ ವಿದ್ಯೆಗಳಿಗಿಂತಲೂ ವಿಜ್ಞಾನ ಮತ್ತು ಸೃಷ್ಟಿಯೇ ಸತ್ಯ... ಅದರ ಮಿತಿ ಅಪಾರ... ಎನ್ನುವ ನಂಬಿಕೆ ನನ್ನಲ್ಲಿ ಮೂಡಿತ್ತು.

ನಾವು ಸಾವಕಾಶವಾಗಿ ನಡೆಯುತ್ತಾ, ಪ್ರತಿಯೊಂದು ಮರವನ್ನೂ ಎಚ್ಚರಿಕೆಯಿಂದ ಗಮನಿಸಿದೆವು. ಕೊನೆಗೆ ಆರು ಮೀಟರ್ ಎತ್ತರದ ಮರವನ್ನು ಆಯ್ದುಕೊಂಡೆವು.

"ಇಷ್ಟು ಎತ್ತರ ಸಾಕಾಗಬಹುದೇ? ಇದು ಗಟ್ಟಿಮುಟ್ಟಾಗಿದೆಯೇ?" ಜೋರಾಗಿ ನನಗೆ ನಾನೇ ಸ್ವಗತ ನುಡಿದೆ. ಜೆಫ್ರಿ ಮತ್ತು ಗಿಲ್ಬರ್ಟ್ ತಲೆಯಾಡಿಸಿದರು.

"ಹಾಗಿದ್ದರೆ ಮುಂದುವರೆಯೋಣ..."

ನಾವು ಮೂವರೂ ಸೇರಿಕೊಂಡು ಮರದ ಬೊಡ್ಡೆಯನ್ನು ಕತ್ತರಿಸತೊಡಗಿದೆವು. ಹತ್ತು ನಿಮಿಷಗಳ ಬಳಿಕ ಮರವು ದೊಪ್ಪನೇ ನೆಲಕ್ಕುರುಳಿತು. ನಮ್ಮ ಪಂಗಾದ (ಅಗಲವಾದ,

ಹರಿತ ಚಾಕು) ಸಹಾಯದಿಂದ ರೆಂಬೆಗಳನ್ನು ಕತ್ತರಿಸಿ, ಮರದ ತೊಗಟೆಗಳನ್ನು ಸುಲಿದೆವು. ಇದೇ ರೀತಿ ಇನ್ನೆರಡು ಮರಗಳನ್ನು ಕಡಿದು ಅವುಗಳನ್ನು ಸ್ವಚ್ಛಗೊಳಿಸಿದೆವು. ಇಷ್ಟನ್ನು ಮಾಡಿ ಮುಗಿಸುವ ಹೊತ್ತಿಗೆ ಮಧ್ಯಾಹ್ನವಾಯಿತು. ಮೂವರೂ ಒಂದೊಂದು ಮರವನ್ನು ಹೊತ್ತು ಮನೆಯ ಕಡೆಗೆ ಹೊರಟೆವು.

ನನ್ನ ಕೋಣೆಯ ಹಿಂಭಾಗದಲ್ಲಿ ಒಂದು ಮೀಟರ್ ಆಳದ ಮೂರು ಗುಂಡಿಗಳನ್ನು ಸಮಾನ ಅಂತರದಲ್ಲಿ (ತ್ರಿಭುಜಾಕೃತಿಯಂತೆ) ತೋಡಿದೆವು. ಮರದ ತುದಿಗಳನ್ನು ಗೆದ್ದಲು ತಿನ್ನದಂತೆ ಪ್ಲಾಸ್ಟಿಕ್ ಜಂಬೋ ಚೀಲಗಳಿಂದ ಸುತ್ತಿದೆವು. ಅನಂತರ ಕಂಬಗಳನ್ನು ಹಳ್ಳದಲ್ಲಿ ನೆಡಲಾಯಿತು. ಜೆಫ್ರಿ ತನ್ನ ಜೋಳದ ಮಿಲ್ಲಿನ ಕೆಲಸದ ಸಂಬಳದಲ್ಲಿ, ಒಂದು ಚೀಲದಷ್ಟು ಮೊಳೆಗಳನ್ನು ಕೊಂಡು ತಂದಿದ್ದನು.

ನಾಲ್ಕು ಅಡಿ ಎತ್ತರದಿಂದ ಶುರು ಮಾಡಿ, ಕತ್ತರಿಸಿದ್ದ ರೆಂಬೆಗಳನ್ನು ಕಂಬಗಳಿಗೆ ಮೊಳೆ ಹೊಡೆದು ಏಣಿಯ ಮೆಟ್ಟಿಲಿನಂತೆ ಮಾಡಿದೆವು. ಈ ಎತ್ತರದಲ್ಲಿ ಗೋಪುರವನ್ನು ಚಿಕ್ಕ ಮಕ್ಕಳು ಹತ್ತಲು ಸಾಧ್ಯವಿರಲಿಲ್ಲ. ಒಂದು ಮೆಟ್ಟಿಲು ಸಿದ್ಧವಾದ ಬಳಿಕ, ಅದನ್ನು ಹತ್ತಿ ಮುಂದಿನ ಮೆಟ್ಟಿಲನ್ನು ಸಿದ್ಧಪಡಿಸುತ್ತಿದ್ದೆವು. ಸೂರ್ಯಾಸ್ತದ ಸಮಯಕ್ಕೆ ಗೋಪುರವನ್ನು ಕಟ್ಟಿ ಮುಗಿಸಿದ್ದೆವು. ಸುಮಾರು ಹದಿನಾರು ಅಡಿ ಎತ್ತರದ ಗೋಪುರವು ಎದ್ದು ನಿಂತಿತ್ತು. ಹತ್ತಿರದಿಂದ ಅದು ತೂರಾಡುತ್ತಿದ್ದ ಜಿರಾಫೆಯಂತೆ ಕಾಣುತ್ತಿತ್ತು.

“ಹುಡುಗರಾ, ಮನೆಗೆ ಹೋಗಿ ಸ್ವಲ್ಪ ನಿದ್ರೆ ಮಾಡಿ. ನಾಳೆ ಯಂತ್ರವನ್ನು ಮೇಲೆ ಸಾಗಿಸೋಣ” ನನ್ನ ಗೆಳೆಯರನ್ನು ಬೀಳ್ಕೊಟ್ಟೆ.

ಜೆಫ್ರಿ ಮತ್ತು ಗಿಲ್ಬರ್ಟ್ ಮಾರನೆಯ ದಿನ ಮುಂಜಾನೆ ಏಳು ಗಂಟೆಗೇ ಹಾಜರಾದರು. ಗಾಳಿಯಂತ್ರವು ಸುಮಾರು ತೊಂಬತ್ತು ಪೌಂಡ್(40 ಕೆ.ಜಿ) ತೂಗುತ್ತಿತ್ತು. ಯಂತ್ರವನ್ನು ಮೇಲೆ ಏರಿಸಲು ಗಟ್ಟಿಯಾದ ಹಗ್ಗ ಮತ್ತು ರಾಟೆಯಿಂದ ಮಾತ್ರವೇ ಸಾಧ್ಯವಿತ್ತು. ನನ್ನ ಬಳಿ ಗಟ್ಟಿಯಾದ ಹಗ್ಗವಿರಲಿಲ್ಲ. ನನ್ನ ತಾಯಿ ಬಟ್ಟೆ ಒಣಗಲು ಹಾಕಿದ್ದ ಹಗ್ಗವನ್ನು ಕಂಬಗಳಿಂದ ಬಿಚ್ಚಿ ತೆಗೆದೆ.

ಒಂದು ತುದಿಯನ್ನು ಗಾಳಿಯಂತ್ರದ ಬಿದಿರಿನ ಹಿಡಿಕೆಗೆ ಕಟ್ಟಿದೆವು. ಇನ್ನೊಂದು ತುದಿಯನ್ನು ಗೋಪುರದ ಕೊನೆಯ ಏಣಿ ಮೆಟ್ಟಲಿನ ಸುತ್ತಲೂ ಸುತ್ತಿ, ಅದರ ತುದಿಯನ್ನು ಕೆಳಗೆ ಗಿಲ್ಬರ್ಟ್‌ನ ಕಡೆಗೆ ಇಳಿಬಿಟ್ಟೆ. ಜೆಫ್ರಿಯು ಮಧ್ಯದ ಏಣಿಯ ಮೆಟ್ಟಿಲಲ್ಲಿ ನಿಂತು ನಮಗೆ ಮಾರ್ಗದರ್ಶನ ನೀಡುತ್ತಿದ್ದನು. ಮೇಲಿನಿಂದ ನನಗೆ ಅಕೇಶಿಯಾ ಮರದ ತುದಿಯು ಕಾಣಿಸಿತು. ಆ ಜಾಗದಿಂದ ಹೊಲದ ಒಂದು ಭಾಗವು ಮಲೆನಾಡನ್ನು ಸೇರುತ್ತಿತ್ತು.

“ಗಿಲ್ಬರ್ಟ್... ಹಾಗೆಯೇ ಮೇಲೆ ಬರಲಿ” ಕೂಗಿ ಹೇಳಿದೆ.

ಜಾಗರೂಕತೆಯಿಂದ ಹಗ್ಗವನ್ನು ಎಳೆಯುತ್ತಿದ್ದೆವು. ಮೂವರೂ ನಮ್ಮೆಲ್ಲ ಶಕ್ತಿಯನ್ನೂ ಖರ್ಚು ಮಾಡಬೇಕಾಯಿತು.

"ಜೋರಾಗಿ ಎಳೆಯಿರಿ. ನಿಮಗೆಷ್ಟು ಶಕ್ತಿ ಇದೆಯೋ ನೋಡೋಣ!" ಮತ್ತೆ ಕೂಗಿದೆ.

"ನನಗೆ ಸಾಧ್ಯವಾದಷ್ಟೂ ಜೋರಾಗಿ ಎಳೆಯುತ್ತಿರುವೆ". ಬಹಳ ಶ್ರಮದಿಂದ ಹಗ್ಗವನ್ನು ಎಳೆಯುತ್ತಾ ಗಿಲ್ಬರ್ಟ್ ಉತ್ತರಿಸಿದನು.

"ಬೀಳಲು ಬಿಡಬೇಡ ಜೆಫ್ರಿ."

"ನಿನ್ನ ಕೆಲಸವನ್ನು ನೀನು ಮಾಡು. ನನ್ನದನ್ನು ನಾನು ಮಾಡುತ್ತೀನಿ" ಜೆಫ್ರಿಯ ಅಸಹನೆಯ ಮಾತು ಕೇಳಿಸಿತು.

ಸ್ವಲ್ಪ ಸ್ವಲ್ಪವೇ ಎತ್ತರಕ್ಕೆ ಗಾಳಿಯಂತ್ರವು ಏರುತ್ತಾ ಹೋಯಿತು. ಪ್ರತಿ ಬಾರಿ ಎಳೆದಾಗಲೂ ಕಂಬಗಳಿಗೆ ಅದು ಢಿಕ್ಕಿ ಹೊಡೆದು, ಬ್ಲೇಡುಗಳು ಸಿಕ್ಕಿಹಾಕಿಕೊಳ್ಳುತ್ತಿದ್ದವು. ಆಗೆಲ್ಲ ಜೆಫ್ರಿ ಅದನ್ನು ಜೋಪಾನವಾಗಿ ಬಿಡಿಸಬೇಕಿತ್ತು.

ಆಗ ನಾನು ಎಚ್ಚರಿಸುತ್ತಿದ್ದೆ, "ಜೆಫ್ರಿ, ಮುರಿಯಲು ಬಿಡಬೇಡ. ಜೋಪಾನವಾಗಿ..."

"ಸರಿ, ಅರ್ಥವಾಯಿತು."

ಸುಮಾರು ಅರ್ಧ ಗಂಟೆ ಹಗ್ಗವನ್ನು ಎಳೆದ ನಂತರ ಯಂತ್ರವು ತುದಿಯನ್ನು ತಲುಪಿತು. ನಾನು ಅದರ ಹಿಡಿಕೆಯನ್ನು ಗಟ್ಟಿಯಾಗಿ ಹಿಡಿದು, ಗಿಲ್ಬರ್ಟ್‌ಗೆ ಕೂಗಿ ಹೇಳಿದೆ, "ಅಲ್ಲಿ ಕೆಳಗೆ ಗಂಟು ಹಾಕು."

ಗಿಲ್ಬರ್ಟ್ ಹಗ್ಗವನ್ನು ಕಂಬದ ಬುಡದ ಸುತ್ತಲೂ ಭದ್ರವಾಗಿ ಸುತ್ತಿ ಬಿಗಿಗೊಳಿಸಿದನು. ಜೆಫ್ರಿ ಮೇಲೆ ಹತ್ತಿ, ಯಂತ್ರವನ್ನು ಸರಿಯಾದ ಸ್ಥಳದಲ್ಲಿ ಕುಳ್ಳಿರಿಸಲು ನನಗೆ ಸಹಾಯ ಮಾಡಿದನು. ಜೆಫ್ರಿ ತನ್ನ ಜೇಬಿನಿಂದ ನಟ್ಟು ಮತ್ತು ಬೋಲ್ಟು, ವಾಶರ್‌ಗಳನ್ನು ತೆಗೆದು ಯಂತ್ರವನ್ನು ಕಂಬದ ರಂಧ್ರಕ್ಕೆ ಜೋಡಿಸತೊಡಗಿದನು. ನಾನು ಯಂತ್ರವನ್ನು ರಂಧ್ರಗಳು ಒಂದರ ಮೇಲೊಂದು ಸರಿಯಾಗಿ ಕೂರುವಂತೆ, ಭದ್ರವಾಗಿ ಹಿಡಿದಿದ್ದೆ. ಯಂತ್ರದ ತೂಕವನ್ನು ತಡೆಯಲಾರದೇ ಹೋದೆ. ನನ್ನ ಕೈಗಳ ನೋವು ಹೆಚ್ಚುತ್ತಲೇ ಹೋಯಿತು.

"ಜೆಫ್ರಿ ಬೇಗ ಮಾಡು. ಇದು ಬಹಳ ಭಾರವಿದೆ."

"ಪ್ರಯತ್ನ ಪಡುತ್ತಿದ್ದೀನಿ. ಸ್ವಲ್ಪ ತಡೆದುಕೋ... ನನಗೆ ಮುಗಿಸಲು ಬಿಡು."

ಕೊನೆಗೂ ಜೆಫ್ರಿ ಎಲ್ಲ ನಟ್ಟು ಬೋಲ್ಟುಗಳನ್ನು, ಸ್ಪಾನರ್ ಸಹಾಯದಿಂದ ಬಿಗಿಗೊಳಿಸಿದನು. ಈಗ ಯಂತ್ರವು ಮರದ ಏಣಿ ಗೋಪುರದ ಮೇಲೆ ಭದ್ರವಾಗಿ ಕುಳಿತಿತ್ತು. ನನ್ನ ಸಹನೆಯು ಮೀರುತ್ತಿತ್ತು. ಬ್ಲೇಡುಗಳು ತಿರುಗಲು ಇನ್ನು ಹೆಚ್ಚು ಹೊತ್ತು ಕಾಯಲು ಸಾಧ್ಯವಿರಲಿಲ್ಲ. ಜೆಫ್ರಿ ಕೆಳಗಿಳಿದು ಹೋದರೂ ನಾನು ಮೇಲಿನಿಂದ ಸುತ್ತಲೂ ಕಾಣುತ್ತಿದ್ದ ದೃಶ್ಯಾವಳಿಯನ್ನು ನೋಡುತ್ತಾ ಕುಳಿತಿದ್ದೆ. ಉತ್ತರದ ದಿಕ್ಕಿನಲ್ಲಿ ವ್ಯಾಪಾರ ಕೇಂದ್ರದ ತಗಡಿನ ಛಾವಣಿಗಳು ಕಾಣುತ್ತಿದ್ದವು. ಮುಖ್ಯರಸ್ತೆಯ ಹಿಂಭಾಗದಲ್ಲಿ ಕಂದು ಬಣ್ಣದ ಗುಡಿಸಲು ಮನೆಗಳು ಸಾಲಾಗಿ ಕುಳಿತಿದ್ದವು.

ನಂತರ ವಿಚಿತ್ರವಾದ ಸಂಗತಿಯೊಂದು ನಡೆಯಿತು. ಒಂದಿಷ್ಟು ಜನ ಸಾಲಾಗಿ ನಾನಿದ್ದ ದಿಕ್ಕಿನಲ್ಲಿಯೇ ಬರತೊಡಗಿದರು. ಅವರು ಈ ಗೋಪುರವನ್ನು ಮಾರುಕಟ್ಟೆಯಿಂದ ಕಂಡಿದ್ದರು. ಹೀಗಾಗಿ ನಮ್ಮ ಮನೆಯತ್ತ ಬರತೊಡಗಿದರು. ಕೆಲವೇ ನಿಮಿಷಗಳಲ್ಲಿ

ಸುಮಾರು ಹನ್ನೆರಡು ಜನರು ಕೆಳಗೆ ಜಮಾಯಿಸಿದ್ದರು. ಅವರಲ್ಲಿ ಕೆಲವು ಪರಿಚಿತ ಮುಖಗಳಿದ್ದವು.

ಕಲಿನೋ ಎನ್ನುವ ವರ್ತಕ "ಇದು ಏನು" ಎಂದು ಪ್ರಶ್ನಿಸಿದನು.

ಚಿಚೆವಾದಲ್ಲಿ ಗಾಳಿಯಂತ್ರ ಎನ್ನಲು ಸೂಕ್ತವಾದ ಪದವಿಲ್ಲ. ಹಾಗಾಗಿ 'ಮಗೆತ್ಸಿ ಅ ಮಫೆಪೊ' ಎನ್ನುವ ನುಡಿಗಟ್ಟನ್ನು ಬಳಸಿ ಉತ್ತರಿಸಿದೆ.

"ಅಂದರೆ ಗಾಳಿಯಂತ್ರ ಎಂದರ್ಥ".

"ಅದು ಏನು ಮಾಡುತ್ತದೆ?"

"ಇದು ಗಾಳಿಯಿಂದ ವಿದ್ಯುಚ್ಛಕ್ತಿಯನ್ನು ಉತ್ಪಾದಿಸುತ್ತದೆ. ಸ್ವಲ್ಪ ತಡೆಯಿರಿ... ನಿಮಗೆ ತೋರಿಸುತ್ತೇನೆ."

"ಸಾಧ್ಯವೇ ಇಲ್ಲ" ಎಂದ ಕಲಿನೋ ನಗುತ್ತಾ, ತನ್ನ ಹಿಂದೆ ನಿಂತಿದ್ದ ಜನರತ್ತ ತಿರುಗಿ "ಇದು ಟ್ರಾನ್ಸ್‌ಮಿಟರ್ ಅನ್ನಿಸುತ್ತದೆ. ಯಾವ ತರಹದ ಆಟದ ಸಾಮಾನೋ ಇದು" ಎಂದು ಬಡಬಡಸಿದನು.

"ನೀವೆಲ್ಲರೂ ಸ್ವಲ್ಪ ಹಿಂದೆ ಹೋಗಿ ನೋಡುವಿರಂತೆ" ಎನ್ನುತ್ತಾ ಕೆಳಗಿಳಿದು ಮನೆಯೊಳಗೆ ಓಡಿದೆ. ಬಲ್ಬ್ ಮತ್ತು ಸಾಕೆಟನ್ನು ಹಿಡಿದು ಮೇಲೆ ಹತ್ತಿದೆ.

ಬಲ್ಬಿನ ವೈರುಗಳನ್ನು ಡೈನಮೊ ವೈರಿನ ಜೊತೆಗೆ ತಿರುಚಿದೆ. ಹಾಗೆ ಮಾಡುತ್ತಲೂ, ಕೆಳಗೆ ಜನರ ಗುಂಪು ದೊಡ್ಡದಾಗುತ್ತಾ ಹೋಯಿತು. ನಮ್ಮ ಕುಟುಂಬವನ್ನು ಹೊರತುಪಡಿಸಿ, ಸುಮಾರು ಮೂವತ್ತು ಜನ ವಯಸ್ಕರು ಹಾಗೂ ಮೂವತ್ತು ಜನ ಮಕ್ಕಳು ಅಲ್ಲಿ ಸೇರಿದ್ದರು.

ಬಂಡಾ ಎನ್ನುವ ರೈತನು, ಪಕ್ಕದಲ್ಲಿ ಇರುವವನಿಗೆ ಕೇಳುತ್ತಿದ್ದನು "ಆ ಹುಡುಗ ಏನು ಮಾಡುತ್ತಿದ್ದಾನೆ?"

"ಓಹ್! ಇವನು ಮಿಸಾಲಾ ಹುಡುಗ. ಅದೇ... ಹಳೆಯ ಸಾಮಾನುಗಳ ಗುಜರಿ ತಾಣದಲ್ಲಿ ಆಡುತ್ತಾ ಇರುತ್ತಾನೆ ಎಂದು ನನ್ನ ಮಕ್ಕಳು ಹೇಳುತ್ತಿದ್ದರು. ಅವನ ತಾಯಿಯ ಬಗ್ಗೆ ಮರುಕ ಹುಟ್ಟುತ್ತದೆ" ದಪ್ಪಗಿನ ವ್ಯಕ್ತಿಯೊಬ್ಬನು ಉತ್ತರಿಸಿದನು.

ತಲೆ ಎತ್ತಿ ನೋಡಿದೆ. ನನ್ನ ಹೆತ್ತವರು ಮತ್ತು ಸಹೋದರಿಯರು ಗುಂಪಿನ ಹಿಂದೆ ನಿಂತಿದ್ದರು. ಬಾಯಿ ತೆರೆದು, ಬೆರಗುಗಣ್ಣಿನಿಂದ ಏನಾಗುವುದೋ ಎಂದು ಕಾತರದಿಂದ ನೋಡುತ್ತಿದ್ದರು.

ಜನರು ನನ್ನತ್ತ ಬೆಟ್ಟು ಮಾಡಿ "ನೋಡೋಣ, ಈ ಹುಡುಗ ಏನು ಕಿಸೀತಾನೆ..." ಎನ್ನುವುದು ಕೇಳಿಸಿತು.

"ಎಲ್ಲರೂ ಸ್ವಲ್ಪ ಹೊತ್ತು ಸುಮ್ಮನಿರಿ. ಒಳ್ಳೆಯ ಮನರಂಜನೆ ಸಿಗುತ್ತದೆ."

ಈ ಹೊತ್ತಿಗೆ, ಒಂದೇ ಸಮನಾದ ವೇಗದಲ್ಲಿ ಗಾಳಿಯು ಬಿದಿರಿನ ಗೋಪುರದ ಮೇಲೆ ಬೀಸತೊಡಗಿತು. ಗಾಳಿಯಲ್ಲಿ ಸರಪಳಿಗೆ ಅಂಟಿದ್ದ ಗ್ರೀಸ್ ವಾಸನೆ, ಪ್ಲಾಸ್ಟಿಕ್ ಸುಟ್ಟ ವಾಸನೆ ಎಲ್ಲವೂ ಸೇರಿಕೊಂಡವು. ಬಾಗಿಸಿದ್ದ ಸ್ಪೋಕ್ ಕಡ್ಡಿ ಚಕ್ರವನ್ನು ತಿರುಗದಂತೆ

ಹಿಡಿದಿಟ್ಟಿತ್ತು. ಗಾಳಿಯ ರಭಸವು ಹೆಚ್ಚಾಗಲು, ಚಕ್ರವು ತನಗೆ ತಿರುಗಲು ಅನುಮತಿ ಬೇಕು ಎಂದು ನನ್ನನ್ನು ಕೇಳುವಂತಿತ್ತು!

ಈಗ ನೋಡಿ... ಎಂದುಕೊಂಡು ಸ್ಪೋಕ್ ಕಡ್ಡಿಯ ಕೊಕ್ಕೆಯನ್ನು ತೆಗೆದೆ. ಹಾಗೆ ಮಾಡುತ್ತಲೂ ಬ್ಲೇಡುಗಳು ತಿರುಗಲಾರಂಭಿಸಿದವು. ಸರಪಳಿಯು ಸ್ಪ್ರೋಕೆಟನ್ನು ಬಲವಾಗಿ ಕಚ್ಚಿ ಹಿಡಿಯಿತು. ಮತ್ತೊಂದು ಬದಿಯಲ್ಲಿ ಟೈರ್ ನಿಧಾನವಾಗಿ ಸುತ್ತತೊಡಗಿತು. ನನಗೋ ಎಲ್ಲವೂ ನಿಧಾನ ಗತಿಯಲ್ಲಿ ನಡೆಯುತ್ತಿದೆ ಎನ್ನುವ ಅಸಹನೆ. ವೇಗವಾಗಿ ಆಗಬಾರದೇ ಎನ್ನುವ ಆತುರ.

"ಜೋರಾಗಿ ತಿರುಗು... ಎಲ್ಲರ ಎದುರೂ ಪೇಚಿಗೆ ಸಿಕ್ಕಿಸಬೇಡ..." ನಾನು ಬೇಡಿಕೊಳ್ಳತೊಡಗಿದೆ. ನಿಧಾನವಾಗಿ ಬ್ಲೇಡುಗಳು ತಮ್ಮ ವೇಗವನ್ನು ಹೆಚ್ಚಿಸಿದವು.

"ಹಾಗೇ... ಹಾಗೇ... ತಿರುಗು."

ಗಾಳಿಯು ಒಮ್ಮೆ ರೊಯ್ಯನೇ ಜೋರಾಗಿ ಬೀಸಲು, ಬ್ಲೇಡುಗಳ ವೇಗವೂ ಹೆಚ್ಚುತ್ತಾ ಹೋಯಿತು. ಗಾಳಿಯ ವೇಗಕ್ಕೆ ನಾನು ನನ್ನ ನಿಯಂತ್ರಣವನ್ನು ಕಳೆದುಕೊಂಡು ಕೆಳಗೆ ಬೀಳುವವನಿದ್ದೆ. ಏಣಿಯ ಮೆಟ್ಟಿಲನ್ನು ಒಂದು ಕೈಯಿಂದ ಬಲವಾಗಿ ಹಿಡಿದು ನಿಂತೆ. ಮತ್ತೊಂದು ಕೈಯಲ್ಲಿ ಬಲ್ಬ್ ಹಿಡಿದು ಅದು ಬೆಳಗುವ ಅದ್ಭುತ ಕ್ಷಣಕ್ಕಾಗಿ ಕಾಯುತ್ತಿದ್ದೆ. ಮೊದಲು ಬಲ್ಬ್ ಮಿಣುಕುತ್ತಾ ನಂತರ ಒಮ್ಮೆಲೇ ಪ್ರಕಾಶಮಾನವಾಯಿತು.

ಆ ಒಂದು ಕ್ಷಣ, ಸಂತೋಷದಿಂದ ನನ್ನ ಹೃದಯದ ಕಂಪನವು ನಿಂತೇ ಹೋಯಿತೇನೋ ಎನ್ನುವ ಅನುಭವವಾಯಿತು. "ಓಹ್! ನೋಡಿ, ಅವನು ದೀಪವನ್ನು ಬರಿಸಿದ್ದಾನೆ!" ಅಲ್ಲಿದ್ದ ಒಬ್ಬರು ಉಸುರಿದರು. "ಹೌದು, ಅವನು ಹೇಳಿದ್ದು ನಿಜವೇ ಆಗಿತ್ತು." ಶಾಲೆಯ ಮಕ್ಕಳ ಗುಂಪೊಂದು ಎಲ್ಲರನ್ನೂ ತೂರಿಕೊಂಡು ಮುಂದೆ ಬಂದು ನಿಂತಿತು. "ನೋಡು, ಹೇಗೆ ತಿರುಗುತ್ತಿದೆ!" ಅವರವರೇ ಮಾತನಾಡಿಕೊಳ್ಳುತ್ತಿದ್ದರು.

ನನ್ನ ಪಾಲಿಗೆ ಅದು ಅದ್ಭುತವಾದ ಪ್ರಕಾಶಮಾನ ದೀಪ. ನನ್ನದೇ ಆದ ರಚನೆ! ಅತೀವ ಆನಂದದಿಂದ ಎರಡೂ ಕೈಗಳನ್ನು ಮೇಲೆತ್ತಿ ಚೀರಿದೆ. ಎತ್ತರದ ದನಿಯಲ್ಲಿ ನಗಲಾರಂಭಿಸಿದೆ. ಕಣ್ಣು ಕತ್ತಲು ಬಂದಂತೆ ಆಯಿತು. ಇದೆಲ್ಲವೂ ನಿಜವೋ? ಸುಳ್ಳೋ? ಎಂದು ಬೆರಗುಗಣ್ಣಿನಿಂದ ಕೆಳಗಿದ್ದ ಜನರನ್ನು ನೋಡುತ್ತಿದ್ದೆ.

"ಗಾಳಿ... ವಿದ್ಯುತ್! ನಾನು ಹುಚ್ಚನಲ್ಲ ಎಂದು ನಿಮಗೆ ಮೊದಲೇ ಹೇಳಿದ್ದೆ!" ಎಲ್ಲರಿಗೂ ಕೇಳುವಂತೆ ಕೂಗಿ ಹೇಳಿದೆ.

ಒಬ್ಬೊಬ್ಬರಾಗಿ ಕೈ ಮೇಲೆತ್ತಿ ಚಪ್ಪಾಳೆ ತಟ್ಟುತ್ತಾ ಹರ್ಷೋದ್ಗಾರವನ್ನು ಮಾಡತೊಡಗಿದರು. ಅನೇಕರು "ವಾಶಿತಾಬ್ವಿನಾ (Wachitabwina)" ಅಂದರೆ – ಒಳ್ಳೆಯ ಕೆಲಸವನ್ನು ಮಾಡಿದೆ ಎಂದೆಲ್ಲಾ ಪ್ರಶಂಸಿಸಿದರು.

"ವಿಲಿಯಂ, ನೀನು ಸಾಧಿಸಿ ತೋರಿಸಿದೆ !"

"ನಿನ್ನ ಬಗ್ಗೆ ಅನುಮಾನ ಪಟ್ಟಿದ್ದೆವು. ಆದರೆ ಈಗ ನೋಡು, ನೀನು ಮಾಡಿ ತೋರಿಸಿದೆ."

"ಹೌದು... ಇದು ಸಾಧ್ಯವಾಯಿತು. ಮುಂದೆ ನೋಡಿ, ಇದಕ್ಕೂ ದೊಡ್ಡದಾದುದನ್ನು ಮಾಡಿ ತೋರಿಸುತ್ತೇನೆ" ಎಂದು ಉತ್ತರಿಸಿದೆ.

ಜನರು ನನ್ನತ್ತ ಪ್ರಶ್ನೆಗಳ ಸುರಿಮಳೆಯನ್ನೇ ಸುರಿಸಿದರು. ಆದರೆ ಅಲ್ಲಿ ತಿರುಗುತ್ತಿದ್ದ ಬ್ಲೇಡುಗಳ ಶಬ್ದದಲ್ಲಿ ಅವರ, ಪ್ರಶ್ನೆಗಳು ಕೊಚ್ಚಿಕೊಂಡು ಹೋದವು. ನನ್ನ ಅಸಹಾಯಕತೆ ಅವರಿಗೆ ಅರ್ಥವಾಯಿತೇನೋ. ಅಲ್ಲಿಯೇ ನಿಂತಿದ್ದ ಜೆಫ್ರಿ ಮತ್ತು ಗಿಲ್ಬರ್ಟನನ್ನು ಹಿಡಿದಿಟ್ಟುಕೊಂಡಗು. ಅವರಿಗೋ ಜನರ ಪ್ರಶ್ನೆಗಳನ್ನು ಕೇಳಿ, ನಗು ತಡೆಯಲಾಗಲಿಲ್ಲ. ಕೊನೆಗೆ ನಾನೇ ಅರ್ಧ ಗಂಟೆಯ ಕಾಲ ವಿರಾಮವಿಲ್ಲದೇ ಎಲ್ಲರಿಗೂ ಉತ್ತರಿಸಿದೆ. ಕೊನೆಗೆ ಕೈಯಲ್ಲಿ ಉರಿಯುತ್ತಿದ್ದ ಬಲ್ಬ್ ಶಾಖವನ್ನು ತಡೆಯಲಾರದೇ ಇಳಿದು ಬರಬೇಕಾಯಿತು.

ಅಂದು ಮಧ್ಯಾಹ್ನದ ನಂತರ, ಬಲ್ಬನ್ನು ಗೋಪುರದ ಎತ್ತರದ ಮೆಟ್ಟಿಲಿನಲ್ಲಿ ತೂಗಾಡಲು ಬಿಟ್ಟೆ. ಈ ಯಶಸ್ಸಿನಿಂದ ನನಗೆ ಮತ್ತೇರಿದಂತಿತ್ತು. ಹಾಗೆಯೇ ಮಾರುಕಟ್ಟೆಯ ಕಡೆ ಸುತ್ತಾಡಲು ಹೊರಟೆ. ಅಲ್ಲಿ ಅಂಗಡಿಗಳ ಸಂದಿಯಿಂದ ಕಣಿವೆಯ ತಗ್ಗಿನಲ್ಲಿ ಉರಿಯುತ್ತಿರುವ ದೀಪ ಕಾಣಿಸಿತು. ಹಾಗೆಯೇ ಮೈಮರೆತು ನೋಡುತ್ತಾ ನಿಂತಿದ್ದೆ.

"ಅಲ್ಲಿ ಕಾಣುತ್ತಿರುವುದು ಏನು? ಹೆಲಿಕಾಪ್ಟರ್ ತರಹ ತಿರುಗುತ್ತಿದೆ" ಅಲ್ಲಿದ್ದ ಒಬ್ಬ ವ್ಯಾಪಾರಿಯು ನನ್ನ ತಾಯಿಯ ಸ್ನೇಹಿತೆಯಾದ ಮ್ಯಾಗಿಗೆ ಕೇಳಿದರು.

ಮ್ಯಾಗಿ ಟೊಮಾಟೊ ಮಾರುತ್ತಿದ್ದರು. ಆಕೆ ನನ್ನತ್ತ ಬೆಟ್ಟು ತೋರಿಸಿ "ಅದನ್ನು ಮಾಡಿರುವುದು ಈ ಹುಡುಗ. ಅವನನ್ನೇ ಕೇಳಿ ನೋಡಿ" ಎಂದರು.

"ಹೌದಾ, ನಿಜವಾಗಿಯೂ? ಇದು ಸಾಧ್ಯವೇ?"

ಇತರರಿಗೆ ವಿವರಿಸಿದಂತೆ ಆತನಿಗೂ ವಿವರಿಸಿದೆ.

"ನನಗೆ ಅರ್ಥವಾಗುತ್ತಿಲ್ಲ. ಒಂದು ದಿನ ನಾನೇ ಬಂದು ನೋಡುತ್ತೀನಿ."

ಮುಂದೆ ಒಂದು ತಿಂಗಳು, ಪ್ರತಿನಿತ್ಯವೂ ಸುಮಾರು ಮೂವತ್ತು ಜನರು ಉರಿಯುವ ದೀಪವನ್ನು ನೋಡಲು ಬರುತ್ತಿದ್ದರು.

"ಇದನ್ನು ಮಾಡಲು ನಿನಗೆ ಹೇಗೆ ಸಾಧ್ಯವಾಯಿತು?" ಜನರು ನನ್ನನ್ನು ಕೇಳುತ್ತಿದ್ದರು.

"ಕಠಿಣ ಪರಿಶ್ರಮ ಮತ್ತು ಸಾಕಷ್ಟು ಸಂಶೋಧನೆ" ಜಂಭ ತೋರಿಸದೇ ಉತ್ತರಿಸುತ್ತಿದ್ದೆ.

ಹಾಗೆ ಬರುತ್ತಿದ್ದ ಪ್ರೇಕ್ಷಕರಲ್ಲಿ, ಬಹುತೇಕ ಜನರು ವ್ಯಾಪಾರಿಗಳೇ ಆಗಿದ್ದರು. ಅಕ್ಕಪಕ್ಕದ ಜಿಲ್ಲೆ ಮತ್ತು ಹಳ್ಳಿಗಳಿಂದ ನಮ್ಮ ಊರಿಗೆ ವ್ಯಾಪಾರಕ್ಕಾಗಿ ಬರುತ್ತಿದ್ದವರಿಗೆ, ಇದೊಂದು ಆಕರ್ಷಣೆಯಾಯಿತು. ಒಂದು ರೀತಿ ವಿಂಬೆಯಲ್ಲಿ ನೋಡಲೇ ಬೇಕಾದ ಪ್ರೇಕ್ಷಣೀಯ ಸ್ಥಳವಾಯಿತು. ತಮ್ಮ ಸೈಕಲ್ ಮೇಲೆ ಸಾಮಾನುಗಳನ್ನು ಹೊತ್ತು ಹೋಗುತ್ತಿದ್ದ ಜನರು ಒಂದು ಕ್ಷಣ ತಡೆದು ನನ್ನ ಯಂತ್ರವನ್ನು ನೋಡಿಕೊಂಡು ಹೋಗುತ್ತಿದ್ದರು. ಕೆಲವು ಮಹಿಳೆಯರಂತೂ ಗಾಳಿಯಂತ್ರವನ್ನು ನೋಡಿದ ಬಳಿಕ ನನ್ನ ತಾಯಿಗೆ, "ದೇವರ ಆಶೀರ್ವಾದ. ಒಳ್ಳೆಯ ಮಗನನ್ನು ಹೆತ್ತಿದ್ದೀರಿ. ನೋಡುತ್ತಾ ಇರಿ ಇವನು ಅದ್ಭುತವನ್ನೇ

ಸಾಧಿಸುತ್ತಾನೆ. ನೀವು ಇನ್ನು ಮುಂದೆ ಸೀಮೆಎಣ್ಣೆ ಇಲ್ಲವೆಂದು ಗೋಣಗುವುದೇ ಇಲ್ಲ" ಎಂದೆಲ್ಲಾ ಹೇಳಿ ಹೋಗುತ್ತಿದ್ದರು.

ಇನ್ನು ಗಂಡಸರು ನನ್ನ ತಂದೆಗೆ, "ನಿಮ್ಮ ಮಗನೇ ಇದನ್ನು ಮಾಡಿದ್ದು?"

"ಹೌದು."

"ಎಂತಹ ಬುದ್ಧಿವಂತ ಹುಡುಗ. ಅವನಿಗೆ ಇಂತಹ ಕಲ್ಪನೆ ಎಲ್ಲಿಂದ ಬಂದಿತೋ!"

"ಅವನು ತುಂಬಾ ಪುಸ್ತಕ ಓದುತ್ತಾನೆ. ಬಹುಶಃ ಅವುಗಳಿಂದ ಹೊಳೆಯಿತೇನೋ."

"ಇದನ್ನೆಲ್ಲಾ ಶಾಲೆಯಲ್ಲಿ ಹೇಳಿ ಕೊಡುತ್ತಾರೆಯೇ?"

"ಇಲ್ಲ. ಶುಲ್ಕ ಕಟ್ಟಲಿಲ್ಲವೆಂದು ಅವನು ಶಾಲೆಯನ್ನು ಬಿಡಬೇಕಾಯಿತು. ಅವನೇ ಸ್ವಂತವಾಗಿ ಇದನ್ನು ಮಾಡಿದ್ದು."

ಆ ತಿಂಗಳು ಮುಂದಿನ ಬಿತ್ತನೆಗಾಗಿ, ಹೊಲವನ್ನು ತೆರವುಗೊಳಿಸಬೇಕಿತ್ತು. ಪ್ರತಿದಿನವೂ ಬಹಳ ಉತ್ಸಾಹ ಮತ್ತು ಸಂತಸದಿಂದ ಕೆಲಸವನ್ನು ಮಾಡುತ್ತಿದ್ದೆ. ಮನೆಯ ಸಮೀಪದಲ್ಲಿಯೇ ಇದ್ದರೆ ಆಗೊಮ್ಮೆ ಈಗೊಮ್ಮೆ ಕೆಲಸವನ್ನು ನಿಲ್ಲಿಸಿ, ತಿರುಗುತ್ತಿರುವ ನನ್ನ ಯಂತ್ರವನ್ನೇ ನೋಡುತ್ತಾ ನಿಲ್ಲುತ್ತಿದ್ದೆ.

ಪ್ರತಿರಾತ್ರಿ ಹೊಲದ ಕೆಲಸವನ್ನು ಮುಗಿಸಿ ಮನೆಗೆ ಬಂದಾಗ ನನ್ನ ತಾಯಿ "ಈವತ್ತು ಇನ್ನೂ ಸುಮಾರು ಜನ ಗಾಳಿಯಂತ್ರ ನೋಡಲಿಕ್ಕೆ ಬಂದಿದ್ದರು. ಅವರೆಲ್ಲರೂ ಅನೇಕ ಪ್ರಶ್ನೆಗಳನ್ನು ಕೇಳಿದರು. ಆದರೆ ನನಗೆ ಉತ್ತರಿಸಲಾಗಲಿಲ್ಲ. ಇನ್ನೊಂದು ಬಾರಿ ಬನ್ನಿ ಎಂದು ಹೇಳಿ ಕಳುಹಿಸಿದೆ" ಎನ್ನುತ್ತಿದ್ದರು.

ಒಂದು ರಾತ್ರಿ ವ್ಯಾಪಾರ ಕೇಂದ್ರದಲ್ಲಿ ಜೆಫ್ರಿ ಮತ್ತು ಗಿಲ್ಬರ್ಟ್ ಜೊತೆಗೆ ಬಾವೋ ಆಡುತ್ತಿದ್ದೆ. ಇದ್ದಕ್ಕಿದ್ದಂತೆಯೇ ವಿದ್ಯುತ್ ಕಡಿತದಿಂದ ಅಲ್ಲಿ ಕತ್ತಲಾಯಿತು. ಯಾರಿಗೂ ತಿಳಿಯದಂತೆ ಕತ್ತಲಲ್ಲಿ ಮನೆಗೆ ಓಡಿ ಹೋಗಿ, ಬಲ್ಬ್ ಜೋಡಿಸಿ ಮರಳಿ ಬಂದೆ.

"ಓಹ್... ನನಗೆ ಈ ವಿದ್ಯುತ್ ಕಡಿತವೆಂದರೆ ಕೋಪವೇ ಬರುತ್ತದೆ" ಗ್ರಾಹಕನೊಬ್ಬ ಇಪೋಂಗಾ ಕ್ಷೌರಿಕನ ಅಂಗಡಿಯಿಂದ ಹೊರಬಂದು, ಟೋಪಿ ಹಾಕಿಕೊಳ್ಳುತ್ತಾ ಹೇಳಿದನು.

"ವಿದ್ಯುತ್ ಕಡಿತವೇ? ಎಲ್ಲಿಯ ವಿದ್ಯುತ್ ಕಡಿತ? ನಮ್ಮ ಮನೆಯನ್ನು ನೋಡಿದ್ದೀರಾ?" ನಾನು ನಗುತ್ತಾ ಕೇಳಿದೆ.

ಇಪೋಂಗಾ ತನ್ನ ಅಂಗಡಿಯಿಂದ ಹೊರಬರುತ್ತಾ, "ನಿನ್ನ ಗಾಳಿಯಂತ್ರದ ಬಗ್ಗೆ ಕೊಚ್ಚಿಕೊಳ್ಳಲು ವಿದ್ಯುತ್ ಕಡಿತದ ಬಗ್ಗೆ ಹಾಸ್ಯ ಮಾಡುತ್ತೀಯಾ?" ಎಂದು ಛೇಡಿಸಿದನು.

"ಇರಬಹುದು!"

ಒಂದು ತಿಂಗಳ ಬಳಿಕ ನನ್ನ ಕೋಣೆಗೆ ವಿದ್ಯುಚ್ಛಕ್ತಿಯ ಸಂಪರ್ಕವನ್ನು ಕಲ್ಪಿಸುವತ್ತ ಗಮನ ವಹಿಸಿದೆ. ಇದಕ್ಕಾಗಿ ನನಗೆ ಸಾಕಷ್ಟು ಎಲೆಕ್ಟ್ರಿಕ್ ವೈರುಗಳು ಬೇಕಿದ್ದವು. ಆದರೆ ಯಥಾ ಪ್ರಕಾರ ಹಣವಿರಲಿಲ್ಲ. ಒಂದು ದಿನ ಗಿಲ್ಬರ್ಟ್ ಮತ್ತು ನಾನು ಚಾರಿಟಿಯ ಮನೆಯಲ್ಲಿ ಸಮಯವನ್ನು ಕಳೆಯುತ್ತಿದ್ದೆವು. ನನಗೆ ಬೇಕಿದ್ದಂತಹ ಅನೇಕ ಮೀಟರ್‌ಗಳಷ್ಟು ವೈರು ಅವನ ಕೋಣೆಯ ಮೂಲೆಯಲ್ಲಿ ಬಿದ್ದಿತ್ತು.

"ಅಯ್ಯೋ..." ಚಾರಿಟಿಗೆ ಹೇಳಿದೆ. "ನನಗೆ ಬೇಕಿರುವ ವೈರನ್ನು ಹಾಗೆ ಮೂಲೆಯಲ್ಲಿ ಬಿಸಾಡಲು ನಿನಗೆ ಮನಸ್ಸಾದರೂ ಹೇಗೆ ಬರುತ್ತದೆ?"

ಚಾರಿಟಿಗೆ ಅದನ್ನು ಒಂದು ಕೆಲಸದ ಸಂಭಾವನೆಯಾಗಿ ಕೊಡಲಾಗಿತ್ತು. ಅವನು ನನಗೆ ಬಂಧುವಾಗಿದ್ದ ಕಾರಣ, ಕಡಿಮೆ ಬೆಲೆಗೆ ಮಾರಲು ಒಪ್ಪಿಕೊಂಡನು.

"ನಾನು ಈಗಲೇ ಹೋಗಿ ಕೆಲಸವನ್ನು ಹುಡುಕುತ್ತೀನಿ. ಹಣ ಸಿಕ್ಕ ಕೂಡಲೇ ವೈರನ್ನು ಖರೀದಿಸುತ್ತೇನೆ" ನಾನು ಹೇಳಿ ಮುಗಿಸುವ ಹೊತ್ತಿಗೆ ಗಿಲ್ಬರ್ಟ್ ತನ್ನ ಜೇಬಿನಿಂದ ನೂರು ಕ್ವಾಚಾ ಹಣವನ್ನು ತೆಗೆದು ಚಾರಿಟಿಗೆ ನೀಡಿದ. ಗಿಲ್ಬರ್ಟ್ ಮಾಡಿದ ಸಹಾಯದಿಂದ ಮೂವತ್ತು ಮೀಟರ್‌ನಷ್ಟು ವೈರು ನನ್ನದಾಗಿತ್ತು.

"ಧನ್ಯವಾದ ಗಿಲ್ಬರ್ಟ್! ನನಗೆ ಇದೇ ರೀತಿಯ ವೈರ್ ಬೇಕಿತ್ತು. ನಿನ್ನ ಸಾಲವನ್ನು ಬೇಗನೇ ತೀರಿಸುತ್ತೇನೆ".

"ಇರಲಿ ಪರವಾಗಿಲ್ಲ. ಅದೆಲ್ಲಾ ಆಮೇಲೆ ನೋಡೋಣ. ಮೊದಲು ನಿನ್ನ ಕೋಣೆಗೆ ದೀಪವನ್ನು ಬರುವ ಹಾಗೆ ಮಾಡು" ಎಂದು ಗಿಲ್ಬರ್ಟ್ ಉತ್ತೇಜಿಸಿದನು.

ನನ್ನ ಆಸೆಯು ಕಮರುವ ಹೊತ್ತಿಗೆ ಮತ್ತೊಮ್ಮೆ ಗಿಲ್ಬರ್ಟ್ ನನಗೆ ಬೆಂಬಲವಾಗಿ ನಿಂತಿದ್ದ.

ಚಾರಿಟಿಯ ಮನೆಯಿಂದ ವೈರುಗಳ ಸುರುಳಿಯನ್ನು ಹೊತ್ತು, ನಮ್ಮ ಮನೆಯತ್ತ ಓಡಿದೆ. ಒಂದು ಕ್ಷಣ ನನ್ನ ಗಾಳಿಯಂತ್ರದ ಎದುರು ನಿಂತು ದೀರ್ಘವಾದ ಉಸಿರನ್ನು ತೆಗೆದುಕೊಂಡೆ. ಪ್ರತಿಬಾರಿಯೂ ಅದನ್ನು ಕಂಡಾಗಲೆಲ್ಲಾ ಆನಂದದಿಂದ ಹೊಟ್ಟೆ ಉಬ್ಬರಿಸಿದಂತೆ ಆಗುತ್ತಿತ್ತು.

ವೈರಿನ ಸುರುಳಿಯನ್ನು ಗೋಪುರದ ಕೆಳಗೆ ಬಿಚ್ಚುತ್ತಾ ಹೋದೆ. ಡೈನಮೊ ಮತ್ತು ನನ್ನ ಕೋಣೆಯ ನಡುವಿನ ಅಂತರವನ್ನು ಅಳತೆ ಮಾಡಿ ನೋಡಿದೆ. ಬೇಕಾಗಬಹುದು ಎಂದು ಕೆಲವು ಮೀಟರ್‌ಗಳಷ್ಟು ವೈರನ್ನು ತುಸು ಹೆಚ್ಚೇ ಕತ್ತರಿಸಿದೆ.

ಗೋಪುರದ ಮೇಲಿನ ಏಣಿಯ ಮೆಟ್ಟಲಿನಿಂದ ಬಲ್ಬ್ ಮತ್ತು ಹೋಲ್ಡರನ್ನು ಬಿಚ್ಚಿಟ್ಟುಕೊಂಡು ನನ್ನ ಜೇಬಿನಲ್ಲಿರಿಸಿದೆ. ಅದಾದ ಬಳಿಕ ಡೈನಮೊಗೆ ಜೋಡಿಸಿದ್ದ ವೈರುಗಳನ್ನೂ ಕಳಚಿದೆ. ಜೋರಾಗಿ ಬೀಸುತ್ತಿದ್ದ ಗಾಳಿಯಿಂದಾಗಿ ಬ್ಲೇಡುಗಳು ವೇಗವಾಗಿ ತಿರುಗುತ್ತಿದ್ದವು. ಅವು ನನ್ನ ಕೂದಲನ್ನು ಕತ್ತರಿಸಿಯೇ ಬಿಡುವುದೇನೋ ಎಂದು

ಭಯವಾಯಿತು. ಕೊನೆಗೆ ಡೈನಮೊಗೆ ಹೊಸದಾದ ತಾಮ್ರದ ತಂತಿಯ ವೈರುಗಳನ್ನು ಜೋಡಿಸಿ ಕೆಳಗಿಳಿದೆ.

ನನ್ನ ಕೋಣೆಯ ಛಾವಣಿಯು ಬ್ಲೂಗಮ್ ಮರದ ತೊಲೆಗಳು, ಪ್ಲಾಸ್ಟಿಕ್ ಹೊದಿಕೆ ಮತ್ತು ಅನೇಕ ಹುಲ್ಲಿನ ಪದರುಗಳಿಂದ ನಿರ್ಮಾಣವಾಗಿತ್ತು. ಕೋಣೆಯ ಮಧ್ಯ ಭಾಗದಲ್ಲಿ ದೀಪವು ಉರಿಯುವಂತೆ ಬಲ್ಬ್ ಜೋಡಿಸಿ ವೈರಿಂಗ್ ಕೆಲಸವನ್ನು ಮುಗಿಸಿದೆ. ಬಲ್ಬ್ ಮತ್ತು ಹೋಲ್ಡರ್ ಜೋಡಿಸಲು ದೀಪವು ಪಕ್ಕನೇ ಹತ್ತಿಕೊಂಡಿತು. ಮೊದಲ ಬಾರಿಗೆ ವಿದ್ಯುತ್ ದೀಪದ ಬೆಳಕಿನಲ್ಲಿ ನನ್ನ ಕೋಣೆಯ ವಸ್ತುಗಳನ್ನು ನೋಡುತ್ತಿದ್ದೆ. ಒಂದು ಮೂಲೆಯಲ್ಲಿ ನಟ್ಟು–ಬೋಲ್ಟುಗಳ ರಾಶಿ, ವೈರಿನ ತುಂಡುಗಳು, ಲೋಹದ ಚೂರುಗಳು... ಕೊನೆಗೂ ನನ್ನದೇ ಆದ ಖಾಸಗಿ ಜಾಗವು ಬೆಳಕಿನಿಂದ ಮಿಂದಿತ್ತು!

ಆ ಸಂಜೆಯ ಹೊತ್ತಿನಲ್ಲಿ, ನನ್ನ ಹಾಸಿಗೆಯಲ್ಲಿ ಉರುಳಿಕೊಂಡು ಛಾವಣಿಯಲ್ಲಿ ಉರಿಯುತ್ತಿದ್ದ ಹಳದಿ ದೀಪವನ್ನು ದಿಟ್ಟಿಸುತ್ತಾ ಮಲಗಿದ್ದೆ. ಹೊರಗೆ ಬ್ಲೇಡುಗಳು ತಿರುಗುತ್ತಾ ಕಿರುಗುಟ್ಟುವ ಶಬ್ದವನ್ನು ಹೊರಡಿಸುತ್ತಿದ್ದವು. ಆ ಬೆಳಕಿನಲ್ಲಿ ನನ್ನ ಕೈಕಾಲು, ಬೆರಳುಗಳು, ಪಕ್ಕದಲ್ಲಿದ್ದ ಗ್ರಂಥಾಲಯದ ಪುಸ್ತಕಗಳು ಚೆನ್ನಾಗಿ ಕಾಣುತ್ತಿದ್ದವು.

ನನ್ನ ಸಹೋದರಿಯರು ನಾನು ಕೋಣೆಯ ಒಳಗೆ ಓಡಿ ಹೋಗಿದ್ದನ್ನು ಕಂಡಿದ್ದರು. ಒಳಗೆ ಏನಾಗುತ್ತಿದೆ ಎಂದು ತಿಳಿಯುವ ಕುತೂಹಲದಿಂದ ಬಾಗಿಲು ಬಡಿಯುತ್ತಲೇ ಇದ್ದರು.

"ನಾವು ಒಳಗೆ ಬಂದು ನೋಡಬಹುದೇ?" ಡೋರಿಸ್ ಪ್ರಶ್ನಿಸಿದಳು.

"ಬನ್ನಿ" ನಾನು ಅನುಮತಿ ನೀಡಿದೆ.

ನನ್ನ ತಂದೆ, ತಾಯಿ, ಸಹೋದರಿಯರು ತೂರಿಕೊಂಡು ನನ್ನ ಚಿಕ್ಕ ಕೋಣೆಯಲ್ಲಿ ಬಂದು ಸೇರಿದರು. ನಮ್ಮ ಮನೆಗೆ ಹೊಸದಾಗಿ ಬಂದು ಸೇರಿದ್ದ ಕೌತುಕವನ್ನು ಬೆರಗಿನಿಂದ ನೋಡುತ್ತಾ ನಿಂತರು.

"ಓಹ್, ವಿಲಿಯಂನನ್ನು ನೋಡಿ. ರಾತ್ರಿ ಇಷ್ಟು ಹೊತ್ತಾದರೂ ಎದ್ದಿದಾನೆ!" ಅಪ್ಪ ಛೇಡಿಸಿದರು.

ಅಮ್ಮ ಶುಭಾಶಯ ಕೋರುತ್ತಾ "ಮಗನೇ, ಅಭಿನಂದನೆಗಳು. ನಮ್ಮ ಕೋಣೆಗಳಿಗೂ ಇದೇ ರೀತಿ ದೀಪವನ್ನು ಹಾಕಿ ಕೊಡಲು ಸಾಧ್ಯವೇ?" ಎಂದರು.

ನಾನೂ ಪ್ರತಿಯಾಗಿ ಹಾಸ್ಯ ಮಾಡಿ ಛೇಡಿಸಿದೆ, "ಓಹ್ ಅಮ್ಮಾ... ಮನೆಗೆ ಒಬ್ಬ ಹುಚ್ಚು ಹುಡುಗನು ವಿದ್ಯುತ್ ದೀಪವನ್ನು ಹಾಕಿಕೊಟ್ಟರೆ ನಿನಗೆ ಸರಿಬರುತ್ತಾ?"

"ಅಯ್ಯೋ... ನೀನು ನಮ್ಮೆಲ್ಲರ ಅನಿಸಿಕೆಯನ್ನು ಸುಳ್ಳು ಎಂದು ಸಾಬೀತು ಮಾಡಿದೆ. ಆದರೆ... ನನಗೆ ನಿನ್ನ ಬಗ್ಗೆ ನಿಜಕ್ಕೂ ಚಿಂತೆಯಾಗಿತ್ತು" ನನ್ನ ತಾಯಿ ನಗುತ್ತಾ ಹೇಳಿದರು.

"ಗಾಳಿ ಬೀಸುವುದು ನಿಂತರೆ ಏನಾಗುತ್ತದೆ?" ರೋಸ್ ಪ್ರಶ್ನಿಸಿದಳು.

"ಹಾಗಿದ್ದಾಗ... ಬೇರೆ ವ್ಯವಸ್ಥೆಯನ್ನು ಮಾಡಬೇಕಾಗುತ್ತದೆ. ಬ್ಯಾಟರಿಯನ್ನು ಹೊಂದಿಸುವ ಯೋಚನೆಯನ್ನು ಮಾಡುತ್ತಿದ್ದೇನೆ".

ಒಮ್ಮೆ ಕಾರ್ ಬ್ಯಾಟರಿ ಸಿಗಲು: ವಿದ್ಯುಚ್ಛಕ್ತಿಯನ್ನು ಶೇಖರಿಸಿ ಇಟ್ಟುಕೊಳ್ಳಬಹುದು. ಆಗ ಮನೆಯೆಲ್ಲಾ ಬೆಳಗುತ್ತದೆ. ಅದರಿಂದ ಅಪ್ಪ–ಅಮ್ಮನಿಗೆ ಸೀಮೆಎಣ್ಣೆಯ ಖರ್ಚು ಉಳಿಯುತ್ತದೆ. ಮುಂದಿನ ಹಂತದಲ್ಲಿ ಹೊಲಕ್ಕೆ ನೀರನ್ನು ಪಂಪಿನ ಮೂಲಕ ಹಾಯಿಸುವುದು ನನ್ನ ಯೋಜನೆ. ಇದರಿಂದ ನಮಗೆ ಹಸಿವಿನ ಚಿಂತೆಯಿರುವುದಿಲ್ಲ. ಇದನ್ನು ಹಂತ ಹಂತವಾಗಿ ಮಾಡಬೇಕಾಗುತ್ತದೆ ಎಂದೆಲ್ಲಾ ವಿವರಿಸಿದೆ.

ಅಂದು ರಾತ್ರಿ ಉತ್ಸಾಹದಿಂದ ನನಗೆ ನಿದ್ದೆ ಮಾಡಲು ಸಾಧ್ಯವಾಗಲಿಲ್ಲ. 'Explaining Physics' ಪುಸ್ತಕವನ್ನು ತಿರುವಿ ಹಾಕುತ್ತಾ, ಮುಂದಿನ ಕೆಲಸಗಳ ಬಗ್ಗೆ ಯೋಚಿಸತೊಡಗಿದೆ. ಗಳಿಗೆಗೊಮ್ಮೆ ತಲೆಯನ್ನು ಮೇಲೆತ್ತಿ ಉರಿಯುತ್ತಿದ್ದ ಬಲ್ಬನ್ನೇ ನೋಡುತ್ತಿದ್ದೆ. ಗೋಡೆಯ ಬಣ್ಣ, ಪುಸ್ತಕದ ಪುಟಗಳು, ಹೊರಗೆ ಗಾಳಿಯಿಂದ ಬರುತ್ತಿದ್ದ ಕೆಂಪು ಧೂಳು... ಎಲ್ಲವೂ ಹೊಳೆಯುತ್ತಿದ್ದವು, ಮತ್ತಷ್ಟು ಸ್ಪಷ್ಟವಾಗಿ ಕಂಡವು.

ಯಥಾಪ್ರಕಾರ ಅಂದು ರಾತ್ರಿ ಹೊರಗೆ ಗಾಳಿಯು ಬಲವಾಗಿ ಬೀಸುತ್ತಿತ್ತು!

ಗಾಳಿಯಂತ್ರದ ಯಶಸ್ಸು ಮತ್ತು ಸುಧಾರಣೆ

ನನ್ನ ತಂಗಿ ರೋಸ್‌ಗೆ ವಿವರಿಸಿದಂತೆ ಗಾಳಿಯಂತ್ರವು ಗಾಳಿಯು ಬೀಸದಿದ್ದಲ್ಲಿ ಕೆಲಸ ಮಾಡುತ್ತಿರಲಿಲ್ಲ. ಅಂತಹ ಒಣಹವೆಯುಳ್ಳ ರಾತ್ರಿಗಳಂದು ನಾನು ಬೆಂಕಿ ಪೊಟ್ಟಣಕ್ಕಾಗಿ ತಡಕಾಡುತ್ತಿದ್ದೆ. ಈ ಸಮಸ್ಯೆಯನ್ನು ನೀಗಿಸಲು ನನಗೆ ಬ್ಯಾಟರಿಯ ಅಗತ್ಯವಿತ್ತು. ಅದು ಸಿಗುವವರೆಗೂ ನನ್ನ ಗಾಳಿಯಂತ್ರವನ್ನು ಇತರ ಉದ್ದೇಶಗಳಿಗೆ ಬಳಸಲು ನಿರ್ಧರಿಸಿದೆ.

ನನ್ನ ಅಕ್ಕ... ಅಂದರೆ ಅಂಕಲ್ ಸಾಕ್ರೆಟಿಸ್ ಅವರ ಮಗಳು ರೂತ್, ಬೇರೆ ಊರಿನಿಂದ ನಮ್ಮ ಹಳ್ಳಿಗೆ ಬರುವವಳಿದ್ದಳು. ಅವಳಿಗೆ ಮದುವೆಯಾಗಿದ್ದು ಅವಳ ಬಳಿ ಒಂದು ಮೊಬೈಲ್ ಫೋನಿತ್ತು. ಅವಳು ನನ್ನನ್ನು ಕಂಡಾಗಲೆಲ್ಲಾ ಫೋನನ್ನು ವ್ಯಾಪಾರ ಕೇಂದ್ರದಲ್ಲಿ ಚಾರ್ಜ್‌ಮಾಡಿಕೊಂಡು ಬಾ ಎಂದು ಪೀಡಿಸುತ್ತಿದ್ದಳು. ವ್ಯಾಪಾರ ಕೇಂದ್ರದಲ್ಲಿ ಮೊಬೈಲ್ ಫೋನುಗಳನ್ನು ಚಾರ್ಜ್ ಮಾಡಲೆಂದೇ ಕೆಲವು ಅಂಗಡಿಗಳು ಇದ್ದವು. ಕೆಲವು ವ್ಯಾಪಾರಿಗಳು ವಿದ್ಯುಚ್ಛಕ್ತಿಯ ಸಂಪರ್ಕವಿಲ್ಲದವರ ದೂರವಾಣಿಗಳನ್ನು ಚಾರ್ಜ್ ಮಾಡಿಕೊಟ್ಟು ಬಹಳ ಹಣವನ್ನು ಸಂಪಾದಿಸುತ್ತಿದ್ದರು.

ಕೆಲವು ಅಂಗಡಿ ಮಾಲೀಕರ ಜೊತೆ ಒಪ್ಪಂದ ಮಾಡಿಕೊಂಡು, ಎಕ್ಸ್‌ಟೆನ್ಷನ್ ಕಾರ್ಡ್ ಸಹಾಯದಿಂದ ಚಾರ್ಜ್ ಮಾಡುತ್ತಿದ್ದರು. ಹೀಗೆ ಅವರದ್ದೇ ಒಂದು ಪುಟ್ಟ ಅಂಗಡಿಯು ರಸ್ತೆಯ ಬದಿಯಲ್ಲಿ ಇರುತ್ತಿತ್ತು. ಜನರು ಹಣವನ್ನು ಪಾವತಿಸಿ ಕರೆ ಮಾಡಲು, ಮೇಜಿನ ಮೇಲೆ ದೂರವಾಣಿಗಳು ಇರುತ್ತಿದ್ದವು. ಒಂದು ರೀತಿ ಇದನ್ನು ತೆರೆದ ಬೂತ್ ಎನ್ನಬಹುದು. ಈ ಮಾದರಿಯ ಅಂಗಡಿಗಳನ್ನು ಮಾಲಾವಿಯ ಉದ್ದಗಲಕ್ಕೂ ನೀವು ಕಾಣಬಹುದು.

ಲಿಲೋಂಗ್ವೆಯಂತಹ ದೊಡ್ಡ ಪಟ್ಟಣಗಳಲ್ಲಿ ಜೆರಾಕ್ಸ್ ಯಂತ್ರ ಮತ್ತು ಎಲೆಕ್ಟ್ರಿಕ್ ಟೈಪ್ ರೈಟರ್‌ಗಳನ್ನು, ಎಕ್ಸ್‌ಟೆನ್ಷನ್ ಕಾರ್ಡ್ ಸಹಾಯದಿಂದಲೇ ನಡೆಸುತ್ತಿದ್ದರು. ಅಲ್ಲಿಗೆ ಜನರು ಬಂದು ತಮ್ಮ ಬಯೋಡೇಟಾ ತಯಾರಿ ಮತ್ತು ಕೆಲಸಕ್ಕಾಗಿ ಕರೆಗಳನ್ನು ಮಾಡುತ್ತಿದ್ದರು. ಆದರೆ ನಿರಂತರ ವಿದ್ಯುತ್ ಕಡಿತದಿಂದ ವ್ಯಾಪಾರಕ್ಕೆ ತೊಂದರೆಯಾಗುತ್ತಿತ್ತು.

ಒಂದು ದಿನ ನಾನು ರೂತ್‌ಳ ಫೋನ್ ಮಾರುಕಟ್ಟೆಗೆ ಒಯ್ಯಲು ಆಗುವುದಿಲ್ಲ ಎಂದು ಗೊಣಗುತ್ತಿದ್ದೆ. ಆಗ ಅವಳು, "ನಿನ್ನ ಗಾಳಿಯಂತ್ರ ವಿದ್ಯುಚ್ಛಕ್ತಿ ಉತ್ಪಾದಿಸುತ್ತದೆಯಲ್ಲ. ಅದರಲ್ಲೇ ನೀನು ಏಕೆ ಚಾರ್ಜ್ ಮಾಡಬಾರದು?" ಎಂದು ಪ್ರಶ್ನಿಸಿದಳು.

ನಾನು ಅದಾಗಲೇ ಇದರ ಬಗ್ಗೆ ಯೋಚಿಸಿದ್ದೆ. ಆದರೆ ನನ್ನ ಯಂತ್ರದ ಡೈನಮೋ ಹನ್ನೆರಡು ವೋಲ್ಟಿನಷ್ಟು ವಿದ್ಯುಚ್ಛಕ್ತಿಯನ್ನು ಉತ್ಪಾದಿಸುತ್ತಿತ್ತು. ಆದರೆ ಫೋನ್ ಚಾರ್ಜ್ ಮಾಡಲು ಬೇಕಿದ್ದುದು ಇನ್ನೂರಾ ಇಪ್ಪತ್ತು ವೋಲ್ಟ್‌ಗಳು. ನನ್ನ ಯಂತ್ರದಲ್ಲಿ ವಿದ್ಯುತ್ ಒಂದಿಷ್ಟು ದೂರ ಪ್ರವಹಿಸುವಷ್ಟರಲ್ಲಿ ತನ್ನ ಶಕ್ತಿಯನ್ನು ಕಳೆದುಕೊಳ್ಳುತ್ತಿತ್ತು. ಇದನ್ನು ರೇಡಿಯೊ ಪ್ರಯೋಗವನ್ನು ಮಾಡಿದಾಗ ಕಂಡುಕೊಂಡಿದ್ದೆ. ಅದರ ಸಾಮರ್ಥ್ಯವನ್ನು ಕಾಯ್ದಿರಿಸಲು ನನಗೆ 'Step-Up Transformer'ನ ಅಗತ್ಯವಿತ್ತು.

ಜಗತ್ತಿನಾದ್ಯಂತ ಅನೇಕ ಶಕ್ತಿ ಉತ್ಪಾದನಾ ಸಂಸ್ಥೆಗಳು, ಅದರಲ್ಲೂ ಮುಖ್ಯವಾಗಿ ಯುರೋಪ್‌ನಲ್ಲಿರುವ ದೇಶಗಳು ಮತ್ತು ಅಮೇರಿಕಾ 'Step-Up Transformer' ಅನ್ನು ಬಳಸುತ್ತವೆ. ವಿದ್ಯುಚ್ಛಕ್ತಿಯು ಉತ್ಪಾದನಾ ಕೇಂದ್ರದಿಂದ ನಿಮ್ಮ ಮನೆಗೆ ಸರಬರಾಜು ಆಗುವ ಹೊತ್ತಿಗೆ ತನ್ನ ಸಾಮರ್ಥ್ಯವನ್ನು ಕಳೆದುಕೊಳ್ಳುವುದರಿಂದ, ನಡುವೆ ಸ್ಟೆಪ್ ಅಪ್ ಬಳಸಿ ಅದರ ಶಕ್ತಿಯನ್ನು ಹೆಚ್ಚಿಸುತ್ತಾರೆ.

'Step-Up Transformer'ನಲ್ಲಿ ಎರಡು ಕಾಯಿಲ್‌ಗಳು ಇರುತ್ತವೆ, ಪ್ರೈಮರಿ ಮತ್ತು ಸೆಕೆಂಡರಿ. ಅವೆರಡನ್ನೂ ಪಕ್ಕ ಪಕ್ಕದಲ್ಲಿಯೇ ಒಂದು ಲೋಹದ ಸುತ್ತಲೂ ಸುತ್ತಿರುತ್ತಾರೆ. ಹಿಂದೆ ನಾನು ವಿವರಿಸಿದಂತೆ, AC ವಿದ್ಯುತ್ ಪ್ರವಹಿಸುವಾಗ ತನ್ನ ದಿಕ್ಕುಗಳನ್ನು ಹಿಂದು ಮುಂದಾಗಿ ಬದಲಾಯಿಸುತ್ತದೆ. ಒಂದು ಕಾಯಿಲ್‌ನಲ್ಲಿ (ಸುರುಳಿ) ಇರುವ ವೋಲ್ಟೇಜ್ ಮತ್ತೊಂದು ಕಾಯಿಲ್‌ನತ್ತ ಜಿಗಿಯುತ್ತದೆ. ಇದನ್ನು ಮ್ಯೂಚುವಲ್ ಇಂಡಕ್ಷನ್ ಎಂದು ಕರೆಯುತ್ತಾರೆ. ಇದರಿಂದಾಗಿ ಒಟ್ಟಾರೆ ವೋಲ್ಟೇಜ್ ಹೆಚ್ಚಾಗುತ್ತದೆ. ಇದನ್ನು ಕುರಿತು ಒಂದು ಅಧ್ಯಾಯವನ್ನೇ 'Explaining Physics' ಪುಸ್ತಕದಲ್ಲಿ ಓದಿದ್ದೆ. ಅದರಲ್ಲಿ 'ಮೈಕೆಲ್ ಫ್ಯಾರಡೇ' 1831ರಲ್ಲಿ ಮೊದಲ ಟ್ರಾನ್ಸ್‌ಫಾರ್ಮರ್ ಕಂಡುಹಿಡಿದಿದ್ದನ್ನು ವಿವರಿಸಿದ್ದರು. ಅಬ್ಬಾ! ಅದು ಎಂತಹ ರೋಮಾಂಚಕವಾದ ಗಳಿಗೆಯೋ...

ಆ ಪುಸ್ತಕದಲ್ಲಿ 24 ವೋಲ್ಟುಗಳನ್ನು 240 ವೋಲ್ಟುಗಳಾಗಿ ಪರಿವರ್ತಿಸಬಹುದು ಎಂದಿತ್ತು. ಅಲ್ಲಿ ಕೊಟ್ಟಿದ್ದ ಚಿತ್ರಗಳ ಸಹಾಯದಿಂದ ನನ್ನದೇ ಆದ 'Step-UP Transformer' ತಯಾರು ಮಾಡಲು ನಿರ್ಧರಿಸಿದೆ. ಒಂದು ಚಿತ್ರದಲ್ಲಿ ಪ್ರೈಮರಿ ಕಾಯಿಲ್‌ನಲ್ಲಿ (ಸುರುಳಿ) ಇನ್ನೂರು ಸುತ್ತುಗಳೂ, ಸೆಕೆಂಡರಿ ಕಾಯಿಲ್‌ನಲ್ಲಿ (ಸುರುಳಿ) ಎರಡು ಸಾವಿರ ಸುತ್ತುಗಳೂ ಇದ್ದವು. ಕೆಳಗೆ ಕೆಲವು ಗಣಿತದ ಲೆಕ್ಕಗಳನ್ನೂ, ಸಮೀಕರಣಗಳನ್ನೂ ಕೊಡಲಾಗಿತ್ತು. ನನಗೋ ಅವುಗಳನ್ನು ಗಮನಿಸುವ ಸಹನೆಯಿರಲಿಲ್ಲ. ನಾನು ಮಾಡುತ್ತಿರುವುದು ಹೇಗೋ ಕೆಲಸ ಮಾಡುತ್ತದೆ ಎನ್ನುವ ಭರವಸೆಯಲ್ಲಿದ್ದೆ. ಡೈನಮೋ ವೈರುಗಳನ್ನು ಪ್ರೈಮರಿ ಕಾಯಿಲ್(ಸುರುಳಿ)ಗೂ, ಸೆಕೆಂಡರಿ ಕಾಯಿಲ್‌ನ್ನು ಫೋನಿನ ಚಾರ್ಜರ್‌ಗೆ ಸೇರಿಸಿದೆ. ಇನ್ನೇನು ಫೋನಿನ ಪ್ಲಗ್ಗನ್ನು ಸಿಕ್ಕಿಸಬೇಕು ಅಲ್ಲಿಯೇ ನಿಂತು ಬಲು ಜಾಗ್ರತೆಯಿಂದ ಗಮನಿಸುತ್ತಿದ್ದ ರೂತ್ ಎಚ್ಚರಿಸಿದಳು.

"ನನ್ನ ಫೋನನ್ನು ಹಾಳು ಮಾಡಬೇಡ. ಜೋಪಾನ."

"ಏನು ಮಾಡುತ್ತಾ ಇದೀನಿ ಎಂದು ನನಗೆ ಗೊತ್ತು" ನಾನು ಸುಳ್ಳನ್ನು ತೇಲಿ ಬಿಟ್ಟೆ.

ಫೋನಿನ ಜ್ಯಾಕ್ ಸಿಕ್ಕಿಸುತ್ತಿದ್ದಂತೆಯೇ, ಅದರ ಪರದೆಯಲ್ಲಿ ಬೆಳಕು ಮೂಡಿತು. ಚಾರ್ಜ್ ಸಂಕೇತದ ಗೆರೆಗಳು ಮೇಲೆ ಮತ್ತು ಕೆಳಗೆ ಚಲಿಸತೊಡಗಿದವು.

"ನೋಡು, ನಿನಗೆ ನಾನು ಹೇಳಲಿಲ್ಲವಾ?"

ಇದಾದ ಬಳಿಕ, ನನ್ನ ಕೋಣೆಗೆ ಗಿಲ್ಬರ್ಟ್‌ನ ಮನೆಯಲ್ಲಿ ಇದ್ದಂತೆ, ಸಾಕೆಟ್ ಮತ್ತು ಸ್ವಿಚ್ಚನ್ನು ಜೋಡಿಸಿದೆ. ಇದರಿಂದ ಫೋನನ್ನು ಚಾರ್ಜ್ ಮಾಡಿಕೊಳ್ಳಲು ಅನುಕೂಲವಾಯಿತು. ಈ ಸುದ್ದಿ ಹೇಗೋ ವ್ಯಾಪಾರ ಕೇಂದ್ರವನ್ನು ತಲುಪಿ, ಜನರು ಸಾಲುಗಟ್ಟಿ ನಿಲ್ಲತೊಡಗಿದರು. ಜನರ ಸಾಲು ನನ್ನ ಕೋಣೆಯಿಂದ ರಸ್ತೆಯನ್ನು ಮುಟ್ಟುತ್ತಿತ್ತು.

ಬಹುತೇಕ ಮಂದಿ, ತಮ್ಮ ಫೋನ್ ಚಾರ್ಜ್ ಮಾಡಿಕೊಳ್ಳಲು ನಾನು ಹಣ ಕೇಳುವುದಿಲ್ಲ ಎಂದೇ ಭಾವಿಸಿದ್ದರು. ಹೀಗಾಗಿ ನನ್ನ ಹೊಸ ಪ್ರಯೋಗದ ಬಗ್ಗೆ ಅವರಿಗೆ ನಂಬಿಕೆ ಇಲ್ಲವೆಂಬಂತೆ ನಟಿಸುತ್ತಿದ್ದರು.

"ಇದು ನಿಜಕ್ಕೂ ನನ್ನ ಫೋನನ್ನು ಚಾರ್ಜ್ ಮಾಡುತ್ತಾ?"

"ಹೌದು..."

"ತೋರಿಸು ನೋಡೋಣ?"

"ನೋಡಿ."

"ದೇವರೇ... ನೀನು ಹೇಳಿದ್ದು ನಿಜ. ಹಾ... ಹಾಗೇ ಸ್ವಲ್ಪ ಹೊತ್ತು ಬಿಟ್ಟಿರು. ನನಗೆ ಇನ್ನೂ ಸಂಪೂರ್ಣವಾಗಿ ನಂಬಿಕೆ ಬಂದಿಲ್ಲ."

ಎರಡು ತಿಂಗಳುಗಳ ಕಾಲ ಇದು ಮುಂದುವರೆಯಿತು. ನನಗೆ ಮುಂದಿನ ಹಂತದಲ್ಲಿ ಕಾರಿನ ಬ್ಯಾಟರಿಯ ಅಗತ್ಯವಿತ್ತು. ಅದು ಚಾರಿಟಿಯ ಬಳಿ ಇದೆಯೆಂದು ನನಗೆ ತಿಳಿಯಿತು.

"ಯಾವುದೋ ಟ್ರಕ್ ಇದನ್ನು ಬೀಳಿಸಿಕೊಂಡು ಹೋಗಿತ್ತು" ತನಗೆ ಅದು ಸಿಕ್ಕ ಬಗೆಯನ್ನು ಚಾರಿಟಿ ವಿವರಿಸಿದ.

ಅದು ಅವನಿಗೆ ಹೇಗಾದರೂ ಸಿಕ್ಕಿರಲಿ. ಸಧ್ಯ ಅದನ್ನು ಅವನು ನನಗೆ ಕೊಟ್ಟರೆ ಸಾಕು. ಬಹಳ ಕಾಡಿ ಬೇಡಿದ ನಂತರ, ಚಾರಿಟಿ ನನಗೆ ಕಂತಿನಲ್ಲಿ ಪಾವತಿಸುವಂತೆ ಹೇಳಿ ಬ್ಯಾಟರಿಯನ್ನು ಮಾರಿದ.

ಬ್ಯಾಟರಿಯನ್ನು ಚಾರ್ಜ್ ಮಾಡಲು ಮೊದಲಿಗೆ ನಾನು, ನಮಗೆ ದೊರೆಯುತ್ತಿದ್ದ AC ವಿದ್ಯುತ್ತನ್ನು DC ವಿದ್ಯುತ್ತಿಗೆ ಪರಿವರ್ತಿಸಬೇಕಿತ್ತು. ನನ್ನ ಪುಸ್ತಕದ ಪ್ರಕಾರ ಇದಕ್ಕೆ ಡಯೋಡ್‌ಗಳ ಅವಶ್ಯಕತೆಯಿತ್ತು. ಅಲ್ಲಿ ಕೊಟ್ಟಿದ್ದ ಚಿತ್ರಕ್ಕೆ ಸಮನಾದ ಡಯೋಡನ್ನು ನಾನೀಗ ಹುಡುಕಬೇಕಿತ್ತು. ನನ್ನ ಬಳಿ ಇದ್ದ, ಆರು ವೋಲ್ಟಿನ ಒಂದು ಹಳೆಯ ರೇಡಿಯೊವನ್ನು ಬಿಚ್ಚಿ ನೋಡಿದೆ. ನನಗೆ ಬೇಕಿದ್ದ ಡಯೋಡ್ ಅದರಲ್ಲಿ ಸಿಕ್ಕಿತು. ನಂತರ ಡಯೋಡನ್ನು ಗಾಳಿಯಂತ್ರ ಮತ್ತು ಬ್ಯಾಟರಿಯ ನಡುವೆ ಇದ್ದ ವೈರಿಗೆ ಸೋಲ್ಡರ್ ಮಾಡಿ

ಬೆಸೆದೆ. ಇದಾದ ಬಳಿಕ AC ಚಾರ್ಜರ್‌ನ್ನು DC ಚಾರ್ಜ್‌ರ್‌ಗೆ ಬದಲಾಯಿಸಿದೆ. ಇದನ್ನು ನನ್ನ ಅಕ್ಕ ರೂತ್ ಉಡುಗೊರೆಯಾಗಿ ಕೊಟ್ಟಳು.

ಈಗ ಬ್ಯಾಟರಿ ಸಿದ್ಧವಾಗಲು, ಮನೆಯ ಮೂರು ಜಾಗಗಳಲ್ಲಿ ದೀಪದ ಸಂಪರ್ಕವನ್ನು ಕಲ್ಪಿಸಿದೆ. ಇದಕ್ಕಾಗಿ ನನಗೆ DC ವಿದ್ಯುತ್ತಿನಿಂದ ಕೆಲಸ ಮಾಡುವ ಬಲ್ಬುಗಳು ಬೇಕಿದ್ದವು. ಕೊನೆಗೆ ನನಗೆ ದಾವ್ದ್ ಅಂಗಡಿಯಲ್ಲಿ ಆ ಬಲ್ಬುಗಳು ದೊರೆತವು. ಒಂದು ಬಲ್ಬನ್ನು ನನ್ನ ಕೋಣೆಯ ಹೊರಗೂ, ಮತ್ತೊಂದನ್ನು ನಮ್ಮ ತಂದೆ–ತಾಯಿಯ ಮಲಗುವ ಕೋಣೆಯಲ್ಲೂ, ಇನ್ನೊಂದು ಬಲ್ಬನ್ನು ಹಜಾರದಲ್ಲಿಯೂ ಹಾಕಿದೆ. ಪ್ರತಿಯೊಂದು ಬಲ್ಬಿಗೂ ಸೈಕಲ್ಲಿನ ಕಡ್ಡಿ ಮತ್ತು ಕಬ್ಬಿಣದ ತುಂಡುಗಳನ್ನು ಬಳಸಿ ಸ್ವಿಚ್ ತಯಾರಿಸಿದೆ. ಆದರೆ ಒತ್ತುವ ಗುಂಡಿಗಾಗಿ (Toggle) ವಿದ್ಯುತ್ತಿನ ವಾಹಕವಲ್ಲದ (Non Conductor) ವಸ್ತುವಿನ ಅಗತ್ಯವಿತ್ತು. ಅದಕ್ಕಾಗಿ ನನ್ನ ಹಳೆಯ ಪ್ಲಾಸ್ಟಿಕ್ ಚಪ್ಪಲಿಯನ್ನು ಅನೇಕ ಗುಂಡನೆಯ ಚೂರುಗಳಾಗಿ ಚಾಕುವಿನಿಂದ ಕೊರೆದಿಟ್ಟೆ. ಕೊನೆಗೆ ಈ ಸ್ವಿಚ್‌ಗಳನ್ನು ನಾನು ತಯಾರು ಮಾಡಿದ್ದ ಪುಟ್ಟ ಪ್ಲಾಸ್ಟಿಕ್ ಡಬ್ಬದಲ್ಲಿ ಕೂರಿಸಿದೆ.

ಈ ವಿನ್ಯಾಸದಲ್ಲಿ ಪ್ರತಿಯೊಂದು ಸ್ವಿಚ್‌ಗೂ ಮೂರು ಪ್ರತ್ಯೇಕವಾದ ವೈರುಗಳಿದ್ದವು : ಮೊದಲನೆಯದು : ವಿದ್ಯುತ್ ಸರಬರಾಜು ಮತ್ತು ಸ್ವಿಚ್‌ನ ನಡುವೆ. ಎರಡನೆಯದು : ಸ್ವಿಚ್ ಮತ್ತು ಬಲ್ಬಿನ ಮಧ್ಯದಲ್ಲಿ. ಮೂರನೆಯದು : ಬಲ್ಬ್ ಮತ್ತು ವಿದ್ಯುತ್ ಸರಬರಾಜಿನ ನಡುವೆ. ಪ್ರತಿಬಾರಿ ನಾನು ಬಟನ್ ಒತ್ತಲು, ಸ್ಪೋಕ್ ಕಡ್ಡಿ ಮತ್ತು ಕಬ್ಬಿಣದ ತುಣುಕುಗಳು ಬ್ಯಾಟರಿಯ ಜೊತೆ ಸಂಪರ್ಕವನ್ನು ಉಂಟು ಮಾಡುತ್ತಿದ್ದವು. ಕೊನೆಗೂ ಗಿಲ್ಬರ್ಟ್‌ನ ಮನೆಯಂತೆ ಗೋಡೆಯ ಗುಂಡಿಯನ್ನು ಒತ್ತಲು, ದೀಪವು ಹತ್ತಿಕೊಳ್ಳುತ್ತಿತ್ತು!

ಈ ವೈರಿಂಗ್ ಕೆಲಸ ಮುಗಿದು ಕೆಲ ದಿನಗಳಾಗಿದ್ದವು. ಒಂದು ರಾತ್ರಿ ನೇರವಾಗಿ ನನ್ನ ಕೋಣೆಯಿಂದ ಹಜಾರಕ್ಕೆ ಹೋದೆ. ಅಲ್ಲಿ ನನ್ನ ಕುಟುಂಬದ ಸದಸ್ಯರು ರೇಡಿಯೊ ಕೇಳುತ್ತಾ ಕುಳಿತಿದ್ದರು. ನನ್ನ ತಂದೆ ಮತ್ತು ನನ್ನ ಸಹೋದರಿಯರು, ರೇಡಿಯೊ–1 ವಾಹಿನಿಯಲ್ಲಿ ಬರುತ್ತಿದ್ದ ಕಾರ್ಯಕ್ರಮವನ್ನು ಕೇಳುವುದರಲ್ಲಿ ತಲ್ಲೀನರಾಗಿದ್ದರು. ನನ್ನ ತಾಯಿ ಒಂದು ಮೂಲೆಯಲ್ಲಿ ಕುಳಿತು, ಸುಂದರವಾದ ಹಳದಿ ಬಣ್ಣದ ಮೇಜಿನ ಮೇಲ್ಹೊದಿಕೆಯನ್ನು ಕ್ರೋಶಾದಲ್ಲಿ ಹೆಣೆಯುತ್ತಿದ್ದರು. ನಾನು ಮೈಕ್ ಹಿಡಿದ ರೇಡಿಯೊ–1 ವರದಿಗಾರನೆಂಬಂತೆ ನಟಿಸುತ್ತಾ, ಗಂಭೀರವಾದ ಧ್ವನಿಯಲ್ಲಿ "ಈಗ ನಾನು ಗೌರವಯುತರಾದ ಶ್ರೀ ಕಾಂಕ್ವಾಂಬಾ ಅವರಿಗೆ ಸೇರಿರುವ ಹಜಾರದಲ್ಲಿ ಬಂದು ನಿಂತಿದ್ದೇನೆ. ಶ್ರೀ ಕಾಂಕ್ವಾಂಬಾ ಅವರೇ, ಈ ಹಜಾರವು ಕೆಲ ದಿನಗಳ ಹಿಂದೆ ಕತ್ತಲೆಯಿಂದ ತುಂಬಿರುತ್ತಿತ್ತು. ಈಗ ನೋಡಿ ನೀವು ಪಟ್ಟಣದ ಜನರಂತೆ ಸಂಗೀತವನ್ನು ಆಸ್ವಾದಿಸುತ್ತಿದ್ದೀರಾ!" ಎಂದು ಹೇಳಿದೆ.

"ಓಹ್... ಪಟ್ಟಣದ ಜನರಿಗಿಂತಲೂ ಹೆಚ್ಚಾಗಿ ಆನಂದಿಸುತ್ತಿದ್ದೇವೆ" ಅಪ್ಪ ನಗುತ್ತಾ ಉತ್ತರಿಸಿದರು. "ಓಹ್... ಹಾಗಿದ್ದರೆ ನಿಮಗೆ ವಿದ್ಯುತ್ ಕಡಿತ ಇಲ್ಲವೆಂದೇ? ಅಥವಾ ನಿಮ್ಮಿಂದ ESCOMಗೆ ಯಾವುದೇ ಬಾಕಿ ಇಲ್ಲವೆಂದೇ ಅರ್ಥ?" ತಿರುಗಿ ಹಾಸ್ಯ ಮಾಡಿದೆ. "ಹೌದು. ಜೊತೆಗೆ ಇದನ್ನು ನನಸಾಗಿಸಿದ್ದು ನನ್ನ ಮಗ ಅದಕ್ಕಾಗಿ!"

ಮನೆಗೆ ವಿದ್ಯುತ್ ಸಂಪರ್ಕವು ಬಂದ ನಂತರ, ನಮ್ಮ ಜೀವನ ಕ್ರಮದಲ್ಲಿ ಮಹತ್ತರ ಬದಲಾವಣೆಗಳಾದವು. ಆದರೂ ನಾನು ಬಳಸುತ್ತಿದ್ದ ಬ್ಯಾಟರಿ ಮತ್ತು ವೈರುಗಳ ಗುಣಮಟ್ಟವು ಉತ್ತಮ ದರ್ಜೆಯದಾಗಿರಲಿಲ್ಲ. ಚಾರಿಟಿಯಿಂದ ಕೊಂಡು ತಂದಿದ್ದ ವೈರುಗಳೂ ಖರ್ಚಾಗಿ, ಹಳೆಯ ಸಾಮಾನುಗಳ ಗುಜರಿ ತಾಣದಿಂದ ಚೂರು–ಪಾರು ವೈರುಗಳನ್ನು ಹೊತ್ತು ತಂದಿದ್ದೆ.

ಅನೇಕ ಭಾಗಗಳಲ್ಲಿ ಸರಿಯಾಗಿ ಪ್ಲಾಸ್ಟಿಕ್ ಕವಚ (Insulation)ವಿಲ್ಲದೇ, ಒಮ್ಮೊಮ್ಮೆ ವಿದ್ಯುತ್ತಿನ ಕಿಡಿಯು ಕಾಣಿಸುತ್ತಿತ್ತು. ಜೊತೆಗೆ ಈ ವೈರುಗಳನ್ನು ಗೋಡೆಯ ಮೊಳೆಗಳ ಮೇಲೆ ಕ್ರಿಸ್‌ಮಸ್ ದೀಪಗಳಂತೆ ಇಳಿ ಬಿಟ್ಟಿದ್ದೆ. ಅಪಾಯವನ್ನು ತಡೆಯಲು ಅವು ಒಂದನ್ನೊಂದು ಹಾದು ಹೋಗದಂತೆ ಎಚ್ಚರ ವಹಿಸಬೇಕಿತ್ತು.

ನನ್ನ ಕೋಣೆಯ ಛಾವಣಿಯು ಹುಲ್ಲು, ಪ್ಲಾಸ್ಟಿಕ್ ಮತ್ತು ಮರದ ತೊಲೆಗಳಿಂದ ಕಟ್ಟಲ್ಪಟ್ಟಿತ್ತು. ಸ್ವಲ್ಪ ಎಚ್ಚರ ತಪ್ಪಿದಲ್ಲಿ ಬೆಂಕಿಯ ಅನಾಹುತವು ಕಟ್ಟಿಟ್ಟ ಬುತ್ತಿ! ಇದು ಸಾಲದೆಂಬಂತೆ ಛಾವಣಿಗೆ ಹಾಕಿದ್ದ ಬ್ಲೂಗಮ್ ಮರದ ತೊಲೆಗಳಿಗೆ ಗೆದ್ದಲು ಹಿಡಿದಿತ್ತು. ಪ್ರತಿ ರಾತ್ರಿಯೂ ನಾನು ಗೆದ್ದಲು ಮರವನ್ನು ತಿನ್ನುವ ಶಬ್ದವನ್ನು ಕೇಳುತ್ತಾ ಮಲಗುತ್ತಿದ್ದೆ. ಮಾರನೆಯ ದಿನ ಮುಂಜಾನೆ ನೋಡಲು, ಒಂದು ಗುಪ್ಪೆ ಮರದ ಹೊಟ್ಟು ನೆಲದ ಮೇಲೆ ಬಿದ್ದಿರುತ್ತಿತ್ತು. ಕ್ರಮೇಣ ಗೆದ್ದಲುಗಳ ಕಾಟದಿಂದ ತೊಲೆಗಳು ಟೊಳ್ಳಾಗಿ ಬಾಗತೊಡಗಿದವು. ಈಗಾಗಲೇ ತೊಲೆಗಳಿಂದ ಇಳಿಬಿಟ್ಟ ವೈರುಗಳಿಂದ ಮತ್ತಷ್ಟು ಅವ್ಯವಸ್ಥೆ ಉಂಟಾಯಿತು. ನಿಜ ಹೇಳಬೇಕೆಂದರೆ ಇತ್ತೀಚೆಗಷ್ಟೇ ನಾನೊಂದು ಅನಾಹುತದಿಂದ ಪಾರಾಗಿದ್ದೆ.

ಒಂದು ಮಧ್ಯಾಹ್ನ ದೊಡ್ಡ ಚಂಡಮಾರುತವೊಂದು ನಮ್ಮ ಊರಿಗೆ ಬಂದು ಅಪ್ಪಳಿಸಿತ್ತು. ಜೆಫ್ರಿಯ ಮನೆಯಿಂದ ಹೊರಟು ನನ್ನ ಕೋಣೆಗೆ ಬರಲು ಛಾವಣಿಯು ಮುರಿದು ಬಿದ್ದಿರುವುದು ಕಂಡಿತು. ನೆಲವೆಲ್ಲಾ ಧೂಳು ಮತ್ತು ಹುಲ್ಲಿನ ಕಸದಿಂದ ಆವೃತವಾಗಿತ್ತು. ಮರದ ತೊಲೆಗಳ ಜೊತೆಗೆ ಅವುಗಳನ್ನೇ ನಂಬಿದ್ದ ನೂರಾರು ಗೆದ್ದಲುಗಳು ನನ್ನ ಹಾಸಿಗೆಯ ಮೇಲೆ ಮತ್ತು ನೆಲದ ತುಂಬಾ ಬಿದ್ದಿದ್ದವು. ಮೊದಲು ಅವುಗಳನ್ನು ಗುಡಿಸಿ ಹೊರಹಾಕಲು ಯತ್ನಿಸಿದೆ. ನಂತರ ನನ್ನ ತಂದೆ ಈಚೆಗೆ ಕೊಂಡು ತಂದಿದ್ದ ಕೆಲವು ಕೋಳಿಗಳ ನೆನಪಾಯಿತು. ಕೋಣೆಯ ಬಾಗಿಲನ್ನು ತೆರೆಯಲು ಅವು ಸಾಲಾಗಿ ಹೋಗುತ್ತಿರುವುದನ್ನು ನೋಡಿದೆ.

"ಏ... ಕೋಳಿಗಳೇ... ಬನ್ನಿ. ನಿಮಗೆ ಹಬ್ಬದೂಟ ಬೇಕೆ?" ಎನ್ನುತ್ತಾ ಕೆಲವು ಗೆದ್ದಲುಗಳನ್ನು ಅವುಗಳ ಮುಂದೆ ಬಿಸಾಡಿದೆ. ಕೋಳಿಗಳಿಗೆ ಗೆದ್ದಲಿನ ರುಚಿ ಸಿಕ್ಕಲು, ಒಮ್ಮೆಗೇ ನನ್ನ ಕೋಣೆಯೊಳಗೆ ಧಾಳಿಯಿಟ್ಟವು. ಅವುಗಳಿಗೋ ತಮ್ಮ ಕಣ್ಣ ಮುಂದೆ ಯಥೇಚ್ಛವಾದ ಆಹಾರವಿರಲು ಮ(ಮು)ದವೇರಿತು. ರೆಕ್ಕೆಯನ್ನು ಬಡಿಯುತ್ತಾ, ಕೀರಲು ದನಿಯಲ್ಲಿ ಅರಚುತ್ತಾ, ಹಸಿವಿನ ಹುಚ್ಚು ಹಿಡಿದಂತೆ ಕೋಳಿಗಳು ಗೆದ್ದಲುಗಳನ್ನು ಹೆಕ್ಕಿ ತಿನ್ನತೊಡಗಿದವು.

"ಒಂದನ್ನೂ ಬಿಡಬೇಡಿ. ಎಲ್ಲವನ್ನೂ ತಿಂದು ಮುಗಿಸಿ" ನಾನು ಆದೇಶಿಸಿದೆ.

ಈ ಗೆದ್ದಲುಗಳು ಉಂಟು ಮಾಡಿದ ಗೊಂದಲದ ನಡುವೆ ಸುಟ್ಟ ವಾಸನೆಯನ್ನು ನಾನು ಗಮನಿಸಲೇ ಇಲ್ಲ. ನಂತರ ಬಾಗಿ, ಜೋತಾಡುತ್ತಿದ್ದ ಮರದ ತೊಲೆಯನ್ನು ಗಮನಿಸಿದೆ. ಅದರಲ್ಲಿ ಎರಡು ವೈರುಗಳು ಒಂದನ್ನೊಂದು ಹಾದು (Cross) ತಾಗಿಕೊಂಡು ಸುಟ್ಟು ಕರಗಿ ತುಂಡಾಗಿದ್ದವು. ನನ್ನ ಪುಣ್ಯ ಮತ್ತು ದೇವರ ದಯೆ ಯಾರಿಗೂ ಪೆಟ್ಟಾಗದೇ ಬಚಾವಾಗಿದ್ದೆವು.

ಆ ಹೊತ್ತಿಗೆ ಜೆಫ್ರಿ ನನ್ನ ಕೋಣೆಗೆ ಬಂದನು. ಇಬ್ಬರೂ ಅಲ್ಲಿ ಆಗಿದ್ದ ಅವ್ಯವಸ್ಥೆಯನ್ನು ನೋಡುತ್ತಾ ನಿಂತೆವು.

"ಏ ಬಾಂಬೊ, ನಾನು ಬಡವನಾಗಿರುವುದೇ ಒಳ್ಳೆಯದಾಯಿತು. ಹಣ ಇದ್ದಿದ್ದರೆ ಒಳ್ಳೆಯ ವೈರ್ ಕೊಳ್ಳುತ್ತಿದ್ದೆ. ಆಗ ಈ ಹೊತ್ತಿಗೆ ಮನೆಯೆಲ್ಲಾ ಉರಿದು ಭಸ್ಮ ಆಗಿರೋದು."

"ನಾನು ಹಿಂದೆಯೇ ನಿನಗೆ ಅದರ ಬಗ್ಗೆ ಎಚ್ಚರಿಸಿದ್ದೆ" ಜೆಫ್ರಿ ಬೇಸರವನ್ನು ವ್ಯಕ್ತಪಡಿಸಿದ.

"ಹೌದು. ಆದರೆ ಆಗ ನಾನು ನಿನ್ನ ಮಾತನ್ನು ಕೇಳಲಿಲ್ಲ."

ನಾನು ಉತ್ತಮ ವೈರಿಂಗ್‌ನ ವಿನ್ಯಾಸವನ್ನು ಮಾಡಬೇಕಿತ್ತು. ಯಥಾಪ್ರಕಾರ ಇದಕ್ಕಾಗಿ 'Explaining Physics' ಪುಸ್ತಕದ ಮೊರೆಹೋದೆ. ಅದರ 271ನೇ ಪುಟದಲ್ಲಿ ಬ್ರಿಟನ್ ದೇಶದ ಒಂದು ಮನೆಯಲ್ಲಿನ ವೈರಿಂಗ್ ವ್ಯವಸ್ಥೆಯನ್ನು ಸಚಿತ್ರವಾಗಿ ವಿವರಿಸಿದ್ದರು. ವೈರುಗಳು ಮುಖ್ಯ ವಿದ್ಯುತ್ ಸರಬರಾಜು ಕೇಂದ್ರದಿಂದ ನೇರವಾಗಿ ಸರ್ಕ್ಯೂಟ್ ಬ್ರೇಕರ್‌ಗೆ ಹೋಗಿ ಸೇರುತ್ತವೆ. ಒಂದು ವೇಳೆ ವಿದ್ಯುಚ್ಛಕ್ತಿಯ ಪ್ರವಾಹ ಮಿತಿಮೀರಲು, ಸರ್ಕ್ಯೂಟ್ ಬ್ರೇಕರ್ ವಿದ್ಯುಚ್ಛಕ್ತಿಯ ಸಂಚಾರವನ್ನು ತಡೆಯುತ್ತದೆ. ಇದರಿಂದ ವಿದ್ಯುತ್ ಕಡಿತವು ಉಂಟಾಗುತ್ತದೆ. ನನಗೆ ಇಂತಹ ಒಂದು ವ್ಯವಸ್ಥೆಯು ಬೇಕಿತ್ತು.

ಈ ಸರ್ಕ್ಯೂಟ್ ಬ್ರೇಕರ್‌ಗಳು ರಕ್ಷಾತಂತಿ(Fuse)ಗಳನ್ನು ಬಳಸುತ್ತಿದ್ದವು. ಇವು ಚಿಕ್ಕ ಚಿಕ್ಕ ವಿದ್ಯುತ್ ತಂತುಗಳು (Filaments). ವಿದ್ಯುತ್ ಪ್ರವಾಹವು ಹೆಚ್ಚಾದಲ್ಲಿ ಈ ತಂತುಗಳು ಕರಗುತ್ತಿದ್ದವು. ನನ್ನ ಬಳಿ ಅಂತಹ ತಂತುಗಳು ಇರಲಿಲ್ಲ. ಹಾಗಾಗಿ ಇರುವ ವಸ್ತುಗಳನ್ನು ಬಳಸಿಕೊಂಡು ಮನೆಯ ಕರೆಗಂಟೆಯಂತೆ ಸರ್ಕ್ಯೂಟನ್ನು ವಿನ್ಯಾಸಗೊಳಿಸಿದೆ.

ಕರೆಗಂಟೆಯು ಈ ರೀತಿಯಲ್ಲಿ ಕೆಲಸ ಮಾಡುತ್ತದೆ : ನಾವು ಹೊರಗೆ ಗುಂಡಿಯನ್ನು ಒತ್ತಿದಾಗ ಲೋಹದ ಸುರುಳಿಯು (Coil), ಕಾಂತೀಯ ಪ್ರಭಾವವನ್ನು (Electro Magnetic Effect)ಪಡೆಯುತ್ತದೆ. ಅದರ ಆಕರ್ಷಣೆಯಿಂದ ಲೋಹದ ಗೂಟವು ಎಳೆಯಲ್ಪಟ್ಟು ಗಂಟೆಯನ್ನು ಹೊಡೆಯುತ್ತದೆ. ನಂತರ ಈ ಲೋಹದ ಗೂಟವು ಸರ್ಕ್ಯೂಟನ್ನು ಮುರಿದು, ಪುನಃ ತನ್ನ ಸ್ಥಾನಕ್ಕೆ ಹೋಗಿ ನಿಲ್ಲುತ್ತದೆ. ಈ ಒಂದು ಪ್ರಕ್ರಿಯೆ ಒಂದು ಸೆಕೆಂಡಿಗೆ ಸುಮಾರು ಹನ್ನೆರಡು ಬಾರಿ ಪುನರಾವರ್ತನೆಯಾಗುತ್ತದೆ.

ನನ್ನ ಸರ್ಕ್ಯೂಟ್ ಬ್ರೇಕರ್ ಡಬ್ಬಕ್ಕಾಗಿ PVC ಪೈಪೊಂದನ್ನು ಕರಗಿಸಿ ಡಬ್ಬವೊಂದನ್ನು ತಯಾರಿಸಿದೆ. ನಂತರ ಎರಡು ಮೊಳೆಗಳ ಸುತ್ತಲೂ ತಾಮ್ರದ ತಂತಿಯನ್ನು ಸುತ್ತಲು,

ಅವು ಕಾಂತೀಯ ಪ್ರಭಾವವನ್ನು (Electro Magnetic Effect) ಉಂಟು ಮಾಡುತ್ತಿದ್ದವು. ನಂತರ ಆ ಸುರುಳಿಗಳನ್ನು ಪಕ್ಕ ಪಕ್ಕದಲ್ಲಿ (ಐದು ಇಂಚು ಅಂತರದಲ್ಲಿ) ಡಬ್ಬದ ಒಳಗೆ ತೂರಿಸಿದೆ. ಇವೆರಡು ಕಾಯಿಲ್‌ಗಳ ನಡುವೆ ಅಯಸ್ಕಾಂತವೊಂದನ್ನು ಇಳಿಬಿಟ್ಟೆ. ಅಯಸ್ಕಾಂತದ ಮೇಲಿನ ತುದಿಯನ್ನು ಸೈಕಲ್ಲಿನ ಕಡ್ಡಿಗೆ ಜೋಡಿಸಿದೆ. ಇದರಿಂದ ಸೈಕಲ್ಲಿನ ಕಡ್ಡಿಯು ಸುಲಭವಾಗಿ ಚಿಮ್ಮುವಂತೆ ಆಯಿತು.

ಇದಾದ ಬಳಿಕ ಬಾಲ್ ಪೆನ್ನಿನ ಸ್ಪ್ರಿಂಗ್ ಒಂದನ್ನು ತೆಗೆದು ಅದನ್ನು ಹಿಗ್ಗಿಸಿದೆ. ಸ್ಪ್ರಿಂಗಿನ ತುದಿಯನ್ನು ಅಯಸ್ಕಾಂತ ಮತ್ತು ಸುರುಳಿಯ ನಡುವೆ ತೂಗಿಬಿಟ್ಟೆ. ಸ್ಪ್ರಿಂಗಿನ ತುದಿಯು ಸರ್ಕ್ಯೂಟ್‌ನ ವೈರಿಗೆ ಜೋಡಿಸಲಾಗಿತ್ತು. ಇದರಿಂದ ಸ್ಪ್ರಿಂಗ್ ಅಪಾಯದ ಸ್ಥಿತಿಯಲ್ಲಿ ಬಲೆ ಅಥವಾ ಬೋನಿನಂತೆ ಕೆಲಸ ಮಾಡಿ ಅನಾಹುತವನ್ನು ತಡೆಯುತ್ತಿತ್ತು.

ಬಲ್ಬ್ ಹತ್ತಿದಾಗ ವಿದ್ಯುಚ್ಛಕ್ತಿಯು ಬ್ಯಾಟರಿಯಿಂದ ಈ ಸರ್ಕ್ಯೂಟ್ ಒಳಗೆ ಹರಿದು, ಆ ಎರಡು ಕಾಯಿಲ್‌ಗಳಲ್ಲಿ ಅಯಸ್ಕಾಂತ ಪ್ರಭಾವವನ್ನು ಉಂಟು ಮಾಡುತ್ತಿತ್ತು. ವಿದ್ಯುತ್ ಪ್ರವಹಿಸಿಲು ಅಯಸ್ಕಾಂತದ ತುಣುಕು ತನಗೆ ಹತ್ತಿರವಿದ್ದ ಮೊಳೆಯ ಕಡೆ ವಾಲುತ್ತದೆ. ಇನ್ನೊಂದು ಮೊಳೆಯು ಅಯಸ್ಕಾಂತವನ್ನು ದೂಡುತ್ತದೆ. ಹೀಗೆ ಅಯಸ್ಕಾಂತವು ಎರಡೂ ಮೊಳೆಗಳ ಸೆಳೆತ-ದಬ್ಬುವುದರ ನಡುವೆ ಸಮತೋಲನವನ್ನು ಕಾಯ್ದುಕೊಳ್ಳುತ್ತದೆ.

ವಿದ್ಯುಚ್ಛಕ್ತಿಯ ಪ್ರವಾಹವು ಹೆಚ್ಚಾದಲ್ಲಿ ಅದು ಅಯಸ್ಕಾಂತಕ್ಕೆ ಹತ್ತಿರವಿರುವ ಮೊಳೆಯ ಕಡೆಗೆ ನುಗ್ಗುತ್ತದೆ. ಅದು ಅಯಸ್ಕಾಂತವನ್ನು ಮತ್ತೊಂದು ತುದಿಗೆ ತಳ್ಳುತ್ತಾ, ಸ್ಪ್ರಿಂಗನ್ನು ವೈರಿನ ಜೋಡಣೆಯಿಂದ ಕಳಚಿಕೊಳ್ಳುವಂತೆ ಮಾಡುತ್ತದೆ. ಇದರಿಂದ ಸರ್ಕ್ಯೂಟ್ ಮುರಿದು ವಿದ್ಯುತ್ ಕಡಿತವು ಉಂಟಾಗುತ್ತದೆ. ಈ ಡಬ್ಬವನ್ನು ಗೋಡೆಯ ಮೇಲೆ ತೂಗಿ ಹಾಕಿದೆ. ಒಮ್ಮೆ ವಿದ್ಯುಚ್ಛಕ್ತಿಯ ಪ್ರವಾಹವು ಹೆಚ್ಚಾಗಿ, ನನ್ನ ಈ ವಿನ್ಯಾಸವು ಕೆಲಸ ಮಾಡುವುದನ್ನೇ ಕಾತರದಿಂದ ಎದುರು ನೋಡುತ್ತಿದ್ದೆ.

ಅದಕ್ಕೆ ಅವಕಾಶವು ಒದಗಿ ಬಂದಿತು. ಒಮ್ಮೆ ಹೀಗೆಯೇ ಅಂದಿನ ದಿನವನ್ನು ವ್ಯಾಪಾರ ಕೇಂದ್ರದಲ್ಲಿಯೇ ಕಳೆದಿದ್ದೆ. ಮನೆಗೆ ಮರಳಿ ಬಂದಾಗ ಏನೋ ಸರಿಯಿದ್ದಂತಿರಲಿಲ್ಲ. ನನ್ನ ತಾಯಿ ಹೊರಗೆ ಬಂದು ಹೇಳಿದರು "ಈಗ ತಾನೇ ಸುಂಟರಗಾಳಿ ಬಂದಂತಾಯಿತು. ನಾವೆಲ್ಲಾ ಒಳಗೆ ಓಡಿದೆವು."

ಗಮನಿಸಿ ನೋಡಲು, ನನ್ನ ಕೋಣೆಯ ಭಾವಣಿಯ ಭಾಗಗಳು ಅಂಗಳದಲ್ಲಿ ಬಿದ್ದಿದ್ದವು. ಯಾವುದೋ ರಾಕ್ಷಸನು ಅಲುಗಾಡಿಸಿದಂತೆ ಛಾವಣಿಯು ನೆಲಸಮವಾಗಿತ್ತು. ಸರ್ಕ್ಯೂಟ್ ಬ್ರೇಕರ್‌ನ ಡಬ್ಬವನ್ನು ಹೋಗಿ ಗಮನಿಸಿದೆ. ಅದು ಚಿಮ್ಮಿರುವುದು (Flip) ಕಂಡಿತು. ಅಯಸ್ಕಾಂತವನ್ನು ಮರಳಿ ಅದರ ಜಾಗಕ್ಕೆ ತಳ್ಳಲು ನೋಡಿದೆ. ಆದರೆ ಅದು ಪುನಃ ಬಂದು ಮೊಳೆಗೇ ಕಚ್ಚಿಕೊಂಡಿತು. ಬ್ಯಾಟರಿಯನ್ನು ಕಳಚಿದೆ.

ಭಾವಣಿಗೆ ಉದ್ದಕ್ಕೂ ಜೋತು ಹಾಕಿದ್ದ ವೈರುಗಳನ್ನು ಪರೀಕ್ಷಿಸುತ್ತಾ ಹೋದೆ. ಒಂದು ಕಡೆ ಅವು ಸಿಕ್ಕಾಗಿ ಬಿದ್ದಿರುವುದು ಕಾಣಿಸಿತು. ಸಿಕ್ಕನ್ನು ಬಿಡಿಸಿ ಬ್ಯಾಟರಿಯನ್ನು ಮರಳಿ ಜೋಡಿಸಿದೆ. ಆಗ ಸರ್ಕ್ಯೂಟ್ ಬ್ರೇಕರ್ ಡಬ್ಬದಲ್ಲಿ ಅಯಸ್ಕಾಂತವು ಎರಡು ಮೊಳೆಗಳ ನಡುವೆ ಹೋಗಿ ನಿಂತಿತು. ಮತ್ತೊಮ್ಮೆ ನಾನು ಬೆಂಕಿಯ ಅನಾಹುತದಿಂದ ಸ್ವಲ್ಪದರಲ್ಲಿಯೇ ಪಾರಾಗಿದ್ದೆ.

ಆದರೆ, ಅದಕ್ಕಿಂತಲೂ ಹೆಚ್ಚಾಗಿ, ನನ್ನ ಸರ್ಕ್ಯೂಟ್ ಬ್ರೇಕರ್ ತನ್ನ ಕೆಲಸವನ್ನು ನಿರ್ವಹಿಸಿದ್ದು ನನಗೆ ನೆಮ್ಮದಿಯಾಗಿತ್ತು.

"ನೋಡು ಜೆಫ್ರಿ, ಈ ಸರ್ಕ್ಯೂಟ್ ಬ್ರೇಕರ್ ಕೆಲಸವನ್ನು ಮಾಡಿದೆ. ಅದಿಲ್ಲದೇ ಹೋಗಿದ್ದರೆ ಮನೆಯೆಲ್ಲಾ ಸುಟ್ಟು ಬೂದಿಯಾಗುತ್ತಿತ್ತು".

"ಹೌದು, ನಿನ್ನ ಸರ್ಕ್ಯೂಟ್ ಬ್ರೇಕರ್ ಭಾರೀ ಇದೆ. ಈಗ ಅದಕ್ಕಿಂತ ಮೊದಲು ನಿನ್ನ ಭಾವಣಿಯ ಕಡೆಗೆ ಗಮನ ಕೊಡುವುದು ಒಳ್ಳೆಯದೇನೋ!"

ಪ್ರತಿ ಹೊಸ ಅನ್ವೇಷಣೆಯಲ್ಲಿಯೂ ಅದರದ್ದೇ ಆದ ಸಮಸ್ಯೆಗಳಿರುತ್ತವೆ. ಈಗ ನನ್ನ ಗಾಳಿಯಂತ್ರದ ಪರಿಸ್ಥಿತಿಯೂ ಹಾಗೆಯೇ ಆಗಿತ್ತು. ನಾನು ಮಾಡಿದ್ದ ವೈರಿಂಗ್ ಜೋಡಣೆಗಳು ವೃತ್ತಿಪರವಾಗಿರಲಿಲ್ಲ. ಅದು ಹವ್ಯಾಸಿ ವಿನ್ಯಾಸವಾಗಿತ್ತು. ಇದರ ಜೊತೆಗೆ ಸೈಕಲ್ಲಿನ ಸರಪಳಿಯು ನನಗೆ ಭಾರೀ ತಲೆನೋವನ್ನುಂಟು ಮಾಡಿತ್ತು. ವೇಗವಾಗಿ ಗಾಳಿಯು ಬೀಸಿದಾಗಲೆಲ್ಲಾ ಸರಪಳಿಯು ತುಂಡಾಗುತ್ತಿತ್ತು ಇಲ್ಲವೇ, ಸ್ಪ್ರೋಕೆಟ್‌ನ ಮೇಲಿನ ಮುಳ್ಳುಗಳಿಂದ ಕಳಚಿ ಹೊರಬರುತ್ತಿತ್ತು. ಪ್ರತಿಬಾರಿಯೂ ಹೀಗಾಗಲು ನಾನು ಮೇಲೆ ಹತ್ತಿ ತಿರುಗುತ್ತಿರುವ ಬ್ಲೇಡುಗಳನ್ನು ನಿಲ್ಲಿಸಿ, ಸರಪಳಿಯನ್ನು ಪುನಃ ಜೋಡಿಸಿ ಬರುತ್ತಿದ್ದೆ.

ಒಂದು ಮುಂಜಾನೆ ಒಳ್ಳೆಯ ಸವಿ ನಿದ್ದೆಯಲ್ಲಿದ್ದೆ. ನಿಜ ಹೇಳಬೇಕೆಂದರೆ ಕನಸಿನಲ್ಲಿ ನಗುತ್ತಲೂ ಇದ್ದೆ! ಕೋಳಿ ಕೂಗಲು ಇನ್ನೂ ಸಾಕಷ್ಟು ಸಮಯವಿತ್ತು. ಆದರೆ ಒಮ್ಮೆಗೇ ಯಾವುದೋ ಗದ್ದಲದಿಂದ ನನಗೆ ಎಚ್ಚರವಾಯಿತು. ಅದು ಏನೆಂದು ತಿಳಿಯಲು ನನಗೆ ಬಹಳ ಸಮಯ ಹಿಡಿಯಲಿಲ್ಲ. ಸರಪಳಿಯು ಪುನಃ ತುಂಡಾಗಿತ್ತು.

ಗಾಳಿಯು ಅಕೇಶಿಯಾ ಮರವನ್ನು ಜೋರಾಗಿ ಅಲ್ಲಾಡಿಸುತ್ತಿತ್ತು. ಇತ್ತ ಗಾಳಿಯಂತ್ರದ ಗೋಪುರವು ಗಾಳಿಯ ವೇಗವನ್ನು ತಡೆಯಲಾರದೇ ಅತ್ತಿತ್ತ ಓಲಾಡುತ್ತಿತ್ತು. ಇನ್ನು ಬ್ಲೇಡುಗಳು ತಿರುಗುತ್ತಿದ್ದ ವೇಗಕ್ಕೆ ಅವು ತುಂಡಾಗಿ ಬೀಳುವ ಸಾಧ್ಯತೆ ಹೆಚ್ಚಾಗಿತ್ತು. ನನಗೆ ಮೈಯೆಲ್ಲಾ ಕಂಪಿಸಿದಂತಾಗಿ ಬೆಚ್ಚನೆಯ ಹಾಸಿಗೆಯಿಂದ ಕೂಡಲೇ ಎದ್ದು ಹೊರಟೆ.

ಈ ಮೊದಲು ನಾನು ಬ್ಲೇಡುಗಳ ವೇಗವನ್ನು ತಡೆಯಲು ಬ್ರೇಕುಗಳನ್ನು ಅಳವಡಿಸಲು ಯೋಚಿಸಿದ್ದೆ. ಆದರೆ ನನಗೆ ಬೇಕಿದ್ದ ಸಾಮಾನುಗಳು ದೊರೆಯಲಿಲ್ಲ. ಈಗ ಅದೇ ಕೆಲಸವನ್ನು ಪ್ರಯಾಸದಿಂದ ಮಾಡಬೇಕಿತ್ತು. ಹತ್ತುವಾಗ ಹಿಡಿತ ಸಿಗಲಿ ಎಂದು ಫ್ಲಿಪ್ ಫ್ಲಾಪ್ ಚಪ್ಪಲಿಯನ್ನು ಧರಿಸಿ ಗೋಪುರವನ್ನು ಏರಿದೆ. ಅಂದು ಗಾಳಿಯ ಆರ್ಭಟ

ಭಯಂಕರವಾಗಿತ್ತು. ಎಲ್ಲಿ ಅದು ನನ್ನನ್ನು ಎತ್ತಿ ಒಗೆಯುತ್ತದೆಯೋ, ಗೋಪುರವೇ ಎಲ್ಲಿ ನೆಲಕ್ಕೆ ಉರುಳುವುದೋ ಎಂದು ದಿಗಿಲಾಯಿತು. ಏಣಿಯ ಮೆಟ್ಟಲಿನ ನಡುವೆ ಕಾಲುಗಳನ್ನು ತೂರಿಸಿ ಜೀವವನ್ನು ಗಟ್ಟಿಯಾಗಿ ಹಿಡಿದುಕೊಂಡೆ. ಆದರೆ ಮತ್ತೊಮ್ಮೆ ಗಾಳಿಯು ವೇಗವಾಗಿ ಬೀಸಲು, ಬ್ಲೇಡುಗಳು ನನ್ನ ಕೈಗಳಿಗೆ ಬಂದು ಹೊಡೆದವು. ನಾನು ಆಯ ತಪ್ಪಿ ಇನ್ನೇನು ಬೀಳುವವನಿದ್ದೆ. ಆದರೆ ಸಾವರಿಸಿಕೊಂಡು ಮೆಟ್ಟಿಲಿನ ಕೋಲನ್ನು ಹಿಡಿದು ಬಚಾವಾದೆ. ಆದರೆ ನನ್ನ ಮೂರು ಕೈ ಬೆರಳುಗಳ ಗೆಣ್ಣೆಯು ಕಿತ್ತು ಬಂದು, ರಕ್ತವು ತೊಟ್ಟಿಕ್ಕುತ್ತಾ ಗಾಳಿಯಲ್ಲಿ ಚದುರಿತು.

"ನೀನು ನನ್ನ ಸೃಷ್ಟಿ! ಆದರೆ ನನ್ನನ್ನೇ ಏಕೆ ಕೊಲ್ಲುತ್ತಿರುವೆ? ನಿನಗೆ ಸಹಾಯ ಮಾಡಲು ಅವಕಾಶವನ್ನು ಕೊಡು" ಒಮ್ಮೆ ಯಂತ್ರದತ್ತ ನನ್ನ ಕೋಪವನ್ನೆಲ್ಲಾ ಕಕ್ಕಿದೆ.

ಒಮ್ಮೆ ಸಮತೋಲನವು ಬರಲು ನನ್ನ ಜೇಬಿನಿಂದ ಇಂತಹ ರಿಪೇರಿಗಾಗಿಯೇ ಇರಿಸಿದ್ದ, ದಪ್ಪಗಿನ ಟೈರಿನ ಚೂರನ್ನು ಹೊರತೆಗೆದೆ. ನಂತರ ಅದನ್ನು ಅಂಗೈಯಲ್ಲಿ ಹಿಡಿದು ಸುತ್ತುತ್ತಿದ್ದ ಸ್ಪ್ರೋಕೆಟ್‌ನ್ನು ಉಸಿರು ಕಟ್ಟಿ ಬಿಗಿಯಾಗಿ ಹಿಡಿದೆ. ಒಮ್ಮೆ ಬ್ಲೇಡುಗಳು ತಿರುಗುವುದು ನಿಲ್ಲಲು ಸರಪಳಿಯನ್ನು ಮರು ಜೋಡಿಸಿದೆ.

ಇದಾದ ಕೆಲ ದಿನಗಳ ಬಳಿಕ ಮತ್ತೊಮ್ಮೆ ಸರಪಳಿಯು ಮುರಿಯಿತು, ಆಗ ನಡೆದಿದ್ದು ನಿಜಕ್ಕೂ ಘೋರ. ಆಗ ಸ್ಪ್ರೋಕೆಟ್‌ನ ಹಲ್ಲು ಟೈರಿನ ಚೂರನ್ನು ಹರಿಯಲು, ನನ್ನ ಚರ್ಮ ಮತ್ತು ಮಾಂಸಖಂಡವೆಲ್ಲಾ ಕಿತ್ತು ಬಂದಿತು. ಈಗಲೂ ಆ ಗಾಯದ ಗುರುತುಗಳು ನನಗೆ ಆ ಘಟನೆಗಳನ್ನು ನೆನಪಿಸುತ್ತವೆ.

ಈ ಸಮಯದಲ್ಲಿ ಜೆಫ್ರಿ ಇನ್ನೂ ಚಿಪುಂಬಾದಲ್ಲಿ ನಮ್ಮ ಬಂಧು ಮುಸೈವೇಲ್ ಅವರ ಜೋಳದ ಗಿರಣಿಯಲ್ಲಿ ಕೆಲಸ ಮಾಡುತ್ತಿದ್ದನು. ಅವನ ಕೆಲಸವೆಂದರೆ – ಗಿರಣಿಯಲ್ಲಿ ಬಿದ್ದಿದ್ದ ಹಿಟ್ಟನ್ನು ಗುಡಿಸುವುದು ಮತ್ತು ದೊಡ್ಡಪ್ಪನಿಗೆ ಬೇಕಿದ್ದ ಸಾಮಾನುಗಳನ್ನು ತಂದು ಕೊಡುವುದು. ಆದರೆ ದೊಡ್ಡಪ್ಪ ಬಹುತೇಕ ಸಮಯ ಕುಡಿತದ ಅಮಲಿನಲ್ಲಿಯೇ ಇರುತ್ತಿದ್ದರು. ಅವರ ಕುಡಿತದ ಚಟದಿಂದ ಜೆಫ್ರಿಯು ಗಿರಣಿಯ ಸಮಸ್ತ ಉಸ್ತುವಾರಿಯನ್ನೂ ಹೊರಬೇಕಾಯಿತು.

ಜೆಫ್ರಿ ಮುಂಜಾನೆ ಬೇಗನೇ ಎದ್ದು, ಯಂತ್ರಗಳನ್ನು ಪರೀಕ್ಷಿಸಿ ಅವುಗಳಿಗೆ ಬೇಕಿದ್ದ ಡೀಸಲ್ ಮತ್ತು ಎಣ್ಣೆಯನ್ನು ಹಾಕಬೇಕಾಗುತ್ತಿತ್ತು. ಅದಾದ ಬಳಿಕ ಅವನು ಗಿರಣಿಯನ್ನು ವ್ಯಾಪಾರಕ್ಕೆ ತೆರೆಯುತ್ತಿದ್ದನು. ಇದರ ಜೊತೆಗೆ ದೊಡ್ಡಪ್ಪನ ಕೋಣೆಯಲ್ಲಿಯೇ ಜೆಫ್ರಿ ಮಲಗಬೇಕಾಗುತ್ತಿತ್ತು. ದೊಡ್ಡಪ್ಪನೋ ಕಂಠಪೂರ್ತಿ ಕುಡಿದು ಮತ್ತಿನಿಂದ ಹಾಡುತ್ತಾ ಬಾರಿನಿಂದ ಮನೆಗೆ ಬರುತ್ತಿದ್ದರು. ಬಂದವರೇ ದೊಪ್ಪನೇ ಹಾಸಿಗೆಯ ಮೇಲೆ ಬಿದ್ದು, ಜೋರಾಗಿ ಗೊರಕೆ ಹೊಡೆಯುತ್ತಾ ನಿದ್ರೆಗೆ ಜಾರುತ್ತಿದ್ದರು. ಚಿಪುಂಬಾ ನಮ್ಮ ಊರಿನಿಂದ ಸುಮಾರು ಇಪ್ಪತ್ತೈದು ಕಿ.ಮೀ. ದೂರದಲ್ಲಿತ್ತು.

ತಿಂಗಳಿಗೊಮ್ಮೆ ಮನೆಗೆ ಬರುತ್ತಿದ್ದ ಜೆಫ್ರಿ, ನನ್ನ ಬಳಿ ತನ್ನ ಕಷ್ಟದ ದುಡಿಮೆಯ ಬಗ್ಗೆ ಹೇಳಿಕೊಳ್ಳುತ್ತಿದ್ದನು. "ಐದು ಬೆಟ್ಟಗಳನ್ನು ದಾಟಿ ಡೀಸಲ್ ತರುವಂತೆ ನನ್ನನ್ನು ಅವರು ಒತ್ತಾಯ ಮಾಡುತ್ತಾರೆ. ಮನೆಗೆ ಬರುತ್ತಾ ಎಣ್ಣೆಯೆಲ್ಲಾ ನನ್ನ ಬಟ್ಟೆಗಳನ್ನು ಹಾಳು ಮಾಡುತ್ತದೆ. ನಿಜ ಹೇಳುತ್ತಿದ್ದೀನಿ ವಿಲಿಯಂ... ನಿನ್ನ ಮತ್ತು ಗಿಲ್ಬರ್ಟ್‌ನ ಜೊತೆಯು ಬಹಳ ನೆನಪಿಗೆ ಬರುತ್ತದೆ. ಎಂದು ಇಲ್ಲಿಗೆ ತಿರುಗಿ ಬಂದೇನೋ ಎನಿಸಿದೆ!" ಇದರ ಜೊತೆಗೆ ಜೆಫ್ರಿ, ಅಲ್ಲಿ ಹಿಟ್ಟು ಬೀಸುವ ಯಂತ್ರಗಳು ಯಾವ ರೀತಿಯಲ್ಲಿ ರಬ್ಬರ್ ಬೆಲ್ಟು ಮತ್ತು ರಾಟೆಗಳನ್ನು ಬಳಸುತ್ತವೆ ಎಂದೂ ವಿವರಿಸಿದನು.

"ವಿಲಿಯಂ, ನೀನು ರಬ್ಬರ್ ಬೆಲ್ಟನ್ನು ಬಳಸಿದರೆ ಗಾಳಿಯಂತ್ರಕ್ಕೆ ಸರಪಳಿಯಿಂದ ಆಗುವ ತೊಂದರೆಯನ್ನು ತಪ್ಪಿಸಬಹುದು. ಗಿರಣಿಗಳಲ್ಲಿ ಅದನ್ನೇ ಬಳಸುವುದು. ಅದು ಎಂದಿಗೂ ವಿಫಲವಾಗುವುದಿಲ್ಲ."

ನನ್ನ ಮಟ್ಟಿಗೆ ಅದು ಒಂದು ಉತ್ತಮ ಪರಿಹಾರವಾಗಿತ್ತು. ರಾಟೆಯೊಂದು ಸಿಕ್ಕಿದಲ್ಲಿ ನಾನು ಹಿಂದಿನ ಮತ್ತು ಮುಂದಿನ ಸ್ಪ್ರೋಕೆಟ್‌ಗಳ ನಡುವೆ ಒತ್ತಡವನ್ನು ಹೆಚ್ಚಿಸಬಹುದಿತ್ತು. ಈಗಿನ ವಿನ್ಯಾಸದಲ್ಲಿ ಒತ್ತಡವಿಲ್ಲದೇ ಇರುವುದರಿಂದ ಸರಪಳಿಯು ಅನೇಕ ಬಾರಿ ಕಿತ್ತು ಹೋಗುತ್ತಿತ್ತು. ಅದರ ಜಾಗಕ್ಕೆ ಬೆಲ್ಟ್ ಬಂದಲ್ಲಿ ಗ್ರೀಸ್ ಸವರುವ ಅಗತ್ಯವೂ ಇರುವುದಿಲ್ಲ (ಏಕೆಂದರೆ ಈಗ ನನ್ನ ಸಂಗ್ರಹದಲ್ಲಿ ಇದ್ದ ಗ್ರೀಸ್ ಬೇರೆ ಖಾಲಿಯಾಗಿತ್ತು).

ಹಳೆಯ ಸಾಮಾನುಗಳ ಗುಜರಿ ತಾಣಕ್ಕೆ ಹೋಗಿ ನನಗೆ ಬೇಕಿದ್ದ ರಾಟೆಗಳಿಗಾಗಿ ಹುಡುಕತೊಡಗಿದೆ. ಹಳೆಯ ನೀರಿನ ಪಂಪಿನ ಎಂಜಿನ್ನಿನಲ್ಲಿ ಈ ರೀತಿಯ ರಾಟೆಗಳು ಕಂಡುಬಂದವು. ಅನೇಕ ಗಂಟೆಗಳ ಕಾಲ ಒಂದು ಸುತ್ತಿಗೆಯಿಂದ ಹೊಡೆದು ರಾಟೆಗಳನ್ನು ಹೊರತೆಗೆದೆ. ಅದರಲ್ಲೊಂದು ಆಕಾರದಲ್ಲಿ ದೊಡ್ಡದಾಗಿತ್ತು. ಅದನ್ನು ನಾನು ಸ್ಪ್ರೋಕೆಟ್ ಪಕ್ಕದಲ್ಲಿ ಬೆಸುಗೆ ಹಾಕಿಸಬೇಕಿತ್ತು. ಈಚೆಗೆ ನಾನು ಗಾಡ್‌ಸ್ಟನ್ ಬೆಸುಗೆ ಅಂಗಡಿಗೆ ಹೋದಾಗ, ಆತ ಮುಂಚಿನಂತೆ ನನ್ನನ್ನು ಅಪಹಾಸ್ಯ ಮಾಡುತ್ತಿರಲಿಲ್ಲ. ನಾನು ಕೈಯಲ್ಲಿ ಸಾಮಾನುಗಳನ್ನು ಹೊತ್ತು ಬರುವುದೇ ತಡ, ಆತ ಕುಲುಮೆಗೆ ಬೆಂಕಿ ಹಾಕುವುದು ಕಾಣುತ್ತಿತ್ತು. ನಂತರ "ಎಲ್ಲಿ ಬೆಸುಗೆ ಹಾಕಬೇಕು?" ಎಂದು ಕೇಳುತ್ತಿದ್ದನು.

ನಿಜ ಹೇಳಬೇಕೆಂದರೆ ಗಾಡ್‌ಸ್ಟನ್ ಒಮ್ಮೆ, ನನ್ನ ಒಂದು ಕೆಲಸಕ್ಕೆ ತನ್ನ ಯಂತ್ರವನ್ನೂ ಬಿಟ್ಟುಕೊಟ್ಟನು. ಸ್ಪ್ರೋಕೆಟ್‌ನ ಹಲ್ಲು / ಮುಳ್ಳುಗಳನ್ನು ಕರಗಿಸಿ ಸಮವಾಗಿಸಬೇಕಿತ್ತು. ಬೆಂಕಿಯ ಶಾಖದಲ್ಲಿ ಸ್ಪ್ರೋಕೆಟ್‌ನ ಹಲ್ಲುಗಳೆಲ್ಲಾ ಕರಗಿ ಸಮವಾಗಿದ್ದನ್ನು ಕಂಡಾಗ, ನನಗೆ ಅದರ ಮೇಲೆ ಸೇಡು ತೀರಿಸಿಕೊಂಡಂತೆ ಸಮಾಧಾನವಾಯಿತು.

"ಇದು ನೀನು ನನ್ನ ಗಾಯಗಳಿಗೆ ತೆತ್ತ ಬೆಲೆ!" ಅರಚುತ್ತಾ ಹೇಳಿದೆ.

ಮನೆಗೆ ತೆರಳಿ ಅಂದು ಮಧ್ಯಾಹ್ನವೇ ರಾಟೆಗಳನ್ನು ಜೋಡಿಸಿದೆ. ಅದು ಸರಿಯಾಗಿ ಹೊಂದಿಕೊಂಡಿತು. ಇದಾದ ಬಳಿಕ ನನಗೆ ಸರಿಯಾದ ಬೆಲ್ಟಿನ ಅಗತ್ಯವಿತ್ತು. ಇದಕ್ಕಾಗಿ ಹಳೆಯ ನೈಲಾನ್ ಚೀಲವೊಂದನ್ನು ಹರಿದು ಬೆಲ್ಟಿನಂತೆ ಮಾಡಿದೆ. ಅದನ್ನು ರಾಟೆಯ ಸುತ್ತಲೂ ಕಟ್ಟಿದೆ. ಈ ವ್ಯವಸ್ಥೆಯು ಹತ್ತು ಸೆಕೆಂಡುಗಳ ಕಾಲ ಜಾರಿಯಲ್ಲಿತ್ತು. ಹರಿದ

ಬೆಲ್ಟನ್ನು ಟಾರ್ ಬಳಸಿ ಅಂಟಿಸಿದೆ. ಆದರೆ ಅದೂ ಸಹ ಕೆಲವು ಗಂಟೆಗಳ ಬಳಿಕ ಕಿತ್ತು ಬಂದಿತು.

ಕೊನೆಗೆ ವ್ಯಾಪಾರ ಕೇಂದ್ರದಲ್ಲಿ ಅಜ್ಜನೊಬ್ಬರು ಗಿರಣಿಯಲ್ಲಿ ಉಪಯೋಗಿಸುವ ಹಳೆಯ ಬೆಲ್ಟನ್ನು ನನಗೆ ಕೊಟ್ಟರು. ಆದರೆ ಅದು ಮಧ್ಯದಲ್ಲಿ ತುಂಡಾಗಿತ್ತು. ಆ ಅಜ್ಜ ತಮ್ಮ ಸೈಕಲ್ಲಿಗೆ ತರಕಾರಿಯ ಮೂಟೆಗಳನ್ನು ಆ ಬೆಲ್ಟಿನಿಂದ ಬಿಗಿಯುತ್ತಿದ್ದರು. ಕಿತ್ತು ಹೋಗಿದ್ದ ಬೆಲ್ಟನ್ನು ಕ್ರೋಶಾ ಹೆಣಿಗೆಯಿಂದ ಹೊಲಿದು ರಾಟೆಗೆ ಜೋಡಿಸಿದೆ. ಇದೂ ಸಹ ಅನೇಕ ಬಾರಿ ಕಿತ್ತು ಬರುತ್ತಿತ್ತು. ಆಗೆಲ್ಲಾ ಕಾರಿನ ಟೈರು ಮತ್ತು ಕ್ರೋಶಾ ಬಳಸಿ ಹೊಲಿದು ಪುನಃ ಜೋಡಿಸುತ್ತಿದ್ದೆ. ಹಾಗೂ ಹೀಗೂ ಈ ವ್ಯವಸ್ಥೆಯು ಎರಡು ತಿಂಗಳುಗಳ ಕಾಲ ಜಾರಿಯಲ್ಲಿತ್ತು. ನಾನು ದಿನಕ್ಕೆರಡು ಬಾರಿ ಗಾಳಿಯಂತ್ರದ ಗೋಪುರವನ್ನು ಹತ್ತಿಳಿಯುವುದಂತೂ ತಪ್ಪಲಿಲ್ಲ!

ಅಂತೂ ಇಂತೂ ನನಗೆ ಬೇಕಿದ್ದ ಬೆಲ್ಟು ನನ್ನ ಕೈ ಸೇರಿತು. ಒಮ್ಮೆ ಜೆಫ್ರಿ ಚಿಪುಂಬಾದಿಂದ ಬರುವಾಗ ಬೆಲ್ಟನ್ನು ಖರೀದಿಸಿ ತಂದನು. ಇದನ್ನು ಜೋಡಿಸಲು ಗಾಳಿಯಂತ್ರವು ಯಾವುದೇ ಅಡೆತಡೆಯಿಲ್ಲದೇ ಕಾರ್ಯ ನಿರ್ವಹಿಸತೊಡಗಿತು.

ಇನ್ನು ನನಗೆ ಅಲ್ಲಿ ಗಾಯ, ಇಲ್ಲಿ ಗಾಯ ಎನ್ನುವ ಚಿಂತೆಯೂ ಇರುವುದಿಲ್ಲ. ಇನ್ನು ಮುಂದೆ ಬೆಳಗಿನ ಜಾವ ಬೇಗನೇ ಎದ್ದು ಕಿತ್ತು ಹೋಗಿದ್ದ ಸರಪಳಿಯನ್ನು ಜೋಡಿಸಬೇಕಿರಲಿಲ್ಲ. ಆದರೆ ಕೋಳಿಯ ಕಾಟವನ್ನು ತಪ್ಪಿಸಿಕೊಳ್ಳಲು ಸಾಧ್ಯವಾಗಲಿಲ್ಲ. ಇನ್ನೂ ಕನಸು ಕಾಣುತ್ತಾ ಮಲಗಿರುತ್ತಿದ್ದ ನನಗೆ, ಕೋಳಿಯು "ಕೊ..ಕ್ಕೊ..ಕ್ಕೋ" ಎನ್ನಲು ಎಚ್ಚರವಾಗುತ್ತಿತ್ತು. ಸ್ವಲ್ಪ ಹೊತ್ತಿನ ಬಳಿಕ ತಿರುಗುತ್ತಿದ್ದ ಗಾಳಿಯಂತ್ರದ ಶಬ್ದಕ್ಕೆ ಜೋಂಪು ಬಂದಂತಾಗಿ, ಮರಳಿ ನಿದ್ರೆಗೆ ಜಾರುತ್ತಿದ್ದೆ. ಆದರೂ ಈ ಕೋಳಿಯು ಕೇಳಬೇಕಲ್ಲ... ನನ್ನನ್ನು ಎಬ್ಬಿಸಿಯೇ ತೀರುತ್ತಿತ್ತು!

"ಏ ಕೋಳಿ... ನೀನು ಕೂಗೋದು ನಿಲ್ಲಿಸದಿದ್ದರೆ, ಅಲ್ಲಿ ಯಂತ್ರದ ಮೇಲಿನಿಂದ ನಿನ್ನ ತಲೆಯು ಜೋತಾಡುತ್ತಾ ಇರುತ್ತದೆ. ಹುಷಾರ್!" ನನ್ನ ಬೆದರಿಕೆಗೆ ಅದು ಮಣಿಯುತ್ತದೆಯೇ?

"ಕೊ..ಕ್ಕೊ.... ಕ್ಕೊ....ಕೋ.... ಕೊ..ಕ್ಕೊ.." ಕೋಳಿಯ ಬಾಯಿ ಮುಚ್ಚಿಸುವುದು ಅಸಾಧ್ಯ ಎಂದು ಮನವರಿಕೆಯಾಗಿತ್ತು!.

ಮತ್ತಷ್ಟು ಪ್ರಯೋಗಗಳು... ಯೋಜನೆಗಳು

ದಿನಗಳು ಕಳೆಯುತ್ತಿದ್ದವು. ನಾನು ಫಸಲಿನ ಮಾರಾಟದಿಂದ ಬರುವ ಹಣವು ನನ್ನ ಶಾಲೆಯ ಶುಲ್ಕಕ್ಕೆ ಸಾಲಬಹುದು, ನಂತರ ನಾನು ಶಾಲೆಗೆ ಮರಳಬಹುದು ಎನ್ನುವ ನಿರೀಕ್ಷೆಯಲ್ಲಿದ್ದೆ. ಆದರೆ ಕ್ಷಾಮದ ಸಮಯದಲ್ಲಿ ನನ್ನ ತಂದೆಯವರು ಮಾಡಿದ್ದ ಸಾಲದ ಮೊತ್ತವು ಬೆಟ್ಟದಷ್ಟಾಗಿತ್ತು. ಇತ್ತ ನನ್ನ ಕಚೊಕೊಲೊ ಶಾಲೆಯ ಹೊಸ ಅವಧಿಯು ಇಷ್ಟರಲ್ಲಿಯೇ ಪ್ರಾರಂಭವಾಗುತ್ತಿದ್ದರೂ ನಮ್ಮ ಬಳಿಯಲ್ಲಿ ಹಣವಿರಲಿಲ್ಲ. ಶಾಲೆಯ ಶುಲ್ಕವಿರಲಿ ಗೊಬ್ಬರ ಮತ್ತು ಬೀಜಗಳನ್ನು ಕೊಳ್ಳಲೂ ಅಸಾಧ್ಯವಾಗಿದ್ದ ಪರಿಸ್ಥಿತಿಯದು. ತಂಬಾಕಿನ ಬೆಳೆಯಿಲ್ಲದೆಯೇ ನಮಗೆ ವರ್ಷದ ಉಳಿದ ಭಾಗದಲ್ಲಿ ಹಣದ ಅಭಾವ ಕಟ್ಟಿಟ್ಟ ಬುತ್ತಿಯೇ ಸರಿ. ನಿಜ ಹೇಳಬೇಕೆಂದರೆ, ತಂಬಾಕು ಬೆಳೆಯಲು ಇನ್ನೂ ಅನೇಕ ವರ್ಷಗಳು ನಾವು ಕಾಯಬೇಕಿತ್ತು.

ಕೊನೆಗೆ ಗೊಬ್ಬರ ಇಲ್ಲದೆಯೇ ಸುಲಭವಾಗಿ ಬೆಳೆಯಬಲ್ಲ ಧಾನ್ಯ ಮತ್ತು ತರಕಾರಿಗಳನ್ನು ಬೆಳೆಸ ತೊಡಗಿದೆವು. ಅವುಗಳನ್ನು ಮಾರುಕಟ್ಟೆಯಲ್ಲಿ ಸುಲಭವಾಗಿ ಮಾರಲು ಸಾಧ್ಯವಿತ್ತು. ಉದಾ: ಸೋಯಾ, ಹುರುಳೀಕಾಯಿ, ಕಡಲೇ ಬೀಜ... ಇತ್ಯಾದಿ. ಆದರೆ ಇವುಗಳಿಂದ ನಮಗೆ ಹಣ ಬಂದರೂ ನನ್ನ ಶುಲ್ಕ ಪಾವತಿಗೆ ಅದು ಸಾಲುತ್ತಿರಲಿಲ್ಲ.

ಒಂದು ಮಧ್ಯಾಹ್ನ ನಾನು ಮತ್ತು ನನ್ನ ತಂದೆ ರೇಡಿಯೊ ಕೇಳುತ್ತಾ ಹೊಲದಲ್ಲಿ ಕೆಲಸ ಮಾಡಿಕೊಳ್ಳುತ್ತಿದ್ದೆವು. ಆಗ ಕಾರ್ಯಕ್ರಮದ ನಡುವೆ ಒಂದು ಖಾಸಗಿ ಶಾಲೆಯ ಜಾಹೀರಾತು ಕೇಳಿ ಬಂದಿತು :

"ನಮ್ಮ 'ಕಘುಕಾ' ಶಾಲೆಗೆ ಬನ್ನಿ. ಪ್ರತಿಭಾನ್ವಿತ ಶಿಕ್ಷಕರು. ಅತ್ಯುತ್ತಮ ಪರೀಕ್ಷಾ ಫಲಿತಾಂಶಗಳು. ಸುಲಭವಾಗಿ ಕಂತಿನಲ್ಲಿ ಶುಲ್ಕವನ್ನು ಪಾವತಿಸಲು ಅವಕಾಶ. ಕಘುಕಾ ಶಾಲೆಗೆ ಬನ್ನಿ, ಈ ಸದವಕಾಶವನ್ನು ಕಳೆದುಕೊಳ್ಳಬೇಡಿ..."

ಮನೆಯಲ್ಲಿ ನಾನು ಸುಮ್ಮನೆ ಕುಳಿತಾಗ ಈ ತೆರನಾದ ಜಾಹೀರಾತುಗಳು ಮನಸ್ಸಿನ ಬೇಸರವನ್ನು ಮತ್ತಷ್ಟು ಹೆಚ್ಚಿಸುತ್ತಿದ್ದವಷ್ಟೇ! ಆದರೆ ಈ ಬಾರಿ ಹಾಗೆನ್ನಿಸದೇ ನಾನು ಶಾಲೆಗೆ ಮರಳಲು ಇದು ಉತ್ತಮ ಅವಕಾಶ ಎಂದು ತೋರಿತು. ನನ್ನ ತಂದೆಯಿಂದ ಬರುವ ಉತ್ತರ ಗೊತ್ತಿದ್ದರೂ ಪ್ರಶ್ನಿಸಿದೆ.

"ಅಪ್ಪಾ, ನಿನಗೆ ಏನನ್ನಿಸುತ್ತದೆ? ಈ ಶಾಲೆಯಲ್ಲಿ ನಾವು ಏಕೆ ಪ್ರಯತ್ನಿಸಬಾರದು?"

"ನಿಜ. ನಾವು ಅದರ ಬಗ್ಗೆ ಯೋಚಿಸುತ್ತಿದ್ದೇವೆ. ಆದರೆ ಒಂದು ಬಾರಿ ನಮ್ಮ ಸಾಲಗಳೆಲ್ಲವೂ ತೀರಿದಲ್ಲಿ ನಿನ್ನನ್ನು ಶಾಲೆಗೆ ಕಳಿಸುತ್ತೇವೆ" ನನ್ನ ತಂದೆ ಉತ್ತರಿಸಿದರು.

ನನ್ನ ಪ್ರಶ್ನೆಯು ನನ್ನ ತಂದೆಯ ಮನಸ್ಸನ್ನು ಯಾವ ಮಟ್ಟಕ್ಕೆ ಘಾಸಿಗೊಳಿಸಿದೆಯೆಂದು ನನಗೆ ಅರ್ಥವಾಯಿತು. ನಾನು ವಾದಕ್ಕೆ ಇಳಿದರೆ ಅವರಿಗೆ ಮತ್ತಷ್ಟು ನೋವಾಗಬಹುದು ಎಂದುಕೊಂಡು ಸುಮ್ಮನಾದೆ. ಮರುಮಾತಾಡದೇ ಹೊಲದ ಕೆಲಸವನ್ನು ಮುಂದುವರೆಸಿದೆ.

ಜನವರಿ ತಿಂಗಳಿನಲ್ಲಿ ನನ್ನ ಬಹುತೇಕ ಸ್ನೇಹಿತರು ಶಾಲೆಗೆ ಮರಳಿದರು. ಕಚೊಕೊಲೊ ಶಾಲೆಗೆ ಹೋಗುವ ದಾರಿಯಲ್ಲಿ ಅವರು ಹಾಸ್ಯ ಮಾಡುತ್ತಾ, ಜೋರಾಗಿ ನಗುತ್ತಾ ಹೋಗುವುದನ್ನು ಕಂಡಾಗ ಮನಸ್ಸು ಪಿಚ್ಚೆನ್ನಿಸುತ್ತಿತ್ತು. ವ್ಯಾಪಾರ ಕೇಂದ್ರದಲ್ಲಿ ಗಿಲ್ಬರ್ಟ್‌ಹಾಗೂ ನನ್ನ ಇತರ ಸ್ನೇಹಿತರು ಬಾವೋ ಆಡಲು ಸಿಗುತ್ತಿದ್ದರು. ಅಲ್ಲಿ ಅವರು ತಾವು ಪಡೆದ ಉತ್ತಮ ಅಂಕಗಳ ಬಗ್ಗೆ ಮಾತನಾಡಲು ತೊಡಗಿದರೆ, ಅಥವಾ, "ವಿಲಿಯಂ, ನೀನು ಯಾವಾಗ ಶಾಲೆಗೆ ಮರಳಿ ಬರುತ್ತೀ?" ಎಂದು ಪ್ರಶ್ನಿಸಿದರೆ, ಅನೇಕ ಬಾರಿ ಉತ್ತರಿಸದೇ ಸುಮ್ಮನಿರುತ್ತಿದ್ದೆ. ಒಮ್ಮೊಮ್ಮೆ, "ದಯಮಾಡಿ ಈ ವಿಷಯದ ಬಗ್ಗೆ ಮಾತನಾಡುವುದು ಬೇಡ" ಎಂದೂ ನುಡಿದಿದ್ದೆ. ಸ್ವಲ್ಪ ದಿನಗಳ ಬಳಿಕ ಯಾರೂ ಆ ವಿಷಯವನ್ನು ಪುನಃ ಪ್ರಸ್ತಾಪಿಸಲಿಲ್ಲ.

ವಾರದ ಯಾವುದೇ ದಿನದಲ್ಲಿ ವ್ಯಾಪಾರ ಕೇಂದ್ರಕ್ಕೆ ಹೋದರೂ ನನ್ನಂತೆ ಶಾಲೆಯನ್ನು ಬಿಟ್ಟ ಹುಡುಗರು ಅಲ್ಲಿ ಕಾಣಸಿಗುತ್ತಿದ್ದರು. ಹಲವರು ಶಾಲೆಗೆ ಮರಳಿ ಹೋಗುವ ಯತ್ನವನ್ನೂ ಮಾಡದೇ ಸುಮ್ಮನೆ ತಿರುಗಾಡಿಕೊಂಡಿದ್ದರು. 'ಚಿಪಿಕು' ಎನ್ನುವ ಅಂಗಡಿಯ ಎದುರು ಕೊಳಕಾದ ಬಟ್ಟೆಗಳನ್ನು ಧರಿಸಿ ಗನ್ಯು ಮಾಡುತ್ತಾ, ರಾತ್ರಿಯ ಹೊತ್ತು ಮದ್ಯ ಸೇವನೆಯಲ್ಲಿ ತೊಡಗುತ್ತಿದ್ದರು. ಅವರು 'ಒಫೆಸಿ' ಮದ್ಯದ ಅಂಗಡಿಯಿಂದ ಹೊರ ಬಂದಾಗ ಯಾವುದೋ ಭ್ರಮೆಯಿಂದ ತೇಲುತ್ತಿರುವ ಪ್ರಾಣಿಗಳಂತೆ ತೋರುತ್ತಿತ್ತು.

ಜೀವನದಲ್ಲಿ ಗೊತ್ತು-ಗುರಿ ಇಲ್ಲದೇ ಚಿಕ್ಕಪುಟ್ಟ ಗನ್ಯು ಮಾಡಿಕೊಂಡು, ಉಂಡಾಡಿ ಗುಂಡನಂತೆ ಇರುತ್ತಿದ್ದ ಜನರನ್ನು ಮಾಲಾವಿಯಲ್ಲಿ "ಜೀವನದಲ್ಲಿ ಮಜಾ ಮಾಡುವ ಜನ" ಎನ್ನುತ್ತಿದ್ದರು. ಅಂತಹ ಜನರ ಗುಂಪಿಗೆ ನಾನೆಲ್ಲಿ ಸೇರುವೆನೋ ಎನ್ನುವ ಆತಂಕ ಶುರುವಾಯಿತು. ಕ್ರಮೇಣ ನಾನು ಗಾಳಿಯಂತ್ರದ ಬಗ್ಗೆ ಆಸಕ್ತಿಯನ್ನು ಕಳೆದುಕೊಳ್ಳಬಹುದು. ಗಾಳಿಯಂತ್ರದ ಮೇಲ್ವಿಚಾರಣೆಯು ದಿನ ಕಳೆದಂತೆ ದುಸ್ತರವೆನಿಸಬಹುದು. ಕೊನೆಗೆ ನನ್ನ ಕನಸುಗಳೆಲ್ಲವೂ ಕಮರಿ, ಹೊಲದಲ್ಲಿ ಜೋಳವನ್ನೇ ಬೆಳೆದುಕೊಂಡು ಇರುತ್ತೇನೇನೊ ಎಂದು ಚಿಂತೆಗೀಡಾದೆ. ಏಕೆಂದರೆ ನಮ್ಮ ಕನಸುಗಳನ್ನು ಮರೆಯುವುದು ಸುಲಭ ನೋಡಿ!

ನನ್ನಲ್ಲಿ ಬೀಡು ಬಿಡುತ್ತಿದ್ದ ಖಿನ್ನತೆಯಿಂದ ಹೊರಬರಲು ಹೆಚ್ಚು ಸಮಯ ಗ್ರಂಥಾಲಯದಲ್ಲಿಯೇ ಕಳೆಯತೊಡಗಿದೆ. ನಾನು ಎಂದು ಶಾಲೆಗೆ ಮರಳುವೆನೋ, ಮುಂದೆ ಏನು ಮಾಡುವೆನೋ... ಯಾವುದರ ಕಲ್ಪನೆಯೂ ನನಗಿರಲಿಲ್ಲ. ಸುಮ್ಮನೆ ಕಾಲಹರಣ ಮಾಡುವ ಬದಲು ನನ್ನ ಸಾಮಾನ್ಯ ಜ್ಞಾನವನ್ನು ವೃದ್ಧಿಸಿಕೊಳ್ಳುವುದು ನನ್ನ ಉದ್ದೇಶವಾಗಿತ್ತು. ಜೊತೆಗೆ ಅದರಿಂದ ಸಾಕಷ್ಟು ಸ್ಫೂರ್ತಿಯೂ ದೊರೆಯುತ್ತಿತ್ತು.

ಗ್ರಂಥಾಲಯದಲ್ಲಿದ್ದ ಅನೇಕ ಕತೆ–ಕಾದಂಬರಿಗಳನ್ನು ಓದಿ ಮುಗಿಸಿದೆ. ಅವುಗಳಲ್ಲಿ ಅನೇಕ ಪುಸ್ತಕಗಳು HIV ಮತ್ತು AIDS ಕುರಿತಾಗಿದ್ದವು. ನನ್ನ ಇಂಗ್ಲೀಷ್ ವ್ಯಾಕರಣ, ಉಚ್ಚಾರಣೆಯನ್ನು ಸುಧಾರಿಸಲು ಕೆಲವು ಪುಸ್ತಕಗಳನ್ನು ಓದಿದೆ. ಇದರ ಜೊತೆಗೆ ನನ್ನ ಮೆಚ್ಚಿನ Explaining Physics, Using Energy, Integrated Science ಪುಸ್ತಕಗಳಂತೂ ಇದ್ದೇ ಇದ್ದವು. ಕ್ರಮೇಣ ನನ್ನ ಆಸಕ್ತಿಯು ನೀರಿನ ಪಂಪು, ಶೈತ್ಯೀಕರಣ ತಂತ್ರಜ್ಞಾನ ಮತ್ತು ಪರ್ಯಾಯ ಇಂಧನದತ್ತ ಹೊರಳಿತು.

ಗಾಳಿಯಂತ್ರದ ಯಶಸ್ಸು ನನ್ನೊಳಗೆ ಇನ್ನೂ ಹೆಚ್ಚಿನ ಸಾಧನೆಗಳನ್ನು ಮಾಡುವಂತೆ ಒತ್ತಡವನ್ನುಂಟು ಮಾಡಿತ್ತು. ನನ್ನನ್ನು ನಾನು ಪ್ರಸಿದ್ಧ ಪಾಪ್ ಹಾಗೂ ರೆಗ್ಗೆ ಗಾಯಕನ ಸ್ಥಾನದಲ್ಲಿ ಕಲ್ಪಿಸಿಕೊಂಡೆ. ನನ್ನ ಧ್ವನಿ ಸುರುಳಿಯು ಹಳೆಯ ಎಲ್ಲ ದಾಖಲೆಗಳನ್ನು ಮುರಿದಂತೆ; ಈಗ ನಾನು ಯಶಸ್ವೀ ಹಾಡುಗಳನ್ನು ಕೊಡಲೇಬೇಕಾದ ಅನಿವಾರ್ಯತೆ ಇರುವಂತೆ; ನನಗಾಗಿ ನನ್ನ ಅಭಿಮಾನಿಗಳು ಕಾಯುತ್ತಿರುವಂತೆ... ನನ್ನ ಕಲ್ಪನೆಗಳು ನಾಗಾಲೋಟದಲ್ಲಿ ಸಾಗುತ್ತಿದ್ದವು. ಪ್ರತಿದಿನವೂ ಗ್ರಂಥಾಲಯದಲ್ಲಿ ಹೊಸದಾದ ಪ್ರೇರಣೆಗೆ ಪುಸ್ತಕಗಳನ್ನು ಕೊನೆ ಮೊದಲಿಲ್ಲದೇ ತಿರುವಿ ಹಾಕುತ್ತಿದ್ದೆ.

ಗಾಳಿಯಂತ್ರವನ್ನು ನೋಡಲು ಬಂದಿದ್ದ ಬಹುತೇಕ ಜನರು, "ಇದು ಟ್ರಾನ್ಸ್ ಮಿಟರ್‌ನಂತೆ ಕಾಣುತ್ತದೆ. ನಿನಗೆ ಗಾಳಿಯಿಂದ ವಿದ್ಯುತ್ ಬರಿಸಲು ಸಾಧ್ಯವಾಗಿದೆ. ಟ್ರಾನ್ಸ್‌ಮಿಟರ್ ಕೂಡ ಮಾಡಬಹುದಲ್ವೇ?" ಎಂದು ಸಲಹೆಯನ್ನಿತ್ತರು. ನನಗೂ ಜನರ ಸಲಹೆಗಳನ್ನು ಕೇಳಿ, ಟ್ರಾನ್ಸ್‌ಮಿಟರ್ ಹೇಗೆ ಕೆಲಸ ಮಾಡುತ್ತದೆ ಎಂದು ಅರಿಯುವ ಕುತೂಹಲವಿದ್ದಿತ್ತು. ಜೆಫ್ರಿಯ ಮನೆಗೆ ಇದನ್ನು ಕುರಿತು ಚರ್ಚಿಸಲು ಹೊರಟೆ.

"ಜೆಫ್ರಿ, ಜನರೆಲ್ಲರೂ ನಮ್ಮ ಗಾಳಿಯಂತ್ರವನ್ನು ಟ್ರಾನ್ಸ್‌ಮಿಟರ್ ತರಹವೇ ಇದೆ ಎಂದು ಹೇಳುತ್ತಿದ್ದಾರೆ. ಅವರಿಗೆ ಏನು ಬೇಕೋ ಅದನ್ನೇ ಏಕೆ ಕೊಡಬಾರದು?"

"ಅಂದರೆ... ಅರ್ಥವಾಗಲಿಲ್ಲ?"

"ನಾವು ರೇಡಿಯೊ ಸ್ಟೇಷನ್ ಕಟ್ಟೋಣ."

ಕೆಲವು ವಾರಗಳ ಹಿಂದೆ ಒಂದು ಮಧ್ಯಾಹ್ನ ಚಂಡಮಾರುತದ ದಿನ ನನ್ನ ಕೋಣೆ ಯಲ್ಲಿಯೇ ಇದ್ದೆ. ಅಂದಿನ ಭಾನುವಾರದ ವಿಶೇಷ ಕಾರ್ಯಕ್ರಮವನ್ನು ಕೇಳುತ್ತಾ ಕುಳಿತಿದ್ದೆ. ಇದ್ದಕ್ಕಿದ್ದಂತೆಯೇ ಭಾರೀ ಸಿಡಿಲು ಮತ್ತು ಗುಡುಗಿನ ಆರ್ಭಟವು ಕೇಳಿಸಿತು. ಅದಾದ ಕೂಡಲೇ ರೇಡಿಯೊದಿಂದ ಒಂದು ಜೋರಾದ ಶಬ್ದವು ಕೇಳಿಸಿತು. ಇದರ ಬಗ್ಗೆ ನಾನು ಕೂಲಂಕಷವಾಗಿ ಅಧ್ಯಯನ ಮಾಡಬೇಕೆಂದು ನಿರ್ಧರಿಸಿದ್ದೆ.

ಅಂದು ಮಧ್ಯಾಹ್ನ ನಮ್ಮ ಹಳೆಯ ರೇಡಿಯೊಗಳ ಸಂಗ್ರಹದಿಂದ ಎರಡು ಮುರುಕಲು ರೇಡಿಯೊಗಳನ್ನು ಹೊರತೆಗೆದೆವು. ಅದರಲ್ಲಿ ಒಂದು ರೇಡಿಯೊವನ್ನು ಟ್ರಾನ್ಸ್‌ಮಿಟರ್‌ನಂತೆ ಮಾರ್ಪಡಿಸಿದೆ. ಇದರಿಂದಾಗಿ ಒಂದು ರೇಡಿಯೊವನ್ನು ಪ್ರಸಾರ ಕೇಂದ್ರದಂತೆಯೂ (ಸ್ಟೇಷನ್), ಮತ್ತೊಂದು ರೇಡಿಯೊವನ್ನು ನನ್ನ ದನಿಯನ್ನು ಕೇಳುವಂತೆಯೂ ಬಳಸಲು ಸಾಧ್ಯವಾಯಿತು. ಕೆಲವು ಬದಲಾವಣೆಗಳನ್ನು ಮಾಡಿ ಮೈಕ್ರೋಫೋನನ್ನು ಸಿದ್ಧಪಡಿಸಿದೆ.

ನಂತರ "ಒಂದು, ಎರಡು.. ಮೂರು... ಒಂದು, ಎರಡು..." ಹೇಳುತ್ತಾ ಹೋದೆ. ನನ್ನ ಧ್ವನಿಯು ಇನ್ನೊಂದು ರೇಡಿಯೊದಲ್ಲಿ ಕೇಳಿಬಂದಿತು.

"ಮಾಲಾವಿಯ ಜನರಿಗೆಲ್ಲರಿಗೂ ಶುಭಸಂಜೆ. ನಿಮ್ಮ ಬಾನುಲಿ ಗೆಳೆಯರಾದ ವಿಲಿಯಂ ಕಾಂಕ್ವಾಂಬಾ ಮತ್ತು ಜೆಫ್ರಿ ನಿಮ್ಮೊಟ್ಟಿಗಿದ್ದಾರೆ. ನಿಗದಿತ ಕಾರ್ಯಕ್ರಮದ ಪ್ರಸಾರ ಕಾರ್ಯದಲ್ಲಿ ಅಡಚಣೆ ಉಂಟಾಗಿದೆ. ಇದಕ್ಕಾಗಿ ವಿಷಾದಿಸುತ್ತೇವೆ." ಎಂದೆಲ್ಲಾ ಒದರತೊಡಗಿದೆ.

ಇದಾದ ಬಳಿಕ ನಮ್ಮ ಚಿಕ್ಕ ರೇಡಿಯೊ ಸ್ಟೇಷನ್ನಿನೊಂದಿಗೆ ಪ್ರಯೋಗಗಳನ್ನು ಮುಂದುವರೆಸಿದೆವು. ಜೆಫ್ರಿಯು ಒಂದು ರೇಡಿಯೊವನ್ನು ಹಿಡಿದು ಹೊರಗೆ ಹೋದನು. ನಾನು ನನ್ನ ಕೋಣೆಯೊಳಗೆ 'ಬಿಲ್ಲಿ ಕಾಂಡಾ' ಹಾಡಿದ ಹಾಡುಗಳನ್ನು ಹಾಡುತ್ತಾ ಕುಳಿತೆ. ಜೆಫ್ರಿ ಹೊರಗಿದ್ದರೂ ಅವನ ಕೈಯಲ್ಲಿದ್ದ ರೇಡಿಯೊದಿಂದ ನನ್ನ ಧ್ವನಿ ಸ್ಪಷ್ಟವಾಗಿ ಕೇಳಿಸುತ್ತಿತ್ತು.

"ನನ್ನ ಕಿವಿ ಕಿತ್ತು ಹೋಗುತ್ತಿದೆ... ಆದರೂ ಇದೊಂದು ಥರ ಚೆನ್ನಾಗಿದೆ... ಹಾಡು..." ಜೆಫ್ರಿ ಪ್ರತಿಕ್ರಿಯಿಸಿದನು.

ಜೆಫ್ರಿಯು ನನ್ನ ಕೋಣೆಯಿಂದ ದೂರ ಹೋಗುತ್ತಿದ್ದಂತೆ ಸಂಕೇತಗಳ ಸಾಮರ್ಥ್ಯವು ಕಡಿಮೆಯಾಯಿತು. ಕೊನೆಗೆ ಮುನ್ನೂರು ಅಡಿಗಳು ದಾಟುವ ಹೊತ್ತಿಗೆ ನಿಂತೇ ಹೋಯಿತು.

"ಜೆಫ್ರಿ, ನಮ್ಮ ಬಳಿ Amplifier ಇದ್ದಿದ್ದರೆ ಇನ್ನೂ ದೂರದವರೆಗೆ ಪ್ರಸಾರ ಮಾಡಲು ಸಾಧ್ಯವಾಗುತ್ತಿತ್ತು."

ಆದರೆ ನಾವು ಹಾಗೆ ಮಾಡಿದರೆ ಸಂಬಂಧಿಸಿದ ಅಧಿಕಾರಿಗಳು ಬಂದು ನಮ್ಮನ್ನು ಬಂಧಿಸಬಹುದು ಎಂಬ ಆತಂಕ ಜೆಫ್ರಿಯಲ್ಲಿತ್ತು.

ನನ್ನ ಗಾಳಿಯಂತ್ರದ ಬಗ್ಗೆಯೂ ಜನರು ಹೀಗೆಯೇ ಹೆದರಿಸುತ್ತಿದ್ದರು "ವಿಲಿಯಂ, ನೀನು ESCOM ಅವರ ಜೊತೆ ಹುಷಾರಾಗಿರು. ಅವರು ಬಂದು ನಿನ್ನನ್ನು ಬಂಧಿಸಬಹುದು." ನಾನೆಂದುಕೊಂಡೆ ವಿಜ್ಞಾನಿಗಳು ಹೆದರಿಕೊಂಡು ಸುಮ್ಮನಿದ್ದಲ್ಲಿ ವಿಮಾನ, ರೇಡಿಯೊ, ಜೆನರೇಟರ್... ಹೀಗೆ ದೊಡ್ಡ ದೊಡ್ಡ ಆವಿಷ್ಕಾರಗಳು ಎಂದಿಗೂ ಸಾಧ್ಯವಾಗುತ್ತಿರಲಿಲ್ಲ.

"ಆಯಿತು, ಅವರು ಬಂದು ನನ್ನನ್ನು ಬಂಧಿಸಲಿ. ಅದು ನನ್ನ ಪಾಲಿಗೆ ಗೌರವ ಎಂದುಕೊಳ್ಳುತ್ತೇನೆ."

ಮುಂದಿನ ಒಂದು ವರ್ಷದ ಅವಧಿಯಲ್ಲಿ, ನನ್ನ ಕಲ್ಪನೆಗಳಿಗೆ ಪ್ರಯೋಗಗಳ ಮೂಲಕ ಜೀವವನ್ನು ತುಂಬುತ್ತಾ ಸಾಗಿದೆ. ಆ ವರ್ಷದಲ್ಲಿ ನಾನು ಹೊಸ ಯೋಜನೆಯನ್ನು ಸಿದ್ಧಪಡಿಸುತ್ತಲೂ, ಸಂಶೋಧನೆಗಳನ್ನು ಕುರಿತು ಚಿಂತಿಸುತ್ತಲೂ ಇರದ ಗಳಿಗೆಯೇ ಇರಲಿಲ್ಲ.

ನನ್ನ ಗಾಳಿಯಂತ್ರ ಮತ್ತು ಟ್ರಾನ್ಸ್‌ಮಿಟರ್ ಯಶಸ್ವಿಯಾಗಿದ್ದರೂ, ನನ್ನ ನಂತರದ ಪ್ರಯೋಗಗಳ ವಿಚಾರದಲ್ಲಿ ಇದೇ ಮಾತನ್ನು ಹೇಳಲು ಸಾಧ್ಯವಿರಲಿಲ್ಲ. ನಾನು ಮೊದಲು ಗಾಳಿಯಂತ್ರವನ್ನು ಮಾಡಿದಾಗ ನೀರಿನ ಪಂಪನ್ನು ಕುರಿತು ಪುಸ್ತಕದಲ್ಲಿ ಓದಿದ್ದೆ. ಆದರೆ ಹೆಚ್ಚಿನ ಕೆಲಸವನ್ನು ಮಾಡಲು ಸಾಧ್ಯವಾಗಿರಲಿಲ್ಲ. ಈಗ ಮುಂದಿನ ಹೆಜ್ಜೆಯಾಗಿ ಒಂದು ಮಾದರಿ ನೀರಿನ ಪಂಪನ್ನು ತಯಾರು ಮಾಡುವುದರಲ್ಲಿ ತೊಡಗಿಸಿಕೊಂಡೆ.

ನಮ್ಮ ಮನೆಯಲ್ಲಿ ಇದ್ದ ಬಾವಿ ಸುಮಾರು ನಲವತ್ತು ಅಡಿ ಆಳವಿತ್ತು. ಬಾವಿಯ ತಳವನ್ನು ಮುಟ್ಟಲು ಸಾಧ್ಯವಾಗುವಂತೆ ಆಳದ ಪೈಪೊಂದು ನನಗೆ ಬೇಕಿತ್ತು. ಹೀಗೆ ನೀರಾವರಿಗೆ ಉಪಯೋಗಿಸಿದ್ದ ಪೈಪುಗಳನ್ನು ಹಳೆಯ ಸಾಮಾನುಗಳ ಗುಜರಿ ತಾಣದಲ್ಲಿ ನೋಡಿದ್ದೆ. ಅಲ್ಲಿ ಎರಡು ದಿನಗಳ ಕಾಲ ಅಗೆದು ಹೊರತೆಗೆದೆ. ಬೆಳಗಿನಿಂದ ಅಗೆಯಲು ಶುರು ಮಾಡಿದ ಕೆಲಸವು ಸಂಜೆಯವರೆಗೂ ಸಾಗಿತ್ತು.

ಅಗಲವಾದ ಬಾಯುಳ್ಳ PVC ಪೈಪನ್ನು ಹೊರಭಾಗದ ನಳಿಕೆಯನ್ನಾಗಿ ಬಳಸಿದೆ. ಬಾವಿಯಲ್ಲಿ ತಳಭಾಗದ ನೆಲ ಸಿಗುವವರೆಗೂ ಈ ತುದಿಯನ್ನು ಇಳಿಬಿಟ್ಟೆ. ಎರಡನೆಯ ಲೋಹದ ಪೈಪು ತೆಳ್ಳಗಿತ್ತು, ಹಾಗಾಗಿ ಅದನ್ನು Piston ಆಗಿ ಬಳಸಿದೆ. ಗಾಡ್ಸನ್ ಅಂಗಡಿಯಲ್ಲಿ ಲೋಹದ ಪೈಪಿನ ತುದಿಗೆ ಲೋಹದ ವಾಶರ್‌ನೊಂದಿಗೆ ಬೆಸುಗೆ ಹಾಕಿಸಿದೆ. ವಾಶರ್ ತುದಿಗೆ ರಬ್ಬರ್ ಚೂರೊಂದನ್ನು ಸಿಕ್ಕಿಸಿ ಒಳಗಿನ ಕವಾಟ(Valve) ವನ್ನಾಗಿ ಮಾಡಿದೆ. ಮೇಲಿನ ತುದಿಯಲ್ಲಿ ಲಂಬಕೋನದ(90 ಡಿಗ್ರಿಯ ಕೋನ) ಆಕಾರದಲ್ಲಿ ಲೋಹದ ಹಿಡಿಕೆಯನ್ನು ಬೆಸುಗೆ ಮಾಡಿಸಿದೆ.

ಈ ಲೋಹದ ಹಿಡಿಕೆಯನ್ನು ಮೇಲೆ ಒತ್ತಿದಾಗ ಪ್ಲಾಸ್ಟಿಕ್ ಪೈಪಿನಲ್ಲಿ ನಿರ್ವಾತ ಪ್ರದೇಶವನ್ನು(Vaccum) ಉಂಟು ಮಾಡುತ್ತಿತ್ತು. ಕೆಳಗೆ ಒತ್ತಲು ರಬ್ಬರಿನ ಕವಾಟವು ತೆರೆದುಕೊಂಡು ನೀರನ್ನು ಮೇಲೆ ತಳ್ಳುತ್ತಿತ್ತು. ನೀರು ಪ್ಲಾಸ್ಟಿಕ್ ಪೈಪಿನ ಒಳಗೆ ಸಂಚರಿಸಿ ಹೊರಬರುತ್ತಿತ್ತು.

ಸ್ವಲ್ಪ ದಿನಗಳ ಬಳಿಕ ರಬ್ಬರಿನ ಕವಾಟವು ಪ್ಲಾಸ್ಟಿಕ್ ಪೈಪಿನ ಮೇಲೆ ಹೆಚ್ಚು ಒತ್ತಡವನ್ನು ಉಂಟು ಮಾಡಿ, ನೀರು ಮೇಲಕ್ಕೇರಲು ತೊಂದರೆಯಾಯಿತು. ನನ್ನ ಸಹೋದರಿಯರು ಹಾಗೂ ಇತರ ಮಹಿಳೆಯರಿಗೆ ನನ್ನ ಪಂಪನ್ನು ಬಳಸಲು ತ್ರಾಸದಾಯಕವೆನಿಸಿತು.

“ನನ್ನ ಕೈಯಲ್ಲಿ ಆಗಲ್ಲಾಪ್ಪಾ... ಒಳಗೆ ಕಚ್ಚಿಕೊಳ್ಳುತ್ತದೆ” ನನ್ನ ತಾಯಿಯು ದೂರುತ್ತಿದ್ದರು.

ನಾನು ಪೈಪಿಗೆ ಗ್ರೀಸ್ ಹಚ್ಚಿ ಮರು ಪ್ರಯತ್ನಿಸಿದೆ. ಆದರೆ ತಣ್ಣನೆಯ ನೀರಿನಲ್ಲಿ ಗ್ರೀಸ್ ಗಟ್ಟಿಯಾದ ಜೆಲ್ಲಿಯಂತಾಯಿತು. ಕೊನೆಗೆ ನನಗೂ ಸಾಕೆನಿಸಿ ಸುಮ್ಮನಾದೆ. ಈ ನೀರಿನ ಪಂಪು ಹೆಚ್ಚು ಯಶಸ್ವಿಯಾಗದೇ ಮುಂದಿನ ಪ್ರಯೋಗಕ್ಕಾಗಿ ಅಡುಗೆ ಅನಿಲವನ್ನು ಆಯ್ದುಕೊಂಡೆ.

ನಿಮಗೆ ಈ ಹಿಂದೆ ತಿಳಿಸಿದಂತೆ, ಮಾಲಾವಿಯಲ್ಲಿ ಅರಣ್ಯ ನಾಶದಿಂದ ಅಡುಗೆ ಮಾಡಲು ಸೌದೆಯು ಸಿಗುವುದು ದುಸ್ತರವಾಗಿತ್ತು. ಆದರೂ ಜನರು ಉಳಿದಿರುವ

ಮರಗಳನ್ನೇ ಕಡಿದು ಉರುವಲಾಗಿ ಬಳಸುತ್ತಿದ್ದರು. ಇದರಿಂದ ಸಮಸ್ಯೆಯು ಮತ್ತಷ್ಟು ಬಿಗಡಾಯಿಸಿತಷ್ಟೇ! ಸುಗ್ಗಿಯ ಸಮಯದಲ್ಲಿ ಜೋಳದ ಫಸಲು ಚೆನ್ನಾಗಿ ಬಂದಲ್ಲಿ, ಅದರ ದಿಂಡುಗಳನ್ನು ಉರುವಲಾಗಿ ಬಳಸುತ್ತಿದ್ದೆವು. ಈ ವ್ಯವಸ್ಥೆಯು ವರ್ಷದ ನಾಲ್ಕು ತಿಂಗಳುಗಳ ಕಾಲ ಜಾರಿಯಲ್ಲಿ ಇರುತ್ತಿತ್ತು. ನಂತರದ ಎಂಟು ತಿಂಗಳು ಜನರು ಯಥಾಪ್ರಕಾರ ಸೌದೆಯ ಹುಡುಕಾಟದಲ್ಲಿ ತೊಡಗಬೇಕಿತ್ತು.

ಪ್ರತಿದಿನವೂ ನನ್ನ ತಾಯಿ ಮತ್ತು ಸಹೋದರಿಯರು (ಬಹುತೇಕ ಮಹಿಳೆಯರು) ಅನೇಕ ಕಿ.ಮಿ.ಗಳಷ್ಟು ದೂರವನ್ನು ಕ್ರಮಿಸಿ, ಬ್ಲೂಗಮ್ ತೋಪಿನಿಂದ ಚಿಕ್ಕ ಚಿಕ್ಕ ಸೌದೆಯ ರಾಶಿಯನ್ನು ಹೊತ್ತು ತರುತ್ತಿದ್ದರು. ಎಷ್ಟೋ ಬಾರಿ ಒಣಗಿದ ಮರವು ಸಿಗುತ್ತಿರಲಿಲ್ಲ. ಹೀಗಾಗಿ ಹಸಿರು ಮರವನ್ನೇ ಕಡಿದು ತರುತ್ತಿದ್ದರು. ಇವು ಒಣಗಲು ಸುಮಾರು ನಾಲ್ಕರಿಂದ ಐದು ದಿನ ಹಿಡಿಯುತ್ತಿತ್ತು. ಆದರೆ ಹಾಗೆ ಕಾಯಲು ಸಾಧ್ಯವಾಗದೇ, ಕೊನೆಗೆ ಹಸಿ ಸೌದೆಯನ್ನೇ ಬಳಸುತ್ತಿದ್ದೆವು.

ನನ್ನ ತಾಯಿ ಅಡುಗೆ ಮನೆಯಲ್ಲಿ ಸೀಮ ತಯಾರಿಸುವಾಗ, ಹೊಗೆಯ ಉರಿಯನ್ನು ತಾಳಲಾರದೇ ಕಣ್ಣೀರು ಸುರಿಸುತ್ತಾ ಕೂಡುವುದು ಸಾಮಾನ್ಯ ದೃಶ್ಯವಾಗಿತ್ತು. ನಿಜ ಹೇಳಬೇಕೆಂದರೆ ನಮ್ಮ ಮನೆಯ ಹೆಣ್ಣುಮಕ್ಕಳು ಪ್ರತಿ ವರ್ಷವೂ ಹೀಗೆ ಅತಿಯಾದ ಹೊಗೆಯ ಸೇವನೆಯಿಂದಾಗಿ ವಿಚಿತ್ರವಾದ ಕೆಮ್ಮು ಮತ್ತು ಏದುಸಿರಿನಿಂದ ನರಳುತ್ತಿದ್ದರು.

ನಮ್ಮ ಮಾಲಾವಿಯಲ್ಲಿ ಪ್ರತಿಯೊಬ್ಬ ಮಹಿಳೆಗೂ ಈ ಸಂಕಷ್ಟವು ಒದಗಿ ಬಂದಿತ್ತು. ಕೊನೆಗೆ ಒಂದು ದಿನ ಅರಣ್ಯವು ಸಂಪೂರ್ಣವಾಗಿ ನಾಶವಾಗಿ, ನಮಗೆ ಸೌದೆಗಳು ಸಿಗದೇ ಊಟಕ್ಕೂ ಗತಿಯಿರುವುದಿಲ್ಲ ಎಂದು ನನಗೆ ಮನದಟ್ಟಾಗಿತ್ತು. ನಮ್ಮ ನಾಡಿನ ಮರಗಳು ಮತ್ತು ಹೆಣ್ಣುಮಕ್ಕಳನ್ನು ಹೇಗಾದರೂ ರಕ್ಷಿಸಬೇಕಿತ್ತು. ನಾನೇ ಈ ಕೆಲಸಕ್ಕೆ ಏಕೆ ಮುಂದಾಗಬಾರದು? ಎಂದು ನಿರ್ಧರಿಸಿದೆ.

ನಾನು ಗಾಳಿಯಂತ್ರವನ್ನು ಕಟ್ಟಿದ ಬಳಿಕ, ಅನೇಕ ಮಹಿಳೆಯರು ನನ್ನ ಬಳಿ ಬಂದು "ಇದರಿಂದ ಸಿಗುವ ವಿದ್ಯುಚ್ಛಕ್ತಿಯಿಂದ ನಿಮ್ಮ ತಾಯಿ ಅಡುಗೆಯನ್ನು ಮಾಡಲು ಆಗುವುದಿಲ್ಲವೇ?" ಎಂದು ಪ್ರಶ್ನಿಸಿದ್ದರು. ಆದರೆ ಸಧ್ಯದ ಪರಿಸ್ಥಿತಿಯಲ್ಲಿ ಅದು ಸಾಧ್ಯವಿರಲಿಲ್ಲ. ನನ್ನ ಗಾಳಿಯಂತ್ರವು ಅಡುಗೆಯನ್ನು ಮಾಡಲು ಅಗತ್ಯವಿದ್ದ ವೋಲ್ಟುಗಳನ್ನು ಉತ್ಪಾದಿಸುತ್ತಿರಲಿಲ್ಲ. ಆ ಕಾರಣದಿಂದ ನಾನು ಪರ್ಯಾಯ ಇಂಧನದ ಹುಡುಕಾಟದಲ್ಲಿ ತೊಡಗಿದೆ.

ಕೆಲವು ವಾರಗಳ ಹಿಂದೆ, ಒಂದಿಷ್ಟು ವೈರುಗಳು ಮತ್ತು ಬ್ಯಾಟರಿಗಳನ್ನು ಬಳಸಿ ಪ್ರಯೋಗವೊಂದನ್ನು ಮಾಡುತ್ತಿದ್ದೆ. ಮನೆಯ ಛಾವಣಿಗೆ ಹೊದಿಸುವ ಒಂದು ಹುಲ್ಲಿನ ಕಂತೆಯನ್ನು ತೆಗೆದುಕೊಂಡೆ. ಅದನ್ನು ಒಂದು ವೈರಿನಿಂದ ಸುಮಾರು ಇಪ್ಪತ್ತು ಬಾರಿ ಸುತ್ತಿದೆ. ನಂತರ ವೈರಿನ ಎರಡೂ ತುದಿಗಳನ್ನು ಹನ್ನೆರಡು ವೋಲ್ಟಿನ ಬ್ಯಾಟರಿ ಸೆಲ್‌ಗೆ

ಜೋಡಿಸಿದೆ. ಸ್ವಲ್ಪ ಹೊತ್ತಿನ ಬಳಿಕ ಹುಲ್ಲಿನ ಕಂತೆಯಲ್ಲಿ ಬೆಂಕಿ ಕಾಣಿಸಿಕೊಂಡಿತು. ಇದು ಒಂದು ಸಾಮಾನ್ಯವಾದ ಪ್ರಯೋಗವಾಗಿದ್ದರೂ ನಂತರದ ಯೋಜನೆಗಳಿಗೆ ನನಗೆ ದಾರಿಯಾಯಿತು.

ನನ್ನ ಬಳಿ ಇದ್ದ Integrated Science ಪುಸ್ತಕದಲ್ಲಿ ಪರ್ಯಾಯ ಇಂಧನಗಳನ್ನು ಕುರಿತು ಮಾಹಿತಿಯಿತ್ತು. ಅದರಲ್ಲಿ ಸೌರಶಕ್ತಿ, ಜಲಶಕ್ತಿ, ಅಡುಗೆ ಅನಿಲದ ಬಗ್ಗೆ ವಿವರಿಸಿದ್ದರು – "ಅಡುಗೆ ಅನಿಲವನ್ನು ಪ್ರಾಣಿಗಳು ಹೊರಹಾಕುವ ಮಲದಿಂದ ತಯಾರಿಸಲಾಗುತ್ತದೆ. ಒಂದು ಗುಂಡಿಯಲ್ಲಿ ಪ್ರಾಣಿಗಳ ಮಲವನ್ನು ಹೂಳಲಾಗುತ್ತದೆ. ಒಂದೆರಡು ತಿಂಗಳುಗಳ ಬಳಿಕ ಭೂಮಿಯ ಶಾಖದಿಂದ ಅನಿಲವು ಉತ್ಪಾದನೆಯಾಗುತ್ತದೆ. ಇದನ್ನು ಅಡುಗೆ ಮಾಡಲು ಬಳಸಬಹುದು". ನಾನಂದುಕೊಂಡೆ, ನನಗೆ ಗುಂಡಿಯೂ ಬೇಕಿಲ್ಲ. ಅಷ್ಟು ದಿನಗಳು ನಾನು ಕಾಯುವ ಅಗತ್ಯವೂ ಇರುವುದಿಲ್ಲ.

ಒಂದು ಪ್ರಯೋಗವನ್ನು ಸಿದ್ಧಪಡಿಸಿದೆ. ಅಡುಗೆ ಮನೆಗೆ ಹೋಗಿ ನನ್ನ ತಾಯಿ ಹುರುಳಿಕಾಯಿಯನ್ನು ಬೇಯಿಸಲು ಇಟ್ಟಿದ್ದ ಮಣ್ಣಿನ ಮಡಕೆಯನ್ನು ತೆಗೆದುಕೊಂಡೆ. ಈಗ ನನಗೆ ಪ್ರಾಣಿಗಳ ಮಲದ ಅಗತ್ಯವಿತ್ತು. ಅದನ್ನು ಹುಡುಕುವ ಅವಶ್ಯಕತೆಯೇ ಇರಲಿಲ್ಲ. ನನ್ನ ಅತ್ತೆ ಕ್ರಿಸ್ಸಿ ಎರಡು ಮೇಕೆಗಳನ್ನು ಸಾಕಿಕೊಂಡಿದ್ದರು. ಅವರ ಮನೆಯ ಹಿಂದೆಯೇ ಈ ಮೇಕೆಗಳನ್ನು ಕಟ್ಟಲಾಗುತ್ತಿತ್ತು. ಒಂದು ಸಕ್ಕರೆಯ ಖಾಲಿ ಚೀಲವನ್ನು ಹಿಡಿದು, ಯಾರೂ ನೋಡದಿದ್ದಾಗ ಅತ್ತೆಯ ಮನೆಯ ಹಿತ್ತಲಿನ ಕಡೆಗೆ ಹೊರಟೆ. ಅಲ್ಲಿದ್ದ ಮೇಕೆಗಳು ನನ್ನನ್ನು ಒಮ್ಮೆ ವಿಚಿತ್ರವಾಗಿ ನೋಡಿದವು. ನಾನು ಲೆಕ್ಕಿಸದೇ ನನ್ನ ಚೀಲವನ್ನು ತುಂಬಿಸಿದೆ. ಮರಳಿ ನಮ್ಮ ಅಡುಗೆ ಮನೆಗೆ ಬಂದು ಸೇರಿದೆ.

ನನ್ನ ತಾಯಿಯು ಮನೆಯ ಮುಂದಿನ ಕೈತೋಟದಲ್ಲಿ ಕೆಲಸವನ್ನು ಮಾಡಿಕೊಳ್ಳುತ್ತಿದ್ದರು. ನಾನು ನೆಮ್ಮದಿಯಿಂದ ನನ್ನ ಪ್ರಯೋಗವನ್ನು ಮುಂದುವರೆಸಬಹುದಿತ್ತು. ಚೀಲದಲ್ಲಿದ್ದ ಮಲವನ್ನು ಮಡಕೆಯೊಳಗೆ ತುಂಬಿಸಿದೆ. ಅದರ ತುದಿಯನ್ನು ಭದ್ರವಾಗಿ ಜಂಬೋ ಪ್ಲಾಸ್ಟಿಕ್ ಚೀಲದಿಂದ ಮುಚ್ಚಿ ಕುತ್ತಿಗೆಯ ಸುತ್ತಲೂ ಹಗ್ಗವನ್ನು ಬಿಗಿದೆ. ಪ್ಲಾಸ್ಟಿಕ್ ನಡುವೆ ನಳಿಕೆಯೊಂದನ್ನು ತೂರಿಬಿಟ್ಟೆ. ಅಮ್ಮನ ಒಲೆಯಲ್ಲಿ ಇನ್ನೂ ಶಾಖವಿತ್ತು. ನಾನು ಒಂದಿಷ್ಟು ಜೋಳದ ಬೆಂಡನ್ನು ಒಲೆಯ ಒಳಗೆ ಹಾಕುತ್ತಾ, ಊದತೊಡಗಿದೆ. ಬೆಂಕಿಯು ಹತ್ತಲು ಮಡಕೆಯನ್ನು ಉರಿಯ ಮಧ್ಯದಲ್ಲಿ ಇರಿಸಿ, ನಂತರದ ಅದ್ಭುತ ಕ್ಷಣಕ್ಕಾಗಿ ಕಾಯುತ್ತಾ ಕುಳಿತೆ.

ಸುಮಾರು ಹದಿನೈದು ನಿಮಿಷಗಳು ಕಳೆಯಲು, ಮಡಕೆಯ ಒಳಗೆ ಕುದಿಯುವ ಶಬ್ದವು ಬರತೊಡಗಿತು. ಅದರ ಶಾಖಕ್ಕೆ ಮೇಲೆ ಮುಚ್ಚಿದ್ದ ಪ್ಲಾಸ್ಟಿಕ್ ಹೊದಿಕೆಯೂ ಉಬ್ಬಿಕೊಳ್ಳುತ್ತಿತ್ತು. ಇತ್ತ ನನ್ನ ಎದೆಯ ಬಡಿತ ಹೆಚ್ಚಾಗಿ ಮುಂದಿನ ಕೆಲಸಕ್ಕೆ ಸಜ್ಜಾದೆ. ಅಷ್ಟರಲ್ಲಿ ನನ್ನ ಹಿಂದಿನಿಂದ ನನ್ನ ತಾಯಿಯ ಧ್ವನಿಯು ಕೇಳಿಸಿತು.

"ಏನದು ಕೆಟ್ಟ ವಾಸನೆ?" ನನ್ನ ತಾಯಿ ಅರಚುತ್ತಾ ಕೇಳಿದರು.

"ಅದು ಬಯೋಗ್ಯಾಸ್... ಅಂದರೆ ಅಡುಗೆ ಅನಿಲ... ಅದು..."

"ಥೂ... ಅಸಹ್ಯ!"

ಈ ಹೊತ್ತಿಗೆ ಮಡಕೆಯ ಮೇಲೆ ಮುಚ್ಚಿದ್ದ ಪ್ಲಾಸ್ಟಿಕ್ ಹೊದಿಕೆಯು ಸಿಡಿಯುವುದರಲ್ಲಿತ್ತು. ನಾನು ತಕ್ಷಣ ಕಾರ್ಯಪ್ರವೃತ್ತನಾದೆ. ಮಡಕೆಯ ಒಳಗಿದ್ದ ಅನಿಲ ಉರಿಯುವುದೇನೋ ಎಂದು ಪರೀಕ್ಷಿಸಬೇಕಿತ್ತು.

ನಾನು ನಳಿಕೆಯನ್ನು ತೆಗೆದು ಹಾಕಲು, ಒಳಗಿದ್ದ ಬಿಳಿಯ ಹಬೆ ದುರ್ನಾತವನ್ನು ಹೊರಹಾಕಿತು. ಮೊದಲೇ ತೆಗೆದಿಟ್ಟುಕೊಂಡಿದ್ದ ಹುಲ್ಲು ಕಡ್ಡಿಗೆ ಬೆಂಕಿಯನ್ನು ಹೊತ್ತಿಸಿದೆ.

"ಅಮ್ಮಾ ಹಿಂದೆ ಹೋಗು... ಇದು ಸ್ವಲ್ಪ ಅಪಾಯ..." ಎಂದು ಕೂಗಿ, ನನ್ನ ತಾಯಿಯನ್ನು ಪಕ್ಕಕ್ಕೆ ತಳ್ಳುತ್ತಾ ಹೊರಗೆ ಬಾಗಿಲಿನತ್ತ ಓಡಿದೆ. ಮಡಕೆಯ ಒಳಗಿದ್ದ ಅನಿಲದ ಬಳಿ ನಿಧಾನವಾಗಿ ಹುಲ್ಲು ಕಡ್ಡಿಯನ್ನು ತಂದು ಕಣ್ಣಗಳನ್ನು ಮುಚ್ಚಿದೆ. ಕಣ್ಣು ತೆರೆದು ನೋಡಲು, ಹುಲ್ಲುಕಡ್ಡಿಯು ನಂದಿ ಹೋಗಿತ್ತು ಮತ್ತು ಎಲ್ಲೆಡೆ ದುರ್ನಾತವು ಹರಡಿತ್ತು. ನನ್ನ ತಾಯಿಗೋ ತಡೆಯಲಾರದಷ್ಟು ಸಿಟ್ಟು. "ನೀನು ಮಾಡಿರುವ ಕೆಲಸವನ್ನು ನೋಡು. ಅಷ್ಟು ಚೆನ್ನಾಗಿದ್ದ ಮಡಕೆಯಲ್ಲಿ ಏನೇನೋ ಕಸವನ್ನು ತುಂಬಿ ಹಾಳು ಮಾಡಿದ್ದೀಯಾ. ನನಗೆ ನಂಬಲಿಕ್ಕೇ ಆಗುತ್ತಿಲ್ಲ. ತಡಿ ನಿಮ್ಮಪ್ಪನಿಗೆ ಹೇಳುತ್ತೀನಿ..."

ಇದೆಲ್ಲವೂ ನಿನಗಾಗಿಯೇ ಮಾಡಿದ್ದೆಂದು ಅಮ್ಮನಿಗೆ ವಿವರಿಸಲು ಯತ್ನಿಸಿದೆ. ಆದರೆ ಇದು ಏಕೋ ಸೂಕ್ತವಾದ ಸಮಯವಲ್ಲ ಎಂದುಕೊಂಡು ಸುಮ್ಮನಾದೆ.

2003ನೇ ವರ್ಷದ ಕೊನೆಯ ಭಾಗದಲ್ಲಿ ಯಥಾಪ್ರಕಾರ ನನ್ನ ಪಾಡಿಗೆ ನಾನು ಪ್ರಯೋಗಗಳನ್ನು ಮಾಡಿಕೊಂಡಿದ್ದೆ. ಆಗ ನನ್ನ ತಾಯಿ ಹದಿನೈದು ದಿನಗಳ ಮಟ್ಟಿಗೆ ಆಕೆಯ ಹೆತ್ತವರನ್ನು ನೋಡಲು ಸಲೀಮಾ ಎನ್ನುವ ಊರಿಗೆ ಹೋಗಿದ್ದರು. ಸಲೀಮಾ ಒಂದು ಕೆರೆಯ ದಂಡೆಯಲ್ಲಿತ್ತು. ಆ ಪ್ರದೇಶವು ದೊಡ್ಡ ಗಾತ್ರದ ಸೊಳ್ಳೆಗಳಿಗೆ ಕುಖ್ಯಾತಿಯನ್ನು ಪಡೆದಿತ್ತು. ಅಮ್ಮ ಮರಳಿ ಬಂದಾಗ ಮಲೇರಿಯಾ ರೋಗದ ಸೋಂಕನ್ನು ಹೊತ್ತು ತಂದಿದ್ದರು. ತೀವ್ರ ಜ್ವರ, ತಲೆ ಸುತ್ತು, ಮೈಯೆಲ್ಲಾ ನಡುಕ... ಕೊನೆಗೆ ಚಳಿಯಿಂದಾಗಿ ಕೈಕಾಲುಗಳಲ್ಲಿ ವಿಪರೀತ ನಡುಕವುಂಟಾಯಿತು.

ನಮ್ಮ ಆಫ್ರಿಕಾ ಖಂಡದಲ್ಲಿ ಪ್ರತಿಯೊಬ್ಬರೂ ತಮ್ಮ ಜೀವಮಾನದಲ್ಲಿ ಒಮ್ಮೆಯಾದರೂ ಮಲೇರಿಯಾದಿಂದ ನರಳದಿದ್ದರೆ ಕೇಳಿ! ನಮ್ಮ ಮನೆಯಲ್ಲಿ ಸೊಳ್ಳೆಯ ಪರದೆ ಇರಲಿಲ್ಲ. ಆದ್ದರಿಂದ ಎಲ್ಲರಿಗೂ ವರ್ಷಕ್ಕೊಮ್ಮೆ ಮಲೇರಿಯಾ ಜ್ವರವು ಕಟ್ಟಿಟ್ಟ ಬುತ್ತಿಯಾಗಿತ್ತು. ಜನರು ಆಸ್ಪತ್ರೆಗಳಲ್ಲಿ ಔಷಧಿಯನ್ನು ತೆಗೆದುಕೊಂಡರೂ, ಒಮ್ಮೊಮ್ಮೆ ದೇಹದೊಳಗಿನ ವೈರಸ್ ಸಾಯದೇ ಹಾಗೆಯೇ ಉಳಿಯುತ್ತಿತ್ತು. ಒಂದು ವೇಳೆ ಅದು ಅಪಾಯಕಾರಿ ವೈರಸ್ ಆಗಿದ್ದಲ್ಲಿ, ಮೆದುಳಿಗೆ ತೊಂದರೆಯುಂಟಾಗಿ ಜನರು ಸಾವನ್ನಪ್ಪುತ್ತಾರೆ. ಆಫ್ರಿಕಾದಲ್ಲಿ ಪ್ರತಿ ವರ್ಷ ಸುಮಾರು ಹತ್ತು ಲಕ್ಷ ಜನರು ಮಲೇರಿಯಾದಿಂದ ಮರಣ ಹೊಂದುತ್ತಾರೆ. ಅದರಲ್ಲಿ ಮಕ್ಕಳ ಸಂಖ್ಯೆಯೇ ಹೆಚ್ಚು.

ನನ್ನ ತಾಯಿಯ ಖಾಯಿಲೆಯ ಲಕ್ಷಣಗಳು ಎಂದಿನ ಮಲೇರಿಯಾದಂತೆ ಇದ್ದವು. ಹಾಗಾಗಿ ಅವರನ್ನು ಮಲಗಿಸಿ, ಮಾರನೆಯ ದಿವಸ ಚಿಕಿತ್ಸೆಯನ್ನು ಕೊಡಿಸುವ ಯೋಚನೆ ಮಾಡಿದೆವು. ಆದರೆ ಅವರ ಜ್ವರದ ತಾಪವು ಏರುತ್ತಲೇ ಹೋಯಿತು. ಮುಂಜಾನೆಯ ಹೊತ್ತಿಗೆ ವಾಂತಿಯ ಜೊತೆಗೆ ಮೈ ನಡುಕವೂ ಹೆಚ್ಚಾಯಿತು. ಕೊನೆಗೆ ಅವರ ಮಾತು ಹೆಚ್ಚು ಕಡಿಮೆ ನಿಂತೇ ಹೋಯಿತು. ಕಾಲುಗಳಲ್ಲಿ ಚಲನೆಯ ಶಕ್ತಿಯು ಕಡಿಮೆಯಾಗಿ ನಿಸ್ತೇಜವಾದವು. ಅವರು ಏದುಸಿರಿನಿಂದ ಉಸಿರಾಡುತ್ತಿದ್ದರೆ ಮನೆಗೆಲ್ಲಾ ಕೇಳಿಸುತ್ತಿತ್ತು.

ನಮ್ಮ ಹಳ್ಳಿಯಲ್ಲಿ ಆಂಬ್ಯುಲನ್ಸಿನ ವ್ಯವಸ್ಥೆಯಿರಲಿಲ್ಲ. ಹೀಗಾಗಿ ನನ್ನ ತಂದೆ ತಮ್ಮ ಸೈಕಲ್ ಮೇಲೆಯೇ ಅಮ್ಮನನ್ನು ಆಸ್ಪತ್ರೆಗೆ ಕರೆದೊಯ್ದರು. ಅಲ್ಲಿದ್ದ ನರ್ಸ್‌ಗಳು ನಮ್ಮ ತಾಯಿಯನ್ನು ಪಕ್ಕದೂರಿನ ದೊಡ್ಡಾಸ್ಪತ್ರೆಗೆ ಕರೆದೊಯ್ಯುವಂತೆ ಸಲಹೆಯನ್ನಿತ್ತರು. ಅಪ್ಪ ರಸ್ತೆಯಲ್ಲಿ ಹೋಗುತ್ತಿದ್ದ ವಾಹನವನ್ನು ನಿಲ್ಲಿಸಿ ನನ್ನ ತಾಯಿಯನ್ನು ಹತ್ತಿಸಿದರು. ಇತ್ತ ಆಸ್ಪತ್ರೆಯಲ್ಲಿ ವೈದ್ಯರು – "ನಿಮಗೆ ಏನಾಗುತ್ತಿದೆ?" ಎಂದು ರೋಗದ ಲಕ್ಷಣಗಳನ್ನು ತಿಳಿದುಕೊಂಡರು.

"ನನಗೆ ನಡೆಯಲಿಕ್ಕೆ ಆಗುತ್ತಿಲ್ಲ. ಕಾಲಿಗೆ ಲಕ್ವ ಹೊಡೆದ ಹಾಗಾಗಿದೆ."

ಅದು ಮಲೇರಿಯಾ ಎಂದೇ ಖಚಿತಪಡಿಸಿದ ವೈದ್ಯರು ಅಮ್ಮನಿಗೆ ಇಂಜೆಕ್ಷನ್ ಕೊಟ್ಟು ಕಳುಹಿಸಿದರು. ಆಸ್ಪತ್ರೆಯಲ್ಲಿ ಹಾಸಿಗೆಗಳು ಖಾಲಿ ಇಲ್ಲದ ಕಾರಣ, ನನ್ನ ತಾಯಿ ಮನೆಗೆ ಮರಳಬೇಕಾಯಿತು. ಎರಡು ದಿನಗಳಲ್ಲಿ ಅಮ್ಮ ಕೋಮಾ ಸ್ಥಿತಿಯನ್ನು ತಲುಪಿದರು. ಹಾಗೆ ಆಗುತ್ತಿದ್ದಂತೆಯೇ ನನ್ನ ತಾಯಿಯನ್ನು ಹೇಗೋ ನಿಲ್ಲಿಸಿ, ಸೈಕಲ್ ಮೇಲೆ ಕುಳ್ಳಿರಿಸಿಕೊಂಡು ಆಸ್ಪತ್ರೆಯತ್ತ ಧಾವಿಸಿದೆವು. ಆದರೆ ಅವರು ವಾಲುತ್ತಲೇ ಇದ್ದರು.

"ಅಮ್ಮ ಗಟ್ಟಿಯಾಗಿ ಹಿಡಿದುಕೋ..." ನಾನು ಹೇಳುತ್ತಿದ್ದರೂ ಪ್ರಯೋಜನವಾಗಲಿಲ್ಲ.

ನಾವು ರಸ್ತೆಯಲ್ಲಿ ಸೈಕಲ್ ತಳ್ಳುತ್ತಿದ್ದರೆ ಅಮ್ಮನ ತಲೆ ವಾಲುತ್ತಾ ಹೋಯಿತು. ನಾನು ಕೊನೆಗೆ ಕೂದಲನ್ನು ಹಿಡಿದು ಅವರು ಬೀಳುವುದನ್ನು ತಡೆದೆ. ಇತ್ತ ನನ್ನ ತಂದೆ "ಯೋಚನೆ ಮಾಡಬೇಡ, ಎಲ್ಲವೂ ಸರಿ ಹೋಗುತ್ತದೆ. ಆಸ್ಪತ್ರೆಯಲ್ಲಿ ವೈದ್ಯರು ಚಿಕಿತ್ಸೆಯನ್ನು ಕೊಡುತ್ತಾರೆ" ಎಂದು ಸಮಾಧಾನಪಡಿಸುತ್ತಲೇ ಇದ್ದರು. ಕೊನೆಗೆ ರಸ್ತೆಯ ಬದಿಯಲ್ಲಿ, ಹುಲ್ಲಿನ ಮೇಲೆ ನನ್ನ ತಾಯಿಯನ್ನು ಮಲಗಿಸಿದೆವು. ಸ್ವಲ್ಪ ಹೊತ್ತಿನಲ್ಲಿಯೇ ಒಂದು ವಾಹನವು ಕಸುಂಗು ಕಡೆಗೆ ಹೋಗುತ್ತಿರುವುದು ಕಾಣಿಸಿತು. ನನ್ನ ತಂದೆ "ದಯಮಾಡಿ ನಿಲ್ಲಿಸಿ. ನನ್ನ ಹೆಂಡತಿಗೆ ಮಲೇರಿಯಾ" ಎಂದು ಕೂಗಿ ಹೇಳಿದರು.

ಆಗಲೇ ಆ ಗಾಡಿಯಲ್ಲಿ ಸಾಕಷ್ಟು ಜನರು ಮತ್ತು ಸಾಮಾನುಗಳು ತುಂಬಿದ್ದವು. ಒಂದಿಷ್ಟು ಜನರು ಇಳಿದು ನನ್ನ ತಾಯಿಗೆ ಸ್ಥಳವನ್ನು ತೆರವು ಮಾಡಿದರು. ಅಪ್ಪ ನನಗೆ "ನಿನ್ನ ತಂಗಿಯರನ್ನು ನೋಡಿಕೋ ವಿಲಿಯಂ. ನಿಮ್ಮ ಅತ್ತೆ ಕ್ರಿಸ್ಸಿ ಹಾಗೂ ಇತರರಿಗೆ ವಿಷಯ ತಿಳಿಸಿಬಿಡು" ಎಂದು ಹೇಳಿದರು.

ಸುಮಾರು ಹದಿನೈದು ನಿಮಿಷಗಳ ಬಳಿಕ ವಾಹನವು ಆಸ್ಪತ್ರೆಯನ್ನು ತಲುಪಿತು. ಅಲ್ಲಿ ವೈದ್ಯರು ನನ್ನ ತಾಯಿಗೆ IV ಡ್ರಿಪ್ಸ್ ಕೊಟ್ಟು, ವೈರಸ್ ವಿರುದ್ಧ ಹೋರಾಡಲು ಚಿಕಿತ್ಸೆಯನ್ನು

ಪ್ರಾರಂಭಿಸಿದರು. ವೈದ್ಯರು ನನ್ನ ತಂದೆಗೆ "ಹೆಚ್ಚಿನ ಭರವಸೆಯಿಲ್ಲ. ಬಹುಶಃ ಸೋಂಕು, ಮೆದುಳಿಗೆ ವ್ಯಾಪಿಸಿದೆ" ಎಂದು ಹೇಳಿದರಂತೆ.

ಅಂದು ನನ್ನ ಅತ್ತೆ ಕ್ರಿಸ್ಸಿ ಮತ್ತು ದೊಡ್ಡಮ್ಮ ಮೇರಿ, ಆಸ್ಪತ್ರೆಯಲ್ಲಿ ರಾತ್ರಿಯವರೆಗೂ ಇದ್ದರು. ಇತ್ತ ಆಸ್ಪತ್ರೆಯ ಖರ್ಚನ್ನು ಭರಿಸಲು, ನನ್ನ ತಂದೆ ಮನೆಗೆ ಬಂದು ಒಂದಿಷ್ಟು ಜೋಳ ಮತ್ತು ಸೋಯಾ ಮಾರಲು ಯತ್ನಿಸಿದರು.

"ಅಪ್ಪಾ ಅಮ್ಮ ಮಲೇರಿಯಾದಿಂದ ಹುಷಾರಾಗುತ್ತಾರಾ?" ಮೇಲೆಸ್ ವಿಚಾರಿಸಿ ಕೊಂಡಳು.

"ನಿಮ್ಮ ತಾಯಿಗೆ ಬಹಳ ಹುಷಾರಿಲ್ಲ. ನೀವೆಲ್ಲರೂ ದೇವರಲ್ಲಿ ಪ್ರಾರ್ಥಿಸಿ."

ಮರುದಿನ ಒಂದಿಷ್ಟು ಧಾನ್ಯವನ್ನು ಮಾರಿದ ನನ್ನ ತಂದೆ, ನೇರವಾಗಿ ಆಸ್ಪತ್ರೆಗೆ ಹೊರಟರು. ಇತ್ತ ನಾನು ನನ್ನ ತಂಗಿಯರನ್ನು ನೋಡಿಕೊಳ್ಳಲು ಮನೆಯಲ್ಲಿಯೇ ಉಳಿದುಕೊಂಡೆ. ನಿಜ ಹೇಳಬೇಕೆಂದರೆ, ನನ್ನ ತಾಯಿಯನ್ನು ಈ ಸ್ಥಿತಿಯಲ್ಲಿ ನೋಡಲು ನನಗೆ ಧೈರ್ಯ ಸಾಲಲಿಲ್ಲ.

ನನ್ನ ತಾಯಿ ಮನೆಗೆ ತಿರುಗಿ ಬಂದ ನಂತರ ಆಸ್ಪತ್ರೆಯಲ್ಲಿ ತಮಗಾದ ಅನುಭವಗಳನ್ನು ಹೇಳಿಕೊಂಡರು: ಅವರು ಯಾವುದೋ ಕತ್ತಲೆಯಲ್ಲಿ ಜಾರಿ ಹೋಗಿದ್ದರು. ಆ ಹೊತ್ತಿಗಾಗಲೇ ಸಾವಿಗೆ ಸಿದ್ಧವಾಗಿ, ಜೀಸಸ್ ಬಂದು ತಮ್ಮನ್ನು ಕರೆದೊಯ್ಯಲಿ ಎಂದು ಕಾಯುತ್ತಿದ್ದರು. ಆದರೆ ಯಾವುದೋ ಒಂದು ಶಕ್ತಿ ಅವರನ್ನು ಸಾಯಲು ಬಿಡುತ್ತಿರಲಿಲ್ಲ. ಹಾಸಿಗೆಯಿಂದ ಕೆಳಗೆ ರೊಯ್ಯನೇ ಕುಸಿದಂತೆ, ಪುನಃ ಮೇಲೆ ಬಂದಂತೆ ಅವರಿಗೆ ಅನುಭವವಾಗುತ್ತಿತ್ತು. ಹಾಗಾದಾಗ ಕಣ್ಣುಬಿಟ್ಟು ಸುತ್ತಲೂ ಇದ್ದ ಜನರನ್ನೊಮ್ಮೆ ನೋಡಿ ಮಲಗುತ್ತಿದ್ದರು. ಮತ್ತೊಮ್ಮೆ ಕತ್ತಲಾದಂತೆ... ಜೀಸಸ್ ಬಂದಂತೆ... ಕುಸಿದಂತೆ... ಕಣ್ತೆರೆದಂತೆ... ಜನರನ್ನು ನೋಡಿದಂತೆ... ಇದು ಮತ್ತೆ ಮತ್ತೆ ಪುನರಾವರ್ತನೆಯಾಗುತ್ತಿತ್ತು.

ಜನರನ್ನು ನೋಡಿದಾಗ ನನ್ನ ತಾಯಿಗೆ ತಮ್ಮ ಮಕ್ಕಳು ನೆನಪಿಗೆ ಬಂದರು. ಅದರಲ್ಲೂ ನನ್ನ ಪುಟ್ಟ ತಂಗಿ 'ಟಿಯಾಮೈಕ್'. ಏಕೆಂದರೆ ಟಿಯಾಮೈಕ್ ಇನ್ನೂ ಹಸುಳೆ, ಪುಟ್ಟ ಮಗು. ಅದೂ ಸಹ ತನ್ನ ಅಮ್ಮ ಎಲ್ಲಿ ಎಂದು ಹುಡುಕುತ್ತಿತ್ತೇನೋ! ನನ್ನ ತಾಯಿಗೆ ಇದೆಲ್ಲಾ ಮನಸ್ಸಿಗೆ ಬಂದು ಹೇಗಾದರೂ ಸರಿ ಸಾವಿನೊಡನೆ ಹೋರಾಡಲೇಬೇಕು ಎಂದೆನಿಸಿ ಎಚ್ಚರಗೊಳ್ಳುತ್ತಿದ್ದರಂತೆ. ಒಮ್ಮೆ ಹೀಗೆಯೇ ಕಣ್ತೆರೆಯಲು ನನ್ನನ್ನು ನೋಡಿ, "ಟಿಯಾಮೈಕ್... ನನ್ನ ಮಗು ಟಿಯಾಮೈಕ್ ಎಲ್ಲಿ?" ಎಂದು ಕೂಗತೊಡಗಿದರು. ನಾನು ಯಾವುದೋ ಹಾವನ್ನು ಮುಟ್ಟಿದಂತೆ ಬೆಚ್ಚಿಬಿದ್ದೆ.

"ಟಿಯಾಮೈಕ್."

"ಟಿಯಾಮೈಕ್ ಮನೆಯಲ್ಲಿದ್ದಾಳೆ... ನೀವು ಮಲಗಿ ವಿಶ್ರಾಂತಿಯನ್ನು ಪಡೆಯಿರಿ" ನನ್ನ ಅತ್ತೆ ಮತ್ತು ದೊಡ್ಡಮ್ಮ ಸಮಾಧಾನ ಪಡಿಸುತ್ತಿದ್ದರು.

ಕೊನೆಗೂ ಕೆಲವು ದಿನಗಳ ಬಳಿಕ ನನ್ನ ತಾಯಿಯ ಜ್ವರದ ತಾಪವು ಕಡಿಮೆಯಾಯಿತು. ನನ್ನ ತಾಯಿಯನ್ನು ಈ ಸ್ಥಿತಿಯಲ್ಲಿ ಕಂಡಾಗ ಆಕೆಗೆ ಸಾವು ನಿಶ್ಚಿತ ಎಂದೇ ನಾನು

ಭಾವಿಸಿದ್ದೆ. ಆದರೆ ಅವರು ಪವಾಡದಂತೆ ಮಲೇರಿಯಾದಿಂದ ಪಾರಾಗಿ ಮನೆಗೆ ಬಂದರು. ನನ್ನ ತಾಯಿಯ ಅನಾರೋಗ್ಯದಿಂದ ಮನಸ್ಸಿನ ಬೇಗುದಿ ಹೆಚ್ಚಾಗಿ ತತ್ತರಿಸಿದೆ. ಹಗಲು ರಾತ್ರಿ ದೇವರಿಗೆ ಪ್ರಾರ್ಥನೆಯನ್ನು ಸಲ್ಲಿಸಿದೆ. ನಾನು ಜೀವನದಲ್ಲಿ ಎಂದೂ ಆ ಮಟ್ಟಿಗೆ ದೇವರ ಮೊರೆ ಹೋಗಿರಲಿಲ್ಲ.

ನನ್ನ ತಾಯಿ ಅನಾರೋಗ್ಯದಿಂದ ಚೇತರಿಸಿಕೊಳ್ಳಲು ಸ್ವಲ್ಪ ದಿನಗಳು ಹಿಡಿದವು. ಒಂದು ದಿನ ಗಿಲ್ಬರ್ಟ್, ಅವನ ತಂದೆ ತೀವ್ರ ಅನಾರೋಗ್ಯದಿಂದ ಬಳಲುತ್ತಿದ್ದಾರೆ ಎಂದು ತಿಳಿಸಿದನು. ರಾಷ್ಟ್ರಪತಿಗಳ ಕಡೆಯ ಜನರು ಅವರನ್ನು ಹೊಡೆದ ಬಳಿಕ ನಮ್ಮ ಮುಖ್ಯಸ್ಥರು ಜೀವ ಭಯದಿಂದ ಮನೆಯಲ್ಲಿಯೇ ಇರುತ್ತಿದ್ದರು. ನಾನು ಕೆಲ ದಿನಗಳ ಹಿಂದೆ ಅವರನ್ನು ಕಂಡಾಗ ಬಹಳ ಸೊರಗಿದಂತಿತ್ತು. ಸೋಫಾ ಮೇಲೆ ಮಲಗಿಯೋ ಅಥವಾ ಹೊಲದಲ್ಲಿ ಸೂರ್ಯನ ಎಳೆಯ ಬಿಸಿಲಿನಲ್ಲಿ ಒಬ್ಬರೇ ಓಡಾಡುತ್ತಲೋ ಇರುವುದನ್ನು ನೋಡಿದ್ದೆ. ನಮ್ಮ ವಯಸ್ಸಿನ ಅಂತರದಿಂದ ಗೌರವ ಸೂಚಕವಾಗಿ ನಾನು ಅವರೊಡನೆ ಎಂದೂ ಹೆಚ್ಚು ಮಾತನಾಡಿರಲಿಲ್ಲ.

ಕೆಲವು ತಿಂಗಳುಗಳ ಬಳಿಕ ನಾನು ಜೆಫ್ರಿಯನ್ನು ಭೇಟಿ ಮಾಡಲು ಚಿಪುಂಬಾಗೆ ಪ್ರಯಾಣಿಸುತ್ತಿದ್ದೆ. ಆಗ ದಾರಿಯಲ್ಲಿ ಹೋಗುತ್ತಿದ್ದ ಕೆಲ ಮಹಿಳೆಯರು. "ತಮ್ಮಾ, ನಮ್ಮ ಮುಖ್ಯಸ್ಥರು ತೀರಿಕೊಂಡರಂತೆ" ಎಂದು ಕಣ್ಣೀರಿಡುತ್ತಾ ಕೆಟ್ಟ ಸುದ್ದಿಯನ್ನು ತಿಳಿಸಿದರು.

ನಾನು ಮತ್ತು ಜೆಫ್ರಿ ಸೈಕಲ್ಲನ್ನು ಏರಿ ಗಿಲ್ಬರ್ಟ್‌ನ ಮನೆಯತ್ತ ಧಾವಿಸಿದೆವು. ನಮ್ಮ ದುರಾದೃಷ್ಟಕ್ಕೆ ಸೈಕಲ್ ಆಗಲೇ ಪಂಕ್ಚರ್ ಆಗಬೇಕೇ! ಹೇಗೋ ತಳ್ಳಿಕೊಂಡು ಹೋಗುವ ಹೊತ್ತಿಗೆ ಅಂತಿಮ ಸಂಸ್ಕಾರದ ಸಿದ್ಧತೆಗಳು ನಡೆದಿದ್ದವು. ಟ್ರಕ್ಕುಗಳು, ಕಾರುಗಳು, ಕೋಳಿ ಮತ್ತು ಜೋಳದ ಹಿಟ್ಟನ್ನು ಹೊತ್ತು ತಂದ ಲಾರಿಗಳು ಅವರ ಮನೆಯ ಮುಂದೆ ಬೀಡು ಬಿಟ್ಟಿದ್ದವು. ಅನೇಕ ಮಹಿಳೆಯರು ಅಲ್ಲಿ ಸಂತಾಪ ಸೂಚಿಸಲು ನೆರೆದಿದ್ದ ಜನರಿಗೆ ಅಡುಗೆಯನ್ನು ಮಾಡಲು ಧಾವಿಸುತ್ತಿದ್ದರು. ದಾರಿಯಲ್ಲಿ ಎಲ್ಲರೂ ಮೌನವಾಗಿ ನಡೆದು ಹೋಗುತ್ತಿದ್ದುದು ಕಂಡುಬಂದಿತು. ರೇಡಿಯೊ ನಿಶ್ಯಬ್ಧವಾಗಿತ್ತು. ಆ ಹೊತ್ತಿಗೆ ಡ್ರಮ್ಮನ್ನು ಸಾವಿನ ಸೂಚಕದಂತೆ ಬಾರಿಸತೊಡಗಿದರು. ಗಿಲ್ಬರ್ಟ್‌ನ ಮನೆಯ ಸುತ್ತಲೂ ನೂರಾರು ಜನರು ನೆರೆದಿದ್ದರು. ನನ್ನ ಹೆತ್ತವರು, ಸಹೋದರಿಯರು, ಬಂಧುಗಳು, ಮಾರುಕಟ್ಟೆಯ ಎಲ್ಲ ವ್ಯಾಪಾರಸ್ಥರು ಅಲ್ಲಿ ಕಂಡು ಬಂದರು. ಮಹಿಳೆಯರು ತಮ್ಮ ತಲೆಯ ಮೇಲೆ ಪಾತ್ರೆಗಳಲ್ಲಿ ನೀರನ್ನು ಹೊತ್ತು ಹೋಗುವುದೂ, ಒಂದಿಷ್ಟು ಮಂದಿ ಅಡುಗೆಗಾಗಿ ಉರುವಲು ಹಾಕುತ್ತಿರುವುದೂ, ಇನ್ನು ಕೆಲವರು ದೊಡ್ಡ ಗಡಿಗೆಗಳಲ್ಲಿ ಸೀಮ ತಯಾರು ಮಾಡುವುದೂ ಗೋಚರಿಸಿತು. ಬ್ಲೂಗಮ್ ಮರದ ತೋಪಿನಲ್ಲಿ ಚರ್ಚಿನ ಗಾಯನ ವೃಂದವು, 'ದಿ ವರ್ಲ್ಡ್ ಈಸ್ ನಾಟ್ ಮೈ ಹೋಮ್' ಎಂದು ಮೆಲ್ಲನೇ ಹಾಡುತ್ತಿರುವುದು ಕೇಳಿಬರುತ್ತಿತ್ತು.

ಒಂದಿಷ್ಟು ಜನ ಗಿಲ್ಬರ್ಟ್‌ನ ಮನೆಯ ಹೊರ ಬಾಗಿಲಿನಲ್ಲಿ "ನಮ್ಮ ದೊರೆ ನಮ್ಮನ್ನು ಬಿಟ್ಟು ಹೋದರು. ಇನ್ನು ನಮ್ಮ ಗತಿಯೇನು? ಮುಂದೆ ಏನು ಮಾಡುವುದು" ಎಂದೆಲ್ಲಾ ಮನಸೋ ಇಚ್ಛೆ ರೋದಿಸುತ್ತಿದ್ದರು.

ನಾನು ಮತ್ತು ಜೆಫ್ರಿ ಒಂದು ಮರದ ಕೆಳಗೆ ಗಿಲ್ಬರ್ಟ್‌ನನ್ನು ಭೇಟಿ ಮಾಡಲು ಕಾಯುತ್ತಾ ಕುಳಿತೆವು. ಕೊನೆಗೆ ಯಾರೋ ಗಿಲ್ಬರ್ಟ್ ನಮ್ಮನ್ನು ಭೇಟಿ ಮಾಡಲು ಸಿದ್ಧನಿರುವನೆಂದು ಬಂದು ತಿಳಿಸಿದರು. ನಮ್ಮ ಸ್ನೇಹಿತನು ದೊಡ್ಡ ಆಘಾತಕ್ಕೆ ಒಳಗಾದಂತೆ ಕಂಡು ಬಂದನು. ಈ ಸ್ಥಿತಿಯಲ್ಲಿ ಅವನನ್ನು ನೋಡಿದ ನಮಗೂ ದುಃಖವಾಯಿತು.

"ಗಿಲ್ಬರ್ಟ್ ನಿನ್ನ ತಂದೆಯ ಸಾವಿನ ಸುದ್ದಿಯನ್ನು ತಿಳಿದು ಬಹಳ ದುಃಖವಾಯಿತು. ಆದರೆ ನೆನಪಿರಲಿ, ಈ ಕಷ್ಟದ ಸಮಯದಲ್ಲಿ ನಾವು ನಿನ್ನ ಜೊತೆಗೆ ಇರುತ್ತೇವೆ" ಎಂದು ಸಮಾಧಾನ ಹೇಳಿದೆ. ಸಕಲ ಮರ್ಯಾದೆಗಳೊಂದಿಗೆ ನಮ್ಮ ಮುಖ್ಯಸ್ಥರ ಅಂತಿಮ ಸಂಸ್ಕಾರವು, ಪ್ರೈಮರಿ ಶಾಲೆಯ ಅಂಗಳದಲ್ಲಿದ್ದ ಬ್ಲೂಗಮ್ ಮರಗಳ ಕೆಳಗೆ ನಡೆಯಿತು.

ನಮ್ಮ ಮುಖ್ಯಸ್ಥರ ಸಾವು ಸಾಲದೆಂಬಂತೆ, ಆ ವರ್ಷದ ಕೊನೆಗೆ ಮತ್ತೊಂದು ಕ್ಷಾಮವು ನಮ್ಮ ದೇಶಕ್ಕೆ ಬಂದು ಅಪ್ಪಳಿಸಿತು. ಮೇ 2004ರ ಹೊತ್ತಿಗೆ ರಾಷ್ಟ್ರಪತಿ ಮುಲುಜ಼ಿ ಕೊನೆಗೂ ಪದವಿಯನ್ನು ತ್ಯಜಿಸಿ ಚುನಾವಣೆಗಳಿಗೆ ದಾರಿಯನ್ನು ಮಾಡಿಕೊಟ್ಟರು. ಮಾಲಾವಿಯ ಪ್ರಜೆಗಳು 'ಬಿಂಗು ವ ಮುಥಾರಿಕಾ' ಎಂಬುವವರನ್ನು ರಾಷ್ಟ್ರಪತಿಯನ್ನಾಗಿ ಆಯ್ಕೆ ಮಾಡಿದರು. ಮುಥಾರಿಕಾ ಉತ್ತಮ ವಿದ್ಯಾಭ್ಯಾಸವನ್ನು ಪಡೆದಿದ್ದರು. ಜೊತೆಗೆ ವಿಶ್ವಸಂಸ್ಥೆಯಲ್ಲಿ ಉನ್ನತ ಹುದ್ದೆಯನ್ನು ಅಲಂಕರಿಸಿದ್ದ ವ್ಯಕ್ತಿ. ಮುಥಾರಿಕಾ ನಮ್ಮ ದೇಶದ ಸ್ಥಿತಿಯನ್ನು ಬದಲಾಯಿಸುವೆ ಎಂದು ಶಪಥವನ್ನು ತೊಟ್ಟಿದ್ದರು. ಅವರು ಮಾಡಿದ ಮೊದಲ ಕೆಲಸವೆಂದರೆ: ಸರಕಾರದ ವತಿಯಿಂದ ರೈತರಿಗೆ ಉಪಯೋಗವಾಗುವಂತೆ ಗೊಬ್ಬರವನ್ನು ಕೊಳ್ಳಲು ಸಹಾಯ ಧನವನ್ನು ನೀಡಿದ್ದು.

ಪ್ರತಿಯೊಂದು ಕುಟುಂಬಕ್ಕೂ ಗೊಬ್ಬರವನ್ನು ಪಡೆಯಲು ನಾಲ್ಕು ಕೂಪನ್‌ಗಳನ್ನು ಕೊಡಲಾಗುತ್ತಿತ್ತು. ಆದರೆ ಅನೇಕ ಭ್ರಷ್ಟ ಅಧಿಕಾರಿಗಳು ರೈತರಿಗೆ ಕೂಪನ್‌ಗಳನ್ನು ತಲುಪಿಸುವ ಬದಲು, ಅವುಗಳನ್ನು ಹಣಕ್ಕಾಗಿ ಮಾರಿಕೊಂಡರು. ಡಿಸೆಂಬರ್ 2005ರ ಹೊತ್ತಿಗೆ ನಮಗೆ ನಾಲ್ಕು ಕೂಪನ್‌ಗಳು ದೊರೆತವು. ನಾನು ಎರಡು ಮತ್ತು ನನ್ನ ತಂದೆ ಎರಡು ಚೀಲಗಳನ್ನು ಹೊತ್ತು ವಿಂಬೆಯ ADMARC ಕೇಂದ್ರದತ್ತ ಹೊರಟೆವು. ನನ್ನ ತಂದೆಗೆ ಎರಡು ಚೀಲಗಳಷ್ಟು ಗೊಬ್ಬರ ಸಿಕ್ಕಿತು. ನನ್ನ ಸರತಿಯು ಬರುವ ಹೊತ್ತಿಗೆ ಕೇಂದ್ರದ ಬಾಗಿಲನ್ನು ಮುಚ್ಚಲಾಯಿತು.

ನಾನು ಓಡುತ್ತಾ ಹೋಗಿ ಕಿಟಕಿಯಲ್ಲಿ ನೋಡುತ್ತಿದ್ದರೆ ಹಿಂದಿನಿಂದ ನನ್ನ ಬೆನ್ನಿನ ಮೇಲೆ ಜೋರಾದ ಪೆಟ್ಟುಗಳು ಬೀಳಲಾರಂಭಿಸಿದವು. ಹಿಂದಿರುಗಿ ನೋಡಲು ಕೆಲವು ಸರಕಾರಿ ನೌಕರರು ನೀರಿನ ಪೈಪಿನಿಂದ ನನ್ನನ್ನು ಹೊಡೆಯುತ್ತಿದ್ದರು.

"ಏ ಮಂಗಾ, ಮೊದಲು ಇಲ್ಲಿಂದ ಜಾಗ ಖಾಲಿ ಮಾಡು" ಎನ್ನುತ್ತಾ, ಒಬ್ಬ ನೌಕರನು ಪುನಃ ನನಗೆ ತಪ್ಪಿಸಿಕೊಳ್ಳಲೂ ಅವಕಾಶ ನೀಡದೇ ಪೈಪಿನಿಂದ ಬಾರಿಸ ತೊಡಗಿದನು. ಹೇಗೋ ಅವನಿಂದ ತಪ್ಪಿಸಿಕೊಂಡು ಸುರಕ್ಷಿತ ಸ್ಥಳವೊಂದನ್ನು ತಲುಪಿದೆ. ನನ್ನ ರಕ್ತವು ರೋಷದಿಂದ ಕುದಿಯುತ್ತಿತ್ತು. ನಿಜ ಹೇಳಬೇಕೆಂದರೆ ನನಗೆ ಅವನನ್ನು ಕೊಂದೇ ಬಿಡುವಷ್ಟು ಸಿಟ್ಟು ಬಂದಿತ್ತು. ಆದರೆ ಅವನ ಗಾತ್ರವನ್ನು ನೋಡಿ ನನ್ನ ಸಿಟ್ಟನ್ನು ನಿಯಂತ್ರಿಸಿಕೊಂಡೆ.

ಕೂಗಿ ಹೇಳಿದೆ, "ಲೇ ನಮ್ಮಪ್ಪ ಇದ್ದಿದ್ದರೆ ನಿನ್ನ ಗತಿ ಗೋವಿಂದ. ನಿನ್ನ ಅದೃಷ್ಟವು ಚೆನ್ನಾಗಿತ್ತು."

ಸ್ವಲ್ಪ ದಿನಗಳ ನಂತರ ನಾವು ಇನ್ನೂ ಕೆಲವು ಚೀಲಗಳಷ್ಟು ಗೊಬ್ಬರವನ್ನು ಪಡೆಯುವುದರಲ್ಲಿ ಯಶಸ್ವಿಯಾದೆವು. ಇದಾದ ಬಳಿಕ ನಾವು ಮುಂದಿನ ಬಿತ್ತನೆಗಾಗಿ ಭೂಮಿಯನ್ನು ಹದಗೊಳಿಸಿ ಸಿದ್ಧಪಡಿಸಿದೆವು. ಮೊದಮೊದಲು ಮಳೆಯು ಸರಿಯಾಗಿಯೇ ಬರಲು ಬೀಜಗಳನ್ನು ಬಿತ್ತಿ, ಕಪ್ಪು ಮಣ್ಣಿನಿಂದ ಮುಚ್ಚಿದೆವು. ಜನವರಿಯ ಹೊತ್ತಿಗೆ ಭೂಮಿಯಿಂದ ಹೊರ ಬಂದಿದ್ದ ಪುಟ್ಟ ಪುಟ್ಟ ಸಸಿಗಳಿಗೆ ನೀರುಣಿಸುವುದೇ ಮಹದಾನಂದವೆನಿಸುತ್ತಿತ್ತು! ನನ್ನ ತಂದೆಯ ಮಂಡಿಯವರೆಗೂ ಸಸಿಗಳು ಬೆಳೆಯುವ ಹೊತ್ತಿಗೆ ಮಳೆಯೂ ಸಂಪೂರ್ಣವಾಗಿ ನಿಂತೇ ಹೋಯಿತು. ಇತ್ತ ಸೂರ್ಯನ ಶಾಖವು ಗಿಡಗಳನ್ನು ಸುಟ್ಟೇ ಬಿಡುವಷ್ಟು ಘೋರವಾಯಿತು.

"ಮುಂದಿನ ವರ್ಷ ಪುನಃ ನಮಗೆಲ್ಲರಿಗೂ ಗ್ರಹಚಾರ ಕಾದಿದೆ" ನನ್ನ ತಂದೆ ಬೇಸರದಿಂದ ನುಡಿದರು.

"ಇನ್ನೊಮ್ಮೆ ಕ್ಷಾಮವು ಬಂದರೆ, ಬಹುಶಃ ನನಗೆ ಎದುರಿಸಲು ಆಗುವುದಿಲ್ಲ" ನಾನೂ ಬೇಸರದಿಂದಲೇ ಉತ್ತರಿಸಿದೆ.

ಫೆಬ್ರವರಿಯ ಹೊತ್ತಿಗೆ ಕೆಲವು ಬಾರಿ ಮಳೆಯು ಬಿದ್ದಿದ್ದರೂ, ಸಸಿಗಳು ನಿರೀಕ್ಷೆಯ ಮಟ್ಟದಲ್ಲಿ ಬೆಳೆಯಲಿಲ್ಲ. ಈ ಬಾರಿ ಡೋವ್‌ಗಳು ಆಕಾರದಲ್ಲಿ ಕಿರಿದಾಗಿದ್ದವು. ಜನರು ಈ ಬಾರಿಯೂ ಕ್ಷಾಮದ ಪರಿಸ್ಥಿತಿ ಎದುರಾಗಲಿದೆ ಎಂದು ಭಯಭೀತರಾದರು. ಆದರೆ ಸರಕಾರವು ಮಧ್ಯ ಪ್ರವೇಶಿಸಿ, ಪರಿಸ್ಥಿತಿಯನ್ನು ನಿಭಾಯಿಸುವುದಾಗಿ ಭರವಸೆಯನ್ನು ಕೊಟ್ಟಿತು. ಜನರು ಭಯದ ನೆರಳಿನಲ್ಲಿ ಇರಲು, ದೇಶದಾದ್ಯಂತ ಮೂಢನಂಬಿಕೆಗಳದ್ದೇ ಸಾಮ್ರಾಜ್ಯವಾಯಿತು. ಎಲ್ಲೆಲ್ಲೂ ಚಿತ್ರವಿಚಿತ್ರ ಘಟನೆಗಳು ನಡೆಯತೊಡಗಿ ಜನರು ಮತ್ತಷ್ಟು ಭಯಭೀತರಾದರು. ಮಾಯ, ಮಾಟ, ಮಾಂತ್ರಿಕರು... ಯಕ್ಷವಿದ್ಯೆಗಳು ನಮ್ಮ ದೇಶದ ಜನರನ್ನು ಆಳತೊಡಗಿದವು. ಯಾವುದೋ ವಿಚಿತ್ರ ಪ್ರಾಣಿಯು ಜನರ ಮನೆಗೆ ನುಗ್ಗುವುದೂ, ಜನರು ಹೆದರಿ ಮರಗಳ ಹಿಂದೆ ಅವಿತುಕೊಳ್ಳುವುದೂ ಸಾಮಾನ್ಯವಾಯಿತು. ಈ ವಿಚಿತ್ರ ಪ್ರಾಣಿಯು ಜನರನ್ನು ಸಾಯಿಸುತ್ತಾ ಯಾರ ಕೈಗೂ ಸಿಕ್ಕು ಬೀಳದೇ ತಪ್ಪಿಸಿಕೊಳ್ಳುತ್ತಿತ್ತು.

ಇದರ ಜೊತೆಗೆ ಚಿಕ್ಕ ಹುಡುಗರನ್ನು ಮಾಂತ್ರಿಕರು ತಮ್ಮ ಶತ್ರುಗಳ ಸಂಹಾರಕ್ಕೆ ಬಳಸಿಕೊಳ್ಳುವುದೂ ಪ್ರಾರಂಭವಾಯಿತು. ಒಟ್ಟಿನಲ್ಲಿ ಜನರ ಆತಂಕವು ಹೆಚ್ಚುತ್ತಲೇ

ಹೋಯಿತು. ಸರಕಾರದ ವತಿಯಿಂದ ಕೆಲವು ತನಿಖೆಗಳಾದರೂ, ಈ ಮಂತ್ರವಿದ್ಯೆಗಳನ್ನು ಸಾಬೀತು ಪಡಿಸುವುದು ಸುಲಭವಾಗಿರಲಿಲ್ಲ.

ಇದರ ಜೊತೆಗೆ ದೇಶದ ಸಂವಿಧಾನದಲ್ಲಿ ಮಾಂತ್ರಿಕರಿಂದ ನಮ್ಮನ್ನು ರಕ್ಷಿಸಲು ಯಾವುದೇ ಕಾನೂನು-ಕಟ್ಟಳೆಗಳೂ ಇರಲಿಲ್ಲ. ಹೆಚ್ಚೆಂದರೆ ಅವರು ಮಾಂತ್ರಿಕರನ್ನು ಸೆರೆಹಿಡಿದು ಶಿಕ್ಷಿಸಬಹುದಷ್ಟೇ. ಆದರೆ ಅವರ ವಿರುದ್ಧ ಯಾವುದೇ ಹತ್ಯೆ, ಅಪಹರಣದ ಮೊಕದ್ದಮೆಯನ್ನು ಹೂಡಲು ಸಾಧ್ಯವಿರಲಿಲ್ಲ! ಒಟ್ಟಿನಲ್ಲಿ ಈ ಘಟನೆಗಳು ಜನರ ಹೆದರಿಕೆಗಳನ್ನು ತಾರಕಕ್ಕೆ ಏರಿಸುವುದರಲ್ಲಿ ಯಶಸ್ವಿಯಾದವು.

2006ನೇ ಇಸ್ವಿಯಲ್ಲಿ ಕೊನೆಗೂ ಜೋಳದ ಫಸಲು ಕುಸಿದು ಕ್ಷಾಮವು ನಿಶ್ಚಿತವೆಂದೇ ಭಾವಿಸಿದೆವು. ಜನರೆಲ್ಲರೂ ತಮಗೆ ಒದಗಿ ಬಂದ ಪರಿಸ್ಥಿತಿಗೆ, ಮಂತ್ರ-ತಂತ್ರಗಳೇ ಕಾರಣ ಎಂದು ದೂರತೊಡಗಿದರು. ಆಗ ಒಂದು ಮಧ್ಯಾಹ್ನ ಹೊಲಗಳಲ್ಲಿ ಉರಿ ಬಿಸಿಲಿನಲ್ಲಿ ಬೆಳೆಗಳು ಒಣಗಿ ಬೆಂಡಾಗಿರಲು, ಇತ್ತ ಚಂಡಮಾರುತವೇನೋ ಎಂಬಂತೆ ಕಪ್ಪನೆಯ ಮೋಡಗಳು ಆಕಾಶದಲ್ಲಿ ಸೇರತೊಡಗಿದವು.

"ಅಲ್ಲಿ ನೋಡು, ಹೇಗೆ ಮೋಡ ಸೇರಿಕೊಳ್ಳುತ್ತಿದೆ. ಇಂದು ಒಳ್ಳೆಯ ಮಳೆಯನ್ನು ನಿರೀಕ್ಷಿಸಬಹುದು" ಜನರು ತಮ್ಮ ತಮ್ಮಲ್ಲಿಯೇ ಮಾತನಾಡಿಕೊಳ್ಳುತ್ತಿದ್ದರು.

"ಅಬ್ಬಾ, ಕೊನೆಗೂ ಬಚಾವಾದೆವು."

ಅನೇಕ ವಾರಗಳು ಸುಡುಬಿಸಿಲಿನಲ್ಲಿಯೇ ಕಳೆದ ನಮಗೆ, ಈ ಮೋಡಗಳು ಮಳೆಯ ನಿರೀಕ್ಷೆಯನ್ನು ಹುಟ್ಟುಹಾಕಿದವು. ಇನ್ನೇನು ಮಳೆಯು ಸುರಿದೇಹೋಯಿತು ಎನ್ನುವಾಗ ಬಲವಾದ ಗಾಳಿಯು ಬೀಸತೊಡಗಿತು. ಕೆಂಪು ಮಣ್ಣಿನ ಧೂಳು ನಮ್ಮ ಕಣ್ಣಿನೊಳಗೆ ಪ್ರವೇಶಿಸಲು, ಮೋಡಗಳೆಲ್ಲವೂ ಚದುರಲಾರಂಭಿಸಿದವು. ಸ್ವಲ್ಪ ಹೊತ್ತಿನಲ್ಲಿ ಪುನಃ ಸೂರ್ಯನ ಉರಿಬಿಸಿಲೇ ನಮಗೆ ಗತಿಯಾಯಿತು.

ಕೆಲ ಜನರು ನನ್ನ ಗಾಳಿಯಂತ್ರದ ಎದುರು ನಿಂತು, "ಏ ನೋಡು, ಅವನ ಗಾಳಿಯಂತ್ರ ಹೇಗೆ ತಿರುಗುತ್ತಿದೆ. ಇದೇ ನಮ್ಮ ಮೋಡಗಳನ್ನು ಚದುರಿಸುತ್ತಿರುವುದು. ಇದರಿಂದಲೇ ನಮ್ಮ ಮಳೆಯೆಲ್ಲವೂ ನಿಂತು ಹೋಗಿದೆ."

"ಅಯ್ಯೋ, ಈ ಯಂತ್ರದಿಂದ ನಮಗೆಲ್ಲರಿಗೂ ಕೇಡುಗಾಲ ಕಾದಿದೆ!"

"ಇದು ಯಂತ್ರವಲ್ಲಾ... ಇದು ಮಾಟದ ಗೋಪುರ. ಈ ಹುಡುಗ ಇದರಿಂದ ಮಾಂತ್ರಿಕರನ್ನು ಕರೆಯುತ್ತಾನೆ, ಗೊತ್ತಾ?" ಎಂದೆಲ್ಲಾ ಆಪಾದಿಸಿದರು.

"ಸ್ವಲ್ಪ ಸುಮ್ಮನಿರಿ. ಬರಗಾಲ ನಮ್ಮಲ್ಲಿ ಮಾತ್ರವಲ್ಲ ದೇಶದ ಎಲ್ಲಾ ಭಾಗದಲ್ಲಿಯೂ ಇದೆ. ಅದಕ್ಕೆ ಈ ಯಂತ್ರವೊಂದೇ ಕಾರಣವಲ್ಲ" ನಾನು ತಡೆಯಲಾರದೇ ಕೂಗಿ ಹೇಳಿದೆ.

"ಆದರೆ ಈಗ ತಾನೇ ನಮ್ಮ ಕಣ್ಣಿನಿಂದ ನೋಡಿದೆವಲ್ಲಾ!" ಜನರು ಮಾರುತ್ತರ ನೀಡಿದರು.

ನನಗೆ ಜನರು ಗುಂಪು ಸೇರಿ ಎಲ್ಲಿ ನನ್ನ ಯಂತ್ರವನ್ನು ಧ್ವಂಸಗೊಳಿಸುವರೋ ಎಂದು ದಿಗಿಲಾಯಿತು. ಒಂದೆರಡು ದಿನಗಳು ನಾನು ಮನೆಯಿಂದ ಹೊರಬರದೇ ಭೂಗತನಾದೆ. ಜೊತೆಗೆ ದಿನದ ಸಮಯದಲ್ಲಿ ಜನರಿಗೆ ಸಂಶಯವು ಬರದಿರಲಿ ಎಂದು, ಬ್ಲೇಡುಗಳು ತಿರುಗುವುದನ್ನೂ ನಿಲ್ಲಿಸಿದೆ. ಕೆಲವರು ವ್ಯಾಪಾರ ಕೇಂದ್ರದಲ್ಲಿ ಗಿಲ್ಬರ್ಟ್‌ನನ್ನು ಈ ಕುರಿತು ವಿಚಾರಿಸಿಕೊಂಡರು.

"ನಮಗೆ ನಿಜ ಸಂಗತಿ ಹೇಳು. ಆ ಹುಡುಗ ಮಾಂತ್ರಿಕನೇ? ಅವನು ಗಾಳಿಯಿಂದ ವಿದ್ಯುತ್ತನ್ನು ಬರಿಸುವುದು ನಿಜವೇ?"

"ಅವನು ಮಾಂತ್ರಿಕನಲ್ಲ. ಅದು ಗಾಳಿಯಂತ್ರ. ಅದು ವಿಜ್ಞಾನದ ಒಂದು ಸಾಧನ. ಅದನ್ನು ಕಟ್ಟಲು, ನಾನೇ ಅವನಿಗೆ ಸಹಾಯವನ್ನು ಮಾಡಿದೆ" ಗಿಲ್ಬರ್ಟ್‌ನನ್ನ ಪರವಾಗಿ ವಾದಿಸಿದನು.

"ಹೌದಾ... ನಿಜವಾ?"

"ಹೌದು... ನಿಜ. ಬೇಕಿದ್ದರೆ ಒಮ್ಮೆ ನೀವು ಹೋಗಿ ನೋಡಿಕೊಂಡು ಬನ್ನಿ."

ಹೀಗೆ ಗಿಲ್ಬರ್ಟ್‌ನನ್ನು ಪ್ರಶ್ನಿಸಿದ ಜನರಿಗೆ ನನ್ನ ಗಾಳಿಯಂತ್ರದ ಬಗ್ಗೆ ತಿಳಿದಿತ್ತು. ನನ್ನ ಗಾಳಿಯಂತ್ರದ ಸಹಾಯದಿಂದ ತಾವೇ ಸ್ವತಃ ಸರತಿಯಲ್ಲಿ ನಿಂತು ಫೋನುಗಳನ್ನು ಚಾರ್ಜ್‌ಮಾಡಿಕೊಂಡಿದ್ದರು. ಈಗಿನ ಕ್ಷಾಮದ ಪರಿಸ್ಥಿತಿಯಲ್ಲಿ ಇತರರನ್ನು ದೂಷಿಸಿದಾಗ ಅವರ ಹೆದರಿಕೆಗಳು ಕಡಿಮೆಯಾಗುತ್ತಿದ್ದವು. ಅದೃಷ್ಟವಶಾತ್ ಸರಕಾರವು ಮಧ್ಯದಲ್ಲಿ ಪ್ರವೇಶಿಸಿ ಸಾವಿರಾರು ಟನ್‌ಗಳಷ್ಟು ಜೋಳವನ್ನು ಬಿಡುಗಡೆ ಮಾಡಿತು. ಒಂದೆರಡು ತಿಂಗಳುಗಳ ಬಳಿಕ ಇನ್ನೂ ಕೆಲವು ಸಂಘ ಸಂಸ್ಥೆಗಳು ನಮ್ಮ ಸಹಾಯಕ್ಕೆ ಬಂದಿಳಿದವು. ಹೀಗಾಗಿ ದೇಶದಲ್ಲಿ ಹಸಿವಿನಿಂದ ಯಾವುದೇ ಸಾವು ನೋವುಗಳಾಗಲಿಲ್ಲ. ಆದರೆ ನಮ್ಮ ಜನರ ಅಂಥ ನಂಬಿಕೆಗಳು ನನಗೆ ಬೇಸರವನ್ನು ಹುಟ್ಟಿಸುತ್ತವೆ.

ನಮ್ಮ ಮಾಲಾವಿಯಲ್ಲಿ ಪ್ರತಿ ವರ್ಷವೂ ಸಾವಿರಾರು ಜನರು HIV-AIDS ಮಾರಿಯಿಂದ ಸಾವನ್ನಪ್ಪುತ್ತಾರೆ. ಸುಮಾರು 20%ರಷ್ಟು ದೇಶದ ಜನರು ಈ ರೋಗದ ಸೋಂಕಿಗೆ ಗುರಿಯಾಗಿದ್ದರು. ಇದರಿಂದಾಗಿ ನಾವು ಬಹಳಷ್ಟು ಉತ್ತಮ ಶಿಕ್ಷಕರನ್ನು ಕಳೆದುಕೊಂಡು, ಶಾಲೆಗಳಲ್ಲಿ ಮಕ್ಕಳಿಗೆ ಗುರುಗಳೇ ಇಲ್ಲದಂತಾಗಿತ್ತು. ರಾಷ್ಟ್ರದ ಪ್ರತಿಭಾನ್ವಿತ ಗಾಯಕರು ತೀರಿಕೊಂಡು, ಸಂಗೀತ ಕ್ಷೇತ್ರದ ಖಜಾನೆಯು ಬರಿದಾಗಿತ್ತು.

ಜನರು HIV-AIDS ಖಾಯಿಲೆಯ ಬಗ್ಗೆ ಅರಿವಿಲ್ಲದೇ ಚಿಕಿತ್ಸೆಯನ್ನು ಪಡೆಯಲು ನಿರಾಕರಿಸುತ್ತಿದ್ದರು. ಜೊತೆಗೆ ಹಳ್ಳಿಗಳಲ್ಲಿ ಸರಿಯಾದ ಚಿಕಿತ್ಸೆಯ ಸೌಲಭ್ಯವಿಲ್ಲದೇ ಮರಣ ಹೊಂದುತ್ತಿದ್ದರು. ಸುರಕ್ಷಿತ ಲೈಂಗಿಕ ಸಂಬಂಧದ ಬಗ್ಗೆ ಜನರಿಗೆ ಯಾವುದೇ ಮಾಹಿತಿ ಇರುತ್ತಿರಲಿಲ್ಲ. ಹೀಗಾಗಿ ರೋಗದ ಸೋಂಕು ತಗುಲಿದ ಜನರು, ತಮಗೇನೂ ಆಗಿಲ್ಲವೆಂದು ನಿರಾಕರಿಸುತ್ತಲೋ ಅಥವಾ ಮಾಂತ್ರಿಕರನ್ನು ಕಂಡು ಪರಿಹಾರವನ್ನು

ಪಡೆಯುವುದರಲ್ಲಿಯೋ ಕಾಲವನ್ನು ದಬ್ಬುತ್ತಿದ್ದರು. ಮಾಂತ್ರಿಕರಲ್ಲಿ ತಮ್ಮ ರೋಗದ ಲಕ್ಷಣಗಳನ್ನು ವಿವರಿಸಿದಾಗ :

"ಸರಿಯಾಗಿ ಹೇಳಿದೆ ತಮ್ಮಾ... ನಿನ್ನ ಮೇಲೆ ಯಾರೋ ಮಾಟ ಮಾಡಿದಾರೆ" ಎಂದು ತಮ್ಮ ಚಿಕಿತ್ಸೆಯನ್ನು ಕೊಡುತ್ತಿದ್ದರು.

HIV-AIDS ಜೊತೆಗೆ ಡಯೇರಿಯಾ ಮತ್ತಿತರ ಖಾಯಿಲೆಗಳಿಗೂ ತಮ್ಮ ಬಳಿ ಔಷದಿ ಯಿದೆ ಎಂದು ಮಾಟಗಾರರು ಕೊಚ್ಚಿಕೊಳ್ಳುತ್ತಿದ್ದರು. ಅವರ ಬಳಿ ಹೋಗುತ್ತಿದ್ದ ಮೂರ್ಖ ಜನರು, ಸರಿಯಾದ ಸಮಯದಲ್ಲಿ ಚಿಕಿತ್ಸೆಯನ್ನು ಪಡೆಯದೇ ಸಾವನ್ನಪ್ಪುತ್ತಿದ್ದರು.

ಡಯೇರಿಯಾದಿಂದ ನರಳುತ್ತಿದ್ದ ರೋಗಿ ಮತ್ತು ಮಾಟಗಾರರ ನಡುವಿನ ಸಂಭಾಷಣೆಯು ಹೀಗಿರುತ್ತಿತ್ತು :

"ಓಹ್! ನಿಮ್ಮ ತೊಂದರೆಯು ಏನೆಂದು ತಿಳಿಯಿತು. ನಿಮ್ಮ ಹೊಟ್ಟೆಯಲ್ಲಿ ಬಸವನ ಹುಳುವು ಕುಳಿತಿದೆ."

"ಬಸವನ ಹುಳುವೇ?"

"ಹೌದು ನನಗೆ ಖಾತರಿಯಿದೆ. ನಿಮ್ಮ ಹೊಟ್ಟೆಯಲ್ಲಿ ಏನೋ ನಡೆದಾಡಿದಂತೆ ಗುಡುಗುಡು ಅನ್ನೋಲ್ಲವೇ?"

"ಹೌದು... ಹೌದು... ಹೊಟ್ಟೆಯ ನೋವು ಭಯಂಕರವಾಗಿದೆ."

"ಹಾಗಿದ್ದರೆ ಅದನ್ನು ಹೊರಗೆ ತೆಗೆಯಲೇ ಬೇಕು."

"ದಯವಿಟ್ಟು ಏನು ಮಾಡುತ್ತೀರೋ ಬೇಗನೇ ಮಾಡಿ. ನೋವನ್ನು ತಡೆಯಲು ಆಗುತ್ತಿಲ್ಲ."

"ನಿಮ್ಮ ಬಟ್ಟೆಯನ್ನು ಮೇಲೆತ್ತಿ... ನೋಡುತ್ತೀನಿ..." ಎಂದು ಮಾಂತ್ರಿಕನು ಒಂದು ಬಲ್ಬನ್ನು ಎಲ್ಲಿಯೂ ಸಿಕ್ಕಿಸದೇ ರೋಗಿಯ ಹೊಟ್ಟೆಯ ಮೇಲೆ ಸವರುತ್ತಿದ್ದನು.

"ಓಹ್ ಸಿಕ್ಕಿತು ನೋಡಿ! ಅದರ ಕೊಂಬು ಚಲಿಸುತ್ತಿದೆ ಗೊತ್ತಾಯಿತಾ?"

"ಹೌದು..ಹೌದು."

ನಂತರ ಆ ಮಾಟಗಾರನು ತನ್ನ ಚೀಲದಿಂದ ಒಂದಿಷ್ಟು ಬೇರು, ಪುಡಿಗಳು ಎಲ್ಲವನ್ನೂ ಬೆರೆಸಿ ತಯಾರಿಸಿದ ಕಷಾಯವನ್ನು ರೋಗಿಗೆ ಕುಡಿಯಲು ಕೊಡುತ್ತಿದ್ದನು.

"ಈ ಕಷಾಯವು ಹುಳುವಿನ ಜೊತೆಗೆ ಸೋಂಕಿದ ಕೂಡಲೇ, ಹುಳವು ಹೊರಗೆ ಬಂದು ಸಾಯುತ್ತದೆ. ಹೆದರಬೇಡಿ... ಈಗ ವಾಸೀನಾ?"

ಕೆಲವು ನಿಮಿಷಗಳ ನಂತರ ಕಣ್ತೆರೆಯುವ ರೋಗಿಯು "ಆ ಹುಳವು ಹೋಯಿತು. ಈಗ ಎಷ್ಟೋ ವಾಸಿಯೆನ್ನಿಸುತ್ತದೆ" ಎನ್ನುತ್ತಿದ್ದನು.

"ಒಳ್ಳೆಯದು, ಮೂರು ಸಾವಿರ ಕ್ವಾಚಾ ಕೊಡಿ."

ಇದು ಹಗಲು ದರೋಡೆಯಲ್ಲದೇ ಮತ್ತೇನು?

ನಮ್ಮ ದೇಶದಲ್ಲಿ HIV-AIDS ಎಂದರೆ ಕಳಂಕವೆಂದೇ ಜನರು ಭಾವಿಸುತ್ತಾರೆ. ಹೀಗಾಗಿ ಅವರು ಆಸ್ಪತ್ರೆಗಳಲ್ಲಿ ಚಿಕಿತ್ಸೆಯನ್ನು ಪಡೆಯದೇ 'ಸಿಂಗಂಗಾ' ಗಳ (ಮಾಂತ್ರಿಕ ವೈದ್ಯ) ಮೊರೆ ಹೋಗುತ್ತಾರೆ. ಸರಿಯಾದ ಮಾಹಿತಿ ಮತ್ತು ಶಿಕ್ಷಣವಿಲ್ಲದೇ HIV-AIDS ರೋಗಿಗಳು ಎಲ್ಲರಿಂದಲೂ ಅಪಮಾನಕ್ಕೆ ಒಳಗಾಗುತ್ತಿದ್ದರು. ಅದರಲ್ಲೂ ಚಿಕ್ಕ ಹುಡುಗರು ಕೃಶರಾಗಿರುವ, ಕಣ್ಣುಗಳು ಗುಳಿಬಿದ್ದಿರುವ, ಕೂದಲಿನ ಬಣ್ಣವು ಕೆಂಚಾಗುತ್ತಿರುವ ಜನರನ್ನು ಕಂಡಾಗ ಚುಡಾಯಿಸುತ್ತಿದ್ದರು.

"ಏ, AIDS ಬಂದಿರೋ ವಾಕಾಶಿಲೊಂಬೋ (Wakachilombo) ಬರುತ್ತಿದ್ದಾನೆ ನೋಡೋ... ಇನ್ನೇನು ಅವನು ಸಾಯುತ್ತಾನೆ." ಎಂದೂ, ಜೊತೆಗೆ ರೋಗಿಗೆ, "ಏ ಮಿಸ್ಟರ್... ನಿಮ್ಮ ಸಮಾಧಿಯನ್ನು ಸಿದ್ಧಪಡಿಸಿಕೊಳ್ಳಿ. ನಿಮ್ಮ ಕತೆಯು ಮುಗಿಯಿತು" ಎಂದೆಲ್ಲಾ ಕೆಟ್ಟ ಮಾತುಗಳನ್ನು ಆಡುತ್ತಿದ್ದರು. ವಾಕಾಶಿಲೊಂಬೋ (Wakachilombo) ಎಂದರೆ ವೈರಸ್ ಸೋಂಕಿನಿಂದ ನರಳುತ್ತಿರುವ ವ್ಯಕ್ತಿ ಎಂದರ್ಥ.

ಒಂದು ಮಧ್ಯಾಹ್ನ ವ್ಯಾಪಾರ ಕೇಂದ್ರದಲ್ಲಿ ಸ್ನೇಹಿತರೊಡನೆ ಬಾವೋ ಆಡುತ್ತಿದ್ದೆ. ಆಗ ವಿಂಬೆ ಆರೋಗ್ಯ ಕೇಂದ್ರದ ಅಧಿಕಾರಿಗಳು ಅಲ್ಲಿಗೆ ಬಂದರು. ಅವರು ನಮ್ಮನ್ನು ಕುರಿತು "ನಾವು ಒಂದು ಯುವಕರ ಸಂಘವನ್ನು ಮಾಡುತ್ತಿದ್ದೇವೆ. ಅದರ ಮೂಲಕ ಸಮಾಜದಲ್ಲಿ ಆರೋಗ್ಯದ ಬಗ್ಗೆ ಜಾಗೃತಿಯನ್ನು ಉಂಟು ಮಾಡುವುದು ನಮ್ಮ ಉದ್ದೇಶ. ನೀವೆಲ್ಲರೂ ಇದರಲ್ಲಿ ಭಾಗವಹಿಸಿ ನಿಮ್ಮ ಸಮಾಜದಲ್ಲಿ ಏಕೆ ಅರಿವು ಮೂಡಿಸಬಾರದು?" ಎಂದು ಹೇಳಿದರು.

ಅಂದು 'Wimbe Youth Friendly Health Service Club' ಜನ್ಮ ತಾಳಿತು. ಇದು ನನ್ನ ಮನಸ್ಸಿನಲ್ಲಿ ಸದಾಕಾಲ ನೆನಪಿನಲ್ಲಿ ಉಳಿಯುವಂತಹ ಚಟುವಟಿಕೆ. ನಾವು ಪ್ರತಿ ಸೋಮವಾರವೂ ಭೇಟಿಯಾಗಿ HIV ತಡೆಯುವ ವಿಧಾನ ಮತ್ತು ಅದರ ಚಿಕಿತ್ಸಾ ಕ್ರಮಗಳನ್ನು ಕುರಿತು ಕಲಿಯುತ್ತಿದ್ದೆವು. ನಮ್ಮ ತರಗತಿಯಲ್ಲಿ ನನ್ನದೇ ವಯಸ್ಸಿನ ಇನ್ನೂ ಕೆಲವು ಹುಡುಗರಿದ್ದರು. ಅವರಲ್ಲಿ ಶಾಲೆಯ ಶುಲ್ಕವನ್ನು ಭರಿಸಲಾರದೇ ಇದ್ದವರೇ ಹೆಚ್ಚು. ಗಿಲ್ಬರ್ಟ್ ಮತ್ತು ಜೆಫ್ರಿಯೂ ಸಹ ಸದಸ್ಯರಾದರು.

ಈ ತರಗತಿಗಳು ನನಗೆ ಶಾಲೆಯ ವಾತಾವರಣವನ್ನು ನೆನಪಿಸುತ್ತಿದ್ದವು. ಬಹು ದಿನಗಳ ನಂತರ ಹೊಸ ವಿಷಯಗಳನ್ನು ಕಲಿಯುತ್ತಾ, ಗೆಳೆಯರೊಡನೆ ಬೆರೆಯುತ್ತಾ, ಪರಸ್ಪರ ಹಾಸ್ಯ ಮಾಡುತ್ತಾ, ನಗುತ್ತಾ ಇರುವುದು ಮನಸ್ಸಿಗೆ ಮುದ ನೀಡುತ್ತಿತ್ತು. ನನ್ನ ಗಾಳಿಯಂತ್ರದ ಕೆಲಸದಂತೆ ಇದರಲ್ಲಿಯೂ ನನ್ನನ್ನು ನಾನು ಸಂಪೂರ್ಣವಾಗಿ ತೊಡಗಿಸಿಕೊಂಡೆ. ನಮ್ಮ ಉತ್ಸಾಹವನ್ನು ಕಂಡು ಪ್ರಭಾವಿತರಾದ ವೈದ್ಯರು, ಜನರಿಗೆ ಅರಿವು ಮೂಡಿಸಲು ಬೀದಿ ನಾಟಕವನ್ನು ಆಡುವ ಜವಾಬ್ದಾರಿಯನ್ನು ನನಗೆ ವಹಿಸಿದರು.

ಮುಂದಿನ ಹಲವು ದಿನಗಳ ಕಾಲ ನಾಟಕದ ಬಗ್ಗೆ ಮನಸ್ಸಿನಲ್ಲಿಯೇ ಸಿದ್ಧತೆಯನ್ನು ನಡೆಸಿದೆ. ಈ ನಾಟಕದ ಹೆಸರು 'ಮೌನೆಕೇಡ್ವೆ ಅಪುಸಿತಾ (Maonekedwe apusita)'. ಅಂದರೆ: ಪುಸ್ತಕದ ಮುಖಪುಟವನ್ನು ನೋಡಿ, ಪುಸ್ತಕವನ್ನು ನಿರ್ಧರಿಸಬೇಡ.

ಎರಡು ವಾರಗಳ ಬಳಿಕ ವ್ಯಾಪಾರ ಕೇಂದ್ರದಲ್ಲಿ ಈ ನಾಟಕವನ್ನು ಆಡಿದೆವು. ನಾನು ಮತ್ತು ಗಿಲ್ಬರ್ಟ್ ನಾಟಕದ ಭಿತ್ತಿಚಿತ್ರಗಳನ್ನು ಅಂಟಿಸಿ ಪ್ರಚಾರ ಮಾಡಿದೆವು. ನಮ್ಮ ಹೊಸ ಮುಖ್ಯಸ್ಥರನ್ನು (ಗಿಲ್ಬರ್ಟ್‌ನ ಬಂಧು) ಆಹ್ವಾನಿಸಿ, ಅವರಿಗೆ ಕೆಲ ಗುಲೇವಾಂಕಲುಗಳನ್ನು ನಾಟಕಕ್ಕೆ ಹಾಜರಾಗಲು ಆದೇಶಿಸಿ ಎಂದೂ ಮನವಿ ಮಾಡಿಕೊಂಡೆವು. ನಮ್ಮ ನಾಟಕವನ್ನು ಮಾರುಕಟ್ಟೆಯ ನಡುವೆ ಆಡಲಾಯಿತು. ಸುಮಾರು ಐದುನೂರು ಜನರು ಬಂದು ಸೇರಿದರು. ಅನೇಕ ವ್ಯಾಪಾರಿಗಳು ಅಂಗಡಿಗಳನ್ನು ಮುಚ್ಚಿ ಬಂದು ನಿಂತರು.

ಈ ನಾಟಕದಲ್ಲಿ : ಒಂದು ವಿವಾಹಿತ ಜೋಡಿಯು ನಮ್ಮ ರಾಜಧಾನಿ ಲಿಲೋಂಗ್ವೆಯಲ್ಲಿ ವಾಸಿಸುತ್ತಿರುತ್ತದೆ. ಪತಿಯು ತನ್ನ ಪತ್ನಿಯನ್ನು ಜೋಳವನ್ನು ಬೆಳೆದುಕೊಂಡು ಬಾ ಎಂದು ಹಳ್ಳಿಗೆ ಕಳುಹಿಸುತ್ತಾನೆ. ಆಕೆಗೆ ಹಳ್ಳಿಯ ಜೀವನವು ರೂಢಿಯಿರುವುದಿಲ್ಲ. ಸುಡು ಬಿಸಿಲು, ಹಸಿವು, ಕಷ್ಟಪಟ್ಟು ದುಡಿಯುವುದು... ಹೀಗೆ ಪತ್ನಿ ಕ್ರಮೇಣ ಬಹಳ ಸೊರಗುತ್ತಾಳೆ. ನಂತರ ಆಕೆ ಲಿಲೋಂಗ್ವೆಯ ತನ್ನ ಮನೆಗೆ ತೆರಳಿದಾಗ, ಹೀಗೆ ಸೊರಗಿರುವ ಪತ್ನಿಯನ್ನು ಕಂಡು ಪತಿಗೆ ಸಿಟ್ಟು ನೆತ್ತಿಗೇರುತ್ತದೆ.

"ಯಾಕಿಷ್ಟು ಬಡವಾಗಿದ್ದೀಯಾ?" ಪತಿಯು ಪ್ರಶ್ನಿಸುತ್ತಾನೆ.

"ಅಯ್ಯೋ, ಹಳ್ಳಿಯ ಜೀವನ ಬಹಳ ಕಷ್ಟ."

"ಸುಳ್ಳು ಹೇಳುತ್ತಿದ್ದೀಯ. ನೀನು ಪರ ಪುರುಷರ ಜೊತೆಗೆ ಸಂಗವನ್ನು ಮಾಡಿದ್ದೆ. ಅದಕ್ಕಾಗಿ ನಿನಗೆ HIV ರೋಗದ ಸೋಂಕು ತಗುಲಿದೆ."

ಆದರೆ ಪತಿಯೇ ಸುಳ್ಳು ಆಡುತ್ತಿರುತ್ತಾನೆ. ತನ್ನ ಪತ್ನಿ ಊರಿನಲ್ಲಿ ಇಲ್ಲದಿದ್ದಾಗ ಆತನು ಅನೇಕ ವೇಶ್ಯೆಯರ ಸಂಗವನ್ನು ಮಾಡಿರುತ್ತಾನೆ. ಪತ್ನಿಯು ಗಂಡನ ಬಳಿ ತನ್ನ ತಪ್ಪಿಲ್ಲವೆಂದು ಗೋಗರೆಯುತ್ತಾಳೆ. ಆದರೆ ಆತನೋ ಆಕೆಯ ಕತೆಯನ್ನು ಕೇಳಲೂ ಸಿದ್ಧನಿರುವುದಿಲ್ಲ. "ನೀನು ಹಳ್ಳಿಗೆ ಮರಳಿಹೋಗು. ನನ್ನ ಮನೆಯಲ್ಲಿ ನಿನಗೆ ಸ್ಥಾನವಿಲ್ಲ. ಇಲ್ಲಿರಬೇಡ ಹೊರಟುಹೋಗು" ಎಂದು ಅರಚುತ್ತಾನೆ.

ಹೀಗೆ ಗಂಡ-ಹೆಂಡತಿ ಕಚ್ಚಾಡುತ್ತಿರಲು, ಆತನ ಗೆಳೆಯನೊಬ್ಬನು ಸರಿಯಾದ ಸಮಯಕ್ಕೆ ಅವರ ಮನೆಗೆ ಬರುತ್ತಾನೆ (ಅದು ನನ್ನ ಪಾತ್ರವಾಗಿತ್ತು).

"ಒಂದು ನಿಮಿಷ ಸುಮ್ಮನಿರಿ. ಗೆಳೆಯಾ ಏನು ತೊಂದರೆ?" ಸ್ನೇಹಿತನು ವಿಚಾರಿಸಿಕೊಳ್ಳುತ್ತಾನೆ.

"ಇವಳನ್ನು ಹಳ್ಳಿಗೆ ಜೋಳವನ್ನು ಬೆಳೆದುಕೊಂಡು ಬಾ ಎಂದು ಕಳುಹಿಸಿದೆ. ಈಕೆ ಇಲ್ಲಿ ಮರಳಿ ಬರುವ ಹೊತ್ತಿಗೆ ಇಷ್ಟು ಬಡಕಲಾಗಿದ್ದಾಳೆ. ಅಲ್ಲಿಯ ಕ್ಷಾಮ, ಹಸಿವು, ಕಷ್ಟದ ದುಡಿಮೆ ಎಂದೆಲ್ಲಾ ಕಾರಣವನ್ನು ಕೊಡುತ್ತಾಳೆ. ನನಗೆ, ಇವಳಿಗೆ AIDS ಖಾಯಿಲೆಯು ಬಂದಿದೆ ಎನಿಸುತ್ತಿದೆ. ಇನ್ನು ಇವಳ ಜೊತೆ ನನಗಿರಲು ಸಾಧ್ಯವಿಲ್ಲ" ಪತಿ ದೂಷಿಸುತ್ತಾನೆ.

"ತಮ್ಮಾ, ಆಕೆ ಬಡವಾಗಿರುವುದು ಕ್ಷಯ, ಹಸಿವು... ಹೀಗೆ ನಾನಾ ಕಾರಣಗಳಿಂದ ಇರಬಹುದು. AIDS ಎಂದೇ ಹೇಗೆ ಹೇಳುತ್ತೀ? ಒಮ್ಮೆ ಆರೋಗ್ಯ ತಪಾಸಣಾ ಕೇಂದ್ರದಲ್ಲಿ ಪರೀಕ್ಷೆಯನ್ನು ಮಾಡಿಸಿಕೊಳ್ಳಿ" ಎಂದು ಗೆಳೆಯನು ಸಲಹೆ ನೀಡುತ್ತಾನೆ.

ಇಬ್ಬರೂ ಗೆಳೆಯನ ಮಾತಿಗೆ ಸಮ್ಮತಿಸಿ, ತಪಾಸಣಾ ಕೇಂದ್ರಕ್ಕೆ ಭೇಟಿ ನೀಡುತ್ತಾರೆ. ಅಲ್ಲಿ ವೈದ್ಯರು (ಗಿಲ್ಬರ್ಟ್ ವೈದ್ಯನ ಪಾತ್ರಧಾರಿ) ಪರೀಕ್ಷಿಸಿ, ಪತಿಗೇ AIDS ಸೋಂಕು ಇದೆಯೆಂದೂ, ಪತ್ನಿಗೆ ಯಾವುದೇ ಸೋಂಕಿಲ್ಲವೆಂದೂ ದೃಢಪಡಿಸುತ್ತಾರೆ.

ಈಗ ಪತ್ನಿಗೆ ಹೆದರಿಕೆಯುಂಟಾಗಿ, "ನನಗೆ ನಿನ್ನೊಡನೆ ಇರಲು ಸಾಧ್ಯವಿಲ್ಲ. ನಾನು ಹೊರಡುತ್ತೇನೆ" ಎನ್ನುತ್ತಾಳೆ.

ವೈದ್ಯರು, "ಹಾಗೆ ಮೂರ್ಖರಂತೆ ವರ್ತಿಸಬೇಡಿ. ನೀವಿಬ್ಬರೂ ಸುರಕ್ಷಣಾ ಕ್ರಮಗಳನ್ನು ಅನುಸರಿಸಿದರೆ ಜೊತೆಯಲ್ಲಿರಬಹುದು" ಎಂದು ತಿಳಿ ಹೇಳುತ್ತಾರೆ.

ಪತ್ನಿ ಗಂಡನಿಗೆ, "ನಾನು ಈಗಲೂ ನಿನ್ನನ್ನೇ ಪ್ರೀತಿಸುವುದು. ಸಾಯುವವರೆಗೂ ನಿನ್ನೊಟ್ಟಿಗೆ ಇರುತ್ತೇನೆ" ಎನ್ನುತ್ತಾಳೆ. ಎಲ್ಲವೂ ಸುಖಾಂತವಾಗುತ್ತದೆ.

ನಾಟಕವು ಮುಗಿಯುತ್ತಿದ್ದಂತೆಯೇ ಜನರು ಹರ್ಷೋದ್ಗಾರವನ್ನು ಮಾಡುತ್ತಾ ಚಪ್ಪಾಳೆಯನ್ನು ತಟ್ಟಿದರು. ಗುಲೇವಾಂಕುಲು ನರ್ತಕರು ತಮ್ಮ ಅದ್ಭುತ ನೃತ್ಯ ಪ್ರದರ್ಶನ ಟ್ರಾನ್ಸ್‌ಮಿಟರ್ ದಿಂದ ಜನರನ್ನು ರಂಜಿಸಿದರು.

ನಮ್ಮ ನಾಟಕದಿಂದ ಅನೇಕ ಜನರು ಪ್ರಭಾವಿತರಾದರೂ, ಅವರ ನಡವಳಿಕೆಯಲ್ಲಿ ಬದಲಾವಣೆಯಾಗಲು ಸ್ವಲ್ಪ ಸಮಯವು ಹಿಡಿಯಿತು. ಜನರು ಮುಂಚಿನಂತೆ AIDSನ್ನು ಕಳಂಕವೆಂದು ಭಾವಿಸದೇ ಚಿಕಿತ್ಸೆಗೆ ತೆರಳುತ್ತಿದ್ದರು. ಜೊತೆಗೆ ಈ ರೋಗದ ಬಗ್ಗೆ ಜನರಿಗೆ ಜಾಗೃತಿ ಮತ್ತು ಅರಿವೂ ಮೂಡತೊಡಗಿತು. ಮಾಂತ್ರಿಕರೂ ತಮ್ಮ ಬಳಿ ಬರುತ್ತಿದ್ದ ಜನರಿಗೆ ಆಸ್ಪತ್ರೆಯಲ್ಲಿ ಚಿಕಿತ್ಸೆಯನ್ನು ಪಡೆಯುವಂತೆ ಪ್ರೇರೇಪಿಸುತ್ತಿದ್ದರು.

ಇತ್ತ ಒಬ್ಬ ಅನ್ವೇಷಕನಾಗಿ, ಕ್ರಿಯಾಶೀಲನಾಗಿ ನನ್ನ ಖ್ಯಾತಿಯು ಹೆಚ್ಚುತ್ತಾ, ಹೊಸ ಹೊಸ ಅವಕಾಶಗಳು ತೆರೆದುಕೊಳ್ಳತೊಡಗಿದವು. ನಮ್ಮ ನಾಟಕದ ಪ್ರದರ್ಶನವು ನಡೆದ ಕೆಲ ದಿನಗಳ ಬಳಿಕ ವಿಂಬೆ ಪ್ರೈಮರಿ ಶಾಲೆಯ ಶಿಕ್ಷಕರೊಬ್ಬರು ನನ್ನನ್ನು ಭೇಟಿಯಾದರು. ನಾನು ಅವರ ಶಾಲೆಯಲ್ಲಿ ವಿದ್ಯಾರ್ಥಿಗಳಿಗಾಗಿ 'ವಿಜ್ಞಾನ ಸಂಘ'ವನ್ನು ಪ್ರಾರಂಭಿಸಲು ಸಾಧ್ಯವೇ ಎಂದು ಕೇಳಿದರು. ಅವರು ನನ್ನ ಗಾಳಿಯಂತ್ರದಿಂದ ಪ್ರಭಾವಿತರಾಗಿ, ತಮ್ಮ ಶಾಲೆಯಲ್ಲೂ ಅಂತಹ ಒಂದು ಗಾಳಿಯಂತ್ರವನ್ನು ಅಳವಡಿಸುವ ಹುಮ್ಮಸ್ಸಿನಲ್ಲಿ ಇದ್ದರು.

"ನಮ್ಮ ಶಾಲೆಯ ಮಕ್ಕಳಿಗೆ ನೀನು ಮಾದರಿಯಾಗಿರುವೆ. ನಿನಗಿರುವ ವಿಜ್ಞಾನದ ಅರಿವು ಮಕ್ಕಳಿಗೆ ಸಹಕಾರಿಯಾಗುತ್ತದೆ. ಅವರ ಮೆದುಳಿಗೆ ಒಳ್ಳೆಯ ಕಸರತ್ತು ಸಿಗುತ್ತದೆ" ನನ್ನಲ್ಲಿ ಮನವಿಯನ್ನು ಮಾಡಿಕೊಂಡರು.

"ಆಯಿತು ಸರ್. ಖಂಡಿತವಾಗಿಯೂ ಮಾಡುತ್ತೇನೆ" ನಾನು ಒಪ್ಪಿಗೆಯನ್ನಿತ್ತೆ.

ನಾನು ಶಾಲೆಯಲ್ಲಿ ಅಳವಡಿಸಿದ ಗಾಳಿಯಂತ್ರದ ಗಾತ್ರವು ಚಿಕ್ಕದಾಗಿ ನನ್ನ ಮೊದಲ ಮಾದರಿಯನ್ನು ಹೋಲುತ್ತಿತ್ತು. ರೇಡಿಯೊದಲ್ಲಿದ್ದ ಜೆನರೇಟರ್, ಒಂದು ರೇಡಿಯೊ ಮತ್ತು ಕೆಲವು ವೈರುಗಳನ್ನು ಬಳಸಿ ಯಂತ್ರವನ್ನು ತಯಾರಿಸಿದೆ. ನಾನು ಕೆಲಸ ಮಾಡುತ್ತಿದ್ದಾಗ

ಮಕ್ಕಳೆಲ್ಲರೂ ನನ್ನನ್ನು ಸುತ್ತುವರೆದರು. ನನ್ನ ಮಾದರಿಯು ಸಿದ್ಧವಾಯಿತು. ಒಮ್ಮೆ ಗಾಳಿಯು ಬೀಸಲು ವಿದ್ಯುಚ್ಛಕ್ತಿಯು ಉತ್ಪತ್ತಿಯಾಗಿ, ರೇಡಿಯೊದಿಂದ ಹಾಡುಗಳು ಕೇಳಿಬಂದವು.

"ಸ್ವಲ್ಪ ಸುಮ್ಮನಿರು... ನಾನು ಹಾಡನ್ನು ಕೇಳಬೇಕು."

"ಏ, ನನ್ನನ್ನು ತಳ್ಳಬೇಡ !"

"ನನಗೂ ನೋಡಲು ಬಿಡು."

ಮಕ್ಕಳು ರೇಡಿಯೊದಲ್ಲಿ ಹಾಡು ಮತ್ತು ವಾರ್ತೆಗಳನ್ನು ಕೇಳುವುದರ ಜೊತೆಗೆ, ತಮ್ಮ ಪೋಷಕರ ಮೊಬೈಲ್ ಫೋನುಗಳನ್ನೂ ಚಾರ್ಜ್ ಮಾಡಿಕೊಂಡರು. ಪ್ರತಿ ಸೋಮವಾರದಂದು ವಿದ್ಯಾರ್ಥಿಗಳಿಗೆ ವಿಜ್ಞಾನದ ಪ್ರಮುಖ ವಿಷಯಗಳು ಮತ್ತು ಸಂಶೋಧನೆಯ ಮಹತ್ವವನ್ನು ತಿಳಿಸಿಕೊಡುತ್ತಿದ್ದೆ. ಜೊತೆಗೆ ಇದ್ದಿಲನ್ನು ಬಳಸಿ ಇಂಕ್ ತಯಾರಿಸುವುದನ್ನೂ ಹಾಗೂ ಟೆಲಿಫೋನ್ ಕೆಲಸ ಮಾಡುವ ವಿಧಾನವನ್ನೂ ತಿಳಿಸಿಕೊಟ್ಟೆ.

ನಾನು ಹಳೆಯ ಗುಜರಿ ತಾಣದ ವಸ್ತುಗಳನ್ನೇ ಬಳಸಿಕೊಂಡು, ಗಾಳಿಯಂತ್ರವನ್ನು ಕಟ್ಟಿದ್ದನ್ನು ಹಂತ ಹಂತವಾಗಿ ವಿವರಿಸಿದೆ. ಆ ವಿದ್ಯಾರ್ಥಿಗಳು ಒಂದು ದಿನ ತಾವೇ ಯಂತ್ರವನ್ನು ಕಟ್ಟಲಿ, ಹೊಸ ಹೊಸ ಸಂಶೋಧನೆಯನ್ನು ಮಾಡಲಿ ಎಂಬುದೇ ನನ್ನ ಆಶಯವಾಗಿತ್ತು.

"ವಿಜ್ಞಾನದಲ್ಲಿ ನಾವು ಹೊಸದನ್ನು ಸಂಶೋಧಿಸುತ್ತೇವೆ. ಹೊಸದನ್ನು ಸೃಷ್ಟಿಸುತ್ತೇವೆ. ನಮ್ಮ ಸಂಶೋಧನೆಗಳಿಂದ ನಮಗೆ ಹಾಗೂ ನಮ್ಮ ಸಮಾಜಕ್ಕೆ ಒಳಿತಾದರೆ, ನಾವು ಮಾಲಾವಿಯನ್ನೇ ಬದಲಾಯಿಸಬಹುದು" ಎಂದು ಮಕ್ಕಳಿಗೆ ತಿಳಿಹೇಳಿದೆ. ಕೆಲವು ವಿದ್ಯಾರ್ಥಿಗಳು ನಾನು ಶಾಲೆಯಲ್ಲಿ ಮಾಡಿದ ಗಾಳಿಯಂತ್ರದಿಂದ ಬಹಳ ಪ್ರಭಾವಿತರಾಗಿ, ತಮ್ಮ ಮನೆಯಲ್ಲೂ ಅದರ ಮಾದರಿಯನ್ನು ತಯಾರಿಸಿದರು!

ಪ್ರತಿಯೊಂದು ಮನೆಯ ಹಾಗೂ ಅಂಗಡಿಯ ಮೇಲೆ ಗಾಳಿಯಂತ್ರವು ತಿರುಗುತ್ತಿರಲು, ರಾತ್ರಿಯ ಹೊತ್ತು ನಮ್ಮ ಕಣಿವೆಯೆಲ್ಲಾ ಬೆಳಕಿನಿಂದ ತೋಯ್ದಿರುತ್ತದೆ. ಆಕಾಶವು ನಕ್ಷತ್ರಗಳಿಂದ ತುಂಬಿದಂತೆ ನಮ್ಮ ಹಳ್ಳಿಯೂ ಜಗಮಗನೇ ಕಂಗೊಳಿಸುತ್ತದೆ. ಎಲ್ಲ ಕುಟುಂಬಗಳಿಗೂ ವಿದ್ಯುತ್ ಸೌಲಭ್ಯವನ್ನು ಕಲ್ಪಿಸುವುದು ನನಗಿನ್ನು ಹುಚ್ಚು ಹುಡುಗನ ಕನಸಿನಂತೆ ತೋರಲಿಲ್ಲ!

ಹಬ್ಬಿದ ಖ್ಯಾತಿ ಮತ್ತು ಶಾಲೆಗೆ ಸೇರ್ಪಡೆ

ನವೆಂಬರ್ 2006ನೇ ಇಸ್ವಿಯ ಮೊದಲ ಭಾಗದಲ್ಲಿ, ಕೆಲವು ಅಧಿಕಾರಿಗಳು ವಿಂಬೆಯ ಗ್ರಂಥಾಲಯವನ್ನು ತಪಾಸಣೆ ಮಾಡುತ್ತಿದ್ದರು. ಶಾಲೆಯ ಅಂಗಳದಲ್ಲಿ ನಾನು ಮಾಡಿಕೊಟ್ಟಿದ್ದ ಗಾಳಿಯಂತ್ರವು ಅವರ ಕಣ್ಣಿಗೆ ಬಿದ್ದಿತು. ಶ್ರೀಮತಿ ಸಿಕೇಲೊ ಅವರನ್ನು ಈ ಕುರಿತು ವಿಚಾರಿಸಲು, ಆಕೆ ನನ್ನ ಹೆಸರನ್ನು ಸೂಚಿಸಿದರಂತೆ. ಅವರಲ್ಲಿ ಒಬ್ಬರು ತಮ್ಮ ಮೇಲಧಿಕಾರಿಯಾದ ಡಾ. ಹಾರ್ಟ್‌ಫೋರ್ಡ್ ಅವರಿಗೆ ತಾವು ಕಂಡ ವಿಷಯವನ್ನು ತಿಳಿಸಿದರು.

ಕೆಲವು ದಿನಗಳ ನಂತರ ಡಾ. ಹಾರ್ಟ್‌ಫೋರ್ಡ್ ತಮ್ಮ ಊರಿನಿಂದ ಐದು ಗಂಟೆಗಳ ಕಾಲ ಪ್ರಯಾಣಿಸಿ, ನಮ್ಮ ಮನೆಗೆ ಬಂದರು. ನನ್ನ ತಂದೆಗೆ "ಗಾಳಿಯಂತ್ರವನ್ನು ಮಾಡಿರುವ ಹುಡುಗನನ್ನು ಭೇಟಿ ಮಾಡಲು ಇಚ್ಛಿಸುತ್ತೇನೆ" ಎಂದರು.

ನನ್ನ ತಂದೆ "ಇಲ್ಲಿಯೇ ಇದ್ದಾನೆ" ಎನ್ನುತ್ತಾ ನನ್ನನ್ನು ಕೂಗಿದರು.

ಹಾರ್ಟ್‌ಫೋರ್ಡ್ ಮೃದುಭಾಷಿ. ಅವರಿಗೆ ಭಾಷೆಯ ಮೇಲೆ ಅಪಾರ ಹಿಡಿತವಿತ್ತು. ಅಷ್ಟು ಸ್ಪಷ್ಟವಾಗಿ ಚಿಚೆವಾ ಮಾತನಾಡುವವರನ್ನು ನಾನು ಒಮ್ಮೆಯೂ ಭೇಟಿಯಾಗಿರಲಿಲ್ಲ. ಇನ್ನು ಆತನ ಆಂಗ್ಲ ಭಾಷೆಯಂತೂ ನಿಜಕ್ಕೂ ಸ್ಫೂರ್ತಿದಾಯಕವಾಗಿತ್ತು.

"ನನಗೆ ನಿನ್ನ ಗಾಳಿಯಂತ್ರದ ಬಗ್ಗೆ ವಿವರವಾಗಿ ತಿಳಿಸು. ಇದು ಎಲ್ಲಿ, ಹೇಗೆ ಶುರುವಾಯಿತು?"

ಈ ಹಿಂದೆ ನೂರಾರು ಜನರಿಗೆ ತಿಳಿಸಿದಂತೆ, ಹಾರ್ಟ್‌ಫೋರ್ಡ್ ಅವರಿಗೂ ಗಾಳಿಯಂತ್ರದ ಬಗ್ಗೆ ಎಲ್ಲವನ್ನೂ ವಿವರಿಸಿದೆ. ನಂತರ ನನ್ನ ಮನೆಯೊಳಗೆ ಕರೆದೊಯ್ದು ನಾನು ಅಳವಡಿಸಿದ್ದ ಸ್ವಿಚ್‌ಗಳು, ವೈರಿಂಗ್ ವಿನ್ಯಾಸ, ಸರ್ಕ್ಯೂಟ್ ಬ್ರೇಕರ್.... ತೋರಿಸಿದೆ. ನನ್ನ ಮಾತುಗಳನ್ನು ಜಾಗ್ರತೆಯಿಂದ ಕೇಳಿಸಿಕೊಳ್ಳುತ್ತಿದ್ದ ಹಾರ್ಟ್‌ಫೋರ್ಡ್ ಅಗತ್ಯವಿದ್ದಲ್ಲಿ ಮಾತ್ರವೇ ಪ್ರಶ್ನೆಗಳನ್ನು ಕೇಳುತ್ತಿದ್ದರು.

"ಈ ಬಲ್ಬ್‌ಗಳು ಬಹಳ ಪುಟ್ಟದಾಗಿವೆ. ನೀನು ಏಕೆ ದೊಡ್ಡ ಗಾತ್ರದ ಬಲ್ಬುಗಳನ್ನು ಬಳಸುತ್ತಿಲ್ಲ?"

"ದೊಡ್ಡ ಬಲ್ಬ್‌ಗಳಾದರೆ AC ವಿದ್ಯುತ್ ಬೇಕಾಗುತ್ತದೆ. ಈ ಬಲ್ಬ್‌ಗಳಿಗೆ DC ವಿದ್ಯುತ್ತಾದರೂ ಪರವಾಗಿಲ್ಲ. ನಾನು ಬ್ಯಾಟರಿ ಚಾರ್ಜ್ ಮಾಡಿದರೆ ಸಾಕು. ಇವು ಕಾರಿನ ಬಲ್ಬುಗಳು, ಹೀಗಾಗಿ DC ವಿದ್ಯುತ್ತಿನಿಂದ ಹತ್ತುತ್ತವೆ. ಆದಕಾರಣ ಇದನ್ನೇ ಆಯ್ದುಕೊಂಡೆ."

"ಎಷ್ಟನೇ ತರಗತಿಯವರೆಗೂ ನೀನು ಓದಿರುವೆ?"

"ಸೆಕೆಂಡರಿ ಶಾಲೆಯ ಮೊದಲ ವರ್ಷದಲ್ಲಿ ಕಲಿಯುವಾಗ ನಾನು ಶಾಲೆಯನ್ನು ಬಿಡಬೇಕಾಯಿತು."

"ಹಾಗಿದ್ದರೆ ನಿನಗೆ ವೋಲ್ಟೇಜ್ ಮತ್ತು ವಿದ್ಯುತ್ತಿನ ಬಗ್ಗೆ ಹೇಗೆ ತಿಳಿಯಿತು?"

"ನಾನು ಗ್ರಂಥಾಲಯದಿಂದ ಪುಸ್ತಕಗಳನ್ನು ಪಡೆದು ಓದುತ್ತಿದ್ದೆ."

"ಅವುಗಳನ್ನು ಅರ್ಥ ಮಾಡಿಕೊಳ್ಳಲು ನಿನಗೆ ಯಾರು ಸಹಾಯ ಮಾಡುತ್ತಿದ್ದರು?"

"ಯಾರೂ ಇಲ್ಲ. ನಾನೇ ಸ್ವಂತವಾಗಿ ಓದಿಕೊಂಡು ಅರ್ಥ ಮಾಡಿಕೊಳ್ಳುತ್ತಿದ್ದೆ."

ಡಾ. ಹಾರ್ಟ್‌ಫೋರ್ಡ್ ನಂತರ ನನ್ನ ತಂದೆ-ತಾಯಿಯನ್ನು ಭೇಟಿ ಮಾಡಲು ಹೋದರು.

"ನಿಮ್ಮ ಮಗನಿಂದಾಗಿ ನಿಮ್ಮ ಮನೆಯಲ್ಲಿ ವಿದ್ಯುತ್ ದೀಪಗಳಿವೆ. ನಿಮಗೆ ಏನನ್ನಿಸುತ್ತದೆ?"

"ನಮಗೆ ಬಹಳ ಹೆಮ್ಮೆಯೆನ್ನಿಸುತ್ತದೆ" ನನ್ನ ಹೆತ್ತವರು ಉತ್ತರಿಸಿದರು.

ಡಾ. ಹಾರ್ಟ್‌ಫೋರ್ಡ್ ನಗುತ್ತಾ ಹೇಳಿದರು, "ನಿಮಗೆ ಒಂದು ವಿಷಯವನ್ನು ತಿಳಿಸಲು ಇಚ್ಛಿಸುತ್ತೇನೆ. ನಿಮ್ಮ ಮಗನು ಅದ್ಭುತವಾದ ಕೆಲಸವನ್ನೇ ಮಾಡಿದ್ದಾನೆ. ನೆನಪಿಡಿ, ಮುಂದೆ ಅವನು ಬಹಳ ಮೇಲೆ ಬರುತ್ತಾನೆ. ಇನ್ನು ಮುಂದೆ ಆತನನ್ನು ಭೇಟಿ ಮಾಡಲು ಜನರ ಸಂತೆಯೇ ಇಲ್ಲಿ ಸೇರುತ್ತದೆ. ಅದಕ್ಕೆ ಸಿದ್ಧರಾಗಿ!"

ಅವರು ತೆರಳಿದ ಬಳಿಕ, ನನಗೆ ಇದು ನಿಜವೋ ಸುಳ್ಳೋ ಎಂದು ಅರಿಯಲು ಕೆಲ ಕ್ಷಣಗಳೇ ಹಿಡಿಯಿತು. ಈ ಹಿಂದೆ ನನಗೆ ಯಾರೂ ಇಂತಹ ಪ್ರಶ್ನೆಗಳನ್ನು ಕೇಳಿರಲಿಲ್ಲ. ಈ ಪರಿಯಾಗಿ ಆಸಕ್ತಿಯನ್ನೂ ತೋರಿರಲಿಲ್ಲ.

ಆತ ಝೋಂಬಾಗೆ ತೆರಳಿದ ಬಳಿಕ ತಮ್ಮ ಸಹೋದ್ಯೋಗಿಗಳಿಗೆ ಈ ವಿಷಯವನ್ನು ತಿಳಿಸಿದರಂತೆ. "ಇದು ನಿಜಕ್ಕೂ ಅತಿಶಯವಾಗಿದೆ. ಈ ಹುಡುಗನ ವಿಷಯವು ಜಗತ್ತಿಗೆಲ್ಲಾ ತಿಳಿಯಬೇಕು. ಅದಕ್ಕಾಗಿ ನನ್ನಲ್ಲಿ ಒಂದು ಯೋಜನೆಯಿದೆ."

ಒಂದು ವಾರದ ನಂತರ ಡಾ. ಹಾರ್ಟ್‌ಫೋರ್ಡ್ ಪುನಃ ನಮ್ಮ ಮನೆಗೆ ಬಂದರು. ಈ ಬಾರಿ ಪ್ರಖ್ಯಾತ ರೇಡಿಯೊ-1 ವರದಿಗಾರ/ಪತ್ರಕರ್ತ 'ಎವರ್‌ಸನ್ ಮಸೇಯ' ಅವರನ್ನೂ ಕರೆತಂದಿದ್ದರು.

ಆತನು, "ಈ ಯಂತ್ರವನ್ನು ಏನೆಂದು ಕರೆಯುತ್ತಾರೆ?" ಎಂದು ಪ್ರಶ್ನಿಸಿದರು.

"ನಾನು ಇದನ್ನು ಗಾಳಿಯಿಂದ ವಿದ್ಯುಚ್ಛಕ್ತಿಯನ್ನು ತಯಾರಿಸುವ ಯಂತ್ರ ಎನ್ನುತ್ತೇನೆ" ಎಂದು ಉತ್ತರಿಸಿದೆ.

"ಸರಿ. ಇದು ಹೇಗೆ ಕೆಲಸ ಮಾಡುತ್ತದೆ?"

"ಮೊದಲು ಇದರ ಬ್ಲೇಡುಗಳು ತಿರುಗುತ್ತವೆ. ನಂತರ ಡೈನಮೊದಿಂದ ವಿದ್ಯುಚ್ಛಕ್ತಿಯನ್ನು ಉತ್ಪಾದಿಸುತ್ತದೆ."

"ಭವಿಷ್ಯದಲ್ಲಿ ಇದರಿಂದ ಏನು ಮಾಡಲು ಇಚ್ಛಿಸುತ್ತೀ?"

"ಇದರ ಸಹಾಯದಿಂದ ಮಾಲಾವಿಯ ಎಲ್ಲ ಜನರಿಗೂ, ವಿದ್ಯುಚ್ಛಕ್ತಿ ಮತ್ತು ನೀರಿನ ಸೌಕರ್ಯವು ದೊರೆಯುವಂತಾಗಲು ಪ್ರಯತ್ನಿಸುತ್ತೇನೆ."

ಈ ವರದಿಯು ರೇಡಿಯೊದಲ್ಲಿ ಪ್ರಸಾರವಾಗಲು ಇನ್ನೂ ಎರಡು ದಿನಗಳಿದ್ದವು. ಆಗ ಪುನಃ ಡಾ.ಹಾರ್ಟ್‌ಫೋರ್ಡ್ ದೇಶದ ಪ್ರಮುಖ ದಿನಪತ್ರಿಕೆಗಳ ಪ್ರತಿನಿಧಿಗಳ ಜೊತೆಗೆ ಬಂದರು. ಅವರೆಲ್ಲರೂ ಎರಡು ಗಂಟೆಗಳ ಕಾಲ ತಮ್ಮ ಕ್ಯಾಮೆರಾ ಮತ್ತು ರೆಕಾರ್ಡರ್ ಹೊತ್ತು ಗಾಳಿಯಂತ್ರದ ಸುತ್ತಲೂ, ನಮ್ಮ ಮನೆಯೊಳಗೂ ಓಡಾಡುತ್ತಿದ್ದರು. ನಮ್ಮ ಊರಿಗೆ ಹೀಗೆ ಪ್ರಸಿದ್ಧ ವ್ಯಕ್ತಿಗಳು ಬರುವುದೇ ಅಪರೂಪ. ಹೀಗಾಗಿ ವ್ಯಾಪಾರ ಕೇಂದ್ರದ ಕಡೆಯಿಂದ ಜನರು ತಂಡೋಪತಂಡವಾಗಿ ನಮ್ಮ ಮನೆಯತ್ತ ಧಾವಿಸಿ ಬಂದರು.

"ಹೇ ನೋಡೋ, ಅವನು ಝೊಡೈಕ್ ಪತ್ರಿಕೆಯಿಂದ ಬಂದಿರುವ ನೋಯೆಲ್" ಒಬ್ಬನು ಹೇಳುತ್ತಿದ್ದನು.

"ಅಬ್ಬಾ... ಕೊನೆಗೂ ಅವನ ಮುಖವನ್ನು ನೋಡುವಂತಾಯಿತು. ನೋಡಲು ಎಷ್ಟು ಲಕ್ಷಣವಾಗಿದ್ದಾನೆ!" ಇನ್ನೊಬ್ಬ.

"ಓಹ್... ಅಲ್ಲಿ ನೋಡಿ, ಅವನು ವಿಲಿಯಂ ಜೊತೆಗೆ ಸಂದರ್ಶನ ನಡೆಸುತ್ತಿದ್ದಾನೆ!"

ಒಬ್ಬ ವರದಿಗಾರನಂತೂ ನನ್ನ ಯಂತ್ರದ ಗೋಪುರವನ್ನು ಹತ್ತಿ, ಬ್ಲೇಡುಗಳು ಮತ್ತು ಪುಲ್ಲಿಗಳನ್ನು ನಾನು ಹೇಗೆ ಅಳವಡಿಸಿದ್ದೆನೆಂದು ವಿವರವಾಗಿ ಅಭ್ಯಸಿಸಿದನು. ನಂತರ ಒಂದಿಷ್ಟು ಚಿತ್ರಗಳನ್ನೂ ತೆಗೆದುಕೊಂಡನು.

ಆತನು ಗೋಪುರದಿಂದ "ಡಾ. ಹಾರ್ಟ್‌ಫೋರ್ಡ್ ಈ ಹುಡುಗನು ದೊಡ್ಡ ಮೇಧಾವಿ! ಬಹಳ ಜಾಣನಿದ್ದಾನೆ" ಎಂದು ಕೂಗಿ ಹೇಳಿದನು.

"ಹೌದು. ನಮ್ಮ ವ್ಯವಸ್ಥೆಯಲ್ಲಿ ಇದೇ ತೊಂದರೆ ನೋಡಿ. ಎಂತೆಂತಹ ಪ್ರತಿಭೆಗಳಿವೆ. ಆದರೆ ಬಡತನ, ಸರಿಯಾದ ಶಿಕ್ಷಣವಿಲ್ಲದೇ ಅವು ಕಮರಿ ಹೋಗುತ್ತಿವೆ. ನಂತರ ಆ ಮಕ್ಕಳಿಗೆ ಶಿಕ್ಷಣವು ದೊರೆತರೂ ಬಹಳ ತಡವಾಗಿರುತ್ತದೆ. ಈ ಹುಡುಗನು ಮಾಡಿರುವ ಸಾಧನೆಯು ಜಗತ್ತಿಗೇ ತಿಳಿಯಬೇಕು. ಜನರು ಇವನಿಗೆ ಸಹಾಯವನ್ನು ಮಾಡಲು ಮುಂದಾಗಬೇಕು. ಅದೇ ನನ್ನ ಆಶಯ" ಎಂದರು ಹಾರ್ಟ್‌ಫೋರ್ಡ್.

ಹಾರ್ಟ್‌ಫೋರ್ಡ್ ಅವರು ಬಾಲ್ಯದಲ್ಲಿ ಶಿಕ್ಷಣಕ್ಕಾಗಿ ಅನೇಕ ಹಿನ್ನಡೆಗಳನ್ನು ಎದುರಿಸಬೇಕಾಯಿತು. ಆತನ ತಂದೆ ಬಡ ರೈತನಾಗಿ ಸಂಸಾರವನ್ನು ನಡೆಸುವುದರಲ್ಲಿಯೇ ಪಡಿಪಾಟಲು ಪಡುತ್ತಿದ್ದರು. ಆದರೆ ಹಾರ್ಟ್‌ಫೋರ್ಡ್ ಅವರ ತಂದೆಗೆ ಶಿಕ್ಷಣದ ಮಹತ್ವದ ಬಗ್ಗೆ ಅರಿವಿದ್ದಿತು. ಹೀಗಾಗಿ ತಮಗೆಷ್ಟೇ ತೊಂದರೆಯಾದರೂ ತಮ್ಮ ಮಕ್ಕಳು ಶಾಲೆಯನ್ನು ಬಿಡುವುದು ಬೇಡ ಎಂದು ಅವರು ಪ್ರಯತ್ನಿಸುತ್ತಿದ್ದರು. ಒಮ್ಮೆ ಮನೆಯ ಪರಿಸ್ಥಿತಿಯನ್ನು ಕಂಡು ಹಾರ್ಟ್‌ಫೋರ್ಡ್ ಶಾಲೆಯನ್ನು ಬಿಟ್ಟು ದುಡಿಯುವುದಾಗಿ ಹೇಳಿದ್ದರಂತೆ. ಕೊನೆಗೆ

ತಮ್ಮ ತಂದೆಯ ಬೆಂಬಲದಿಂದ ವಿದ್ಯಾಭ್ಯಾಸವನ್ನು ಮುಂದುವರೆಸಿದರು. ಸೆಕೆಂಡರಿ ಶಾಲಾ ಶಿಕ್ಷಣವನ್ನು ಮುಗಿಸಲು ಅವರಿಗೆ ಹತ್ತು ವರ್ಷಗಳು ಬೇಕಾಯಿತು. ಆತನಿಗೆ 33 ವರ್ಷವಾದಾಗ, ಮಾಲಾವಿಯ ವಿಶ್ವವಿದ್ಯಾಲಯದಲ್ಲಿ ಪ್ರವೇಶ ದೊರೆಯಿತಂತೆ. ನಂತರ ಅಮೇರಿಕ, ಬ್ರಿಟನ್, ದಕ್ಷಿಣ ಆಫ್ರಿಕಾ ದೇಶಗಳಲ್ಲಿ ಉನ್ನತ ಶಿಕ್ಷಣವನ್ನು ಪಡೆದರು. ಅವರು ನಮ್ಮ ಅನೇಕ ಪಠ್ಯ ಪುಸ್ತಕಗಳನ್ನೂ ಬರೆದಿದ್ದಾರೆ. ನನ್ನ ಎಂಟನೇ ತರಗತಿಯ ಆಂಗ್ಲ ಭಾಷಾ ಪುಸ್ತಕವೂ ಅವರ ರಚನೆಯೇ!

ಪತ್ರಕರ್ತರು ಮತ್ತು ವರದಿಗಾರರು ನನ್ನನ್ನು ಭೇಟಿ ಮಾಡಿದ ಒಂದು ದಿನದ ಬಳಿಕ, ನನ್ನ ಸಂದರ್ಶನವು ರೇಡಿಯೊ–1 ವಾಹಿನಿಯಲ್ಲಿ ಪ್ರಸಾರವಾಯಿತು. ಅಂದು ಮನೆಯ ಹಿಂದೆ ನನ್ನ ಅತ್ತೆಯೊಡನೆ ಹರಟುತ್ತಾ ನಿಂತಿದ್ದೆ. ನನ್ನ ತಾಯಿ "ವಿಲಿಯಂ ರೇಡಿಯೊದಲ್ಲಿ ನಿನ್ನ ಸಂದರ್ಶನ ಬರುತ್ತಿದೆ... ಬೇಗ ಬಾ..." ಎಂದು ಕೂಗಿ ಹೇಳಿದರು. ನಮ್ಮ ಕುಟುಂಬದವರೆಲ್ಲರೂ ರೇಡಿಯೊ ಸುತ್ತಲೂ ಕುಳಿತಿದ್ದರು. ರೇಡಿಯೊದಲ್ಲಿ ಉದ್ಘೋಷಕನು "ಕಸುಂಗುವಿನ ಸಮೀಪದಲ್ಲಿ ಇರುವ ವಿಂಬೆಯಲ್ಲಿ, ಒಬ್ಬ ಹುಡುಗನು ಗಾಳಿಯಂತ್ರವನ್ನು ತಯಾರಿಸಿ ಅದರಿಂದ ವಿದ್ಯುಚ್ಛಕ್ತಿಯನ್ನು ಉತ್ಪಾದಿಸಿದ್ದಾನೆ" ಎಂದು ಹೇಳತೊಡಗಿದನು. ಇತ್ತ ನನ್ನ ಹೆಸರು ಬರುತ್ತಲೇ ನನ್ನ ತಂಗಿಯರು ಹರ್ಷೋದ್ಗಾರವನ್ನು ಮಾಡುತ್ತಿದ್ದರು.

ನನಗೆ ಶುಕ್ರದೆಸೆಯು ಕಾದಿತ್ತೇನೋ! ರೇಡಿಯೊದಲ್ಲಿ ಬಂದ ಸಂದರ್ಶನವು ಸಾಲದೆಂಬಂತೆ, ಒಂದು ವಾರದ ಬಳಿಕ 'ಡೈಲಿ ಟೈಮ್ಸ್' ದಿನಪತ್ರಿಕೆಯು ದೊಡ್ಡ ಶೀರ್ಷಿಕೆಯೊಡನೆ ನನ್ನ ಬಗ್ಗೆ ಲೇಖನವನ್ನು ಪ್ರಕಟಿಸಿತ್ತು. ಅದರಲ್ಲಿ ನನ್ನ ಕೋಣೆಯಲ್ಲಿ ನಾನು ವೈರುಗಳನ್ನು ಬ್ಯಾಟರಿಗೆ ಜೋಡಿಸುತ್ತಿರುವ ಚಿತ್ರವೊಂದಿತ್ತು. ಆ ದಿನಪತ್ರಿಕೆಯನ್ನು ಹಿಡಿದು ವ್ಯಾಪಾರ ಕೇಂದ್ರದ ಕಡೆಗೆ ಓಡಿದೆ. ಜನರಿಗೆ ಈ ಹುಚ್ಚುಹುಡುಗನು ಮಾಡಿರುವ ಕೆಲಸವನ್ನು ನಾನು ತೋರಿಸಬೇಕಿತ್ತು.

"ಹೌದು...ನಿನ್ನ ಸಂದರ್ಶನವನ್ನು ನಾವು ರೇಡಿಯೊದಲ್ಲಿ ಕೇಳಿದೆವು. ನೀನೇ ಅವರ ಕಚೇರಿಗೆ ಹೋಗಿದ್ದೆಯಾ?"

"ಇಲ್ಲ, ಅವರೇ ನನ್ನನ್ನು ಭೇಟಿಯಾಗಲು ಬಂದಿದ್ದರು."

"ನಿಜವಾಗಿಯೂ? ನಿನ್ನ ಬಗ್ಗೆ ನಮಗೆಲ್ಲಾ ಬಹಳ ಹೆಮ್ಮೆಯಿದೆ ವಿಲಿಯಂ. ನೀನು ರೇಡಿಯೊದಲ್ಲಿ ಬಹಳ ಚಂದ ಮಾತಾಡಿದೆ!"

ಇದನ್ನು ನಾನು ಜನರಿಗೆ ನನ್ನ ಗಾಳಿಯಂತ್ರವು ಮಾಟ, ಮಂತ್ರವನ್ನು ಮಾಡುತ್ತಿಲ್ಲ ಎಂದು ತಿಳಿಹೇಳಲು ಅವಕಾಶವನ್ನಾಗಿ ಬಳಸಿಕೊಂಡೆ. ಜನರಿಗೆ ಕೊನೆಗೂ ನನ್ನ ಗಾಳಿಯಂತ್ರದ ಮೇಲೆ ನಂಬಿಕೆ ಬಂದಂತಿತ್ತು. ಈಗ ಮನೆಗೆ ಭೇಟಿ ನೀಡುವವರ ಸಂಖ್ಯೆ ಹತ್ತು ಪಟ್ಟು ಹೆಚ್ಚಿತ್ತು. ಪತ್ರಿಕೆಗಳಲ್ಲಿ ನನ್ನನ್ನು ಕುರಿತಾದ ಲೇಖನವು ಪ್ರಕಟವಾದ ಬಳಿಕ, ನಾನು ಗಾಳಿಯಂತ್ರಕ್ಕೆ ಅತ್ಯಗತ್ಯವಾಗಿ ಬೇಕಿದ್ದ ಸುಧಾರಣೆಗಳನ್ನು ಮಾಡಲು ಮುಂದಾದೆ.

ಮೊದಲಿಗೆ ಗೋಪುರದ ಎತ್ತರವನ್ನು ಹೆಚ್ಚಿಸಬೇಕಿತ್ತು. ಏಕೆಂದರೆ ಗೋಪುರದ ಹಿಂದಿದ್ದ ಅಕೇಶಿಯಾ ಮರವು ಬಲವಾಗಿ ಬೀಸುವ ಗಾಳಿಯನ್ನು ತಡೆಯುತ್ತಿತ್ತು. ನನ್ನ ತಂದೆ ಒಂದು ತಂಬಾಕಿನ ಎಸ್ಟೇಟಿನ ಮಾಲೀಕರನ್ನು ಒಪ್ಪಿಸಿ ಒಂದಿಷ್ಟು ಮರದ ಕಂಬಗಳನ್ನು ತಂದರು. ಇದರಿಂದಾಗಿ ನನ್ನ ಗಾಳಿಯಂತ್ರದ ಗೋಪುರವು ಈಗ ಮೂವತ್ತಾರು ಅಡಿಯಷ್ಟು ಎತ್ತರವಾಯಿತು. ಬ್ಲೇಡುಗಳು ಮತ್ತಷ್ಟು ವೇಗವಾಗಿ ತಿರುಗುತ್ತಾ ಅಧಿಕ ವೋಲ್ಟೇಜ್‌ಗಳಷ್ಟು ವಿದ್ಯುತ್ತನ್ನು ಉತ್ಪಾದಿಸತೊಡಗಿದವು.

ನಮ್ಮ ಮನೆಗೆ ಬಂದು ನನ್ನನ್ನು ಭೇಟಿ ಮಾಡಿದ ನಂತರ, ಡಾ.ಹಾರ್ಟ್‌ಫೋರ್ಡ್ ಜೊಂಬಾಗೆ ತೆರಳಿ ತಮ್ಮ ಸಹೋದ್ಯೋಗಿಗಳೊಡನೆ ನನ್ನ ವಿಷಯವನ್ನು ಚರ್ಚಿಸಿದರು.

"ಈ ಹುಡುಗನನ್ನು ಮರಳಿ ಶಾಲೆಗೆ ಕಳುಹಿಸುವ ಪ್ರಯತ್ನವನ್ನು ನಾವು ಮಾಡಬೇಕು. ಅವನು ತನ್ನ ಸಾಮರ್ಥ್ಯವನ್ನು ಹೆಚ್ಚಿಸಿಕೊಳ್ಳಲು ಶಿಕ್ಷಣವು ಅತ್ಯಗತ್ಯ. ಇದರಿಂದ ಅವನಿಗೆ ಜನರ ಗೌರವವೂ ದೊರೆಯುತ್ತದೆ, ಅವನ ಪ್ರತಿಭೆಗೂ ಸಹಕಾರಿಯಾಗುತ್ತದೆ. ಇಲ್ಲದಿದ್ದರೆ ಅವನ ಪ್ರತಿಭೆಯು ಕಮರಿ ಹೋಗುವ ಸಾಧ್ಯತೆಯೇ ಹೆಚ್ಚು" ಎಂದರು.

"ಹೌದು... ಮೊದಲು ಯಾವುದಾದರೂ ಸಂಘ-ಸಂಸ್ಥೆಗಳು ಅವನಿಗೆ ಸಹಾಯವನ್ನು ಮಾಡಲು ಸಿದ್ಧವಿದೆಯೇ ಎಂದು ತಿಳಿಯೋಣ" ಎಂದರು ಸಹೋದ್ಯೋಗಿಗಳು.

"ಮೊದಲು ನಾವೆಲ್ಲರೂ ಸೇರಿ ಅವನನ್ನು ಜಾಗ್ರತೆಯಾಗಿ ಶಾಲೆಗೆ ಕಳುಹಿಸಲು ಪ್ರಯತ್ನಿಸೋಣ. ಬಳಿಕ ಸಂಘ-ಸಂಸ್ಥೆಗಳ ವಿಚಾರವನ್ನು ಮಾಡೋಣ. ನೋಡಿ ಇದು ನನ್ನ ಕಾಣಿಕೆ" ಎನ್ನುತ್ತಾ ಜೇಬಿನಿಂದ ಒಂದಿಷ್ಟು ನೋಟುಗಳನ್ನು ತೆಗೆದು ಮೇಜಿನ ಮೇಲಿಟ್ಟರು. ಈ ರೀತಿಯಾಗಿ ಹಾರ್ಟ್‌ಫೋರ್ಡ್ ದಿನದ ಕೊನೆಯ ಹೊತ್ತಿಗೆ ಸುಮಾರು ಎರಡು ಸಾವಿರ ಕ್ವಾಚಾದಷ್ಟು ಹಣವನ್ನು ಸಂಗ್ರಹಿಸಿದರು.

ಇದಾದ ಒಂದು ವಾರದ ಬಳಿಕ ಶಿಕ್ಷಣ ಇಲಾಖೆಯನ್ನು ಸಂಪರ್ಕಿಸಿ, ನನಗೆ ಒಂದು ಉತ್ತಮ ಶಾಲೆಯಲ್ಲಿ ಪ್ರವೇಶವನ್ನು ಕೊಡಲು ಸಹಕರಿಸುವಂತೆ ಕೇಳಿಕೊಂಡರು. ಆದರೆ ಇಲಾಖೆಯಲ್ಲಿ ಆತನ ಮನವಿಗೆ ಯಾರೂ ಪುರಸ್ಕರಿಸಲಿಲ್ಲ. ಆ ಬಳಿಕ ಹಾರ್ಟ್‌ಫೋರ್ಡ್ ಹಿರಿಯ ಅಧಿಕಾರಿಗಳನ್ನು ಭೇಟಿ ಮಾಡಿದರು.

"ನಿಮಗೆ ನಾನು ಒಂದು ಮನವಿ ಪತ್ರವನ್ನು ಕಳುಹಿಸಿದ್ದೆ" ಅಧಿಕಾರಿಗೆ ಹೇಳಿದರು.

"ಹೌದು ನಮಗೆ ನಿಮ್ಮ ಮನವಿ ಪತ್ರವು ತಲುಪಿದೆ. ಆ ಹುಡುಗನು ಜಾಣನಿದ್ದಾನೆ. ನಾವು ಅವನಿಗೆ ಸೂಕ್ತವಾದ ಶಾಲೆಯನ್ನೂ ಹುಡುಕುತ್ತೇವೆ. ಆದರೆ ಈಗ ತಕ್ಷಣ ಮಾಡಲು ಸಾಧ್ಯವಿಲ್ಲ" ಎಂದು ಅಧಿಕಾರಿಗಳು ಪ್ರತಿಕ್ರಿಯಿಸಿದರು.

"ಹಾಗೆ ಮಾಡುವುದರಿಂದ ಮತ್ತಷ್ಟು ತಡವಾಗುತ್ತದೆ. ಈಗಾಗಲೇ ಅವನು ಬೆಳೆದ ಹುಡುಗ. ನಂತರ ಅವನಿಗೆ ಯಾವುದೇ ಶಾಲೆಯಲ್ಲೂ ಪ್ರವೇಶ ದೊರೆಯುವುದು ತೊಂದರೆಯಾಗಬಹುದು."

ಅಲ್ಲಿದ್ದ ಒಬ್ಬ ಮಹಿಳಾ ಸಿಬ್ಬಂದಿ ಹಾರ್ಟ್‌ಫೋರ್ಡ್ ಅವರನ್ನು ಸಂಪರ್ಕಿಸುವುದಾಗಿ ತಿಳಿಸಿದರು. ಆದರೆ ಆಕೆ ಹಾರ್ಟ್‌ಫೋರ್ಡ್ ಅವರನ್ನು ಸಂಪರ್ಕಿಸಲಿಲ್ಲ. ಹಾರ್ಟ್‌ಫೋರ್ಡ್ ಕೈ ಕಟ್ಟಿಕೊಂಡು ಸುಮ್ಮನೇ ಕೂರಲಿಲ್ಲ. ತಮ್ಮ ಪ್ರಯತ್ನವನ್ನು ಮುಂದುವರೆಸಿ, ಕಸುಂಗುವಿನ 'ಪೂರ್ವ ಶಾಲೆಗಳ ವಿಭಾಗದ' ವ್ಯವಸ್ಥಾಪಕರನ್ನು ಭೇಟಿ ಮಾಡಿದರು. ಕೊನೆಗೂ ಅಲ್ಲಿನ ಮಹಿಳಾ ಅಧಿಕಾರಿಯು ನನ್ನ ಗಾಳಿಯಂತ್ರವನ್ನು ಖುದ್ದಾಗಿ ಬಂದು ನೋಡಲು ಒಪ್ಪಿಕೊಂಡರು.

ಒಂದು ಮಧ್ಯಾಹ್ನ ನಾನು ನನ್ನ ತಂದೆಯವರ ಒಂದಿಷ್ಟು ಕೆಲಸಗಳನ್ನು ಮಾಡಿ ಕೊಡಲು ವ್ಯಾಪಾರ ಕೇಂದ್ರದಲ್ಲಿದ್ದೆ. ಆಗ ಕಸುಂಗುವಿನ ಮಹಿಳಾ ಅಧಿಕಾರಿಯು ತಮ್ಮ ಸಿಬ್ಬಂದಿಯೊಡನೆ ನಮ್ಮ ಮನೆಗೆ ಭೇಟಿಯಿತ್ತರು. ನನ್ನ ತಾಯಿಯ ಅನುಮತಿಯೊಂದಿಗೆ ನಮ್ಮ ಮನೆ ಮತ್ತು ಗಾಳಿಯಂತ್ರವನ್ನು ವೀಕ್ಷಿಸಿದರು. ನಂತರ ಡಾ.ಹಾರ್ಟ್‌ಫೋರ್ಡ್ ಅವರಿಗೆ ದೂರವಾಣಿಯಲ್ಲಿ, "ನೀವು ಹೇಳಿದ್ದು ನಿಜ. ಈ ಹುಡುಗನು ಬಹಳ ಪ್ರತಿಭಾನ್ವಿತನಿದ್ದಾನೆ. ನಮ್ಮ ವ್ಯವಸ್ಥೆಯಲ್ಲಿ ಹಾಗೂ ಸರಕಾರದಲ್ಲಿ ಇಂತಹ ಜಾಣ ಹುಡುಗರ ಅಗತ್ಯವಿದೆ. ಅವನಿಗೆ ಸೂಕ್ತವಾದ ಶಾಲೆಯಲ್ಲಿ ವ್ಯವಸ್ಥೆಯನ್ನು ಮಾಡುತ್ತೇವೆ" ಎಂದರು.

"ಧನ್ಯವಾದ... ಆದರೆ ಅದು ವಸತಿ ಶಾಲೆಯಾಗಿದ್ದು, ವಿಜ್ಞಾನಕ್ಕೆ ಪ್ರಾಮುಖ್ಯತೆಯನ್ನು ಕೊಡುವಂತಹ ಶಾಲೆಯಾಗಿರಬೇಕು. ದಯವಿಟ್ಟು ತಡ ಮಾಡಬೇಡಿ" ಎಂದು ಹಾರ್ಟ್‌ಫೋರ್ಡ್ ಮನವಿ ಮಾಡಿಕೊಂಡರು.

"ಆಯಿತು ಖಂಡಿತ..."

ಇದರ ಜೊತೆ ಜೊತೆಗೇ ನನಗೆ ಅಚ್ಚರಿಯೊಂದು ಕಾದು ಕುಳಿತಿತ್ತು. ಲಿಲೋಂಗ್ವೆಯಲ್ಲಿ 'ಸೊಯಾಪಿ ಮಾಂಬಾ' ಎನ್ನುವ ವ್ಯಕ್ತಿಯು 'ಡೈಲಿ ಟೈಮ್ಸ್' ಪತ್ರಿಕೆಯಲ್ಲಿ ನನ್ನ ಬಗೆಗಿನ ಲೇಖನವನ್ನು ಓದಿದ್ದನು. ಆತನು ಲಿಲೋಂಗ್ವೆಯಲ್ಲಿದ್ದ ಅಮೇರಿಕೆಯ ಒಂದು ಸಂಸ್ಥೆಯಲ್ಲಿ, ಸಾಫ್ಟ್‌ವೇರ್ ಇಂಜಿನಿಯರ್ ಆಗಿ ಕೆಲಸವನ್ನು ನಿರ್ವಹಿಸುತ್ತಿದ್ದನು. ಅವನ ಸಂಸ್ಥೆಯು ನಮ್ಮ ಮಾಲಾವಿಯ ಆರೋಗ್ಯ ಕೇಂದ್ರದ ವ್ಯವಸ್ಥೆಯನ್ನು ಗಣಕೀಕರಿಸುತ್ತಿತ್ತು. ಒಂದು ದಿನ ಸೊಯಾಪಿ ನನ್ನನ್ನು ಕುರಿತಾದ ಲೇಖನವನ್ನು ತನ್ನ ಕಚೇರಿಗೆ ಕೊಂಡೊಯ್ದನು. ಅಲ್ಲಿ ಅದು ಆತನ ಮೇಲಧಿಕಾರಿ ಮೈಕ್ ಎನ್ನುವವರ ಕಣ್ಣಿಗೆ ಬಿದ್ದಿತು. ಮೈಕ್ ಅವರಿಗೆ ಈ ಲೇಖನವು ಬಹಳ ಮೆಚ್ಚುಗೆಯಾಗಿ, ನನ್ನನ್ನು ಕುರಿತು ತಮ್ಮ ಬ್ಲಾಗ್ Hack–Activeನಲ್ಲಿ ಬರೆದರು. ನೈಜೀರಿಯಾದ 'ಎಮೆಕೋ ಓಕಫೋರ್' ಎನ್ನುವ ವ್ಯಕ್ತಿಯು ಅದನ್ನು ಓದಿದರು. ಆತ TED-Global 2007 ಎನ್ನುವ ದೊಡ್ಡ ಸಮಾವೇಶದ (Conference) ಅಧ್ಯಕ್ಷರಾಗಿದ್ದರು.

ಎಮೆಕೋ ಅವರಿಗೆ ನಾನು ಈ ಸಮಾವೇಶದಲ್ಲಿ ಅರ್ಜಿ ಸಲ್ಲಿಸಿ ಪಾಲ್ಗೊಳ್ಳಲಿ ಎಂದು ಆಸೆ. ಆದರೆ ಅವರಿಗೆ ನನ್ನನ್ನು ಸಂಪರ್ಕಿಸುವುದೇ ದೊಡ್ಡ ತೊಡಕಾಯಿತು. ಕೊನೆಗೂ

ಮೂರು ವಾರಗಳ ನಿರತ ಪ್ರಯತ್ನದಿಂದ, ಎಮೆಕೋ ನನ್ನನ್ನು ಪತ್ತೆ ಹಚ್ಚಿದರು. 2006 ಡಿಸೆಂಬರ್ ತಿಂಗಳ ನಡುವೆ ಒಂದು ಮಧ್ಯಾಹ್ನ, TED-Global ಅರ್ಜಿಯೊಂದಿಗೆ ನಮ್ಮ ಮನೆಗೆ ಬಂದರು. ಮನೆಯ ಹಿಂದಿದ್ದ ಮಾವಿನ ಮರದ ಕೆಳಗೆ ಕುಳಿತು ಆತನ ಸಹಾಯದೊಂದಿಗೆ ನಾನು ಅರ್ಜಿಯನ್ನು ತುಂಬಿದೆ. ನಿಜ ಹೇಳಬೇಕೆಂದರೆ ನನಗೆ TED ಎಂಬುದರ ಅರ್ಥವಾಗಲೀ, ಅದರ ವಿವರಗಳಾಗಲೀ ತಿಳಿದಿರಲಿಲ್ಲ! (TED - Technology, Entertainment, and Design. ಈ ವಾರ್ಷಿಕ ಸಮಾವೇಶದಲ್ಲಿ ವಿಜ್ಞಾನಿಗಳು, ಅನ್ವೇಷಕರು, ಸಂಶೋಧಕರು ತಮ್ಮ ಹೊಸ ಯೋಜನೆಗಳನ್ನು ಪ್ರಸ್ತುತಪಡಿಸುತ್ತಾರೆ. ಅದನ್ನು ಕುರಿತು ಚರ್ಚಿಸುತ್ತಾರೆ.)

ನನಗೆ ಈ ಸಮಾವೇಶದ ಬಗ್ಗೆ ಹೆಚ್ಚಿನ ತಿಳುವಳಿಕೆಯಾಗಲೀ, ಅಲ್ಲಿ ಜನರು ಏನನ್ನು ಚರ್ಚಿಸಬಹುದು ಎನ್ನುವುದರ ಕಲ್ಪನೆಯಾಗಲೀ ಇರಲಿಲ್ಲ. ಅರ್ಜಿಯಲ್ಲಿ ಈ ಸಮಾವೇಶವು ನಡೆಯುವ ಸ್ಥಳದ ಬಗ್ಗೆ ಮಾಹಿತಿಯಿರಲಿಲ್ಲ. ಹೀಗಾಗಿ ಅದು ಲಿಲೋಂಗ್ವೆಯಲ್ಲಿ ಇರಬಹುದು ಎಂದು ನಾನೇ ಊಹಿಸಿಕೊಂಡೆ. ಲಿಲೋಂಗ್ವೆಯ ರಸ್ತೆಗಳಲ್ಲಿ ನಾನು ನಡೆದು ಹೋಗುತ್ತಿರುವಂತೆಯೂ, ಅಲ್ಲಿ ಎಲ್ಲ ತೆರನಾದ ಜನರು ಇರುವಂತೆಯೂ ಕಲ್ಪಿಸಿಕೊಂಡೆ.

ಲಿಲೋಂಗ್ವೆಯಲ್ಲಿ ಕಳ್ಳರ ಕಾಟ ಹೆಚ್ಚೆಂದು ಕೇಳಿದ್ದೆ. ಹೀಗಾಗಿ ನನಗೆ ತೊಂದರೆಯಾದಲ್ಲಿ ಅಲ್ಲಿ ಇತರ ಜನರ ಸಹಾಯವನ್ನು ಪಡೆಯುತ್ತೇನೆ. ಅದರಲ್ಲೂ ಮಹಿಳೆಯರ ಬಳಿ ಸಹಾಯವನ್ನು ಕೇಳುತ್ತೇನೆ ಎಂದುಕೊಂಡೆ. ಏಕೆಂದರೆ ಮಹಿಳೆಯರು ಸುಲಭವಾಗಿ ಸಹಾಯವನ್ನು ಮಾಡುತ್ತಾರೆ ನೋಡಿ. ಬಳಿಕ ಈ ಸಮಾವೇಶಕ್ಕೆ ಯಾವ ರೀತಿಯ ಉಡುಪನ್ನು ಧರಿಸುವುದು? ಎಂದು ಯೋಚನೆಯಾಯಿತು. ತಲೆ ಎತ್ತಿ ನೋಡಿದೆ. ಛಾವಣಿಯ ಧೂಳಿನಿಂದ ಕೆಂಪಗಾಗಿರುವ ಬಟ್ಟೆಗಳು, ಹಗ್ಗದ ಮೇಲೆ ಒಣಗುತ್ತಿದ್ದವು. ಆದರೂ... ನನಗೆ ಕನಸು ಕಾಣಲು ಹೊಸ ವಿಷಯವೊಂದು ಸಿಕ್ಕಂತಾಗಿತ್ತು!

2007ನೇ ಹೊಸವರ್ಷವು ಪ್ರಾರಂಭವಾಯಿತು. ಜನವರಿಯ ಮೊದಲ ವಾರದಲ್ಲಿ ಡಾ.ಹಾರ್ಟ್‌ಫೋರ್ಡ್ ಅವರ ಸಿಬ್ಬಂದಿಯು, ಜೆಫ್ರಿಯ ಮೊಬೈಲಿಗೆ ಕರೆ ಮಾಡಿ ನಾನು TED-Global ಸಮಾವೇಶಕ್ಕೆ ಆಯ್ಕೆಯಾಗಿರುವುದಾಗಿ ತಿಳಿಸಿದರು.

"ಆತನಿಗೆ ಸಮಾವೇಶಕ್ಕೆ ಸಿದ್ಧನಾಗಲು ತಿಳಿಸು" ಎಂದು ಜೆಫ್ರಿಗೆ ಸಂದೇಶವನ್ನು ನೀಡಿದರು.

ಡಾ.ಹಾರ್ಟ್‌ಫೋರ್ಡ್ ಒಂದು ವಾರದ ಬಳಿಕ, ಪುನಃ ಕರೆ ಮಾಡಿ ನನ್ನೊಡನೆ ಮಾತನಾಡಿದರು. "ನೀನು ಟಾಂಜೇನಿಯಾದಲ್ಲಿ ಇರುವ ಅರುಶಾಗೆ ಹೊರಡಲು ಸಿದ್ಧನಾಗು. ಅಲ್ಲಿ ಜಗತ್ತಿನ ಎಲ್ಲೆಡೆಯಿಂದ ವಿಜ್ಞಾನಿಗಳು ಮತ್ತು ಸಂಶೋಧಕರು ಬಂದಿರುತ್ತಾರೆ. ನಿನ್ನ ಸಾಧನೆಗೂ ಇದು ಒಂದು ದೊಡ್ಡ ಗೌರವ ಮತ್ತು ಹೆಮ್ಮೆಯ ಕ್ಷಣವಾಗಿರುತ್ತದೆ!" ಎಂದರು.

ಓಹ್! ಅರುಶಾ... ಬಹುಶಃ ಅಲ್ಲಿಗೆ ನಾನು ಬಸ್ಸಿನಲ್ಲಿ ಹೋಗಬಹುದು. ಪ್ರಯಾಣವು ಎಷ್ಟು ಗಂಟೆಗಳ ಕಾಲವೋ ಗೊತ್ತಿಲ್ಲ. ಅಲ್ಲಿ ಸಮಾವೇಶದಲ್ಲಿ ಕೇಕ್ ಮತ್ತು ಹುರಿದ

ಜೋಳವು ತಿನ್ನಲು ಸಿಗಬಹುದು. ಏನೇ ಇರಲಿ ಅಲ್ಲಿಗೆ ಹೋಗಲು ಈಗ ನನ್ನ ಬಳಿ ಹಣವಿಲ್ಲ.

ಡಾ.ಹಾರ್ಟ್‌ಫೋರ್ಡ್ ಮುಂದುವರೆಸುತ್ತಾ, "ವಿಲಿಯಂ ಒಂದು ಮುಖ್ಯವಾದ ವಿಷಯ, ನೀನು ಅಲ್ಲಿಗೆ ವಿಮಾನದಲ್ಲಿ ಹೋಗುತ್ತಿರುವೆ. ನೀನು ಧೂಮಪಾನಿಯೋ/ ಅಲ್ಲವೋ ಎಂದು ತಿಳಿಸು. ಟಿಕೆಟ್‌ನ್ನು ಬೇಗನೇ ಕಾಯ್ದಿರಿಸಬೇಕು. ಹಾ... ಹೇಳಲು ಮರೆತೆ, ನೀನು ಅಲ್ಲಿ ಒಂದು ಹೋಟೆಲ್‌ನಲ್ಲಿ ತಂಗುತ್ತಿರುವೆ" ಎಂದರು.

"ಹೋಟೆಲ್!" ಆಶ್ಚರ್ಯದಿಂದ ಉದ್ಗರಿಸಿದೆ. ಬಡವರು ಉಳಿಯುವಂತಹ ಯಾವುದೋ ಒಂದು ಧರ್ಮಛತ್ರದಲ್ಲಿ ತಂಗಬಹುದು ಎಂದು ಭಾವಿಸಿದ್ದ ನನಗೆ ಹೋಟೆಲ್ ಎಂದಾಗ ಆಶ್ಚರ್ಯವಾಯಿತು.

"ಅಲ್ಲವೇ ಮತ್ತೆ? ನೀನು ಹೋಟೆಲ್‌ನಲ್ಲಿ ಇರುತ್ತೀ. ವಿಲಿಯಂ ನಿನಗೆ ಮತ್ತೊಂದು ಒಳ್ಳೆಯ ಸುದ್ದಿ... ನೀನು ಸಧ್ಯದಲ್ಲಿಯೇ ಶಾಲೆಗೆ ಮರಳುತ್ತಿರುವೆ!"

ಡಾ. ಹಾರ್ಟ್‌ಫೋರ್ಡ್ ಅನೇಕ ತಿಂಗಳುಗಳ ಕಾಲ ಶಿಕ್ಷಣ ಇಲಾಖೆಯೊಂದಿಗೆ ಗುದ್ದಾಡಿದ ಬಳಿಕ, ಕೊನೆಗೂ 'ಮ್ಯಾಡಿಸಿ ಸೆಕೆಂಡರಿ ವಸತಿ ಶಾಲೆ'ಯಲ್ಲಿ ನನಗೆ ಪ್ರವೇಶವನ್ನು ದೊರಕಿಸಿಕೊಟ್ಟರು. ಆದರೆ ಇದು ಅವರ ಇಚ್ಛೆಯಂತೆ ವಿಜ್ಞಾನಕ್ಕೆ ಪ್ರಾಮುಖ್ಯತೆಯನ್ನು ಕೊಡುವಂತಹ ಶಾಲೆಯಾಗಿರಲಿಲ್ಲ.

ಡಾ. ಹಾರ್ಟ್‌ಫೋರ್ಡ್ ನನ್ನ ಅರುಶಾ ಪ್ರಯಾಣಕ್ಕೆ ಸಿದ್ಧತೆ ಮಾಡುತ್ತಿದ್ದಂತೆಯೇ ನಾನು ಶಾಲೆಗೆ ಮರಳಿದೆ. ನಾನು ನನ್ನ ಕುಟುಂಬದಿಂದ, ಮನೆಯಿಂದ ದೂರವಿರುವ ಪ್ರಸಂಗವು ಮೊದಲ ಬಾರಿಗೆ ಎದುರಾಗಿತ್ತು. ಶಾಲೆಗಾಗಿ ಲಿಲೋಂಗ್ವೆಯಲ್ಲಿ ಒಂದು ಕಪ್ಪು ಸೂಟ್‌ಕೇಸನ್ನು ಖರೀದಿಸಿದೆ. ನನ್ನ ಬಟ್ಟೆ-ಬರೆ, ವಸ್ತುಗಳನ್ನು ಜೋಡಿಸಿ ಇಟ್ಟುಕೊಂಡೆ. ಹೊರಡುವ ದಿನದಂದು ಮಾವಿನ ಮರದ ಕೆಳಗೆ ನನ್ನ ಹೆತ್ತವರು ಜೆಫ್ರಿಯೊಡನೆ ಬೀಳ್ಕೊಡಲು ನಿಂತಿದ್ದರು.

"ಆದಷ್ಟು ಬೇಗನೇ ಭೇಟಿಯಾಗೋಣ" ಎಂದು ಹೆತ್ತವರಿಗೆ ಹೇಳಿದೆ.

"ಕಷ್ಟಪಟ್ಟು ಓದು. ನಮಗೆಲ್ಲಾ ನಿನ್ನ ಬಗ್ಗೆ ಬಹಳ ಹೆಮ್ಮೆಯಿದೆ" ಎಂದು ನನ್ನ ತಂದೆ ನನ್ನನ್ನು ಬೀಳ್ಕೊಟ್ಟರು.

ಜೆಫ್ರಿ ನನ್ನ ಸೂಟ್‌ಕೇಸನ್ನು ಸೈಕಲ್ ಮೇಲಿರಿಸಿದನು. ಸೈಕಲ್ಲನ್ನು ತಳ್ಳಿಕೊಂಡು ಬಸ್ ನಿಲ್ದಾಣದ ಕಡೆಗೆ ಹೊರಟೆವು. ದಾರಿಯಲ್ಲಿ ಗಿಲ್ಬರ್ಟ್‌ನನ್ನು ಭೇಟಿ ಮಾಡಿದೆವು.

"ನಮ್ಮ ಬಳಿ ಫೋನ್ ಇಲ್ಲ. ನಾವು ಹೇಗೆ ಮಾತನಾಡುವುದು?" ಗಿಲ್ಬರ್ಟ್ ಪ್ರಶ್ನಿಸಿದನು.

"ಹೌದು ಸ್ವಲ್ಪ ಕಷ್ಟ.." ಉತ್ತರಿಸಿದೆ.

"ಪ್ರಾಯಶಃ ನಾನೇ ಅಲ್ಲಿಗೆ ಬಂದು ನಿನ್ನನ್ನು ಭೇಟಿ ಮಾಡುತ್ತೇನೆ."

"ಓಹ್ ಗಿಲ್ಬರ್ಟ್... ಬಹಳ ಒಳ್ಳೆಯದು. ಖಂಡಿತ ಹಾಗೆಯೇ ಮಾಡು."

"ವಿಲಿಯಂ... ಗೆಳೆಯ ನೀನು ಬಹಳ ನೆನಪಿಗೆ ಬರುತ್ತೀ."

"ನನಗೂ ಸಹ ಗಿಲ್ಬರ್ಟ್."

ಗಿಲ್ಬರ್ಟ್‌ನನ್ನು ಬೀಳ್ಕೊಟ್ಟ ನಂತರ, ಬಸ್‌ನಿಲ್ದಾಣದಲ್ಲಿ ಕಾಯುತ್ತಾ ನಿಂತೆವು.

"ಶಾಲೆಗೆ ರಜೆ ಬಂದಾಗ ಭೇಟಿಯಾಗುತ್ತೇನೆ. ಅಲ್ಲಿ ಯಾರ ಬಳಿಯಾದರೂ ಫೋನ್ ಇದ್ದಲ್ಲಿ, ನಂಬರ್ ತೆಗೆದುಕೋ. ಅದಕ್ಕೆ ಕರೆ ಮಾಡುತ್ತೇನೆ. ಆಗ ಗಿಲ್ಬರ್ಟ್ ಕೂಡ ಇರುವಂತೆ ನೋಡಿಕೊಳ್ಳುತ್ತೇನೆ. ಎಲ್ಲರೂ ಮಾತನಾಡಬಹುದು" ಜೆಫ್ರಿ ಸಲಹೆಯಿತ್ತನು.

"ಜೆಫ್ರಿ... ಒಳ್ಳೆಯ ಐಡಿಯಾ! ಹಾಗೆಯೇ ಮಾಡುವ. ನನ್ನ ಗಾಳಿಯಂತ್ರದ ಕಡೆ ಸ್ವಲ್ಪ ನಿಗಾ ಇರಲಿ. ಏನೇ ಆದರೂ ನನಗೆ ತಿಳಿಸು".

"ಖಂಡಿತವಾಗಿ. ಅದರ ಬಗ್ಗೆ ನೀನು ಯೋಚಿಸಬೇಡ."

ಧೂಳನ್ನು ಎಬ್ಬಿಸುತ್ತಾ ಟ್ರಕ್ ಒಂದು ಬಂದು ನಿಂತಿತು. ನಾನು ಟ್ರಕ್ ಹತ್ತಲು ಜೆಫ್ರಿ ತನ್ನ ಕೈಯಾಡಿಸಿ ಬೀಳ್ಕೊಟ್ಟನು.

ಜನರನ್ನು ತಳ್ಳಿಕೊಂಡು ಒಳಗೆ ಹೋಗಿ ಕುಳಿತೆ. ಚಿಕ್ಕ ಊರಾದ ಮ್ಯಾಡಿಸಿಯನ್ನು ತಲುಪಿದ ನಂತರ ಒಂದು ಕಿ.ಮೀ. ನಡೆದು ಶಾಲೆಯನ್ನು ಮುಟ್ಟಿದೆ. ಶಾಲೆಯ ವಿದ್ಯಾರ್ಥಿ ನಿಲಯದಲ್ಲಿ ನನ್ನ ಕೋಣೆಯನ್ನು ಸೇರಿಕೊಂಡೆ. ಎಲ್ಲವೂ ಹೊಸದಾಗಿತ್ತು. ಆದರೆ ಶಾಲೆಗೆ ಮರಳಿದ ಉತ್ಸಾಹದ ಮುಂದೆ ಇತರ ಯೋಚನೆಗಳು ದೂರವಾದವು. ಈ ಶಾಲೆಯ ನೆಲದಲ್ಲಿ ಕುಳಿಗಳಿರಲಿಲ್ಲ. ತರಗತಿಗಳಲ್ಲಿ ವಿದ್ಯಾರ್ಥಿಗಳಿಗೆ ಮೇಜು, ಡೆಸ್ಕುಗಳ ಸೌಲಭ್ಯವಿತ್ತು. ಕಿಟಕಿ ಬಾಗಿಲುಗಳು ಗಟ್ಟಿಮುಟ್ಟಾಗಿದ್ದವು. ನನ್ನ ಕೋಣೆಯಲ್ಲಿ ವಿದ್ಯುತ್ ದೀಪದ ವ್ಯವಸ್ಥೆಯಿತ್ತು.

ವಿಜ್ಞಾನದ ತರಗತಿಗಳು ಪ್ರಯೋಗಾಲಯದಲ್ಲಿಯೇ ಇರುತ್ತಿದ್ದವು. ಬೀಕರ್‌ಗಳು, ಆಮ್ಲವನ್ನು ತುಂಬಿದ್ದ ಜಾಡಿಗಳು ಇದ್ದವು. ಕಚೊಲೊಲಾ ಎನ್ನುವ ಶಿಕ್ಷಕರು ಎಲೆಕ್ಟ್ರಿಕ್‌ಬೆಲ್ ಕೆಲಸವನ್ನು ಮಾಡುವ ವಿಧಾನವನ್ನು ಸರ್ಕ್ಯೂಟ್‌ನೊಂದಿಗೆ ವಿವರಿಸಿದರು. ಈಗಾಗಲೇ ನನ್ನ ಗಾಳಿಯಂತ್ರದಲ್ಲಿ ಸರ್ಕ್ಯೂಟ್ ಬ್ರೇಕರ್ ಬಳಸಿದ್ದೆ. ಆದರೂ ಅದರ ವಿವರಗಳನ್ನು ಮೊದಲ ಬಾರಿಗೆ ಇಂಗ್ಲೀಷಿನಲ್ಲಿ ಕೇಳುತ್ತಿದ್ದೆ.

ಮಾಲಾವಿಯ ಇತರ ಶಾಲೆಗಳಂತೆ ಈ ಶಾಲೆಯೂ ಸರಕಾರದ ಅನುದಾನವನ್ನೇ ನೆಚ್ಚಿಕೊಂಡಿತ್ತು. ನಮ್ಮ ಪ್ರಯೋಗಾಲಯದಲ್ಲಿ ಇದ್ದ ಸಲಕರಣೆಗಳು, ಹಿಂದಿನ ರಾಷ್ಟ್ರಪತಿ ಬಾಂಡಾ ಅವರ ಸಮಯದಲ್ಲಿ ಮಂಜೂರಾಗಿದ್ದವು. ಈಗ ಅನೇಕ ರಾಸಾಯನಿಕ ವಸ್ತುಗಳ ಅವಧಿಯು (Expiry Date) ಮುಗಿದು, ಅವು ಬಳಸಲು ಹಾನಿಕಾರಕವಾಗಿದ್ದವು. ಮೈಕ್ರೋಸ್ಕೋಪ್ ತುಕ್ಕು ಹಿಡಿದು ಅದರ ಗಾಜುಗಳ ಮೇಲೆ ಗೀರುಗಳು ಮೂಡಿದ್ದವು. ಇನ್ನು ಶಿಕ್ಷಕರು ಎಲೆಕ್ಟ್ರಿಕ್ ಬೆಲ್ ವಿವರಿಸುವಾಗ ಬ್ಯಾಟರಿಯ ಸೆಲ್‌ಗಳೇ ಇರಲಿಲ್ಲ!

ಇತ್ತ ನನ್ನ ಕೋಣೆಯ ಗೋಡೆಗಳು ಕೊಳಕಾಗಿ ಅನೇಕ ಚಿತ್ರಗಳಿಂದ ಮತ್ತು ಧೂಳಿನಿಂದ ತುಂಬಿ ಹೋಗಿದ್ದವು. ಶೌಚಾಲಯದಲ್ಲಿ ನೀರಿನ ವ್ಯವಸ್ಥೆಯು ಸರಿಯಿಲ್ಲದೇ

ಕೆಟ್ಟ ವಾಸನೆಯು ಹೊಮ್ಮುತ್ತಿತ್ತು. ಹೊಸ ಹುಡುಗರು (ಅಂದರೆ ನಾನೇ!) ಪ್ರತಿದಿನವೂ ಸ್ವಚ್ಛಗೊಳಿಸಬೇಕಿತ್ತು. ನನ್ನ ಸಹಪಾಠಿಯಾಗಿದ್ದ ಕೆನಡಿ ತನ್ನ ಕಾಲುಚೀಲವನ್ನು ಒಗೆಯದೇ ಹಾಗೆಯೇ ಬಂದು ಮಲಗುತ್ತಿದ್ದನು.

"ಏ, ದಯವಿಟ್ಟು ನೀನು ಕಾಲು ತೊಳೆದುಕೊಂಡು ಹಾಸಿಗೆಯನ್ನು ಹತ್ತು" ನಾನು ಅವನಿಗೆ ಅನೇಕ ಬಾರಿ ಎಚ್ಚರಿಸಿಯೂ ಇದ್ದೆ. ಆದರೆ ಅದು ಪ್ರಯೋಜನವಾಗಲಿಲ್ಲ.

ಇದರ ಜೊತೆಗೆ, ವಯಸ್ಸಿನಲ್ಲಿ ನಾನು ಅನೇಕ ವಿದ್ಯಾರ್ಥಿಗಳಿಗಿಂತ ಹಿರಿಯವನಾಗಿದ್ದೆ. ಅದನ್ನು ನೆಪ ಮಾಡಿಕೊಂಡು ಕೆಲವು ವಿದ್ಯಾರ್ಥಿಗಳು ನನ್ನನ್ನು ಚುಡಾಯಿಸುತ್ತಿದ್ದರು.

"ಏ ಮುದುಕ... ನಿನಗೆ ಎಷ್ಟು ಜನ ಮಕ್ಕಳು?" ಎಂದು ಕೂಗುತ್ತಿದ್ದರು.

"ಇಬ್ಬರು ಹುಡುಗರು. ಇನ್ನೊಂದು ಮಗು ಸಧ್ಯದಲ್ಲಿಯೇ ಜನಿಸುತ್ತದೆ" ನಾನು ಪ್ರತಿಯಾಗಿ ಉತ್ತರಿಸುತ್ತಿದ್ದೆ.

"ಏ... ತನ್ನನ್ನು ತಾನು ತಮಾಷೆಯ ಹುಡುಗ ಅಂದುಕೊಂಡಿದ್ದಾನೆ. ದನ ಕಾಯುತ್ತಿದ್ದ ಅನಿಸುತ್ತದೆ" ಪುನಃ ಛೇಡಿಸುತ್ತಿದ್ದರು.

ನನಗೂ ಇಂತಹ ಮಾತುಗಳನ್ನು ಕೇಳಿ ಕೇಳಿ ರೋಸಿ ಹೋಗಿತ್ತು. ಈ ವಿಷಯಕ್ಕೆ ಒಮ್ಮೆ ಮುಕ್ತಾಯವನ್ನು ಹಾಕಬೇಕೆಂದು ನಿರ್ಧರಿಸಿದೆ. ದಿನಪತ್ರಿಕೆಯಲ್ಲಿ ನನ್ನ ಬಗ್ಗೆ ಪ್ರಕಟವಾಗಿದ್ದ ಲೇಖನವನ್ನು ಹೊರತೆಗೆದು, ಅವರ ಮುಂದಿಟ್ಟೆ.

"ಶಾಲೆಯನ್ನು ಬಿಟ್ಟಾಗ, ಇದನ್ನೇ ಮಾಡುತ್ತಿದ್ದೆ ನೋಡಿ... ಈ ಗಾಳಿಯಂತ್ರವನ್ನು ಮಾಡಿದೆ."

"ಓಹ್, ಒಳ್ಳೆಯ ಕೆಲಸ... ಅಬ್ಬಾ, ಹೇಗೆ ಸಾಧ್ಯವಾಯಿತು?" ಆ ಹುಡುಗರು ಪ್ರಭಾವಿತರಾದರು. ಇನ್ನೆಂದೂ ಅವರು ನನ್ನನ್ನು ಛೇಡಿಸಲಿಲ್ಲ.

ಶಾಲೆಗೆ ನಾನು ಮರಳಿ ಬಂದಿದ್ದು, ಪಾಠ–ಪ್ರವಚನಗಳನ್ನು ಕೇಳುತ್ತಿದ್ದುದು ನನಗೆ ಬಹಳ ಸಂತೋಷವನ್ನೇ ಕೊಟ್ಟಿತ್ತು. ಆದರೆ ಈ ಹೊಸ ಸ್ಥಳದಲ್ಲಿ ಹೊಂದಾಣಿಕೆಯಾಗುವುದು ಕಷ್ಟವಾಗುತ್ತಿತ್ತು. ಜೊತೆಗೆ ಕಾಡುತ್ತಿದ್ದ ಒಂಟಿತನದಿಂದ ನನ್ನ ಮನೆ, ಕುಟುಂಬ ಎಲ್ಲವೂ ಬಹಳ ನೆನಪಾಗುತ್ತಿತ್ತು. ಹೀಗಾಗಿ ಹೆಚ್ಚು ಹೆಚ್ಚು ಸಮಯವನ್ನು ಗ್ರಂಥಾಲಯದಲ್ಲಿಯೇ ಕಳೆಯತೊಡಗಿದೆ. ಹೊರಗಿನ ವಾತಾವರಣವು ನನಗೆ ಎಷ್ಟೇ ಹೊಸದಾಗಿದ್ದರೂ ಪುಸ್ತಕದಲ್ಲಿ ತಲೆಯನ್ನು ತೂರಿಸಿಕೊಂಡಾಗ, ನಮ್ಮ ಮನೆಯಲ್ಲಿದ್ದ ಮಾವಿನ ಮರದ ಕೆಳಗೆ ಕುಳಿತು ಓದುತ್ತಿದ್ದುದೇ ನೆನಪಿಗೆ ಬರುತ್ತಿತ್ತು.

ಡಾ. ಹಾರ್ಟ್‌ಫೋರ್ಡ್ ನನ್ನ ಅರುಶಾದ ಪ್ರಯಾಣಕ್ಕಾಗಿ ಸಿದ್ಧತೆ ಮಾಡುತ್ತಿದ್ದರು ಎಂದು ಈ ಹಿಂದೆ ಹೇಳಿದೆನಷ್ಟೇ? ಕೆಲವು ತಿಂಗಳುಗಳ ಹಿಂದೆ ಅವರು ನಾನು ಪಾಸ್‌ಪೋರ್ಟ್ ಪಡೆಯಲು ಸಹಕರಿಸಿದ್ದರು. ಈ ಹಿಂದೆ ನಾನು ವಿಮಾನದಲ್ಲಿ ಪ್ರಯಾಣಿಸುವುದಿರಲಿ, ವಿಮಾನವನ್ನೂ ನೋಡಿರಲಿಲ್ಲ. ಎಂದಿಗೂ ಹೋಟೆಲ್‌ಗಳಲ್ಲಿ

ತಂಗಿರಲಿಲ್ಲ. ಹೀಗಾಗಿ ಹಾರ್ಟ್‌ಫೋರ್ಡ್ ಅವರು ನನ್ನನ್ನು ಅಂತರಾಷ್ಟ್ರೀಯ ಪ್ರಯಾಣಕ್ಕಾಗಿ ಸಿದ್ಧಗೊಳಿಸಬೇಕಿತ್ತು. ಒಂದು ವಾರಾಂತ್ಯದಲ್ಲಿ ಮಿನಿಬಸ್ ಹಿಡಿದು, ಆರು ಗಂಟೆಗಳ ಕಾಲ ಪ್ರಯಾಣಿಸಿ ನಾವು ಝೋಂಬಾ ತಲುಪಿದೆವು. ನಂತರ ಪೀಟರ್ಸ್ ಲಾಡ್ಜ್ ಎನ್ನುವಲ್ಲಿ ಉಳಿದುಕೊಂಡೆವು. ಹೋಟೆಲ್ ಒಂದರಲ್ಲಿ ಇದು ನನ್ನ ಮೊದಲ ವಾಸ್ತವ್ಯವಾಗಿತ್ತು. ಹಾ... ಹೇಳಲು ಮರೆತೆ, ಅದೇ ಪ್ರಥಮ ಬಾರಿಗೆ ನಾನು ನಿಜವಾದ ಹಾಸಿಗೆಯ ಮೇಲೆ ಮಲಗಿ ನಿದಿಸಿದ್ದೆ!

ನನ್ನ ಪ್ರಯಾಣ ಮತ್ತು ಸಮಾವೇಶಕ್ಕಾಗಿ ಹಾರ್ಟ್‌ಫೋರ್ಡ್ ಅವರು ನನಗಾಗಿ ಒಂದು ಒಳ್ಳೆಯ ಬಿಳಿಯ ಶರ್ಟ್ ಮತ್ತು ಕರಿಯ ಪ್ಯಾಂಟ್‌ನ್ನು ಕೊಂಡು ತಂದಿದ್ದರು. ನಿಜ ಹೇಳಬೇಕೆಂದರೆ ಜೀವನದಲ್ಲಿ ಇಷ್ಟು ಒಳ್ಳೆಯ ಉಡುಪನ್ನು ನಾನೆಂದೂ ಧರಿಸಿರಲಿಲ್ಲ. ಇದೆಲ್ಲದರ ಜೊತೆಗೆ ನನ್ನ ವಿಮಾನದ ಪ್ರಯಾಣಕ್ಕೆ ಅವಶ್ಯವಿದ್ದ ಕೆಲವು ಸೂಚನೆಗಳನ್ನೂ ಕೊಟ್ಟರು. ಉದಾ: ಲ್ಯಾವೆಟರಿ ಸಮೀಪದಲ್ಲಿ ಕೆಂಪು ಸೂಚಕವಿದ್ದರೆ, ಅದನ್ನು ಇನ್ನೊಬ್ಬರು ಬಳಸುತ್ತಿದ್ದಾರೆ ಒಳಗೆ ನಾವು ನುಗ್ಗುವಂತಿಲ್ಲ ಎಂದರ್ಥ. ನನ್ನ ಸೀಟ್ ಎದುರು ಕಾಗದದ ಚೀಲಗಳಿರುತ್ತವೆ. ನನಗೆ ಒಂದು ವೇಳೆ ವಾಂತಿಯಾಗುವ ಪಕ್ಷದಲ್ಲಿ ಅದನ್ನು ಬಳಸಬಹುದು... ಹೀಗೆ.

ಜೂನ್ ತಿಂಗಳಲ್ಲಿ ನಾನು ಶಾಲೆಯು ಮುಗಿದ ನಂತರ ನನ್ನ ಮನೆಗೆ ತೆರಳಿ ಅರುಶಾ ಪ್ರಯಾಣಕ್ಕೆ ಸಿದ್ಧನಾದೆ. ನಾನು ಇನ್ನೇನು ಲಿಲೋಂಗ್ವೆಯ ವಿಮಾನ ನಿಲ್ದಾಣಕ್ಕೆ ತೆರಳಬೇಕು, ಆಗ ನನ್ನ ತಂದೆ ನಗುತ್ತಾ ನನ್ನ ತಾಯಿಗೆ ಹೇಳಿದರು –

"ಅಬ್ಬಾ! ನಮ್ಮನ್ನೆಲ್ಲಾ ಬಿಟ್ಟು ನಮ್ಮ ಮಗ ಒಬ್ಬನೇ ವಿಮಾನದಲ್ಲಿ ಹೋಗುತ್ತಿದ್ದಾನೆ..."

"ಹೌದು ಅಪ್ಪಾಜಿ... ನಾನು ಹಕ್ಕಿಯಂತೆ ಹಾರುತ್ತಾ ಆಕಾಶದಿಂದ ನಿಮ್ಮನ್ನೆಲ್ಲಾ ನೋಡುತ್ತೀನಿ. ಈ ಕಡೆ ಬಂದ ಕೂಡಲೇ ಕೈ ಬೀಸುತ್ತೀನಿ" ನಾನು ನಗುತ್ತಾ ಉತ್ತರಿಸಿದೆ.

"ನಾವೆಲ್ಲಾ ಕಾಯುತ್ತಾ ಇರುತ್ತೀವಿ" ಎನ್ನುತ್ತಾ ಅಪ್ಪ ಆಗಷ್ಟೇ ಹುರಿದ ಕಡಲೆಕಾಯಿ ಬೀಜದ ಚೀಲವನ್ನು ನನಗೆ ಕೊಟ್ಟರು.

ಲಿಲೋಂಗ್ವೆಯನ್ನು ತಲುಪಿ ನನಗಾಗಿ ಕಾದಿರಿಸಿದ್ದ ಹೋಟೆಲ್ ಸೇರಿಕೊಂಡೆ. ಅಂದು ರಾತ್ರಿ ಮನಸ್ಸಿನ ತಳಮಳದಿಂದ ನನಗೆ ನಿದ್ದೆಯೇ ಬರಲಿಲ್ಲ. ರಾತ್ರಿಯಿಡೀ ಎಚ್ಚರದಿಂದಲೇ ಇದ್ದೆ. ಕೊನೆಗೆ ಸೂರ್ಯನ ಬೆಳಕು ಕಿಟಕಿಯಿಂದ ಕಣ್ಣನ್ನು ಚುಚ್ಚಲು ಏಳಲಾರದೇ ಎದ್ದೆ.

ಇನ್ನು ವಿಮಾನದಲ್ಲಿ ನನಗೆ ನಂಬಲು ಅಸಾಧ್ಯವಾದ ಸಂಗತಿಯು ಕಾದು ಕುಳಿತಿತ್ತು. ನನ್ನ ಪಕ್ಕದಲ್ಲಿ ಕುಳಿತಿದ್ದುದು 'ಸೊಯಾಪಿ ಮಾಂಬಾ' (ಲಿಲೋಂಗ್ವೆಯಲ್ಲಿ ಈತ ಸಾಫ್ಟ್‌ವೇರ್ ಇಂಜಿನಿಯರ್ ಆಗಿ ಕೆಲಸ ಮಾಡುತ್ತಿದ್ದನು). ಈತನೇ ನನ್ನನ್ನು ಕುರಿತಾದ ಲೇಖನವನ್ನು ನೋಡಿದ್ದನು. ನಾನು ಈ TED-Global ಸಮಾವೇಶದಲ್ಲಿ ಪಾಲ್ಗೊಳ್ಳಲು, ಸೊಯಾಪಿ ಮೂಲ ಕಾರಣ. ತನ್ನ ಪರಿಚಯವನ್ನು ಮಾಡಿಕೊಂಡ

ಸೊಯಾಪಿ, ನನ್ನ ಹೆಸರನ್ನು ಕೇಳಿದನು. ನಾನು ವಿಲಿಯಂ... ಎನ್ನಲು, "ಓಹ್... ಆ ಗಾಳಿಯಂತ್ರದ ಹುಡುಗನು ನೀನೇನಾ!" ಎಂದು ಉದ್ಗರಿಸಿದನು. ಆತನೂ TED-Globalನಲ್ಲಿ ಪಾಲ್ಗೊಳ್ಳಲು ಹೋಗುತ್ತಿದ್ದನು. ಆತನು ಮಾಡಿದ ಕೋಡಿಂಗ್ ಕೆಲಸಕ್ಕಾಗಿ ಆಯ್ಕೆಯಾಗಿದ್ದನು. ನನಗಂತೂ ಆತನ ಪರಿಚಯವಾಗಿದ್ದು ಭಾರೀ ಖುಷಿಯಾಗಿತ್ತು.

ಇದು ನನ್ನ ಮೊದಲ ವಿಮಾನದ ಪ್ರಯಾಣವಾಗಿದ್ದರಿಂದ ಎಲ್ಲವೂ ವಿಶೇಷವೆನಿಸುತ್ತಿತ್ತು. ಹೊರಗೆ ಉರಿ ಬಿಸಿಲಿದ್ದರೂ ಎ.ಸಿ.ಯಿಂದಾಗಿ ವಿಮಾನದ ಒಳಗೆ ಹಾಯೆನ್ನುವಂತೆ ತಂಪಾಗಿತ್ತು. ವಿಮಾನವು ರನ್‌ವೇನಲ್ಲಿ ಹೋಗುತ್ತಾ ಇನ್ನೇನು ಮೇಲೆ ಹಾರಬೇಕು, ನನ್ನ ಸೀಟ್‌ನಲ್ಲಿ ಗಟ್ಟಿಯಾಗಿ ಅವುಚಿ ಕುಳಿತೆ. ಸುತ್ತಮುತ್ತಲಿನ ಜನರಿಗೆ ಇದು ನನ್ನ ಮೊದಲ ವಿಮಾನದ ಪ್ರಯಾಣವೆಂದು ಈಗಾಗಲೇ ಅರ್ಥವಾಗಿರಬೇಕು! ಸುತ್ತಮುತ್ತಲಿನ ಜನರು ಒಳ್ಳೆಯ ಬಟ್ಟೆಯನ್ನು ಧರಿಸಿ ಆತ್ಮವಿಶ್ವಾಸದಿಂದ ಇದ್ದರು. ಅವರೆಲ್ಲರಿಗೂ ಜೀವನದಲ್ಲಿ ಬಹಳ ಅಗತ್ಯವಾದ ಕೆಲಸಗಳನ್ನು ಮಾಡುವುದಿತ್ತು... ಅಥವಾ ಅವರ ಕೆಲಸಗಳಿಗಾಗಿ ಜಗತ್ತಿನಾದ್ಯಂತ ವಿಮಾನದಲ್ಲಿ ಸಂಚರಿಸಬೇಕಿತ್ತು. ವಿಮಾನವು ರನ್‌ವೇಯಿಂದ ಮೇಲೆ ಹಾರುತ್ತಿದ್ದಂತೆಯೇ, ನಾನು ಹಿಂದೆ ಒರಗಿ ನಿರಾಳವಾಗಿ ಕುಳಿತೆ. ಏಕೆಂದರೆ ನಾನೂ ಈಗ ಇತರ ಸಹ–ಪ್ರಯಾಣಿಕರಲ್ಲಿ ಒಬ್ಬನಾಗಿ ಹೋಗಿದ್ದೆ.

ಭವ್ಯ ಭವಿಷ್ಯದತ್ತ ಹೆಜ್ಜೆ...

ನಾವು ಅರುಶಾ ವಿಮಾನ ನಿಲ್ದಾಣವನ್ನು ತಲುಪಿದೆವು. ಸೊಯಾಪಿ ನನಗೆ ವಲಸೆ ಮತ್ತು ಸೀಮಾಸುಂಕ(Customs And Immigration) ಪ್ರಕ್ರಿಯೆಗಳನ್ನು ಮುಗಿಸಲು ಸಹಾಯ ಮಾಡಿದನು. ನನಗೆ ಆಂಗ್ಲ ಭಾಷೆಯು ತೊಡಕಾದಾಗ ಸೊಯಾಪಿ ನನ್ನ ಸಹಾಯಕ್ಕೆ ಬರುತ್ತಿದ್ದನು. ನಾವಿಬ್ಬರೂ ಬೇರೆ ಬೇರೆ ಹೋಟೆಲ್‌ಗಳಲ್ಲಿ ಇಳಿದು ಕೊಂಡಿದ್ದೆವು. ಹೀಗಾಗಿ ನಮ್ಮ ಸಾಮಾನುಗಳನ್ನು ಪಡೆದ ನಂತರ ನಮ್ಮ ನಮ್ಮ ಹೋಟೆಲ್‌ಗಳಿಗೆ ಮರಳಿದೆವು. ನಾನು ಬಸ್ ಒಂದನ್ನು ಹಿಡಿದು ನನ್ನ ಹೋಟೆಲ್ ಕೋಣೆಯನ್ನು ತಲುಪಿದೆ. ಬೆಳಕಿನಲ್ಲಿ ಈ ದೇಶವು ಹೇಗೆ ಕಾಣುವುದೋ ಎಂದು ತಿಳಿಯುವ ಕುತೂಹಲವಿತ್ತು.

ಸಮಾವೇಶವು ಅರುಶಾದಿಂದ ಮೂವತ್ತು ಕಿ.ಮಿ. ದೂರದಲ್ಲಿದ್ದ ಹೋಟೆಲ್ ಒಂದರಲ್ಲಿ ಆಯೋಜಿತವಾಗಿತ್ತು. ನಮ್ಮ ಮಾಲಾವಿಗಿಂತ ಟಾಂಜೇನಿಯಾ ಭಿನ್ನವಾಗಿದೆಯೇ ಎಂದು ಕುತೂಹಲದಿಂದ ನೋಡುತ್ತಿದ್ದೆ. ಆದರೆ ಮಾಲಾವಿಗೂ ಈ ದೇಶದ ಜನಜೀವನಕ್ಕೂ ಬಹಳ ಹೋಲಿಕೆಯಿತ್ತು. ರಸ್ತೆಯಲ್ಲಿ ಜನರನ್ನು ತುಂಬಿಕೊಂಡು ಹೋಗುತ್ತಿದ್ದ ಮಿನಿ ಬಸ್‌ಗಳು, ಚಿಂದಿಯನ್ನು ಆಯುತ್ತಿದ್ದ ಚಿಕ್ಕ ಹುಡುಗರು, ಗರಿ-ಗರಿಯಾದ ಸಮವಸ್ತ್ರವನ್ನು ಧರಿಸಿ ಶಾಲೆಗೆ ತೆರಳುತ್ತಿದ್ದ ಮಕ್ಕಳು, ತರಕಾರಿಯನ್ನು ತಲೆಯ ಮೇಲೆ ಹೊತ್ತು ಹೋಗುತ್ತಿದ್ದ ಮಹಿಳೆಯರು, ಹೊಲಗಳಲ್ಲಿ ಕೆಲಸ ಮಾಡುತ್ತಿದ್ದ ಗಂಡಸರು...

ಆದರೆ ಅರುಶಾ ಮಾಲಾವಿಗಿಂತಲೂ ಹಸಿರಾಗಿತ್ತು. ಸಾಕಷ್ಟು ಗಿಡಮರಗಳಿದ್ದವು. ನಮ್ಮ ಬಸ್ಸಿನ ಚಾಲಕನು ಪ್ರಯಾಣಿಕರನ್ನು ಉದ್ದೇಶಿಸಿ, “ಅಲ್ಲಿ ನೋಡಿ, ಕಿಲಿಮಂಜಾರೋ! ಆಫ್ರಿಕಾದಲ್ಲಿಯೇ ಎತ್ತರವಾದ ಪರ್ವತ ಶ್ರೇಣಿ” ಎಂದನು.

ಮೋಡಗಳಿಂದ ಆವೃತವಾದ ಕಿಲಿಮಂಜಾರೋ ಪರ್ವತವು, ಆತ್ಮವಿಶ್ವಾಸದಿಂದ ಬೀಗುತ್ತಿತ್ತು. ನನ್ನಲ್ಲಿಯೂ ವಿಚಿತ್ರವಾದ ಧೈರ್ಯವು ಮೂಡಿತು. ಡಾ.ಹಾರ್ಟ್‌ಫೋರ್ಡ್ ಮುಂದೆ ನನಗೆ ಅದ್ಭುತವಾದ ಪ್ರಯಾಣವೇ ಕಾದಿದೆ ಎಂದು ಹೇಳಿದ್ದು ನಿಜವೇ ಆಗಿತ್ತು. ಜಗತ್ತಿನ ಇನ್ನಾವ ವಿಶೇಷಗಳನ್ನು ನೋಡಬೇಕು? ಎಂದೆಲ್ಲಾ ಪಟ್ಟಿ ಮಾಡಿಕೊಳ್ಳುತ್ತಾ ದಾರಿಯನ್ನು ಸವೆಸಿದೆ.

ಒಮ್ಮೆ ನಾನು ಸಮಾವೇಶದ ಸ್ಥಳವನ್ನು ತಲುಪಲು, ನನ್ನಲ್ಲಿ ಮೂಡಿದ್ದ ಆತ್ಮವಿಶ್ವಾಸವು ಟುಸ್ಸೆಂದಿತು. ಅಲ್ಲಿ ಹೊರಾಂಗಣದಲ್ಲಿ ಯುರೋಪ್ ಹಾಗೂ ಅಮೇರಿಕಾದಿಂದ ಅನೇಕ ಬಿಳಿಯ ಜನರು ಬಂದು ಸೇರಿದ್ದರು. ಜೊತೆಗೆ ಆಫ್ರಿಕಾದ ವಿವಿಧ ದೇಶಗಳಿಂದ ಬಂದ ಜನರೂ ಇದ್ದರು. ಅವರೆಲ್ಲರೂ ಇಂಗ್ಲೀಷನ್ನು ತಮ್ಮದೇ ಆದ ರೀತಿಯಲ್ಲಿ ಮಾತನಾಡುತ್ತಿದ್ದರು. ದೇವರೇ ಸಧ್ಯ ನನ್ನನ್ನು ಯಾರೂ ಮಾತನಾಡಿಸದಿರಲಿಎಂದುಕೊಂಡೆ. ನೋಂದಣಿ ಪ್ರಕ್ರಿಯೆಯು ಮುಗಿಯಲು, ಯಾರಿಗೂ ಕಾಣಬಾರದೆಂದು ಹೋಗಿ ಒಂದು ಮೂಲೆ ಸೇರಿಕೊಂಡೆ.

ಆದರೆ ಹಾಗಾಗಲಿಲ್ಲ. ಸ್ವಲ್ಪ ಸಮಯದ ಬಳಿಕ ಒಬ್ಬ ವ್ಯಕ್ತಿ ನನ್ನೆಡೆಗೆ ಬಂದು ನಿಂತರು. ನನ್ನ ಕೈ ಕುಲುಕಿ, ತಮ್ಮನ್ನು ಟಾಮ್ ಎಂದು ಪರಿಚಯಿಸಿಕೊಂಡರು. ಆತ ನನ್ನ ಬಗ್ಗೆ ವಿಚಾರಿಸಲು "ನಾನು ವಿಲಿಯಂ ಕಾಂಕ್ವಾಂಬಾ. ನಾನು ಮಾಲಾವಿಯಿಂದ ಬಂದಿದ್ದೇನೆ" ಎಂದು ಇಂಗ್ಲೀಷಿನಲ್ಲಿ ಮನನ ಮಾಡಿಕೊಂಡಿದ್ದ ವಾಕ್ಯವನ್ನು ತೇಲಿಬಿಟ್ಟೆ.

ಟಾಮ್ ನನ್ನನ್ನು ವಿಚಿತ್ರವಾಗಿ ನೋಡಿದರು. ಆತನಿಗೆ ನಾನು ಹೇಳಿದ್ದು ಅರ್ಥವಾಯಿತೋ ಇಲ್ಲವೋ ತಿಳಿಯಲಿಲ್ಲ. ಏಕೆಂದರೆ ನನ್ನ ಇಂಗ್ಲೀಷ್ ಚಿಚೆವಾದಂತೆ ಕೇಳಿರಬೇಕು!

"ಒಂದು ನಿಮಿಷ ತಡಿ. ನೀನೇ ಅಲ್ಲವೇ ಗಾಳಿಯಂತ್ರದ ಹುಡುಗ?" ಎಂದು ಪ್ರಶ್ನಿಸಿದರು.

'ಟಾಮ್ ರೈಲಿ' ಈ ಸಮಾವೇಶಕ್ಕೆ ಕಾರ್ಪೋರೇಟ್ ಪ್ರಾಯೋಜಕತ್ವದ (Corporate Sponsorship) ಹೊಣೆಯನ್ನು ಹೊತ್ತಿದ್ದರು. ಇಂತಹ ಪ್ರಾಯೋಜಕರೇ ನನ್ನ ವಿಮಾನದ ಪ್ರಯಾಣ ಹಾಗೂ ಹೋಟೆಲ್ ವೆಚ್ಚವನ್ನು ಭರಿಸಿದ್ದರು. ನೈಜೀರಿಯಾದ ಎಮೆಕಾ, ಟಾಮ್ ಅವರಿಗೆ (ನ್ಯೂಯಾರ್ಕ್‌ನಲ್ಲಿ ನಡೆದ ಇದೇ ರೀತಿಯ TED ಸಮಾವೇಶದಲ್ಲಿ) ನನ್ನನ್ನು ಕುರಿತು ಹೇಳಿದ್ದರಂತೆ.

"ವೇದಿಕೆಯ ಮೇಲೆ ಹೋಗಿ ಎಲ್ಲರಿಗೂ ನಿನ್ನ ಕತೆಯನ್ನು ಹೇಳಲು ಸಾಧ್ಯವೇ?" ಟಾಮ್ ನನ್ನನ್ನು ಕೇಳಿದರು.

"ಖಂಡಿತವಾಗಿಯೂ. ಯಾಕಾಗಬಾರದು?"

"ನಿನ್ನ ಬಳಿ ಕಂಪ್ಯೂಟರ್ ಇದೆಯೇ?"

"ಇಲ್ಲ... ನನ್ನ ಬಳಿ ಕಂಪ್ಯೂಟರ್ ಇಲ್ಲ."

"ಹೋಗಲಿ, ನಿನ್ನ ಬಳಿ ಗಾಳಿಯಂತ್ರದ ಫೋಟೋಗಳು ಇದ್ದರೆ ಕೊಡು."

ಅದೃಷ್ಟವಶಾತ್ ಕೆಲವು ಫೋಟೋಗಳು ನನ್ನ ಬಳಿ ಇದ್ದವು. ಡಾ.ಹಾರ್ಟ್‌ಫೋರ್ಡ್ ಅವರ ಗೆಳೆಯರೊಬ್ಬರು, ಕೆಲವು ವಾರಗಳ ಹಿಂದೆ ಮ್ಯಾಡಿಸಿಯ ಶಾಲೆಗೆ ಬಂದು ನನ್ನನ್ನು ಭೇಟಿ ಮಾಡಿದ್ದರು. ಆತ ನನಗೆ ಯಾವುದಕ್ಕೂ ಉಪಯೋಗಕ್ಕೆ ಬರಬಹುದು ಎಂದು Presentation (ಪ್ರಾತ್ಯಕ್ಷಿಕೆ) ಒಂದನ್ನು ತಯಾರು ಮಾಡಿ ಕೊಟ್ಟಿದ್ದರು. ಅದರಲ್ಲಿ ನಮ್ಮ ಮನೆಗೆ ಪತ್ರಕರ್ತರು ಬಂದಾಗ ತೆಗೆದ ಫೋಟೋಗಳೂ ಇದ್ದವು. ಆತ ತನ್ನ ಲ್ಯಾಪ್‌ಟಾಪ್

ಹೊರತೆಗೆದು ಎಲ್ಲವನ್ನೂ ಅದರಲ್ಲಿ ಸಿದ್ಧಪಡಿಸಿದರು. ಅದೇ ಮೊದಲ ಬಾರಿ ನಾನು ಕಂಪ್ಯೂಟರ್ ಕಣ್ಣಾರೆ ಕಂಡಿದ್ದು. ಅಲ್ಲಿಯವರೆಗೂ ಕಂಪ್ಯೂಟರ್ ಎಂದರೆ ಗೋಡೆಗೆ ನೇತು ಹಾಕುವ ಟಿ.ವಿ.ಯಂತೆ ಎಂದೇ ಭಾವಿಸಿದ್ದೆ. ನಂತರ ಆತನು ಫ್ಲಾಶ್‌ಡ್ರೈವ್ ಒಂದನ್ನು ನನ್ನ ಕೈಗಿತ್ತು, "ಇದನ್ನು ನಿನ್ನ ಕುತ್ತಿಗೆಗೆ ನೇತು ಹಾಕಿಕೊಂಡಿರು. ಇದರಲ್ಲಿ ನಿನ್ನ ಪ್ರಸೆಂಟೇಶನ್ ಇದೆ" ಎಂದು ಹೇಳಿದರು.

ಟಾಮ್ ನನ್ನನ್ನು ಫೋಟೋಗಳನ್ನು ಕೇಳಿದಾಗ, ನನಗೆ ಶರ್ಟಿನ ಗುಂಡಿಗಳನ್ನು ಬಿಚ್ಚಿ ಕುತ್ತಿಗೆಯಲ್ಲಿ ನೇತಾಡುತ್ತಿದ್ದ ಫ್ಲಾಶ್‌ಡ್ರೈವ್ ಅವರಿಗೆ ಕೊಟ್ಟೆ. ಟಾಮ್ ಅವರಿಗೆ ಇದು ತಮಾಷೆ ಎನ್ನಿಸಿರಬೇಕು. ನಗುತ್ತಾ ಡ್ರೈವ್‌ನ್ನು ತಮ್ಮ ಲ್ಯಾಪ್‌ಟಾಪ್‌ಗೆ ಸಿಕ್ಕಿಸಿದರು. ಅವರ ಲ್ಯಾಪ್‌ಟಾಪ್ ನೋಡಿ ನಾನು ಓಹ್ ಇದು ಎಂತಹ ಒಳ್ಳೆಯ ಕಲ್ಪನೆ. ಇದು ಮಡಚಿ ಇಟ್ಟುಕೊಳ್ಳುವ ಕಂಪ್ಯೂಟರ್ ಎಂದುಕೊಂಡೆ. ಲ್ಯಾಪ್‌ಟಾಪ್ ಕಂಡಾಗ ನನಗಾದ ಸಂತೋಷವನ್ನು ಟಾಮ್ ಗಮನಿಸಿದರು. "ವಿಲಿಯಂ, ನೀನು ಯಾವತ್ತಾದರೂ ಇಂಟರ್‌ನೆಟ್ ಬಳಸಿದ್ದೀಯಾ? ನೋಡಿದ್ದೀಯಾ?" ಎಂದರು.

"ಇಲ್ಲ."

ನಿಶ್ಯಬ್ದವಾಗಿದ್ದ ಆ ಕೋಣೆಯಲ್ಲಿ ಟಾಮ್ ಮೊದಲು ನನಗೆ ಲ್ಯಾಪ್‌ಟಾಪ್ ಬಳಸುವ ವಿಧಾನವನ್ನು ತೋರಿಸಿಕೊಟ್ಟರು. ಮೌಸ್‌ಪ್ಯಾಡ್ ಮೇಲೆ ನಮ್ಮ ಬೆರಳುಗಳು ಸಂಚರಿಸಿದಾಗ, ಪರದೆಯ ಮೇಲೆ ಹೇಗೆ ಬಾಣದ ಗುರುತು ಚಲಿಸುತ್ತದೆ ಎಂದು ತಿಳಿದುಕೊಂಡೆ.

ನಂತರ "ಇದು ಗೂಗಲ್. ಇದರಲ್ಲಿ ನೀನು ಏನು ಬೇಕಿದ್ದರೂ ಹುಡುಕಬಹುದು. ಯಾವುದೇ ಪ್ರಶ್ನೆಗಾದರೂ ಇಲ್ಲಿ ಉತ್ತರವು ಸಿಗುತ್ತದೆ. ನೀನು ಏನು ಹುಡುಕಲು ಬಯಸುತ್ತೀ?" ಎಂದು ಕೇಳಿದರು.

"ಗಾಳಿಯಂತ್ರ."

ಒಂದೇ ಸೆಕೆಂಡಿನಲ್ಲಿ ಸುಮಾರು ಮಿಲಿಯನ್‌ಗಳಷ್ಟು ಉತ್ತರಗಳು ಪರದೆಯ ಮೇಲೆ ಕಾಣಿಸಿದವು. ಗಾಳಿಯಂತ್ರದ ಹಲವು ಚಿತ್ರಗಳು, ಮಾದರಿಗಳು, ವಿವರಗಳು... ನಾನು ಊಹಿಸಿಕೊಳ್ಳಲೂ ಸಾಧ್ಯವಿರಲಿಲ್ಲ. ಇದಾದ ಬಳಿಕ ಸೌರಶಕ್ತಿಯ ಬಗ್ಗೆಯೂ ಹುಡುಕಿ ನೋಡಿದೆವು. ನಂತರ ಗೂಗಲ್ ಅರ್ಥ್‌ನಲ್ಲಿ ಮಾಲಾವಿಯ ನಕ್ಷೆಯನ್ನು ನೋಡಿದೆ. ವಿಂಬೆಯೂ ಸಹ ಕಂಡು ಬಂದಿತು. ಇವುಗಳ ಚಿತ್ರಗಳನ್ನು ಅಂತರಿಕ್ಷದಿಂದ ತೆಗೆಯಲಾಗಿತ್ತು. ಈಗ ನೆನಸಿಕೊಂಡರೆ ನನಗೆ ಇದೆಲ್ಲವೂ ತಮಾಷೆಯೆನಿಸುತ್ತದೆ. ಎಂತಹ ವಿಪರ್ಯಾಸ! ಅದೇ ಮೊದಲ ಬಾರಿಗೆ ಇಂಟರ್‌ನೆಟ್ ನೋಡುತ್ತಿದ್ದ ನಾನು ಒಂದು ಕೋಣೆಯಲ್ಲಿ, ನನ್ನ ಕೋಣೆಯ ಹೊರಗೆ ಜಗತ್ತಿನ ಅನೇಕ ಬುದ್ಧಿವಂತ ವ್ಯಕ್ತಿಗಳು... ನಾವೆಲ್ಲರೂ ಒಂದೇ ಸೂರಿನಡಿ ಇದ್ದೆವು!

ಟಾಮ್ ನನಗೆ ಹೊಸದಾಗಿ ಇ-ಮೇಲ್ ಖಾತೆಯನ್ನು ತೆರೆಯಲೂ ಸಹಾಯ ಮಾಡಿದರು. ಒಂದು ಕಂಪ್ಯೂಟರ್‌ನಿಂದ ಮತ್ತೊಂದು ಕಂಪ್ಯೂಟರ್‌ಗೆ ಮೇಲ್ ಕಳುಹಿಸುವ

ವಿಧಾನವನ್ನು ತೋರಿಸಿಕೊಟ್ಟರು. ಆ ಎರಡು ದಿನಗಳಲ್ಲಿ ನಾನು ಅನೇಕ ಹೊಸ ತಂತ್ರಜ್ಞಾನ ಮತ್ತು ಅನ್ವೇಷಣೆಗಳನ್ನು ಕುರಿತು ತಿಳಿದುಕೊಂಡೆ. ಬ್ಲಾಕ್‌ಬೆರ್ರಿ, ಡಿಜಿಟಲ್ ಕ್ಯಾಮೆರಾ, ಐ–ಪಾಡ್. ನ್ಯಾನೋ ತಂತ್ರಜ್ಞಾನ... ಐ–ಪಾಡ್‌ನಂತೂ ನನ್ನ ಕೈಯಲ್ಲಿ ತಿರುಗಿಸಿ... ಅಲ್ಲಿ ಇಲ್ಲಿ ನೋಡುತ್ತಾ ಇದರ ಬ್ಯಾಟರಿ ಎಲ್ಲಿ ಎಂದು ಕೇಳಿದೆ! (ಈಗ ಸ್ವಲ್ಪ ದಿನಗಳ ಹಿಂದೆ ಐ–ಪಾಡ್‌ಗಳನ್ನು ರಿಪೇರಿ ಮಾಡುವುದನ್ನೂ ಕಲಿತಿರುವೆ).

TED ಸಮಾವೇಶದಲ್ಲಿ ನನಗೆ ಅತಿಶಯವಾಗಿ, ಆಕರ್ಷಣೆಯಾಗಿ ಕಂಡಿದ್ದು ಇಂಟರ್‌ನೆಟ್ ಆಗಲೀ, ಗ್ಯಾಡ್ಜೆಟ್‌ಗಳಾಗಲೀ, ಪ್ರತಿರಾತ್ರಿಯೂ ನಾನು ಕನಸು ಕಾಣುತ್ತಿದ್ದ ಮಾಂಸಾಹಾರ ಖಾದ್ಯಗಳು, ಹಣ್ಣುಗಳು, ಪೇಸ್ಟ್ರಿಗಳು... ಯಾವುದೂ ಅಲ್ಲ. ಆಫ್ರಿಕಾದ ಇತರ ರಾಷ್ಟ್ರಗಳಿಂದ ಬಂದ ಜನರು ತಮ್ಮ ಕತೆಯನ್ನು, ಅನುಭವವನ್ನು ಎಲ್ಲರ ಮುಂದೆಯೂ ಹಂಚಿಕೊಂಡಿದ್ದು. "ಆಫ್ರಿಕಾ ಖಂಡವನ್ನು ಜನರಿಗೆ ಬದುಕಲು ಅನುಕೂಲವಾಗುವಂತೆ ಪರಿವರ್ತಿಸಬೇಕು" ಎನ್ನುವ ಸದುದ್ದೇಶವನ್ನು ಹೊಂದಿರುವುದು ನನ್ನ ಮನಸ್ಸನ್ನು ತಟ್ಟಿತು.

ಕಾಂಗೋದಿಂದ ಬಂದಿದ್ದ 'ಇವಾಂಗೋ' ಎನ್ನುವ ಸಸ್ಯ–ಶಾಸ್ತ್ರಜ್ಞನು ತನ್ನ ಜೀವವನ್ನೇ ಪಣವಾಗಿಟ್ಟು ಅಳಿವಿನ ಅಂಚಿನಲ್ಲಿರುವ ಪ್ರಾಣಿಗಳ ರಕ್ಷಣೆಗೆ ಮುಂದಾಗಿದ್ದರು; ಇಥಿಯೋಪಿಯಾದಿಂದ ಬಂದಿದ್ದ ವ್ಯಕ್ತಿಯೊಬ್ಬರು ವಿದ್ಯುತ್ ಇಲ್ಲದೆಯೇ ನೀರಿನ ಆವಿ ಮತ್ತು ಮರಳಿನಿಂದ ಆಹಾರದ ರಕ್ಷಣೆಯನ್ನು ಮಾಡುವ ರೆಫ್ರಿಜರೇಟರ್ ಒಂದನ್ನು ತಯಾರಿಸಿದ್ದರು. ಇದು ಹಳ್ಳಿಗಳಲ್ಲಿ ಹೆಚ್ಚು ಉಪಯೋಗಕ್ಕೆ ಬರುತ್ತಿತ್ತು; ನೈಜೀರಿಯಾದ ಒಬ್ಬ ವ್ಯಕ್ತಿ ಆಫ್ರಿಕಾದ ಮಹಿಳಾ ಅನ್ವೇಷಕರ 'ಬೋಲಾ ಓಲಾಬ್ಸಿ' ಎನ್ನುವ ಗುಂಪನ್ನು ಕಟ್ಟಿದ್ದರು; ಎರಿಕ್ ಎನ್ನುವವರು (ಈತನೂ ನನ್ನ ಬಗ್ಗೆ ತಮ್ಮ ಬ್ಲಾಗಿನಲ್ಲಿ ಬರೆದಿದ್ದರು) ಆಫ್ರಿಕಾ ಜನರ ಸಾಧನೆಯನ್ನು ಹೀಗೆ ಸಂಕ್ಷಿಪ್ತವಾಗಿ ಹೇಳಿದರು :

"ಆಫ್ರಿಕಾದಲ್ಲಿ ಜನರು ತಮ್ಮ ಕ್ರಿಯಾಶೀಲತೆಯಿಂದ ಅಡಚಣೆಗಳನ್ನು ಮೆಟ್ಟಿ ನಿಲ್ಲುತ್ತಾರೆ. ಯಾವ ವಸ್ತುಗಳನ್ನು ಉಳಿದ ರಾಷ್ಟ್ರಗಳು ಕಸವೆಂದು ಬಿಸಾಡುತ್ತಾರೋ, ಅದನ್ನು ಆಫ್ರಿಕಾದಲ್ಲಿ ಮರುಬಳಕೆಗೆ ಬಳಸುತ್ತಾರೆ. ಜಗತ್ತು ಜಂಕ್ ಎಂದು ತ್ಯಜಿಸಿದರೆ, ಆಫ್ರಿಕಾ ಅದನ್ನು ಸಂಸ್ಕರಿಸುತ್ತದೆ."

ಪ್ರಾತ್ಯಕ್ಷಿಕೆಯ ಸಮಯದಲ್ಲಿ ಏನು ಮಾತನಾಡುವುದೋ, ಬಿಡು ವುದೋ ನನಗೊಂದೂ ಗೊತ್ತಿರಲಿಲ್ಲ. ಹೀಗಾಗಿ ಟಾಮ್ ಸರಿಯಾಗಿ ವಾಕ್ಯಗಳನ್ನು ರಚಿಸಿ ಮಾತನಾಡಲು ನನಗೆ ತಯಾರಿ ನೀಡಿದರು. ಕ್ರಿಸ್ (Chris Anderson, the TED curator) ಎನ್ನುವವರು ವೇದಿಕೆಯ ಮೇಲೆ ಬರುವಂತೆ ನನ್ನ ಹೆಸರನ್ನು ಕರೆಯಲು, ನನ್ನ ಕಾಲುಗಳು ಕಂಪಿಸತೊಡಗಿದವು. ಟಾಮ್, "ಯೋಚನೆ ಮಾಡಬೇಡ, ಧೈರ್ಯವಾಗಿರು" ಎಂದು ಭುಜವನ್ನು ತಟ್ಟಿ ಕಳುಹಿಸಿದರು. ಅಲ್ಲಿಯವರೆಗೂ ಟಾಮ್ ನನಗೆ ವೇದಿಕೆಯ ಮೇಲೆ ಮಾತನಾಡಲು ನೀಡಿದ್ದ ತಯಾರಿಯೆಲ್ಲಾ ತಲೆಯಿಂದ ಹಾರಿಹೋಯಿತು.

ತೀವ್ರವಾಗಿ ಹೊಡೆದುಕೊಳ್ಳುತ್ತಿದ್ದ ಎದೆಯ ಬಡಿತದೊಂದಿಗೆ ವೇದಿಕೆಯ ಮೆಟ್ಟಿಲನ್ನು ಹತ್ತತೊಡಗಿದೆ. ಈ ಹಿಂದೆ ಎರಡು–ಮೂರು ದಿನಗಳಲ್ಲಿ ವೇದಿಕೆಯ ಮೇಲೆ ಬಂದು ಮಾತನಾಡಿದ್ದ ಅನೇಕ ವಿಜ್ಞಾನಿಗಳು, ವೈದ್ಯರು, ತಂತ್ರಜ್ಞರು, ಅನ್ವೇಷಕರು ಇಂದು ಸಭಿಕರಾಗಿ ಕುಳಿತಿದ್ದರು. ನನ್ನನ್ನೇ ನೋಡುತ್ತಿದ್ದ ನಾಲ್ಕನೂರ ಐವತ್ತು ಜನರನ್ನು ನಾನೀಗ ಎದುರಿಸಬೇಕಿತ್ತು. ವೇದಿಕೆಯ ಮೇಲೆ ಹತ್ತಿ ಸುತ್ತಲೂ ಒಮ್ಮೆ ನೋಡಿದೆ. ಕಣ್ಣು ಕೋರೈಸುವಂತಿದ್ದ ದೀಪಗಳ ಬೆಳಕು ನನ್ನ ಮುಖಕ್ಕೆ ರಾಚುತ್ತಿತ್ತು. ಒಂದು ಕ್ಷಣ ಕಣ್ಣುಕತ್ತಲೆ ಬಂದಂತಾಗಿ, ನಾನು ಮಾತನಾಡಲು ಮನನ ಮಾಡಿಕೊಂಡಿದ್ದ ವಾಕ್ಯಗಳೆಲ್ಲವೂ ಮರತೇ ಹೋಯಿತು.

"ಇಲ್ಲಿ ಒಂದು ಚಿತ್ರವಿದೆ" ಎನ್ನುತ್ತಾ ಕ್ರಿಸ್ ಒಂದು ಚಿತ್ರವನ್ನು ಪರದೆಯ ಮೇಲೆ ತೋರಿಸಿದರು. ನಮ್ಮ ಮಣ್ಣಿನ ಮನೆ, ಹುಲ್ಲಿನ ಛಾವಣಿ, ಕಡು ನೀಲಿ ಬಣ್ಣದ ಆಕಾಶವುಳ್ಳ ಚಿತ್ರವು ನನ್ನ ಹಿಂದೆ ದೊಡ್ಡದಾಗಿ ಕಾಣುತ್ತಿತ್ತು.

"ಯಾವ ಊರಿನಲ್ಲಿ ಈ ಚಿತ್ರವನ್ನು ತೆಗೆದಿದ್ದು?" ಕ್ರಿಸ್ ನನ್ನನ್ನು ಪ್ರಶ್ನಿಸಿದರು.

"ಇದು ನಮ್ಮ ಮನೆ. ನಾನು ಅಲ್ಲಿಯೇ ಇರುವುದು."

"ಎಲ್ಲಿ? ಯಾವ ದೇಶವದು?"

"ಮಾಲಾವಿಯಲ್ಲಿ. ಕಸುಂಗು". ಅಲ್ಲ ಅಲ್ಲ. ತಕ್ಷಣ ಸರಿಪಡಿಸಿಕೊಂಡೆ. "ಕಸುಂಗು, ಮಾಲಾವಿ ದೇಶ". ನನ್ನ ಕೈಗಳಲ್ಲಿ ನಡುಕವು ಶುರುವಾಯಿತು.

"ಐದು ವರ್ಷಗಳ ಹಿಂದೆ ನಿನಗೊಂದು ದೊಡ್ಡ ಯೋಜನೆಯಿತ್ತು. ಅದನ್ನು ಕಾರ್ಯ ರೂಪಕ್ಕೆ ತರಲು ನೀನು ನಿರ್ಧರಿಸಿದೆ, ಏನದು?"

ದೀರ್ಘವಾಗಿ ಒಮ್ಮೆ ಉಸಿರನ್ನು ತೆಗೆದುಕೊಂಡು, ಸ್ವಲ್ಪ ಧೈರ್ಯವಹಿಸಿ ಮಾತನಾಡಲು ತೊಡಗಿದೆ. "ನಾನು ಶಾಲೆಯನ್ನು ಬಿಡಬೇಕಾಯಿತು... ಗ್ರಂಥಾಲಯಕ್ಕೆ ಹೋದೆ... ಗಾಳಿಯಂತ್ರದ ವಿಷಯ ಸಿಕ್ಕಿತು... ಓದಿದೆ..." ಮುಂದುವರೆಸು... ಮುಂದುವರೆಸು. "ನಾನು ಪ್ರಯತ್ನಿಸಿದೆ. ನಾನು ಯಶಸ್ವಿಯಾದೆ." ("After I drop out from school, I went to library... and I get information about windmill..." keep going... keep going... "And I try, and I made it.")

ನನ್ನ ಕಳಪೆ ಇಂಗ್ಲೀಷನ್ನು ಆಡಿಕೊಂಡು, ಅಲ್ಲಿ ನೆರೆದಿದ್ದ ಸಭಿಕರು ನಗಬಹುದು ಎಂದು ನಿರೀಕ್ಷಿಸಿದ್ದೆ. ಆದರೆ ನನಗೆ ದೊಡ್ಡ ಆಶ್ಚರ್ಯವೇ ಕಾದಿತ್ತು. ಸಭಿಕರು ಜೋರಾದ ಚಪ್ಪಾಳೆಯ ಜೊತೆಗೆ ಎದ್ದು ನಿಂತು, ಹರ್ಷೋದ್ಗಾರವನ್ನು ಮಾಡಿದರು. ಕೊನೆಗೆ ನನ್ನ ಕುರ್ಚಿಗೆ ಮರಳಿದಾಗ ಎಷ್ಟೋ ಜನರು ಅಳುತ್ತಿರುವುದೂ ಕಂಡುಬಂದಿತು. ನನ್ನ ಇಷ್ಟು ವರ್ಷಗಳ ಕಷ್ಟ–ಕಾರ್ಪಣ್ಯಗಳಾದ ಭೀಕರ ಕ್ಷಾಮ, ನನ್ನ ಕುಟುಂಬಕ್ಕೆ ಇದ್ದ ಅಭದ್ರತೆ, ನಾನು ಶಾಲೆಯನ್ನು ಬಿಟ್ಟಿದ್ದು, ನನ್ನ ತಂದೆಯ ನೋವು, ಕಾಂಬಾ ಸಾವು, ಈ ಗಾಳಿಯಂತ್ರವನ್ನು ಮಾಡಲು ಹೊರಟಾಗ ಜನರಿಂದ ಸಿಕ್ಕ ಲೇವಡಿ ಮತ್ತು ಅಪಹಾಸ್ಯ... ಈ ಒಂದು ಕ್ಷಣ, ಆ ಎಲ್ಲ ನೋವನ್ನೂ ಮರಸಿತ್ತು. ಕೊನೆಗೂ ನನ್ನ ಕೆಲಸಕ್ಕೆ ಮಾನ್ಯತೆಯು ಸಿಕ್ಕಿತ್ತು.

ಮೊದಲ ಬಾರಿಗೆ ಜೀವನದಲ್ಲಿ ಸಮಾನಮನಸ್ಕರ ನಡುವೆ ನಾನಿದ್ದೆ. ಅವರೆಲ್ಲರಿಗೂ ನಾನು ಮಾಡಿದ ಕೆಲಸವು ಅರ್ಥವಾಗಿತ್ತು. ಅಬ್ಬಾ! ನನ್ನ ಎದೆಯಿಂದ ಒಂದು ದೊಡ್ಡ ಭಾರವೇ ನೆಲದ ಮೇಲೆ ಕಳಚಿ ಬಿದ್ದಿತ್ತು. ನೆಮ್ಮದಿಯೆನಿಸಿ ಇತರರೊಡನೆ ಬೆರೆಯತೊಡಗಿದೆ.

ಮುಂದಿನ ಕೆಲವು ದಿನಗಳು ಜನರು ನನ್ನನ್ನು ಭೇಟಿ ಮಾಡಲು ಮುಗಿಬಿದ್ದರು.

"ವಿಲಿಯಂ, ನಿನ್ನೊಡನೆ ಫೋಟೊ ತೆಗೆದುಕೊಳ್ಳಬಹುದೇ?"

"ವಿಲಿಯಂ, ನಮ್ಮೊಡನೆ ಊಟಕ್ಕೆ ಬರುತ್ತೀಯಾ?"

ನನ್ನ ನಿರೂಪಣೆಯಲ್ಲಿ ಬಳಸಿದ್ದ "I Try, And I Made It" ವಾಕ್ಯವು ಅಲ್ಲಿನ ಸಮಾವೇಶಕ್ಕೆ ಘೋಷವಾಕ್ಯದಂತೆ ಆಯಿತು. ನಾನು ಎಲ್ಲಿಯೇ ಹೋದರೂ ಜನರು, "I Try, And I Made It" ಎಂದು ಕೂಗುತ್ತಾ ನನ್ನನ್ನು ಉತ್ತೇಜಿಸುತ್ತಿದ್ದರು. ಜನರ ಹೊಗಳಿಕೆಗೆ ಪಾತ್ರನಾದಾಗ ನನಗೆ ನನ್ನ ಹೆತ್ತವರು, ತಂಗಿಯರು, ಜೆಫ್ರಿ ಮತ್ತು ಗಿಲ್ಬರ್ಟ್ ನೆನಪು ಬಾರದೇ ಇರಲಿಲ್ಲ. ಅವರೂ ನನ್ನೊಟ್ಟಿಗೆ ಇದ್ದಿದ್ದರೆ ಈ ಸಂಭ್ರಮವನ್ನು, ಹೆಮ್ಮೆಯ ಕ್ಷಣವನ್ನು ಹಂಚಿಕೊಳ್ಳಬಹುದಿತ್ತು ಎನಿಸದಿರಲಿಲ್ಲ.

ನನ್ನ ಕತೆಯು ಟಾಮ್ ಅವರ ಹೃದಯವನ್ನು ತಟ್ಟಿತು. ಅವರೂ ಚಿಕ್ಕವರಿದ್ದಾಗ ಚಿಕ್ಕ ಪುಟ್ಟ ಎಲೆಕ್ಟ್ರಾನಿಕ್ಸ್ ರಿಪೇರಿ ಮಾಡಿಕೊಂಡು, ದೊಡ್ಡ ದೊಡ್ಡ ಪ್ರಯೋಗಗಳನ್ನು ಮಾಡುವುದರ ಬಗ್ಗೆ ಕನಸು ಕಾಣುತ್ತಿದ್ದರಂತೆ.

"ಮುಂದೆ ನೀನು ಭವಿಷ್ಯದಲ್ಲಿ ಏನು ಮಾಡಲು ಇಚ್ಛಿಸುವೆ?" ಎಂದು ಕೇಳಿದರು.

"ನನಗೆ ಎರಡು ಆಸೆಗಳಿವೆ. ಮೊದಲು ನಾನು ಶಾಲೆಯಲ್ಲಿ ಕಲಿಯುವುದನ್ನು ಮುಂದುವರೆಸಬೇಕು. ನಂತರ ಇನ್ನೂ ದೊಡ್ಡ ಗಾಳಿಯಂತ್ರವನ್ನು ತಯಾರಿಸಿ, ನನ್ನ ಕುಟುಂಬಕ್ಕೆ ನೀರಾವರಿಯ ಸೌಲಭ್ಯವನ್ನು ಕಲ್ಪಿಸಬೇಕು. ಇನ್ನು ಮುಂದೆ ಎಂದಿಗೂ ನನ್ನ ಕುಟುಂಬವು ಹಸಿವಿನಿಂದ ಕಂಗೆಡಬಾರದು" ಎಂದು ನನ್ನ ಆಸೆಯನ್ನು ತೋಡಿಕೊಂಡೆ.

ಮಾಲಾವಿಯ ಜೀವನದ ಮಟ್ಟದಲ್ಲಿ ಇಂತಹ ಆಸೆಗಳಿಗೆ ಅವಕಾಶವೇ ಇರುವುದಿಲ್ಲ. ಅವು ಕಮರಿಹೋಗಿ, ನಮ್ಮ ಜೀವನವು ಕನಸು ಕಾಣುವುದರಲ್ಲಿಯೇ ಕಳೆದು ಹೋಗುತ್ತದೆ. ಆದರೆ ಈಗ TED ಸಹಯೋಗದೊಂದಿಗೆ ನನ್ನ ಕೋರಿಕೆಗಳನ್ನು ಈಡೇರಿಸುವುದು ಬಹಳ ಸುಲಭ ಎಂದು ಟಾಮ್ ನನಗೆ ಅಭಯವಿತ್ತರು. "ನೀನು ಸಿಲಿಕಾನ್ ಕಣಿವೆಯ ಸ್ಟಾರ್ಟ್‌ಅಪ್ ಕಂಪನಿಯಂತೆ. ನಿನ್ನ ಪ್ರಾತ್ಯಕ್ಷಿಕೆಯನ್ನು ಇಲ್ಲಿಯ ಜನರಿಗೆ ತೋರಿಸೋಣ. ಖಂಡಿತವಾಗಿಯೂ ಒಂದಿಷ್ಟು ಹಣ ಸಂಗ್ರಹವಾಗಬಹುದು."

ನನಗೆ ಅಲ್ಲಿಯವರೆಗೂ ಸಿಲಿಕಾನ್ ಕಣಿವೆ ಎಂದರೆ ಏನೆಂದು ಗೊತ್ತಿರಲಿಲ್ಲ. ಟಾಮ್ ಈ TED ಸಮಾವೇಶವು ಮುಗಿಯುವವರೆಗೂ ನನ್ನ ಪ್ರಸೆಂಟೇಶನ್ ಹೊತ್ತು, ಅಮೇರಿಕದ ಅನೇಕ ಹಣ ಹೂಡಿಕೆದಾರರನ್ನು, ಸಂಸ್ಥೆಯ ಮಾಲೀಕರನ್ನು ಭೇಟಿ ಮಾಡಿ ನನಗೆ ಸಹಾಯವನ್ನು ಮಾಡಲು ಸಾಧ್ಯವೇ ಎಂದು ಕೇಳಿಕೊಂಡರು. ಅವರಲ್ಲಿ ಬಹುತೇಕರು

ಸಹಾಯ ಮಾಡಲು ಸಮ್ಮತಿಸಿದರು. ಕೆಲವರಂತೂ ಅಲ್ಲಿಯೇ ತಮ್ಮ ಪರ್ಸ್ ತೆಗೆದು ಒಂದಿಷ್ಟು ಡಾಲರಿನ ನೋಟುಗಳನ್ನು ಕೊಟ್ಟರು.

ಜಾನ್ ಡೋಯರ್ ವಿಶ್ವದ ಅತ್ಯಂತ ಯಶಸ್ವಿ ಹಣ ಹೂಡಿಕೆದಾರರಲ್ಲಿ (Venture Capitalist) ಒಬ್ಬರು. ಅವರು ನನ್ನ ಮುಂದಿನ ಕೆಲಸಗಳಿಗೆ ಹಣವನ್ನು ಹೂಡಲು ಒಪ್ಪಿಕೊಂಡರು. ಇವರ ಜೊತೆಗೆ ಸನ್ ಮೈಕ್ರೋಸಿಸ್ಟಮ್ಸ್‌ನಲ್ಲಿ ವಿಜ್ಞಾನಿಯಾಗಿದ್ದ ಜಾನ್ ಗೇಜ್ ಎನ್ನುವವರೂ, PriceLine.com ಸ್ಥಾಪಕರಾದ ಜೇ ವಾಕರ್ ಅವರೂ ಒಪ್ಪಿಕೊಂಡರು. ಇಂತಹ ಒಳ್ಳೆಯ ಮನಸ್ಸಿರುವ ಈ ದಯಾಳು ಜನರಿಗೆ ನಾನು ಸದಾ ಕಾಲ ಆಭಾರಿಯಾಗಿರುತ್ತೇನೆ. ಅವರು ಸದಾ ಕಾಲ ಚೆನ್ನಾಗಿರಲಿ ಎಂದು ದೇವರಲ್ಲಿ ಪ್ರಾರ್ಥಿಸುತ್ತೇನೆ.

ಸಮಾವೇಶವು ಮುಗಿದ ಬಳಿಕ ಟಾಮ್ ಅವರು ತಮ್ಮ ಮನೆಗೆ ತೆರಳದೇ, ನನ್ನೊಟ್ಟಿಗೆ ಮಾಲಾವಿಯತ್ತ ಪ್ರಯಾಣ ಬೆಳೆಸಿದರು. ನನಗೆ ಇನ್ನೂ ಉತ್ತಮ ಶಾಲೆಯಲ್ಲಿ ಪ್ರವೇಶವನ್ನು ಕಲ್ಪಿಸುವುದು, ನನ್ನ ಗಾಳಿಯಂತ್ರದ ಸುಧಾರಣೆಗೆ ಬೇಕಿದ್ದ ಸಾಮಾನುಗಳ ಖರೀದಿಗೆ ಸಹಕರಿಸುವುದು ಆತನ ಉದ್ದೇಶವಾಗಿತ್ತು. ಟಾಮ್ ಮಾಡಿದ ಮೊದಲ ಕೆಲಸವೆಂದರೆ ಲಿಲೋಂಗ್ವೆಗೆ ಹೋಗುತ್ತಲೂ ನನಗೆ ಎರಡು ಮೊಬೈಲ್ ಫೋನುಗಳನ್ನು ಖರೀದಿಸಿ ಕೊಟ್ಟರು. ಒಂದು ನನಗೆ ಮತ್ತೊಂದು ನನ್ನ ಕುಟುಂಬಕ್ಕಾಗಿ. ನನಗೆ ಶಾಲೆಯಲ್ಲಿ ಒಂಟಿಯೆನಿಸಿದಾಗ ನಾನು ನನ್ನ ಕುಟುಂಬದವರ ಜೊತೆಗೆ ಮಾತನಾಡುತ್ತಿದ್ದರೆ ಒಂಟಿ ತನವು ಕಾಡುವುದಿಲ್ಲ ಎಂದು ಆತನ ಅನಿಸಿಕೆಯಾಗಿತ್ತು.

ನಮ್ಮ ಮನೆಗೆ ಭೇಟಿ ನೀಡಲು ಟಾಮ್ ಜೊತೆಗೆ ಡಾ.ಹಾರ್ಟ್‌ಫೋರ್ಡ್ ಅವರೂ ಸಹ ಸೇರಿಕೊಂಡರು. ನಾವು ಮೂವರೂ ಟ್ಯಾಕ್ಸಿಯಲ್ಲಿ ನಮ್ಮ ಮನೆಗೆ ತೆರಳಿದೆವು. ದೂರದಿಂದ ನನ್ನ ಗಾಳಿಯಂತ್ರವು ಜೋರಾಗಿ ತಿರುಗುತ್ತಿರುವುದು ಕಾಣಿಸಿತು. ಬ್ಲೇಡುಗಳು ತಿರುಗುತ್ತಿದ್ದ ರಭಸಕ್ಕೆ ಗೋಪುರವು ಅತ್ತಿತ್ತ ಓಲಾಡುತ್ತಿತ್ತು. ಟಾಮ್ ಸ್ವಲ್ಪ ಹೊತ್ತು ಯಂತ್ರದ ಕೆಳಗೆ ಹಾಗೆಯೇ ನೋಡುತ್ತಾ ನಿಂತಿದ್ದರು. ನಂತರ ಕೆಲವು ಛಾಯಾಚಿತ್ರಗಳನ್ನು ತೆಗೆದುಕೊಂಡು, “ವಿಲಿಯಂ, ಇದು ಚೆನ್ನಾಗಿಯೇ ಕೆಲಸ ನಿರ್ವಹಿಸುತ್ತಿದೆ. ಇದನ್ನು ತಯಾರಿಸಿರುವುದೂ ಒಂದು ಕಲೆ!” ಎಂದರು.

ನಂತರ ಅವರನ್ನು ಕರೆದೊಯ್ದು ನಮ್ಮ ಮನೆಯನ್ನು ತೋರಿಸಿದೆ. ನಾನು ಮಾಡಿದ್ದ ಬ್ಯಾಟರಿ, ವೈರಿಂಗ್ ವಿನ್ಯಾಸ, ದೀಪದ ಸ್ವಿಚ್ಚುಗಳು, ಸರ್ಕ್ಯೂಟ್ ಬ್ರೇಕರ್ ಎಲ್ಲವನ್ನೂ ವಿವರಿಸಿದೆ. ಅವರು ನನ್ನ ಕೋಣೆಯ ಮೂಲೆಯಲ್ಲಿ ಬಿದ್ದಿದ್ದ ರೇಡಿಯೊ ಮತ್ತು ಟ್ರಾಕ್ಟರಿನ ಬಿಡಿ ಭಾಗಗಳನ್ನು ನೋಡಿ ನಗುತ್ತಾ “ಪ್ರತಿಯೊಬ್ಬ ಅನ್ವೇಷಕನ ಬಳಿಯೂ ಹೀಗೆ ಒಂದಿಷ್ಟು ರದ್ದಿ/ಕೆಲಸಕ್ಕೆ ಬಾರದ ವಸ್ತುಗಳ ರಾಶಿಯೇ ಇರುತ್ತದೆ” ಎಂದರು.

ಲಿಲೋಂಗ್ವೆಯಲ್ಲಿ ನಾನು ಮತ್ತು ಟಾಮ್ ‘ಬೋಬಾಬ್ ಹೆಲ್ತ್’ ಕಚೇರಿಗಳಿಗೆ ಹೋಗಿ ಬಂದೆವು. ಕೊನೆಗೂ ಮೈಕ್ ಅವರನ್ನು ಭೇಟಿ ಮಾಡುವ ಅವಕಾಶವು ಕೂಡಿ

ಬಂದಿತು (ಮೈಕ್ ತಮ್ಮ ಬ್ಲಾಗಿನಲ್ಲಿ ನನ್ನ ಬಗ್ಗೆ ಬರೆದಿದ್ದರು ಹಾಗೂ ಸೋಯಾಪಿಯ ಮೇಲಾಧಿಕಾರಿ). ಬೋಬಾಬ್ ಸಂಸ್ಥೆಯು ಮಾಲಾವಿಯ ಆಸ್ಪತ್ರೆಗಳಲ್ಲಿ ರೋಗಿಯ ನೋಂದಣಿ, ಚಿಕಿತ್ಸಾಕ್ರಮ, ರೋಗಿಗಳ ರೋಗದ ಇತಿಹಾಸ... ಹೀಗೆ ಎಲ್ಲ ಪ್ರಕ್ರಿಯೆಗಳನ್ನೂ ಉನ್ನತ ತಂತ್ರಜ್ಞಾನದೊಂದಿಗೆ ಗಣಕೀಕರಣ ಮಾಡಿದೆ. ಇಲ್ಲಿ ಬಳಸುವ ತಂತ್ರಜ್ಞಾನವು ಅಮೇರಿಕದ ಕೆಲವು ಆಸ್ಪತ್ರೆಗಳಲ್ಲಿಯೂ ಇಲ್ಲವೆಂದು ಕೇಳಿದ್ದೆ.

ಅಲ್ಲಿ ಕೆಲಸ ಮಾಡುತ್ತಿದ್ದ ಪೀಟರ್ ಎನ್ನುವವರು ತಮ್ಮಲ್ಲಿ ಬಳಸುವ ಉಪಕರಣಗಳ ಪರಿಚಯವನ್ನು ಮಾಡಿಕೊಟ್ಟರು. ಅಲ್ಲಿ ಟ್ರೆಡ್‌ಮಿಲ್‌ನ ಮೋಟಾರ್‌ನ್ನು ಜೆನರೇಟರ್ ಆಗಿ ಬಳಸುತ್ತಿದ್ದರು. ವೋಲ್ಟ್‌ಮೀಟರ್ ಮೋಟಾರಿನ ಪವರ್‌ನ್ನು ನಿಖರವಾಗಿ ತೋರಿಸುತ್ತಿತ್ತು. ನಾನು ಅದನ್ನೇ ನೋಡುತ್ತಿರಲು, ಮೈಕ್ "ನಿನಗೆ ಹೇಗನ್ನಿಸುತ್ತದೆ?" ಎಂದು ಕೇಳಿದರು.

"ಓಹ್, ವೋಲ್ಟ್‌ಮೀಟರ್ ಬಹಳ ಚೆನ್ನಾಗಿದೆ" ಉತ್ತರಿಸಿದೆ.

ಮೈಕ್ ನನಗೆ ಮೋಟಾರ್ ಮತ್ತು ವೋಲ್ಟ್‌ಮೀಟರ್‌ನ್ನು ಉಡುಗೊರೆಯಾಗಿ ಕೊಟ್ಟರು. ಇದರ ಜೊತೆಗೆ ಮೈಕ್ ಮತ್ತು ಸೊಯಾಪಿ 'ಡೀಪ್ ಸೈಕಲ್ ಬ್ಯಾಟರಿ'ಯ ಬಗ್ಗೆಯೂ ವಿವರಿಸಿದರು. ನಾನು ಬಳಸುತ್ತಿದ್ದ ಕಾರ್ ಬ್ಯಾಟರಿಗಳಿಗೆ ಹೋಲಿಸಿದಲ್ಲಿ, ಇವು ಅಧಿಕ ವಿದ್ಯುಚ್ಛಕ್ತಿಯನ್ನು ಅಬಾಧಿತವಾಗಿ ಹೆಚ್ಚು ಸಮಯ ಕೊಡುತ್ತವೆ. ನಾನು ಅದನ್ನು ಉಪಯೋಗಿಸುವ ಆಸಕ್ತಿ ತೋರಿದೆ. ಟಾಮ್ ನನ್ನನ್ನು ಕರೆದೊಯ್ದು ಎರಡು ಬ್ಯಾಟರಿ ಮತ್ತು ನಾಲ್ಕು LED ಸೌರದೀಪಗಳನ್ನು ಖರೀದಿಸಿ ಕೊಟ್ಟರು.

ಇದಾದ ಒಂದು ವಾರದ ಬಳಿಕ ನಮ್ಮ ಮನೆಗೆ ಕೆಲಸಗಾರರು ಬಂದು ಹಳೆಯ ವೈರು, ಸ್ವಿಚ್ಚುಗಳು, ದೀಪಗಳನ್ನು ತೆಗೆದು ಹೊಸ ವೈರಿಂಗ್ ವ್ಯವಸ್ಥೆಯನ್ನು ಮಾಡಿ ಹೋದರು. ಹಿಂದಾದಂತೆ ಈಗ ಮನೆಗೆ ಬೆಂಕಿಯು ಹತ್ತುವ ಸಂಭವವಿರುವುದಿಲ್ಲ. ಜೊತೆಗೆ ಪ್ರತಿಯೊಂದು ಕೋಣೆಗೂ ಮತ್ತು ಮನೆಯ ಹೊರಗೂ ದೀಪಗಳು ಬಂದವು. ನಾನು ಪರ್ಯಾಯ ವಿದ್ಯುಚ್ಛಕ್ತಿ ಮೂಲವಾಗಿ ಮನೆಯ ಮೇಲೆ ಸೋಲಾರ್ ಪ್ಯಾನೆಲ್ ಗಳನ್ನು ಅಳವಡಿಸಿದೆ. ನಮ್ಮ ಹಳ್ಳಿಯ ಪ್ರತಿಯೊಂದು ಮನೆಯಲ್ಲಿಯೂ ಇಂತಹ ಒಂದು ಸೋಲಾರ್ ಪ್ಯಾನೆಲ್ ಮತ್ತು ಬ್ಯಾಟರಿಯಿಂದ ಮನೆಗಳು ಬೆಳಗುವಂತೆ ಆಗಬೇಕು ಎನ್ನುವುದೇ ನನ್ನ ಕನಸಾಗಿತ್ತು.

ಶಾಲೆಗೆ ತೆರಳಲು ನನ್ನ ವಯೋಮಿತಿಯು ಮೀರಿತ್ತು. ಹೀಗಾಗಿ ಅನೇಕ ಖಾಸಗಿ ಶಾಲೆಗಳು ನನಗೆ ಪ್ರವೇಶವನ್ನು ನೀಡಲು ನಿರಾಕರಿಸಿದವು. ಕೊನೆಗೂ ಲಿಲೋಂಗ್ವೆಯಲ್ಲಿ ಕೆಲವು ಮಿಷನರಿಗಳು ನಿರ್ವಹಿಸುತ್ತಿದ್ದ African Bible College Christian Academy (ABCCA) ಶಾಲೆಯಲ್ಲಿ ನನಗೆ ಪ್ರವೇಶವು ದೊರೆಯಿತು. ನಾನು ಇತರ ವಿದ್ಯಾರ್ಥಿಗಳಿಗಿಂತ ಪಾಠಗಳಲ್ಲಿ ಹಿಂದೆ ಉಳಿದಿದ್ದೆ. ಹಾಗಿದ್ದರೂ ಶಾಲೆಯ ಆಡಳಿತ ಮಂಡಳಿ ನನಗೆ ಪ್ರವೇಶವನ್ನು ಕೊಡಲು ಒಪ್ಪಿತು.

ಅಲ್ಲಿ ವಸತಿ ಸೌಲಭ್ಯವಿರಲಿಲ್ಲ. ಲಿಲೋಂಗ್ವೆಯಲ್ಲಿ ನನಗೆ ಬಂಧುಗಳಿಲ್ಲದ ಕಾರಣ, ನಾನು ವಸತಿಯ ಬಗ್ಗೆ ಯೋಚಿಸುವಂತಾಯಿತು. ಆಗ ಜೆರ್ರಿ ಎನ್ನುವ ಸಹೃದಯರು ತಮ್ಮ ಮನೆಯಲ್ಲಿ ನನಗೆ ಕೋಣೆಯೊಂದನ್ನು ಬಿಟ್ಟುಕೊಟ್ಟರು. ಅಲ್ಲಿ ನನಗೆ ಓದಿಕೊಳ್ಳಲು ಡೆಸ್ಕ್, ಕುರ್ಚಿ ಎಲ್ಲವೂ ಇದ್ದಿತು. ಅಡುಗೆಯವರಾದ ನ್ಯಾನ್ಸಿ ನನಗೆ ತೃಪ್ತಿಯಾಗುವಂತೆ ಸೀಮ ಮಾಡಿ ಬಡಿಸುತ್ತಿದ್ದರು.

ಎಲ್ಲವೂ ಸರಿಯಿದ್ದರೂ ಲಿಲೋಂಗ್ವೆ ಪಟ್ಟಣವಾಗಿದ್ದರಿಂದ ವಿದ್ಯುತ್ ಕಡಿತವು ಬಹಳ ಹೆಚ್ಚು. ಒಂದು ಕಡೆ ನನ್ನ ಹಳ್ಳಿಗೆ ವಿದ್ಯುಚ್ಛಕ್ತಿಯನ್ನು ತರಲು ನಾನು ಹರಸಾಹಸ ಪಟ್ಟಿದ್ದು, ಇಲ್ಲಿ ಎಲ್ಲ ಸೌಕರ್ಯಗಳಿದ್ದರೂ ನಾನು ಕತ್ತಲೆಯಲ್ಲಿ ಕೂರುವಂತೆ ಆಗುತ್ತಿದ್ದುದ್ದು ನನಗೆ ವಿಪರ್ಯಾಸ ಎನಿಸುತ್ತಿತ್ತು. ಜೆರ್ರಿ ನನಗೆ ಆಗಾಗ ಹಾಸ್ಯ ಮಾಡುತ್ತಿದ್ದರು "ನೀನು ಎಲ್ಲಿ ಹೋದರೂ, ಅಲ್ಲಿ ನಿನ್ನ ಗಾಳಿಯಂತ್ರವನ್ನು ತೆಗೆದುಕೊಂಡು ಹೋಗುವುದನ್ನು ಮರೆಯಬೇಡ!"

ದಿನಗಳು ಕಳೆಯಲು ಜೆರ್ರಿ ನನಗೆ ಉತ್ತಮ ಗೆಳೆಯ ಮತ್ತು ಶಿಕ್ಷಕರಾದರು. ಆತ ಇಂಗ್ಲೆಂಡಿನಲ್ಲಿ ಪೈಲಟ್ ಆಗಿದ್ದರು. ಕೆನಡಾದಲ್ಲಿ ಹೆಲಿಕಾಪ್ಟರ್ ಸಂಸ್ಥೆಗಳಲ್ಲಿ ಕೆಲಸ ಮಾಡಿದ್ದರು. ಹೀಗಾಗಿ ನನಗೆ ಅವರಲ್ಲಿ ಕೇಳಲು ಒಂದಲ್ಲ ಒಂದು ಪ್ರಶ್ನೆಯು ಇದ್ದೇ ಇರುತ್ತಿತ್ತು. ಒಮ್ಮೊಮ್ಮೆ ಊಟದ ಸಮಯದಲ್ಲಿ ಜೆರ್ರಿ ನನಗೆ ಹೆಲಿಕಾಪ್ಟರ್ ರಚನೆ ಅದು ಕೆಲಸ ಮಾಡುವ ವಿಧಾನ... ಎಲ್ಲವನ್ನೂ ವಿವರಿಸುತ್ತಿದ್ದರು. ಅದರ ಬ್ಲೇಡ್‌ಗಳು ಗಾಳಿಯನ್ನು ಬಳಸಿಕೊಂಡು ಯಾವ ರೀತಿಯಲ್ಲಿ ಹೆಲಿಕಾಪ್ಟರನ್ನು ಮೇಲಕ್ಕೆ ಎತ್ತುತ್ತವೆ ಎಂದೆಲ್ಲಾ ತಿಳಿಸಿಕೊಟ್ಟರು.

ಇದರ ಜೊತೆಗೆ ನಾನು ನನ್ನ ಆಂಗ್ಲ ಭಾಷೆಯನ್ನು ಸುಧಾರಿಸಿಕೊಳ್ಳಲು ಜೆರ್ರಿ ಸಹಾಯ ಮಾಡಿದರು. ನನಗೆ 'ರ'ಕಾರ ಮತ್ತು 'ಲ'ಕಾರ ಉಚ್ಚರಿಸುವುದರಲ್ಲಿ ಸ್ವಲ್ಪ ಗೊಂದಲ ಮತ್ತು ತೊಡಕಾಗುತ್ತಿತ್ತು. ಸಾಮಾನ್ಯವಾಗಿ ನಮ್ಮ ಚಿಚೆವಾ ಭಾಷೆ ಮಾತನಾಡುವ ಜನರಲ್ಲಿ ಈ ಗೊಂದಲ ಇದ್ದೇ ಇರುತ್ತದೆ. ಜೆರ್ರಿ ನನ್ನನ್ನು ಕನ್ನಡಿಯ ಮುಂದೆ ನಿಲ್ಲಿಸಿಕೊಂಡು, "ವಿಲಿಯಂ, ನಾನು ಹೇಳುವಾಗ ನನ್ನ ನಾಲಿಗೆಯನ್ನೇ ಗಮನಿಸುತ್ತಿರು : ಲೈಬ್ರರಿ."

"ಲೈಬ್ಲಲಿ."

"ಲೈ–ಬ್ರ–ರಿ."

"ಲೈ–ಬ್ಲ–ಲಿ."

"ಹೀಗೆಯೇ ಅಭ್ಯಾಸ ಮಾಡುತ್ತಿರು, ಬರುತ್ತದೆ."

ನಮ್ಮ ABCCA ಶಾಲೆಯಲ್ಲಿ ಅಮೇರಿಕದಿಂದ ಇಂಟರ್‌ನೆಟ್ ಮೂಲಕ ದೂರ ಶಿಕ್ಷಣದ ವ್ಯವಸ್ಥೆಯಿತ್ತು. ಕೆಲವೇ ತಿಂಗಳುಗಳ ಹಿಂದೆ ನಾನು ಇಂಟರ್‌ನೆಟ್ ಹೆಸರನ್ನೂ ಕೇಳಿರಲಿಲ್ಲ. ಈಗ ಅದರ ಮೂಲಕ ಪ್ರತಿದಿನವೂ ಅಮೇರಿಕದ ಕೊಲರೆಡೊದಲ್ಲಿ ಇದ್ದ ಶಿಕ್ಷಕರೊಡನೆ ಮಾತನಾಡುತ್ತಿದ್ದೆ. ನಮ್ಮ ಪ್ರೌಢ ಶಾಲೆಯ ತರಗತಿಗಳಲ್ಲಿ ಹನ್ನೆರಡು ಜನ ವಿದ್ಯಾರ್ಥಿಗಳು ಇದ್ದರು. ಮಾಲಾಪಿಯ ಬಹಳಷ್ಟು ಮಕ್ಕಳು ಪ್ರೈಮರಿ ಶಾಲೆಯಲ್ಲಿ

ಓದುತ್ತಿದ್ದರೂ, ಪ್ರೌಢಶಾಲೆಯಲ್ಲಿ ಮಾಲಾವಿಯಿಂದ ನಾನೊಬ್ಬನೇ ವಿದ್ಯಾರ್ಥಿ. ಇಲ್ಲಿ ಶಾಲೆಯ ಶುಲ್ಕವೂ ಅಧಿಕ (ಐದು ಸಾವಿರ ಡಾಲರ್). ಬಹುತೇಕ ಮಾಲಾವಿಯ ಜನರಿಗೆ ಈ ಶುಲ್ಕವನ್ನು ಭರಿಸಲು ಸಾಧ್ಯವಿರಲಿಲ್ಲ.

ನನ್ನ ಇಂಗ್ಲೀಷ್ ಜ್ಞಾನದ ಬಗ್ಗೆ ನನಗೆ ಬಹಳ ನಾಚಿಕೆ ಮತ್ತು ಕೀಳರಿಮೆ ಇದ್ದೇ ಇದ್ದಿತು. ಐದು ವರ್ಷದ ಮಕ್ಕಳೂ ನನಗಿಂತ ಸ್ಫುಟವಾಗಿ ಇಂಗ್ಲೀಷ್ ಮಾತನಾಡುವಾಗ ನನ್ನ ಕೀಳರಿಮೆ ಮತ್ತಷ್ಟು ಹೆಚ್ಚಾಗುತ್ತಿತ್ತು. ಶಾಲೆಗೆ ಸೇರಿದ ಹೊಸತರಲ್ಲಿ ಈ ವಿಷಯಕ್ಕೆ ಬಹಳ ಖಿನ್ನನಾಗಿದ್ದೆ. ಆಗ 'ಬ್ಲೆಸ್ಸಿಂಗ್ಸ್ ಚಿಕಾಕುಲ' ಎನ್ನುವ ಶಿಕ್ಷಕರು ನನ್ನ ಸಹಾಯಕ್ಕೆ ಬಂದು ನನ್ನಲ್ಲಿ ಧೈರ್ಯ ತುಂಬಿದರು.

ಶ್ರೀಯುತ ಬ್ಲೆಸ್ಸಿಂಗ್ಸ್ ಅವರೂ ನನ್ನಂತೆ ದೋವಾ ಸಮೀಪದ ಗ್ರಾಮದಿಂದ ಬಂದಿದ್ದರು. ಬಡ ಕುಟುಂಬದಲ್ಲಿ ಜನಿಸಿದ್ದ ಅವರು ಶಿಕ್ಷಕರಾಗಿ ಹೆಂಡತಿ ಮತ್ತು ನಾಲ್ಕು ಜನ ಮಕ್ಕಳನ್ನು ಸಲಹುತ್ತಿದ್ದರು. ಕ್ಷಾಮದ ಸಮಯದಲ್ಲಿ ಇನ್ನೇನು ಎಲ್ಲವೂ ಮುಗಿಯಿತು ಎನ್ನುವಾಗ ಅವರಿಗೆ ಂಃಅಲಂ ಶಾಲೆಯಲ್ಲಿ ಶಿಕ್ಷಕರಾಗಿ ಕೆಲಸ ಸಿಕ್ಕಿತು.

ಬ್ಲೆಸ್ಸಿಂಗ್ಸ್ ನನ್ನಲ್ಲಿ ಧೈರ್ಯ ತುಂಬುತ್ತಾ, "ಎದೆಗುಂದದಿರು. ಎಂದಿಗೂ ನಿನ್ನ ಪ್ರಯತ್ನವನ್ನು ಬಿಡಬೇಡ. ಸ್ವಲ್ಪ ಕಷ್ಟಪಟ್ಟರೆ ಸಾಧ್ಯವಿದೆ. ಈಗ ನನ್ನನ್ನೇ ನೋಡು, ನನಗೆ ಮೂವತ್ತು ವರ್ಷ ದಾಟುವವರೆಗೂ ನಾನು ಕಾಲೇಜಿನ ಮೆಟ್ಟಿಲನ್ನೂ ಹತ್ತಿರಲಿಲ್ಲ. ಮನಸ್ಸಿಟ್ಟು ಕೆಲಸವನ್ನು ಮಾಡಿದಲ್ಲಿ ಏನನ್ನಾದರೂ ಸಾಧಿಸಬಹುದು" ಎಂದರು.

ಕಾಲದ ಚಕ್ರ ಸುತ್ತುತ್ತಿರಲು ನಮ್ಮ ಕುಟುಂಬದಲ್ಲೂ ಅನೇಕ ಬದಲಾವಣೆಗಳಾದವು. ನನಗೆ ದಾನಿಗಳು ಮಾಡಿದ ಹಣದ ಸಹಾಯ (ನನ್ನ ವಿದ್ಯಾಭ್ಯಾಸವನ್ನು ಹೊರತು ಪಡಿಸಿ) ನನ್ನ ಕುಟುಂಬಕ್ಕೆ ಅನೇಕ ರೀತಿಯಲ್ಲಿ ನೆರವಾಯಿತು. ನಮ್ಮ ಮತ್ತು ಇತರ ಬಂಧುಗಳ ಮನೆಯ ಹುಲ್ಲಿನ ಛಾವಣಿಯನ್ನು ಬದಲಾಯಿಸಿದೆ. ಅದರ ಜಾಗದಲ್ಲಿ ತಗಡಿನ ಹೊದಿಕೆಯನ್ನು ಹಾಕಿಸಿದೆ; ನನ್ನ ತಂಗಿಯರಿಗೆ ಮಲಗಲು ಹಾಸಿಗೆಯ ವ್ಯವಸ್ಥೆಯನ್ನು ಮಾಡಿದೆ. ಅವರು ಮುಂಚಿನಂತೆ ಕೊಳಕು ನೆಲದ ಮೇಲೆ ಹಾಸಿದ್ದ ಹುಲ್ಲಿನ ಹಾಸಿನ ಮೇಲೆ ಮಲಗಬೇಕಿರಲಿಲ್ಲ; ಹುಳಗಳಿಂದ ರಕ್ಷಿಸಲು ಮನೆಯಲ್ಲಿ ನೀರಿನ ಬಕೆಟ್‌ಗಳ ಮೇಲೆ ಮುಚ್ಚುವ ಮುಚ್ಚಳಗಳನ್ನು ತರಲಾಯಿತು; ಚಳಿಗಾಲದಲ್ಲಿ ಬೆಚ್ಚಗಿರಲು ಎಲ್ಲರಿಗೂ ಕಂಬಳಿಗಳ ವ್ಯವಸ್ಥೆ ಮಾಡಿದೆ; ಮಳೆಗಾಲಕ್ಕೆ ಮಲೇರಿಯಾ ಗುಳಿಗೆಗಳನ್ನೂ, ಸೊಳ್ಳೆ ಪರದೆಗಳನ್ನೂ ತರಿಸಿದೆ; ಮನೆಯಲ್ಲಿ ಎಲ್ಲರನ್ನೂ ವೈದ್ಯರು ಮತ್ತು ದಂತ ವೈದ್ಯರ ಬಳಿ ಪರೀಕ್ಷೆ ಮಾಡಿಸಲಾಯಿತು.

ಕೊನೆಗೂ ಗಿಲ್ಬರ್ಟ್‌ನಿಂದ ಪಡೆದಿದ್ದ ಎಲ್ಲ ರೀತಿಯ ಸಹಾಯಗಳಿಗೂ ಪ್ರತಿಸಹಾಯ ಮಾಡಲು ಸಾಧ್ಯವಾಯಿತು. ಗಿಲ್ಬರ್ಟ್‌ನ ತಂದೆ ತೀರಿಕೊಂಡ ಬಳಿಕ ಹಣದ ಮುಗ್ಗಟ್ಟಿನಿಂದ ಅವನು ಶಾಲೆಯನ್ನು ಬಿಡುವಂತಾಗಿತ್ತು. ಈಗ ನನಗೆ ಸಿಕ್ಕ ದೇಣಿಗೆಯಿಂದ ಗಿಲ್ಬರ್ಟ್

ಶಾಲೆಗೆ ಮರಳಲು ಸಹಕರಿಸಿದೆ. ಜೊತೆಗೆ ಕ್ಷಾಮದ ಸಮಯದಲ್ಲಿ ಶಾಲೆಯನ್ನು ಬಿಟ್ಟಿದ್ದ ಜೆಫ್ರಿ, ನನ್ನ ಅನೇಕ ಬಂಧುಗಳ ಮಕ್ಕಳು, ಅಕ್ಕ-ಪಕ್ಕದ ಮನೆಯ ಮಕ್ಕಳನ್ನೂ ಶಾಲೆಗೆ ಕಳುಹಿಸಿದೆ.

ಅಂತೂ ಇಂತೂ ನನ್ನ ಅನೇಕ ವರ್ಷಗಳ ಕನಸೊಂದು ನನಸಾಯಿತು. ನಮ್ಮ ಮನೆಗೆ ಕೊಳವೆ ಬಾವಿಯನ್ನು ತೋಡಿಸಿದೆ. ಇದರಿಂದ ನಮ್ಮ ಮನೆಯಲ್ಲಿ ಎಲ್ಲರಿಗೂ ಕುಡಿಯಲು ಸ್ವಚ್ಛವಾದ ನೀರಿನ ವ್ಯವಸ್ಥೆಯಾಯಿತು. ನಮ್ಮ ತಾಯಿಗಂತೂ ದಿನಕ್ಕೆ ಎರಡು ಗಂಟೆಗಳ ಕಾಲ ನಡೆದು, ನೀರನ್ನು ಹೊತ್ತು ತರುವ ಕೆಲಸವು ತಪ್ಪಿತು. ಸೋಲಾರ್ ನೀರಿನ ಪಂಪಿನ ಸಹಾಯದಿಂದ ಐದು ಸಾವಿರ ಲೀಟರ್‌ನ ಎರಡು ಟ್ಯಾಂಕ್‌ಗಳನ್ನು ತುಂಬಿಸಿ ಹೊಲಗಳಿಗೆ ನೀರಾವರಿಯ ಸೌಲಭ್ಯವನ್ನು ಕಲ್ಪಿಸಿದೆ.

ಇದರ ಜೊತೆಗೆ ಹನಿ ನೀರಾವರಿ ವ್ಯವಸ್ಥೆಯಿಂದ, ನನ್ನ ತಂದೆ ವರ್ಷದಲ್ಲಿ ಎರಡು ಬಾರಿ ಜೋಳವನ್ನು ಬೆಳೆಯುವಂತಾಯಿತು. ಈಗ ನಮ್ಮ ಉಗ್ರಾಣವು ಬರಿದಾಗುವ ಸಾಧ್ಯತೆಯು ಬಹಳ ಕಡಿಮೆ! ಕೊಳವೆ ಬಾವಿಯಿಂದ ನಮ್ಮ ಮನೆಗಷ್ಟೇ ಅಲ್ಲದೇ, ಸುತ್ತಮುತ್ತಲಿನ ಅನೇಕ ಮಹಿಳೆಯರಿಗೂ ಪ್ರಯೋಜನವಾಯಿತು. ವಿಂಬೆಯಲ್ಲಿ ಇಂತಹ ವ್ಯವಸ್ಥೆ ಇದೊಂದೇ ಆಗಿದ್ದರಿಂದ, ಪ್ರತಿದಿನವೂ ಹತ್ತಾರು ಮಹಿಳೆಯರು ಬಂದು ಸ್ವಚ್ಛವಾದ ನೀರನ್ನು ಕೊಂಡೊಯ್ಯುತ್ತಿದ್ದರು.

ABCCA ಶಾಲೆಗೆ ರಜವಿದ್ದಾಗ ನಾನು ಇನ್ನೂ ದೊಡ್ಡದಾದ ಗಾಳಿಯಂತ್ರವನ್ನು ತಯಾರಿಸಿದೆ. ಅದರ ವಿದ್ಯುಚ್ಛಕ್ತಿಯನ್ನು ಬಳಸಿಕೊಂಡು ನಮ್ಮ ಮನೆಯ ಬಾವಿಗೆ ಅಳವಡಿಸಿದ್ದ ಪಂಪ್‌ನಿಂದ, ಮನೆಗೂ ಮತ್ತು ಮನೆಯ ಮುಂದಿನ ಕೈ ತೋಟಕ್ಕೂ ನೀರನ್ನು ಹರಿಸುತ್ತಿದ್ದೆವು. ಈಗ ನನ್ನ ತಾಯಿ ಹಸಿರು ಸೊಪ್ಪು, ಕ್ಯಾರಟ್, ಟೊಮಾಟೊ, ಆಲೂಗಡ್ಡೆಯನ್ನು ಬೆಳೆದು ಮನೆಗೆ ಬಳಸುತ್ತಿದ್ದರು ಮತ್ತು ಮಾರುಕಟ್ಟೆಯಲ್ಲಿಯೂ ಮಾರುತ್ತಿದ್ದರು. ಈ ಬಹುದಿನದ ಆಸೆಯೂ ಈಡೇರಿತು.

ನಾನು ಕ್ಷಾಮದ ಪರಿಸ್ಥಿತಿಯಲ್ಲಿ ಮಾಡಿದ ಗಾಳಿಯಂತ್ರವು, ನಮ್ಮ ಕುಟುಂಬದಲ್ಲಿ ಇಂತಹ ಬದಲಾವಣೆಯನ್ನು ತರುತ್ತದೆ ಎಂದು ಯಾರಿಗೂ ಊಹಿಸಿಕೊಳ್ಳಲೂ ಸಾಧ್ಯವಿರಲಿಲ್ಲ. ನನ್ನ ಮನೆಯವರು ಇದನ್ನು ಭಗವಂತನ ವರಪ್ರಸಾದ, ಸ್ವರ್ಗದಿಂದ ಧರೆಗಿಳಿದ ಕೊಡುಗೆಯೆಂದೇ ಪರಿಗಣಿಸಿದ್ದರು. ನಾನು ಪ್ರತಿವಾರವೂ ಶಾಲೆಯನ್ನು ಮುಗಿಸಿಕೊಂಡು ಮನಗೆ ಬಂದಾಗ ನನ್ನ ಹೆತ್ತವರು ನನ್ನನ್ನು 'ನೋವಾ' ಎನ್ನುವ ಅಡ್ಡ ಹೆಸರಿನಿಂದ ಕರೆಯುತ್ತಿದ್ದರು. ನೋವಾ ಎಂದರೆ "ಬೈಬಲ್‌ನಲ್ಲಿ ಭಗವಂತನು ಪ್ರವಾಹವನ್ನು ತಂದೊಡ್ಡಿದಾಗ ಸೇತುವೆಯನ್ನು ಕಟ್ಟಿ, ತನ್ನ ಕುಟುಂಬವನ್ನು ರಕ್ಷಿಸಿದವ" ಎಂದರ್ಥ.

ನನ್ನ ತಾಯಿ ಹೇಳುತ್ತಿದ್ದರು, "ನೋವಾನನ್ನು ನೋಡಿ ಎಲ್ಲರೂ ಅಪಹಾಸ್ಯ ಮಾಡುತ್ತಿದ್ದರು. ಈಗ ನೋಡು ಅವನೇ ನಮ್ಮನ್ನು ವಿನಾಶದಿಂದ ಪಾರು ಮಾಡಿದ್ದು."

"ವಿಲಿಯಂ, ನಮ್ಮ ದೇಶ ಎಲ್ಲಿದೆ ಅಂತ ಯಾರಿಗೂ ಗೊತ್ತಿರಲಿಲ್ಲ. ನಿನ್ನಿಂದಾಗಿ ಜಗತ್ತಿನ ನಕ್ಷೆಯಲ್ಲಿ ನಮ್ಮ ದೇಶ ಎಲ್ಲಿದೆ ಎಂದು ಜನರಿಗೆ ತಿಳಿಯಿತು!" ತಂದೆ ಹೇಳುತ್ತಿದ್ದರು.

ಡಿಸೆಂಬರ್ 2007, ಕ್ರಿಸ್‌ಮಸ್ ರಜೆಯಲ್ಲಿ, ನಾನು ಟಾಮ್ ಅವರನ್ನು ಭೇಟಿ ಮಾಡಲು ಅಮೇರಿಕಾಗೆ ತೆರಳಿದೆ. ಆಗ ನನಗೆ ದಕ್ಷಿಣ ಕ್ಯಾಲಿಫೋರ್ನಿಯಾದಲ್ಲಿದ್ದ ಅನೇಕ ಗಾಳಿಯಂತ್ರಗಳನ್ನು ನೋಡುವ ಅವಕಾಶವು ಸಿಕ್ಕಿತು. ನಮ್ಮ ಆಫ್ರಿಕಾದ ಜನರಿಗೆ ಯುರೋಪ್ ಮತ್ತು ಅಮೇರಿಕಾ ವೀಸಾ ಸುಲಭವಾಗಿ ದೊರೆಯುವುದಿಲ್ಲ. ಸ್ವಲ್ಪ ಪ್ರಯಾಸದ ನಂತರ ನನಗೆ ವೀಸಾ ದೊರೆಯಿತು. ಚಳಿಗಾಲದ ಸಮಯದಲ್ಲಿ ನಾನು ನ್ಯೂಯಾರ್ಕ್ ನಗರಕ್ಕೆ ಬಂದಿಳಿದೆ. ನಿಜ ಹೇಳಬೇಕೆಂದರೆ ಅಂತಹ ಗಡಗಡ ನಡುಗುವ ಚಳಿಯಲ್ಲಿ ನಾನು ಸ್ವೆಟರ್ ಧರಿಸಿದ್ದೆನಷ್ಟೇ!

ವಿಮಾನ ನಿಲ್ದಾಣದ ಕೌಂಟರ್ ಒಂದರಲ್ಲಿ ನನ್ನ ಸಾಮಾನುಗಳು ಕಳೆದು ಹೋಗಿವೆಯೆಂದೂ, ಅವು ದೊರೆತ ನಂತರ ನನಗೆ ಕರೆ ನೀಡುವುದಾಗಿ ಮಹಿಳಾ ಸಿಬ್ಬಂದಿಯೊಬ್ಬರು ತಿಳಿಸಿದರು. ನನ್ನ ಬಳಿ ಫೋನ್ ಕೂಡ ಇರಲಿಲ್ಲ. ಅವರು ನನ್ನನ್ನು ಹೇಗೆ ಸಂಪರ್ಕಿಸುವರೋ ನನಗೆ ತಿಳಿಯಲಿಲ್ಲ.

ವಿಮಾನ ನಿಲ್ದಾಣದಿಂದ ಟ್ಯಾಕ್ಸಿಯಲ್ಲಿ ಹೋಗುವಾಗ ನಾನು ಪುಸ್ತಕಗಳಲ್ಲಿ ಬಹಳ ಓದಿದ್ದ, ಅಮೇರಿಕೆಯ ಮೂಲ ಸೌಕರ್ಯಗಳನ್ನು ಕಣ್ಣಾರೆ ಕಾಣುವಂತಾಯಿತು. ಎರಡೂ ದಿಕ್ಕಿನಲ್ಲಿಯೂ ಅನೇಕ ಪಥಗಳಿದ್ದ ನುಣುಪಾದ ರಸ್ತೆಗಳಲ್ಲಿ ನಮ್ಮ ಟ್ಯಾಕ್ಸಿಯು ಹಾದು ಹೋಯಿತು. ಮೇಲು ಸೇತುವೆಗಳ ಮೇಲೆ ಹೋಗುತ್ತಿರಲು, ದೂರದಿಂದ ಕಾಣುತ್ತಿದ್ದ ಗಟ್ಟಿಮುಟ್ಟಾಗಿದ್ದ ಗಗನಚುಂಬಿ ಕಟ್ಟಡಗಳು ಗೋಚರಿಸಿದವು. ಅಬ್ಬಾ ಜನರು ಹೇಗೆ ಇಂತಹ ಕಟ್ಟಡಗಳನ್ನು ನಿರ್ಮಿಸಲು ಸಾಧ್ಯ ಎಂದುಕೊಂಡೆ.

ಟಾಮ್ ಮ್ಯಾನ್‌ಹಟನ್‌ನ ಅಪಾರ್ಟ್‌ಮೆಂಟ್ ಒಂದರಲ್ಲಿ ವಾಸಿಸುತ್ತಿದ್ದರು. ಆತನಿದ್ದುದು ಮೂವತ್ತಾರನೇ ಮಹಡಿಯಲ್ಲಿ. ಅಲ್ಲಿ ಹೇಗಪ್ಪಾ ಹತ್ತಿ ಹೋಗುವುದು ಎಂದು ಯೋಚಿಸುತ್ತಿರಲು, ಲಿಫ್ಟ್ ಗುಂಡಿಯನ್ನು ಒತ್ತಿ ಮೇಲೆ ಹೋಗಬಹುದು ಎಂದು ಅಲ್ಲಿದ್ದ ಒಬ್ಬರು ತೋರಿಸಿಕೊಟ್ಟರು. ಕೇವಲ ಹತ್ತೇ ಸೆಕೆಂಡುಗಳಲ್ಲಿ ನಾನು ಅವರ ಮನೆಯಲ್ಲಿದ್ದೆ. ನಾನು ಇದುವರೆಗೂ ಏರಿದ್ದ ಎತ್ತರವಾದ ಜಾಗವೆಂದರೆ ನನ್ನ ಗಾಳಿಯಂತ್ರವಾಗಿತ್ತು. ಇಂದು ನಾನು ಅದಕ್ಕೂ ಎತ್ತರದ ಸ್ಥಳದಲ್ಲಿದ್ದೆ.

ಟಾಮ್ ಕೆಲವು ದಿನಗಳ ಮಟ್ಟಿಗೆ ಕೆಲಸದಲ್ಲಿ ಕಾರ್ಯಮಗ್ನರಾಗಿದ್ದ ಕಾರಣ, ಆತನ ಸ್ನೇಹಿತರು ನನಗೆ ನ್ಯೂಯಾರ್ಕ್ ನಗರದ ದರ್ಶನವನ್ನು ಮಾಡಿಸಿದರು. ಅವರಲ್ಲಿ ಒಬ್ಬರು ನಾನು ವಿಮಾನ ನಿಲ್ದಾಣದಲ್ಲಿ ಬಂದು ಇಳಿದಾಗ ನನಗಾಗಿ ಕೋಟ್, ಕೈಗವಸು (Gloves), ಸ್ಕಾರ್ಫ್, ಟೋಪಿ... ಹೀಗೆ ಬೆಚ್ಚಗಿನ ಬಟ್ಟೆಗಳ ವ್ಯವಸ್ಥೆಯನ್ನು ಮಾಡಿದವರಾಗಿದ್ದರು. ನನ್ನ ಸಾಮಾನುಗಳೆಲ್ಲವೂ ಕಳೆದು ಹೋಗಿದ್ದರಿಂದ ನಾನು ಅವರಿಗೆ ಬಹಳ ಆಭಾರಿಯಾಗಿದ್ದೆ.

ಮೋನಿಕಾ ಎನ್ನುವ ಮತ್ತೊಬ್ಬ ಸ್ನೇಹಿತರು ನನಗೆ ಮ್ಯಾನ್‌ಹಟನ್ ಸುತ್ತಮುತ್ತಲೂ ಕರೆದೊಯ್ದರು. ಅಲ್ಲಿ ಕಟ್ಟಡಗಳ ಒಳಗೆ ಹೋಗುವಾಗ ಜನರು ತಮ್ಮ ಬ್ಯಾಡ್ಜ್ ತೋರಿಸಲು ಬಾಗಿಲು ತೆರೆಯುತ್ತಿತ್ತು. ಎಂತಹ ಅದ್ಭುತವಾದ ಯೋಚನೆ ಎಂದೆನಿಸಿತು. ಆ ಎತ್ತರವಾದ ಕಟ್ಟಡಗಳು ನಮ್ಮ ಮೇಲೆ ಬೀಳಬಹುದು ಎನ್ನುವ ಭಯ ನನ್ನನ್ನು ಕಾಡದಿರಲಿಲ್ಲ. ಆದರೆ

ನ್ಯೂಯಾರ್ಕ್‌ನ ರಸ್ತೆಗಳಲ್ಲಿ ನಡೆದಾಡುವ ಹೊತ್ತಿಗೆ ಬಸವಳಿದಿದ್ದೆ. ನೂರಾರು ಜನರು ಎಲ್ಲ ದಿಕ್ಕುಗಳಲ್ಲಿಯೂ ಓಡುತ್ತಲೇ ಇರುತ್ತಾರೆ. ಇಲ್ಲಿ ನಾನು ಗಮನಿಸಿದ ವಿಷಯವೆಂದರೆ, ನ್ಯೂಯಾರ್ಕಿನಲ್ಲಿ ಜನರಿಗೆ ಯಾವುದಕ್ಕೂ ಸಮಯವಿರುವುದಿಲ್ಲ. ಅವರು ರಸ್ತೆಯಲ್ಲಿ ಹೋಗುತ್ತಾ ಪೇಪರ್‌ಕಪ್‌ಗಳಲ್ಲಿ ಕಾಫಿ ಕುಡಿಯುತ್ತಲೂ, ಇ–ಮೇಲ್‌ಗಳನ್ನು ನೋಡುತ್ತಲೂ ಇರುವುದು ಸಾಮಾನ್ಯ ದೃಶ್ಯ.

ಅಲ್ಲಿ ಕಟ್ಟಡವೊಂದು ನಿರ್ಮಾಣವಾಗುತ್ತಿದ್ದ ಸ್ಥಳದಲ್ಲಿ ನೋಡುತ್ತಾ ನಿಂತೆ. ದೊಡ್ಡ ದೊಡ್ಡ ಕ್ರೇನ್‌ಗಳಿಂದ ಸ್ಟೀಲ್ ಕಚ್ಚಾವಸ್ತುಗಳನ್ನು ಆಕಾಶದ ಎತ್ತರಕ್ಕೆ ಸಾಗಿಸುತ್ತಿದ್ದರು. ಅಮೇರಿಕಾದಲ್ಲಿ ಇಂತಹ ಗಗನಚುಂಬಿ ಕಟ್ಟಡಗಳನ್ನು ಒಂದೇ ವರ್ಷದಲ್ಲಿ ಹೇಗೆ ನಿರ್ಮಾಣ ಮಾಡಲು ಸಾಧ್ಯ? ಎನ್ನುವ ಪ್ರಶ್ನೆಗೆ ಉತ್ತರ ಲಭಿಸಿತ್ತು.

ನಮ್ಮ ಮಾಲಾವಿಯಲ್ಲಿ ಸ್ವಾತಂತ್ರ್ಯ ಬಂದು ನಾಲ್ಕು ದಶಕಗಳೇ ಕಳೆದಿದ್ದರೂ, ಹಳ್ಳಿಗಳಿಗೆ ಕನಿಷ್ಠ ಸ್ವಚ್ಛವಾದ ಕುಡಿಯುವ ನೀರಿನ ಸೌಕರ್ಯವೂ ಇರಲಿಲ್ಲ. ನಮ್ಮಲ್ಲಿ ವಿದ್ಯುತ್ ಸಂಪರ್ಕವಿಲ್ಲದಿದ್ದರೂ, ನಾವು ಜಾದೂ ವಿಮಾನಗಳನ್ನು ಆಕಾಶಕ್ಕೆ ಕಳುಹಿಸುವುದರಲ್ಲಿಯೂ, ದೆವ್ವವು ಟ್ರಕ್‌ಗಳನ್ನು ಓಡಿಸುವುದರಲ್ಲಿ ಸಿದ್ಧಹಸ್ತರಾಗಿದ್ದೆವು! ನಮ್ಮಲ್ಲಿ ದಿನನಿತ್ಯದ ಜೀವನವೇ ಒಂದು ದೊಡ್ಡ ಹೋರಾಟ. ಅನೇಕ ಬುದ್ಧಿವಂತ, ಸಾಮರ್ಥ್ಯವುಳ್ಳ ಜನರಿದ್ದರೂ ನಮ್ಮ ಪೂರ್ವಜರಂತೆ ಹಸಿವು ಮತ್ತು ಕ್ಷಾಮದಿಂದ ವರ್ಷ ವರ್ಷ ಸಾಯುತ್ತಿದ್ದೆವು.

ನನಗೆ ವಿಮಾನ ನಿಲ್ದಾಣದಲ್ಲಿ ಬೆಚ್ಚನೆಯ ಬಟ್ಟೆಗಳನ್ನು ನೀಡಿದ ಮಹಿಳೆಯ ಹೆಸರು 'ಆಂಡ್ರಿಯಾ ಬಾರ್ತೆಲ್ಲೋ'. ಆಕೆ ತಮ್ಮ ಪತಿಯೊಡನೆ ThinkFun ಎನ್ನುವ ಸಂಸ್ಥೆಯನ್ನು ನಡೆಸುತ್ತಾರೆ. ನಾನು ಅವರ ಕುಟುಂಬವನ್ನು TED ಸಮಾವೇಶದಲ್ಲಿ ಭೇಟಿಯಾಗಿದ್ದೆ. ಆಂಡ್ರಿಯಾ ತಮ್ಮ ಮಗನಾದ (ನನ್ನದೇ ವಯಸ್ಸಿನ) ಸ್ಯಾಮ್‌ನೊಡನೆ ನನ್ನನ್ನು ಮ್ಯಾನ್‌ಹಟನ್ ದ್ವೀಪಕ್ಕೆ ಹೆಲಿಕಾಪ್ಟರ್‌ನಲ್ಲಿ ಕರೆದೊಯ್ದರು. ಹೆಲಿಕಾಪ್ಟರ್ ನಗರದ ಮೇಲೆ ಹಾರುತ್ತಿರಲು ನನಗೆ ಲಿಬರ್ಟಿ ಪ್ರತಿಮೆ, ಎಂಪೈರ್ ಸ್ಟೇಟ್ ಕಟ್ಟಡ, ಕೆಳಗೆ ನದಿಯಲ್ಲಿ ರಭಸವಾಗಿ ಹೋಗುತ್ತಿದ್ದ ದೋಣಿಗಳು... ಇವುಗಳ ವಿಹಂಗಮ ನೋಟವು ಕಾಣಿಸಿತು. ನನ್ನ ಸಂತೋಷಕ್ಕೆ ಪಾರವೇ ಇರಲಿಲ್ಲ.

ಅದೇ ವಾರ ಟಾಮ್ ನನ್ನನ್ನು ಕನೆಕ್ಟಿಕಟ್‌ನಲ್ಲಿದ್ದ 'ಜೇ ವಾಕರ್' ಅವರ ಮನೆಗೆ ಕರೆದೊಯ್ದರು. ನಾನು ಜೇ ವಾಕರ್ ಮತ್ತು ಅವರ ಪತ್ನಿ ಐಲೀನ್ ಅವರನ್ನು TED ಸಮಾವೇಶದಲ್ಲಿ ಸಂಧಿಸಿದ್ದೆ. ಅವರ ಮನೆಯಲ್ಲಿ ಇರುವ ವಸ್ತು ಸಂಗ್ರಹಾಲಯ ಮತ್ತು ಗ್ರಂಥಾಲಯವು ಜಗತ್ಪ್ರಸಿದ್ಧಿಯಾಗಿದೆ. ಗ್ರಂಥಾಲಯದಲ್ಲಿ ನೂರಾರು ವರ್ಷಗಳಷ್ಟು ಹಳೆಯ ಪುಸ್ತಕಗಳೂ, ಕಾಗದವಲ್ಲದೇ ಇತರ ವಸ್ತುಗಳ ಮೇಲೆ ಬರೆಯಲ್ಪಟ್ಟ ಬರಹ ರೂಪಗಳು, ಆಭರಣಗಳಿಂದ ಆವೃತವಾಗಿರುವ ಪುಸ್ತಕಗಳು ನಮಗೆ ಕಾಣಲು ಸಿಗುತ್ತವೆ.

ಇನ್ನು ವಸ್ತು ಸಂಗ್ರಹಾಲಯದಲ್ಲಿ ಸೋವಿಯತ್ ದೇಶದ ನಿಜವಾದ/ಅಸಲು ಸ್ಪುಟ್ನಿಕ್ ಉಪಗ್ರಹವನ್ನು ನೋಡಬಹುದು. ಇದಲ್ಲದೇ ಮೊತ್ತ ಮೊದಲ ಕಂಪ್ಯೂಟರ್, ಪ್ರೊಸೆಸರ್,

ರೇಡಿಯೊಗಳನ್ನೂ ಇಡಲಾಗಿದೆ. ಅಲ್ಲಿ ನನ್ನನ್ನು ಹೆಚ್ಚು ಆಕರ್ಷಿಸಿದ್ದು "ಥಾಮಸ್ ಆಲ್ವಾ ಎಡಿಸನ್‌ನ ಸೃಷ್ಟಿಯಾದ ವಿದ್ಯುತ್ ಬಲ್ಬಿನ ಪ್ರತಿರೂಪ". ನಾನು ಗಾಳಿಯಂತ್ರದಿಂದ ವಿದ್ಯುತ್ ದೀಪವನ್ನು ಉರಿಸಲು ಹರಸಾಹಸ ಪಟ್ಟಿದ್ದೆ. ಆದರೆ ಎಡಿಸನ್ ನಿಜವಾದ ದೀಪವನ್ನೇ ಬೆಳಗಿಸಿದ್ದ!

ಈ ನನ್ನ ಪ್ರಯಾಣವು ವಿಂಬೆಯ ಮೂರು ಶೆಲ್ಫಿನ ಪುಟ್ಟ ಗ್ರಂಥಾಲಯದಲ್ಲಿ ಪ್ರಾರಂಭವಾಗಿತ್ತು. ನಿಜ ಹೇಳಲು ಅದೇ ನನ್ನ ಪ್ರಪಂಚವಾಗಿತ್ತು. ನನಗೆ ಹೊರಗಿನ ಪ್ರಪಂಚದ ಜೊತೆಗೆ ಸಂಪರ್ಕವೇ ಇರಲಿಲ್ಲ. ಇಂತಹ ಗ್ರಂಥಾಲಯದಲ್ಲಿ ನಾನು ನಿಂತಾಗ ಜಗತ್ತಿನ ವ್ಯಾಪ್ತಿ ಏನಿರಬಹುದು ಎಂದು ಅರ್ಥವಾಗಿತ್ತು. ನನಗೆ ಇನ್ನೂ ಜೀವನದಲ್ಲಿ ನೋಡಲು ಬಹಳಷ್ಟಿತ್ತು. ಸಾಧಿಸಲು ಅನೇಕ ಗುರಿಗಳಿದ್ದವು.

ಈ ಪ್ರವಾಸದ ಬಳಿಕ ಟಾಮ್ ಕ್ರಿಸ್‌ಮಸ್ ಆಚರಣೆಗಾಗಿ, ನನ್ನನ್ನು ಕ್ಯಾಲಿಫೋರ್ನಿಯಾದಲ್ಲಿ ಇದ್ದ ಅವರ ಸಹೋದರಿಯ ಕುಟುಂಬದ ಮನೆಗೆ ಕರೆದೊಯ್ದರು. ಅಲ್ಲಿ ಪೆಸಿಫಿಕ್ ಮಹಾಸಾಗರದಲ್ಲಿ ನೌಕಾಯಾನವನ್ನು ಮಾಡಿದೆವು. ಸ್ಯಾಂಡಿಯಾಗೋದಲ್ಲಿದ್ದ ಮೃಗಾಲಯಕ್ಕೆ ಹೋದಾಗ ನೀರುಗುದುರೆ, ಆನೆ, ಮಂಗಗಳು, ಜಿರಾಫೆ ಕಂಡು ಬಂದವು. ತಮಾಷೆಯ ವಿಷಯವೆಂದರೆ, ನಮ್ಮ ಮನೆಯಿಂದ ಒಂದು ಗಂಟೆ ಪ್ರಯಾಣಿಸಿದರೆ ಸಿಗುತ್ತಿದ್ದ ಮೃಗಾಲಯದಲ್ಲಿಯೂ ಇದೇ ಪ್ರಾಣಿಗಳು ಕಾಣಲು ಸಿಗುತ್ತವೆ. ಆದರೆ ನಾನಲ್ಲಿ ಒಮ್ಮೆಯೂ ಹೋಗಿರಲಿಲ್ಲ. ಇಲ್ಲಿ ಸಾವಿರಾರು ಮೈಲಿ ದೂರವಿದ್ದ ಅಮೇರಿಕೆಯಲ್ಲಿ ಅದೇ ಪ್ರಾಣಿಗಳನ್ನು ನೋಡುತ್ತಾ ನಿಂತಿದ್ದೆ!

ಮರುದಿನ ನಾವು ಲಾಸ್ ವೆಗಾಸ್‌ಗೆ ತೆರಳಿದೆವು. ಅಲ್ಲಿ ಎಲೆಕ್ಟ್ರಾನಿಕ್ಸ್ ಪ್ರದರ್ಶನವೊಂದಕ್ಕೆ ಭೇಟಿಯಿತ್ತೆವು. ಅಲ್ಲಿ ಸೌರಶಕ್ತಿಯನ್ನು ಬಳಸಿಕೊಂಡು ಕೆಲಸ ಮಾಡುತ್ತಿದ್ದ ಅನೇಕ ಉಪಕರಣಗಳಿದ್ದವು. ಸೌರಶಕ್ತಿಯಿಂದ ಚಾರ್ಜ್ ಮಾಡಬಹುದಾದ ಫೋನ್‌ಗಳು, ಬ್ಯಾಟರಿಯಿಲ್ಲದೇ ಕ್ರಾಂಕ್ (ತಿರುಗುಣಿ)ನಿಂದ ಕೆಲಸ ಮಾಡುವ ರೇಡಿಯೊಗಳು... ಇನ್ನೂ ಅನೇಕ ಉಪಕರಣಗಳು ಅಲ್ಲಿದ್ದವು. ಇನ್ನು ಕ್ಯಾಸಿನೋಗಳಲ್ಲಿ ಎಲ್ಲೆಲ್ಲೂ ಜಗಮಗಿಸುವ ಬೆಳಕು, ಕಾರಂಜಿಯಂತೆ ಚಿಮ್ಮುತ್ತಿದ್ದ ಹಣದ ನೋಟುಗಳು, ಸೈರನ್ನಿನ ಶಬ್ದ. ಸ್ವಲ್ಪ ಹೊತ್ತು ನನಗೆ ಉಸಿರಾಡಲು ಸಾಧ್ಯವಾಗದೇ ತಟಸ್ಥನಾಗಿ ನಿಂತೆ!

"ವಿಲಿಯಂ, ಇಷ್ಟವಾಯಿತೇ?" ಟಾಮ್ ನನ್ನನ್ನು ದೊಡ್ಡ ದನಿಯಲ್ಲಿ ಕೇಳಿದರು.

"ಹೌದು, ಹೌದು, ಬಹಳ ಚೆನ್ನಾಗಿದೆ" ದೊಡ್ಡ ನಗೆಯೊಂದಿಗೆ ಉತ್ತರಿಸಿದೆ.

ಆದರೆ ನಿಜ ಸಂಗತಿಯೆಂದರೆ, ಒಂದು ವಾರದಿಂದ ಎಡಬಿಡದೇ ಉತ್ಸಾಹದಿಂದ ಪ್ರವಾಸ ಮಾಡಿದ್ದರಿಂದ ಮನಸ್ಸಿಗೆ/ಮೆದುಳಿಗೆ ಬಳಲಿಕೆಯಾಗಿತ್ತು. ನನಗೆ ಅತ್ಯಂತ ಸಮಾಧಾನವನ್ನು ಕೊಡುವ ನನ್ನದೇ ಆದ ಲೋಕಕ್ಕೆ ಮರಳಬೇಕಿತ್ತು. ಕೆಲ ಕ್ಷಣಗಳ ಕಾಲ ಕಲ್ಪಿಸಿಕೊಂಡೆ: ನಾನು ಗಾಳಿಯಂತ್ರದ ಮೆಟ್ಟಿಲನ್ನು ಬರಿಯ ಕಾಲಿನಿಂದ ಹತ್ತುತ್ತಿದ್ದೆ. ಅದರ ಮೇಲಿನಿಂದ ನನ್ನ ಪ್ರೀತಿಯ ದೇಶವನ್ನು ನೋಡುತ್ತಾ ಕುಳಿತಿದ್ದೆ. ಹಸಿರಾದ ಹೊಲಗಳು ಮತ್ತು ಮಲೆನಾಡಿನ ಏರು ತಗ್ಗುಗಳು ಕಾಣಿಸಿದವು. ಗಾಳಿಯು ಬೀಸಲು

ನನ್ನ ಹಿಂದೆ, ಯಂತ್ರದ ಬ್ಲೇಡುಗಳು ತಿರುಗಲು ಆರಂಭಿಸಿದವು... ಹಾಗೆಯೇ ನಾನು ನಿದ್ದೆಯಲ್ಲಿ ಜಾರಿದ್ದೆ. ಕನಸಿನಲ್ಲಿ ಮಾಲಾವಿಯು ನನ್ನನ್ನು ಕಾಡುತ್ತಿತ್ತು.

ನನಗೆ ಅಂದು ಲಾಸ್ ವೇಗಾಸ್‌ನಿಂದ ಮರಳಿ ಬಂದ ಬಳಿಕ, ಅಂದು ಕನಸಿನಲ್ಲಿ ಕಂಡಂತಹ ಸ್ಥಳದಲ್ಲಿಯೇ ನಾನಿದ್ದೆ. ಕ್ಯಾಲಿಫೋರ್ನಿಯಾದ ಪಾಲ್ಮ್ ಸ್ಪ್ರಿಂಗ್ಸ್ ಎನ್ನುವ ಜಾಗವು ನಮ್ಮ ಮಾಲಾವಿಯ ಮನೆಯ ಸುತ್ತಮುತ್ತಲೂ ಇದ್ದ ಪ್ರದೇಶವನ್ನು ಹೋಲುತ್ತಿತ್ತು. ಸಮತಟ್ಟಾದ ಹಸಿರು ಹುಲ್ಲುಗಾವಲು, ದೂರದಲ್ಲಿ ಬೆಟ್ಟಗಳು, ಕಡು ನೀಲಿ ಬಣ್ಣದ ಆಕಾಶ. ಅಲ್ಲಿ ಮೈಲಿಗಳಷ್ಟು ದೂರದಲ್ಲಿ ಹರಡಿಕೊಂಡಿದ್ದ ಸುಮಾರು ಆರು ಸಾವಿರ ಗಾಳಿಯಂತ್ರಗಳು ಕಣ್ಣುಗಳಿಗೆ ರಾಚಿದವು. ಅದು ಗಾಳಿಯಂತ್ರಗಳ ಅರಣ್ಯ ಪ್ರದೇಶವೇನೋ ಎನ್ನುವ ಗೊಂದಲವನ್ನುಂಟು ಮಾಡಿತು.

ನಾನು ಸಮೀಪದಿಂದ ನೋಡಿದಾಗಲೇ ಅವುಗಳ ನಿಜವಾದ ಗಾತ್ರದ ಅರಿವಾಯಿತು. ಅಲ್ಲಿಯವರೆಗೂ ನಾನು ಟಿ.ವಿ.ಯಲ್ಲಿ ಇಂತಹ ಬೃಹತ್ ಯಂತ್ರಗಳನ್ನು ನೋಡಿದ್ದೆ. ಆದರೆ ಇಂದು ಅದು ನನ್ನ ಕಣ್ಣೆದುರೇ ಇತ್ತು. ಅವು ನಮ್ಮ ಮನೆಯನ್ನೇ ನುಂಗುವಷ್ಟು ಅಗಲವಾಗಿದ್ದವು. ತಲೆಯನ್ನು ಮೇಲೆತ್ತಿ ನೋಡಲು, ಸುಮಾರು ನೂರು ಅಡಿಯಷ್ಟು ಉದ್ದದ ಬ್ಲೇಡುಗಳು ತಿರುಗುತ್ತಾ ನಿಂತಿದ್ದವು. ಇದು ನಿಜವೇ, ಸುಳ್ಳೇ ಎನ್ನುವ ಭ್ರಾಮಕ ಸ್ಥಿತಿಯಲ್ಲಿ ನಾನಿದ್ದೆ.

ಈ ಗಾಳಿಯಂತ್ರಗಳು ನನ್ನ ಗಾಳಿಯಂತ್ರಕ್ಕಿಂತ ಎಲ್ಲ ರೀತಿಯಲ್ಲಿಯೂ ವಿಭಿನ್ನವಾಗಿದ್ದವು. ಪ್ರತಿಯೊಂದು ಯಂತ್ರವೂ ಸುಮಾರು ಇನ್ನೂರು ಅಡಿ ಎತ್ತರವಿತ್ತು. ಇನ್ನು ಅದರ ರೆಕ್ಕೆಗಳಂತೂ ನಾನು ಅಮೇರಿಕಾಗೆ ಬಂದ ವಿಮಾನಕ್ಕಿಂತಲೂ ಉದ್ದವಾಗಿದ್ದವು. ಅಲ್ಲಿದ್ದ ಮುಖ್ಯ ಎಂಜಿನಿಯರ್ 'ಕ್ರಿಸ್ ಕೋಪ್‌ಲ್ಯಾಂಡ್' ನನ್ನನ್ನು ಯಂತ್ರದ ಒಳಗೆ ಕರೆದೊಯ್ದರು. ಅದು ಕತ್ತಲು ತುಂಬಿದ ಪ್ರದೇಶ. ಅಲ್ಲಿ ಗೋಡೆಯ ಮೇಲಿದ್ದ ಕಂಪ್ಯೂಟರ್ ಪರದೆಯಲ್ಲಿ ಯಂತ್ರಕ್ಕೆ ಸಂಬಂಧಿಸಿದ ಎಲ್ಲ ಮಾಹಿತಿಗಳೂ ಕಾಣುತ್ತಿದ್ದವು. ಅಂದರೆ ಯಂತ್ರದಿಂದ ಸಿಗುತ್ತಿದ್ದ ವೋಲ್ಟೇಜ್ ಮಾಪನ, ಗಾಳಿಯ ವೇಗ ಮತ್ತು ತಿರುಗುತ್ತಿದ್ದ ಬ್ಲೇಡುಗಳ ವೇಗವನ್ನು ತಿಳಿಯಲು ಸಾಧ್ಯವಿತ್ತು.

ಒಂದು ವೇಳೆ ಗಾಳಿಯ ವೇಗವು ತೀವ್ರವಾಗಿದ್ದರೆ, ಒಳಗಿದ್ದ ಕಂಪ್ಯೂಟರ್‌ಗಳು ರೋಟಾರ್‌ಗಳ ಚಲನೆಯನ್ನು ನಿಲ್ಲಿಸುತ್ತಿದ್ದವು. ನನ್ನ ಗಾಳಿಯಂತ್ರವು ಇದಕ್ಕೆ ವ್ಯತಿರಿಕ್ತವಾಗಿತ್ತು. ಜೋರಾದ ಗಾಳಿಯು ಬೀಸಿದಾಗ ಜೋಡಣೆಗಳು ಕಿತ್ತು ಬಂದು, ಬ್ಲೇಡುಗಳು ಆಕಾಶದಲ್ಲಿ ತೇಲಾಡುವಂತಾಗುತ್ತಿತ್ತು.

ಪ್ರತಿಯೊಂದು ಯಂತ್ರವೂ ಸುಮಾರು 12,500 ವೋಲ್ಟ್‌ಗಳಷ್ಟು ವಿದ್ಯುಚ್ಛಕ್ತಿಯನ್ನು ಉತ್ಪಾದಿಸುತ್ತಿತ್ತು. ಅಂದರೆ ಒಟ್ಟು ಎಲ್ಲ ಯಂತ್ರಗಳೂ ಸೇರಿದರೆ 600 ಮೆಗಾವ್ಯಾಟ್ ವಿದ್ಯುತ್ ಉತ್ಪಾದನೆಯಾಗುತ್ತಿತ್ತು. ಇದನ್ನು ಭೂಮಿಯಲ್ಲಿ ಹುದುಗಿಸಿದ್ದ ಕೇಬಲ್‌ಗಳ

ಮೂಲಕ ಸಬ್‌ಸ್ಟೇಷನ್ ಒಂದಕ್ಕೆ ಸರಬರಾಜು ಮಾಡುತ್ತಿದ್ದರು. ಅಲ್ಲಿಂದ ದಕ್ಷಿಣ ಕ್ಯಾಲಿಫೋರ್ನಿಯಾದಲ್ಲಿ ಇರುವ ಸಾವಿರಾರು ಮನೆಗಳಿಗೆ ವಿದ್ಯುತ್ ಸೌಲಭ್ಯವನ್ನು ಒದಗಿಸುತ್ತಾರೆ. 600 ಮೆ.ವಾ. ವಿದ್ಯುಚ್ಛಕ್ತಿಯು ಸಿಕ್ಕಿದಲ್ಲಿ, ನಮ್ಮ ಮಾಲಾವಿ ದೇಶವನ್ನೇ ಕತ್ತಲೆಯಿಂದ ಹೊರದೂಡಬಹುದು. ಈಗ ನಮ್ಮ ESCOM 224 ಮೆ.ವಾ. ವಿದ್ಯುಚ್ಛಕ್ತಿಯನ್ನು ಉತ್ಪಾದಿಸುತ್ತದೆಯಷ್ಟೇ!

ಬಹುದಿನ ಹಾತೊರೆದ ಬಳಿಕ, ವಸ್ತುವೊಂದು ಸಿಕ್ಕರೆ ಉಂಟಾಗುವ ರೋಮಾಂಚನದ ಸ್ಥಿತಿಯು ನನ್ನದಾಗಿತ್ತು. ಮಾಲಾವಿಯ ಗ್ರಂಥಾಲಯದಲ್ಲಿ ನೋಡಿದ ಗಾಳಿಯಂತ್ರದ ಚಿತ್ರಗಳು ಮನಸ್ಸಿನಲ್ಲಿ ಕಲ್ಪನೆಯನ್ನು ಬಿತ್ತಿದವು. ನಂತರ ಕ್ಷಾಮ, ಹಸಿವು, ಕತ್ತಲೆಯ ದಿನಗಳು ನನ್ನಲ್ಲಿ ಪ್ರೇರಣೆಯನ್ನು ತುಂಬಿದವು. ಅಲ್ಲಿಂದ ಶುರುವಾಗಿದ್ದ ದೀರ್ಘ ಪ್ರಯಾಣವು ನನ್ನನ್ನು ಇಲ್ಲಿಗೆ ತಂದು ನಿಲ್ಲಿಸಿತ್ತು. ನನ್ನ ಮುಂದಿನ ಪ್ರಯಾಣದ ಬಗ್ಗೆ ನನಗೆ ಅರಿವಿರಲಿಲ್ಲ. ಯಾವ ದಿಕ್ಕಿನಲ್ಲಿ ಸಾಗುವುದು ಎಂದು ತಿಳಿಯದಾಗಿದ್ದೆ. ನಾನು ಮುಂದೆ ಏನು ಮಾಡಲಿ? ಇಷ್ಟು ದೂರ ಸಾಗಿ ಬಂದಿರುವೆ. ಮುಂದೆ ನನ್ನ ಭವಿಷ್ಯವಾದರೂ ಏನು? ಎಂದು ಅನೇಕ ಬಾರಿ ಪ್ರಶ್ನಿಸಿಕೊಳ್ಳುತ್ತಿದ್ದೆ. ಸುತ್ತಲೂ ಒಮ್ಮೆ ನೋಡಲು, ತಿರುಗುತ್ತಿದ್ದ ಯಂತ್ರಗಳ ರಭಸಕ್ಕೆ ದೂರದಲ್ಲಿದ್ದ ಪರ್ವತ ಶ್ರೇಣಿಯೇ ನರ್ತಿಸುತ್ತಿರುವಂತೆ ತೋರಿ ಬಂದಿತು.

ಮತ್ತಷ್ಟು ಹೊತ್ತು ದಿಟ್ಟಿಸುತ್ತಾ ನಿಂತಿದ್ದೆ. ನನ್ನ ಪ್ರಶ್ನೆಗಳಿಗೆ ಗಾಳಿಯಂತ್ರಗಳು ಉತ್ತರಿಸಿದ್ದವು: ನಾನು ಈ ಕ್ಷಣವೇ ನನ್ನ ಭವಿಷ್ಯವನ್ನು ಕುರಿತು ನಿರ್ಧರಿಸುವ ಅಗತ್ಯವಿರಲಿಲ್ಲ. ನಾನು ಆಫ್ರಿಕಾಗೆ ಮರಳಿ ಶಾಲೆಯಲ್ಲಿ ಶಿಕ್ಷಣವನ್ನು ಮುಂದುವರೆಸಬೇಕು. ನಂತರ ಈ ಯಂತ್ರಗಳ ಬಗ್ಗೆ ಅಧ್ಯಯನ ಮಾಡಿ, ಅವುಗಳನ್ನು ತಯಾರಿಸುವುದನ್ನು ಕಲಿಯಬೇಕು. ನಂತರ ಮಾಲಾವಿಯ ಹಸಿರು ಪ್ರದೇಶಗಳಲ್ಲಿ ಹೀಗೆ ಗಾಳಿಯಂತ್ರದ ಅರಣ್ಯವನ್ನೇ ಸೃಷ್ಟಿಸಬೇಕು. ಜೊತೆಗೆ ಜನರಿಗೆ, ನಮ್ಮ ಮನೆಯಲ್ಲಿ ಇರುವಂತಹ ಯಂತ್ರವನ್ನು ಕಟ್ಟುವಂತೆ, ಶಿಕ್ಷಣ/ಸಹಾಯವನ್ನು ಕೊಡಬೇಕು. ಇದರಿಂದ ಜನರು ತಮ್ಮ ಮನೆಗಳಲ್ಲಿ ಗಾಳಿಯಂತ್ರವನ್ನು ಅಳವಡಿಸಬಹುದು. ಸರಕಾರದ ಮೇಲೆ ಅವಲಂಬನೆಯಿಲ್ಲದೇ ಸ್ವಂತವಾಗಿ ನೀರು ಮತ್ತು ವಿದ್ಯುತ್ತಿನ ಸೌಲಭ್ಯಗಳನ್ನು ಪಡೆಯಬಹುದು.

ನಾನು ಮುಂದೆ ಜೀವನದಲ್ಲಿ ಏನೇ ಮಾಡಲು ನಿರ್ಧರಿಸಿದರೂ ಈಗ ಕಲಿತಿರುವ ಪಾಠವನ್ನು ಉಪಯೋಗಿಸುತ್ತೇನೆ. "ನಾವು ಜೀವನದಲ್ಲಿ ಏನಾದರೂ ಮಾಡಲು ಇಚ್ಛಿಸಿದರೆ, ಮೊದಲು ಪ್ರಯತ್ನ ಪಡಬೇಕು!"

---

* **ಗೂಗಲ್ ಅರ್ಥ್**(Google Earth) – **ಇದರಿಂದ ನಾವು ಭೂಮಿಯ ಮೇಲಿಂದ ಸಂಚರಿಸಿದಂತೆ, ಉಪಗ್ರಹಗಳು ತೆಗೆದಿರುವ ಚಿತ್ರಗಳು, ನಕ್ಷೆಗಳು, ಭೂ ಪ್ರದೇಶಗಳು, ಕಟ್ಟಡಗಳು... ಇತ್ಯಾದಿಯನ್ನು ಕಾಣಬಹುದು**

* ಕೂಟದ ಪ್ರಾಯೋಜಕತ್ವ (Corporate Sponsorship) – ಕೂಟ ಸಂಸ್ಥೆಗಳು ಅಥವಾ ಕಾರ್ಪೊರೇಟ್ ಸಂಸ್ಥೆಗಳು ಯಾವುದೇ ಘಟನೆ, ವ್ಯಕ್ತಿಯ ಪಾಲ್ಗೊಳ್ಳುವಿಕೆಯ ಖರ್ಚು–ವೆಚ್ಚಗಳನ್ನು ವಹಿಸಿಕೊಳ್ಳುವುದು

* ಸ್ಟಾರ್ಟ್‌ಅಪ್ (Start Up) – ಹೊಸ ಯೋಜನೆ ಅಥವಾ ಅನ್ವೇಷಣೆಗಳನ್ನು ಮಾರುಕಟ್ಟೆಗೆ ತರುವ ಸಂಸ್ಥೆ

* ವೆಂಚರ್ ಕ್ಯಾಪಿಟಲಿಸ್ಟ್(Venture Capitalist) – ಸ್ಟಾರ್ಟ್ ಅಪ್ ಸಂಸ್ಥೆಗಳಿಗೆ ಹಣ ಹೂಡಿಕೆದಾರರು ನೀಡುವ ಹಣ

ಪುಸ್ತಕವನ್ನು ಮುಚ್ಚುವ ಮುನ್ನ...

ಜೂನ್ 2008ರಲ್ಲಿ ನಾನು ದಕ್ಷಿಣ ಆಫ್ರಿಕಾದ ಕೇಪ್‌ಟೌನ್‌ಗೆ ಪ್ರವಾಸವನ್ನು ಬೆಳೆಸಿದೆ. ನನಗೆ ಅರುಶಾದಲ್ಲಿ ನಡೆದಿದ್ದ TED ಸಮಾವೇಶದಲ್ಲಿ 'ಡ್ಯಾನ್‌ಶೈನ್' ಎನ್ನುವವರ ಪರಿಚಯವಾಗಿತ್ತು. ಈ ಬಾರಿ ಜಾಗತಿಕ ಆರ್ಥಿಕ ಚರ್ಚಾ ವೇದಿಕೆ (World Economic Forum)ಯಲ್ಲಿ ಮಾತನಾಡಲು ಡ್ಯಾನ್ ನನಗೆ ಆಹ್ವಾನವಿತ್ತರು. ಈ ಚರ್ಚೆಯಲ್ಲಿ ನಾನು 'Technology In Emerging Countries' (ಈಗ ಬೆಳಕಿಗೆ ಬರುತ್ತಿರುವ ದೇಶಗಳಲ್ಲಿ ಬಳಸುವ ತಂತ್ರಜ್ಞಾನ) ಈ ಕುರಿತು ಮಾತನಾಡಿದೆ. ಈ ಚರ್ಚಾ ವೇದಿಕೆಯ ಮುಖ್ಯ ಉದ್ದೇಶ, 2015ರ ಹೊತ್ತಿಗೆ ಜಗತ್ತಿನ 50% ಜನರನ್ನು ಅಂತರ್ಜಾಲದ ಮೂಲಕ ಬೆಸೆಯುವುದಾಗಿತ್ತು.

ಅಲ್ಲಿ ನೆರೆದಿದ್ದ ಸಭಿಕರಿಗೆ ನಾನು ಗಾಳಿಯಂತ್ರವನ್ನು ಕಟ್ಟಿದ್ದನ್ನು ಹಂತ ಹಂತವಾಗಿ ವಿವರಿಸಿದೆ. ನಾನು ಜೆನರೇಟರ್ ಹುಡುಕುವಾಗ ಎದುರಿಸಿದ ಸವಾಲುಗಳನ್ನೂ ಹಂಚಿಕೊಂಡೆ. ಜೊತೆಗೆ ನಾನು ಶಾಲೆಯಲ್ಲಿರುವಾಗ, ಜೆಫ್ರಿ ಸುತ್ತಮುತ್ತಲಿನ ಹಳ್ಳಿಯ ಜನರಿಗೆ ಹೇಗೆ ಗಾಳಿಯಂತ್ರವನ್ನು ತಯಾರಿಸಲು ತರಬೇತಿಯನ್ನು ಕೊಡಬಹುದೂ ಎಂದು ಆಶಿಸಿದೆ. ಸಭಿಕರಲ್ಲಿ ಒಬ್ಬರು "ಮಾಲಾವಿ ಸರಕಾರವು ನನ್ನ ಯೋಜನೆಯ ಬಗ್ಗೆ ಯಾವ ನಿಲುವನ್ನು ಹೊಂದಿದೆ?" ಎಂದು ಪ್ರಶ್ನಿಸಿದರು.

"ಸರಕಾರಕ್ಕೆ ನಾನು ಮಾಡಿರುವ ಕೆಲಸದ ಬಗ್ಗೆ ಮಾಹಿತಿಯಿಲ್ಲ" ಎಂದು ಉತ್ತರಿಸಿದೆ. ಏಕೆಂದರೆ ಅದೇ ತಾನೇ, ನಮ್ಮ ರಾಷ್ಟ್ರಪತಿಗಳಿಗೆ ಖುದ್ದಾಗಿ ತಿಳಿಸಿದ್ದರಿಂದ ನನಗದು ಖಚಿತವಾಗಿ ತಿಳಿದಿತ್ತು.

ಹಿಂದಿನ ರಾತ್ರಿ ನಮ್ಮ ರಾಷ್ಟ್ರಪತಿ ಮುಥಾರಿಕಾ ಅವರೊಡನೆ ಭೋಜನ ಸಮಯದಲ್ಲಿ ಮಾತನಾಡುವ ಅವಕಾಶ ದೊರೆಯಿತು. ನನಗೆ ಮುಥಾರಿಕಾ ಅವರ ಕೃಷಿಪರ ಯೋಜನೆಗಳ ಬಗ್ಗೆ ಮೆಚ್ಚುಗೆಯಿತ್ತು. ಊಟದ ಸಮಯದಲ್ಲಿ ನನ್ನ ಪಕ್ಕದ ಮೇಜಿನಲ್ಲಿಯೇ ಅವರೂ ಕುಳಿತಿದ್ದರು. ಊಟದ ಬಳಿಕ ಅವರತ್ತ ತೆರಳಿ, ನನ್ನನ್ನು ನಾನು ಇಂಗ್ಲೀಷಿನಲ್ಲಿ ಪರಿಚಯಿಸಿಕೊಂಡೆ. ಗಾಳಿಯಂತ್ರದ ಕಾರಣದಿಂದಲೇ ನನಗೆ ಈ ಸಮಾವೇಶದಲ್ಲಿ ಭಾಗವಹಿಸಲು ಆಹ್ವಾನವು ಸಿಕ್ಕಿದೆ ಎಂದು ಹೇಳಿದೆ.

ಮುಥಾರಿಕಾ ಆಶ್ಚರ್ಯರ್ಕ್ಕೊಳಗಾಗಿ, "ಓಹ್. ಹೌದೇ, ಒಳ್ಳೆಯದು" ಎಂದರು. ನಂತರ ಅವರೊಡನೆ ಫೋಟೊ ತೆಗೆಸಿಕೊಳ್ಳಲು ಅವಕಾಶವನ್ನಿತ್ತರು! ನನಗದು ಬಹಳ ಹೆಮ್ಮೆಯ ಕ್ಷಣ. ಈಗಲೂ ನಮ್ಮ ಮನೆಯಲ್ಲಿ ಆ ಚಿತ್ರವನ್ನು ಗೋಡೆಗೆ ತೂಗು ಹಾಕಲಾಗಿದೆ. ಮನೆಗೆ ಬರುವ ಅತಿಥಿಗಳಿಗೆ ನನ್ನ ಹೆತ್ತವರು ಅದನ್ನು ತೋರಿಸಲು ಮರೆಯುವುದಿಲ್ಲ.

ಕೇಪ್‌ಟೌನ್ ಬಳಿಕ ನಾನು ಶಿಕಾಗೋ ನಗರಕ್ಕೆ ಹೊರಡಬೇಕಾಯಿತು. ಅಲ್ಲಿನ Museum Of Science And Industry ನನಗಾಗಿ ಗೌರವ ಸಮಾರಂಭವನ್ನು ಹಮ್ಮಿಕೊಂಡಿದ್ದರು. 'Fast Forward Inventing The Future' ಎನ್ನುವ ಪ್ರದರ್ಶನದಲ್ಲಿ, ನನ್ನ ಮೂಲ ಸರ್ಕ್ಯೂಟ್ ಬ್ರೇಕರ್ ಮತ್ತು ದೀಪದ ಸ್ವಿಚ್‌ಗಳನ್ನು ಪ್ರದರ್ಶನಕ್ಕೆ ಇಡಲಾಗಿತ್ತು. ನನ್ನ ಪಕ್ಕದಲ್ಲಿ ಇದ್ದ ಇತರ ಅನ್ವೇಷಕರೆಂದರೆ, 'ಅಯಾನ್ನಾ ಹೋವರ್ಡ್' ಎನ್ನುವ ರೋಬೊಟಿಕ್ ಎಂಜಿನಿಯರ್ (Robotic Engineer). ಇವರು ನಾಸಾದ ಮಾರ್ಸ್ ರೋವರ್ ಯೋಜನೆಗಾಗಿ ಕೆಲಸವನ್ನು ಮಾಡಿದ್ದರು. ಮತ್ತೊಬ್ಬರು, 'ಡಾನಾ ಮಯೆರ್' ಎನ್ನುವ ಗಂಟೆಗೆ 70 ಮೈಲಿಗಳಷ್ಟು ವೇಗದಲ್ಲಿ ಚಲಿಸುವ ಎಲೆಕ್ಟ್ರಿಕ್ ಕಾರನ್ನು ಕಂಡುಹಿಡಿದ ವ್ಯಕ್ತಿ. ಇಂತಹ ಬುದ್ಧಿವಂತ ಜನರೊಡನೆ ನನ್ನನ್ನು ಗೌರವಿಸಿದ್ದು, ನನ್ನ ಕೆಲಸಕ್ಕೆ ಸಿಕ್ಕ ದೊಡ್ಡ ಮನ್ನಣೆಯೇ ಸರಿ.

ಈ ಪ್ರದರ್ಶನದ ನಂತರ ನಾನು ಮಾಲಾವಿಗೆ ತೆರಳಿದೆ. ಆ ಬೇಸಿಗೆ ರಜೆಯಲ್ಲಿ ನನ್ನ ಕುಟುಂಬ ಮತ್ತು ಸ್ನೇಹಿತರೊಡನೆ ಸಮಯವನ್ನು ಕಳೆದು, ಗಾಳಿಯಂತ್ರಕ್ಕೆ ಅತ್ಯಗತ್ಯವಾಗಿ ಬೇಕಿದ್ದ ಸುಧಾರಣೆಗಳನ್ನು ಮಾಡಿದೆ. ಪ್ರತಿಬಾರಿ ನಾನು ಮನೆಗೆ ಹೋದಾಗಲೂ ಬ್ಲೇಡು ಗಳು ಬಲವಾದ ಗಾಳಿಯಿಂದ ಮುರಿದಿರುತ್ತಿದ್ದವು. ನಾನು ಪ್ಲಾಸ್ಟಿಕ್ ಬ್ಲೇಡುಗಳನ್ನು ಸ್ಟೀಲಿನ ಬ್ಲೇಡುಗಳಿಂದ ಬದಲಿಸಿದರೂ ಇದು ಮುಂದುವರೆದಿತ್ತು. ಜೊತೆಗೆ ಗೋಪುರದ ಮರದ ಕಾಲುಗಳಿಗೆ ಗೆದ್ದಲು ಹಿಡಿದಿತ್ತು. ನಾನು ಪ್ರತಿಬಾರಿ ಮೇಲೆ ಹತ್ತಿದಾಗಲೂ ಸೈಕಲ್ಲಿನ ಹೆಲ್ಮೆಟ್‌ನ್ನು ಧರಿಸುತ್ತಿದ್ದೆ. ಕೆಲಸಮಯದ ನಂತರ ಮರಗಳ ಬುಡಕ್ಕೆ ಸಿಮೆಂಟ್‌ನಿಂದ ಭದ್ರಗೊಳಿಸಿದೆ.

ನಾನು ಕ್ರಿಸ್‌ಮಸ್ ಸಮಯದಲ್ಲಿ ಅಮೇರಿಕಾಗೆ ತೆರಳಿದಾಗ, ನನಗೆ ದಕ್ಷಿಣ ಆಫ್ರಿಕಾದ ಜೋಹಾನ್ಸ್‌ಬರ್ಗ್‌ನಲ್ಲಿರುವ 'ಆಫ್ರಿಕನ್ ಲೀಡರ್‌ಶಿಪ್ ಅಕಾಡೆಮಿ' ಶಾಲೆಗೆ ಆಯ್ಕೆಯಾಗಿದ್ದೇನೆ ಎನ್ನುವ ಸುದ್ದಿಯು ತಿಳಿಯಿತು. ನನಗೆ ಅಲ್ಲಿ ವಿದ್ಯಾರ್ಥಿ ವೇತನವೂ ಮಂಜೂರಾಗಿತ್ತು.

ಈ ಶಾಲೆಯಲ್ಲಿ ಐವತ್ಮೂರು ದೇಶಗಳಿಂದ ವಿದ್ಯಾರ್ಥಿಗಳು ಕಲಿಯಲು ಬಂದಿದ್ದರು. ಆಫ್ರಿಕಾದ ಭಾವೀ ನಾಯಕರನ್ನು ತಯಾರು ಮಾಡುವುದೇ ಈ ಶಾಲೆಯ ಮುಖ್ಯ

ಉದ್ದೇಶವಾಗಿತ್ತು. ಅದೇ ಶಾಲೆಯ ಮೊದಲ ವರ್ಷವಾದ್ದರಿಂದ ಒಟ್ಟು 1,700 ಅರ್ಜಿಗಳಲ್ಲಿ 106 ಅರ್ಜಿಗಳನ್ನು ಆಯ್ಕೆ ಮಾಡಿದ್ದರು. ಅವರಲ್ಲಿ ಕೆಲವರು ನನ್ನಂತೆಯೇ ಅನ್ವೇಷಕರು, ತಮ್ಮ ಕುಟುಂಬ ಹಾಗೂ ಸಮಾಜದ ಒಳಿತಿಗಾಗಿ ಶ್ರಮಿಸಿದವರಾಗಿದ್ದರು. ಇನ್ನುಳಿದವರು ಅವರ ದೇಶಗಳಲ್ಲಿ ಅತೀ ಹೆಚ್ಚು ಅಂಕಗಳನ್ನು ಪಡೆದಿದ್ದರು.

ನಾನು ಲಿಲೋಂಗ್ವೆ ಶಾಲೆಯಲ್ಲಿ ಬಹಳ ಕಷ್ಟ ಪಟ್ಟು ಓದಿದ್ದರೂ, ಇಂಗ್ಲೀಷ್ ಮತ್ತು ಗಣಿತದಲ್ಲಿ ಹಿಂದುಳಿದಿದ್ದೆ. ಈ ಜೋಹಾನ್ಸ್‌ಬರ್ಗ್ ಶಾಲೆಯಲ್ಲಿ ಅನೇಕ ಸವಾಲುಗಳನ್ನು ಎದುರಿಸಬೇಕಾಗುತ್ತದೆ ಎಂದು ನನಗೆ ತಿಳಿದಿತ್ತು. ಸರಿಯಾಗಿ ಇಂಗ್ಲೀಷ್ ಮಾತನಾಡಲು ಬಾರದಿರುವುದು ನನ್ನ ದೊಡ್ಡ ಚಿಂತೆಯಾಗಿತ್ತು. ಅಮೇರಿಕದ ಪ್ರಾಯೋಜಕರೊಬ್ಬರು, ಐದು ವಾರಗಳ ಮಟ್ಟಿಗೆ ಇಂಗ್ಲೆಂಡಿನ ಕೇಂಬ್ರಿಡ್ಜ್ ಬಳಿ ಇರುವ ಇಂಗ್ಲೀಷ್ ತರಗತಿಗಳಿಗೆ ನನ್ನನ್ನು ಕಳುಹಿಸಿದರು. ಅಲ್ಲಿ ಇಟಲಿ, ಚೈನಾ, ಟರ್ಕಿಯಿಂದ ಬಂದ ವಿದ್ಯಾರ್ಥಿಗಳೊಡನೆ ನಾನು ಇಂಗ್ಲೀಷ್ ತರಬೇತಿಯನ್ನು ಪಡೆದೆ.

ವಾರಾಂತ್ಯಗಳಲ್ಲಿ ಕೇಂಬ್ರಿಡ್ಜ್‌ನಲ್ಲಿ ಸುತ್ತಾಡುತ್ತಾ, ಅಲ್ಲಿನ ಹಳೆಯ ಕಟ್ಟಡಗಳ ಬಗ್ಗೆ ತಿಳಿಯುವುದು ನನ್ನ ಮೆಚ್ಚಿನ ವಿಷಯವಾಗಿತ್ತು. ಅಲ್ಲಿ ಅನೇಕ ಕಟ್ಟಡಗಳು ನಾಲ್ಕುನೂರು ವರ್ಷಗಳಿಗೂ ಹಳೆಯವು. ಈಗಿನ ಯಾವುದೇ ಹೊಸ ತಂತ್ರಜ್ಞಾನವನ್ನು ಬಳಸದೇ ಅವುಗಳನ್ನು ಕಟ್ಟಿದ್ದರು. ಇವುಗಳನ್ನು ನೋಡಿದ ಬಳಿಕ ನನಗೆ "ಆಫ್ರಿಕಾ ಖಂಡದಲ್ಲಿ ಇತರರು ನಮ್ಮನ್ನು ಉದ್ಧಾರ ಮಾಡಲಿ ಎಂದು ನಾವು ಕಾಯದೇ, ನಮ್ಮಲ್ಲಿರುವ ಸಂಪನ್ಮೂಲಗಳನ್ನು ಬಳಸಿಕೊಂಡು ಅಭಿವೃದ್ಧಿಯನ್ನು ಹೊಂದಬಹುದು" ಎನ್ನುವ ಆತ್ಮವಿಶ್ವಾಸವು ಮೂಡಿತು.

ಆಗಸ್ಟ್ ತಿಂಗಳಿನಲ್ಲಿ ಜೋಹಾನ್ಸ್‌ಬರ್ಗ್ ಶಾಲೆಗೆ ತೆರಳುವ ಮುನ್ನ ನಮ್ಮ ಮನೆಗೆ ಕೆಲದಿನಗಳ ಮಟ್ಟಿಗೆ ಹೋಗಿಬಂದೆ. ಈ ಶಾಲೆಯಲ್ಲಿ ನಾನಂದುಕೊಂಡಂತೆಯೇ ತರಗತಿಗಳು ಕಠಿಣವಾಗಿದ್ದವು. ನನ್ನ ಮೊದಲ ಸೆಮೆಸ್ಟರ್‌ನಲ್ಲಿ ಹತ್ತು ವಿಷಯಗಳನ್ನು ಆಯ್ಕೆ ಮಾಡಿಕೊಂಡೆ. ಅದರಲ್ಲಿ ನನಗೆ ಭಾವೀ ಉದ್ಯಮಿಯಾಗಲು ನೀಡುವ ತರಬೇತಿಯ ತರಗತಿಗಳು ಬಹಳ ಮೆಚ್ಚುಗೆಯಾಗುತ್ತಿದ್ದವು. ನನ್ನ ಶಾಲೆಯು ಜೋಹಾನ್ಸ್‌ಬರ್ಗ್ ನಗರದ ಹೊರಗೆ, ಹಚ್ಚ ಹಸಿರು ಪರಿಸರದ ನಡುವೆ ಇತ್ತು. ಬೃಹತ್ ಮರಗಳು, ಹಸಿರು ಹುಲ್ಲಿನ ಹೊದಿಕೆಯ ಸಾಕರ್ ಮೈದಾನ, ಸುಂದರವಾದ ಶಾಲೆಯ ಆವರಣ, ಅನೇಕ ನವಿಲುಗಳು... ಅಲ್ಲಿನ ವಿಶೇಷವಾಗಿತ್ತು. ನನ್ನ ಮನೆಯಲ್ಲಿ ಬೆಳಗಿನ ನಿದ್ದೆಗೆ ಭಂಗವನ್ನು ತರುತ್ತಿದ್ದ ಕೋಳಿಗಳಿಗಿಂತಲೂ, ನವಿಲುಗಳು ಜೋರಾಗಿ ಅರಚುತ್ತಿದ್ದವು. ನಾನು ಕೀನ್ಯಾದ ಹುಡುಗನ ಜೊತೆಗೆ ನನ್ನ ಕೋಣೆಯನ್ನು ಹಂಚಿಕೊಂಡಿದ್ದೆ. ಸ್ವಲ್ಪ ದಿನಗಳಲ್ಲಿಯೇ ಈತನು ನನಗೆ ಉತ್ತಮ ಸ್ನೇಹಿತನಾದನು. ಆತನು ನನ್ನ ಹಳೆಯ ಸಹಪಾಠಿಯಂತಲ್ಲ, ಗಳಿಗೆಗೊಮ್ಮೆ ತನ್ನ ಕಾಲುಗಳನ್ನು ತೊಳೆದುಕೊಳ್ಳುತ್ತಾನೆ!

TED ಸಮಾವೇಶವಾದ ನಂತರ ಮೊದಲ ಬಾರಿಗೆ ನಾನು ಸಮಾನಮನಸ್ಕರ ಜೊತೆಯಲ್ಲಿದ್ದೆ. ನಮ್ಮೆಲ್ಲರಿಗೂ ಒಂದೇ ತೆರನಾದ ಪ್ರೇರಣೆಯಿತ್ತು. ಜೊತೆಗೆ ನಾವೆಲ್ಲರೂ ಜೀವನದಲ್ಲಿ ಒಂದೇ ಬಗೆಯ ಕಷ್ಟ-ಕಾರ್ಪಣ್ಯಗಳನ್ನು ಎದುರಿಸಿ ಈ ಹಂತವನ್ನು ತಲುಪಿದ್ದೆವು.

ತರಗತಿಗಳು ಕ್ಲಿಷ್ಟವೆನಿಸಿ ನಾನು ಎದೆಗುಂದಿದಾಗ, ಸಹ-ವಿದ್ಯಾರ್ಥಿಗಳ ಕತೆಗಳು ನನ್ನಲ್ಲಿ ಸ್ಫೂರ್ತಿಯನ್ನು ಉಂಟುಮಾಡುತ್ತಿದ್ದವು. ಅವರ ಜೊತೆಯಲ್ಲಿರುವುದೇ ನನಗೆ ಹೆಚ್ಚಿನ ಧೈರ್ಯವನ್ನು ಕೊಡುತ್ತಿತ್ತು. ಒಮ್ಮೊಮ್ಮೆ ನಮ್ಮಂತೆ ಇನ್ನೆಷ್ಟು ಜನರು ತಮ್ಮ ಹಾದಿಯಲ್ಲಿ ಹೀಗೆ ಹೋರಾಡುತ್ತಿರುವರೋ, ಎನ್ನುವ ಯೋಚನೆಯು ನುಸುಳುತ್ತದೆ. ಅವರ ಬಗ್ಗೆ ಯೋಚಿಸಿದಾಗ ನನಗೆ ಮಹಾತ್ಮರಾದ 'ಮಾರ್ಟಿನ್ ಲೂಥರ್ ಕಿಂಗ್' ಅವರ ಉಕ್ತಿಯೊಂದು ನೆನಪಾಗುತ್ತದೆ "ನಿನಗೆ ಹಾರಲಾಗದಿದ್ದರೆ ಓಡು. ಓಡಲಾಗದಿದ್ದರೆ ನಡೆದು ಹೋಗು. ನಡೆಯಲಾಗದಿದ್ದರೆ ತೆವಳಿಕೊಂಡು ಮುಂದೆ ಸಾಗು".

ನಾವು ಜೀವನದಲ್ಲಿ ಸಂಕಷ್ಟಗಳನ್ನು ಎದುರಿಸುತ್ತಿರುವ ಜನರಿಗೆ ಮುಂದೆ ಬರಲು ಉತ್ತೇಜಿಸಬೇಕು. ನಾನು ನನ್ನ ಸಹಪಾಠಿಗಳೊಡನೆ ಆಗಾಗ ನವಯುಗದ ಆಫ್ರಿಕಾ ಖಂಡವನ್ನು ಕಟ್ಟುವಂತಹ ಮಾತುಕತೆಗಳಲ್ಲಿ ತೊಡಗುತ್ತೇನೆ. ಅಲ್ಲಿ ಬಲಿಪಶುಗಳಾಗಲೀ, ಜೀತದಾಳುಗಳಾಗಲೀ ಇರದೇ, ನಾಯಕರಿಂದ ತುಂಬಿರಬೇಕು. ಧನಸಹಾಯ/ದಾನವನ್ನು ಪಡೆಯುವ ಸ್ಥಳವಾಗದೇ, ಅನ್ವೇಷಣೆಗಳ ನಾಡಾಗಬೇಕು.

ಈ ಕತೆಯು ನನ್ನ ಅನೇಕ ಸಹೋದರ ಸಹೋದರಿಯರಿಗೆ ತಲುಪಿ, ಅವರು ತಮ್ಮ ಜೀವನಪಥದಲ್ಲಿ ಯಶಸ್ಸು ಪಡೆಯಲಿ ಎಂಬುದೇ ನನ್ನ ಆಶಯ. ಒಂದು ವೇಳೆ ಅವರು ತಮ್ಮ ಬಡತನ, ಆರ್ಥಿಕ ಪರಿಸ್ಥಿತಿಯಿಂದ ಎದೆಗುಂದಿದರೂ, ಈ ಪ್ರಯಾಣದಲ್ಲಿ ಅವರು ಒಂಟಿಯಲ್ಲವೆಂದು ನಾನು ಹೇಳಬಯಸುತ್ತೇನೆ. ನಾವೆಲ್ಲರೂ ಒಟ್ಟಿಗೆ ಶ್ರಮಿಸಿದರೆ ನಮಗೆ ತೊಡಕಾಗಿರುವ ದುರಾದೃಷ್ಟವೆಂಬ ಭೂತವನ್ನು ಹೊಡೆದೋಡಿಸಬಹುದು. ಭವ್ಯ ಭವಿಷ್ಯಕ್ಕೆ ಬುನಾದಿಯನ್ನು ಹಾಕಬಹುದು. ಸುಂದರ ಬದುಕನ್ನು ರೂಪಿಸಿಕೊಳ್ಳಬಹುದು. ಅದಕ್ಕೆ ನಾನೇ ದೊಡ್ಡ ಉದಾಹರಣೆ!

ಹೆಚ್ಚಿನ ಮಾಹಿತಿಗೆ:

http://williamkamkwamba.typepad.com

http://www.williamkamkwamba.com

William Kamkwamba: How I built a windmill 2007 TED Talk
- https://www.youtube.com/watch?v=G8yKFVPOD6o

Moving Windmills: The William Kamkwamba story -
https://www.youtube.com/watch?v=arD374MFk4w

http://www.bryanmealer.com

ಚಿತ್ರ ಸಂಪುಟ

ಮಸಿಟಲ ಹಳ್ಳಿಯಲ್ಲಿ ಚಿಕ್ಕ ಹುಡುಗ ವಿಲಿಯಂ, ತಂದೆಯ ಜೊತೆಗೆ

ಬಾಲ ವಿಲಿಯಂ

TED ಸಮಾವೇಶದ ನಂತರ, ಗಾಳಿಯಂತ್ರದ ಎದುರು
ತಂದೆ–ತಾಯಿಯ ಜೊತೆಗೆ ತೆಗೆಸಿಕೊಂಡ ಚಿತ್ರ.

ವಿಂಬೆ ಪ್ರೈಮರಿ ಶಾಲೆ ಬಳಿ ಇದ್ದ ವ್ಯಾಪಾರ ಕೇಂದ್ರ.

ಗಾಳಿಯಂತ್ರದ ಬಗ್ಗೆ ವರದಿ ಮಾಡಲು
ಹಳ್ಳಿಗೆ ಭೇಟಿಯಿತ್ತ ಪತ್ರಕರ್ತರು.

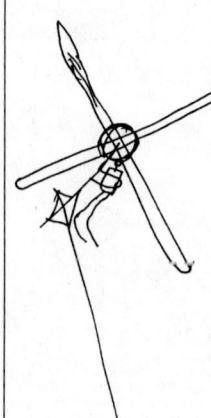

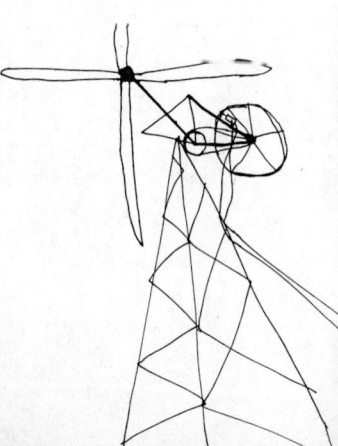

ಮೊದಲ ಗಾಳಿಯಂತ್ರದ ಟ್ರಾಕ್ಟರ್‌ನ ಫ್ಯಾನ್ ಮುತ್ತು ಭ್ಲೇಡು. ಮೊದಲು ಹಾಕಿದ್ದ ಕಾರ್ಲ್ಸ್‌ಬರ್ಗ್ ಮುಚ್ಚಳಗಳ ಬದಲಾಗಿ ನಿಜವಾದ ವಾಶರ್‌ಗಳನ್ನಿಲ್ಲಿ ನೋಡಬಹುದು

ಜೆಫ್ರಿ ಜತೆಗೂಡಿ ವಿಲಿಯಂ ತಯಾರಿಸಿದ ಮೊದಲ ಗಾಳಿಯಂತ್ರದ ಮಾದರಿ

ವಿಲಿಯಂ ತಯಾರಿಸಿದ ಮೊದಲ ಗಾಳಿಯಂತ್ರ. 16 ಅಡಿ ಎತ್ತರವಿದ್ದ ಇದು 12 ವೋಲ್ಟ್ ಸೈಕಲ್ ಡೈನಮೊ ಬಳಸುತ್ತಿತ್ತು

ಪತ್ರಕರ್ತರಿಗೆ ವಿವರಿಸಲು ಬ್ಯಾಟರಿ ಜೋಡಿಸುತ್ತಿರುವ ವಿಲಿಯಂ.

ವಿಲಿಯಂ ತನ್ನ ಕೋಣೆಯಲ್ಲಿ
ಬಲ್ಬನ್ನು ಹಾಕುತ್ತಿರುವುದು.
ಛಾವಣಿಯಿಂದ ಇಳಿಬಿಟ್ಟಿರುವ ಚಿಕ್ಕ
ಕಾರ್ ಬಲ್ಬನ್ನು ಗಮನಿಸಿ

ಈ ಕೃತಿಯ ಸಹ ಲೇಖಕ
ಬ್ರಿಯಾನ್ ಮೀಲರ್ ಜತೆ
ವಿಲಿಯಂ ಕಾಂಕ್ವಾಂಬಾ

ಓದಿ ಓದಿ ಮರುಳಾಗಿ!

ಛಂದ ಪುಸ್ತಕ ಬಹುಮಾನ

ಹೊಸ ಕತೆಗಾರರನ್ನು ಗುರುತಿಸುವ ಸಲುವಾಗಿ ನಮ್ಮ ಪ್ರಕಾಶನ ಸಂಸ್ಥೆಯು ಕಳೆದ ಹದಿಮೂರು ವರ್ಷಗಳಿಂದ ಕತೆಗಳ ಹಸ್ತಪ್ರತಿ ಸ್ಪರ್ಧೆಯನ್ನು ನಡೆಸುತ್ತಾ ಬಂದಿದೆ. ಈವರೆಗೆ ಒಂದೂ ಕಥಾಸಂಕಲನವನ್ನು ಪ್ರಕಟಿಸದವರು ಈ ಸ್ಪರ್ಧೆಯಲ್ಲಿ ಭಾಗವಹಿಸಬಹುದು. ಇತರ ಪ್ರಕಾರಗಳಲ್ಲಿ ಒಂದೆರಡು ಪುಸ್ತಕಗಳನ್ನು ಪ್ರಕಟ ಮಾಡಿದವರೂ ಇದರಲ್ಲಿ ಭಾಗವಹಿಸುವ ಅವಕಾಶವಿರುತ್ತದೆ. ಮೊದಲ ಸುತ್ತಿನ ಆಯ್ಕೆಯನ್ನು ಪ್ರಕಾಶನದ ಸದಸ್ಯರು ಮಾಡಿ, ಕೊನೆಯ ಆಯ್ಕೆಗಾಗಿ ಸುಮಾರು ಹತ್ತು ಹಸ್ತಪ್ರತಿಗಳನ್ನು ನಾಡಿನ ಹಿರಿಯ ಸಾಹಿತಿಗಳಿಗೆ ಒಪ್ಪಿಸುತ್ತಾರೆ. ಆಯ್ಕೆಯಾದ ಹಸ್ತಪ್ರತಿಯನ್ನು ಪುಸ್ತಕ ರೂಪದಲ್ಲಿ ಪ್ರಕಟಿಸಿ, ಪ್ರಶಸ್ತಿ ಪತ್ರ, ಫಲಕ ಹಾಗೂ ಮೂವತ್ತು ಸಾವಿರ ರೂಪಾಯಿ ಬಹುಮಾನವನ್ನು ನೀಡಲಾಗುತ್ತದೆ. ಈವರೆಗೂ ಈ ಪ್ರಶಸ್ತಿಯಲ್ಲಿ ಬಹುಮಾನ ಪಡೆದವರ ವಿವರಗಳ ಪಟ್ಟಿಯನ್ನು ಮುಂದಿನ ಪುಟದಲ್ಲಿ ನೀಡಿದ್ದೇವೆ.

ಇವರಲ್ಲಿ ಮೌನೇಶ ಬಡಿಗೇರ, ಶಾಂತಿ ಕೆ ಅಪ್ಪಣ್ಣ, ಪದ್ಮನಾಭ ಭಟ್ ಶೇವ್ಕಾರ ಮತ್ತು ಸ್ವಾಮಿ ಪೊನ್ನಾಚಿ ಅವರಿಗೆ ಕೇಂದ್ರ ಸಾಹಿತ್ಯ ಅಕಾಡೆಮಿಯ ಯುವ ಪುರಸ್ಕಾರ ದೊರೆತಿದೆ. ವಿನಯಾ, ಶಾಂತಿ ಕೆ ಅಪ್ಪಣ್ಣ ಮತ್ತು ಪದ್ಮನಾಭ ಭಟ್ ಶೇವ್ಕಾರರ ಪುಸ್ತಕಗಳಿಗೆ ಕರ್ನಾಟಕ ಸಾಹಿತ್ಯ ಅಕಾಡೆಮಿಯ ಪುಸ್ತಕ ಬಹುಮಾನ ಅಥವಾ ದತ್ತಿ ಬಹುಮಾನಗಳು ಸಂದಿವೆ. ಇನ್ನೂ ಹಲವಾರು ನಾಡಿನ ಪ್ರಮುಖ ಪ್ರಶಸ್ತಿ ಮತ್ತು ಬಹುಮಾನಗಳೂ ಈ ಕೃತಿಗಳಿಗೆ ಲಭ್ಯವಾಗಿವೆ.

ನೀವು ಈ ಸ್ಪರ್ಧೆಯಲ್ಲಿ ಭಾಗವಹಿಸಬೇಕೆ? ಹಾಗಿದ್ದರೆ ನಮ್ಮ ಮುಂದಿನ ವರ್ಷದ ಸ್ಪರ್ಧೆಯ ಆಹ್ವಾನವನ್ನು ಖ್ಯಾತ ಕನ್ನಡ ನಿಯತಕಾಲಿಕಗಳಲ್ಲಿ ಅಥವಾ ಸಾಮಾಜಿಕ ಜಾಲತಾಣಗಳಲ್ಲಿ ನಿರೀಕ್ಷಿಸಿರಿ. ಹೆಚ್ಚಿನ ವಿವರಗಳಿಗೆ 98444 22782 ಗೆ ಸಂದೇಶ ಕಳುಹಿಸಿರಿ.

ಛಂದ ಪುಸ್ತಕ

ಓದಿ ಓದಿ ಮರುಳಾಗಿ!

ಛಂದ ಪುಸ್ತಕ ಬಹುಮಾನ ಪಡೆದ ಕೃತಿಗಳು

ಕತೆಗಾರರು	ಕಥಾಸಂಕಲನ	ತೀರ್ಪುಗಾರರು
ಸುನಂದಾ ಕಡಮೆ	ಪುಟ್ಟ ಪಾದದ ಗುರುತು	ಅಶೋಕ ಹೆಗಡೆ/ ಸುಮಂಗಲಾ
ಅಲಕ ತೀರ್ಥಹಳ್ಳಿ	ಈ ಕತೆಗಳ ಸಹವಾಸವೇ ಸಾಕು	ಕೇಶವ ಮಳಗಿ/ ಸುಮಂಗಲಾ
ಲೋಕೇಶ ಅಗಸನಕಟ್ಟೆ	ಹಟ್ಟಿಯೆಂಬ ಭೂಮಿಯ ತುಣುಕು	ಬೊಳುವಾರು
ವಿನಯಾ	ಊರ ಒಳಗಣ ಬಯಲು	ನೇಮಿಚಂದ್ರ
ಸಂದೀಪ ನಾಯಕ	ಗೋಡೆಗೆ ಬರೆದ ನವಿಲು	ಅಮರೇಶ ನುಗಡೋಣಿ
ಕಣಾದ ರಾಘವ	ಮೊದಲ ಮಳೆಯ ಮಣ್ಣು	ಕೆ. ಸತ್ಯನಾರಾಯಣ
ಬಸವಣ್ಣೆಪ್ಪಾ ಕಂಬಾರ	ಆಟಿಕೆ	ಕುಂ. ವೀರಭದ್ರಪ್ಪ
ಮೌನೇಶ ಬಡಿಗೇರ	ಮಾಯಾಕೋಲಾಹಲ	ಓ.ಎಲ್.ಎನ್. ಸ್ವಾಮಿ
ಪದ್ಮನಾಭ ಭಟ್	ಕೇಪಿನ ಡಬ್ಬಿ	ಎಂ. ಎಸ್. ಆಶಾದೇವಿ
ಶಾಂತಿ ಕೆ ಅಪ್ಪಣ್ಣ	ಮನಸು ಅಭಿಸಾರಿಕೆ	ಎಚ್.ಎಸ್.ಆರ್
ದಯಾನಂದ	ದೇವರು ಕಚ್ಚಿದ ಸೇಬು	ನಾ. ಡಿಸೋಜಾ
ಸ್ವಾಮಿ ಪೊನ್ನಾಚಿ	ಧೂಪದ ಮಕ್ಕಳು	ಎಂ. ಎಸ್. ಶ್ರೀರಾಮ್
ಶಶಿ ತರೀಕೆರೆ	ಡುಮಿಂಗ	ಲಲಿತಾ ಸಿದ್ಧಬಸವಯ್ಯ
ಛಾಯಾ ಭಟ್	ಬಯಲರಸಿ ಹೊರಟವಳು	ತಾರಿಣಿ ಶುಭದಾಯಿನಿ
ಕಾವ್ಯಾ ಕಡಮೆ	ಮಾಕೋನ ಏಕಾಂತ	ಟಿ.ಪಿ. ಅಶೋಕ

ಛಂದ ಪುಸ್ತಕ ಬಹುಮಾನ

ಪುಟ್ಟ ಪಾದದ ಗುರುತು - ಸುನಂದಾ ಪ್ರಕಾಶ ಕಡಮೆ - ₹ 120
ಈ ಕತೆಗಳ ಸಹವಾಸವೇ ಸಾಕು - ಅಲಕ ತೀರ್ಥಹಳ್ಳಿ - ₹ 60
ಹಟ್ಟಿಯೆಂಬ ಭೂಮಿಯ ತುಣುಕು - ಲೋಕೇಶ ಅಗಸನಕಟ್ಟೆ - ₹ 180
ಗೋಡೆಗೆ ಬರೆದ ನವಿಲು - ಸಂದೀಪ ನಾಯಕ - ₹ 60
ಮೊದಲ ಮಳೆಯ ಮಣ್ಣು - ಕಣಾದ ರಾಘವ - ₹ 140
ಆಟಿಕೆ - ಬಸವಣ್ಣೆಪ್ಪಾ ಕಂಬಾರ - ₹ 100
ಮಾಯಾಕೋಲಾಹಲ - ಮೌನೇಶ ಬಡಿಗೇರ - ₹ 165
ಕೇಪಿನ ಡಬ್ಬಿ - ಪದ್ಮನಾಭ ಭಟ್, ಶೇವ್ಕಾರ - ₹ 150
ಮನಸು ಅಭಿಸಾರಿಕೆ - ಶಾಂತಿ ಕೆ ಅಪ್ಪಣ್ಣ - ₹ 230
ದೇವರು ಕಚ್ಚಿದ ಸೇಬು - ದಯಾನಂದ - ₹ 140
ಧೂಪದ ಮಕ್ಕಳು - ಸ್ವಾಮಿ ಪೊನ್ನಾಚಿ - ₹ 130
ಡುಮಿಂಗ - ಶಶಿ ತರೀಕೆರೆ - ₹ 130
ಬಯಲರಸಿ ಹೊರಟವಳು - ಛಾಯಾ ಭಟ್ - ₹ 150
ಮಾಕೋನ ಏಕಾಂತ - ಕಾವ್ಯಾ ಕಡಮೆ - ₹ 130

ಕಥಾಸಂಕಲನ

ಶಕುಂತಳಾ - ಗುರುಪ್ರಸಾದ್ ಕಾಗಿನೆಲೆ - ₹ 80
ಜುಮುರು ಮಳೆ - ಸುಮಂಗಲಾ - ₹ 220
ಶಾಲಭಂಜಿಕೆ - ಡಾ. ಕೆ. ಎನ್. ಗಣೇಶಯ್ಯ - ₹ 180 (7ನೇ ಮುದ್ರಣ)
ಕಾರಂತಜ್ಜನಿಗೊಂದು ಪತ್ರ - ಸಚ್ಚಿದಾನಂದ ಹೆಗಡೆ - ₹ 150
ಹಕೂನ ಮಟಾಟ - ನಾಗರಾಜ ವಸ್ತಾರೆ - ₹ 80
ಕಾಲಿಟ್ಟಲ್ಲಿ ಕಾಲುದಾರಿ - ಸುಮಂಗಲಾ - ₹ 80
ಹುಲಿರಾಯ - ಕೀರ್ತಿರಾಜ್ - ₹ 80
ನಿರವಯವ - ನಾಗರಾಜ ವಸ್ತಾರೆ - ₹ 125
ಹನ್ನೊಂದನೇ ಅಡ್ಡರಸ್ತೆ - ಸುಮಂಗಲಾ - ₹ 170
ಗಾಳಿಗೆ ಮೆತ್ತಿದ ಬಣ್ಣ - ಕರ್ಕಿ ಕೃಷ್ಣಮೂರ್ತಿ - ₹ 180
ಕನ್ನಡಿ ಹರಳು - ಪದ್ಮನಾಭ ಭಟ್, ಶೇವ್ಕಾರ - ₹ 130
ಒಂದು ಚಿಟಿಕೆ ಮಣ್ಣು - ಲಕ್ಷ್ಮಣ ಬಾದಾಮಿ - ₹ 130
ಬಂಡಲ್ ಕತೆಗಳು - ಎಸ್ ಸುರೇಂದ್ರನಾಥ್ - ₹ 160
ದೇವರ ರಜಾ - ಗುರುಪ್ರಸಾದ್ ಕಾಗಿನೆಲೆ - ₹ 225 (2ನೇ ಮುದ್ರಣ)
ಕಟ್ಟು ಕತೆಗಳು - ಎಸ್ ಸುರೇಂದ್ರನಾಥ್ - ₹ 210
ಮಡಿಲು (ನೀಳ್ಗತೆ) - ನಾಗರಾಜ ವಸ್ತಾರೆ - ₹ 15
ತಿರಾಮಿಸು - ಶಶಿ ತರೀಕೆರೆ - ₹ 210

ತೊಟ್ಟು ಕ್ರಾಂತಿ - ಕಾವ್ಯಾ ಕಡಮೆ - ₹ 180
ಒಂದು ಬಾಗಿಲು ಮತ್ತು ಮೂರೂ ಚಿಲ್ಲರೆ ವರ್ಷಗಳು - ಶಾಂತಿ ಕೆ ಅಪ್ಪಣ್ಣ - ₹ 190

ಪ್ರಬಂಧ

ಪೂರ್ವ ಪಶ್ಚಿಮ - ಎಂ. ಆರ್. ದತ್ತಾತ್ರಿ - ₹ 80
ರಾಗಿಮುದ್ದೆ - ರಘುನಾಥ ಚ. ಹ. - ₹ 120
ಕುಟ್ಟವಲಕ್ಕಿ / ಗೊಜ್ಜವಲಕ್ಕಿ - ಪ್ರಶಾಂತ ಆಡೂರ - ₹ 170 / ₹ 170
ಕಿಲಿಮಂಜಾರೋ - ಪ್ರಶಾಂತ್ ಬೀಚಿ - ₹ 80
ಮಿಸಳ್ ಭಾಜಿ - ಭಾರತಿ ಬಿ ವಿ - ₹ 190
ನೀ ಮಾಯೆಯೊಳಗೋ... - ವಿಕ್ರಮ ಹತ್ವಾರ - ₹ 150
ಸಾವೆಂಬ ಲಹರಿ - ಗುರುಪ್ರಸಾದ ಕಾಗಿನೆಲೆ - ₹ 140
ವೈದ್ಯ, ಮತ್ತೊಬ್ಬ - ಗುರುಪ್ರಸಾದ ಕಾಗಿನೆಲೆ - ₹ 120
ಅಪ್ಪನ ರ್‍ಯಾಲೀಸ್ ಸೈಕಲ್ - ದರ್ಶನ್ ಜಯಣ್ಣ - ₹ 110
ಇಮೋಜಿ ಭಾಷೆ - ಕರ್ಕಿ ಕೃಷ್ಣಮೂರ್ತಿ - ₹ 150

ಅನುವಾದ

ದಿ ಚಾಯ್ಸ್ - ಈಡಿತ್ ಎವಾ ಎಗರ್ (ಜಯಶ್ರೀ ಭಟ್) - ₹ 280
ದೇಹವೇ ದೇಶ - ಗರಿಮಾ ಶ್ರೀವಾಸ್ತವ (ವಿಕ್ರಮ ವಿಸಾಜಿ) - ₹ 250
ಪರ್ಸೆಪೊಲಿಸ್- ಮಾರ್ಜಾನ್ ಸತ್ರಪಿ (ಪ್ರೀತಿ ನಾಗರಾಜ) - ₹ 395
ಗಾಳಿ ಪಳಗಿಸಿದ ಬಾಲಕ - ವಿಲಿಯಂ ಕಾಂಕ್ವಾಂಬಾ (ಕರುಣಾ ಬಿ ಎಸ್) - ₹ 320
ಅಮೋಸ್ ಫಾರ್ಚೂನ್ - ಎಲಿಝಬೆತ್ ಯೇಟ್ಸ್ (ಜಯಶ್ರೀ ಭಟ್) - ₹ 110
ನವ ಜೀವಗಳು - ವಿಲಿಯಂ ಡಾಲ್ರಿಂಪಲ್ (ನವೀನ ಗಂಗೋತ್ರಿ) - ₹ 250
ಮೈಕೆಲ್ ಕೆ - ಜೆ.ಎಂ. ಕುಟ್‌ಸೀ (ಸುನಿಲ್ ರಾವ್) - ₹ 170
ಲೇರಿಯೊಂಕ - ಹೆನ್ರಿ ಆರ್. ಓಲೆ ಕುಲೆಟ್ (ಪ್ರಶಾಂತ ಬೀಚಿ) - ₹ 140
ಅರೆಶತಮಾನದ ಮೌನ - ಯಾನ್ ರಫ್-ಓ'ಹರ್ನ್ (ಅರುಣ್) - ₹ 310
ಪರ್ವತದಲ್ಲಿ ಪವಾಡ - ನ್ಯಾಂಡೊ ಪರಾಡೊ (ಸಂಯುಕ್ತಾ ಪುಲಿಗಲ್) - ₹ 340
ಚಂದಿರ ಬೇಕೆಂದವನು - ಮಿಮಿ ಬೇರ್ಡ್ (ಪ್ರಜ್ಞಾ ಶಾಸ್ತ್ರಿ) - ₹ 180
ಬಂಡೂಲ - ವಿಕಿ ಕಾನ್‌ಸ್ಟಂಟೇನ್ ಕ್ರುಕ್ (ರಾಜ್ಯಶ್ರೀ ಕುಳಮರ್ವ) - ₹ 425
ರೆಬೆಲ್ ಸುಲ್ತಾನರು - ಮನು ಎಸ್ ಪಿಳ್ಳೈ (ಸಂಯುಕ್ತಾ ಪುಲಿಗಲ್) - ₹ 420
ಫಾಲೋಯಿಂಗ್ ಫಿಶ್ - ಸಮಂತ್ ಸುಬ್ರಮಣಿಯನ್ (ಸಹನಾ ಹೆಗಡೆ) - ₹ 280
ಜಗವ ಚುಂಬಿಸು - ಸುಬ್ರೊತೋ ಬಾಗ್ಚಿ (ವಂದನಾ ಪಿ ಸಿ) - ₹ 240
ಪರ್ದಾ ಅಂಡ್ ಪಾಲಿಗಮಿ - ಇಕ್ಬಾಲುನ್ನೀಸಾ ಹುಸೇನ್ (ದಾದಾಪೀರ್) - ₹ 380
ವಾಡಿವಾಸಲ್ - ಚಿ. ಸು. ಚೆಲ್ಲಪ್ಪ (ಸತ್ಯಕಿ) - ₹ 100
ನಾಲ್ಕನೇ ಎಕರೆ - ಶ್ರೀರಮಣ (ಅಜಯ್ ವರ್ಮಾ ಅಲ್ಲೂರಿ) - ₹ 100

ಮಾವೋನ ಕೊನೆಯ ನರ್ತಕ - ಲೀ ಶ್ವಿನ್‌ಶಿಂಗ್ (ಜಯಶ್ರೀ ಭಟ್) - ₹ 340
ಕೋಬಾಲ್ಟ್ ಬ್ಲೂ - ಸಚಿನ್ ಕುಂಡಲ್‌ಕರ್ (ಸಪ್ನಾ ಕಟ್ಟಿ) - ₹ 150
ವಿದ್ಯಾವಂತ ವೇಶ್ಯೆಯ ಆತ್ಮಕಥೆ - ಮಾನದಾ ದೇವಿ (ನಾಗ ಹುಬ್ಳಿ) - ₹ 240
ದಿ ಲೈಟ್‌ಹೌಸ್ ಫ್ಯಾಮಿಲಿ - ಫಿರಾತ್ ಸುನೇಲ್ (ಮಾಧುರಿ ಕುಲಕರ್ಣಿ) - ₹ 230
ನನ್ನ ತಂಗಿ ಈಡಾ - ಕಾರೊಲೀನ ವಾಲ್ (ಹರ್ಷ ರಘುರಾಮ್) - ₹ 260
ಸತ್ತವರ ಸೊಲ್ಲು - ಆಶುತೋಷ್ ಭಾರದ್ವಾಜ್ (ಕಾರ್ತಿಕ್ ಆರ್.) - ₹ 380

ವಸುಧೇಂದ್ರ

ಮನೀಷೆ - ಕತೆಗಳು - ₹ 120 (8ನೇ ಮುದ್ರಣ)
ಯುಗಾದಿ - ಕತೆಗಳು - ₹ 190 (9ನೇ ಮುದ್ರಣ)
ಚೇಳು - ಕತೆಗಳು - ₹ 120 (8ನೇ ಮುದ್ರಣ)
ಹಂಪಿ ಎಕ್ಸ್‌ಪ್ರೆಸ್ - ಕತೆಗಳು - ₹ 195 (9ನೇ ಮುದ್ರಣ)
ಮೋಹನಸ್ವಾಮಿ - ಕತೆಗಳು - ₹ 270 (8ನೇ ಮುದ್ರಣ)
ವಿಷಮ ಭಿನ್ನರಾಶಿ - ಕತೆಗಳು - ₹ 280 (4ನೇ ಮುದ್ರಣ)
ಕೋತಿಗಳು - ಪ್ರಬಂಧ - ₹ 120 (8ನೇ ಮುದ್ರಣ)
ನಮ್ಮಮ್ಮ ಅಂದ್ರೆ ನಂಗಿಷ್ಟ - ಪ್ರಬಂಧ - ₹ 100 (28ನೇ ಮುದ್ರಣ)
ರಕ್ಷಕ ಅನಾಥ - ಪ್ರಬಂಧ - ₹ 110 (5ನೇ ಮುದ್ರಣ)
ವರ್ಣಮಯ - ಪ್ರಬಂಧ - ₹ 225 (7ನೇ ಮುದ್ರಣ)
ಐದು ಪೈಸೆ ವರದಕ್ಷಿಣೆ - ಪ್ರಬಂಧ - ₹ 280 (5ನೇ ಮುದ್ರಣ)
ಹರಿಚಿತ್ತ ಸತ್ಯ - ಕಾದಂಬರಿ - ₹ 200 (6ನೇ ಮುದ್ರಣ)
ತೇಜೋ-ತುಂಗಭದ್ರಾ - ಕಾದಂಬರಿ - ಉತ್ತಮ/ಸಾದಾ (₹ 500/₹ 450) (17ನೇ ಮುದ್ರಣ)
ಮಿಥುನ - ಶ್ರೀರಮಣರ ಕತೆಗಳು - ₹ 135 (8ನೇ ಮುದ್ರಣ)
ಎವರೆಸ್ಟ್ - ಜಾನ್ ಕ್ರಾಕೌರ್ - ₹ 420 (4ನೇ ಮುದ್ರಣ)
ರೇಷ್ಮೆ ಬಟ್ಟೆ - ಕಾದಂಬರಿ - ₹ 450

ಕಾದಂಬರಿ

ಎನ್ನ ಭವದ ಕೇಡು - ಎಸ್ ಸುರೇಂದ್ರನಾಥ್ - ₹ 75
ನ್ಯಾಸ - ಹರೀಶ ಹಾಗಲವಾಡಿ - ₹ 250
ಗುಣ - ಗುರುಪ್ರಸಾದ್ ಕಾಗಿನೆಲೆ - ₹ 150
ದ್ವೀಪವ ಬಯಸಿ - ಎಂ. ಆರ್. ದತ್ತಾತ್ರಿ - ₹ 320
ತಾರಾಬಾಯಿಯ ಪತ್ರ - ದತ್ತಾತ್ರಿ ಎಂ ಆರ್ - ₹ 160
ಅಗೆದಷ್ಟೂ ನಕ್ಷತ್ರ - ಸುಮಂಗಲಾ - ₹ 230
ಪ್ರಿಯೇ ಚಾರುಶೀಲೆ - ನಾಗರಾಜ ವಸ್ತಾರೆ - ₹ 380
ಋಷ್ಯಶೃಂಗ - ಹರೀಶ ಹಾಗಲವಾಡಿ - ₹ 160

ಅಂತು - ಪ್ರಕಾಶ ನಾಯಕ್ - ₹ 200
ಚುಕ್ಕಿ ಬೆಳಕಿನ ಜಾಡು - ಕರ್ಕಿ ಕೃಷ್ಣಮೂರ್ತಿ - ₹ 200
ದೀಪವಿರದ ದಾರಿಯಲ್ಲಿ - ಸುಶಾಂತ್ ಕೋಟ್ಯಾನ್ - ₹ 160
ದಾರಿ - ಕುಸುಮಾ ಆಯರಹಳ್ಳಿ - ₹ 395
ಬರೀ ಎರಡು ರೆಕ್ಕೆ - ಸುನಂದಾ ಪ್ರಕಾಶ ಕಡಮೆ - ₹ 260

ಕವಿತೆ

ಮದ್ಯಸಾರ - ಅಪಾರ - ₹ 90
ಪೂರ್ಣನ ಗರಿಗಳು - ಪೂರ್ಣಪ್ರಜ್ಞ - ₹ 70
ಹಲೋ ಹಲೋ ಚಂದಮಾಮ - ರಾಧೇಶ ತೋಳ್ಪಾಡಿ - ₹ 50

ಪದಚರಿತೆ

ಸರಿಗನ್ನಡಂ ಗೆಲ್ಗೆ - ಅಪಾರ - ₹ 390

ನಮ್ಮ ಪ್ರಕಟಣೆಯ ಎಲ್ಲ ಪುಸ್ತಕಗಳ ಪ್ರತಿಗಳೂ ಲಭ್ಯ
ಪುಸ್ತಕದ ಪ್ರತಿಗಾಗಿ ವಾಟ್ಸಾಪ್ ಮಾಡಿ 98444 22782